UPSC എന്ന കൊടുമുടി കീഴടക്കാം

എഴുത്തുകാരനും ബ്യൂറോക്രാറ്റുമായ **സജ്ജൻ യാദവ്** AGMUT (അരുണാചൽ പ്രദേശ്-ഗോവ-മിസോറാം, കേന്ദ്ര ഭരണ പ്രദേശം) കേഡറിലെ 1995-ബാച്ച് ഐഎഎസ് ഓഫീസറാണ്. രാജ്യം മുഴുവൻവിറ്റഴിക്കപ്പെട്ട, *ഇന്ത്യാസ്‌വാക്‌സിൻഗ്രോത്ത്‌സ്റ്റോറി:ഫ്രം കൗപോക്സ് റ്റു വാക്സിൻ മൈത്രി*, എന്ന അദ്ദേഹത്തിന്റെ അവസാന പുസ്തകം, സ്പാനിഷിലേക്കും പതിനാറ് ഇന്ത്യൻ ഭാഷകളിലേക്കും വിവർത്തനം ചെയ്യപ്പെട്ടിട്ടുണ്ട്. പ്രശസ്ത അന്താരാഷ്ട്ര, ദേശീയ ജേർണലുകളിലും മാസികകളിലും പത്രങ്ങളിലും അദ്ദേഹത്തിന്റെ എഴുത്തുകൾ പ്രസിദ്ധീകരിച്ചിട്ടുണ്ട്.

പ്രശസ്ത ലണ്ടൻ സ്കൂൾ ഓഫ് ഹൈജീൻ ആൻഡ് ട്രോപ്പിക്കൽ മെഡിസിനിൽ നിന്ന് പൊതുജനാരോഗ്യത്തിൽ ഡോക്ടറേറ്റും, യുഎസിലെ മിനിസോട്ട സർവ്വകലാശാലയിൽ നിന്ന് പബ്ലിക് പോളിസിയിൽ ബിരുദാനന്തര ബിരുദവും, ഡൽഹി സർവ്വകലാശാലയിലെ മാനേജ്മെന്റ് സ്റ്റഡീസ് ഫാക്കൽറ്റിയിൽ നിന്ന് എംബിഎയും യാദവ് നേടി.

നിലവിൽ, ഇന്ത്യാ ഗവൺമെന്റിന്റെ ധനമന്ത്രാലയത്തിലെ ഡിപ്പാർട്ട്മെന്റ് ഓഫ് എക്സ്പെൻഡിച്ചറിൽ അഡീഷണൽ സെക്രട്ടറിയാണ്. നയരൂപീകരണത്തിലും നടപ്പാക്കലിലും, ഇന്ത്യാ ഗവൺമെന്റിലെയും സംസ്ഥാന സർക്കാരുകളിലെയും മുതിർന്ന നേതൃസ്ഥാനങ്ങളിലും മുപ്പത് വർഷത്തെ സമ്പന്നവും വൈവിധ്യപൂർണ്ണവുമായ അനുഭവപരിചയം യാദവിനുണ്ട്.

കേന്ദ്ര സർക്കാരിൽ, ധനമന്ത്രാലയത്തിന് പുറമേ, ആരോഗ്യ കുടുംബക്ഷേമം, സ്ത്രീ-ശിശു വികസനം, ഹെവി ഇൻഡസ്ട്രി, പൊതു സംരംഭങ്ങൾ, കോർപ്പറേറ്റ് അഫയേഴ്സ് തുടങ്ങിയ മന്ത്രാലയങ്ങളിലും അദ്ദേഹം പ്രവർത്തിച്ചിട്ടുണ്ട്. ദേശീയ പോഷകാഹാര മിഷൻ ഡയറക്ടർ (പോഷൻ അഭിയാൻ), നാഷണൽ റൂറൽ ഹെൽത്ത് മിഷൻ ഡയറക്ടർ, ഫുഡ് ആൻഡ് സപ്ലൈസ് കമ്മീഷണർ ഓഫ് ഡൽഹി, ഡൽഹി ജൽ ബോർഡ് സിഇഒ, മൂല്യവർദ്ധിത നികുതി (VAT) കമ്മീഷണർ, കമ്മീഷണർ ഓഫ് എക്സൈസ്, എന്റർടെയ്ൻമെന്റ് ആൻഡ് ലക്ഷ്വറി ടാക്സ്

കമ്മീഷണർ, ഈസ്റ്റ് ഡൽഹി മുനിസിപ്പൽ കോർപ്പറേഷൻ കമ്മീഷണർ എന്നിവ അദ്ദേഹം ഏറ്റെടുത്ത മറ്റ് പ്രധാന ചുമതലകളിൽ ഉൾപ്പെടുന്നു. അരുണാചൽ പ്രദേശ്, മിസോറാം, രാജസ്ഥാൻ എന്നീ സംസ്ഥാനങ്ങളിലും ഡൽഹി, ദാദ്ര, നഗർ ഹവേലി, ദാമൻ ദിയു എന്നീ നാഷണൽ ക്യാപിറ്റൽ ടെറിട്ടറികളുടെ (NCT) കേന്ദ്രഭരണ പ്രദേശങ്ങളിലും പ്രവർത്തിച്ചിട്ടുണ്ട്. അരുണാചൽ പ്രദേശിലെ കിഴക്കൻ കാമെങ്, തവാങ് ജില്ലകളിലും ഡൽഹിയിലെ എൻസിടിയിലെ ദക്ഷിണ ഡൽഹി ജില്ലയിലും ജില്ലാ മജിസ്ട്രേറ്റ്/ഡെപ്യൂട്ടി കമ്മീഷണറായും അദ്ദേഹം സേവനമനുഷ്ഠിച്ചിട്ടുണ്ട്.

2017-18-ലെ ദേശീയ ഇ-ഗവേർണൻസ് അവാർഡും സെൻസസ് പ്രവർത്തനങ്ങളിലെ മികച്ച പ്രവർത്തനത്തിനുള്ള ഇന്ത്യൻ പ്രസിഡന്റിന്റെ മെഡലും ഉൾപ്പെടെ, പൊതുസേവനത്തിലെ അസാധാരണമായ പ്രവർത്തനങ്ങൾക്ക് യാദവിന് നിരവധി അവാർഡുകൾ ലഭിച്ചിട്ടുണ്ട്.

പുസ്തകത്തിന് ലഭിച്ച പ്രശംസകൾ

'സിവിൽസർവീസിലേക്ക്കടന്നുവരുന്നഏതൊരാളുടെയുംപോരാട്ടത്തെ മികവോടെ ഈ പുസ്തകത്തിൽ ചിത്രീകരിച്ചിരിക്കുന്നു. ഈ പുസ്തകത്തിന്റെ രചയിതാവും ഇതേ വഴിയിലൂടെത്തന്നെയാണ് കടന്നുവന്നിരിക്കുന്നത് എന്നതുകൊണ്ട് ഈ പോരാട്ടത്തിൽ വിജയിക്കാനാവശ്യമായ ഊർജ്ജം പ്രതിനിധാനം ചെയ്യാൻ അദ്ദേഹത്തിന് കഴിഞ്ഞിട്ടുണ്ട്.'

—മനോജ് കുമാർ ശർമ്മ, ഇന്ത്യ പോലീസ് സർവീസ്,
ട്വൽത്ത് ഫെയിൽ എന്ന സിനിമയിലെ മുഖ്യാപാത്രം.

'"UPSC എന്ന കൊടുമുടി" കീഴടക്കാൻ പാടുപെടുന്ന ഓരോരുത്തരുടേയും ജീവിതത്തിലേക്ക് ഈ പുസ്തകം വായനക്കാരനെ കൊണ്ടുപോകുന്നു—ദുർബ്ബലമായ അവസ്ഥയിലൂടെ കടന്നുപോകുമ്പോൾ സ്വന്തം കഴിവുകളെ സംശയത്തോടെ വീക്ഷിക്കുന്നിടത്തുനിന്ന് ലക്ഷ്യം നേടാനാകുമെന്ന പ്രതീക്ഷയിൽ നടത്തുന്ന യാത്ര. ധീരത, സ്ഥിരോത്സാഹം, കഠിനാധ്വാനം, അടിയുറച്ച വിശ്വാസം, അജയ്യമായ മാനുഷിക ചൈതന്യം എന്നിവയെക്കുറിച്ച് പ്രതിപാദിക്കുന്ന കഥകളിലൂടെ സാധ്യമായതിനും അപ്പുറത്തേക്ക് സ്വയം വാർത്തെടുക്കാൻ ഇത് വായനക്കാരനെ പ്രചോദിപ്പിക്കുന്നു. ഏതൊരാളും നിർബ്ബന്ധമായും വായിച്ചിരിക്കേണ്ട പുസ്തകം.'

—ഷിവിൻ ചൗധരി, ഇന്ത്യൻ റവന്യൂ സർവീസ്

'ഏഴ് യൂണിയൻ പബ്ലിക് സർവീസ് കമ്മീഷൻ (UPSC) നായകന്മാരുടെജീവിതത്തെക്കുറിച്ചുള്ളനിരൂപണംതികച്ചുംഒരുനോവൽ പോലെയാണ് ഈ പുസ്തകത്തിൽ പ്രതിപാദിച്ചിരിക്കുന്നത് എന്നത് തന്നെ ഈ ബുക്കിനെ വളരെ രസകരമാക്കി മാറ്റുന്നു. വാസ്തവത്തിൽ, ചിലയിടങ്ങളിൽ വായനക്കാർക്ക് ഇതിലെ കഥാപാത്രങ്ങളെ നേരിൽ സങ്കൽപ്പിക്കാനും അവരുടെ ശബ്ദം കേൾക്കാനും കഴിയുന്ന വിധത്തിൽ ആഴത്തിലുള്ള ഒരു വായനാനുഭവം പ്രദാനം ചെയ്യുന്നു. ഈ പുസ്തകം UPSC ഉദ്യോഗാർത്ഥികൾക്ക് മാത്രമല്ല, മറിച്ച് ആഗോളതലത്തിൽ പ്രചോദനമാകുന്നുണ്ട്. മൂന്ന്

വാക്കുകളിലൊതുക്കിയാൽ,"വിജ്ഞാനപ്രദവും,ഊർജ്ജസ്വലവും, വിനോദപ്രദവു"മാണ് ഈ പുസ്തകം.'

—**ബാലാജി ഡി.കെ.,** ഐഎഎസ് ഉദ്യോഗസ്ഥനും എഴുത്തുകാരനും

'അടുത്തിടെ UPSC പരീക്ഷ പാസായ ഒരാളെന്ന നിലയിൽ, ഈ പുസ്തകത്തെ തികച്ചും വ്യക്തിപരമായ തലങ്ങളിൽ പോലും എനിക്ക് ബന്ധിപ്പിക്കാനായിട്ടുണ്ട്. ഇതിലടങ്ങിയിരിക്കുന്ന ഏഴ് ടോപ്പർമാരുടെകഥകൾ,പരീക്ഷയ്ക്ക്തയ്യാറെടുക്കുന്നതിനിടെഞാൻ സ്വയം നേരിട്ട പോരാട്ടങ്ങളുടെയും സംശയങ്ങളുടെയും വിജയങ്ങളുടെയും ഓർമ്മകൾ തിരികെ കൊണ്ടുവന്നു. ഈ പരീക്ഷയിലൂടെ കടന്നുപോകുമ്പോൾ നിങ്ങൾ നേരിടുന്ന വൈകാരികമായ പ്രയാസങ്ങളെക്കുറിച്ച് ഇതിൽ മികച്ച രീതിയിൽ പ്രതിപാദിക്കുന്നുണ്ട്—ഉറക്കമില്ലാത്ത രാത്രികൾ, അനന്തമായ പുനരവലോകനങ്ങൾ, നിരന്തരമായ സമ്മർദ്ദം എന്നിവയെല്ലാം അതിൽ ഉൾപ്പെടുന്നു. ഈ യാത്രയുടെ മാനുഷിക വശത്തെക്കുറിച്ച് പ്രതിപാദിച്ചിരിക്കുന്ന രീതികളാണ് അതിനെ വേറിട്ടു നിർത്തുന്നത്; സ്ഥിരോത്സാഹവും സഹിഷ്ണുതയും കൈമുതലായുണ്ടെങ്കിൽ നിങ്ങൾക്ക് ഏറ്റവും കഠിനമായ പ്രതിബന്ധങ്ങളെപ്പോലും മറികടക്കാൻ കഴിയുമെന്ന് അതിലൂടെ നിങ്ങൾ മനസ്സിലാക്കുന്നു. ഈ ദുഷ്കരമായ പാതയെ ലക്ഷ്യംവെച്ച് പ്രവർത്തിക്കുന്ന ഏതൊരു ഉദ്യോഗാർത്ഥിയെയും ആഴത്തിൽ പ്രചോദിപ്പിക്കുന്ന പുസ്തകം!'

—**അനിരുദ്ധ് യാദവ്,** IAS 2022

'കശ്മീർ മുതൽ കേരളം വരെ നീണ്ടുകിടക്കുന്ന ഐഎഎസ് ഉദ്യോഗാർത്ഥികളുടെ വൈവിധ്യമാർന്ന യാത്രകളാണ് ഈ പുസ്തകത്തിൽ പകർത്തിയിരിക്കുന്നത്. കുടുംബത്തോടുള്ള ഉത്തരവാദിത്തങ്ങളും എളിമയുള്ള തുടക്കങ്ങളും മുതൽ ശാരീരിക തടസ്സങ്ങളും ഔദ്യോഗിക ജീവിതത്തിലെ അപകടസാധ്യതകളും വരെയുള്ള വെല്ലുവിളികളെ നേരിടുമ്പോൾ, ഓരോ കഥയും നമുക്ക് അറിയാവുന്ന കഥാപാത്രങ്ങളാലോ നമുക്ക് ബന്ധപ്പെടുത്താൻ കഴിയുന്ന സാഹചര്യങ്ങളാലോ വിവരിച്ചിരിക്കുന്നു. മാത്രമല്ല, ഓരോ കഥയും അവസാനിക്കുന്നത് പ്രായോഗികമായ ഉപദേശവും പ്രചോദനവും പ്രദാനം ചെയ്തുകൊണ്ടാണ്. ഏറ്റവും പ്രധാനപ്പെട്ട കാര്യം, പരീക്ഷയ്ക്ക് ശേഷമുള്ള പൊതു സേവനത്തിന്റെ പ്രാരംഭ അനുഭവ

ങ്ങളും ഇത് പര്യവേക്ഷണം ചെയ്യുന്നു എന്നതാണ്. എന്റെ അഭിപ്രായത്തിൽ, ഒരു സിവിൽ സർവീസ് ഉദ്യോഗസ്ഥനോ, സ്വന്തം ജീവിതത്തിനും സമൂഹത്തിനും വേണ്ടി അസാധാരണമായ സംഭാവനകൾ ചെയ്യാൻ ആഗ്രഹിക്കുന്ന ഏതൊരാളും ഈ പുസ്തകം വായിച്ചിരിക്കേണ്ടതാണ്.'

—**വികാസ് ദിവ്യകീർത്തി,** ദൃഷ്ടി ഐഎഎസ്
കോച്ചിംഗ് ഇൻസ്റ്റിറ്റ്യൂട്ട് സ്ഥാപകൻ

'പരീക്ഷയെക്കുറിച്ചും അതുമായി ബന്ധപ്പെട്ട പോരാട്ടങ്ങളെക്കുറിച്ചും വളരെ മികച്ച ഒരു അവലോകനം നൽകുന്നതിൽ ഈ പുസ്തകം വിജയിച്ചിരിക്കുന്നതായി പറയാതെ വയ്യ. അവിശ്വസനീയമായ ഏഴ് കഥകളിലൂടെ, മത്സരാർത്ഥികളുടെ വിജയത്തിൽ ഏറ്റവും അനിവാര്യമായ ഭാഗങ്ങൾ വഹിക്കുന്ന, ധീരതയും സ്ഥിരോത്സാഹവും ഉൾപ്പെടെയുള്ള പൊതുവായ ഘടകങ്ങൾ ഇത് ശരിയായ രീതിയിൽ പുറത്തുകൊണ്ടുവരുന്നു. യുപിഎസ്സി എന്ന ലക്ഷ്യത്തിലേക്കുള്ള യാത്രയിലൂടെ കടന്നുപോകുന്ന എല്ലാ ഉദ്യോഗാർത്ഥികൾക്കും ഞാൻ ഈ പുസ്തകം ശുപാർശ ചെയ്യുന്നു.'

—**അനുദീപ് ദുരിഷെട്ടി,** ഐഎഎസ് ഉദ്യോഗസ്ഥനും
എഴുത്തുകാരനും

'രാജ്യത്തെ ഏറ്റവും ഉന്നതമായ സർക്കാർ സർവീസുകളിൽ പ്രവേശിക്കാനായി എല്ലാ വർഷവും പരിശ്രമിച്ചുകൊണ്ടിരിക്കുന്ന സാധാരണ കുടുംബങ്ങളിൽ നിന്നുള്ള ദശലക്ഷക്കണക്കിനാളുകൾക്ക് ഈ പുസ്തകം പ്രചോദനമാകും, അവർ തീർച്ചയായും വായിച്ചിരിക്കേണ്ട ഒന്നാണിത്.'

—**ശ്യാംലാൽ യാദവ്,** സീനിയർ അസ്സോസിയേറ്റ് എഡിറ്റർ,
ഇന്ത്യൻ എക്സ്പ്രസ്

UPSC

എന്ന കൊടുമുടി കീഴടക്കാം

യുവ ഐഎഎസ് ഉദ്യോഗസ്ഥരുടെ
പ്രചോദനാത്മകമായ കഥകൾ

സജ്ജൻ യാദവ്

വിവർത്തനം : ലക്ഷ്മി മോഹൻ

MANJUL

മഞ്ജുൾ പബ്ലിഷിങ് ഹൗസ്

First published in India by

MANJUL

Manjul Publishing House

Corporate and Editorial Office

• 2nd Floor, Usha Preet Complex, 42 Malviya Nagar,
Bhopal 462 003 - India

Sales and Marketing Office

• C-16, Sector 3, Noida, Uttar Pradesh 201301, India
Website: www.manjulindia.com

Distribution Centres

Ahmedabad, Bengaluru, Kochi, Kolkata, Chennai,
Hyderabad, Mumbai, New Delhi, Pune

Malayalam translation of *Scaling Mount UPSC* by Sajjan Yadav

This edition first published in 2025

ISBN 978-93-5543-457-9

Translated by Lekshmi Mohan

Printed and bound in India by Repro India Limited

എന്റെ ജീവനായ സുനിത,
എന്റെ പ്രിയപ്പെട്ട മകൾ സിയാ,
സ്നേഹനിധിയായ എന്റെ മകൻ കരൺ
എന്നിവർക്കായി സമർപ്പിക്കുന്നു

ഓരോ ദിവസവും എന്നെ മുന്നോട്ട് നയിക്കുവാൻ
ആവശ്യമായ മൂല്യങ്ങളും വിവേകവും പകർന്നുതന്ന
എന്റെ മാതാപിതാക്കൾ,
സാവിത്രി ദേവിയുടെയും, സുബേദാർ മേജർ രഘുബീർ
സിംഗിന്റെയും (റിട്ട.) സ്നേഹപൂർവ്വമായ സ്മരണയിൽ.

ഉള്ളടക്കം

അവതാരിക

അതിരില്ലാത്ത കഴിവുകളും, സമൂഹത്തെ സേവിക്കാനുള്ള അഗാധമായ ആഗ്രഹവും, പ്രതികൂല സാഹചര്യങ്ങളെ മറികടക്കാനുള്ള ദൃഢനിശ്ചയവും ഉള്ളവരാണ് ഇന്ത്യയിലെ യുവതീയുവാക്കൾ. ലോകത്തിലെ ഏറ്റവും വെല്ലുവിളി നിറഞ്ഞ പരീക്ഷകളിലൊന്നായ യുപിഎസ്സി സിവിൽ സർവീസസ് പരീക്ഷയെ മറികടക്കാനുള്ള സമാനതകളില്ലാത്ത പ്രതിബദ്ധത വർഷാവർഷം പ്രകടിപ്പിക്കുന്ന ഇന്ത്യൻ അഡ്മിനിസ്ട്രേറ്റീവ് സർവീസ് (ഐഎഎസ്) ഉദ്യോഗാർത്ഥികളിലാണ് ഇത് ഏറ്റവും കൂടുതൽ പ്രകടമാകുന്നത്. ഈ മഹത്തായ വെല്ലുവിളിയെ കീഴടക്കിയ ഏഴ് യുവാക്കളുടെ അസാധാരണമായ യാത്രകളാണ് *UPSC എന്ന കൊടുമുടി കീഴടക്കാം* എന്ന ഈ പുസ്തകത്തിലൂടെ വിവരിച്ചിരിക്കുന്നത്.

ഐഎഎസ് എന്നത് കേവലം ഒരു കരിയർ മാത്രമല്ല; ഇത് രാഷ്ട്രനിർമ്മാണത്തിനായുള്ള ആഹ്വാനമാണ്. ഈ മഹത്തായ രാജ്യത്തെ ജനങ്ങളെ സേവിക്കാനും പരിവർത്തനാത്മകമായ മാറ്റത്തിന് വഴിയൊരുക്കാനുമുള്ള അവസരമാണിത്. സിവിൽ സർവീസ് പരീക്ഷയിലൂടെയുള്ള കഠിനമായ ഈ യാത്രയിൽ ഏർപ്പെടാൻ ധൈര്യപ്പെടുന്ന ഉദ്യോഗാർത്ഥികളെ പരസ്പരം ബന്ധിപ്പിക്കുന്നത് ഒരേയൊരു സ്വപ്നമാണ്—ഇന്ത്യയുടെ വികസനത്തിന് സംഭാവന ചെയ്യുക, നമ്മുടെ രാജ്യത്തിന്റെ ഭാവി രൂപപ്പെടുത്തുന്ന ഒരു ആവാസവ്യവസ്ഥയുടെ അവിഭാജ്യ ഘടകമാകുക. ഈ ഏഴ് കഥകളും പ്രതിബദ്ധതയുടെയും സ്ഥിരോത്സാഹത്തിന്റെയും ത്യാഗത്തിന്റെയും പൊരുളിനെയാണ് ഇവിടെ ചിത്രീകരിച്ചിരിക്കുന്നത്.

ഈ പുസ്തകത്തിലെ ഓരോ കഥയും മനുഷ്യനാൽ സാധ്യമായ ശക്തിയുടെ തെളിവാണ്. സാമ്പത്തിക ബുദ്ധിമുട്ടുകളും സാമൂഹിക പ്രതിബന്ധങ്ങളും മറികടക്കുന്നത് മുതൽ വ്യക്തി

പരമായ സുഖസൗകര്യങ്ങൾ ത്യജിച്ച് പരാജയങ്ങൾ ഉൾക്കൊള്ളു ന്നതുവരെ; ആവേശത്തോടെയും ധീരതയോടെയും നേരിടുകയാ ണെങ്കിൽ ഒരു സ്വപ്നവും വലുതല്ലെന്ന് വലിയ നേട്ടങ്ങൾ കൈവരിച്ച ഈ യുവപ്രതിഭകൾ നമുക്ക് കാണിച്ചുതരികയാണ്. വിജയം എന്നാൽ റാങ്ക് നേടുക മാത്രമല്ല, ലക്ഷ്യങ്ങളിലേക്കുള്ള യാത്രയും പഠിച്ച പാഠങ്ങളും ഓരോ വീഴ്ചയ്ക്കു ശേഷവും ഉയർന്നുവരാനുള്ള ധൈര്യവുമാണ് എന്ന് അവർ നമ്മെ ഓർമ്മിപ്പിക്കുന്നു.

21-ാം നൂറ്റാണ്ടിൽ ആഗോള തലത്തിൽ നേതൃസ്ഥാനത്തേക്ക് കുതിച്ചുകൊണ്ടിരിക്കുന്ന ഇന്ത്യയുടെ ഈ പരിവർത്തനത്തിന്റെ മുൻനിരയിലുള്ളത് നമ്മുടെ സിവിൽ സർവീസുകാരാണ്. ജന സേവനത്തിനായി ജീവിതം സമർപ്പിക്കാൻ തയ്യാറായ, ദൃഢനിശ്ച യമുള്ള അത്തരം വ്യക്തികളുടെ കൈകളിലാണ് നമ്മുടെ രാജ്യ ത്തിന്റെ ഭാവി. നയങ്ങൾ നവീകരിക്കാനും പരിഷ്കരിക്കാനും നടപ്പാ ക്കാനുമുള്ള അവരുടെ കഴിവ് 2047-ഓടെ 30 ട്രില്യൺ ഡോളർ സമ്പദ്‌വ്യവസ്ഥയിലേക്കുള്ള പുരോഗതിയെയും ഒരു വികസിത രാഷ്ട്രമെന്ന നിലയിലുള്ള ഇന്ത്യയുടെ യാത്രയെയും നിർവ്വചിക്കും.

രാജ്യസേവനം സ്വപ്നം കാണുന്ന അസംഖ്യം അഭിലാഷകർക്ക് ഈ പുസ്തകം ഒരു പ്രചോദനമായി വർത്തിക്കുമെന്ന് ഞാൻ പ്രതീ ക്ഷിക്കുന്നു. മിന്നു പി.എം., സത്യം ഗാന്ധി, ഭരത് സിംഗ്, ലവിഷ് ഓർഡിയ, അഞ്ജലി ശർമ്മ, വസീം അഹമ്മദ് ഭട്ട്, ശ്രുതി ശർമ്മ എന്നിവരുടെ കഥകൾ ഓരോ വായനക്കാരിലും പ്രതിധ്വനി ക്കുകയും, അവർ തിരഞ്ഞെടുക്കുന്ന ഏത് പാതയിലും മികവിനായി പരിശ്രമിക്കാനുള്ള പ്രോത്സാഹനം നൽകുകയും ചെയ്യും.

ഈ പുസ്തകം വായനയ്ക്കായി തിരഞ്ഞെടുക്കുന്ന ഭാവി കാംക്ഷകരോട് ഒരു വാക്ക്; വിജയത്തിലേക്കുള്ള വഴി പലപ്പോഴും വെല്ലുവിളികൾ നിറഞ്ഞതാണെന്ന് ഓർക്കുക. എന്നാൽ അചഞ്ച ലമായ നിശ്ചയദാർഢ്യവും അച്ചടക്കവും തന്നിലുള്ള വിശ്വാസവും കൊണ്ട്, യുപിഎസ്‌സി എന്ന കൊടുമുടിയോളം ഉയരമുള്ള മറ്റു പർവ്വതങ്ങൾ പോലും കീഴടക്കാൻ കഴിയുന്നതാണ്.

22 ഒക്ടോബർ 2024

അമിതാഭ് കാന്ത്

ഐഎഎസ് (റിട്ട.)

ജി-20 ഷെർപ്പയും മുൻ സിഇഒയും,

നീതി ആയോഗ്

ഗവൺമെന്റ് ഓഫ് ഇന്ത്യ

ചുരുക്കെഴുത്ത്

AIEEE	All India Engineering Entrance Exam
AIIMS	All India Institute of Medical Sciences
ATI	Administrative Training Institute
BDO	Block Development Officer
BDS	Bachelor of Dental Science
BIPARD	Bihar Institute of Public Administration & Rural Development
BPSC	Bihar Public Service Commission
CAD	Computer-Aided Design
CAPF	Central Armed Police Forces
CASRAE	Centre for Advanced Studies & Research in Automotive Engineering
CAT	Common Admission Test
CBSE	Central Board of Secondary Education
CGM	Chief General Manager
CPI	Cumulative Performance Index
CSAT	Civil Services Aptitude Test
CSE	Civil Services Examination
CV	Curriculum Vitae
DAF	Detailed Application Form
DG	Director General
DTC	Delhi Transport Corporation
DTU	Delhi Technological University
EWS	Economically Weaker Section
GS–I	General Studies–I
GS–II	General Studies–II

HSC	Hamdard Study Circle
IAS	Indian Administrative Service
IFS	Indian Forest Service
IGNOU	Indira Gandhi National Open University
IIM	Indian Institute of Management
IIT–JEE	Indian Institute of Technology–Joint Entrance Examination
IMechE	Institution of Mechanical Engineers
IPS	Indian Police Service
IPT	Interview Personality Test
JNU	Jawaharlal Nehru University
LBSNAA	Lal Bahadur Shastri National Academy of Administration
MH	Modern History
MPPSC	Madhya Pradesh Provincial Civil Service
NAB	National Association for the Blind
NABARD	National Bank for Agriculture and Rural Development
NCERT	National Council of Educational Research & Training
NHAI	National Highways Authority of India
NIT	National Institute of Technology
ORN	Old Rajinder Nagar
PG	Paying Guest
PHQ	Police Headquarters
PIB	Press Information Bureau
PWD	Public Works Department
RBI	Reserve Bank of India
RCA	Residential Coaching Academy
RDO	Rural Development Officer
RML	Dr Ram Manohar Lohia
SDM	Sub-Divisional Magistrate
UGC	University Grants Commission
SSB	Services Selection Board
SDGs	Sustainable Development Goals
UIDAI	Unique Identification Authority of India
UPSC	Union Public Service Commission
VSSC	Vikram Sarabhai Space Centre
YASHADA	Yashwantrao Chavan Academy of Development Administration

ആമുഖം

ലോകത്തിലെ ഏറ്റവും കഠിനമായ പരീക്ഷയുടെ വിജയികൾ

അമ്മേ, ഞാനൊരു കളക്ടറായിരിക്കുന്നു

എല്ലാ വർഷവും, ഇന്ത്യയിലെ ഒരു ദശലക്ഷത്തിലധികം യുവതീ യുവാക്കൾ ഒരേയൊരു സ്വപ്നത്തെ പിന്തുടരുന്നു : ആദരണീയമായ സിവിൽ സർവീസസ് പരീക്ഷ (സിഎസ്ഇ) മറികടന്ന് ഇന്ത്യൻ അഡ്മിനിസ്ട്രേറ്റീവ് സർവീസിലും (ഐഎഎസ്) മറ്റ് പ്രധാന സിവിൽ സർവീസുകളിലും ചേരുക എന്ന സ്വപ്നം. യൂണിയൻ പബ്ലിക് സർവീസ് കമ്മീഷൻ (UPSC) നടത്തുന്ന, ലോകത്തിലെ ഏറ്റവും വിപുലവും ബുദ്ധിമുട്ടുള്ളതുമായ പരീക്ഷകളിൽ ഒന്നാണിത്.

മൂന്ന് പതിറ്റാണ്ട് മുമ്പ്, പരീക്ഷകളുടെ ഈ എവറസ്റ്റ് കൊടുമുടി കീഴടക്കാൻ ആവശ്യമായ ബൃഹത്തായ തയ്യാറെടുപ്പുകളിൽ ആഴത്തിൽ മുഴുകിയിരുന്ന ആ അഭിലാഷകരിൽ ഞാനുമുണ്ടായിരുന്നു. ഹരിയാനയിലെ ഒരു സാധാരണ കുടുംബത്തിൽ ജനിച്ച വളർന്ന ഞാൻ, സ്കൂൾ കാലം മുതൽ ഒരു ഐഎഎസ് ഓഫീസറാകുക എന്ന സ്വപ്നം വളർത്തിയെടുത്തിരുന്നു. പഠനത്തിൽ യൂണിവേഴ്സിറ്റി ഗോൾഡ് മെഡൽ നേടാനായത് എന്റെ ആത്മവിശ്വാസം വർദ്ധിപ്പിച്ചു. എന്നിട്ടും, ഇന്ത്യൻ ഇൻസ്റ്റിറ്റ്യൂട്ട് ഓഫ് ടെക്നോളജിയിൽ (ഐഐടി) നിന്ന് എഞ്ചിനീയറിംഗ് പഠനം പൂർത്തിയാക്കിയ പ്രതിഭകൾ ഓപ്ഷണൽ വിഷയങ്ങളിൽ ഉയർന്ന സ്കോറുകൾ നേടിയതിന്റെ കഥകൾ എന്നെ അസ്വസ്ഥനാക്കി.

യുപിഎസ്സി-യിലെ എന്റെ ആദ്യ ശ്രമം 1993-ലായിരുന്നു. ആദ്യ രണ്ട് ഘട്ടങ്ങളിലൂടെയുള്ള യാത്ര ആരംഭിച്ചത്, നിർണ്ണായ

കമായ പേഴ്സണാലിറ്റി ടെസ്റ്റിനായി ന്യൂഡൽഹിയിലെ യുപിഎസ്സി ആസ്ഥാനമായ ധോൽപൂർ ഹൗസിലേക്കുള്ള വാതിലുകൾ തുറക്കുന്നതിലൂടെയാണ്. പക്ഷേ, ജീവിതം പലപ്പോഴും നമ്മെ ഓർമ്മിപ്പിക്കുന്നത് വിജയം അനിശ്ചിതത്വങ്ങൾ നിറഞ്ഞതാണെന്നാണ്. വിജയികളുടെ പട്ടികയിൽ നിന്ന് എന്റെ പേര് അപ്രത്യക്ഷമായപ്പോൾ പ്രാരംഭത്തിലുണ്ടായിരുന്ന സന്തോഷം പെട്ടെന്ന് തകർന്നുവീണു. അതെന്നെ വല്ലാതെ ഞെട്ടിച്ചുകളഞ്ഞു.

ഈ തിരിച്ചടി, എന്നെ തകർക്കാൻ ഞാൻ അനുവദിച്ചില്ല; ഇരട്ടി ശക്തിയോടെ അതെന്റെയുള്ളിലെ നിശ്ചയദാർഢ്യത്തെ ഊട്ടിയുറപ്പിച്ചു. അചഞ്ചലമായ ഉത്സാഹത്തോടെ, ഞാൻ എന്റെ സമീപനത്തെ പുനർമൂല്യനിർണ്ണയം നടത്തി; 1994-ലെ പ്രിലിമിനറികൾക്കുള്ള തയ്യാറെടുപ്പുകളിൽ ഞാൻ സ്വയമർപ്പിച്ചു. ജനറൽ സ്റ്റഡീസിലും ഉപന്യാസ രചനയിലുമുള്ള എന്റെ കഴിവുകൾ മെച്ചപ്പെടുത്തുന്നതിൽ ഞാൻ തീവ്രമായി ശ്രദ്ധചെലുത്തി.

അന്തിമ വിധിക്കായി കാത്തിരിക്കുമ്പോൾ എങ്ങും അനിശ്ചിതത്വം നിറഞ്ഞുനിന്നു. 1995 ജൂൺ 22-ന് വൈകുന്നേരം, എന്റെ കോളേജ് ഹോസ്റ്റലിന്റെ ചുവരുകൾക്കുള്ളിൽ ആഹ്ലാദകരമായ ഒരു കോലാഹലം പൊട്ടിപ്പുറപ്പെട്ടു : 1994-ലെ സിഎസ്ഇ-യിൽ ഞാൻ ഇരുപത്തിയാറാം റാങ്ക് കരസ്ഥമാക്കിയിരുന്നു. ആഹ്ലാദത്തിന് അതിരുകളുണ്ടായിരുന്നില്ല. വിജയത്തിന്റെ മാധുര്യം കെട്ടടങ്ങുന്നതിനു മുൻപ് തന്നെ, ഞാൻ ഹരിയാന റോഡ്‌വേസ് ബസിൽ കയറി, മസൂറിയിലെ പ്രശസ്തമായ ലാൽ ബഹാദൂർ ശാസ്ത്രി നാഷണൽ അക്കാദമി ഓഫ് അഡ്മിനിസ്ട്രേഷനിലേക്കുള്ള (LBSNAA) എന്റെ സ്വപ്ന യാത്ര ആരംഭിച്ചു.

വർഷങ്ങളായി, യുപിഎസ്സി പരീക്ഷാ രീതികളിൽ കാര്യമായ മാറ്റങ്ങൾ കൊണ്ടുവന്നിട്ടുണ്ട്. ഇത് മത്സരത്തെ കൂടുതൽ തീവ്രമാക്കുന്നു. പ്രിലിമിനറിയിൽ സിവിൽ സർവീസസ് ആപ്റ്റിറ്റ്യൂഡ് ടെസ്റ്റും (സിഎസ്എടി), മെയിൻസിൽ എത്തിക്സ് പേപ്പറും പുതുതായി അവതരിപ്പിച്ചതിലൂടെ ഈ പ്രക്രിയയുടെ സങ്കീർണ്ണത വർദ്ധിച്ചു. ഓപ്ഷണൽ വിഷയങ്ങൾ രണ്ടിൽ നിന്ന് ഒന്നായി ചുരുക്കിയപ്പോൾ, എഴുതേണ്ട ഉപന്യാസങ്ങളുടെ എണ്ണത്തിൽ അതിനനുസരിച്ച് വർദ്ധനവ് ഉണ്ടാകുകയും ഒരു എത്തിക്സ് പേപ്പർ പുതുതായി ചേർക്കുകയും ചെയ്തു. കൂടാതെ, ഇന്ത്യൻ സമ്പദ് വ്യവസ്ഥയുടെ ഉദാരവൽക്കരണം യുവാക്കൾക്ക് വൈവിധ്യവും ആകർഷകവുമായ തൊഴിൽ അവസരങ്ങൾ തുറന്നുകൊടുത്തു. എന്നിരുന്നാലും, ഈ മാറ്റങ്ങളും ബദൽ പാതകളുടെ ലഭ്യതയും

ഉണ്ടായിരുന്നിട്ടും, യുപിഎസ്സി-യുടെ സിവിൽ സർവീസസ് പരീക്ഷയുടെ ആകർഷണം ദിനംപ്രതി വളരുകയും മത്സരം ശക്തമാവുകയും ചെയ്തുകൊണ്ടിരിക്കുന്നു.

2023-ൽ, 10,16,850 ഉദ്യോഗാർത്ഥികൾ സിഎസ്ഇ എഴുതാൻ അപേക്ഷ സമർപ്പിച്ചു. അതിൽ 5,92,141 പേർ പ്രിലിമിനറി എഴുതി. ഈ വലിയ സംഖ്യയിൽ നിന്ന് 14,624 സ്ഥാനാർത്ഥികൾ മാത്രമാണ് രണ്ടാം ഘട്ടത്തിലേക്ക് കടന്നത്. 2855 പേർ മെയിൻസ് പരീക്ഷ വിജയിച്ച്, പേഴ്സണാലിറ്റി ടെസ്റ്റിലേക്ക് കടന്നു. അവസാനം, കേവലം 1016 ഉദ്യോഗാർത്ഥികളാണ് ആ കൊടുമുടി കീഴടക്കിയത്. അതിൽ 180 ആളുകൾ മാത്രമാണ് ഐഎഎസ്-ലേക്ക് ശുപാർശ ചെയ്യപ്പെട്ടത്.

ഇത്രത്തോളം വിജയനിരക്കു കുറഞ്ഞ, ഈ കഠിനമായ വെല്ലുവിളി സ്വീകരിക്കാൻ ഈ വ്യക്തികളെ പ്രേരിപ്പിക്കുന്നതെന്താണ്? വൈവിധ്യമാർന്ന മേഖലകളിൽ പ്രവർത്തിക്കാനും, അതിലടങ്ങിയിരിക്കുന്ന അനവധി വെല്ലുവിളികളെ അഭിമുഖീകരിക്കാനും പൊതുസേവനത്തിലൂടെ ലഭിക്കുന്ന സംതൃപ്തി അനുഭവിക്കാനുമുള്ള സമാനതകളില്ലാത്ത അവസരങ്ങൾ പ്രദാനം ചെയ്യുന്ന ഐഎഎസ് എന്ന പദവിയുടെ ആകർഷണീയതയാണ് അതിനുള്ള ഉത്തരം. ഐഎഎസുമായി ബന്ധപ്പെട്ട അധികാരത്തിന്റെയും ബഹുമാനത്തിന്റെയും സ്വാധീനത്തിന്റെയും പ്രഭാവലയം സിഎസ്ഇയെ ദേശീയ തലത്തിൽ അംഗീകരിക്കപ്പെട്ടിട്ടുള്ള ഒരു അഭിനിവേശമാക്കി മാറ്റുന്നു. 'അമ്മേ, ഞാനൊരു കളക്ടറായിരിക്കുന്നു' എന്ന് ഒരു ദിവസം അഭിമാനത്തോടെ പ്രഖ്യാപിക്കാൻ കഴിയുക എന്ന തീവ്രമായ ആഗ്രഹത്താൽ, ഈ ഭയാനകമായ വെല്ലുവിളിയിൽ അവർ സ്വയം സമർപ്പിക്കുന്നു.

യുപിഎസ്സി എന്ന പർവ്വതത്തിന്റെ അനാച്ഛാദനം

സിവിൽ സർവീസസ് പ്രിലിമിനറി പരീക്ഷ (പ്രിലിമിനറി), സിവിൽ സർവീസസ് മെയിൻ എഴുത്തുപരീക്ഷ (മെയിൻസ്), പേഴ്സണാലിറ്റി ടെസ്റ്റ് (ഇന്റർവ്യൂ) എന്നിങ്ങനെ മൂന്ന് കഠിനമായ ഘട്ടങ്ങളാണ് ദുർഘടമായ സിഎസ്ഇയിൽ ഉൾപ്പെട്ടിരിക്കുന്നത്. എല്ലാ വർഷവും ഫെബ്രുവരിയിൽ യുപിഎസ്സി-യുടെ ഒരു പരസ്യം പ്രസിദ്ധീകരിച്ച് പ്രിലിമിനറിക്ക് അപേക്ഷ ക്ഷണിക്കുന്നതിലൂടെ ഈ മാരത്തൺ ആരംഭിക്കുകയായി. ഒരു ശതമാനത്തിൽ താഴെ വിജയശതമാനത്തോടെ, കടുത്ത മത്സരമാണ്

ഈ പരീക്ഷ മുന്നോട്ടുവയ്ക്കുന്നത്. പരീക്ഷയുടെ ഒരു രൂപരേഖ ചുവടെയുള്ള ചിത്രത്തിൽ കാണിച്ചിരിക്കുന്നു :

സിവിൽ സർവീസ് പരീക്ഷയുടെ രൂപരേഖ

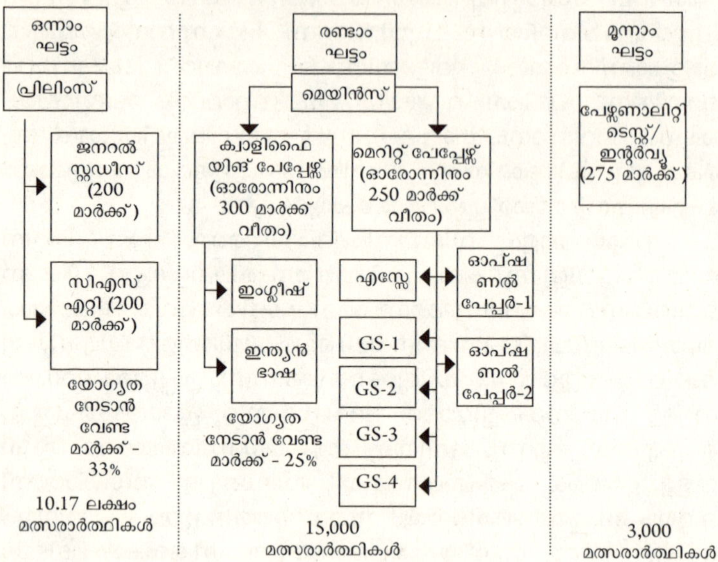

പ്രിലിമിനറിയിൽ രണ്ട് മണിക്കൂർ ദൈർഘ്യമുള്ള, നിർബന്ധിതമായ രണ്ട് ഒബ്ജക്ടീവ്-ടൈപ്പ് പേപ്പറുകൾ ഉൾപ്പെടുന്നു. ഓരോന്നിനും 200 മാർക്കാണുള്ളത്. ജനറൽ സ്റ്റഡീസ്–1 (GS–1) സമകാലിക സംഭവങ്ങൾ, ഇന്ത്യൻ ചരിത്രം, ഭൂമിശാസ്ത്രം, നിയമവ്യവസ്ഥ, സമ്പദ്‌വ്യവസ്ഥ, പരിസ്ഥിതി, പൊതു ശാസ്ത്രം എന്നിവ ഉൾപ്പെടെ നിരവധി വിഷയങ്ങൾ ഇതിൽ ഉൾക്കൊള്ളുന്നു. ഓരോ തെറ്റായ ഉത്തരത്തിനും മാർക്കിന്റെ മൂന്നിലൊന്ന് കുറച്ചുകൊണ്ട് നെഗറ്റീവ് മാർക്കിംഗ് ഉൾക്കൊള്ളിച്ചിരിക്കുന്നു. GS–2 അല്ലെങ്കിൽ CSAT പേപ്പർ യോഗ്യത നിർണ്ണയിക്കുന്ന പരീക്ഷയാണ്. ഇതിൽ ഉദ്യോഗാർത്ഥികൾ കുറഞ്ഞത് 33 ശതമാനം മാർക്ക് നേടിയിരിക്കണം. ഗ്രഹണശക്തി, യുക്തിചിന്ത, തീരുമാനമെടുക്കാനുള്ള കഴിവ്, പൊതുവായ മാനസികശേഷി, അടിസ്ഥാനപരമായ സംഖ്യാശാസ്ത്രം എന്നിവയാണ് ഇതിലൂടെ വിലയിരുത്തുന്നത്.

മെയിൻസിന് അപേക്ഷിക്കാൻ യോഗ്യതയുള്ള ഉദ്യോഗാർത്ഥികളുടെ ഒരു ചുരുക്കപ്പട്ടിക ഉണ്ടാക്കാനുള്ള ഒരു പരിശോധനയായിട്ടാണ് പ്രിലിംസ് പരീക്ഷ പ്രവർത്തിക്കുന്നത്. പ്രിലിമിനറിയിൽ ലഭിച്ച മാർക്കുകൾ മെറിറ്റിന്റെ അന്തിമ ക്രമം നിശ്ചയിക്കുന്നതിന് പരിഗണിക്കില്ല. തിരഞ്ഞെടുക്കപ്പെട്ട ഉദ്യോഗാർത്ഥികളുടെ എണ്ണം മൊത്തം ഒഴിവുകളുടെ ഏകദേശം പന്ത്രണ്ട് മുതൽ പതിമൂന്ന് ഇരട്ടിയായിരിക്കും.

മെയിൻ പരീക്ഷ വിവരിച്ചെഴുതേണ്ടതാണ്. മത്സരാർത്ഥികളുടെ ആഴത്തിലുള്ള ധാരണ, വിശകലന ചിന്ത, എഴുത്തിലുള്ള പ്രാവീണ്യം,എന്നിവയാണ് ഇതിലൂടെ വിലയിരുത്തുന്നത്.ആശയപരമായ വ്യക്തതയോടും കുറ്റമറ്റ സംഘടനാപാടവത്തോടും കൂടി സ്ഥാനാർത്ഥികൾ സാമൂഹിക-സാമ്പത്തിക ലക്ഷ്യങ്ങളെക്കുറിച്ചുള്ള അവരുടെ കാഴ്ചപ്പാടുകൾ വ്യക്തമാക്കുകയെന്നതാണ് ഇതിന്റെ ലക്ഷ്യം.

മെയിൻ പരീക്ഷയിൽ ഒമ്പത് പേപ്പറുകൾ ഉൾപ്പെടുന്നു; അതിൽ ഇംഗ്ലീഷിലും ഇന്ത്യൻ ഭാഷയിലുമുള്ള ഓരോ പേപ്പറുകൾ യോഗ്യതാ മൂല്യനിർണ്ണയത്തിൽ സഹായിക്കുന്നു. ഭരണഘടനയിലെ എട്ടാം ഷെഡ്യൂളിൽ ലിസ്റ്റ് ചെയ്തിരിക്കുന്നവയിൽ നിന്ന് ഉദ്യോഗാർത്ഥികൾ അവർക്ക് അനുയോജ്യമായ ഇന്ത്യൻ ഭാഷ തിരഞ്ഞെടുക്കുന്നു. ഒരു മെട്രിക്കുലേഷൻ അല്ലെങ്കിൽ തത്തുല്യ നിലവാരത്തിൽ സജ്ജീകരിച്ചിരിക്കുന്ന ഈ നിർബന്ധിത പേപ്പറുകളിൽ ഓരോന്നിനും പരമാവധി 300 മാർക്കുകളാണുള്ളത്. ഉദ്യോഗാർത്ഥികൾ ഓരോന്നിലും കുറഞ്ഞത് 25 ശതമാനം മാർക്ക് നേടിയിരിക്കേണ്ടതുണ്ട്. നിർബന്ധിതമായ പേപ്പറുകൾ വളരെ പ്രധാനപ്പെട്ടതാണ്. കാരണം അതിലടങ്ങിയിരിക്കുന്ന യോഗ്യതാ മാനദണ്ഡങ്ങൾ പാലിക്കുന്നതിൽ ഒരു മത്സരാർത്ഥി പരാജയപ്പെട്ടാൽ ശേഷിക്കുന്ന ഏഴ് പേപ്പറുകളിൽ നിന്നുള്ള സ്കോറുകൾ യുപിഎസ്‌സി അവഗണിക്കുന്നതാണ്.

ശേഷിക്കുന്ന ഏഴ് പേപ്പറുകൾ (പേപ്പർ-I മുതൽ പേപ്പർ-VII വരെ) ഓരോന്നിനും 250 മാർക്കാണുള്ളത്. ഇത് റാങ്കിംഗിന്റെ അന്തിമഘട്ടത്തിലേക്ക് പരിഗണിക്കുന്നതുമാണ്. ആ പേപ്പറുകൾ ഇവയാണ് :

- എസ്സേ
- ജനറൽ സ്റ്റഡീസ്–I : ഇന്ത്യൻ ഹെറിറ്റേജ് ആൻഡ് കൾച്ചർ, ഹിസ്റ്ററി ആൻഡ് ജിയോഗ്രഫി ഓഫ് ദി വേൾഡ് ആൻഡ് സൊസൈറ്റി

- ജനറൽ സ്റ്റഡീസ്–II : ഗോവെർണൻസ്, കോൺസ്റ്റിറ്റ്യൂഷൻ, പൊളിറ്റി, സോഷ്യൽ ജസ്റ്റിസ് ആൻഡ് ഇന്റർനാഷണൽ റിലേഷൻസ്
- ജനറൽ സ്റ്റഡീസ്–III : ടെക്നോളജി, ഇക്കണോമിക് ഡെവലപ്മെന്റ്, ബയോഡൈവേഴ്സിറ്റി, എൻവയോൺ മെന്റ്, സെക്യൂരിറ്റി ആൻഡ് ഡിസാസ്റ്റർ മാനേജ്മന്റ്
- ജനറൽ സ്റ്റഡീസ്–IV : എത്തിക്സ്, ഇന്റഗ്രിറ്റി ആൻഡ് ആപ്റ്റിറ്റ്യൂഡ്
- ഓപ്ഷണൽ സബ്ജക്ട്–1
- ഓപ്ഷണൽ സബ്ജക്ട്–2

യൂപിഎസ്സി മുന്നോട്ടുവയ്ക്കുന്ന ഓപ്ഷണൽ വിഷയങ്ങളുടെ പട്ടികയിൽ നിന്ന് ഉദ്യോഗാർത്ഥികൾക്ക് ഏതെങ്കിലും ഒന്ന് തിരഞ്ഞെടുക്കാം. മൂന്ന് മണിക്കൂറാണ് ഓരോ പേപ്പറിന്റെയും ദൈർഘ്യം.

സിഎസ്ഇ യാത്രയുടെ പര്യവസാനം ഇന്റർവ്യൂ/പേഴ്സണാലിറ്റി ടെസ്റ്റ് ആണ്. 275 മാർക്ക് വഹിക്കുന്ന ഒരു സുപ്രധാന ഘട്ടമാണിത്. സാധാരണഗതിയിൽ, അഭിമുഖത്തിനായി വിളിക്കപ്പെടുന്ന ഉദ്യോഗാർത്ഥികളുടെ എണ്ണം ആ വർഷത്തെ ഒഴിവുകളുടെ ഏകദേശം ഇരട്ടിയാണ്. ഈ ഘട്ടത്തിൽ, ഉദ്യോഗാർത്ഥികൾ അവരുടെ മാനസിക ചാതുര്യം, വ്യക്തിപരമായ അനുയോജ്യത, പൊതുസേവനം ലക്ഷ്യം വയ്ക്കുന്ന ഒരു ഉദ്യോഗത്തിലെ നേതൃത്വ സാധ്യത എന്നിവ വിലയിരുത്തുന്നതിനായി ചുമതലപ്പെടുത്തിയ ഒരു ബോർഡിനെ അഭിമുഖീകരിക്കേണ്ടതായിവരുന്നു.

പതിനഞ്ച് മാസം നീണ്ടുനിൽക്കുന്ന ആയാസകരമായ ഈ യാത്ര അനിശ്ചിതത്വവും കടുത്ത സമ്മർദ്ദവും ഇടയ്ക്കിടെയുണ്ടാകാനിടയുള്ള നിരാശയും നിറഞ്ഞതാണ്. ഉദ്യോഗാർത്ഥികൾ സാമൂഹികവും ശാരീരികവും സാമ്പത്തികവുമായ തടസ്സങ്ങളെയും ത്യാഗങ്ങളെയും അഭിമുഖീകരിക്കേണ്ടിവരുന്നു. മാസങ്ങളോളം, വ്യക്തിപരവും സാമൂഹികവുമായ കാര്യങ്ങളെല്ലാം ത്യജിച്ചുകൊണ്ട്, കഠിനമായ പഠനത്തിൽ മുഴുകുന്നു. ചിലർ അതിവേഗം വിജയം കൈവരിക്കുമ്പോൾ, മറ്റുചിലർ വിജയത്തിലേക്ക് എത്തുന്നതിനുമുമ്പ് തിരിച്ചടികൾ നേരിടുന്നു. വിജയം വരിക്കുന്ന ഓരോ സ്ഥാനാർത്ഥിയുടെയും യാത്ര, സ്വപ്നങ്ങളുടെയും, പോരാട്ടങ്ങളുടെയും, പരാജയങ്ങളുടെയും, അചഞ്ചലമായ നിശ്ചയദാർഢ്യത്തിന്റെയും, ഒടുവിൽ വിജയത്തിന്റെയും കഥയാണ്.

കഴിഞ്ഞ അഞ്ച് വർഷത്തിനിടയിൽ, യുപിഎസ്‌സി എന്ന കൊടുമുടി കീഴടക്കി, ഐഎഎസ് നേടാൻ കഴിഞ്ഞ ശ്രദ്ധേയരായ ഏഴ് വ്യക്തികളുടെ ജീവിതയാത്രകളാണ് ഈ പുസ്തകത്തിൽ വിവരിച്ചിരിക്കുന്നത്. ഇവർക്ക് നേരിടേണ്ടിവന്ന സങ്കീർണ്ണമായ വെല്ലുവിളികളിലേക്കും ഈ കഠിനമായ പരീക്ഷയുടെ ഓരോ ഘട്ടവും മറികടക്കാൻ അവർ പ്രയോഗിച്ച സമർത്ഥമായ തന്ത്രങ്ങളിലേക്കും ഇത് വെളിച്ചം വീശുന്നു. കഠിനാധ്വാനത്തിന്റെയും അർപ്പണബോധത്തിന്റെയും അചഞ്ചലമായ ആത്മവിശ്വാസത്തിന്റെയും ശക്തിയുടെ തെളിവായി ഓരോ ആഖ്യാനവും നിലകൊള്ളുന്നു.

നമ്മുടെ ഏഴ് പോരാളികൾ

മിന്നു പി.എം., കേരളാ പോലീസിലെ ജൂനിയർ ക്ലർക്കിന് യുപിഎസ്‌സി എന്ന മഹാപർവ്വതം കീഴടക്കാൻ അഞ്ച് വർഷത്തോളം നിരന്തരം പോരാടേണ്ടിവന്നു. 12-ാം ക്ലാസിൽ പഠിക്കുമ്പോൾ തന്റെ പിതാവ് ദാരുണമായി മരണമടഞ്ഞതിനെത്തുടർന്ന് മിന്നുവിന് വലിയ വെല്ലുവിളികൾ നേരിടേണ്ടി വന്നു. വളരെ നേരത്തെതന്നെ വിവാഹിതയാകേണ്ടി വന്നതിനാൽ രണ്ട് വയസ്സുള്ള ഒരു കുട്ടിയുടെ ഉത്തരവാദിത്തങ്ങളും വീട്ടുജോലികളും ഔദ്യോഗിക ജീവിതത്തിലെ ചുമതലകളും ഒരുമിച്ച് കൈകാര്യം ചെയ്യേണ്ടതുണ്ടയിരുന്നു. വർഷങ്ങളോളം പഠനത്തിന്റെ ലോകത്തുനിന്നും അകന്നുനിന്ന മിന്നുവിന്റെ യാത്ര ഒരുപാട് വെല്ലുവിളികൾ നിറഞ്ഞതായിരുന്നു. മൂന്ന് തവണ പ്രിലിമിനറിയിൽ തോറ്റിട്ടും ഒരിക്കൽ ഇന്റർവ്യൂവിൽ താളംതെറ്റിയിട്ടും മിന്നുവിന്റെ സ്ഥിരോത്സാഹത്തിന് ഭംഗം വന്നില്ല.

സത്യം ഗാന്ധി, ബീഹാറിലെ സമസ്തിപൂർ ജില്ലയിലെ ഒരുൾഗ്രാമത്തിൽ ജനിച്ചുവളർന്ന ഇരുപത്തിയൊന്നുകാരൻ, തന്റെ ആദ്യ ശ്രമത്തിൽ തന്നെ അതുല്യമായ വിജയം വരിച്ചു. ഐഐടി-ജെഇഇ പരാജയപ്പെടുകയും നാഷണൽ ഡിഫൻസ് അക്കാദമിയിൽ നിന്ന് തിരസ്കരണം നേരിടുകയും ചെയ്തതിന് ശേഷം, സത്യത്തിന്റെ ദൃഢതയും നിശ്ചയദാർഢ്യവും മുന്നോട്ടുള്ള പാതയ്ക്ക് ഊർജ്ജം നൽകി. തന്റെ പഠനത്തിന് വേണ്ട പണം കണ്ടെത്താനായി മാതാപിതാക്കൾ വലിയ തോതിൽ കടം വാങ്ങുന്നുവെന്നറിഞ്ഞ സത്യം ബിരുദത്തിന്റെ അവസാന വർഷം തന്നെ തന്റെ തയ്യാറെടുപ്പുകൾ ആരംഭിച്ചു. മോശം ഭക്ഷണം,

സാമ്പത്തിക ബുദ്ധിമുട്ടുകൾ, പ്രൊഫസർമാരുടെ പരിഹാസങ്ങൾ, ശാരീരികാസ്വാസ്ഥ്യങ്ങൾ, കോവിഡ്-19, തുടങ്ങി ഒരുപാട് പ്രതികൂല സാഹചര്യങ്ങളെ നേരിടുന്നതിനിടയിൽ തന്നെ മികച്ച ഒരു പഠന പദ്ധതി പ്രകാരം ദിവസവും പതിനാല് മണിക്കൂർ പഠിച്ച് സിഎസ്ഇ-2020-ൽ പത്താം റാങ്ക് കരസ്ഥമാക്കി.

ഭരത് സിംഗ്, ഐഎഎസ് ഓഫീസർമാരുടെ സേവകർക്കായുള്ള ക്വാർട്ടേഴ്സിലെ തന്റെ ജീവിതത്തിൽ നിന്ന് ഐഎഎസ് ഓഫീസർ എന്ന പദവിയിലേക്ക് നടത്തിയ യാത്ര അത്ഭുതാവഹമാണ്. ആറാം ക്ലാസിൽ മാതാപിതാക്കൾ അദ്ദേഹത്തെ ഹിന്ദി മീഡിയം സർക്കാർ സ്കൂളിൽ നിന്ന് ഉന്നതമായ ഒരു ഇംഗ്ലീഷ് മീഡിയം സ്കൂളിലേക്ക് മാറ്റിയതോടെയാണ് അദ്ദേഹത്തിന്റെ പോരാട്ടം ആരംഭിച്ചത്. ദിവസേനയുള്ള നാല് മണിക്കൂർ നീളുന്ന കഠിനമായ യാത്രയും അപകർഷതാബോധവും ഒറ്റപ്പെടലും മറികടന്ന് അദ്ദേഹം മെക്കാനിക്കൽ എഞ്ചിനീയറായി. ഭരത് പിന്നീട് വലിയൊരു തീരുമാനമെടുത്തു : ടാറ്റാ മോട്ടോഴ്സിലെ ആകർഷകമായ ജോലിയും ഉയർന്ന പദവിയും ത്യജിച്ച്, തന്റെ ഐഎഎസ് സ്വപ്നങ്ങൾ പിന്തുടരുക. നാല് വർഷത്തിനിടയിൽ, തുടർച്ചയായ പരാജയങ്ങളും സാമ്പത്തിക ബുദ്ധിമുട്ടുകളും മാനസിക പരീക്ഷണങ്ങളും നേരിട്ടതിന് ശേഷം അദ്ദേഹം വിജയത്തിലേക്കെത്തിച്ചേർന്നു.

ലവിഷ് ഓർഡിയ, ഐഐടി ബോംബെയിൽ നിന്ന് ബിരുദം നേടിയശേഷം യുഎസ്എയിലെ ഹ്യൂസ്റ്റണിൽ ആഡംബര ജീവിതം നയിക്കുകയായിരുന്നു. സുഖപ്രദമായ ഒരു അപ്പാർട്ട്മെന്റിലെ ജീവിതവും വിലകൂടിയ എയ്യൂവി-യും ബിസിനസ്സ് ക്ലാസ് യാത്രയും നല്ല ശമ്പളവും അദ്ദേഹം ആസ്വദിച്ചുപോരുകയായിരുന്നു. എന്നാൽ കോർപ്പറേറ്റ് ജീവിതത്തിന്റെ ആകർഷണത്തേക്കാൾ പ്രബലമായിരുന്നു ഐഎഎസ്-ന്റെ വിളി. ഈ സുഖസൗകര്യങ്ങളെല്ലാം ഉപേക്ഷിച്ച് അദ്ദേഹം ഡൽഹിയിലെ ഒരു ഹോസ്റ്റലിൽ മറ്റുള്ളവരോടൊപ്പം ഒരു നോൺ-എസി മുറിയിലേക്ക് താമസം മാറി. മികവുറ്റ ആസൂത്രണബോധവും കർക്കശമായ പഠനപ്രക്രിയകളും ലക്ഷ്യങ്ങളിൽ തന്നെ ഉറച്ചുനിൽക്കാനുള്ള നിശ്ചയദാർഢ്യവും കൊണ്ട് ലവിഷ് തന്റെ ആദ്യ ശ്രമത്തിൽ തന്നെ പതിനെട്ടാം റാങ്ക് നേടി.

അഞ്ജലി ശർമ്മ, സിക്കിമിലെ ഒരു ഫാക്ടറി തൊഴിലാളിയുടെ മകളുടെ ജീവിതം അന്ധകാരത്തിലേക്ക് കൂപ്പുകുത്തുന്നത്, പത്താം

ക്ലാസിൽ വച്ച് തന്റെ കാഴ്ച നഷ്ടപ്പെട്ടുന്നതോടെയാണ്. എന്നാൽ ഈ നഷ്ടം യുപിഎസ്‌സി എന്ന ലക്ഷ്യത്തിലേക്കുള്ള അവളുടെ വീക്ഷണത്തെ കൂടുതൽ വ്യക്തമാക്കുകയാണുണ്ടായത്. കാഴ്ച വൈകല്യമുള്ളവർക്കുള്ള സഹായങ്ങളെക്കുറിച്ച് പരിചിത യല്ലാതെയിരുന്ന അഞ്ജലി എല്ലാ പ്രതിബന്ധങ്ങളോടും പൊരുതി, ബിരുദം നേടിയ ഉടൻതന്നെ യൂട്യൂബിലൂടെയുള്ള സ്വയം പഠനത്തെ മാത്രം ആശ്രയിച്ച് സിഎസ്ഇ-യ്ക്ക് തയ്യാറെടുക്കാൻ തുടങ്ങി. നിലവാരമില്ലാത്ത ലേഖനങ്ങൾ, ശരിയായ വായനാ സാമഗ്രികളുടെ അഭാവം, ആരോഗ്യപ്രശ്നങ്ങൾ, ആവർത്തിച്ചുള്ള പരാജയങ്ങൾ എന്നിവയെല്ലാം കാരണം ബുദ്ധിമുട്ടിയെങ്കിലും, നിശ്ചയദാർഢ്യവും കഠിനാധ്വാനവും തന്റെ സ്വപ്നം സാക്ഷാത്കരിക്കാൻ അവളെ സഹായിച്ചു.

വസീം അഹമ്മദ് ഭട്ട്, ജമ്മു കശ്മീരിലെ അനന്ത്നാഗിലെ തേനീച്ച വളർത്തൽ തൊഴിലാളിയുടെ മകൻ ഒരുകാലത്ത് എഞ്ചിനീയറിംഗിൽ ആകൃഷ്ടനായിരുന്നു. ആയിടെ യുവ കശ്മീരി ഐഎഎസ് ഓഫീസർമാരായ ഷാ ഫൈസൽ, അത്തർ അമീർ എന്നിവരുടെ കോളേജ് സന്ദർശനം ഐഎഎസ് എന്ന സ്വപ്നത്തിലേക്ക് അദ്ദേഹത്തെ കൊണ്ടെത്തിച്ചു. ആകർഷകമായ ജോലി വാഗ്ദാനങ്ങൾ നിരസിച്ച വസീം ഐഎഎസ് ഉദ്യോഗാർത്ഥികളുടെ മക്കയായ ഡൽഹിയിലെ ഓൾഡ് രജീന്ദർ നഗറിലേക്ക് താമസം മാറി. സിഎസ്ഇ-2022-ൽ ഏഴാം റാങ്ക് നേടാനായി അതിസൂക്ഷ്മമായ കുറിപ്പെഴുത്തുകളും പരിഷ്കൃതമായ എഴുത്ത് ശൈലിയും പതിന്നാലു മണിക്കൂർ നീണ്ട പഠനവും സഹായകമായി.

ശ്രുതി ശർമ്മ, ഒരു സാധാരണ പെൺകുട്ടി സിഎസ്ഇ-2021-ൽ ഒന്നാമതെത്തിയതോടെ ദശലക്ഷക്കണക്കിന് ആളുകൾക്ക് പ്രതീക്ഷയുടെയും പ്രചോദനത്തിന്റെയും പ്രതീകമായി മാറി. ഉത്തർപ്രദേശിലെ ബിജ്നോറിലെ മനോഹരമായ ഒരു ഗ്രാമത്തിൽ ജനിച്ചു വളർന്ന ശ്രുതിയുടെ യാത്ര സ്ഥിരോത്സാഹവും നിശ്ചയദാർഢ്യവും നിറഞ്ഞതായിരുന്നു. പരീക്ഷയ്ക്കായി തെറ്റായ മീഡിയം തിരഞ്ഞെടുക്കുകയും പ്രിലിമിനറിൽ പരാജയപ്പെട്ടുമെന്ന് ഭയക്കുകയും ഇന്റർവ്യൂവിൽ മികച്ച രീതിയിൽ പങ്കെടുക്കാൻ കഴിയാതെവരികയും ചെയ്തതോടെ വിജയത്തിലേക്കുള്ള ശ്രുതിയുടെ യാത്ര അതികഠിനമായി മാറി. തന്റെ പ്രിയപ്പെട്ട അമ്മയുടെ പിന്തുണയും ത്യാഗവും പ്രോത്സാഹനവും അവളെ വിജയത്തിലേക്ക് വഴിനടത്തി.

'ഐഎഎസ് ഓഫീസറാകാൻ വേണ്ട വിജയമന്ത്രങ്ങൾ' എന്ന തലക്കെട്ടിലുള്ള പുസ്തകത്തിന്റെ അവസാന അധ്യായത്തിൽ ഈ ഏഴ് യുവ പോരാളികളുടെയും പ്രചോദനാത്മകമായ കഥകളെ അടിസ്ഥാനമാക്കി യുപിഎസ് സി എന്ന കൊടുമുടി കീഴടക്കുന്നതിനുള്ള സമഗ്രമായ വഴികൾ വാഗ്ദാനം ചെയ്യുന്നു.

വിവിധ പശ്ചാത്തലത്തിൽ നിന്ന് വിവിധ വെല്ലുവിളികളെ തരണം ചെയ്തുകൊണ്ട് കടന്നുവന്ന ഏഴ് വ്യക്തികളുടെ ആകർഷകമായ ഈ ജീവിതകഥകൾ ദശലക്ഷക്കണക്കിന് സിവിൽ സർവീസ് ഉദ്യോഗാർത്ഥികളെ പ്രചോദിപ്പിക്കുകയും പ്രോത്സാഹിപ്പിക്കുകയും ചെയ്യുക മാത്രമല്ല, യുപിഎസ്‌സി എന്ന ഭീമാകാരമായ കൊടുമുടി കീഴടക്കാനും ഐഎഎസ് എന്ന സ്വപ്നം സാക്ഷാത്കരിക്കാനുമുള്ള അമൂല്യമായ മാർഗ്ഗനിർദ്ദേശങ്ങൾ നൽകുകയും ചെയ്യുന്നതുമാണ്.

Ms. Minnu P M, IAS

അധ്യായം 1

ക്ലർക്കിൽനിന്ന് കളക്ടറിലേക്ക് : ഒരമ്മയുടെ യാത്ര

പോലീസ് യൂണിഫോം അണിഞ്ഞ മാലാഖ

കേരളത്തിലെ തിരുവനന്തപുരം ജില്ലയിലെ ഒരു ജൂനിയർ ക്ലർക്കായ മിന്നു പി.എം.-നെ സംബന്ധിച്ചിടത്തോളം, ഓഗസ്റ്റിലെ ആ പ്രഭാതം തികച്ചും അസാധാരണമായിരുന്നു. കേരളം മൺസൂൺ മാസത്തിന്റെ മൂർദ്ധന്യത്തിലായിരുന്നു–മഴത്തുള്ളികൾ താളത്തിൽ പെയ്തുകൊണ്ടിരുന്നു. ആകാശത്ത് കാർമേഘങ്ങൾ ഉരുണ്ടുകൂടി. കാറ്റിന് നനഞ്ഞ മണ്ണിന്റെ സുഗന്ധമുണ്ടായിരുന്നു.

പക്ഷേ മിന്നു ഇതൊന്നും ശ്രദ്ധിക്കുന്നുണ്ടായിരുന്നില്ല. സ്വർണ്ണ നിറത്തിൽ വീതിയുള്ള കരയോടുകൂടിയ ക്രീം കളർ സാരിയുടുത്ത്, അഡീഷണൽ ഡയറക്ടർ ജനറൽ ഓഫ് പോലീസ് സൂര്യകാന്ത് പാണ്ഡ (പേര് മാറ്റിയിരിക്കുന്നു) എന്ന വ്യക്തിയുടെ വാക്കുകൾ ശ്രദ്ധയോടെ കേട്ടുനിൽക്കുകയായിരുന്നു അവർ.

ആഭ്യന്തര മന്ത്രാലയത്തിനായി നിർണ്ണായകമായ ഒരു കുറിപ്പും കത്തും മിന്നു തലേദിവസം തയ്യാറാക്കിക്കഴിഞ്ഞിരുന്നു. വൈകും വരെ ഓഫീസിൽ ചിലവഴിച്ചത് തന്റെ ഭർത്താവിന്റെ മാതാപിതാക്കളുടെ അതൃപ്തി ക്ഷണിച്ചുവരുത്തിയിരുന്നു. ആ കുറിപ്പുകൾ സൂക്ഷ്മമായി പരിശോധിക്കവേ പാണ്ഡയുടെ മുഖത്ത് ഒരു സംതൃപ്ത ഭാവം തെളിഞ്ഞുനിന്നിരുന്നു. മടികൂടാതെ അദ്ദേഹം ആ കത്തിൽ ഒപ്പിട്ടു.

'നിങ്ങൾ എന്തിനാണ് ഒരു ഗുമസ്തയായിത്തന്നെ തുടർന്നു

കൊണ്ട് ജീവിതം പാഴാക്കുന്നത്? സിഎസ്ഇ എഴുതി ഓഫീസർ പദവി നേടുന്നതിനെക്കുറിച്ച് ആലോചിക്കൂ,' തടിച്ച ഫയൽ മിന്നുവിന്റെ മുന്നിലേക്ക് നീക്കിവെച്ചുകൊണ്ട് ഒരു പുഞ്ചിരിയോടെ പാണ്ഡ നിർദ്ദേശിച്ചു.

പാണ്ഡയുടെ ചിരിയും പരാമർശവും ലഭിച്ചതോടെ മിന്നുവിന് ആശ്വാസമായി. തലേദിവസം രാത്രി വൈകുവോളം കഠിനമായി അദ്ധ്വാനിച്ചത് ഫലംകണ്ടു. താൻ ചെയ്യുന്ന ജോലിയുടെ ഗുണനില വാരത്തിന് പ്രശംസ ലഭിക്കുന്നത് ആദ്യമായല്ലെങ്കിലും ഇത്തവണ അത് വ്യത്യസ്തമായിരുന്നു. പാണ്ഡയുടെ വാക്കുകൾ മിന്നുവിനു ള്ളിൽ സവിശേഷമായ ഒരു വികാരമാണ് ഉണർത്തിയത്; സംശയ ത്തിന്റെ നിഴൽ വീണ ഒരുത്സാഹം.

'എനിക്കത് ചെയ്യാൻ പറ്റുമെന്ന് തോന്നുന്നില്ല സാർ,' മിന്നു മറുപടിയായി പറഞ്ഞു. അദ്ദേഹം നിർദ്ദേശിച്ച പാത വളരെ വിദൂരവും അയാഥാർത്ഥ്യവുമായി അവർക്ക് തോന്നി.

'എന്തുകൊണ്ട്? നിങ്ങൾ ചെറുപ്പവും ബുദ്ധിമതിയും കഠിനാ ദ്ധ്വാനിയുമാണ്. ബിരുദാനന്തര ബിരുദധാരിയും സർവ്വകലാ ശാലയിൽ റാങ്ക് ഹോൾഡറുമാണ്. ഫയലിൽ നിങ്ങളെഴുതിയ സവിശേഷമായ കുറിപ്പുകൾ ഞാൻ കണ്ടതാണ്,' പാണ്ഡ ഉറപ്പിച്ചു പറഞ്ഞു.

'പക്ഷേ സർ, വളരെ കഠിനമായ ഈ പരീക്ഷയ്ക്കായി തയ്യാറെ ടുക്കാൻ വളരെ വർഷങ്ങൾ വേണ്ടിവരും. എനിക്കതിന് കഴിയു മെന്ന് തോന്നുന്നില്ല,' ഒന്നു മടിച്ചുനിന്നിട്ട് മിന്നു പറഞ്ഞു.

'മോളെ, നിന്റെ കഴിവുകളെ കുറച്ചുകാണരുത്. പരീക്ഷയ്ക്ക് തയ്യാറെടുക്കാനായി ഞാൻ ലീവ് അനുവദിച്ചുതരാം,' പാണ്ഡയുടെ വാക്കുകളിൽ ഗൗരവമുണ്ടായിരുന്നു.

'ഞാൻ തീർച്ചയായും ഇത് പരിഗണിക്കുന്നതാണ്. നന്ദി സർ,' മിന്നുവിന് കൂടുതൽ തർക്കിച്ചുനിൽക്കാനായില്ല. കുതിക്കുന്ന ഹൃദയത്തോടെ പാണ്ഡയുടെ മേശപ്പുറത്ത് നിന്ന് തന്റെ ഫയലു മെടുത്ത് അവർ ആ മുറിയിൽ നിന്ന് പുറത്തിറങ്ങി.

പാണ്ഡയുടെ ചേമ്പറിൽ നിന്ന് സ്വന്തം സെക്ഷനിലേക്കുള്ള ആ മുപ്പത് ചുവടുകളിൽ മിന്നു വേറൊരു ലോകം തനിക്ക് സാധ്യമാ ണെന്ന് തിരിച്ചറിഞ്ഞു. ഒരു ഐഎഎസ് ഓഫീസറാകുക എന്ന തന്റെ ഏറെ നാളത്തെ സ്വപ്നത്തിൽ അടിഞ്ഞുകൂടിയ പൊടി പടലങ്ങളെ പാണ്ഡയുടെ വാക്കുകൾ തുടച്ചുനീക്കിയിരുന്നു. ഒരു പരിശോധനയെന്നോണം അവർ സിഎസ്ഇ-2012 പ്രിലിംസ് പരീക്ഷയിൽ പങ്കെടുക്കുക പോലും ചെയ്തതാണ്.

പോലീസ് ആസ്ഥാനത്ത് ഒരു കൊച്ചുകുട്ടി

വിധിയുടെ വഴിത്തിരിവ് മിന്നുവിനെ പോലീസ് ആസ്ഥാനത്ത് ജൂനിയർ ക്ലാർക്കാക്കി. 2007-ൽ കേരളാ പോലീസിൽ കോൺസ്റ്റബിളായിരുന്ന പിതാവ് അന്തരിച്ചതിനെത്തുടർന്ന് 'ഡെത്ത് ഇൻ ഹാർനെസ്' റൂളിലാണ് അവർക്ക് ഈ ജോലി ലഭിച്ചത്. ഇത്തരത്തിലാണ് നിയമിക്കപ്പെട്ടത് എന്ന കാരണത്താൽ സഹപ്രവർത്തകർ ആദ്യം മിന്നുവിനെ വകവെച്ചിരുന്നില്ല. എന്നാൽ കഠിനാദ്ധ്വാനത്തിലൂടെയും അർപ്പണബോധത്തിലൂടെയും മിന്നു തന്റെ കഴിവ് തെളിയിക്കുകയും ഐപിഎസ് ഉദ്യോഗസ്ഥരിൽ നിന്ന് തുടരെ പ്രശംസ നേടുന്നതിലൂടെ സഹപ്രവർത്തകരുടെ അസൂയയ്ക്ക് പാത്രമാകുകയും ചെയ്തു.

സ്വന്തം സെക്ഷനിലേക്ക് മടങ്ങിയെത്തിയതോടെ മിന്നു തന്റെ മനസ്സ് ശാന്തമാക്കാനായി കസേരയിലിരുന്നു. തന്റെ മേശപ്പുറത്തെ തണുത്ത പ്രതലത്തിൽ മെല്ലെ തലചായ്ച്ച് കണ്ണുകൾ അടച്ചുകൊണ്ട് പതുക്കെ ശ്വാസമെടുത്തു. ഏതാനും മാസങ്ങൾക്കു മുമ്പ് തന്റെ ആദ്യദിനത്തിൽ പാണ്ഡ വിളിച്ചുചേർത്ത സ്റ്റാഫ് മീറ്റിംഗിനെക്കുറിച്ച് അവർ സ്നേഹപൂർവ്വം ഓർത്തു. എല്ലാവരോടും സ്വയം പരിചയപ്പെടുത്താനും ഓഫീസിലെ തങ്ങളുടെ സ്ഥാനങ്ങൾ വിശദീകരിക്കാനും അദ്ദേഹം ആവശ്യപ്പെട്ടു.

'കുട്ടികൾക്ക് ഇവിടെ എന്താണ് കാര്യം?' മിന്നുവിന്റെ ഊഴമെത്തിയപ്പോൾ ഒരു പുഞ്ചിരിയോടെ പാണ്ഡ കളിപറഞ്ഞു. യുവത്വം നിറഞ്ഞ ഭാവം മിന്നുവിനെ തന്റെ യഥാർത്ഥ പ്രായത്തേക്കാൾ ചെറുപ്പമായി തോന്നിക്കാൻ കാരണമായി. അത് മുറിയിലാകെ നേരിയ ചിരിയുടെ അലയൊലികൾ ഉണർത്തി.

'സർ, ഞാൻ മിന്നു പി.എം. കേരള സർവ്വകലാശാലയിൽ നിന്ന് ബയോകെമിസ്ട്രിയിൽ ബിരുദാനന്തര ബിരുദധാരിയാണ്. ആയുധശേഖരവും അവയുടെ നിർമ്മാണവുമാണ് ഞാൻ കൈകാര്യം ചെയ്യുന്നത്,' നാണത്തോടെയാണ് മിന്നു മറുപടി പറഞ്ഞത്.

ആ യോഗത്തിന് ശേഷം, പാണ്ഡ കഠിനമായ ഒരു ദൌത്യം അവളെ ഏൽപ്പിച്ചു. 'മിന്നു, കേരളാ പോലീസിൽ നടന്നുകൊണ്ടിരിക്കുന്ന ആയുധ നിർമ്മാണ പദ്ധതികളുടെ സമഗ്രമായ സ്ഥിതി വിവരക്കണക്കുകൾ എനിക്ക് വേണം. എപ്പോഴാണത് നൽകാൻ കഴിയുക?'

ഒരു ഞെട്ടലോടെ മിന്നു തന്റെ മേലുദ്യോഗസ്ഥനായ

അസിസ്റ്റന്റ് ഇൻസ്പെക്ടർ ജനറൽ ശ്യാം ശർമ്മയെ (പേര് മാറ്റിയിരിക്കുന്നു) നോക്കി.

'സർ, നാളേക്ക് തന്നെ ഡീറ്റെയിൽസ് റെഡിയാക്കിത്തരാം,' ശർമ്മ മിന്നുവിന്റെ രക്ഷകനായി.

'എനിക്കത് ഇന്നു തന്നെ വേണം. നാളെ എന്നൊന്നില്ല,' പാണ്ഡ കർശനമായി പറഞ്ഞു.

'ശരി സർ. ഞാൻ ഇന്ന് തന്നെ വിവരങ്ങൾ കണ്ടെത്തുന്നതാണ്,' സ്വന്തം നിശ്ചയദാർഢ്യത്തിൽ അത്ഭുതപ്പെട്ടുകൊണ്ട് മിന്നു മറുപടി പറഞ്ഞു.

അതൊരു ശ്രമകരമായ ദൌത്യമായിരുന്നെങ്കിലും, ഐപിഎസ് ഉദ്യോഗസ്ഥർ നിശ്ചയിച്ച സമയപരിധികളെ അനായാസം ഏറ്റെടുക്കാൻ ശീലിച്ച മിന്നു ആവശ്യമായ വിവരങ്ങൾ സമാഹരിക്കാൻ തിരക്കുകൂട്ടി. മണിക്കൂറുകൾ നീണ്ട അശ്രാന്ത പരിശ്രമത്തിന് ഫലമുണ്ടായി. അവർ ഒരു സമഗ്രമായ കുറിപ്പ് തയ്യാറാക്കി. തന്റെ കഠിനാദ്ധ്വാനം അംഗീകരിക്കാതെ പാണ്ഡ പോയേക്കുമോ എന്ന ഉത്കണ്ഠയോടെ അവർ അദ്ദേഹത്തിന്റെ ഓഫീസിലേക്ക് കുതിച്ചു. അവിടെ അദ്ദേഹം ഒരു മീറ്റിംഗിലായിരുന്നു. ദൃഢനിശ്ചയത്തോടെ അവർ അടുത്തുള്ള സെക്ഷനിൽ കാത്തുനിന്നു.

സൂപ്രണ്ടുമായുള്ള അവരുടെ സംഭാഷണത്തെ പെട്ടെന്ന് രോഷം നിറഞ്ഞ ഒരു ശബ്ദം തടസ്സപ്പെടുത്തി. 'മിന്നു, നിങ്ങളെന്താണിവിടെ? ഇന്ന് രാവിലെ തയ്യാറാക്കാൻ പറഞ്ഞ റിപ്പോർട്ടിന്റെ കാര്യം എന്തായി?' ഞെട്ടി തിരിഞ്ഞുനോക്കിയ മിന്നു കണ്ടത് പാണ്ഡ തന്റെ മുറിയിലേക്ക് കയറുന്നതാണ്.

'സാർ, അത് റെഡിയാണ്,' കൈകളിൽ മുറുകെപ്പിടിച്ചിരുന്ന ഫോൾഡറിലേക്ക് നോക്കിക്കൊണ്ട് വിറയാർന്ന ശബ്ദത്തോടെ മിന്നു പറഞ്ഞു.

'അതെയോ? നമുക്കതൊന്ന് നോക്കാം,' ലക്ഷ്യം നിറവേറ്റാനാകാത്തതിൽ മിന്നുവിൽ നിന്ന് ക്ഷമാപണം പ്രതീക്ഷിച്ചിരുന്ന പാണ്ഡ അവരുടെ ആ പ്രതികരണത്തിൽ അമ്പരന്നു.

റിപ്പോർട്ട് വായിച്ചതോടെ, പാണ്ഡയുടെ കർക്കശമായ മുഖത്ത് ആനന്ദം നിറഞ്ഞു. ചെറുപ്പക്കാരിയായ ഒരു ക്ലർക്കിൽ നിന്ന് ഇത്രയും സമഗ്രവും വിശകലനാത്മകവുമായ ഒരു കുറിപ്പ് അദ്ദേഹം പ്രതീക്ഷിച്ചിരുന്നില്ല. 'വളരെ നന്നായിരിക്കുന്നു,' മുഖത്ത് പ്രകടമായ മതിപ്പോടെ പാണ്ഡ അവരെ അഭിനന്ദിച്ചു.

വികാരവിക്ഷോഭം

പാണ്ഡയുമായുണ്ടായ തന്റെ സംഭാഷണത്തെക്കുറിച്ചും അദ്ദേഹം തന്റെയുള്ളിൽ പാകിയ ചിന്തയെക്കുറിച്ചും മിന്നു ആലോചിച്ചു. തന്റെയുള്ളിലുള്ള യഥാർത്ഥ ലക്ഷ്യം ഒരു ക്ലർക്കിന്റെ റോളിനു പ്പുറമാണെന്ന തോന്നൽ മിന്നുവിന് എപ്പോഴുമുണ്ടായിരുന്നു. എന്നാൽ ജീവിതം അവരെ വൈവാഹിക ജീവിതത്തിന്റെ കടമ കളിലേക്ക് വലിച്ചിഴയ്ക്കുകയായിരുന്നു. അവരുടെ ആ സ്വപ്നം ദൈനംദിന കടമകൾക്കുള്ളിൽ കുഴിച്ചുമൂടപ്പെട്ടു : ഭർത്താവിനെയും അദ്ദേഹത്തിന്റെ മാതാപിതാക്കളെയും പരിപാലിക്കുക, ഔദ്യോ ഗിക കാര്യങ്ങൾ കൈകാര്യം ചെയ്യുക, കുടുംബം നടത്തുക, മകനെ വളർത്തുക.

എനിക്കത് ശരിക്കും നേടിയെടുക്കാനാകുമോ? ചെറുപ്പക്കാർ ക്കൊപ്പം മത്സരിച്ച് വിജയിക്കാനുള്ള സാധ്യതയുണ്ടോ? ഭർത്താ വായ ജോഷി ഈ ആഗ്രഹത്തെ പിന്തുണയ്ക്കുമോ? അമ്മയും അപ്പയും എങ്ങനെയാണ് പ്രതികരിക്കുക? ഉത്തരങ്ങളേക്കാൾ കൂടുതൽ ചോദ്യങ്ങളാണുണ്ടായിരുന്നത്.

ഈ ചിന്തകളിൽ മുഴുകിയിരിക്കവേ, പരിചിതമായ ഒരു ശബ്ദം അവളുടെ ചിന്തകളെ ഭേദിച്ചു കടന്നുപോയി. 'മിന്നു, കുഴപ്പ മൊന്നുമില്ലല്ലോ? പാണ്ഡ സാർ നിന്നെ ശകാരിച്ചോ?' തൊട്ടടുത്ത മേശയിലുണ്ടായിരുന്ന സഹപ്രവർത്തക അടുത്തേക്കുവന്ന് ചോദിച്ചു.

'ഇല്ല, ചേച്ചി, പാണ്ഡ സാർ എന്റെ റിപ്പോർട്ടിനെ വളരെ യധികം അഭിനന്ദിച്ചു. എന്റെ ഔദ്യോഗിക ജീവിതം മെച്ചപ്പെടുത്തു ന്നതിൽ അദ്ദേഹം ആത്മാർത്ഥമായ താല്പര്യം പ്രകടിപ്പിച്ചു. ഞാൻ സിഎസ്ഇ എഴുതി ഓഫീസറർ പദവിയ്ക്കായി ലക്ഷ്യം വയ്ക്കണമെന്ന് അദ്ദേഹം നിർദ്ദേശിച്ചു,' പുഞ്ചിരിയോടെ മിന്നു പറഞ്ഞു.

സഹപ്രവർത്തകയുടെ ആശങ്കാകുലമായ ഭാവം പ്രോത്സാ ഹനം പകരുന്ന ഒരു പുഞ്ചിരിയായി മാറി. അവർ പാണ്ഡയുടെ ഉപദേശത്തെ പിന്തുണച്ചു. 'തീർച്ചയായും, ഇതിനെക്കുറിച്ച് നീ ഗൗരവത്തോടെ ആലോചിക്കണം,' അവർ മിന്നുവിന്റെ തോളിൽ തട്ടി അഭിനന്ദിച്ചുകൊണ്ട് പറഞ്ഞു.

പാണ്ഡയുടെ ഉപദേശം ഭർത്താവുമായി പങ്കുവെക്കാനുള്ള ആകാംക്ഷയിൽ മിന്നുവിന്റെ ഹൃദയം തുടിക്കുകയായിരുന്നു. അഞ്ച് മണിയോടെ ഓഫീസിൽ നിന്ന് ഇറങ്ങാൻ തയ്യാറെടുക്കുമ്പോൾ,

കേരള പോലീസിൽ സേവനമനുഷ്ഠിച്ചിരുന്ന മിന്നുവിന്റെ കസിൻ ദിധീഷ് അവിടെയെത്തി. അദ്ദേഹത്തെ കണ്ട സന്തോഷത്തിൽ മിന്നു പറഞ്ഞു, 'ദിധീഷ്, എനിക്ക് വളരെ പ്രധാനപ്പെട്ട ഒരു കാര്യം ചർച്ച ചെയ്യാനുണ്ട്. താഴെ ജോഷി എന്നെ കാത്തിരിക്കുന്നുണ്ട്. നമുക്കൊരുമിച്ച് സ്ഥിരം പോകാറുള്ള നമ്മുടെ പ്രിയപ്പെട്ട ചായക്കടയിലേക്ക് പോകാം.'

മിന്നുവിന്റെ സ്നേഹനിധിയായ ഭർത്താവ് ജോഷി തിരുവനന്തപുരത്തെ വിക്രം സാരാഭായ് സ്പേസ് സെന്ററിൽ (വിഎസ്എസ്എസ്സി) ടെക്നീഷ്യനായി ജോലി ചെയ്യുകയായിരുന്നു. മിന്നു അദ്ദേഹത്തെ സ്നേഹത്തോടെ ചേട്ടൻ എന്നാണ് വിളിച്ചിരുന്നത്.

'ചേട്ടാ, വീട്ടിലേക്ക് പോകുന്നതിനുമുമ്പ്, നമുക്ക് *മാനവീയം വീഥിയിലേക്ക്* പോകാം. വളരെ സംഭവബഹുലമായ ഒരു ദിവസമായിരുന്നു ഇന്ന്. അതിനെക്കുറിച്ച് സംസാരിക്കാൻ ഞാൻ കാത്തിരിക്കുകയായിരുന്നു.' ആവേശത്താൽ ഇടറിയ ശബ്ദത്തോടെ മിന്നു പറഞ്ഞു. അവർ ഹെൽമെറ്റ് ധരിച്ചുകൊണ്ട് ജോഷിയുടെ ബൈക്കിന്റെ പിൻസീറ്റിൽ ഇരുന്നു. ദിധീഷ് അവർക്ക് തൊട്ടുപിന്നിലുണ്ടായിരുന്നു.

ഒരു കപ്പ് ചായ; ഒരായിരം കാര്യങ്ങൾ

നഗരത്തിലെ സാംസ്കാരിക ഇടനാഴിയായ മാനവീയംവീഥി, കലാസൃഷ്ടികൾക്കും സാംസ്കാരിക പ്രകടനങ്ങൾക്കും നല്ല ഭക്ഷണം വിളമ്പുന്ന ഇടങ്ങൾക്കും പേരുകേട്ടതാണ്. മൂവരും അവരുടെ പ്രിയപ്പെട്ട ഇടത്ത് സ്ഥാനംപിടിച്ചു. ആവി പറക്കുന്ന കപ്പുകൾ മേശയിൽ നിരന്നതോടെ, മിന്നു തനിക്കുണ്ടായ അനുഭവത്തെക്കുറിച്ച് ആവേശത്തോടെ വിവരിച്ചു – പാണ്ഡയുമായുള്ള കൂടിക്കാഴ്ച, സിഎസ്ഇ തയ്യാറെടുപ്പിനെക്കുറിച്ചുള്ള അദ്ദേഹത്തിന്റെ അപ്രതീക്ഷിതമായ ഉപദേശം, മറ്റ് ഐപിഎസ് ഉദ്യോഗസ്ഥരുടെ അഭിനന്ദനം. ഒരു ചെറിയ ചിരിയോടെ അവർ ചോദിച്ചു, 'നിങ്ങൾ രണ്ടുപേരുടെയും അഭിപ്രായം എന്താണ്? സിഎസ്ഇയിൽ ഞാൻ എന്റെ ഭാഗ്യം പരീക്ഷിക്കണോ?' ആ ചോദ്യത്തിൽ ഒരുപാട് വികാരങ്ങളടങ്ങിയിരുന്നു.

'എന്തുകൊണ്ട് ശ്രമിച്ചുകൂടാ? നീ ഇതിലുമധികം അർഹിക്കുന്നുണ്ടെന്ന് എനിക്കറിയാം. ജെറമിയ ജനിക്കുന്നതിനുമുമ്പ്, നമ്മൾ സിഎസ്ഇ പരീക്ഷയ്ക്കായുള്ള ഒരു കോച്ചിംഗ് അക്കാദമി സന്ദർശിച്ചിരുന്ന കാര്യം ഞാൻ ഓർക്കുന്നു. നമുക്ക് ഒരു കുട്ടിയുണ്ടാ

യിക്കാണണമെന്ന അമ്മയുടെ ആഗ്രഹംകൊണ്ടാണ് നമ്മൾ ആ ആശയം ഉപേക്ഷിച്ചത്,' ഭാര്യയോടുള്ള അഭിമാനത്താൽ നിറഞ്ഞ കണ്ണുകളോടെ ജോഷി ഉടൻ മറുപടി പറഞ്ഞു.

ജോഷിയുടെ വാക്കുകൾ മിന്നുവിനെ ആഹ്ലാദഭരിതയാക്കി. പക്ഷേ ആ ആവേശം പെട്ടെന്നുതന്നെ ഭയത്തിന്റെ നിഴലിലകപ്പെട്ടു.

'പക്ഷെ രണ്ടു വയസ്സുള്ള ഒരു കുഞ്ഞിനെ പോറ്റുക എന്ന ഒരു വലിയ ഉത്തരവാദിത്തം എനിക്കുണ്ട്. എന്റെ സ്വപ്നങ്ങൾക്ക് പിന്നാലെ പോകാനായി അവനെ അവഗണിക്കുന്നതിനെക്കുറിച്ച് എനിക്ക് ഒരു നിമിഷം പോലും ചിന്തിക്കാൻ കഴിയില്ല,' മിന്നുവിലെ മാതൃസ്നേഹം അവരെ പിന്നോട്ടുവലിച്ചു.

'ഇപ്പോഴും നീ ഓഫീസിൽ ചിലവഴിക്കുന്ന സമയമത്രയും ജോഷിയുടെ മാതാപിതാക്കൾ അവനെ സന്തോഷത്തോടെ പരിപാലിക്കുന്നുണ്ടല്ലോ. അവരെ ബോധ്യപ്പെടുത്താനായാൽ കൂടുതൽ സഹായങ്ങൾ ചെയ്യാൻ അവർ തയ്യാറാകുന്നതാണ്,' ദിധീഷ് പറഞ്ഞു.

മിന്നുവിന്റെ മനസ്സിൽ ഉത്കണ്ഠയും അനിശ്ചിതത്വവും നിറഞ്ഞുതന്നെനിന്നു. മനസ്സിലുള്ള വിഷമങ്ങൾ അവരുടെ ശബ്ദത്തിൽ പ്രതിഫലിക്കുന്നുണ്ടായിരുന്നു.'അതികഠിനമായ വെല്ലുവിളികൾ നിറഞ്ഞ, മൂന്ന് ഘട്ടങ്ങളുള്ള പരീക്ഷയാണത്. വർഷങ്ങൾ നീളുന്ന കഠിനപ്രയത്നത്തിന് ശേഷവും, ആദ്യ ഘട്ടത്തിൽ പോലും ഞാൻ തൊറ്റുപോയേക്കാം,' അവർ തന്റെ ഉള്ളിലുള്ള ഭയം വെളിപ്പെടുത്തി.

എന്നിരുന്നാലും, ഈ ഭയാശങ്കയിൽ മിന്നു തനിച്ചായിരുന്നില്ല. 0.01 ശതമാനം മാത്രം വിജയശതമാനം കാരണം എല്ലാ ഐഎഎസ് ഉദ്യോഗാർത്ഥികളും സമാനമായ രീതിയിൽ അനിശ്ചിതത്വങ്ങൾ നേരിട്ടിരുന്നു.

മിന്നുവിന്റെ ത്യാഗങ്ങൾ തിരിച്ചറിഞ്ഞ് ജോഷി അവരെ സധൈര്യം പ്രോത്സാഹിപ്പിച്ചു. സ്വന്തം ഔദ്യോഗിക ജീവിതത്തിന് അടിത്തറ പാകാൻ സാധിക്കുന്നതിനുമുന്നേ നേരത്തെ തന്നെ വിവാഹം കഴിക്കുകയും കുടുംബത്തിന് മുൻഗണന നൽകാനായി തന്റെ സിഎസ്ഇ അഭിലാഷങ്ങൾ മാറ്റിവയ്ക്കേണ്ടി വരികയും ചെയ്തത് അദ്ദേഹത്തിന്റെ മനസ്സിനെ ഭാരപ്പെടുത്തി. ഭാര്യയുടെ ആഗ്രഹങ്ങളെ പിന്തുണയ്ക്കാൻ അദ്ദേഹം തീരുമാനിച്ചുറപ്പിച്ചു.

'മിന്നു, അടുത്ത പ്രിലിമിനറിക്ക് ഒരു വർഷത്തോളം

സമയമുണ്ട്. അവധിയെടുത്ത് പരീക്ഷയ്ക്ക് വേണ്ടിയുള്ള തയ്യാറെടുപ്പുകളിൽ മാത്രം ശ്രദ്ധിക്കുക. നിനക്കത് നേടിയെടുക്കാൻ കഴിയുമെന്ന് എനിക്ക് ഉറപ്പുണ്ട്,' ജോഷി അവരെ ആശ്വസിപ്പിച്ചു. ദിധീഷ് അതിനെ പിന്തുണച്ചു.

മിന്നുവും ജോഷിയും വീട്ടിലേക്ക് പോയി. ഈ വെല്ലുവിളി നിറഞ്ഞ യാത്രയിൽ ജോഷിയുടെ മാതാപിതാക്കളുടെ പിന്തുണ നിർണ്ണായകമായിരുന്നു. അത്താഴസമയത്ത്, അപ്പവും സ്റ്റുവും കഴിച്ചുകൊണ്ടിരിക്കുന്നതിനിടയിൽ, ജോഷി തന്റെ മാതാപിതാക്കളോട് അന്നത്തെ സംഭവങ്ങൾ വിവരിച്ചു. മിന്നുവിന്റെ പ്രവർത്തനങ്ങൾക്ക് സീനിയർ ഐപിഎസ് ഓഫീസർമാരിൽ നിന്ന് ലഭിച്ച അംഗീകാരത്തെക്കുറിച്ചും സിഎസ്ഇ എഴുതിയെടുക്കാനുള്ള അവരുടെ ആഗ്രഹത്തെക്കുറിച്ചും അദ്ദേഹം എടുത്തുപറഞ്ഞു.

ആധി നിറഞ്ഞ വയറുമായി മിന്നു അവരുടെ പ്രതികരണത്തിനായി കാത്തിരുന്നു.

'മോളേ, നിനക്ക് അങ്ങനെ ഒരു ആഗ്രഹമുണ്ടോ? നീ നന്നായി ആലോചിച്ചോ?' പെട്ടെന്നുള്ള ആ വാർത്ത ഉൾക്കൊള്ളാനായി ഭക്ഷണം കഴിക്കുന്നത് നിർത്തി ജോഷിയുടെ അച്ഛൻ ചോദിച്ചു.

'അപ്പാ, കോളേജ് കാലം മുതലുള്ള എന്റെ ആഗ്രഹമാണിത്. ബിരുദാനന്തര ബിരുദപഠന സമയത്ത് ഒരിക്കൽ ഞാൻ അതിന് ശ്രമിച്ചിരുന്നു,' കണ്ണുകളിൽ തിളങ്ങുന്ന ദൃഢനിശ്ചയത്തോടെ, ബഹുമാനത്തോടെ മിന്നു മറുപടി പറഞ്ഞു.

'അപ്പാ, മിന്നു പഠിത്തത്തിൽ എപ്പോഴും മിടുക്കിയായിരുന്നു. വളരെ ചെറുപ്പത്തിൽ തന്നെ വിവാഹം കഴിച്ചതല്ലേ. ഈ ക്ലർക്കിന്റെ ജോലി അവളുടെ യോഗ്യതകളോട് നീതി പുലർത്തുന്നില്ല." തന്റെ പിതാവിന്റെ പെട്ടെന്നുള്ള തിരസ്കരണം ഒഴിവാക്കാനായി സംഭാഷണത്തെ വഴിമാറ്റിക്കൊണ്ട് ജോഷി ഇടപെട്ടു.

'അതികഠിനമായ വെല്ലുവിളികൾ നിറഞ്ഞ പരീക്ഷയാണിത്. അതിന് തയ്യാറെടുക്കാനായി ഒരുപാട് നാളത്തെ അവധി ആവശ്യമായി വന്നേക്കാം. സാമ്പത്തിക കാര്യങ്ങൾ നിങ്ങൾ എങ്ങനെ കൈകാര്യം ചെയ്യും?' പരീക്ഷയുടെ കാഠിന്യം മനസ്സിലാക്കി ജോഷിയുടെ അച്ഛൻ ചോദിച്ചു.

'അപ്പാ, അവധി കുറച്ച് മാസങ്ങൾ മാത്രം മതിയാകും. താൽക്കാലികമായ സാമ്പത്തിക വെല്ലുവിളികൾ നേരിടേണ്ടി വന്നേക്കാം. പക്ഷേ ഞങ്ങളുടെ സമ്പാദ്യം കൊണ്ട് ഞങ്ങൾക്ക് പിടിച്ചുനിൽക്കാനാകും. അത് ഫലപ്രദമാകുന്നില്ലെന്ന് കണ്ടാൽ

അവൾക്ക് ജോലിയിൽ തിരിച്ചുകയറാനാകും,' ജോഷി ആവേശത്തോടെ പറഞ്ഞു.

'അവളുടെ ദൃഢനിശ്ചയം അത്രത്തോളമാണെങ്കിൽ അവൾ സ്വപ്നങ്ങൾ പിന്തുടരട്ടെ. മിന്നുവിന്റെ കഴിവിൽ എനിക്ക് വിശ്വാസമുണ്ട്. വീടും ഞങ്ങളുടെ മുത്തിനെയും ഞങ്ങൾ നോക്കിക്കൊള്ളാം,' ശാന്തമായി ഭക്ഷണം കഴിച്ചുകൊണ്ടിരുന്ന അവരുടെ അമ്മായിയമ്മ ഒരു പുഞ്ചിരിയോടെ പ്രഖ്യാപിച്ചു. ജോഷിയുടെ മാതാപിതാക്കൾ ജെറമിയയെ സ്നേഹത്തോടെ മുത്തേ എന്നാണ് വിളിച്ചിരുന്നത്.

മിന്നുവിന്റെ ഹൃദയം സന്തോഷംകൊണ്ട് നിറഞ്ഞു. ജോഷിയുടെ അമ്മയോടുള്ള അവരുടെ ആരാധന ആ മുഖത്ത് പ്രകടമായിരുന്നു. എതിർപ്പുകളുണ്ടായിരുന്നുവെങ്കിലും തന്റെ അമ്മായിയമ്മ സ്ത്രീകളുടെ വിദ്യാഭ്യാസത്തെയും ശാക്തീകരണത്തെയും വിലമതിക്കുന്നുണ്ടെന്നും തന്റെ തീരുമാനത്തെ പിന്തുണയ്ക്കുമെന്നും അവർക്ക് അറിയാമായിരുന്നു.

പൊന്നുരുക്കുന്നിടത്തേക്ക്

കുട്ടിക്കാലം മുതൽ തന്നെ മിന്നു ശ്രദ്ധാലുവും കഠിനാധ്വാനിയും മിടുക്കിയുമായിരുന്നു. തന്റെ സ്കൂൾ-കോളേജ് കാലഘട്ടങ്ങളിൽ ക്വിസ്, ഉപന്യാസം, പ്രസംഗം തുടങ്ങി വിവിധയിനങ്ങളിലെ മത്സരങ്ങളിൽ അവർ വിജയിച്ചിരുന്നു. ലോകവിവരം ഉണ്ടായിരിക്കേണ്ടതിന്റെ പ്രാധാന്യത്തെക്കുറിച്ച് പിതാവ് പോൾ രാജ് അവരെ പറഞ്ഞുപഠിപ്പിച്ചിരുന്നു. തന്റെ മിതമായ വരുമാനത്തിൽ നിന്ന്, അദ്ദേഹം അവർക്ക് പത്രങ്ങളും പുസ്തകങ്ങളും മാസികകളും വാങ്ങിനൽകി വായനയോടുള്ള ഇഷ്ടം വളർത്തിയെടുത്തു. സഹപാഠികൾപാഠപുസ്തകങ്ങളിലുള്ളവിഷയങ്ങളെക്കുറിച്ച്ചർച്ചചെയ്യുമ്പോൾ, ആഗോളതലത്തിലുള്ള സമകാലിക സംഭവങ്ങളിലേക്കാണ് മിന്നുവിന്റെ ശ്രദ്ധ ആകർഷിക്കപ്പെട്ടത്. 'നീ ഒരു ദിവസം കളക്ടറാകും' എന്ന് പറയാൻ ഇത് മിന്നുവിന്റെ സുഹൃത്തുക്കളെ പ്രേരിപ്പിച്ചു.

എന്നാൽ, വിധിയുടെ അപ്രതീക്ഷിതമായ വഴിത്തിരിവുകൾ കാരണം, കളക്ടറാകുന്നതിനു പകരം അവർ ഗൃഹസ്ഥയായി. ഒരു ഐഎഎസ് ഓഫീസറാകുക എന്ന അവരുടെ സ്വപ്നം ദൈനംദിന കടമകൾക്കിടയിൽ കുഴിച്ചുമൂടപ്പെട്ട ഒരു പ്രതിധ്വനി മാത്രമായി മാറി.

അന്നു രാത്രി മിന്നുവിന് ഉറങ്ങാനായില്ല. യുപിഎസ്സി എന്ന കൊടുമുടി കീഴടക്കുക എന്ന ലക്ഷ്യം അവരുടെ മനസ്സിൽ ജ്വലിച്ചുനിന്നു. ഒരു കോച്ചിംഗ് അക്കാദമിയിൽ ചേർന്നുകൊണ്ട് മുഴുവൻ സമയവും പരിശീലനത്തിനായി മാറ്റിവയ്ക്കാതെ പഠനത്തിലേക്ക് വീണ്ടും പ്രവേശിക്കുകയും ആവശ്യമായ അറിവ് നേടുകയും ചെയ്യുക അസാധ്യമായിരുന്നു.

പിറ്റേന്ന് രാവിലെതന്നെ അവർ മൂന്ന് മാസത്തെ അവധിക്ക് അപേക്ഷിച്ചു. അന്ന് ജോഷിക്കൊപ്പം മിന്നു ഒരു സ്വകാര്യ കോച്ചിംഗ് അക്കാദമി സന്ദർശിച്ചു. വിവിധ മത്സര പരീക്ഷകളിൽ പങ്കെടുക്കുന്നവിദ്യാർത്ഥികൾപഠിക്കുന്നഒരുസാധാരണസ്ഥാപനമായിരുന്നു അത്. മിന്നുവിനെ പ്രവേശിപ്പിക്കാൻ അക്കാദമി ഡയറക്ടർ സമ്മതിച്ചെങ്കിലും 25,000 രൂപ ഫീസ് ആവശ്യപ്പെടുകയുണ്ടായി. ജോഷി തന്റെ ജോലിസ്ഥലത്ത് നിന്ന് വായ്പയെടുക്കാൻ തയ്യാറായിട്ടും മിന്നു തന്റെ സ്വർണ്ണ വളകൾ പണയം വയ്ക്കാൻ നിർബ്ബന്ധിക്കുകയായിരുന്നു.

പുത്തൻ ആവേശത്തോടെ, മിന്നു ഒരു കൃത്യമായ ടൈംടേബിൾ തയ്യാറാക്കി, വിദ്യാഭ്യാസ മേഖലയിലേക്ക് വീണ്ടും പ്രവേശിച്ചു. ദിവസവും രാവിലെ 8 മുതൽ രാത്രി 8 വരെ അവർ അക്കാദമിയിലെ ക്ലാസുകളിൽ പങ്കെടുത്തു. കുറച്ചുകാലമായി അക്കാദമിക് പഠനങ്ങളിൽ നിന്ന് അകന്നു നിൽക്കുകയായിരുന്നതിനാൽ, ആറാം ക്ലാസ് മുതലുള്ള നാഷണൽ കൗൺസിൽ ഓഫ് എജ്യുക്കേഷണൽ റിസർച്ച് ആൻഡ് ട്രെയിനിംഗ് (NCERT) പുസ്തകങ്ങൾ ക്രമേണ പഠിച്ച് ഹൃദിസ്ഥമാക്കാൻ തുടങ്ങി.

ചരിത്രം, ഭൂമിശാസ്ത്രം, സാമ്പത്തിക ശാസ്ത്രം, പൊളിറ്റിക്കൽ സയൻസ് എന്നിവയോടുള്ള അഭിനിവേശം മിന്നുവിന്റെ പരീക്ഷാതയ്യാറെടുപ്പിന് വേഗം കൂട്ടി. ഹ്യൂമാനിറ്റീസിനോടുള്ള ഈ സ്നേഹം ഹൈസ്കൂൾ മുതൽക്കേ പ്രകടിപ്പിച്ചിരുന്നുവെങ്കിലും മാതാപിതാക്കൾ അവരെ ഒരു എഞ്ചിനീയറോ ഡോക്ടറോ ആയി വിഭാവനം ചെയ്യുകയായിരുന്നു. ഒരു വൈകുന്നേരം അവരുടെ വീടിന്റെ ടെറസിൽ ഒരു വാക്കുതർക്കമുണ്ടായി. ഒടുവിൽ, അവർക്ക് പിന്തുണയായി കൂടെനിന്ന മുത്തശ്ശിയുടെ വാക്കുകൾ പോലും വിഫലമാക്കിക്കൊണ്ട് മിന്നുവിന്റെ മാതാപിതാക്കൾ തന്നെ വിജയിച്ചു.

മിന്നു എല്ലാ ദിവസവും രണ്ട് വ്യത്യസ്ത ദിനപത്രങ്ങൾ ശ്രദ്ധാപൂർവ്വം വായിക്കുകയും സുപ്രധാന വിവരങ്ങൾ കണ്ടെത്തി ധാരാളം കുറിപ്പുകളുണ്ടാക്കുകയും എഡിറ്റോറിയലുകളും പ്രധാന

പ്പെട്ട വാർത്തകളും ആകർഷകമായ ഫോട്ടോഗ്രാഫുകളും തന്റെ രജിസ്റ്ററിൽ സൂക്ഷിക്കുകയും ചെയ്തു.

സിഎസ്എറ്റി ആയിരുന്നു ഒരു പ്രധാന വെല്ലുവിളി. മിന്നു തന്റെ കഴിവുകളും ദൗർബല്യങ്ങളും വിശകലനം ചെയ്തു. ഗണിതവുമായി മല്ലിടേണ്ടിവന്നെങ്കിലും ഇംഗ്ലീഷിലുള്ള പാടവം അവരുടെ ശക്തിയായിരുന്നു. അതുകൊണ്ടു തന്നെ ഗണിതത്തിൽ കൂടുതൽ ശ്രദ്ധ കേന്ദ്രീകരിക്കാൻ തീരുമാനിച്ചുവെങ്കിലും പരീക്ഷ ജയിക്കാൻ അത് പര്യാപ്തമായിരുന്നില്ല. പിന്നീടവർ അടിസ്ഥാന പരമായ ഗണിത പരിശീലനത്തിൽ മുഴുകി.

മിന്നുവിന്റെ പരിശ്രമവും കഠിനാധ്വാനവും അവരിൽ ആത്മ വിശ്വാസം സൃഷ്ടിച്ചെടുക്കാൻ തുടങ്ങി. നാളുകൾ കടന്നുപോയി. കണ്ണടച്ചുതുറക്കുന്ന സമയംകൊണ്ട് 2016 ഓഗസ്റ്റിൽ പ്രിലിമിനറി പരീക്ഷയെഴുതാൻ സമയമായി. എന്നാൽ ജോഷിയെയും കുടുംബ ത്തെയും നിരാശപ്പെടുത്തിക്കൊണ്ട് മിന്നു ആ ആദ്യ കടമ്പയിൽ പരാജയപ്പെട്ടു. ആ തിരിച്ചടിയിൽ അവർ തളരാതെ പിടിച്ചുനിന്നു.

'സിഎസ്എറ്റിയിൽ ഞാൻ യോഗ്യത നേടിയിട്ടുണ്ട്. ജനറൽ സ്റ്റഡീസിൽ എനിക്ക് നല്ല മാർക്കും ലഭിച്ചിട്ടുണ്ട്. അടുത്ത ശ്രമത്തിൽ ഞാൻ തീർച്ചയായും അത് നേടിയെടുക്കും.' അചഞ്ചലമായ ദൃഢനിശ്ചയത്തോടെ, പുഞ്ചിരിച്ചുകൊണ്ട് അവർ പ്രഖ്യാപിച്ചു.

ആ വർഷാവസാനത്തോടെ, മിന്നു ജോഷിയുടെയും അദ്ദേഹ ത്തിന്റെ മാതാപിതാക്കളുടേയുമൊപ്പം പുണ്യഭൂമിയിലേക്ക് ഒരു തീർത്ഥാടനയാത്രപോയി. ഇത് അവരുടെ വിജ്ഞാന മണ്ഡലത്തെ കേരളത്തിനപ്പുറത്തേക്കെത്തിച്ചു. ഇസ്രായേൽ, പാലസ്തീൻ എന്നീ രാജ്യങ്ങളോടടുത്ത് നിൽക്കുന്ന പുണ്യഭൂമി ലൂടെയുള്ള യാത്ര, ഒരു ഐഎഎസ് ഓഫീസറാകാനും വിശാലമായ ലോകത്തിന്റെ സൗന്ദര്യം ആസ്വദിക്കുവാനുമുള്ള മിന്നുവിന്റെ ആഗ്രഹങ്ങൾക്ക് ആക്കംകൂട്ടുമാറ് ജ്വലിച്ചു.

'ഈ ദുഷ്കരമായ യാത്രയിൽ എന്നെ സഹായിക്കാൻ എനിക്ക് ഒരു മികച്ച കോച്ചിംഗ് അക്കാദമി തന്നെ വേണം,' അവരുടെ മനസ്സിലൂടെ കടന്നുപോയ ചിന്ത ഇപ്രകാരമായിരുന്നു. ഓരോ ദിവസം കഴിയുംതോറും അവരുടെ ദൃഢനിശ്ചയം ശക്തി പ്പെട്ടുകൊണ്ടിരുന്നു.

ദൈവികമായ ഒരനുഗ്രഹം

പുണ്യഭൂമിയിൽ നിന്ന് തിരിച്ചെത്തിയതിന് തൊട്ടുപിന്നാലെ

മിന്നുവിന് അവരുടെ സുഹൃത്ത് ഷെറിൻ (പേര് മാറ്റിയിരിക്കുന്നു) വഴി ദിവ്യമായ ഒരു സമ്മാനം ലഭിച്ചു. 'ചേച്ചീ, ആവേശകരമായ ഒരു വാർത്ത എനിക്ക് നിങ്ങളോട് പറയാനുണ്ട്,' പത്രപ്പരസ്യം കാണിച്ചുകൊണ്ട് ഷെറിൻ പറഞ്ഞു. 'ചെന്നൈയിലെ പ്രശസ്തമായ ഐഎഎസ് അക്കാദമി തിരുവനന്തപുരത്ത് ഒരു പുതിയ ശാഖ തുടങ്ങുകയാണ്.'

ഈ അക്കാദമിയെക്കുറിച്ചുള്ള ഉജ്ജ്വലമായ പ്രശംസകൾ കേട്ട മിന്നുവിന്റെ കണ്ണുകൾ പ്രതീക്ഷയാൽ തിളങ്ങി. എന്നിരുന്നാലും, അനിശ്ചിതത്വത്തിന്റെ ഒരു കാർമേഘം അവരുടെ സന്തോഷത്തെ നിമിഷനേരം കൊണ്ട് മറച്ചുകളഞ്ഞു. 'പക്ഷേ, ഇതൊരു വലിയ സ്ഥാപനമാണ്. അവരുടെ ഫീസ് എനിക്ക് താങ്ങാൻ കഴിഞ്ഞെന്നുവരില്ല.' വിവർണ്ണമായ മുഖത്തോടെ അവർ പറഞ്ഞു.

ഷെറിൻ പെട്ടെന്നു തന്നെ മിന്നുവിന്റെ ഈ ആശങ്കയെ ദൂരീകരിച്ചു. 'ചേച്ചീ, ശ്രദ്ധിച്ചു വായിക്കൂ. തുടക്കത്തിൽ നമുക്ക് താങ്ങാൻ കഴിയുന്ന ഫീസിൽ ഒരു "ടെസ്റ്റ് സീരീസ്" അവർ മുന്നോട്ടുവയ്ക്കുന്നുണ്ട്. വായനാമുറിയും നൽകും.'

ഷെറിന്റെ ആശ്വാസവാക്കുകൾ കേട്ടെങ്കിലും സാമ്പത്തിക ബാധ്യതയെക്കുറിച്ചുള്ള ആശങ്കകൾ മിന്നുവിനെ അലട്ടിക്കൊണ്ടിരുന്നു. അത്താഴത്തിന് ശേഷം അവർ ജോഷിയോട് തന്റെ ആശങ്കകൾ പങ്കുവെച്ചു. 'മിന്നൂ, വിഷമിക്കാതെയിരിക്കൂ. നമുക്ക് വേണ്ട പണം യേശുനാഥൻ കരുതിവെച്ചിട്ടുണ്ട്. ഇന്നെനിക്ക് ശമ്പള കുടിശ്ശിക കിട്ടിയ ദിവസമാണ്.' വിടർന്ന പുഞ്ചിരിയോടെയുള്ള അദ്ദേഹത്തിന്റെ വാക്കുകൾ മിന്നുവിന് വലിയ ആശ്വാസമായിരുന്നു.

2016 ഡിസംബർ 1-ന് അക്കാദമി സംഘടിപ്പിച്ച ടെസ്റ്റ് പരമ്പരയിൽ മിന്നു എൻറോൾ ചെയ്തു. വരാനിരിക്കുന്ന പ്രിലിംസ് പരീക്ഷയ്ക്കുള്ള കഠിനമായ തയ്യാറെടുപ്പുകൾ ആരംഭിച്ചു. എല്ലാ ദിവസവും ഓഫീസിൽ നിന്ന് മടങ്ങിയെത്തി നേരം വെളുക്കുന്നതു വരെ അവർ പഠനത്തിൽ മുഴുകി. വാരാന്ത്യങ്ങളും അവധി ദിനങ്ങളും പരീക്ഷയ്ക്കായുള്ള തയ്യാറെടുപ്പുകളിൽ മാത്രം ശ്രദ്ധചെലുത്തി.

മുൻപുണ്ടായിരുന്ന പഠനരീതികളിൽ നിന്ന് വ്യത്യസ്തമായി, ഇത്തവണത്തെ മിന്നുവിന്റെ ശ്രദ്ധ കേവലം വായനയിൽ മാത്രമായിരുന്നില്ല. അക്കാദമിയിലെ ടെസ്റ്റ് സീരീസുകളും മുൻ വർഷങ്ങളിലെ ചോദ്യപേപ്പറുകളും മറ്റ് കോച്ചിംഗ് ഇൻസ്റ്റിറ്റ്യൂട്ടുകളുടെ വെബ്സൈറ്റുകളിൽ പോസ്റ്റ് ചെയ്തിട്ടുള്ള മാതൃകാ

ചോദ്യങ്ങളും വളരെ ഉത്സാഹത്തോടെ അവർ കൈകാര്യം ചെയ്തു. ചില ദിവസങ്ങളിൽ, ദിവസവും പത്ത് മുതൽ പതിനൊന്ന് മണിക്കൂർ വരെ മിന്നു തന്റെ പഠനത്തിനായി നീക്കിവച്ചു.

എന്നാൽ തന്റെ മകനോടൊപ്പം സമയം ചിലവഴിക്കാൻ കഴിയുന്നില്ല എന്ന തോന്നൽ അവരെ കാർന്നുതിന്നുകൊണ്ടിരുന്നു. മകന് ഉറങ്ങാൻ നേരം കഥകൾ പറഞ്ഞുകൊടുക്കാനും ഭക്ഷണം കൊടുക്കാനും ജോലി സ്ഥലത്ത് നിന്ന് വീട്ടിലെത്തിയ ശേഷം അവനോടൊപ്പം കളിക്കാനും അവന്റെ പ്ലേ സ്കൂൾ പരിപാടികളിൽ പങ്കെടുക്കാനും അവർ ആശിച്ചു. ആ അമൂല്യ നിമിഷങ്ങൾ അനുഭവിക്കാൻ അവർ കൊതിച്ചു.

ത്യാഗങ്ങൾക്കിടയിലും, ടെസ്റ്റിന്റെ ഓരോ റൗണ്ടിലും തന്റെ പ്രകടനം മെച്ചപ്പെടുത്തുന്നത് മിന്നുവിന് ആശ്വാസമായിരുന്നു. കാലക്രമേണ, സ്ഥിരമായി ഉയർന്ന മാർക്ക് നേടിക്കൊണ്ട് പലപ്പോഴും ടെസ്റ്റ് പരമ്പരയിലെ ഒന്നാം സ്ഥാനം അവർ ഉറപ്പാക്കി. ഇതോടെ അവരുടെ ആത്മവിശ്വാസം വർദ്ധിച്ചു. ഏറ്റവും വലിയ പിന്തുണയായി ജോഷി ഒപ്പമുണ്ടായിരുന്നു : വൈകാരികവും സാമ്പത്തികവുമായ സഹായം നൽകുക, കുടുംബത്തിലെ ഉത്തര വാദിത്തങ്ങൾ ഏറ്റെടുത്ത് നടപ്പിലാക്കുക, കുട്ടിയെ പരിപാലി ക്കുക, സാമൂഹിക സമ്മർദ്ദങ്ങളിൽ നിന്ന് മിന്നുവിനെ സംരക്ഷി ക്കുക, സമൂഹത്തിന്റെ സമ്മർദ്ദങ്ങളിൽ നിന്ന് അവരെ പരിരക്ഷി ക്കുക, സ്വയം സംശയിച്ചു നിൽക്കുന്ന വേളകളിൽ അവരെ സഹായിക്കുക.

'ചേട്ടാ, എന്റെ ഉത്തരങ്ങൾ ഞാൻ ഉത്തരസൂചിക ഉപയോ ഗിച്ച് സൂക്ഷ്മമായി പരിശോധിച്ചു. ഞാൻ പ്രിലിമിനറി പാസ്സാകു മെന്ന് എനിക്കുറപ്പുണ്ട്,' 2017-ലെ പ്രിലിംസ് പരീക്ഷയ്ക്ക് ശേഷം മിന്നു ജോഷിയോട് തന്റെ ആവേശം പങ്കുവെച്ചതിങ്ങനെയാണ്.

മെയിൻസിന് ഷോർട്ട്ലിസ്റ്റ് ചെയ്ത മത്സരാർത്ഥികളുടെ പട്ടികയിൽ സ്വന്തം റോൾ നമ്പർ കണ്ടെത്തിയപ്പോൾ തന്റെ പ്രവചനത്തെക്കുറിച്ച് മിന്നു ഓർത്തു. ജോഷിയുടെ ആ കൊച്ചു കുടുംബത്തിൽ അന്ന് ആഘോഷമായിരുന്നു.

ഒരു വൈൽഡ് കാർഡ് എൻട്രി ഹൃദയങ്ങളെ കീഴടക്കുന്നു

കൂടുതൽ ഭയാനകമായ ഒരു വെല്ലുവിളി നിലനിൽക്കുന്നുവെന്ന യാഥാർത്ഥ്യം അവർ അടുത്ത ദിവസം തന്നെ തിരിച്ചറിഞ്ഞു – മെയിൻസ് പരീക്ഷ. മിന്നുവിന് ഭൂമിശാസ്ത്രത്തോട് അഗാധമായ

താല്പര്യമുണ്ടായിരുന്നതിനാൽ അത് ഐച്ഛിക വിഷയമായി തിരഞ്ഞെടുത്തിരുന്നുവെങ്കിലും ഹൈസ്കൂൾ കാലത്തിന് ശേഷം അവർ അതിൽ കാര്യമായി ശ്രദ്ധിച്ചിരുന്നില്ല.

'ചേട്ടാ, മെയിൻസിൽ നീണ്ട ഉത്തരങ്ങളാണ് എഴുതേണ്ടത്. അതിന് ആ വിഷയത്തിൽ അഗാധമായ അറിവ് ആവശ്യമാണ്. പ്രഗത്ഭനായ ഒരു അദ്ധ്യാപകന്റെ നേതൃത്വത്തിൽ ഉത്തരമെഴുതിപ്പഠിക്കേണ്ടതുണ്ട്,' രാവിലെ കാപ്പിയുണ്ടാക്കുന്നതിനിടയിൽ അവർ ജോഷിയോട് തന്റെ ആശങ്ക പങ്കുവച്ചു.

'വിഷമിക്കേണ്ട മിന്നു, നിന്റെ തയ്യാറെടുപ്പുകൾക്കായി പ്രശസ്തമായ ഒരു അക്കാദമിതന്നെ നമ്മൾ കണ്ടെത്തുന്നതാണ്,' ജോഷി അവരെ ആശ്വസിപ്പിക്കാൻ ശ്രമിച്ചു.

സമഗ്രമായ അന്വേഷണത്തിന് ശേഷം മിന്നുവും ജോഷിയും തിരുവനന്തപുരത്ത് ഒരു അക്കാദമി കണ്ടെത്തി. ആ ഇൻസ്റ്റിറ്റ്യൂട്ടിലെ ജിയോഗ്രാഫിയുടെ അധ്യാപകരുടെ മികവിനെക്കുറിച്ച് മറ്റൊരു മത്സരാർത്ഥിയാണ് മിന്നുവിനോട് പറഞ്ഞത്.

അക്കാദമി സന്ദർശിച്ച വേളയിൽ മിന്നുവിനേയും ജോഷിയേയുംസ്വാഗതംചെയ്തത്അതിന്റെസഹസ്ഥാപകരിൽഒരാളാണ്. സ്വാഗതാർഹമായ പെരുമാറ്റമായിരുന്നെങ്കിലും മുന്നിലുള്ള വെല്ലുവിളിയെക്കുറിച്ച് അദ്ദേഹം മിണ്ടിയില്ല. 'കോളേജ് പഠനത്തിന് ശേഷം നിങ്ങൾ ഭൂമിശാസ്ത്രം പഠിച്ചിട്ടില്ല. മെയിൻസ് പരീക്ഷയ്ക്ക് ഇനി മൂന്ന് മാസമേ ബാക്കിയുള്ളൂ. സിലബസ് കവർ ചെയ്യുന്നത് വളരെ ബുദ്ധിമുട്ടായിരിക്കും,' മിന്നുവിനും ജോഷിക്കും മേൽ നിരാശയുടെ നിഴൽ വീഴ്ത്തിക്കൊണ്ട് അദ്ദേഹം മുന്നറിയിപ്പ് നൽകി.

എന്നിരുന്നാലും,'ഉത്തരംഎഴുതുന്നതിലുള്ളനിങ്ങളുടെകഴിവ് പരിശോധിച്ചതിന്ശേഷംനിങ്ങൾഇവിടെചേരുന്നതിനെക്കുറിച്ച് പരിഗണിക്കാം' എന്ന അദ്ദേഹത്തിന്റെ നിർദ്ദേശം അവരിൽ പ്രതീക്ഷയുടെ വെളിച്ചം വീശി.

അന്നുതന്നെ മിന്നു ഒരു ചെറിയ പരീക്ഷയിൽ പങ്കെടുത്തു. വ്യക്തമായി എഴുതാൻ കഴിയുന്ന അവരുടെ ശൈലിയിൽ സംപ്രീതരായ അധ്യാപകർ അവർക്ക് അവിടെ പ്രവേശനം നൽകി. വിപുലമായ സിലബസ് കവർ ചെയ്യുന്നതിനായി, അവർ ഒരു സമയക്രമം മുന്നോട്ടുവെച്ചു – രാവിലെ 6 മണി മുതൽ 8 മണി വരെയും വൈകുന്നേരം 4.30 മുതൽ 6.30 വരെയും നീളുന്ന പ്രതിദിന സെഷനുകൾ.

മിന്നുവിന് മാത്രമല്ല, ജോലിക്ക് പോകുന്നതിന് മുമ്പ് അവരെ അക്കാദമിയിൽ കൊണ്ടുചെന്നാക്കി വൈകുന്നേരം തിരികെയെത്തിക്കേണ്ട ചുമതലയുള്ള ജോഷിക്കും ഈ പുതിയ ദിനചര്യ വെല്ലുവിളികളാണ് ഉയർത്തിയത്. ജിയോഗ്രഫി സെഷനുകളുടെ ഇടവേളകൾ അവർ ഇൻസ്റ്റിറ്റ്യൂട്ടിന്റെ വായനശാലയിൽ തന്നെ ചിലവഴിച്ചു.

മെയിൻസ് പരീക്ഷയിലെ വിഷയങ്ങളുടെയും പേപ്പറുകളുടെയും വൈവിധ്യമാർന്ന നിരയെ കൈപ്പിടിയിലാക്കാൻ സമഗ്രമായ ഒരു തന്ത്രം മിന്നു ആവിഷ്കരിച്ചു. യോഗ്യത നിർണ്ണയിക്കുന്ന രണ്ട് ഭാഷാ പേപ്പറുകളിൽ ഇംഗ്ലീഷ് അവർക്ക് ബുദ്ധിമുട്ടുകളുള്ളതായി തോന്നിയില്ല. എന്നിരുന്നാലും, സ്കൂൾ കാലത്തിന് ശേഷം ശ്രദ്ധ കൊടുത്തിട്ടില്ലാത്ത മലയാളം വീണ്ടും കൈപ്പിടിയിലാക്കേണ്ടതുണ്ട്. പഠനവും ഉത്തരങ്ങൾ വിലയിരുത്താനുള്ള ഉത്തരവാദിത്തവും മലയാളം അധ്യാപികയായ അമ്മതന്നെ ഏറ്റെടുത്തു.

ജനറൽ സ്റ്റഡീസിന് പ്രിലിമിനറി പരീക്ഷയ്ക്ക് താൻ തിരഞ്ഞെടുക്കാതെയിരുന്ന വിഷയങ്ങളിൽ നിന്നാണ് മിന്നു തുടങ്ങിയത്. ഒരു കാര്യത്തിൽ ഒരുപാട് നേരം ശ്രദ്ധചെലുത്താനുള്ള തന്റെ പരിമിതിയെ മറികടക്കാനായി, അവർ ഒരു സമ്മിശ്ര സമീപനം സ്വീകരിച്ചു. ഓരോ പേപ്പറുകളും പഠിക്കാനായി എല്ലാ ദിവസവും സമയം നീക്കിവച്ചു.

തന്റെ ഐച്ഛിക വിഷയത്തിനായി തന്ത്രപരമായ ഒരു സമീപനമാണ് മിന്നു സ്വീകരിച്ചത്. ആദ്യ പേപ്പറിൽ, ഹ്യൂമൻ ജിയോഗ്രഫിയിൽ നിന്ന് കഴിയുന്നത്ര ചോദ്യങ്ങൾക്ക് ഉത്തരം നൽകുന്നതിൽ ശ്രദ്ധ കേന്ദ്രീകരിക്കാൻ അവർ തീരുമാനിച്ചു. മറ്റൊരു ഭാഗമായ ഫിസിക്കൽ ജിയോഗ്രഫിയെ അപേക്ഷിച്ച് ഇത് അവർ ആസ്വദിക്കുന്നുണ്ടായിരുന്നു. രണ്ടാം പേപ്പർ ഇന്ത്യൻ ജിയോഗ്രഫിയെ സംബന്ധിക്കുന്നതായിരുന്നു. അതിൽ കൂടുതൽ പൊതുവായ ചോദ്യങ്ങളാണ് യുപിഎസ്സി ഉന്നയിച്ചിരുന്നത്. ഒന്നാം പേപ്പറിലെ സൈദ്ധാന്തിക ആശയങ്ങൾ പ്രയോഗിച്ചുകൊണ്ട് രണ്ടാം പേപ്പറിലെ ഉത്തരങ്ങൾ ബുദ്ധിപരമായി സമ്പന്നമാക്കാൻ മിന്നുവിന് കഴിഞ്ഞു.

അവർ തന്റെ സോഷ്യൽ മീഡിയ അക്കൗണ്ടുകളെല്ലാം പ്രവർത്തനരഹിതമാക്കുകയും സുഹൃത്തുക്കളുമായുള്ള ഓൺലൈൻ സംഭാഷണങ്ങൾ ഒഴിവാക്കുകയും ആഘോഷങ്ങളിൽ നിന്ന് ഒഴിവാകുകയും പുറത്തുപോയി ഭക്ഷണം കഴിക്കുന്നത് നിർത്തുകയും

തന്റെ ഓഫീസ് ചുമതലകൾ അനുനിമിഷം മറക്കുകയും ചെയ്തു. മഹാഭാരതത്തിലെ അർജ്ജുനൻ തന്റെ ലക്ഷ്യമായ പക്ഷിയുടെ കണ്ണിൽ മാത്രം ശ്രദ്ധ കേന്ദ്രീകരിച്ചതുപോലെ, മിന്നുവിന്റെ നോട്ടം അവരുടെ മെയിൻസ് പരീക്ഷയിൽ മാത്രമായിരുന്നു; ലോകത്തിലുള്ള മറ്റ് കാര്യങ്ങളെല്ലാം താൽക്കാലികമായി അദൃശ്യമായി മാറി.

തന്റെ അശ്രാന്ത പരിശ്രമത്തിന്റെ ഫലമെന്നോണം മിന്നു മെയിൻസ് പരീക്ഷ പാസായി. മിന്നുവിനും കുടുംബത്തിനും ഇത് അതിപ്രധാനമായ ഒരു സന്ദർഭമായിരുന്നു. അവരുടെ ആഘോഷം മണിക്കൂറുകളോളം നീണ്ടുനിന്നു.

'അമ്മേ, ഞാൻ ഇന്റർവ്യൂ വരെ എത്തിയെന്ന് എനിക്ക് വിശ്വസിക്കാനാവുന്നില്ല. ഒരു ഗ്രാൻഡ് സ്ലാമിന്റെ ഫൈനലിലേക്ക് എത്തിച്ച വൈൽഡ് കാർഡ് എൻട്രി പോലെയാണിത്,' അഭിമാനംകൊണ്ട് ജ്വലിച്ചുനിൽക്കുന്ന തന്റെ അമ്മായിയമ്മയോട് മിന്നു പറഞ്ഞു.

സുനാമിയെ നേരിട്ട കഥ

ആ രാത്രിയിൽ തന്റെ അച്ഛന്റെ അഭാവം മിന്നുവിന്റെ ഹൃദയത്തെ വല്ലാതെ ഭാരപ്പെടുത്തി. തന്റെ അച്ഛനുമായി അഗാധമായ അടുപ്പമുണ്ടായിരുന്ന മിന്നു, അദ്ദേഹം ഇത്ര വേഗം തങ്ങളെവിട്ടു പോയതെന്തുകൊണ്ടെന്ന് ചിന്തിച്ചുകൊണ്ടേയിരിക്കുന്നു. അവരുടെ നായകനായിരുന്നു അദ്ദേഹം; ശക്തിയുടെയും സുരക്ഷിതത്വത്തിന്റെയും പ്രതിരൂപം.

'ഇന്ന് ജീവിച്ചിരുന്നെങ്കിൽ അഭിമാനവും സന്തോഷവും കൊണ്ട് അദ്ദേഹത്തിന്റെ മനസ്സ് നിറയുമായിരുന്നു', മിന്നു ചിന്തിച്ചു. അവരുടെ ഉള്ളിൽ വികാരങ്ങളുടെ വിക്ഷോഭമുണ്ടായി; കണ്ണുകളിലൂടെ അതിന്റെ അലയൊലികൾ പുറത്തേക്കൊഴുകി. 2007 ജൂണിൽ, വിഷാദരോഗത്തോടുള്ള തന്റെ പിതാവിന്റെ പോരാട്ടം ദാരുണമായി അവസാനിച്ച സന്ദർഭം ആ മനസ്സിൽ നിറഞ്ഞു.

ഒരിക്കൽ തന്റെ അക്കാദമിക മികവിനെ അവരുടെ സഭ ആദരിച്ച ദിവസം, മിന്നു ആവേശത്തോടെ തന്റെ പിതാവിനൊപ്പം ഒരു ഷോപ്പിംഗ് ട്രിപ്പ് പ്ലാൻ ചെയ്തു. അത് അവരുടെ അവസാന യാത്രയാകുമെന്ന് അവർ അറിഞ്ഞിരുന്നില്ല.

'ഞാൻ ഡോക്ടറുടെ അടുത്ത് പോയി മെഡിക്കൽ സർട്ടിഫിക്കറ്റ് വാങ്ങിയിട്ട് വരാം' മിന്നുവിനെ വീട്ടിലാക്കിയിട്ട്

പോകുമ്പോൾ പോൾ രാജ് പറഞ്ഞു. എന്നാൽ, അദ്ദേഹം മടങ്ങി വരാതെയിരുന്നപ്പോൾ ആ കുടുംബം അത്യന്തം ആശങ്കാകുല രായി. അടുത്ത ദിവസം അദ്ദേഹത്തിന്റെ വിയോഗത്തിന്റെ വാർത്ത യാണ് അവരെ തേടിയെത്തിയത്; ആ കുടുംബത്തെയൊട്ടാകെ അത് തകർത്തെറിഞ്ഞു. അവരുടെ സങ്കടങ്ങൾക്കിടയിലും, തന്റെ പിതാവിന്റെ മരണത്തിൽ തന്നെ കുറ്റപ്പെടുത്തിക്കൊണ്ട് ചുറ്റും നിറഞ്ഞ കുശുകുശുപ്പുകളും പരിഹാസങ്ങളും മിന്നുവിനെ വേട്ടയാടി.

പുറത്തിറങ്ങി നടക്കുമ്പോൾ, വേദനിപ്പിക്കുന്ന കുത്തുവാക്കു കളിൽ നിന്ന് മിന്നുവിന് രക്ഷപ്പെടാനായില്ല : 'നോക്കൂ, സ്വന്തം അച്ഛന്റെ മരണത്തിന് കാരണക്കാരിയായ പെൺകുട്ടിയാണത്.' ബസ് സ്റ്റോപ്പിൽ കാത്തുനിന്നിരുന്ന യുവാക്കളുടെ ക്രൂരമായ പരിഹാസങ്ങൾ അവരെ കൂടുതൽ വേദനിപ്പിച്ചു. 'ഇനി നിന്നെ ആരു നോക്കും? വന്ന് ഞങ്ങളുടെ കൂടെ പൊറുത്തോളൂ,' അവർ പരിഹസിച്ചു.

പക്ഷേ, ഈ ആക്രമണങ്ങൾക്കിടയിൽ തന്റെ മുത്തശ്ശിയുടെ ഉറച്ച പിന്തുണയിലും അമ്മാവനായ ജോണിന്റെ സാന്ത്വന സാന്നിധ്യത്തിലും മിന്നു ആശ്വാസം കണ്ടെത്തി. അവരുടെ സ്നേഹം ക്രൂരമായ ലോകത്തിൽ രക്ഷയായി.

മിന്നുവിന്റെ ബിരുദപഠനം അവസാനിക്കാറായതോടെ അവരുടെ വിവാഹത്തെക്കുറിച്ചുള്ള ചർച്ചകൾ എങ്ങും നിറഞ്ഞു. മിന്നുവിനെ ചുറ്റിപ്പറ്റിയുള്ള അപവാദങ്ങളിൽ ആശങ്കാകുലരായ കുടുംബം വേഗത്തിൽ വിവാഹം നടത്തിയാൽ അതിൽ നിന്ന് അവരെ രക്ഷിക്കാനാകുമെന്ന് കരുതി. പിതാവിന്റെ വിയോഗം മുതൽ തന്നെ വേട്ടയാടിക്കൊണ്ടിരുന്ന ആ വീട്ടിൽ നിന്ന് രക്ഷപ്പെടാൻ മിന്നുവും കൊതിച്ചു. അങ്ങനെ 2011-ൽ ജോഷിയുടെ വിവാഹാലോചന വന്നപ്പോൾ അധികം ആലോചിക്കാതെ മിന്നു അതിന് സമ്മതിച്ചു.

ഒരു ക്രിസ്തുമസ് സമ്മാനം

കേരള സർക്കാർ സർവീസിലിരിക്കെ പോൾ രാജ് അന്തരിച്ച തിനുശേഷം, അദ്ദേഹത്തിന്റെ കുടുംബത്തിലെ ഒരാൾക്ക് ഗ്രൂപ്പ്-സി സർക്കാർ ജോലി ഉറപ്പാക്കാൻ 'ഡെത്ത് ഇൻ ഹാർനെസ്' നിയമം അവസരമൊരുക്കി. മിന്നുവിന്റെ പേരാണ് കുടുംബം ആ സ്ഥാനത്തേക്ക് നിർദ്ദേശിച്ചത്. അമ്മാവൻ ജോണിന്റെ മാർഗ്ഗ നിർദ്ദേശപ്രകാരം അവർ അപേക്ഷാ നടപടികൾ ആരംഭിച്ചു.

'മിന്നു, ഏത് ജോലിക്ക് അപേക്ഷിക്കാനാണ് നിനക്ക് താല്പര്യം? പോലീസ് കോൺസ്റ്റബിളോ അതോ ക്ലർക്കോ?' ഓപ്ഷനുകൾ വിശകലനം ചെയ്തുകൊണ്ട് ജോൺ ചോദിച്ചു.

മിന്നു ആലോചിച്ചു. അച്ഛന്റെ ഓർമ്മകൾ അപ്പോഴും മനസ്സിൽ മായാതെ നിൽക്കുന്നുണ്ടായിരുന്നു. 'ഒരു കോൺസ്റ്റബിൾ ആയി ജോലി നോക്കുന്നതിന് ശാരീരിക ശക്തിയും ക്രമരഹിതമായ ജോലി സമയങ്ങളും ആവശ്യമാണ്,' അവർ പറഞ്ഞു.

ജോൺ തലകുലുക്കി, 'ശരിയാണ്, എന്നാൽ ക്ലാർക്ക് തസ്തികകളുടെ വെയ്റ്റിംഗ് ലിസ്റ്റ് വളരെ നീണ്ടതാണ്. കോൺസ്റ്റബിൾ ജോലികൾക്ക് പലപ്പോഴും ഉടനടി നിയമനം ലഭിച്ചേക്കാം.'

കഠിനമായ പോലീസ് പരിശീലനത്തെക്കുറിച്ച് ആശങ്കയുണ്ടായിരുന്നമിന്നുപറഞ്ഞതിങ്ങനെയാണ്;'ഞാൻക്ലാർക്ക്സ്ഥാനത്തിനായി കാത്തിരിക്കാം. ജോലി ലഭിക്കുന്ന വരെ പഠനത്തിൽ ശ്രദ്ധ കേന്ദ്രീകരിക്കും.'

അന്ന് മിന്നുവിനെ കളിയാക്കിക്കൊണ്ട് ജോൺ പറഞ്ഞു, 'എനിക്കറിയാം, ഒരു മടിച്ചിയായ നിനക്ക് പോലീസ് സേനയിലെ ജോലി അനുയോജ്യമായിരിക്കില്ല.'

അങ്ങനെ, അനുകമ്പയുടെ അടിസ്ഥാനത്തിൽ നിയമനത്തിനായി കാത്തിരിക്കുന്നവരുടെ നീണ്ട പട്ടികയിൽ മിന്നുവിന്റെ പേരും എഴുതിച്ചേർക്കപ്പെട്ടു. എന്നിരുന്നാലും, ഒച്ചിഴയുന്ന പോലെ മുന്നോട്ടു നീങ്ങിക്കൊണ്ടിരുന്ന ആ ലിസ്റ്റ് അനന്തമായ ഒരു പ്രക്രിയയായി അവർക്ക് തോന്നി. ഓരോ മാസം കഴിയുംതോറും മിന്നുവിന് പ്രതീക്ഷ നഷ്ടപ്പെട്ടു തുടങ്ങി. ജോഷി സ്ഥിരമായി അവരെ പ്രചോദിപ്പിച്ചുകൊണ്ടേയിരുന്നു; നിയമനം അറിയിച്ചു കൊണ്ടുള്ള കത്ത് ഉടൻ തന്റെ കൈകളിൽ എത്തുമെന്ന് അദ്ദേഹം ഉറപ്പുനൽകി.

2012 സെപ്റ്റംബറിൽ, മിന്നു രണ്ടാം റാങ്കോടെ ബയോകെമിസ്ട്രിയിൽ ബിരുദാനന്തര ബിരുദം പൂർത്തിയാക്കി. ഒടുവിൽ, ഡിസംബർ ആദ്യവാരം, ഏറെ നാളായി കാത്തിരുന്ന കേരളാ പോലീസിൽ ക്ലർക്ക് ജോലിക്കുള്ള ഓഫർ ലെറ്റർ വീട്ടിലെത്തി. 2012 ഡിസംബർ 26-ന് പോലീസ് ആസ്ഥാനത്ത് (PHQ) റിപ്പോർട്ട് ചെയ്യാൻ മിന്നുവിന് അറിയിപ്പ് ലഭിച്ചു.

അന്ന്, അച്ഛനെ ഓർത്ത് മിന്നുവിന്റെ ഹൃദയം വിങ്ങി. അമ്മയുടെ കണ്ണുകളും നിറഞ്ഞിരുന്നു. മിന്നു അതിരാവിലെ എഴുന്നേറ്റ് പള്ളിയിൽ പോയിവന്ന് ഓഫീസിലെ ആദ്യ ദിവസത്തിനായി തയ്യാറെടുത്തു.

'നിങ്ങൾഭാഗ്യവതിയാണ്.PHQ-ൽതന്നെയാണ്നിങ്ങൾക്ക് നിയമനം ലഭിച്ചിരിക്കുന്നത്. പേപ്പർവർക്കുകൾ പൂർത്തിയാക്കാൻ ഒന്നാം നിലയിലെ 121-ാം നമ്പർ മുറിയിലേക്ക് പോകൂ,' PHQ റിസപ്ഷനിലുണ്ടായിരുന്ന പ്രായമായ സ്ത്രീകളിൽ ഒരാൾ പറഞ്ഞു.

മിന്നുവിന്റെ ഹൃദയം സന്തോഷം കൊണ്ട് തുടിച്ചു. തിരുവനന്തപുരത്തോ അതിനടുത്തുള്ള പ്രദേശത്ത് എവിടെയെങ്കിലുമോ നിയമനം ലഭിക്കണമെന്ന് അവർ അഗാധമായി ആഗ്രഹിച്ചു. അടുത്ത മൂന്ന് വർഷക്കാലം, PHQ-ലെ തന്റെ ജോലിയിൽ മിന്നു സ്വയം സമർപ്പിച്ചു. പാണ്ഡയുടെ ഉപദേശം അവരുടെ ജീവിതയാത്രയുടെ ഗതി മാറ്റിമറിക്കുന്നതുവരെ ആ യാത്ര സുനിശ്ചിതമായി തോന്നി.

ഏറ്റവും കഠിനമായ കൊടുമുടി

2018 മാർച്ചിലേക്ക് മടങ്ങിവരാം.

സിഎസ്ഇ-2017 മെയിൻസ് പരീക്ഷാഫലം പ്രഖ്യാപിച്ചതിന് ശേഷം നടന്ന, ഒരു ദിവസം നീണ്ടുനിന്ന ആഘോഷത്തിനൊടുവിൽ മിന്നു ആവേശത്തോടെ അഭിമുഖത്തിൽ പങ്കെടുക്കാനുള്ള തയ്യാറെടുപ്പുകൾ തുടങ്ങി. ആത്യന്തികമായ ആ വെല്ലുവിളിയെ നേരിടാനായി, ജോഷിയ്ക്കൊപ്പം അവർ ന്യൂ ഡൽഹിയിലേക്കുള്ള കേരള എക്സ്പ്രസിൽ കയറി.

ഇന്റർവ്യൂവിന്റെ ദിവസം മിന്നു പതിവിലും നേരത്തെ എഴുന്നേറ്റു. ഉത്കണ്ഠ കാരണം അവർക്ക് പ്രഭാതഭക്ഷണം കഴിക്കാനായില്ല. തിടുക്കത്തിൽ തന്റെ പ്രൊഫൈലും അതിലുള്ള നേട്ടങ്ങളും അവലോകനം ചെയ്തതിന് ശേഷം അവർ ആ ദിവസത്തെ പത്രവാർത്തകൾ പരിശോധിച്ചു. അവർ താമസിച്ചിരുന്ന കേരള ഹൗസിൽ നിന്ന് ജോഷിയോടൊപ്പം ഒരു ഓട്ടോയിൽ അവർ ഷാജഹാൻ റോഡിലെ യുപിഎസ്‌സി ഓഫീസായ ധോൽപൂർ ഹൗസിലേക്ക് പോയി.

ധോൽപൂർ ഹൗസിന്റെ ഗാംഭീര്യം മിന്നുവിനെ വിസ്മയിപ്പിച്ചു. സുരക്ഷാ പരിശോധനകൾക്ക് ശേഷം മറ്റ് മത്സരാർത്ഥികൾ കാത്തിരിക്കുന്ന, വിശാലമായ ഹാളിലേക്ക് അവർ പ്രവേശിച്ചു. ഒരു യുപിഎസ്‌സി ഉദ്യോഗസ്ഥൻ ഇന്റർവ്യൂവിന്റെ നടപടിക്രമങ്ങൾ വിശദീകരിച്ചുകൊടുത്ത ശേഷം അവർക്ക് ആശംസകൾ നേർന്നുകൊണ്ട് അവിടെനിന്ന് പോയി.

ഉത്കണ്ഠ കാരണം മറ്റ് മത്സരാർത്ഥികളുമായി പരിമിതമായ ചില പരിചയപ്പെടലുകൾ മാത്രം കൈമാറിക്കൊണ്ട് മിന്നു നിശ്ശ

ബ്ദയായിരുന്നു. നീണ്ട കാത്തിരിപ്പിനൊടുവിൽ ഉച്ചഭക്ഷണത്തിന് തൊട്ടുമുമ്പ് അവരുടെ ഊഴമെത്തി.

അകത്തുകടന്നപ്പോൾ,ബോർഡിന്റെചെയർപേഴ്സൺഅവരെ സ്വാഗതം ചെയ്തു. 'ഉച്ചഭക്ഷണത്തിനായുള്ള ഇടവേളയ്ക്കുള്ള സമയം അടുക്കുകയാണ്. അതുകൊണ്ട് നമുക്ക് കാര്യങ്ങൾ ചുരുക്കാം. ദയവായി സ്വയം പരിചയപ്പെടുത്തിക്കൊണ്ട് ആരംഭിച്ചു കൊള്ളൂ,' അദ്ദേഹം പറഞ്ഞു.

ഒരു പുഞ്ചിരിയോടെ മിന്നു തന്റെ ജീവിതയാത്ര വിവരിക്കാൻ തുടങ്ങി. ചെയർപേഴ്സൺ ശ്രദ്ധയോടെ കേട്ടിരുന്നു. എന്നാൽ അടുത്ത ചോദ്യം അവരിൽ ഞെട്ടലുണ്ടാക്കി. 'നിങ്ങളുടെ ഡീറ്റെയ്ൽഡ് അപ്ലിക്കേഷൻ ഫോമിൽ (DAF) പരാമർശിക്കാത്തതായി എന്തെങ്കിലും കൂട്ടിച്ചേർക്കാൻ ആഗ്രഹിക്കുന്നുണ്ടോ?' അദ്ദേഹം ചോദിച്ചു.

ഉത്തരത്തിനായി തപ്പിത്തടഞ്ഞുകൊണ്ട് മിന്നു വല്ലാതെ വലഞ്ഞു. 'ഇല്ല സർ, കൂടുതലായി ഒന്നുമില്ല. ഞാൻ വായിക്കാനും യാത്രചെയ്യാനും ഇഷ്ടപ്പെടുന്ന ഒരാളാണ്,' മിന്നുവിന്റെ തൊണ്ട ഇടറുന്നുണ്ടായിരുന്നു.

'അത് നിങ്ങളുടെ DAF-ൽ കൊടുത്തിട്ടുണ്ട്; വീണ്ടും അത് ആവർത്തിച്ചുപറയേണ്ടകാര്യമില്ല,'അദ്ദേഹംപറഞ്ഞു.മിന്നുവിന്റെ പരിഭ്രമം വർദ്ധിച്ചു. പഠനപശ്ചാത്തലം ബയോളജിയായിരിക്കെ, ആയുധലൈസൻസ്നൽകാനുള്ളകേരളപോലീസിന്റെഅധികാരത്തെയും ഐച്ഛിക വിഷയമായി ഭൂമിശാസ്ത്രം തിരഞ്ഞെടുക്കാനുള്ള തീരുമാനത്തെയും കുറിച്ചുള്ള ചോദ്യങ്ങളിലൂടെ ആ അഭിമുഖം അവരുടെ ജോലിയെക്കുറിച്ചും അക്കാദമിക തിരഞ്ഞെടുപ്പുകളെക്കുറിച്ചുമുള്ള നിരൂപണത്തിലേക്ക് കടന്നു.

'ദീർഘകാലമായി തിരുവനന്തപുരത്ത് താമസിക്കുന്ന നിങ്ങൾഎപ്പോഴെങ്കിലുംനഗരത്തിന്പുറത്തേക്ക്താമസംമാറുന്നതിനെക്കുറിച്ച് ആലോചിച്ചിട്ടുണ്ടോ?' ബോർഡ് അംഗങ്ങളിൽ ഒരാൾ ചോദിച്ചു.

ചോദ്യങ്ങൾ തികച്ചും യാദൃച്ഛികമാണെന്നും, തന്റെ DAF പ്രകാരംസൂക്ഷ്മമായിതയ്യാറാക്കിയവിഷയങ്ങളെസംബന്ധിക്കുന്നവയല്ലെന്നും മിന്നു തിരിച്ചറിഞ്ഞു. അഭിമുഖം പതിനഞ്ച് മിനിറ്റിൽ താഴെ മാത്രമാണ് നീണ്ടുനിന്നത്. മിന്നുവിന് നിരാശ തോന്നി.

അഭിമുഖത്തിന് ശേഷം, മിന്നു തന്റെ പ്രകടനത്തെ സൂക്ഷ്മമായിവിശകലനംചെയ്യുകയുംനിരവധിദൗർബല്യങ്ങൾതിരിച്ചറിയുകയും ചെയ്തു : ആശങ്ക വെളിവാക്കുന്ന ശരീര ഭാഷ, കേരള

ത്തിലെമോക്ക്ഇന്റർവ്യൂകളിലെനെഗറ്റീവ്ഫീഡ്ബാക്ക്കാരണം ആത്മവിശ്വാസത്തിലുണ്ടായ ഇടിവ്, ഡൽഹിയിൽ രാജ്യമെമ്പാടുമുള്ള മത്സരാർത്ഥികളെ കണ്ടപ്പോൾ സ്വന്തം കഴിവുകളിലുണ്ടായ വിശ്വാസക്കുറവ്, ഉത്തരം അറിയാമെങ്കിലും ഇല്ലെങ്കിലും എല്ലാ ചോദ്യങ്ങളോടും പ്രതികരിക്കാനുള്ള പ്രവണത.

ഇടറിവീഴുന്ന സ്വപ്നങ്ങൾ

2018 ഏപ്രിൽ 27-ന് രാവിലെ, മിന്നു തന്റെ ഉത്കണ്ഠയോട് പോരാടിക്കൊണ്ടിരിക്കുകയായിരുന്നു. ഇന്റർവ്യൂ ഫലങ്ങൾ ഉടനടി പുറത്തുവരുന്നതാണെന്ന കിംവദന്തികൾ ഒരു ടെലിഗ്രാം ആപ്പ് ഗ്രൂപ്പിലൂടെ പ്രചരിച്ചിരുന്നു. ജോലിയിൽ ശ്രദ്ധ കേന്ദ്രീകരിക്കാൻ കഴിയാതെ മിന്നു തന്റെ ഫോൺ ഇടയ്ക്കിടെ പരിശോധിച്ചു കൊണ്ടിരുന്നു. ഒടുവിൽ, വൈകുന്നേരം, വിജയിച്ച മത്സരാർത്ഥികളുടെ പേരുകൾ അടങ്ങിയ ഒരു PDF പുറത്തുവന്നു. ശ്വാസമടക്കിപ്പിടിച്ച് മിന്നു ആ ലിസ്റ്റിലൂടെ കണ്ണോടിച്ചു. തന്റെ പേര് അതിലില്ലെന്ന് കണ്ടെത്തിയപ്പോൾ മിന്നുവിന്റെ ഹൃദയം നുറുങ്ങി.

മിന്നുവിന്റെ കുടുംബം ഒത്തുകൂടിയ ആ തീൻ മേശയിൽ നിരാശയുടെ നിഴൽ വീണുകിടന്നു. അവരുടെ കണ്ണുകളിൽ കണ്ണുനീർ മൂടിയിരുന്നു. എന്നാൽ ആ ഇരുട്ടിനിടയിലും മിന്നു അവരെ ആശ്വസിപ്പിക്കാൻ ശ്രമിച്ചുകൊണ്ട് അചഞ്ചലയായി നിന്നു. 'ദയവുചെയ്ത് ഇങ്ങനെ വിഷമിക്കാതെയിരിക്കൂ. ഞാൻ ഇന്റർവ്യൂ വരെ എത്തി എന്നത് തന്നെ ഒരു വലിയ നേട്ടമല്ലേ. അടുത്ത വർഷം തീർച്ചയായും എന്റെ പേര് ആ പട്ടികയിൽ ഉണ്ടാകും,' മിന്നു അവർക്ക് ഉറപ്പ് നൽകി.

എന്നാൽ വിധി അവരുടെ നിശ്ചയദാർഢ്യവും മനോബലവും വീണ്ടും പരീക്ഷിച്ചുകൊണ്ടിരുന്നു. പരീക്ഷാ ഫലം നോക്കിയിരുന്ന വേളയിൽ അനുഭവിച്ച ഉത്കണ്ഠയും തനിക്ക് നേരിടേണ്ടിവന്ന പരാജയം കാരണമുണ്ടായ നിരാശയും മൂലം രണ്ടാഴ്ചയ്ക്ക് ശേഷം നടക്കാൻ പോകുന്ന അടുത്ത പ്രിലിമിനറി പരീക്ഷയ്ക്ക് വേണ്ടത്ര തയ്യാറെടുപ്പുകൾ നടത്താൻ അവർക്കായില്ല.

പ്രിലിംസ്-2018-ൽ മികച്ച പ്രകടനം പുറത്തെടുത്തില്ലെങ്കിലും മെയിൻസിലേക്ക് കടക്കാനാകുമെന്ന പ്രതീക്ഷയിലായിരുന്നു മിന്നു. എന്നാൽ മെയിൻസ് പരീക്ഷയ്ക്ക് തിരഞ്ഞെടുക്കപ്പെട്ട ഉദ്യോഗാർത്ഥികളുടെ പട്ടികയിൽ സ്വന്തം പേര് കണ്ടെത്താൻ കഴിയാതെ വന്നതോടെ അവർ അസ്വസ്ഥയായിപ്പോയി. മാർക്ക്

പ്രസിദ്ധീകരിച്ചപ്പോൾ, ജനറൽ സ്റ്റഡീസിൽ മികച്ച മാർക്ക് നേടിയിരുന്നെങ്കിലും, അവർക്ക് സിഎസ്എറ്റിയിൽ യോഗ്യത നേടാനായില്ല.

നിരാശയുടെയും ഭയത്തിന്റെയും ഭാരം താങ്ങാനാകാതെ, ആ തിരിച്ചടിക്ക് ശേഷം തന്റെ സഹപ്രവർത്തകരെ നേരിടാൻ പോലും ആകാത്ത വിധം മിന്നു തളർന്നുപോയിരുന്നു. ഓഫീസിലേക്ക് മടങ്ങുക എന്ന ചിന്ത അവരെ വീട്ടിൽ തന്നെ ഒതുക്കി നിർത്തി. ജോഷി ആത്മാർത്ഥമായി പരിശ്രമിച്ചുവെങ്കിലും മിന്നു നിരാശയുടെ പിടിയിൽ അകപ്പെട്ടുകഴിഞ്ഞിരുന്നു.

എന്നാൽ ജോഷിയുടെ ഉറച്ച പിന്തുണ ഫലംകണ്ടു. മനസ്സില്ലാമനസ്സോടെ മിന്നു തന്റെ സഹപ്രവർത്തകരെ നേരിടാനുള്ള ധൈര്യം സംഭരിച്ചുകൊണ്ട് ഓഫീസിലേക്ക് മടങ്ങിയെത്തി. തന്റെ അജയ്യമായ ഇച്ഛാശക്തിയുടെ തെളിവെന്നോണം, ഓരോ ദിവസം കഴിയുംതോറും അവരുടെ പരിഹാസങ്ങൾക്കു മീതെ ഉയരാനുള്ള കരുത്ത് മിന്നു കണ്ടെത്തി.

അവധിക്ക് അപേക്ഷിക്കാനും 2019-ലെ പ്രിലിംസ് പരീക്ഷയെ നേരിടാനുമുള്ള ശക്തി അവർ സംഭരിച്ചു. എന്നാൽ, വിധി വീണ്ടും ക്രൂരമായ പ്രഹരം ഏൽപ്പിക്കുകയാണുണ്ടായത്. സിഎസ്എറ്റി അവരുടെ ആഗ്രഹങ്ങൾക്ക് ഒരിക്കൽ കൂടി തടസ്സമായി നിലനിന്നു.

മഹാമാരി ജീവിതത്തെ മനോഹരമാക്കുന്നു

2020 ഫെബ്രുവരി 12-ന്, യുപിഎസ്സിയിൽ സിഎസ്ഇ-2020 പരീക്ഷയ്ക്കുള്ള പരസ്യം മിന്നു കാണുകയുണ്ടായി. അത് കണ്ടപ്പോൾ സമ്മിശ്രമായ വികാരങ്ങളാണ് അവർക്കുള്ളിൽ ഉളവായത് – ആവേശം, സങ്കടം, പ്രതീക്ഷ, നിരാശ. അവർ ജോലിസ്ഥലത്തു നിന്നിറങ്ങി പരസ്യത്തിന്റെ ഒരു ഫോട്ടോകോപ്പിയെടുത്തു. കാറിൽ ഇരിക്കവേ അത് ജോഷിയെ കാണിച്ചു.

'ഞാൻ ഒന്നുകൂടി ശ്രമിച്ചു നോക്കണോ? വീണ്ടും ഞാൻ പരാജയപ്പെട്ടാലോ?' മിന്നു കണ്ണുനീരോടെ ചോദിച്ചു.

'മിന്നൂ, വിജയം ഏത് സമയത്തും നമ്മെ തേടിവന്നേക്കാം. അവധിയെടുത്ത് ഉത്സാഹത്തോടെ തയ്യാറെടുക്കുക. എനിക്ക് വേണ്ടിയുള്ള ശ്രമമായി ഇതിനെ കണ്ടോളൂ,' ജോഷി അവരുടെ കൈകൾ തന്റെ കൈക്കുള്ളിലാക്കിക്കൊണ്ട് പറഞ്ഞു.

'ഡൂഡിലിന്റെ (ജെറമിയ) വളർച്ചയ്ക്കിടയിലെ മനോഹര നിമിഷങ്ങൾ ഉൾപ്പെടെ പലതും ഞാൻ ഇതിനകം തന്നെ

നഷ്ടപ്പെടുത്തിക്കഴിഞ്ഞു. ഈ കളി ഇങ്ങനെ തുടർന്നുകൊണ്ടിരിക്കാനാകില്ല. ഇതെന്റെ അവസാന ശ്രമമായിരിക്കും,' മിന്നു ഉറപ്പിച്ച് പറഞ്ഞു.

പിറ്റേന്ന് രാവിലെ തന്നെ പുതുതായി സ്വരൂപിച്ചെടുത്ത നിശ്ചയദാർഢ്യത്തോടെ മിന്നു ഒരുക്കങ്ങൾ ആരംഭിച്ചു. എന്നാൽ കോവിഡ്-19 എന്ന മഹാമാരിയുടെ ആരംഭത്തോടെ ആ പുരോഗതിയ്ക്ക് തടസ്സമുണ്ടായി. വൈറസ് പടരുന്നത് തടയാനായി, 2020 മാർച്ച് 8-ന് കോച്ചിംഗ് ഇൻസ്റ്റിറ്റ്യൂട്ടുകൾ അടച്ചുപൂട്ടാൻ കേരള സർക്കാർ ഉത്തരവിടുകയും പരീക്ഷ അനിശ്ചിതകാലത്തേക്ക് മാറ്റിവയ്ക്കുകയും ചെയ്തു.

കോടിക്കണക്കിന് ആളുകളെപ്പോലെ സ്വന്തം വീട്ടിൽ ഒതുങ്ങിക്കൂടിയ മിന്നു തന്റെ ജീവിതത്തിലെ പല മേഖലയുടെയും മൂല്യത്തെക്കുറിച്ച് പുനരവലോകനം നടത്താൻ തീരുമാനിച്ചു. ഭർത്താവായ ജോഷിയാണ് ഏറ്റവും പ്രധാനപ്പെട്ട കാര്യങ്ങൾ മനസ്സിലാക്കാൻ സഹായകമായത്.

'ഞങ്ങൾ പരസ്പരം കാണുന്നത് കുറവായതിനാലാണ് ഞങ്ങളുടെ ദാമ്പത്യ ബന്ധം ഒരു വിജയമായി നിലനിൽക്കുന്നതെന്ന് ഞാൻ വിശ്വസിച്ചിരുന്നു. പക്ഷേ എനിക്ക് തെറ്റി. ലോക്ക്ഡൗൺ കാലത്ത് ഞങ്ങൾ എപ്പോഴും ഒരുമിച്ചായിരുന്നു. ഞങ്ങൾ ഒരുമിച്ച് പാചകം ചെയ്യുകയും ടിവി കാണുകയും മണിക്കൂറുകളോളം സംസാരിച്ചിരിക്കുകയും പരസ്പരമുള്ള സഹവാസം ആസ്വദിക്കുകയും ചെയ്തു. ഞാൻ ഇപ്പോൾ ജോഷിയെ ശരിക്കും മനസ്സിലാക്കിക്കഴിഞ്ഞു,' ഒരു സൂം കോളിനിടെ മിന്നു തന്റെ ഉറ്റ സുഹൃത്തിനോട് തുറന്നു പറഞ്ഞു.

മിന്നുവിന്റെ ഐഎഎസ് പരീക്ഷാ തയ്യാറെടുപ്പുകളിലുള്ള ജോഷിയുടെ പിന്തുണയെ അദ്ദേഹത്തിന്റെ സുഹൃത്തുക്കൾ പലപ്പോഴും ചോദ്യം ചെയ്തിരുന്നു.

'നിങ്ങളുടെ ഭാര്യ ഐഎഎസ് ഓഫീസറായിക്കഴിഞ്ഞാൽ നിങ്ങൾ എന്ത് ചെയ്യും? നിങ്ങൾ ഒരു ടെക്നീഷ്യൻ മാത്രമാണ്. ഭാര്യയെക്കാൾ ഒരുപാട് റാങ്കുകൾക്ക് താഴെയായിരിക്കും നിങ്ങളുടെ സ്ഥാനം. അവൾ കാറിൽ സവാരി നടത്തുകയും ബംഗ്ലാവിലേക്ക് താമസം മാറുകയും അധികാരം കൈയിലെടുക്കുകയും ചെയ്യും,' അവർ പറഞ്ഞു.

ഒരു ദിവസം ജോഷി മിന്നുവിനോട് തമാശ രൂപത്തിൽ ചോദിച്ചു, 'നീ പരീക്ഷ പാസായി ഐഎഎസ് ആയിക്കഴിഞ്ഞാൽ പിന്നെ എന്നോടൊപ്പം ബൈക്കിൽ സവാരി ചെയ്യുമോ?'

മിന്നു ഹൃദ്യമായി ചിരിച്ചുകൊണ്ട് തന്റെ ഭർത്താവിനെ കെട്ടിപ്പിടിച്ചു. 'എന്റെ തൊഴിൽ മാറും, പക്ഷേ ഞാൻ മറ്റൊരു വ്യക്തിയായി മാറുകയില്ല. നിങ്ങളോടൊപ്പമുള്ള ഒരു ബൈക്ക് സവാരിക്കായി ഏത് നേരവും ഞാൻ തയ്യാറായിരിക്കും,' അവർ മറുപടി പറഞ്ഞു.

കോച്ചിംഗ് അക്കാദമിയിൽ നിന്നുള്ള ഒരു സമ്മാനം

കോവിഡ്-19 മഹാമാരിയുടെ കാലത്ത് മിന്നു തന്റെ ഉറ്റസുഹൃത്തായ അശ്വതിയോടൊപ്പം (പേര് മാറ്റിയിരിക്കുന്നു) സൂമിലൂടെ പഠനം തുടർന്നു. ഒരു ദിവസം അശ്വതി ചോദിച്ചു, 'മിന്നു, നമ്മുടെ കോച്ചിംഗ് അക്കാദമിയുടെ അടുത്ത് അവർക്ക് ഒരു ഫ്ലാറ്റ് ഉണ്ടെന്ന വിവരം നിനക്കറിയാമോ? പരീക്ഷയ്ക്ക് തയ്യാറെടുക്കുന്നതിനായി നമ്മളെ അവിടെ താമസിക്കാൻ അനുവദിക്കണമെന്ന് എന്തുകൊണ്ട് ആവശ്യപ്പെട്ടുകൂടാ? അവർ നടത്തിയ ടെസ്റ്റ് പരമ്പരയിൽ ഏറ്റവും മികച്ച പ്രകടനം കാഴ്ചവെച്ച വ്യക്തിയെന്ന നിലയിൽ നീ ആവശ്യപ്പെട്ടാൽ അവർ അതിന് സമ്മതിച്ചേക്കാം.'

മിന്നുവിന്റെ കണ്ണുകൾ തിളങ്ങി. എന്നാൽ മാസങ്ങളോളം മകനെയും ഭർത്താവിനെയും വിട്ടുനിൽക്കുന്നതിനെക്കുറിച്ചുള്ള ചിന്തയിൽ ആ തിളക്കം മങ്ങിപ്പോയി. അത് വേണ്ടെന്നുവയ്ക്കുന്നതിനെക്കുറിച്ച് അവർ ആലോചിച്ചു. എന്നാൽ, ആ സംഭാഷണം കേട്ടിരുന്ന ജോഷി അവരെ അതിന് നിർബന്ധിച്ചു. 'അശ്വതിയോടൊപ്പം അങ്ങോട്ട് താമസം മാറിയാൽ നിനക്ക് പഠനത്തിൽ കൂടുതൽ ശ്രദ്ധിക്കാൻ കഴിയും' അദ്ദേഹം പറഞ്ഞു. അടുത്ത ദിവസം, മിന്നു അതിന്റെ ചുമതലക്കാരുമായി സംസാരിച്ചു. അവർ ഉടൻ അതിന് സമ്മതിക്കുകയും ചെയ്തു.

തന്റെ ബാഗുകൾ പാക്ക് ചെയ്തുകൊണ്ടിരിക്കെ മിന്നുവിന്റെ സിരകളിലൂടെ ആവേശം പടർന്നു. എന്നാൽ പോകാനുള്ള നിമിഷം അടുത്തുവന്നപ്പോൾ, സങ്കടത്തിന്റെ ഒരു വേലിയേറ്റം അവർക്കുമേൽ വന്നുപതിച്ചു. മാസങ്ങളോളം മകനിൽ നിന്നും ജോഷിയിൽ നിന്നും വേർപിരിഞ്ഞു നിൽക്കേണ്ടിവരുമെന്ന ചിന്ത അവരുടെ ഹൃദയത്തെ പിടിച്ചുമുറുക്കി.

അന്നു രാത്രി തന്റെ മുറിയിൽ ഇരുട്ട് മൂടിയതോടെ ഒരു വിദൂര സ്മരണ പോലെ ഉറക്കം മിന്നുവിനെ വിട്ടകന്നു. പകരം, അവരുടെ മനസ്സ് ഓർമ്മകളുടെ ഒരു ചിത്രശാലയായി മാറി. ഓരോ ഫ്രെയിമിലും മകന്റെ തിളങ്ങുന്ന പുഞ്ചിരിയും ജോഷിയുടെ

സാന്ത്വന സാന്നിധ്യവും നിറഞ്ഞുനിന്നു. നിശബ്ദമായി അവരുടെ കവിളിലൂടെ കണ്ണുനീർ ഒഴുകി.

പിറ്റേന്ന്രാവിലെപ്രാതലിന്ശേഷംമിന്നുതന്റെസ്യൂട്ട്കേസ് കാറിന്റെ ഡിക്കിയിലെടുത്ത് വച്ചു. മിന്നുവിന്റെ മകൻ അവരെ കെട്ടിപ്പിടിച്ച് ചേർന്നുനിന്നു. അവന് ഉമ്മ കൊടുത്തുകൊണ്ട്, ദിവസവും വീഡിയോ കോളിലൂടെ സംസാരിക്കാമെന്നും ഉടൻ മടങ്ങിവരുമെന്നും പറഞ്ഞ് ആശ്വസിപ്പിച്ചിട്ട് സ്വന്തം കണ്ണുനീർ മറച്ചുവെച്ചുകൊണ്ട് മിന്നു കാറിൽ കയറിയിരുന്നു. യുപിഎസ്‌സി എന്ന കൊടുമുടി കീഴടക്കാനുള്ള സമ്മർദ്ദം ഇപ്പോൾ കൂടുതൽ ശക്തമായിരുന്നു.

അപ്പാർട്ടുമെന്റിൽ കാലുകുത്തിയ ഉടൻ തന്നെ മിന്നുവും അശ്വതിയും നവോന്മേഷത്തോടെ പഠനത്തിൽ മുഴുകി. സമയം ലാഭിക്കാനായി അവർ രണ്ട് ദിവസത്തിലൊരിക്കൽ മാത്രം പാചകം ചെയ്യുകയും ആഴ്ചയിൽ ഒരിക്കൽ മാത്രം അപ്പാർട്ട്മെന്റ് വൃത്തിയാക്കുകയും ചെയ്തു. തീവ്രമായ തയ്യാറെടുപ്പുകൾക്കിടയിൽ, ദിവസവും അവരവരുടെ കുടുംബത്തെ ഫോണിൽ വിളിച്ച് സംസാരിക്കുന്നത് ഒരു ജീവനാഡിയായി മാറി.

ഒടുവിൽ 2020 ഒക്ടോബർ 4-ന് പ്രിലിംസ് പരീക്ഷ നടന്നു. നന്നായി തയ്യാറെടുത്തിരുന്നെങ്കിലും, സിഎസ്എറ്റിയിലുള്ള ഭയം ഒഴിവാക്കാൻ മിന്നുവിന് കഴിഞ്ഞില്ല. 'ചേട്ടാ, ജനറൽ സ്റ്റഡീസിൽ എനിക്ക് ആത്മവിശ്വാസമുണ്ട്, പക്ഷേ സിഎസ്എറ്റി-യിൽ യോഗ്യത നേടാനായില്ലെങ്കിലോ എന്ന ഭയം എന്നെ വേട്ടയാടുകയാണ്,' പരീക്ഷാ കേന്ദ്രത്തിലേക്കുള്ള യാത്രയ്ക്കിടയിൽ അവർ ജോഷിയോട് പറഞ്ഞു.

'സിഎസ്എറ്റി-യിൽ പാസാകാനുള്ള ഒരു തന്ത്രം എനിക്കറിയാം. ജനറൽ സ്റ്റഡീസ് പേപ്പർ കഴിഞ്ഞ് ഞാൻ അത് നിനക്ക് പറഞ്ഞുതരാം,' ജോഷി ഒരു പുഞ്ചിരിയോടെ അവരെ ആശ്വസിപ്പിച്ചു.

മിന്നുവിന്റെ മുൻ ശ്രമങ്ങളിൽ തുടർച്ചയായി കണ്ടുവന്നിരുന്ന ഒരു ക്രമം ജോഷിയുടെ ശ്രദ്ധയിൽപ്പെട്ടിരുന്നു. ജനറൽ സ്റ്റഡീസ് പേപ്പറിന് ശേഷം, സിഎസ്എറ്റി പരീക്ഷയ്ക്ക് മുൻപ് തന്റെ ഫോണും ചോദ്യപേപ്പറുമായി കാറിലിരുന്ന് അവർ തന്റെ ഉത്തരങ്ങൾ ശരിയാണോ എന്ന് പരിശോധിക്കാറുണ്ടായിരുന്നു. ചില ഉത്തരങ്ങൾ തെറ്റി എന്ന കണ്ടെത്തൽ അവരെ മാനസികമായി തളർത്തുകയും സിഎസ്എറ്റി-യ്ക്ക് മുമ്പായി അവരുടെ ആത്മവിശ്വാസം കെടുത്തിക്കളയുകയും ചെയ്തു.

ജനറൽ സ്റ്റഡീസ് പേപ്പർ പൂർത്തിയാക്കി മിന്നു തിരിച്ചെത്തിയതോടെ ജോഷി അവരുടെ ചോദ്യപേപ്പറും ഫോണും പിടിച്ചെടുത്തു. 'സിഎസ്എറ്റി പാസ്സാകാൻ ഞാൻ നേരത്തെ പറഞ്ഞ തന്ത്രമിതാണ്. സിഎസ്എറ്റി പൂർത്തിയാക്കുന്നത് വരെ നിന്റെ ഫോണും ചോദ്യപേപ്പറും തിരികെ ലഭിക്കുകയില്ല,' അദ്ദേഹം ഉറപ്പിച്ചുപറഞ്ഞു.

പരീക്ഷാഫലം വന്നപ്പോൾ സിഎസ്എറ്റി-യിൽ മഹത്തായ വിജയംവരിച്ചുകൊണ്ട് അവർ അടുത്ത റൗണ്ടിലേക്ക് കടന്നു.

അന്തിമ യുദ്ധം

പ്രിലിമിനറി പരീക്ഷയുടെ ഫലം വരാൻ കാത്തുനിൽക്കാതെ മിന്നുവും അശ്വതിയും മെയിൻസിനായുള്ള തയ്യാറെടുപ്പ് തുടങ്ങി. മിന്നു 2017-ൽ താൻ പങ്കെടുത്ത അവസാന മെയിൻ പരീക്ഷയിലെ തന്റെ പ്രകടനം വിശകലനം ചെയ്തു. തന്റെ ദുർബ്ബലമായ മേഖലകൾ മെച്ചപ്പെടുത്താൻ പരിശീലിക്കുകയും, ഓരോ പേപ്പറിനും ടെസ്റ്റ് സീരീസിൽ പങ്കെടുക്കുകയും, ഉത്തരമെഴുതി പഠിച്ചുകൊണ്ടുള്ള തീവ്രമായ പരിശീലനത്തിൽ മുഴുകുകയും ചെയ്തു. തന്റെ ഉത്തരങ്ങൾ പരിഷ്കരിക്കാനായി അധ്യാപകരുടെ അഭിപ്രായങ്ങൾ അവർ ഉപയോഗപ്പെടുത്തി.

കഠിനാധ്വാനത്തിന്റെ ഫലമായി മിന്നുവും അശ്വതിയും മെയിൻസ് പരീക്ഷയിൽ വിജയിച്ചു.

തിരുവനന്തപുരത്ത് ലഭ്യമായ ഇന്റർവ്യൂ കോച്ചിംഗിന്റെ പരിമിതികൾ തിരിച്ചറിഞ്ഞ മിന്നു അശ്വതിക്കൊപ്പം ഒരു മാസം ഡൽഹിയിൽ ചെലവഴിക്കാൻ തീരുമാനിച്ചു. ഡൽഹിയിൽ താൻ പങ്കെടുത്ത മോക്ക് ഇന്റർവ്യൂകൾ മിന്നുവിന്റെ ആത്മവിശ്വാസം വർദ്ധിപ്പിച്ചു.

മിന്നുവും അശ്വതിയും പരസ്പരം മോക്ക് ഇന്റർവ്യൂകൾ നടത്തുകയുണ്ടായി. അശ്വതിയുടെ ഇന്റർവ്യൂവിന് ശേഷം മിന്നുവിന്റെ അമ്മ ഡൽഹിയിലേക്ക് വന്നു. അമ്മയുമായുള്ള മോക്ക് ഇന്റർവ്യൂകൾ തന്റെ സംയമനത്തെയും ഉച്ചാരണത്തെയും കുറിച്ച് മനസ്സിലാക്കാൻ മിന്നുവിനെ സഹായിച്ചു.

തന്റെ ഇന്റർവ്യൂവിന് തലേദിവസം, തന്നെ പരീക്ഷ എഴുതാൻ പ്രേരിപ്പിച്ച ഐപിഎസ് ഉദ്യോഗസ്ഥനായ പാണ്ഡയോട് മിന്നു മാർഗ്ഗനിർദ്ദേശം തേടി. അദ്ദേഹത്തിന്റെ ഉപദേശം ലളിതവും എന്നാൽ ഗഹനവുമായിരുന്നു : 'നിങ്ങൾ എന്നോട് സംസാരിക്കു

ന്നത് പോലെ വളരെ സ്വതന്ത്രമായി ബോർഡിനോട് സംസാരിക്കുക. നിങ്ങൾ ഒരു നല്ല വ്യക്തിയാണ്. നിങ്ങൾ നിങ്ങളായിരിക്കുക.' ഈ വാക്കുകൾ മിന്നുവിന്റെ ആത്മവിശ്വാസത്തിന് മുതൽക്കൂട്ടായി.

2021 സെപ്റ്റംബർ 21-ന്, മനോഹരമായ ഒരു പച്ച സാരി ധരിച്ച്, മിന്നു തന്റെ പേഴ്സണൽ ടെസ്റ്റിനായി (ഇന്റർവ്യൂ) യുപിഎസ്സി ഹാളിലേക്ക് മടങ്ങിയെത്തി. ഉച്ചഭക്ഷണത്തിന് ശേഷമുള്ള സെഷനിലാണ് അവരുടെ ഇന്റർവ്യൂ സജ്ജീകരിച്ചിരുന്നത്. ശാന്തമായി, സംയമനത്തോടെ അവർ തന്റെ ഊഴം കാത്തിരിക്കെ മറ്റുള്ളവരുമായി സൗഹൃദ സംഭാഷണത്തിൽ ഏർപ്പെട്ടു. 5.30-ന് മെസഞ്ചർ എത്തി, അവരെ ഇന്റർവ്യൂ റൂമിലേക്ക് നയിച്ചു.

മുറിയിലേക്ക് പ്രവേശിക്കുമ്പോൾ, ഒരു ബോർഡ് അംഗം, 'എന്റെ ചെറുമകളുടെ പേരും മീനു എന്നാണ്,' എന്ന് സൂചിപ്പിച്ചതോടെ മുറിക്കുള്ളിൽ നേരിയ പുഞ്ചിരികൾ വിരിഞ്ഞു. ഈ സംഭവം മിന്നുവിന് ആശ്വാസം നൽകി. ഊഷ്മളമായ പുഞ്ചിരിയോടെയാണ് മിന്നു അതിനോട് പ്രതികരിച്ചത്.

ബോർഡിന്റെ ചോദ്യങ്ങൾ, ബയോകെമിസ്ട്രി, ജിയോഗ്രഫി, പോലീസ് സേനാ അനുഭവങ്ങൾ എന്നിവയുൾപ്പെടെ മിന്നുവിന്റെ DAF-ന്റെ വിവിധ വശങ്ങൾ ഉൾക്കൊള്ളുന്നതായിരുന്നു. അവരുടെ യാത്രകളെക്കുറിച്ചും സന്ദർശിച്ച സംസ്ഥാനങ്ങളെക്കുറിച്ചും വിദേശ രാജ്യങ്ങളിലെ അനുഭവങ്ങളെക്കുറിച്ചും അവർ ചോദിച്ചു. ആ ചോദ്യങ്ങൾ അന്വേഷണസ്വഭാവമുള്ളതായിരുന്നെങ്കിലും മിന്നുവിനെ വീർപ്പുമുട്ടിച്ചിരുന്നില്ല.

മഹത്തായ ധോൽപൂർ ഹൗസ് വിട്ടിറങ്ങവേ മിന്നു തന്റെ പ്രകടനത്തെ വിശകലനം ചെയ്തു. 'ഇത് ഒന്നുകിൽ വളരെ നന്നായിരിക്കാം, അല്ലെങ്കിൽ വളരെ മോശമായിരുന്നിരിക്കാം. എന്തുതന്നെയായാലും, ഇത് തീർച്ചയായും എന്റെ അവസാന ശ്രമമായിരിക്കും. ഞാൻ എന്റെ യുപിഎസ്സി യാത്ര അവസാനിപ്പിക്കുന്നു,' അവർ ചിന്തിച്ചു.

രാജ്ഞിയുടെ ആരോഹണം

2021 സെപ്റ്റംബർ 24-ന് മിന്നു പ്രതീക്ഷയോടെ തന്റെ ഓഫീസിലേക്ക് കാലെടുത്തുവച്ചു. സിഎസ്ഇ-2020 ഫലം പ്രസിദ്ധീകരിക്കുന്നതിനെക്കുറിച്ചുള്ള വാർത്തകൾ വാട്ട്സ്ആപ്പിലും

ടെലിഗ്രാമിലും നിറഞ്ഞു. മറ്റൊന്നിലും ശ്രദ്ധിക്കാൻ കഴിയാതെ മിന്നു തന്റെ ഫോൺ നിരന്തരം പരിശോധിച്ചുകൊണ്ടിരുന്നു. ഈ പിരിമുറുക്കത്തിനിടയിൽ രാവിലെ 11 മണിയോടെ മിന്നുവിന് ജോഷിയുടെ ഫോൺ വന്നു.

'മിന്നു, നിന്റെ രണ്ടാമത്തെ കോവിഡ്-19 വാക്സിൻ ഇന്ന് VSCC-യിൽ സജ്ജീകരിച്ചിട്ടുണ്ട്. നിനക്ക് വരാനാകുമോ, അതോ ഞാൻ വന്ന് കൂട്ടിക്കൊണ്ടുപോകണോ?' ജോഷി ചോദിച്ചു.

പരിഭ്രമത്തോടെ മിന്നു മറുപടി പറഞ്ഞു, 'പ്രണയിനി, എനിക്ക് ഇന്ന് ബസിൽ കയറി അവിടെയെത്താനാകില്ല. ഇന്ന് ഫലം പ്രഖ്യാപിക്കുമെന്നാണ് കേൾക്കുന്നത്. ഞാൻ മാനസിക മായി തളർന്നിരിക്കുകയാണ്. എന്നെ വന്നു കൂട്ടിക്കൊണ്ടു പോകാമോ.'

ജോഷി അവളെ ആശ്വസിപ്പിച്ചു, 'മിന്നു, ഞാൻ ഉടനെ വരാം. സമാധാനമായിരിക്കുക; നീ ഇപ്രാവശ്യം വിജയിക്കും.' അദ്ദേഹത്തിന്റെ വാക്കുകൾ മിന്നുവിനെ ആശ്വസിപ്പിച്ചു.

വാക്സിനേഷനുശേഷം, ജോഷി അവരെ ഓഫീസിൽ തിരികെ കൊണ്ടുചെന്നാക്കാമെന്ന് പറഞ്ഞുവെങ്കിലും ഭർത്താവിനൊപ്പം സമയം ചിലവഴിക്കാനായി അവർ അത് നിരസിച്ചു. 'ചേട്ടാ, ഞാൻ മാനസികമായി വളരെയധികം സമ്മർദ്ദത്തിലാണ്. നമുക്ക് ഉച്ചയ്ക്ക് ശേഷം ലീവ് എടുത്ത് ബീച്ചിൽ പോയിരുന്നാലോ,' അവർ നിർദ്ദേശിച്ചു.

അവരുടെ ആ ആകുലത മനസ്സിലാക്കിക്കൊണ്ട് ജോഷി പെട്ടെന്നുതന്നെ സമ്മതം മൂളി. അവർ ബീച്ചിലേക്ക് കാർ ഓടിച്ചു പോയെങ്കിലും ചൂട് കാരണം കാറിനുള്ളിൽതന്നെയിരുന്നു. മിന്നു സമ്മർദ്ദത്തെ മറികടക്കാനായി തനിക്ക് ഇഷ്ടപ്പെട്ട ആഹാര സാധനങ്ങൾ ആവശ്യപ്പെടുകയും ജോഷി അത് സന്തോഷ ത്തോടെ നിറവേറ്റുകയും ചെയ്തു.

സമയം കടന്നുപോകുംതോറും മിന്നുവിന്റെ ആകുലത മാറ്റമില്ലാതെനിന്നു. പെട്ടെന്നവർ പറഞ്ഞു, 'ചേട്ടാ, എനിക്ക് അശ്വതിയെ കാണണം. നമുക്ക് അവളെയും കൂട്ടി ബീച്ചിലേക്ക് തിരികെവരാം.'

അവർ അശ്വതിയെ കൂട്ടി ബീച്ചിലേക്ക് മടങ്ങിയെത്തി. ഫലപ്രഖ്യാപനത്തെക്കുറിച്ചുള്ള മെസ്സേജുകൾ പെരുകവേ ഉത്കണ്ഠയും വർദ്ധിച്ചുവന്നു. ഒടുവിൽ, ഏകദേശം 7 മണിയോടെ പരീക്ഷാ ഫലം ടെലിഗ്രാമിൽ പ്രത്യക്ഷപ്പെട്ടു.

നിശ്ശബ്ദമായ പ്രാർത്ഥനയോടെ, മിടിക്കുന്ന ഹൃദയത്തോടെ, മിന്നുവും അശ്വതിയും വിറയാർന്ന കൈവിരലുകൾ കൊണ്ട് ചിത്രങ്ങൾ ഡൗൺലോഡു ചെയ്ത് അവയിലൂടെ സ്ക്രോൾ ചെയ്തു. പെട്ടെന്ന് ഒരു വിജയാഹ്ലാദം നിശബ്ദത തകർത്ത് പൊട്ടിപ്പുറപ്പെട്ടു : 'അഭിനന്ദനങ്ങൾ, മിന്നൂ, നീ വിജയിച്ചിരിക്കുന്നു! സീരിയൽ നമ്പർ 150 നോക്കൂ,' അശ്വതി ആർത്തുവിളിച്ചു. സന്തോഷത്തിൽ മതിമറന്നുകൊണ്ട് ജോഷി വിളിച്ചുപറഞ്ഞു, 'മിന്നൂ, നിന്റെ കഠിനാധ്വാനത്തിന് ഫലമുണ്ടായിരിക്കുന്നു. എന്റെ സന്തോഷവും അഭിമാനവും എനിക്ക് പറഞ്ഞറിയിക്കാനാകുന്നില്ല!'

മിന്നു തന്റെ പേരും റോൾ നമ്പറും പരിശോധിച്ചു. ഒരു പ്രസന്നമായ പുഞ്ചിരിയും കണ്ണുകളിൽ സന്തോഷത്തിന്റെ കണ്ണുനീരും അവശേഷിപ്പിച്ചുകൊണ്ട് മിന്നുവിന്റെ പിരിമുറുക്കം അലിഞ്ഞില്ലാതായി. എന്നാൽ അപ്പോഴും അവരുടെ കണ്ണുകൾ ആ ലിസ്റ്റിൽതന്നെയായിരുന്നു. തങ്ങളുടെ വിജയം ഒരുമിച്ച് ആഘോഷിക്കാനുള്ള ആഗ്രഹത്തോടെ അവർ അശ്വതിയുടെ പേരിനായി തിരഞ്ഞുകൊണ്ടിരുന്നു.

അവർ ലിസ്റ്റ് വീണ്ടും വീണ്ടും പരിശോധിച്ചു. എന്നാൽ അശ്വതിയുടെ പേര് അതിലുണ്ടായിരുന്നില്ല. തന്റെ പ്രിയപ്പെട്ട സുഹൃത്തിന് വിജയിക്കാനാകാത്തതിനാൽ മിന്നുവിന്റെ ആ വിജയസന്തോഷത്തിൽ സങ്കടത്തിന്റെ അലയൊലിയുണ്ടായിരുന്നു. അഞ്ചു വർഷം നീണ്ടുനിന്ന അവരുടെ ആ യാത്ര ഉയർച്ചതാഴ്ചകൾ നിറഞ്ഞതായിരുന്നു; ഒറ്റയ്ക്ക് ഒരു വിജയാഘോഷം അപൂർണ്ണമായി തോന്നി.

ഒരു താരം പിറവിയെടുക്കുന്നു

അശ്വതിയുടെ നിർബന്ധത്തിനു വഴങ്ങി അവർ അവളെ വീട്ടിൽ കൊണ്ടുചെന്നാക്കി. മിന്നുവിന്റെ ഫോൺ ഇടതടവില്ലാതെ മുഴങ്ങിക്കൊണ്ടിരുന്നു. ജോഷി ആ കോളുകളെല്ലാം കൈകാര്യം ചെയ്തു. കണ്ണടയ്ക്കുമ്പോൾ മിന്നുവിന് ഒരു ശൂന്യത അനുഭവപ്പെട്ടു; ആ വിജയം അവർക്ക് അപ്പോഴും പൂർണ്ണമായി ഉൾക്കൊള്ളാനായിരുന്നില്ല. അതൊരു സ്വപ്നമല്ലെന്ന് ഉറപ്പിക്കാനായി ഒന്നിലധികം തവണ മിന്നുവിന് ജോഷിയുടെ സഹായം വേണ്ടിവന്നു.

'മിന്നൂ, കോച്ചിംഗ് അക്കാദമിയിലെ ജിയോഗ്രഫി സാർ ലൈനിലുണ്ട്,' ജോഷി ഫോൺ അവർക്ക് നേരെ നീട്ടി. മിന്നുവിന് വല്ലാത്ത സന്തോഷം തോന്നി.

'അഭിനന്ദനങ്ങൾ, മിന്നു, നീ ഞങ്ങളുടെയെല്ലാം അഭിമാനമാണ്,' അദ്ദേഹത്തിന്റെ ഊഷ്മളമായ ആ വാക്കുകൾ ഫോണിലൂടെ ഒഴുകിയെത്തിയപ്പോഴാണ് താൻ കൈവരിച്ച മഹത്തായ ആ നേട്ടത്തിന്റെ മൂല്യം മിന്നു തിരിച്ചറിഞ്ഞത്.

'ദയവായി ഉടൻ തന്നെ അക്കാദമിയിലേക്ക് വരൂ,' അദ്ദേഹം മിന്നുവിനോട് പറഞ്ഞു.

അധികം ആലോചിച്ചു നിൽക്കാതെ അവർ അക്കാദമിയിലേക്ക് പുറപ്പെട്ടു. അവിടെ മിന്നുവിനെ സ്വീകരിക്കാനായി അധ്യാപകർ ഗേറ്റിനരികിൽ തന്നെ കാത്തുനിൽക്കുന്നുണ്ടായിരുന്നു.

'വളരെ നന്ദി സർ,' കവിളിലൂടെ ഒഴുകിവീണ കണ്ണുനീരിനിടയിലും തന്നെ ഭൂമിശാസ്ത്രം പഠിപ്പിച്ച അധ്യാപകനോട് മിന്നു നന്ദി പറഞ്ഞു.

അക്കാദമിക്കുള്ളിൽ അപ്രതീക്ഷിതമായ ഒരാഘോഷം മിന്നുവിനെ കാത്തിരിക്കുന്നുണ്ടായിരുന്നു. ഒരു പ്രമുഖ മന്ത്രിയെക്കൂടി ഉൾപ്പെടുത്തിക്കൊണ്ട് മിന്നുവിന്റെ നേട്ടം ആഘോഷിക്കാനായി അക്കാദമി സ്ഥാപകൻ ഒരു ഒത്തുചേരൽ സംഘടിപ്പിച്ചിരുന്നു. ഒരു കൂട്ടം മാധ്യമ പ്രവർത്തകരും വെളിച്ചം വീശുന്ന തങ്ങളുടെ ക്യാമറകളോടെ ആ നിമിഷം പകർത്താനായി അവിടെ ഒത്തുകൂടിയിരുന്നു. ഫലം പുറത്തുവന്നതിന് ശേഷമുള്ള ആ ചുരുങ്ങിയ സമയത്തിനുള്ളിൽ മിന്നു ശ്രദ്ധിക്കപ്പെട്ടു; പുതിയതായി അവതരിച്ച താരപരിവേഷം അവർ അറിഞ്ഞുതുടങ്ങി.

അതിയായ സന്തോഷത്തോടെ ആ രംഗങ്ങളെല്ലാം നിരീക്ഷിച്ചുകൊണ്ടിരുന്ന ജോഷിക്ക് താനും ഒരു ഐഎഎസുകാരനായി മാറിയതുപോലെ തോന്നി. മിന്നുവിന്റെ അക്ഷീണമായ അദ്ധ്വാനത്തെക്കുറിച്ചും കഴിഞ്ഞ ആറ് വർഷമായി അവർ ചെയ്ത എണ്ണമറ്റ ത്യാഗങ്ങളെക്കുറിച്ചും അദ്ദേഹം ഓർത്തു. തന്റെ മകനിൽ നിന്ന് അകന്നു ജീവിക്കേണ്ടി വന്നപ്പോൾ മിന്നു അനുഭവിച്ച വേദനയെക്കുറിച്ചോർത്ത് അദ്ദേഹത്തിന്റെ കണ്ണുകൾ നിറഞ്ഞു.

ഒരു മണിക്കൂറിന് ശേഷം, പത്രപ്രവർത്തകരുമായുള്ള അഭിമുഖങ്ങളുടെ കുത്തൊഴുക്കിനിടയിൽ, ആ വേദിയുടെ ഒരു മൂലയിൽ നിശബ്ദനായി നിൽക്കുന്ന തന്റെ ഭർത്താവിനെ മിന്നു കണ്ടു. ജോഷി അപ്പോൾ അഭിമാനം തുളുമ്പുന്ന ഒരു പുഞ്ചിരിയോടെ മിന്നുവിനെ നോക്കിനിൽക്കുകയായിരുന്നു. ഭർത്താവിന്റെ കണ്ണുകളിലേക്ക് നോക്കിയ ഉടൻ തന്നെ ചുറ്റുമുള്ള തിരക്കുകൾ അലിഞ്ഞില്ലാതെയാകുന്നതായും ഉള്ളിൽ സ്നേഹത്തിന്റെയും നന്ദിയുടെയും

ഒരു വേലിയേറ്റം ഉദിച്ചുയരുന്നതായും മിന്നു അറിഞ്ഞു. തന്റെ കുട്ടിക്കാലത്ത് ഓരോ ചെറിയ വിജയങ്ങളിലും അച്ഛന്റെ മുഖത്ത് കണ്ടിരുന്ന അതേ അഭിമാനവും പിന്തുണയും അദ്ദേഹത്തിന്റെ ആ നോട്ടത്തിൽ മിന്നു കണ്ടു.

ആഘോഷങ്ങൾക്കൊടുവിൽ മിന്നുവും ജോഷിയും വീട്ടിൽ തിരിച്ചെത്തിയപ്പോൾ പത്തുമണി കഴിഞ്ഞിരുന്നു. സന്തോഷാശ്രുക്കളോടെ മകനും മാതാപിതാക്കളും അവരെ സ്വീകരിച്ചു. ബന്ധുക്കളെയും മാധ്യമ പ്രവർത്തകരെയും കൊണ്ട് വീട് നിറഞ്ഞിരുന്നു.

തന്റെ മാതാപിതാക്കളെ കണ്ടതും ജെറമിയ ഓടി വന്ന് മിന്നുവിനെ കെട്ടിപ്പിടിച്ചു. അമ്മയുടെ പോരാട്ടത്തെയും വിജയത്തെയും കുറിച്ച് മാധ്യമപ്രവർത്തകർ അവനോടും ചില ചോദ്യങ്ങൾ ചോദിച്ചിരുന്നു. അപ്പോഴേക്കും തന്റെ അമ്മ മഹത്തായ എന്തോ കാര്യമാണ് ചെയ്തിരിക്കുന്നതെന്ന് അവന് മനസ്സിലായിക്കഴിഞ്ഞിരുന്നു. നെഞ്ചോട് ചേർത്ത് കെട്ടിപ്പിടിക്കുമ്പോൾ, 'ഇന്ന് ഈ ആഘോഷത്തിൽ പങ്കുചേരാൻ നിന്റെ അച്ഛനും ജീവിച്ചിരുന്നെങ്കിൽ...' എന്ന് കണ്ണുനീരിൽ കുതിർന്ന വാക്കുകളിലൂടെ മിന്നുവിന്റെ അമ്മ പറയുകയുണ്ടായി.

സ്വന്തം നേട്ടം മാത്രമല്ല, തന്റെ കുടുംബത്തിന്റെ പിന്തുണയോർത്തിട്ടും മിന്നുവിന്റെ ഹൃദയം സന്തോഷവും അഭിമാനവും കൊണ്ട് നിറഞ്ഞു. ആഘോഷങ്ങൾക്കിടയിലും അച്ഛന്റെ മരണശേഷം തന്റെ അമ്മ അനുഭവിച്ച കഷ്ടപ്പാടുകൾ ഓർക്കാതിരിക്കാൻ അവൾക്ക് കഴിഞ്ഞില്ല. അതോടെ വളരെക്കാലമായി അടിച്ചമർത്തപ്പെട്ട വികാരങ്ങളുടെ ഒരു കൊടുങ്കാറ്റ് മിന്നുവിന്റെ ഹൃദയത്തിൽ ആഞ്ഞടിച്ചു.

തീരദേശത്ത് ജനിച്ചുവളർന്ന പെൺകുട്ടി ഹിമാലയ സാനുക്കൾ കണ്ട് അമ്പരന്നു

അടുത്ത രണ്ട് മാസങ്ങൾ ആഘോഷങ്ങളും അഭിമുഖങ്ങളും നിറഞ്ഞതായിരുന്നു. 2021 നവംബർ 30-ന് മിന്നു ഡൽഹിയിലേക്കുള്ള വിമാനം കയറുന്ന തയ്യാറെടുപ്പുകളിലായിരുന്നു. കഴിഞ്ഞ കുറച്ച് ദിവസങ്ങളായി മസൂറിയിലെ ലാൽ ബഹദൂർ ശാസ്ത്രി നാഷണൽ അക്കാദമി ഓഫ് അഡ്മിനിസ്ട്രേഷനിലെ (LBSNAA) താമസത്തിന് ആവശ്യമായ സാധനങ്ങൾ വാങ്ങാനായുള്ള ഓട്ടത്തിലായിരുന്നു അവർ. ജോഷി ലഗേജ് കാറിന്റെ ഡിക്കിയിലെടുത്ത് വയ്ക്കുന്നതിനിടയിൽ ഒരു പൂച്ചെണ്ടുമായി

അശ്വതി അവിടെയെത്തി. ആശംസകൾ അറിയിച്ചുകൊണ്ട് അശ്വതി മിന്നുവിനെ ആലിംഗനം കൊണ്ട് പൊതിഞ്ഞു. വികാരങ്ങൾ കൊണ്ട് വീർപ്പുമുട്ടുകയായിരുന്നു മിന്നു അപ്പോൾ. 'അടുത്ത വർഷം നിന്നെ ഒരു ഓഫീസർ ട്രെയിനിയായി അക്കാദമിയിൽ കണ്ടുമുട്ടുന്ന ആ നിമിഷത്തിനായി ഞാൻ ആകാംക്ഷയോടെ കാത്തിരിക്കും,' അശ്വതിയെ ഊഷ്മളമായ ഒരാലിംഗനത്തിൽ പൊതിഞ്ഞുകൊണ്ട് മിന്നു പറഞ്ഞു.

2021 ഡിസംബർ 1-ന് പരീക്ഷ ജയിച്ച മിഥുൻ എന്ന മറ്റൊരു മത്സരാർത്ഥിയുമായി മിന്നു ന്യൂഡൽഹിയിൽ നിന്ന് മസ്സൂറിയിലേക്കുള്ള ടാക്സിയിൽ കയറി. അവിടെ എത്തിയപ്പോൾ തന്നെ മനോഹരമായ ഹിൽ സ്റ്റേഷൻ മിന്നുവിനെ വിസ്മയിപ്പിച്ചു. LBSNAA-യുടെ ആദ്യ കാഴ്ച തന്നെ മിന്നുവിന്റെ മനസ്സിൽ വികാരവിക്ഷോഭങ്ങളുണ്ടാക്കി; പോരാട്ടത്തിന്റെ ആറുവർഷങ്ങൾ മിന്നുവിന്റെ മനസ്സിലൂടെ കടന്നുപോയി. തന്റെ ജീവിതത്തിന്റെ ഗതി മാറ്റിമറിച്ച ആ ദിവസം പാണ്ഡയുമായി നടത്തിയ ഹ്രസ്വസംഭാഷണം മിന്നു സ്നേഹത്തോടെ അനുസ്മരിച്ചു.

താമസിയാതെ, നർമ്മദാ ഹോസ്റ്റലിൽ തനിക്കായി സജ്ജീകരിച്ചിരിക്കുന്ന ആ മുറിയിൽ മിന്നു എത്തി. അകത്തേക്ക് കടന്നപ്പോൾ, ഊഷ്മളവും സൗഹാർദ്ദപരവുമായ ഒരു മുഖം പുഞ്ചിരിയോടെ അവളെ സ്വീകരിച്ചു. 'സ്വാഗതം മിന്നു. ഞാൻ നിങ്ങളെ കാണാനായി കാത്തിരിക്കുകയായിരുന്നു,' ഇന്ത്യൻ ഇൻഫർമേഷൻ സർവീസിലേക്ക് തിരഞ്ഞെടുക്കപ്പെട്ട മിന്നുവിന്റെ റൂംമേറ്റ് പറഞ്ഞു. ഒരു പുഞ്ചിരിയോടെ മിന്നു അവരെ കെട്ടിപ്പിടിച്ചു.

'എന്നേക്കാൾ മൂത്തതായതുകൊണ്ട് ഞാൻ നിങ്ങളെ "അക്ക" എന്ന് വിളിക്കാം. തമിഴിൽ മൂത്ത സഹോദരി എന്നാണ് അതിനർത്ഥം.' അവർ പറഞ്ഞു.

സന്തോഷത്തോടെയാണ് മിന്നു മറുപടി പറഞ്ഞത്, 'നിങ്ങളുടെ അക്കയായിരിക്കുന്നതിൽ എനിക്ക് സന്തോഷമേയുള്ളൂ.'

പിന്നീട് LBSNAA-യിൽ ചേർന്ന മറ്റ് ഉദ്യോഗസ്ഥരെ പരിചയപ്പെട്ടുകൊണ്ടാണ് അവർ ആ ആദ്യദിനം ചിലവഴിച്ചത്. വൈകുന്നേരം അവർ അത്താഴം കഴിക്കാനായി മെസ്സിലേക്ക് പോയി. ഹോസ്റ്റലിൽ നിന്ന് മുകളിലേക്ക് കയറുമ്പോൾ മിന്നുവിന് ശ്വാസം മുട്ടുന്നുണ്ടായിരുന്നു. ക്ഷീണവും തലവേദനയും ഉണ്ടായിരുന്നതുകൊണ്ടും ഭക്ഷണം ഇഷ്ടപ്പെടാഞ്ഞതുകൊണ്ടും മിന്നുവിന് അന്ന് കാര്യമായി ഒന്നും കഴിക്കാൻ കഴിഞ്ഞില്ല. എന്നാൽ തങ്ങളുടെ

ദീർഘകാല സ്വപ്നം സാക്ഷാത്കരിക്കപ്പെട്ടതിൽ മനസ്സ് നിറഞ്ഞ് സന്തോഷിക്കുന്ന നിരവധി ഉദ്യോഗസ്ഥരെ അവിടെ കണ്ടുമുട്ടാനായതിൽ മിന്നുവിന് സന്തോഷം തോന്നി.

മസൂറിയിലെ കഠിനമായ ആ കാലാവസ്ഥ മിന്നു ശീലിച്ചു പോന്ന ചൂടിൽ നിന്ന് വളരെ വ്യത്യസ്തമായിരുന്നു. തുടക്കത്തിൽ, അസുഖങ്ങളും കോവിഡ്-19 വീണ്ടും പൊട്ടിപ്പുറപ്പെട്ട സാഹചര്യവുംകാരണംമിന്നുതന്റെഹോസ്റ്റൽമുറിയിൽഒതുങ്ങിനിൽക്കാൻ കാരണമായി. എന്നിരുന്നാലും, 2022-ലെ റിപ്പബ്ലിക് ദിനത്തോടെ അക്കാദമിയിലെ മിന്നുവിന്റെ ലോകത്തിന് തിളക്കം കൈവരിക്കാൻ തുടങ്ങി. ഒപ്പമുള്ളവരോട് കൂട്ടുകൂടുകയും പരിപാടികളിൽ പങ്കെടുക്കുകയും ചെയ്തുകൊണ്ട് അവിടെയുള്ള ഓരോ നിമിഷവും മിന്നു ആസ്വദിക്കാൻ തുടങ്ങി. തന്റെ കോളേജ് കാലത്തേക്കുള്ള ഒരു തിരിച്ചു പോക്കായി അത് മിന്നുവിന് തോന്നി.

ജില്ലാ പരിശീലനത്തിലൂടെ അടിസ്ഥാന പാഠങ്ങൾ പഠിച്ചെടുക്കുന്നു

ഫൗണ്ടേഷൻ കോഴ്സിനിടെ കേഡർ അലോക്കേഷൻ ലഭിച്ചതോടെ മിന്നുവിന്റെ ആശ്ചര്യവും സംതൃപ്തിയും വർദ്ധിച്ചു. തന്റെ രണ്ടാമത്തെ ചോയ്സായിരുന്ന മഹാരാഷ്ട്രയാണ് മിന്നുവിന്റെ പുതിയവാസസ്ഥലമായിമാറാൻപോകുന്നത്.പൂനെയിലെയശ്വന്തറാവു ചവാൻ അക്കാദമി ഓഫ് ഡെവലപ്മെന്റ് അഡ്മിനിസ്ട്രേഷനിൽ(YASHADA) നടന്ന ഹ്രസ്വകാല പരിശീലനത്തിന് ശേഷം, മിന്നുവിനെയും മറ്റ് ഉദ്യോഗാർത്ഥികളെയും ഒരു 'മഹാരാഷ്ട്ര ദർശന'ത്തിനായി കൊണ്ടുപോകുകയുണ്ടായി.

അതിനുശേഷം, പരിശീലനത്തിനായി മിന്നുവിന് വാഷിം ജില്ലയാണ് അനുവദിച്ചുകിട്ടിയത്. അവിടെയുണ്ടായിരുന്ന കലക്ടർ ഷൺമുഖരാജൻ എസ് മിന്നുവിനെ സ്നേഹപൂർവ്വം സ്വാഗതം ചെയ്തു.

മിന്നു പ്രാദേശിക സംസ്കാരം ഉൾക്കൊള്ളുകയും മറാത്തി പഠിക്കാൻ ശ്രമിക്കുകയും ചെയ്തു. അവിടുത്തെ ഭാഷ സംസാരിക്കാനുള്ള മിന്നുവിന്റെ അപൂർണ്ണവും എന്നാൽ ആത്മാർത്ഥവുമായ ശ്രമം ജീവനക്കാരുടെയും നാട്ടുകാരുടെയും മുഖത്ത് പുഞ്ചിരി വിടർത്തി.

വിവിധ സർക്കാർ ഓഫീസുകളുമായുള്ള കൂടിച്ചേരലുകൾക്ക് ശേഷം മിന്നുവിനെ വാഷിമിന്റെ മുനിസിപ്പൽ കൗൺസിൽ ചീഫ്

ഓഫീസറായി ചുമതലപ്പെടുത്തി. ആ പദവി ഏറ്റെടുത്ത് രണ്ടാഴ്ചയ്ക്ക് ശേഷം ഷൺമുഖരാജൻ മിന്നുവിനെ വിളിപ്പിക്കുകയുണ്ടായി.

'ഈ നഗരം കയ്യേറ്റങ്ങൾ കാരണം വലയുകയാണ്. ജന ജീവിതം ദുസ്സഹമാക്കുന്ന തരത്തിൽ പ്രശ്നങ്ങൾ ഉണ്ടാകുന്നതിനാൽ നമ്മുടെ തെരുവുകൾ തിരിച്ചറിയാൻ പറ്റാത്ത വിധത്തിൽ മാറിയിരിക്കുന്നു. ഈ കയ്യേറ്റങ്ങൾ തുടച്ചു നീക്കാനായി ഉടൻ നടപടിയെടുക്കേണ്ടതുണ്ട്.' ഷൺമുഖരാജന്റെ നിർദ്ദേശം വ്യക്തമായിരുന്നു.

മിന്നുവിന് ഒരു അസ്വസ്ഥത അനുഭവപ്പെട്ടു; കയ്യേറ്റങ്ങൾ തുടച്ചു നീക്കണമെന്നാൽ അനേകം ആളുകൾക്ക് അവരുടെ വീടും ഉപ ജീവനമാർഗ്ഗവും നഷ്ടപ്പെടും എന്നർത്ഥം. സമൂഹത്തിന് മുന്നിലുള്ള തന്റെ സൗഹൃദപരമായ പ്രതിച്ഛായയ്ക്ക് സംഭവിക്കാനിടയുള്ള നാശത്തെക്കുറിച്ചും മിന്നു ആശങ്കാകുലയായിരുന്നു. മാനുഷിക വശങ്ങളിലേക്ക് വിരൽചൂണ്ടാൻ ശ്രമിച്ചുകൊണ്ട് മിന്നു പറഞ്ഞു, 'പക്ഷേ സർ, ആയിരക്കണക്കിന് ആളുകൾക്ക് വലിയ ബുദ്ധിമുട്ടുകൾ ഉണ്ടാകുന്നതിനും നിരവധി കുടുംബങ്ങൾക്ക് ഉപജീവന മാർഗ്ഗം നഷ്ടപ്പെടാനും ഇത് കാരണമാകും.'

എന്നാൽ ഷൺമുഖരാജൻ തന്റെ തീരുമാനത്തിൽ ഉറച്ചുനിന്നു. 'കയ്യേറ്റത്തിലൂടെ നേടിയെടുത്ത അനധികൃത നിർമ്മിതികളാണ് അതെല്ലാം. അത് മൂലം ബുദ്ധിമുട്ടനുഭവിക്കുന്നവരുടെ ദുരവസ്ഥയെക്കുറിച്ച് ചിന്തിച്ചുനോക്കൂ,' അല്പം കാർക്കശ്യത്തോടെ അദ്ദേഹം പറഞ്ഞു.

'ഞാൻ സമ്മതിക്കുന്നു, സാർ. എന്നാൽ, സ്ഥിരമായി നിലനിൽക്കുന്നതും അല്ലാത്തതുമായ നിരവധി കെട്ടിടങ്ങൾ അവിടെ തിങ്ങി നിറഞ്ഞുനിൽക്കുന്നുണ്ട്. അതുകൊണ്ടുതന്നെ ഒരു ചീഫ് ഓഫീസർ കൈകാര്യം ചെയ്യേണ്ട വിധം അത്യന്തം ദുർഘടമായ ഒരു ജോലിയായിരിക്കും ഇത്.' ധൈര്യം സംഭരിച്ചുകൊണ്ട് മിന്നു അഭ്യർത്ഥിച്ചു.

കലക്ടർ ഉറച്ചുതന്നെ നിന്നു, 'ഇതൊരു ശ്രമകരമായ പ്രവർത്തിയാണെന്ന കാര്യം ഞാൻ മനസ്സിലാക്കുന്നു. എന്നിരുന്നാലും, നിങ്ങളെപ്പോലുള്ള യുവ ഉദ്യോഗസ്ഥർക്കാണ് കഠിനവും സങ്കീർണ്ണവുമായ അത്തരം ജോലികൾ ഭയം കൂടാതെ കൈകാര്യം ചെയ്യാൻ കഴിയുക. ഇത് നിങ്ങൾക്ക് വിലമതിക്കാനാവാത്ത ഒരു അനുഭവമായിരിക്കുമെന്ന കാര്യത്തിൽ സംശയമില്ല. ഭാവി കർത്തവ്യങ്ങളിൽ കഠിനമായ വെല്ലുവിളികൾ നേരിടാൻ ഇത് നിങ്ങളെ സഹായിക്കുന്നതാണ്.' അദ്ദേഹം മിന്നുവിന് പ്രചോദനം നൽകാൻ ശ്രമിച്ചു.

'ആവശ്യമായ എല്ലാ പിന്തുണയും ഞാൻ നിങ്ങൾക്ക് നൽകുന്ന

താണ്. ഉടൻ തയ്യാറെടുപ്പുകൾ ആരംഭിച്ചുകൊള്ളൂ. രണ്ടാഴ്ചയ്ക്കുള്ളിൽ ഇത് പൂർത്തിയാകുമെന്നാണ് ഞാൻ പ്രതീക്ഷിക്കുന്നത്,' അദ്ദേഹം ഉത്തരവിട്ടു.

കലക്ടറുടെ വ്യക്തമായ നിർദ്ദേശങ്ങൾ പ്രകാരം കയ്യേറ്റങ്ങൾ മൂലം പൗരന്മാർ നേരിടുന്ന അസൗകര്യങ്ങൾ ലഘൂകരിക്കാനുള്ള നിശ്ചയദാർഢ്യത്തോടെ, മിനു സമൂഹത്തിനു മുന്നിൽ സൗഹാർദ്ദ പരതയിൽ നിന്ന് പ്രബലനായ ശക്തിയിലേക്ക് മാറി.

വെല്ലുവിളികൾ ഉയർന്നുവന്നു. നിയമ പോരാട്ടമാണ് ആദ്യമുണ്ടായത്. ജില്ലാ കോടതിയിൽ മിനുവിനും കലക്ടർക്കുമെതിരെ 150 കേസുകൾ ഫയൽ ചെയ്യപ്പെട്ടു. അതിൽ പതറാതെ പ്രിൻസിപ്പൽ ജില്ലാ ജഡ്ജിയെ മിനു ചെന്നു കണ്ടു. അവരുടെ ശക്തമായ വാദത്തെത്തുടർന്ന്, എല്ലാ ഹർജികളും തള്ളിക്കളയുകയുണ്ടായി.

എന്നാൽ, കൂടുതൽ വെല്ലുവിളികൾ അവരെ കാത്തിരിക്കുന്നുണ്ടായിരുന്നു; പ്രാദേശിക നേതാക്കളുടെ രാഷ്ട്രീയ സമ്മർദ്ദമായിരുന്നു അതിൽ ആദ്യത്തേത്. ആ ദിവസം, ഒരു വലിയ ജനക്കൂട്ടം തന്നെ അവിടെ തടിച്ചുകൂടി. അവർ മുദ്രാവാക്യം വിളിക്കുകയും ചിലർ കല്ലെറിയുകയും ചെയ്തു. എന്നാൽ മിനു ശക്തമായി പ്രതികരിക്കുകയും കലുഷിതമായ സാഹചര്യങ്ങളെ നിർവീര്യമാക്കുകയും ചെയ്തു.

ഒടുവിൽ കയ്യേറ്റങ്ങൾ നീക്കം ചെയ്യപ്പെട്ടതോടെ ആ നഗരത്തിനുണ്ടായ പരിവർത്തനത്തിന് സാക്ഷിയായ മിനു അത്ഭുതപ്പെട്ടു. വാഷിമിലെ ജനങ്ങൾക്കും അതൊരു അത്ഭുത കാഴ്ചയായിരുന്നു. ആദ്യമായി, അവർ തങ്ങളുടെ നഗരത്തിന്റെ അന്തർലീനമായ സൗന്ദര്യം ശരിക്കും മനസ്സിലാക്കി. ഒരിക്കൽ കയ്യേറ്റങ്ങൾക്ക് ഇരയായി മാറിയ വിശാലമായ തെരുവുകളും മനോഹരമായ നീരുറവകളും പിന്നീട് ചിന്താപൂർവ്വം, മനോഹരമായി ആസൂത്രണം ചെയ്ത ആ നഗരത്തിന്റെ ഭംഗി പുറത്തുകൊണ്ടുവന്നു.

2022 ഓഗസ്റ്റിൽ തന്റെ ജില്ലാ പരിശീലനം പൂർത്തിയാക്കി മിനു വാഷിമിൽ നിന്ന് യാത്രയാകുമ്പോൾ, അവരോട് യാത്ര പറയാനായി സർക്യൂട്ട് ഹൗസിൽ ഒരു വലിയ ജനക്കൂട്ടം തടിച്ചുകൂടിയിരുന്നു. മിനുവിന്റെ ഡ്രൈവറും പിഎസ്ഒ-യുടെ കുടുംബവും ആ യാത്രയ്ക്കായി അവർക്ക് ഉച്ചഭക്ഷണം പൊതിഞ്ഞ് കൊണ്ടുവന്നിരുന്നു. മിനുവിന് വികാരങ്ങളുടെ ഒരു കുതിപ്പ് അനുഭവപ്പെട്ടു. നന്ദി അറിയിച്ച ശേഷം, പുതിയൊരു ജില്ലയിലേക്കുള്ള യാത്രയ്ക്കായി, പുതിയ വെല്ലുവിളികളെ നേരിടാൻ തയ്യാറായി മിനു കാറിലേക്ക് കാലെടുത്തുവെച്ചു.

മിന്നുവിന്റെ കഥയിൽ നിന്നെടുക്കാവുന്ന പ്രധാന കാര്യങ്ങൾ

1. **നിങ്ങളുടെ ഐഎഎസ് സ്വപ്നം ഉപേക്ഷിക്കാതെയിരിക്കുക :** വിവാഹത്തിനു ശേഷം, അല്ലെങ്കിൽ ഒരു അമ്മയായതിനു ശേഷം ഇന്ത്യയിലെ പല സ്ത്രീകളും തങ്ങളുടെ ഐഎഎസ് സ്വപ്നങ്ങൾ ഉപേക്ഷിക്കാറുണ്ട്. വീട്ടിലും ജോലി സ്ഥലത്തുമുള്ള നിങ്ങളുടെ കുടുംബപരമായ ഉത്തരവാദിത്തങ്ങളും മറ്റ് വെല്ലുവിളികളും തമ്മിൽ സന്തുലിതമായ ഒരവസ്ഥ സൃഷ്ടിച്ചെടുത്തുകൊണ്ട് നിശ്ചയദാർഢ്യത്തോടെ നിങ്ങളുടെ ഐഎഎസ് സ്വപ്നം സാക്ഷാത്കരിക്കാൻ കഴിയുമെന്ന് മിന്നുവിന്റെ യാത്ര നമുക്ക് കാട്ടിത്തരുന്നു.
2. **പ്രായം ഒരു തടസ്സമല്ല:** യുപിഎസ്‌സി നിർദ്ദേശിക്കുന്ന പരിധികളുള്ളിൽ നിൽക്കുന്ന ഏത് പ്രായത്തിലും നിങ്ങളുടെ ഐഎഎസ് സ്വപ്നം സാക്ഷാത്കരിക്കാനുള്ള യാത്ര നിങ്ങൾക്ക് തുടങ്ങിവയ്ക്കാവുന്നതാണ്. ചെറുപ്പക്കാർക്കൊപ്പം മത്സരിക്കേണ്ടിവരുമെന്ന ചിന്തയിൽ നിരാശപ്പെടാതെയിരിക്കുക. കഠിനാധ്വാനവും അച്ചടക്കമുള്ള പഠനക്രമങ്ങളും ഉപയോഗിച്ച്, ഏത് വിടവും നികത്താൻ നിങ്ങൾക്കാകുന്നതാണ്. നിങ്ങളുടെ പ്രായത്തെയും ജീവിതാനുഭവങ്ങളെയും തടസ്സങ്ങളായല്ല, മുതൽക്കൂട്ടുകളായി കാണുക.
3. **പരാജയങ്ങളെ ചവിട്ടുപടികളായി കണക്കാക്കുക :** സിഎസ്ഇ-യിൽ പരാജയങ്ങൾ നേരിടുന്നത് സർവ്വസാധാരണമാണ്. അതിനെ പഠനാനുഭവങ്ങളായി മാത്രം കാണുക. മറ്റെല്ലാ ഘട്ടങ്ങളും പൂർത്തിയാക്കിയ ശേഷം പ്രിലിമിനറിയിൽ പരാജയപ്പെടുന്നതും സംഭവ്യമായ കാര്യമാണ്. നിരാശപ്പെടരുത്. നിങ്ങളുടെ ദൃഢനിശ്ചയം ശക്തിപ്പെടുത്തുന്നതിനും അടുത്ത ശ്രമത്തിൽ കൂടുതൽ ഉയരത്തിൽ കുതിക്കുന്നതിനുമുള്ള ആയുധങ്ങളായി പരാജയങ്ങളെ ഉപയോഗപ്പെടുത്തുക.
4. **സിഎസ്എറ്റിയെ ഗൗരവമായിത്തന്നെ കണക്കാക്കുക :** സിഎസ്എറ്റി ഒരു യോഗ്യതാ പേപ്പറായിരിക്കാം; എന്നാലത് നിർണ്ണായകമാണ്. ജനറൽ സ്റ്റഡീസിൽ മികച്ച പ്രകടനം നടത്തിയിട്ടും പ്രതിവർഷം നിരവധി ഉദ്യോഗാർത്ഥികളുടെ ഐഎഎസ് സ്വപ്നങ്ങളാണ് തകർന്നടിയുന്നത്.

നിങ്ങളുടെ ശക്തിയും ബലഹീനതയും വിശകലനം ചെയ്ത്, അതിനനുസരിച്ച് സിഎസ്എറ്റിയിൽ സമയം നിക്ഷേപിക്കുക. സിഎസ്എറ്റിക്ക് മുൻപ് ശാന്തമായിരിക്കുക; ജനറൽ സ്റ്റഡീസിൽ സ്വന്തം പ്രകടനം എങ്ങനെയായിരുന്നുവെന്നോർത്ത് സമയം പാഴാക്കാതെയിരിക്കുക. ശാന്തവും ഏകാഗ്രവുമായ മനസ്സോടെ ആ പരീക്ഷയെ സമീപിക്കുക.

5. **മത്സരത്തെ ഭയപ്പെടരുത്. അപകർഷതാബോധം ഉണ്ടാകുകയുമരുത് :** മത്സരത്തെ ഭയപ്പെടരുത്. മാത്രമല്ല, ഡൽഹിയിൽ നിന്നോ മറ്റ് മെട്രോപൊളിറ്റൻ നഗരങ്ങളിൽ നിന്നോ വരുന്ന ഉദ്യോഗാർത്ഥികളേക്കാൾ താഴ്ന്ന നിലയിലാണ് തങ്ങളെന്ന് തോന്നാൻ ഇടവരുത്തരുത്. നിങ്ങളുടെ കഠിനാധ്വാനവും അച്ചടക്കവും സ്ഥിരോത്സാഹവുമാണ് ഏറ്റവും പ്രധാനം. മത്സരം നിങ്ങളോടുതന്നെ ആയിക്കൊള്ളുക. തുടർച്ചയായി സ്വയം മെച്ചപ്പെടുത്താൻ ശ്രമിക്കുക. അപകർഷതാബോധം നിങ്ങളെ പിന്തിരിപ്പിക്കാൻ അനുവദിക്കാതെയിരിക്കുക.

6. **അഭിമുഖവേദിയിൽ ശാന്തതയും ആത്മവിശ്വാസവും സത്യസന്ധതയും പുലർത്തുക :** അറിവെത്രത്തോളമുണ്ടെന്ന പരീക്ഷണം മാത്രമല്ല, നിങ്ങളുടെ വ്യക്തിത്വത്തിന്റെ പ്രതിഫലനം കൂടിയാണ് അഭിമുഖം. ആത്മവിശ്വാസത്തോടെയും സത്യസന്ധതയോടെയും ശാന്തമായ പെരുമാറ്റത്തോടെയും മാത്രം അതിനെ നേരിടുക. ഉത്തരം അറിയാത്തപ്പോൾ അത് സമ്മതിക്കാൻ ഭയപ്പെടാതെയിരിക്കുക. അറിവ് പോലെ തന്നെ സത്യസന്ധതയെയും ബോർഡ് അഭിനന്ദിക്കുന്നു. അഭിമുഖത്തെ ഒരു സംഭാഷണമെന്നോണം സമീപിക്കുക; നിങ്ങളായിരിക്കുക. നിങ്ങളായിത്തന്നെ തിളങ്ങാൻ സ്വയം അനുവദിക്കുക.

അധ്യായം 2

ആദ്യ ശ്രമത്തിൽ തന്നെ ലക്ഷ്യം നേടുക

റേഗർ പുരയിൽ ആഹ്ലാദത്തിന്റെ ആർപ്പുവിളി

24 സെപ്റ്റംബർ 2021. സെൻട്രൽ ഡൽഹിയിൽ സ്ഥിതിചെയ്യുന്ന കരോൾ ബാഗിലുള്ള റേഗർ പുരയിലെ തെരുവുകളിൽ സൂര്യാസ്തമയത്തിന്റെ നിറങ്ങൾ പരന്നുതുടങ്ങി. നിറങ്ങളുടെയും ശബ്ദങ്ങളുടെയും ഒരു വിരുന്നായി അത് മാറി. അവിടുത്തെ കഫേകളിലും വഴിയോര ഭക്ഷണശാലകളിലും സംഗീതവും ജനക്കൂട്ടത്തിന്റെ ചടുലമായ സംസാരവും മുഴങ്ങിക്കേട്ടു.

ഒരുകാലത്ത് തുകൽ ഫാക്ടറികളുടെ കേന്ദ്രമായിരുന്ന റേഗർ പുര, തിരക്കേറിയ ഒരു തെരുവായി രൂപാന്തരപ്പെട്ടു; ഇന്നവിടെ കടകളും പേയിംഗ് ഗസ്റ്റ് (പിജി) താമസസൗകര്യങ്ങളും കൊണ്ട് നിറഞ്ഞിരിക്കുന്നു. ന്യായമായ വിലയിലൊതുങ്ങിയ താമസസൗകര്യങ്ങളും അറിയപ്പെടുന്ന നിരവധി കോച്ചിംഗ് ഇൻസ്റ്റിറ്റ്യൂട്ടുകളും അടുത്തുള്ളതിനാൽ റേഗർ പുരയെ തേടി നിരവധി സിവിൽ സർവീസ് ഉദ്യോഗാർത്ഥികളെത്തിയിരുന്നു.

അന്ന് വൈകുന്നേരം ഏകദേശം 6.45-ന് തിരക്കേറിയ ആ തെരുവിലെ നാല് നിലകളുള്ള ഒരു കെട്ടിടത്തിൽ ഉച്ചത്തിലുള്ള ആഹ്ലാദാരവങ്ങൾ മുഴങ്ങിക്കേട്ടു. അതിന്റെ താഴത്തെ നിലയിൽ നിന്ന് വികാരാധിക്യത്തിന്റെ അലയൊലികൾ പുറത്തേക്കൊഴുകി.

പെട്ടെന്നുള്ള ആ ബഹളത്തിൽ ആകൃഷ്ടരായി, അതേ നിലയിൽ തന്നെ താമസിക്കുന്ന മൂന്ന് ആൺകുട്ടികൾ അവിടേയ്ക്ക്

ഓടിയെത്തി. സത്യം ഗാന്ധി എന്ന പേരുള്ള ഒരു ചെറുപ്പക്കാരൻ താമസിച്ചിരുന്ന ഒരു ചെറിയ മുറിയായിരുന്നു അത്. ഒന്നര വർഷം മുമ്പ് ആ കെട്ടിടത്തിലേക്ക് താമസം മാറിയ അദ്ദേഹം തന്റെ വാസസ്ഥലത്തിന് പുറത്തേക്ക് അപൂർവ്വമായി മാത്രം കാണാറുള്ള ആൾ എന്ന നിലയിൽ പേരുകേട്ട വ്യക്തിയായിരുന്നു.

ഓടിയെത്തിയവരിൽ ഒരാൾ പെട്ടെന്ന് ആ വാതിൽ തള്ളി ത്തുറന്നു. അതിശയകരമെന്നു പറയട്ടെ, അത് അനായാസം തുറന്നുവന്നു. അവിടെ അവരെ വരവേറ്റത് ആരെയും ആകർഷി ക്കുന്ന ഒരു രംഗമായിരുന്നു. പുസ്തകങ്ങളും പത്രക്കെട്ടുകളും മാസിക കളും തിങ്ങിനിറഞ്ഞ അമ്പത് ചതുരശ്ര അടി വിസ്തീർണ്ണമുള്ള ഒരു മുറി. മേശയും തറയും കിടക്കയും അലങ്കോലമായിക്കിടക്കുന്നു.

ഈ അലങ്കോലത്തിനിടയിൽ സന്തോഷത്തിന്റെ മൂർദ്ധന്യ ത്തിൽ എത്തിനിൽക്കുന്ന സത്യം ഗാന്ധിയെ അവർ കണ്ടു. അദ്ദേഹം ഒരു കൊച്ചുകുട്ടിയെപ്പോലെ ആഹ്ലാദത്തോടെ കട്ടിലിൽ ചാടിക്കളിക്കുകയായിരുന്നു; അദ്ദേഹത്തിന്റെ ശബ്ദത്തിൽ നില വിളിയും കരച്ചിലുമുണ്ടായിരുന്നു. 'ഞാൻ അത് നേടിയെടുത്തിരി ക്കുന്നു! എന്റെ ആദ്യ ശ്രമത്തിൽ തന്നെ ഞാൻ അത് ചെയ്തുവെന്ന് എനിക്ക് വിശ്വസിക്കാൻ കഴിയുന്നില്ല!' അദ്ദേഹം അലറി.

കൗതുകം സഹിക്കവയ്യാതെ കണ്ടുനിന്നവരിലൊരാൾ ചോദിച്ചു, 'ബ്രോ, എന്താണ് സംഭവിച്ചത്?'

മൂവരുടെയും പെട്ടെന്നുള്ള ആ വരവിൽ അൽപ്പം ലജ്ജ തോന്നിയ സത്യം ചെറുതായി ഒന്നു പുഞ്ചിരിച്ചു. 'ഞാൻ സിഎസ്ഇ പാസ്സായിരിക്കുന്നു. ആദ്യ ശ്രമത്തിൽ തന്നെ എനിക്ക് പത്താം റാങ്ക് കിട്ടിയിരിക്കുന്നു,' വിറയ്ക്കുന്ന കൈകളാൽ സന്തോഷാശ്രുക്കൾ തുടച്ചുകൊണ്ട് അദ്ദേഹം പറഞ്ഞു.

സത്യം സിഎസ്ഇ-യ്ക്ക് തയ്യാറെടുക്കുകയാണെന്ന് അവർക്ക് ചെറിയ ധാരണയുണ്ടായിരുന്നു. എപ്പോഴും തന്റെ മുറിയിൽ തന്നെ ഒതുങ്ങിക്കൂടിയിരുന്ന അദ്ദേഹത്തിന്റെ സമർപ്പണത്തിന് അവർ സാക്ഷികളായിരുന്നു. എന്നിരുന്നാലും, സത്യം കൈവരിച്ച ആ നേട്ടത്തിന്റെ മഹത്വം അവരെ അമ്പരപ്പിച്ചു. തങ്ങളുടെ അയൽ ക്കാരനായ ആ യുവാവ് സിഎസ്ഇ-യിൽ ഉയർന്ന റാങ്കോടെ വിജയിക്കുമെന്ന് അവർ പ്രതീക്ഷിച്ചിരുന്നില്ല.

'അത് വളരെ നന്നായിരിക്കുന്നല്ലോ ബ്രോ, നിങ്ങളെക്കുറി ച്ചോർത്ത് ഞങ്ങൾ അഭിമാനിക്കുന്നു,' അവർ മൂവരും ഒരേ സ്വരത്തിൽ വിളിച്ചുപറഞ്ഞു. തങ്ങൾക്കത് വിശ്വസിക്കാൻ കഴിയു ന്നില്ലെന്നത് അവരുടെ സ്വരത്തിൽ നിന്ന് വ്യക്തമായിരുന്നു. അവർ

ഹൃദ്യമായ ഹസ്തദാനവും ഊഷ്മളമായ ആലിംഗനവും ആത്മാർത്ഥമായ അഭിനന്ദനങ്ങളും സമ്മാനിച്ചിട്ട് ആ മുറിയിൽ കിട്ടിയ ഇടത്തിൽ സ്ഥാനംപിടിച്ചു. ഇടതടവില്ലാതെ മുഴങ്ങിക്കൊണ്ടിരുന്ന തന്റെ ഫോണിൽ വന്നിരുന്ന അഭിനന്ദന സന്ദേശങ്ങൾ കൈകാര്യം ചെയ്യുന്ന തിരക്കിലായിരുന്നു സത്യം അപ്പോൾ. ആ ചെറിയ മുറിയിൽ മൂവരും ഫോണിലൂടെ പുറത്തേക്ക് വന്ന സംഭാഷണങ്ങൾ കേട്ടുകൊണ്ടിരുന്നു.

'പാപ്പാ, ഞാൻ യുപിഎസ്‌സി പാസ്സായി. എനിക്ക് പത്താം റാങ്ക് കിട്ടിയിട്ടുണ്ട്,' സന്തോഷത്താൽ തിങ്ങിയ ശബ്ദത്തോടെ സത്യം ഫോണിലൂടെ പറയുന്നത് അവർ കേട്ടു.

'*അരേ വാഹ്, ബേട്ടാ!* (സബ്ബാഷ് മോനേ, സബ്ബാഷ്!) എനിക്ക് നിന്നിൽ പൂർണ്ണ വിശ്വാസമുണ്ടായിരുന്നു,' അഭിമാനം നിറഞ്ഞുതുളുമ്പുന്ന ശബ്ദത്തോടെ അച്ഛൻ മറുപടി പറഞ്ഞു.

'*സുനിയേ ജി, ആപ്കാ ബേട്ടാ ഐഎഎസ് ബൻ ഗയാ ഹേ* [കേൾക്കൂ, തന്റെ മകൻ ഒരു ഐഎഎസ് ഓഫീസറായിരിക്കുന്നു],' അടുക്കളയിൽ തിരക്കിലായിരുന്ന തന്റെ ഭാര്യയോട് സത്യത്തിന്റെ അച്ഛൻ വിളിച്ചുപറഞ്ഞു. അവർ തിടുക്കത്തിൽ തന്റെ പാചകം ഉപേക്ഷിച്ച് ഭർത്താവിന്റെ കയ്യിൽ നിന്ന് ഫോൺ തട്ടിപ്പറിച്ചെടുത്തു.

'അമ്മേ, അമ്മയുടെ പ്രാർത്ഥനകൾക്ക് ദൈവം ഉത്തരം നൽകിയിരിക്കുന്നു,' അമ്മയുടെ ശബ്ദം കേട്ടയുടനെ കണ്ണുനീർ ഒഴുക്കിക്കൊണ്ട് സത്യം പറഞ്ഞു.

സന്തോഷവും നന്ദിയും കാരണം കരഞ്ഞുപോയ അമ്മയുടെ സ്വരം അവർക്ക് കേൾക്കാൻ കഴിയുന്നുണ്ടായിരുന്നു. ഒരു നിമിഷത്തിനു ശേഷം ഒന്ന് ശാന്തമായിട്ട് അവർ പറഞ്ഞു, 'ഇന്ന് ഭഗവാൻ ശിവൻ നമ്മളെ അനുഗ്രഹിച്ചിരിക്കുന്നു. നന്നായിരിക്കുന്നു മോനേ, ഞങ്ങളുടെ അഭിമാനമാണ് നീ.'

അതിനിടയിൽ സത്യത്തിന്റെ കോളേജിലെ കൂട്ടുകാരിലൊരാളായ നടാൻഷ് ഒരു ചെറിയ കേക്കുമായി അവിടെയെത്തി. സത്യം ആചാരപ്രകാരം ആ കേക്ക് മുറിച്ചയുടൻ തന്നെ അതിൽ നിന്ന് ഓരോ കഷണം ആസ്വദിക്കുന്നതിന് മുമ്പ് അവർ അതിൽ നിന്ന് അല്പമെടുത്ത് അദ്ദേഹത്തിന്റെ മുഖത്ത് പുരട്ടി.

'നമുക്ക് പുറത്ത് പോയി ആഘോഷിക്കാം,' നടാൻഷ് നിർദ്ദേശിച്ചു.

എന്നാൽ ഒരു ആഡംബര പാർട്ടി നടത്താൻ വേണ്ട പണം സത്യത്തിന്റെപക്കലുണ്ടായിരുന്നില്ല. മനസ്സില്ലാമനസ്സോടെഅവർ

കരോൾ ബാഗിലെ ഗുരു ഗോബിന്ദ് സിംഗ് മാർക്കറ്റിലെ ഒരു ചെറിയ ചായക്കടയിലേക്ക് നടന്നു. ഗംഭീരമായ വിജയത്തിന്റെ ആ ചെറിയ ആഘോഷം ചായയുടെയും ലഡുവിന്റെയും ഊഷ്മളതയിൽ സമാപിച്ചു.

ദിഘ്രയിലെ ആദ്യത്തെ ഗാന്ധി

ബീഹാറിലെസമസ്തിപൂർജില്ലയിലെദിഘ്രഎന്നചെറിയഗ്രാമത്തിലാണ് സത്യം ജനിച്ചുവളർന്നത്. അദ്ദേഹത്തിന്റെ പിതാവ് അഖിലേഷ് കുമാർ സമീപത്തുതന്നെയുള്ള പൂസയിലെ രാജേന്ദ്ര കാർഷിക സർവ്വകലാശാലയിൽ ഷുഗർകെയ്ൻ ഡിപ്പാർട്ട്മെന്റിൽ അസിസ്റ്റന്റായി സേവനമനുഷ്ഠിക്കുകയായിരുന്നു. സത്യത്തിന്റെ അമ്മ മഞ്ജു ദേവി അവരുടെ വീട് സമർത്ഥമായി നോക്കിനടത്തി.

തന്റെ ചെറുപ്പ കാലത്ത് സത്യം അതുല്യമായ ഒരു പ്രത്യേകത കൈവരിച്ചിരുന്നു – തന്റെ ഗ്രാമത്തിൽ 'ഗാന്ധി' എന്ന പദവി അലങ്കരിക്കുന്ന ആദ്യത്തെ വ്യക്തിയായിരുന്നു അദ്ദേഹം. അതെങ്ങനെയാണ് സംഭവിച്ചത്?

സ്കൂൾ അവധികൾക്കും അവരുടെ മാതാപിതാക്കളുടെ ദേവ്ഘറിലേക്കുള്ള തീർത്ഥാടനത്തിനുമിടയിൽ, സത്യവും സഹോദരൻ ശിവവും അവരുടെ മാമാജിയായ പ്രേം രഞ്ജനും മാമിജിയായ സിദ്ധിക്കും ഒപ്പം മുസാഫർപൂരിലാണ് കഴിഞ്ഞിരുന്നത്.

'സത്യം വളരെ ശാന്തനായ കുട്ടിയാണ്. ഗാന്ധിജിയെപ്പോലെ അഹിംസയെ ഉൾക്കൊള്ളുന്നവൻ; മാത്രമല്ല തന്റെ പ്രിയപ്പെട്ട കളിപ്പാട്ടങ്ങളും മിഠായികളുമെല്ലാം സന്തോഷത്തോടെയാണ് അവൻ മറ്റുള്ളവരുമായി പങ്കിടുന്നത്,' അങ്ങനെയിരിക്കെ ഒരു വൈകുന്നേരം സിദ്ധി പറഞ്ഞു.

'ഞാനും അത് അംഗീകരിക്കുന്നു. നീ കൊടുക്കുന്നതെന്തും– അത് പാവയ്ക്കയാണെങ്കിൽ പോലും അവൻ സന്തോഷത്തോടെ കഴിക്കും,' മുറിയുടെ ഒരു മൂലയിൽ കളിയിൽ മുഴുകിയിരുന്ന സത്യത്തെ നോക്കി ഒരു പുഞ്ചിരിയോടെ പ്രേം രഞ്ജൻ പറഞ്ഞു.

'അതുകൊണ്ട്, ഞാനിപ്പോൾ അവനെ ഗാന്ധി–നമ്മുടെ ഗാന്ധി ബാബ എന്നാണ് വിളിക്കുന്നത്,' സിദ്ധി ചിരിച്ചു.

അങ്ങനെ സത്യം സത്യം ഗാന്ധിയായി. അദ്ദേഹത്തിന്റെ പിതാവ് ആ പദവി വളരെ സ്നേഹത്തോടെ സ്വീകരിച്ചു. 2005-ൽ രാജേന്ദ്ര യൂണിവേഴ്സിറ്റിയിലെ കേന്ദ്രീയ വിദ്യാലയത്തിലെ

കുള്ള അഡ്മിഷൻ ഫോം പൂരിപ്പിക്കുമ്പോൾ, അദ്ദേഹം ഔദ്യോഗികമായി തന്റെ മകന്റെ പേര് സത്യം കുമാർ എന്നതിൽ നിന്ന് സത്യം ഗാന്ധി എന്നാക്കി മാറ്റി.

'ഗാന്ധി' എന്ന പേര് സത്യവും ഏറ്റെടുത്തു. സ്കൂളിൽ നടന്ന ഒരു ഫാൻസിഡ്രസ് മത്സരത്തിൽ, അദ്ദേഹം സന്തോഷത്തോടെ മഹാത്മാഗാന്ധിയായി വേഷംകെട്ടി.

ആ ഗ്രാമത്തിലെ തന്നെ ഏറ്റവും ആദരണീയനായ വ്യക്തിയായ സച്ചിദാനന്ദ റായിക്ക് തന്റെ പേരക്കുട്ടികളിൽ ഏറ്റവുമിഷ്ടം സത്യത്തെയായിരുന്നു. രാജേന്ദ്ര യൂണിവേഴ്സിറ്റിയിൽ നിന്ന് അസിസ്റ്റന്റ് തസ്തികയിൽ വിരമിച്ച ആളാണദ്ദേഹം. എല്ലാ വൈകുന്നേരങ്ങളിലും അയൽപക്കത്തെ കുട്ടികൾ സച്ചിദാനന്ദിന്റെ വീട്ടിൽ ഒത്തുകൂടിയിരുന്നു; അദ്ദേഹം അവരെ പഠനത്തിൽ സഹായിച്ചിരുന്നു. അവർക്ക് ആകർഷകമായ കഥകളും ഫലിതങ്ങളും അദ്ദേഹം പറഞ്ഞുകൊടുത്തിരുന്നു.

'ഞങ്ങളുടെ ഗ്രാമത്തിൽ ആദ്യമായി ടെലിവിഷൻ എത്തിയപ്പോൾ ആളുകൾ കരുതിയത് ആരോ അതിനുള്ളിലിരുന്ന് സംസാരിക്കുകയാണെന്നാണ്' കണ്ണിൽ മിന്നിമറയുന്ന കുസൃതി ചിരിയോടെ അദ്ദേഹം പറഞ്ഞു.

'ആരോ ആദ്യമായി ഒരു ടോർച്ച് കൊണ്ടുവന്നപ്പോൾ, അത് അവരുടെ കൈ പൊള്ളിക്കുമെന്ന് കരുതി ആളുകൾ അതിൽ തൊടാൻ ഭയപ്പെട്ടു,' രസകരമായ മറ്റൊരു കഥ ഓർത്തെടുത്തുകൊണ്ട് അദ്ദേഹം പുഞ്ചിരിച്ചു.

തുടക്കത്തിൽ തന്നെ വായനയോടുള്ള സ്നേഹം വളർത്തിക്കൊണ്ട് സത്യത്തിന്റെ മുത്തച്ഛൻ എല്ലാ ദിവസവും പത്രത്തിന്റെ ഒരു പേജ് അദ്ദേഹത്തിന് കൈമാറിയിരുന്നു. ഗ്രാമങ്ങളിൽ പര്യടനം നടത്തുകയും പ്രാദേശിക പ്രശ്നങ്ങൾ പരിഹരിക്കുകയും ചെയ്യുന്ന, സ്വാധീനമുള്ള കളക്ടർമാരുടെ കഥകൾ സത്യത്തിൽ ആകാംക്ഷയും കൗതുകവുമുണർത്തി. ഒരു വൈകുന്നേരം, ജിജ്ഞാസ അടക്കാനാകാതെ, അദ്ദേഹം തന്റെ ദാദാജിയോട് അവരെക്കുറിച്ച് ചോദിച്ചു.

'മോനേ, ഒരു ജില്ലയിലെ സർക്കാരിന്റെ തലവനാണ് കളക്ടർ. ഐഎഎസുകാർക്ക് മാത്രമേ കളക്ടർമാരാകാൻ കഴിയൂ,' ദാദാജിയുടെ വിശദീകരണങ്ങൾ സത്യം ശ്രദ്ധയോടെ കേട്ടിരുന്നു.

കണ്ണുകളിൽ പ്രതീക്ഷയുടെ തിളക്കത്തോടെ ദാദാജി കൂട്ടിച്ചേർത്തു, 'നമ്മുടേത് ഒരു വലിയ കുടുംബമാണ്. എന്റെ കൊച്ചു

മക്കളിൽ ഒരാൾ ഐഎഎസ് ഓഫീസറാകുമെന്ന് എനിക്ക് പ്രതീക്ഷയുണ്ട്.'

'ദാദാജി, ഞാൻ നിങ്ങളുടെ ആഗ്രഹം നിറവേറ്റിക്കൊണ്ട് ഒരു ദിവസം കളക്ടറാകുകതന്നെ ചെയ്യും,' അത് പറയുമ്പോൾ ആ വാഗ്ദാനത്തിന്റെയും നിശ്ചയദാർഢ്യത്തിന്റെയും തിളക്കം കുഞ്ഞ് സത്യത്തിന്റെ കണ്ണുകളിലുണ്ടായിരുന്നു.

ആ നിമിഷം മുതൽ, ഒരു ഐഎഎസ് ഓഫീസറാകാനുള്ള ആഗ്രഹം സത്യത്തിന്റെ ഹൃദയത്തിൽ ജ്വലിച്ചുനിന്നു. അദ്ദേഹത്തിന്റെ ദാദാജിക്ക് അപ്പോൾ 85 വയസ്സ് പ്രയമുണ്ടായിരുന്നത് കാരണം അത് നേടിയെടുക്കാൻ തിടുക്കമുണ്ടായിരുന്നു.

ചെത്തിമിനുക്കുമ്പോഴാണ് വജ്രത്തിന് തിളക്കമുണ്ടാകുന്നത്

ദില്ലിയിലെ ആ ഒറ്റമുറിവീട്ടിൽ സൂര്യനുദിക്കുന്നതിന് മുൻപ് തന്നെ സത്യത്തിന്റെ മാതാപിതാക്കൾ തങ്ങളുടെ ദിവസമാരംഭിക്കും. മഞ്ജുദേവി ഭക്ഷണം പാകം ചെയ്തിട്ട് മറച്ചുകെട്ടിയ ചെറിയ ബാൽക്കണിയിൽ ഉറങ്ങുന്ന സത്യത്തെയും സഹോദരൻ ശിവത്തെയും പതിയെ ഉറക്കത്തിൽനിന്ന് ഉണർത്തും.

അഖിലേഷ് അവരുടെ യാത്രാമാർഗ്ഗം ഒരുക്കും—മുകളിലുള്ള ട്യൂബിൽ രണ്ട് ടവ്വലുകൾ കൊണ്ട് അലങ്കരിച്ചിരിക്കുന്ന ഒരു വയസ്സായ സൈക്കിൾ. ഈ ടവ്വലുകൾ സത്യത്തിനും ശിവത്തിനും ഇരിപ്പിടങ്ങളൊരുക്കി. ഏറ്റവും മുന്നിൽ ഇരിക്കാനായുള്ള പോരാട്ടം ഓരോ ദിവസവും തുടർന്നുപോന്നു. രാവിലെ 6.30-ന്, ഗ്രാമത്തിൽ നിന്ന് സ്കൂളിലേക്കുള്ള അവരുടെ അഞ്ച് കിലോമീറ്റർ യാത്ര തുടങ്ങും.

മിടുക്കനും ഉത്സാഹിയുമായ വിദ്യാർത്ഥിയായിരുന്നു സത്യം. സംവാദങ്ങൾ, പൊതുവിജ്ഞാന മത്സരങ്ങൾ, ശാസ്ത്ര പ്രദർശനം എന്നിവയോടുള്ള അഭിനിവേശം അദ്ദേഹത്തിന്റെ ബുദ്ധിശക്തി വ്യക്തമാക്കുന്നതായിരുന്നു. പത്താം ക്ലാസ്സിൽ, ഭൂസയിലെ കാലാവസ്ഥാ വ്യതിയാനം കാണിച്ചുകൊണ്ട് അദ്ദേഹം ഉണ്ടാക്കിയ മോഡൽ ദേശീയതല ചിൽഡ്രൻസ് സയൻസ് കോൺഗ്രസിൽ ഇടം നേടുകയുണ്ടായി.

യൗവനാരംഭത്തിൽ, ആളുകൾ പലപ്പോഴും ഒന്നിലധികം തൊഴിലുകൾ സ്വപ്നം കാണാറുണ്ട്. ഒരു ഐഎഎസ് ഓഫീസറാകുക എന്നതിനൊപ്പം സായുധ സേനയും—പ്രത്യേകിച്ച് ഇന്ത്യൻ എയർഫോഴ്സ്—സത്യത്തിന്റെ സ്വപ്നത്തിലുണ്ടായിരുന്നു. ഒരു യുദ്ധ

വിമാനത്തിൽ ഉയരത്തിൽ കുതിച്ചുപൊങ്ങി ധീരമായ കരുനീക്കങ്ങൾ നടത്തുന്നത് അദ്ദേഹം സ്വപ്നം കണ്ടു. 12-ാം ക്ലാസ്സിനുശേഷം നാഷണൽ ഡിഫൻസ് അക്കാദമി (എൻഡിഎ) പരീക്ഷയിൽ ഉയർന്ന റാങ്ക് നേടുക എന്നതാണ് IAF-ൽ ചേരുന്നതിനുള്ള ആദ്യപടിയെന്ന് തന്റെ ഇന്റർനെറ്റ് ഗവേഷണങ്ങളിലൂടെ സത്യം മനസ്സിലാക്കി.

പത്താം ക്ലാസ് ഫലം പ്രഖ്യാപിച്ചപ്പോൾ കുടുംബം ഒന്നടങ്കം ആഹ്ലാദത്തിൽ മതിമറക്കുകയായിരുന്നു. 10/10 ജിപിഎ നേടിയ സത്യത്തിന്റെ വിജയം ആഘോഷിക്കാനായി ഒരു 'ഹൽവ' വിരുന്നാണ് അവർ സജ്ജീകരിച്ചത്. ആ സന്തോഷത്തിനിടയിലും, മറ്റ് പല മാതാപിതാക്കളെയും പോലെ അഖിലേഷ് കുമാറും തന്റെ മകൻ എഞ്ചിനീയറാകുന്നത് വിഭാവനം ചെയ്തു.

'മഞ്ജുജീ, നിങ്ങളുടെ മകൻ ഉടൻ ഒരു എഞ്ചിനീയറാകും,' ചൂടുള്ള ഹൽവയുടെ സ്വാദ് ആസ്വദിച്ച് കഴിച്ചുകൊണ്ട് ആഹ്ലാദത്തോടെ അഖിലേഷ് കുമാർ പറഞ്ഞു.

'പക്ഷേ, പപ്പാ, എനിക്ക് ഹ്യൂമാനിറ്റീസാണ് ഇഷ്ടം. ഉപരിപഠനത്തിന് ആർട്സ് സ്ട്രീം തിരഞ്ഞെടുക്കാനാണ് ഞാൻ ആഗ്രഹിക്കുന്നത്,' പിതാവിന്റെ അപ്രതീക്ഷിതമായ പ്രഖ്യാപനം കേട്ട് ഞെട്ടലോടെ, മടിച്ചുമടിച്ച് സത്യം അദ്ദേഹത്തോട് പറഞ്ഞു.

'വേണ്ട, നീ സയൻസ് വിഷയങ്ങളാണ് പഠിക്കേണ്ടത്. മികച്ച ഗ്രേഡില്ലാത്തവരും അർപ്പണബോധമില്ലാത്തവരും മാത്രമാണ് ഹ്യൂമാനിറ്റീസ് തിരഞ്ഞെടുക്കുന്നത്,' അഖിലേഷ് മകനോട് തർക്കിച്ചു.

അഖിലേഷ് കുമാറിന്റെ തീരുമാനവും അദ്ദേഹത്തിന്റെ വിവരണവും യുക്തിരഹിതവും കർക്കശവുമാണെന്ന് തോന്നുമെങ്കിലും, ഇന്ത്യയുടെ പല ഭാഗങ്ങളിലും നിലവിലുള്ള യാഥാർത്ഥ്യത്തെയാണത് പ്രതിഫലിപ്പിക്കുന്നത്; പഠനകാര്യങ്ങളിൽ കുട്ടികൾക്ക് പലപ്പോഴും അവരുടെ മാതാപിതാക്കൾ അടിച്ചേൽപ്പിക്കുന്ന തിരഞ്ഞെടുപ്പുകൾ സ്വീകരിക്കേണ്ടി വരുന്നു എന്ന യാഥാർത്ഥ്യം.

സത്യം സയൻസ് സ്ട്രീം തിരഞ്ഞെടുത്തു. പിന്നീട്, 12-ാം ക്ലാസിൽ പഠിക്കുമ്പോൾ, ഇന്ത്യൻ ഇൻസ്റ്റിറ്റ്യൂട്ട് ഓഫ് ടെക്നോളജിയിൽ (ഐഐടി) പ്രവേശനം നേടാനായി ജോയിന്റ് എൻട്രൻസ് എക്സാമിനേഷൻ (ജെഇഇ) എഴുതാൻ അവനെ തന്റെ പിതാവ് വീണ്ടും നിർബന്ധിക്കുകയുണ്ടായി. എഞ്ചിനീയറിംഗിൽ താൽപ്പര്യമില്ലാത്തതിനാലും വേണ്ടത്ര തയ്യാറെടുപ്പുകൾ സ്വീകരിക്കാതിരുന്നതിനാലും ടെലിഫോൺ നമ്പറിനോട് സാദൃശ്യപ്പെട്ട

ത്താൻ തക്കവണ്ണം ആറ് അക്കങ്ങളുള്ള റാങ്കാണ് അദ്ദേഹം നേടിയത്.

എന്നാൽ സത്യം പതറിയില്ല. അദ്ദേഹത്തിന്റെ നോട്ടം ഡൽഹി സർവ്വകലാശാലയായിരുന്നു.

തകരുന്ന സ്വപ്നം

2017 സെപ്റ്റംബറിലെ ശാന്തമായ ഒരു സായാഹ്നത്തിൽ, ബെംഗളൂരുവിലെ കരിയപ്പ കോളനിയിലെ 17-സർവീസസ് സെലക്ഷൻ ബോർഡ് (എസ്എസ്ബി) കാമ്പസിനുള്ളിൽ, നാൽപ്പത് ആൺകുട്ടികളുടെ ഹൃദയം തകരുകയുണ്ടായി. പതിനെട്ടിനും ഇരുപതിനും ഇടയിൽ പ്രായമുള്ള അവർ എൻഡിഎയിൽ ചേരാനും സായുധ സേനയിൽ ചേരാനുമുള്ള സ്വപ്നങ്ങളോടെയാണ് അവിടെ ഒത്തുകൂടിയിരുന്നത്.

വിജയിക്കുക എന്നതായിരുന്നു അവരുടെയെല്ലാം ആഗ്രഹം. മാനസിക പിരിമുറുക്കം അനുഭവിച്ചുകൊണ്ട്, എന്നാൽ പ്രതീക്ഷയോടെ ഫലപ്രഖ്യാപനത്തിനായി അവർ കോൺഫറൻസ് റൂമിൽ ആകാംക്ഷയോടെ കാത്തിരുന്നു. കഴിഞ്ഞ ഏഴ് ദിവസങ്ങളായി, തങ്ങളുടെ മാനസിക ഗുണങ്ങളും ബുദ്ധിശക്തിയും ശാരീരിക ക്ഷമതയും ക്രിയാത്മക ചിന്തയും ആശയവിനിമയ വൈദഗ്ധ്യവും നേതൃത്വപരമായ കഴിവുകളും വിലയിരുത്തുന്നതിനായി രൂപകൽപ്പന ചെയ്ത ടെസ്റ്റുകൾക്കും അഭിമുഖങ്ങൾക്കും അവർ തുടർച്ചയായി വിധേയരായിട്ടുണ്ട്.

നിർണ്ണായകമായ ഫലം ഉൾക്കൊള്ളുന്ന ഒരു കടലാസ് തുണ്ട് മുറുകെപ്പിടിച്ച് എസ്എസ്ബിയുടെ പ്രസിഡന്റ് ആ മുറിക്കകത്തേക്ക് കടന്നുവന്നതോടെ അവരുടെ പിരിമുറുക്കം ഇരട്ടിയായി. എല്ലാവരും അദ്ദേഹത്തെ സ്വാഗതം ചെയ്യാനായി എഴുന്നേറ്റുനിന്നു.

'ഗുഡ് ഈവനിംഗ്, കുട്ടികളേ. ഈ മുറിയിൽ നിറഞ്ഞു നിൽക്കുന്ന ഉത്കണ്ഠ എനിക്ക് മനസ്സിലാക്കാനാകുന്നുണ്ട്. ഞാൻ എങ്ങനെയാണ് ഫലപ്രഖ്യാപനം നടത്തേണ്ടത് – ക്രമരഹിതമായോ അതോ ചെസ്റ്റ് നമ്പറുകൾ അനുസരിച്ചോ?' അദ്ദേഹം ചോദിച്ചു.

'ക്രമരഹിതമായി, സർ!' ഒരു ശബ്ദം അവിടെ മുഴങ്ങിക്കേട്ടു.

'അങ്ങനെയാകട്ടെ. ശ്രദ്ധയോടെ കേൾക്കൂ. മുപ്പത്തിയൊൻപത്, അഞ്ച്, പതിനൊന്ന്, ഇരുപത്തിയെട്ട് എന്നീ ചെസ്റ്റ് നമ്പറുകളാണ് ശുപാർശ നേടിയിരിക്കുന്നത്.

'ചെസ്റ്റ് നമ്പർ പതിനൊന്ന്' എന്ന വാക്കുകൾ യുവാവായ സത്യത്തിന്റെ കാതുകളിൽ മധുര സംഗീതം പോലെ പ്രതിധ്വനിച്ചു. ഒരു ക്ഷണനേരത്തേക്ക് അദ്ദേഹത്തിനത് വിശ്വസിക്കാനായില്ല—തന്റെ ആദ്യ ശ്രമത്തിൽ സത്യം എസ്‌എസ്‌ബി കീഴടക്കിയിരിക്കുന്നെന്നോ?! അധികം വൈകാതെ വിജയാവേശം അദ്ദേഹത്തെ കീഴടക്കി. വ്യോമസേനയിൽ ചേർന്ന് പൈലറ്റാകുക എന്ന അദ്ദേഹത്തിന്റെ സ്വപ്നം യാഥാർത്ഥ്യമാക്കാനുള്ള ചവിട്ടുപടിയാണിത്.

അടുത്ത ദിവസം പുലർച്ചയോടെ, തിരഞ്ഞെടുക്കപ്പെട്ട നാല് ഉദ്യോഗാർത്ഥികളും സമഗ്രമായ മെഡിക്കൽ പരിശോധനകൾക്കായി ബെംഗളൂരുവിലെ കമാൻഡ് ഹോസ്പിറ്റലിലെത്തി. അഞ്ച് ദിവസങ്ങൾ കൊണ്ട്, ഈ പരീക്ഷകളിലൂടെ ഉദ്യോഗാർത്ഥികളുടെ ആരോഗ്യനിലയും മറ്റും സൂക്ഷ്മമായി പരിശോധിക്കുകയാണ്.

മെഡിക്കൽ പരിശോധനയുടെ അവസാന ദിവസം കണ്ണുകളുടെ സൂക്ഷ്മപരിശോധനയ്ക്കായാണ് മാറ്റിവെച്ചിരിക്കുന്നത്. തന്റെ കണ്ണുകൾ ആ പരീക്ഷ എളുപ്പത്തിൽ പാസ്സാകുമെന്ന ആത്മവിശ്വാസം സത്യത്തിനുണ്ടായിരുന്നു. പരീക്ഷ ജയിച്ച്, തീവണ്ടിയിൽ കയറി തന്റെ ഗ്രാമത്തിൽ മടങ്ങിയെത്തി, കുടുംബത്തോടൊപ്പം ചേർന്ന് ആഘോഷിക്കാൻ ഉത്സാഹത്തോടെ അദ്ദേഹം കാത്തിരിക്കുകയായിരുന്നു. തന്റെ മനസ്സിൽ, യൂണിഫോം ധരിച്ച്, അതിരുകളില്ലാത്ത നീലാകാശത്തിലൂടെ ഒരു യുദ്ധവിമാനത്തിൽ പറന്ന് അതിശയിപ്പിക്കുന്ന യുദ്ധതന്ത്രം പ്രയോഗിച്ചു കൊണ്ടിരിക്കുകയാണ് അദ്ദേഹം.

ഉദ്യോഗാർത്ഥികളുടെ കാഴ്ചശക്തി പരിശോധിച്ചുകൊണ്ടാണ് ആ ദിവസം ആരംഭിച്ചത്. സത്യം അനായാസം ആ പരീക്ഷ വിജയിച്ചു. ഇതിനെത്തുടർന്ന്, നിഗൂഢമായ 'ലാന്റേൺ ടെസ്റ്റിൽ' പങ്കെടുക്കാനായി മങ്ങിയ വെളിച്ചമുള്ള ഒരു മുറിയിലേക്ക് അദ്ദേഹം കടന്നുചെന്നു. വ്യത്യസ്ത നിറങ്ങളിലുള്ള എൽഇഡി ലൈറ്റുകളുള്ള ആ മുറിയിൽ അദ്ദേഹം ആത്മവിശ്വാസത്തോടെ ഓരോ നിറത്തിന്റെയും പേരുകൾ വിളിച്ചുപറഞ്ഞു. എന്നാൽ ഒപ്പമുണ്ടായിരുന്ന മറ്റ് മൂന്നു പേരുടെ ചിരി അദ്ദേഹത്തെ അമ്പരപ്പിച്ചു. 'എന്തിനാണവർ ചിരിക്കുന്നത്?' അദ്ദേഹം ആശ്ചര്യപ്പെട്ടു.

'സത്യം, നമുക്ക് അടുത്ത പരീക്ഷയിലേക്ക് കടക്കാം. ഞങ്ങൾ അതിനെ ഇഷിഹാര ടെസ്റ്റ് എന്നാണ് വിളിക്കുന്നത്.' ഡോക്ടർ പ്രഖ്യാപിച്ചു. അവർ അടുത്തുള്ള മുറിയിലേക്ക് കയറി. അവിടെ

ഡോക്ടർ സത്യത്തിന് ഒരു പുസ്തകം നൽകി. പുസ്തകത്തിന്റെ ഓരോ പേജുകളിലും ഇടതൂർന്ന കുത്തുകളുണ്ടായിരുന്നു.

'ഓരോ പേജും നന്നായി മറിച്ചുനോക്കി അതിൽ എഴുതിയിരിക്കുന്ന നമ്പർ പറയൂ' ഡോക്ടർ നിർദ്ദേശിച്ചു.

അതിൽ മറഞ്ഞിരിക്കുന്ന സംഖ്യകൾ കണ്ടെത്താൻ ശ്രമിച്ചുകൊണ്ട് സത്യം ഉത്സാഹത്തോടെ പേജുകൾ മറിച്ചു. 'സാർ, ഒരു പേജിലും എനിക്കൊരു നമ്പറും കാണാൻ കഴിയുന്നില്ല. ഇതിലെല്ലാം കുത്തുകൾ മാത്രമാണുള്ളത്.' മുഖത്ത് വ്യക്തമായ സംശയഭാവത്തോടെ അദ്ദേഹം പറഞ്ഞു.

ഒരു ഞെട്ടിക്കുന്ന വാർത്തയാണ് അപ്പോൾ ഡോക്ടർ അറിയിച്ചത്. 'സായുധ സേനയിൽ ചേരാൻ നിങ്ങൾ യോഗ്യനല്ല,' അദ്ദേഹം പ്രഖ്യാപിച്ചു.

സത്യത്തിന് ആ വാക്കുകൾ ഉൾക്കൊള്ളാനായില്ല. 'ഡോക്ടർ എന്താണീ പറയുന്നത്? എന്തുകൊണ്ടാണ് അങ്ങനെ പറയുന്നത്?' അപ്രതീക്ഷിതമായ ആ സംഭവങ്ങൾ ഉൾക്കൊള്ളാനാകാതെ സത്യത്തിന്റെ മനസ്സിനുള്ളിൽ സംശയങ്ങൾ രൂപപ്പെട്ടുകൊണ്ടിരുന്നു.

'സാർ, ദയവുചെയ്ത് അങ്ങനെ പറയരുത്. ഞാൻ തീർത്തും ആരോഗ്യവാനാണ്. എന്തെങ്കിലും ചെറിയ പ്രശ്നമുണ്ടെങ്കിൽ തന്നെ, ഞാൻ അത് ചികിത്സിച്ചു നേരെയാക്കുന്നതാണ്,' തന്റെ നിരാശമറച്ചുവയ്ക്കാനാകാതെ,കണ്ണുനീരിൽകുതിർന്നശബ്ദത്തോടെ അദ്ദേഹം അപേക്ഷിച്ചു.

'സത്യം, നിങ്ങൾ കളർ ബ്ലൈന്റാണ്. വ്യത്യസ്ത നിറങ്ങൾ തമ്മിൽ നിങ്ങൾക്ക് വേർതിരിക്കാനാകുകയില്ല,' ഉത്കണ്ഠാകുലനായി തന്റെ മുന്നിൽ നിന്ന സത്യത്തിനോട് അദ്ദേഹം പറഞ്ഞു.

'സർ, ഞാനത് ചികിത്സിച്ചു നേരെയാക്കാം. എന്തെങ്കിലും മരുന്നോ സർജറിയോ പ്രതിവിധിയായി ഉണ്ടാകുമല്ലോ,' നിരാശ പൊതിഞ്ഞ സ്വരത്തോടെ സത്യം അഭ്യർത്ഥിച്ചു.

'നിർഭാഗ്യവശാൽ, ഇത് ഒരു ജനിതകമായ അവസ്ഥയാണ്. ഇതിന് ചികിത്സയില്ല. വിധിയാണത്.' ഡോക്ടർ സത്യത്തെ ആശ്വസിപ്പിക്കാൻ ശ്രമിച്ചു.

അന്നു രാത്രി സത്യത്തിന്റെ കണ്ണിൽ നിന്ന് കണ്ണുനീർ ധാരധാരയായി ഒഴുകിക്കൊണ്ടിരുന്നു. 'എന്തുകൊണ്ടാണ് എനിക്കിത് സംഭവിച്ചത്? എനിക്ക് എവിടെയാണ് പിഴച്ചത്?' അദ്ദേഹം ആലോചിച്ചുകൊണ്ടേയിരുന്നു.

സാവധാനത്തിൽ സത്യത്തിന് തിരിച്ചറിവുണ്ടായി. സായുധ സേനയിലേക്കുള്ള വാതിലുകൾ ഇപ്പോൾ പൂർണ്ണമായും തനിക്കു മുന്നിൽ അടഞ്ഞിരിക്കുന്നു. ആ കയ്പേറിയ യാഥാർത്ഥ്യത്തിനിടയിലും നിശ്ശബ്ദമായ ഒരു ദൃഢനിശ്ചയം അദ്ദേഹത്തിന്റെയുള്ളിൽ രൂപപ്പെടാൻ തുടങ്ങിയിരുന്നു.

'കുടുംബത്തിന്റെ ഉന്നമനം സാധ്യമാക്കുവാനും മാന്യമായ ജീവിതം സൃഷ്ടിച്ചെടുക്കുവാനും ഇനി ഒരേയൊരു വഴി മാത്രമാണ് എനിക്ക് മുന്നിൽ ബാക്കിയുള്ളത്. ഒരുപക്ഷേ, സായുധ സേനയല്ല, ഐഎഎസാണ് എനിക്ക് പറഞ്ഞിട്ടുള്ളതെന്നറിയിക്കാൻ ദൈവം നൽകുന്ന സൂചനയാകാമിത്,' അദ്ദേഹം സ്വയം മന്ത്രിച്ചു.

ഒരു റോൾ മോഡലിനെ കണ്ടെത്തിയ കഥ

ഡൽഹി യൂണിവേഴ്സിറ്റിയിലെ ഡയാൽ സിംഗ് കോളേജിൽ പൊളിറ്റിക്കൽ സയൻസിൽ ബിഎ (ഓണേഴ്സ്) ബിരുദത്തിന് സത്യം ചേർന്നിരുന്നു. അവിടുത്തെ തന്റെ ഒന്നാം വർഷത്തിന്റെ അവസാനത്തിൽ, കോളേജ് നോട്ടീസ് ബോർഡിൽ കണ്ട ഒരറിയിപ്പ് അദ്ദേഹത്തിന്റെ ശ്രദ്ധയാകർഷിച്ചു : റാഞ്ചിയിൽ കളക്ടറുടെ ഓഫീസിൽ ശമ്പളമില്ലാതെ ഒരു ഇന്റേൺഷിപ്പ് നടത്തുന്നു. അദ്ദേഹം ഉടൻ തന്നെ അതിന് അപേക്ഷിച്ചു. കുറച്ച് ദിവസങ്ങൾക്ക് ശേഷം താൻ തിരഞ്ഞെടുക്കപ്പെട്ടിരിക്കുന്നു എന്ന സന്ദേശം ലഭിച്ചപ്പോൾ അദ്ദേഹം അതിയായി സന്തോഷിച്ചു.

കളക്ടറുടെ ഓഫീസിൽ അദ്ദേഹത്തെ കൂടാതെ അവിടെ പന്ത്രണ്ട് ഇന്റേണുകൾ ഉണ്ടായിരുന്നു. കളക്ടർ മഹിമാപത് റേയുടെ നേതൃത്വത്തിൽ ഒരു ഓറിയന്റേഷൻ സെഷനാണ് അവിടെ അവരെ കാത്തിരുന്നത്. സത്യത്തെ സംബന്ധിച്ചിടത്തോളം, ഇത് ഒരു കളക്ടറുമായുള്ള ആദ്യ കൂടിക്കാഴ്ചയായിരുന്നു. ഇത് അദ്ദേഹത്തിൽ കൗതുകവും ആവേശവുമുണ്ടാക്കി.

റേയുടെ ശ്രദ്ധേയമായ ബുദ്ധിശക്തിയും പാടവവും സത്യത്തെ ആകർഷിച്ചു. ഇന്റേണുകളിൽ നിന്ന് താൻ പ്രതീക്ഷിക്കുന്നത് എന്തൊക്കെയാണെന്ന് അദ്ദേഹം വ്യക്തമായി വിവരിച്ചു : ഗവൺമെന്റിന്റെ ഗ്രാമീണവികസന പദ്ധതികളുടെ നടത്തിപ്പ് പഠിക്കുകയും അവയുടെ സ്വാധീനത്തെക്കുറിച്ച് ഒരു റിപ്പോർട്ട് തയ്യാറാക്കുകയും ചെയ്യുക.

ഓരോ ഇന്റേണിനും ഓരോ ബ്ലോക്ക് എന്ന രീതിയിൽ വിഭജിച്ച് നൽകുകയുണ്ടായി. പശ്ചിമ ബംഗാളിന്റെ അതിർത്തി

യിൽസ്ഥിതിചെയ്യുന്നസില്ലിബ്ലോക്ക്ആണ്സത്യത്തിന്ലഭിച്ചത്. ഇവിടെ, ബ്ലോക്ക് ഡെവലപ്മെന്റ് ഓഫീസറുടെ (ബിഡിഒ) ദൈനംദിന പ്രവർത്തനങ്ങൾ നിരീക്ഷിച്ചുകൊണ്ട് അദ്ദേഹം ഒന്നര മാസത്തോളം ചിലവഴിച്ചു. സ്കീമിൽ പറഞ്ഞിരിക്കുന്ന ചുമതലകൾക്ക് പുറമേ, 'ലീഡർ ഓഫ് ലൈറ്റ്' എന്ന അതുല്യമായ ഒരു പദ്ധതിയിലും സത്യം പങ്കുകൊണ്ടു. സോളാർ ലാമ്പുകളുടെ നിർമ്മാണം പഠിപ്പിക്കുന്ന വനിതാ സ്വയം സഹായ സംഘങ്ങളെ (എസ്എച്ച്ജി) ശാക്തീകരിക്കുകയെന്നതാണ് ഇതിന്റെ ലക്ഷ്യം.

അവിടുത്തെ പ്രവർത്തനങ്ങൾ സത്യത്തിന് അഗാധമായ സംതൃപ്തി നേടിക്കൊടുത്തു. ഇന്റേൺഷിപ്പിലൂടെ അടുത്തുകണ്ട ഒരു ഐഎഎസ് ഉദ്യോഗസ്ഥനെന്ന നിലയിൽ അവർക്ക് സാധ്യമായ കർത്തവ്യങ്ങളുടെ വൈവിധ്യവും സ്വാധീനസ്വഭാവവും, ആ ജോലിയോടുള്ള അഗാധമായ അഭിനിവേശം അദ്ദേഹത്തിലുണ്ടാക്കി.

ഇന്റേൺഷിപ്പിന്റെ അവസാന ദിവസം, റേ തന്റെ വിശാലമായ ബംഗ്ലാവിൽ ഇന്റേണുകൾക്കായി ഒരു അത്താഴവിരുന്ന് സംഘടിപ്പിച്ചു. സൗഹാർദ്ദപരമായ ആ അന്തരീക്ഷത്തിൽ, എല്ലാവരെയും അവരവരുടെ അനുഭവങ്ങൾ പങ്കിടാൻ അദ്ദേഹം പ്രോത്സാഹിപ്പിച്ചു. റേ എന്ന ഐഎഎസ് ഉദ്യോഗസ്ഥനിൽ സത്യം തന്റെ റോൾ മോഡലിനെ കണ്ടെത്തി.

ലജ്പത് നഗറിൽ ഒരു *ബർസാതി*

ഡൽഹി എൻസിആർ-ലെ തന്റെ ആദ്യത്തെ താൽക്കാലികവാസം സത്യത്തെ നോയിഡയിലെ സെക്ടർ 62-ലുള്ള അദ്ദേഹത്തിന്റെ മാമാജിയുടെ വീട്ടിലേക്ക് നയിച്ചു. മനോഹരമായ ഒരു ഗ്രാമത്തിൽ നിന്ന് വന്ന അദ്ദേഹം, ഡൽഹിയിലെ വലിയ കെട്ടിടങ്ങളും ഭീമാകാരമായ മെട്രോ റെയിലുകളും ജനക്കൂട്ടവും കണ്ട് അമ്പരന്നു. എന്നിരുന്നാലും, നോയിഡയിൽ നിന്ന് ഡയാൽ സിംഗ് കോളേജിലേക്കുള്ള യാത്രയ്ക്ക് ഓരോ ദിവസവും മൂന്ന് മണിക്കൂറിലധികം വേണ്ടിവരുന്നു എന്നതിനാൽ അത് സുസ്ഥിരമല്ലെന്നും അതിന് ചെലവ് കൂടുതലാണെന്നും ഏതാനും മാസങ്ങൾക്കുള്ളിൽ തന്നെ അദ്ദേഹം മനസ്സിലാക്കി.

രണ്ടാം വർഷം ആരംഭിച്ചതോടെ, സത്യം തന്റെ കോളേജിന് അടുത്തായി താമസസ്ഥലങ്ങൾ തിരയാൻ തുടങ്ങി. സൂക്ഷ്മമായ തിരച്ചിലിനൊടുവിൽ, പ്രതിമാസം 7000 രൂപ വാടകയ്ക്ക് ലജ്പത്നഗറിലെ ഒരു സ്ഥലത്ത് അദ്ദേഹം താമസമാക്കി. ഡൽഹി

യിലെ അദ്ദേഹത്തിന്റെ ആദ്യത്തെ വീട് ഒരു കെട്ടിടത്തിന്റെ ടെറസിൽ സ്ഥിതി ചെയ്യുന്ന, തകരം കൊണ്ടുണ്ടാക്കിയ മേൽക്കൂര യുള്ള ഒരു ചെറിയ ബർസാതി ആയിരുന്നു. കട്ടിൽ വാങ്ങാൻ പണമില്ലാത്തതിനാൽ കിടക്കാനായി ഒരു മെത്തയും പാചകത്തി നായി ചെറിയ ഗ്യാസ് സ്റ്റൗവും അദ്ദേഹം സംഘടിപ്പിച്ചു.

എന്നാൽ പാചകസംബന്ധമായ വെല്ലുവിളികൾ വളരെ വലുതായിരുന്നു. പുറത്തുനിന്ന് ഭക്ഷണം കഴിക്കുന്നത് വളരെ ചെല വേറിയതായിരുന്നു; ഒരു നേരത്തെ ഭക്ഷണത്തിന് 100 രൂപയോളം ചെലവുവന്നിരുന്നു. ചെലവ് കുറയ്ക്കാനായി സത്യം ഭക്ഷണം ഒഴിവാ ക്കിത്തുടങ്ങി. ഇത് അദ്ദേഹത്തിന്റെ ആരോഗ്യത്തെ ബാധിച്ചു. രണ്ടാം വർഷത്തിന്റെ അവസാനത്തോടെ, അദ്ദേഹത്തിന്റെ ശരീര ഭാരം 65 കിലോയിൽ നിന്ന് വെറും 52 കിലോ ആയി കുറഞ്ഞു.

തന്റെ കുടുംബത്തിന്റെ പ്രയാസങ്ങൾക്ക് അറുതിവരുത്തുക എന്ന ലക്ഷ്യത്തോടെ ഐഎഎസ് നേടിയെടുക്കാനുള്ള നിശ്ചയ ദാർഢ്യത്തിന് ഈ പ്രതികൂല സാഹചര്യങ്ങൾ ആക്കം കൂട്ടുകയാ യിരുന്നു. സിഎസ്ഇയുടെ ആവശ്യകതകളും തയ്യാറെടുപ്പിനുള്ള ഏറ്റവും ഫലപ്രദമായ തന്ത്രങ്ങളും മനസ്സിലാക്കാൻ അദ്ദേഹം വിപുലമായ ഗവേഷണങ്ങൾ നടത്തി. *ദി ഹിന്ദു* പത്രം വായിക്കു ന്നത് അദ്ദേഹത്തിന്റെ ദിനചര്യയുടെ ഒരു ഭാഗമായി.

കോളേജിൽ, കമൽ നയൻ ചൗബെ, പ്രകാശ്, എന്നിങ്ങനെ ശ്രേഷ്ഠരായ ഉപദേശകരെ സത്യം കണ്ടെത്തി. എന്നിരുന്നാലും, തന്നെ പിന്തിരിപ്പിക്കാൻ ശ്രമിച്ച നിരവധി അധ്യാപകരെയും അദ്ദേഹം അവിടെ കണ്ടുമുട്ടുകയുണ്ടായി. ഐഎഎസ്സിന് പകരം മറ്റെന്തെങ്കിലും തിരഞ്ഞെടുക്കാൻ അവർ അദ്ദേഹത്തെ ഉപദേശിച്ചു.

അതിൽ നിരാശനാകാതെ, സത്യം തന്റെ തീരുമാനത്തിൽ ഉറച്ചുനിന്നു. രണ്ടാം വർഷ ബിരുദം മുതൽ, തന്റെ അക്കാദമിക് പഠനത്തിലും സിഎസ്ഇ തയ്യാറെടുപ്പിലും ഒരേപോലെ ശ്രദ്ധ കേന്ദ്രീകരിക്കാൻ തുടങ്ങി. കാലേക്കൂട്ടിയുള്ള ഈ പ്രതിബദ്ധത ഭാവിയിൽ അദ്ദേഹം ഏറ്റെടുക്കാൻ പോകുന്ന ആ വലിയ യാത്രയ്ക്ക് അടിത്തറയിട്ടു.

വർദ്ധിച്ചുവരുന്ന കുടുംബ കടം നേരത്തെയുള്ള തുടക്കം നിർബ്ബന്ധമാക്കി

തന്റെ ചെലവുകൾക്കായി ഒരു പ്രാദേശിക പണമിടപാടുകാരനായ

ബട്ടുക്ദേവിൽ നിന്ന് സ്വന്തം പിതാവ് അമിത പലിശയ്ക്ക് പണം കടം വാങ്ങിയിരുന്നത് സത്യത്തെ നിരന്തരം വേട്ടയാടിക്കൊണ്ടിരുന്നു. സാമ്പത്തിക വെല്ലുവിളികൾ ഊർജ്ജമാക്കിക്കൊണ്ട്, തന്റെബിരുദപഠനത്തിന്റെഅവസാനവർഷത്തിൽയുപിഎസ്സി എന്ന മഹാപർവ്വതത്തെ കീഴടക്കാനുള്ള തന്റെ യാത്ര വേഗത്തിലാക്കാൻ അദ്ദേഹം തീരുമാനിച്ചുറപ്പിച്ചു. 2019 ഏപ്രിലിൽ സിഎസ്ഇ പ്രിലിംസ്-2020-നായുള്ള ഗൗരവമായ തയ്യാറെടുപ്പുകൾക്ക് തുടക്കം കുറിച്ചുകൊണ്ട് അദ്ദേഹം കരോൾ ബാഗിലെ ഒരു പ്രശസ്തമായ കോച്ചിംഗ് അക്കാദമിയിൽ ചേർന്നു. എന്നിരുന്നാലും, ലജ്പത് നഗറിൽ നിന്നുള്ള ദിവസേനയുള്ള യാത്രയ്ക്ക് തന്റെ വിലയേറിയ സമയം ചെലവഴിക്കേണ്ടി വരുന്നു എന്നതിനാൽ ആ ചെറിയ ബർസാതിയോട് സത്യത്തിന് വിടപറയേണ്ടിവന്നു.

താമസസൗകര്യം തേടിയുള്ള അദ്ദേഹത്തിന്റെ തിരച്ചിൽ അവസാനിച്ചത് റെഗർ പുരയിലെ ഒരു ചെറിയ മുറിയിലാണ്. നാല് നിലകളുള്ള ഒരു കെട്ടിടത്തിൽ 10 അടി നീളവും 5 അടി വീതിയുമുള്ളആചെറിയസ്ഥലംകഷ്ടിച്ച്ഒരുകിടക്കയുംഒരുചെറിയ പഠന മേശയും ഒരു കസേരയും മാത്രം ഉൾക്കൊള്ളാൻ തക്കതായിരുന്നു. അലമാരയില്ലാത്തതിനാൽ, തന്റെ പുസ്തകങ്ങൾ നിലത്തും കിടക്കയിലുമൊക്കെയായി അടുക്കിവെക്കാൻ സത്യം നിർബന്ധിതനായി. താരതമ്യേന കുറഞ്ഞ വാടകയ്ക്ക് പുറമെ, കോച്ചിംഗ് സെന്ററിലേക്കുള്ള ദൂരക്കുറവായിരുന്നു ആ മുറിയുടെ ഏറ്റവും വലിയ പ്രയോജനം.

കുടുംബത്തിന്റെ സാമ്പത്തിക സ്ഥിതി മോശമായതിനാൽ, മുറിയുടെ വാടകയായ 8000 രൂപ ഉൾപ്പെടെ തന്റെ പ്രതിമാസ ബജറ്റ് 12,000 രൂപയായി അദ്ദേഹം പരിമിതപ്പെടുത്തിയിരുന്നു. ആഹാരത്തിന്റെ ചിലവിനേയും ഇത് പരിമിതപ്പെടുത്തി; ഒരു ഭക്ഷണത്തിന് 65 രൂപ എന്ന നിരക്കിൽ രണ്ട് ദിവസത്തെ ഭക്ഷണസേവനം തിരഞ്ഞെടുക്കാൻ അദ്ദേഹം നിർബന്ധിതനായി.

വൈകുന്നേരം5.30മുതൽ7.30വരെയാണ്കോച്ചിംഗ്ക്ലാസുകൾ സജ്ജീകരിച്ചിരുന്നത്. അതിനാൽ രാവിലെ കോളേജിലെ ക്ലാസുകളും വൈകുന്നേരം കോച്ചിംഗ് ക്ലാസ്സും എന്ന നിലയിലാണ് ആദ്യ കാലങ്ങളിൽ സത്യം തന്റെ ദിവസങ്ങൾ സജ്ജീകരിച്ചിരുന്നത്. എന്നാൽ കോളേജിലെ സമയക്രമങ്ങൾ സിഎസ്ഇ തയ്യാറെടുപ്പുകൾക്കായുള്ള അദ്ദേഹത്തിന്റെ സമയത്തെ അപഹരിച്ചുതുടങ്ങി. കോളേജിലേക്കുള്ള യാത്രാ ചെലവ് അദ്ദേഹത്തിന്റെ സാമ്പത്തിക ബുദ്ധിമുട്ട് വർദ്ധിപ്പിച്ചു. അങ്ങനെ പരീക്ഷകളിൽ

പങ്കെടുക്കാനും അസൈൻമെന്റുകൾ സമർപ്പിക്കുന്നതിനുമായി മാത്രം കോളേജിലേക്ക് പോകുക എന്ന കടുത്ത തീരുമാനം അദ്ദേഹത്തിന് സ്വീകരിക്കേണ്ടിവന്നു.

സത്യത്തിന്റെ ഈ സമീപനം അദ്ദേഹത്തിന്റെ ചില അധ്യാപകരെ ചൊടിപ്പിച്ചു. അവർ ഇടയ്ക്കിടെ അദ്ദേഹത്തിന്റെ ഹാജർ വെട്ടിച്ചുരുക്കി. ക്ലാസിൽ ഹാജരാകുന്ന ദിവസങ്ങളിൽ 'കളക്ടർ സാഹബ്' എന്ന് വിളിച്ച് പരിഹസിക്കുകയും മറ്റും ചെയ്തു കൊണ്ട് സത്യത്തെ നാണംകെടുത്താൻ അവർ ലക്ഷ്യമിട്ടു. ചില അധ്യാപകർ ക്ലാസിൽ വെച്ച് അദ്ദേഹത്തോട് വളരെ കഠിനമായ ചോദ്യങ്ങൾ ചോദിച്ച് അപമാനിക്കാൻ ശ്രമിച്ചു; ഉത്തരം നൽകാൻ കഴിയാതെ വരുമ്പോൾ പരിഹസിച്ചു.

എന്നാൽ, ഈ അപമാനങ്ങളൊക്കെയും സത്യത്തിന്റെ ദൃഢനിശ്ചയത്തെ ശക്തിപ്പെടുത്തുക മാത്രമാണ് ചെയ്തത്. അദ്ദേഹം തന്റെ ശ്രമങ്ങൾ ഇരട്ടിയാക്കുകയും കൂടുതൽ കഠിനമായി പരിശ്രമിക്കുകയും പഠനത്തിൽ പൂർണ്ണമായും ശ്രദ്ധ കേന്ദ്രീകരിക്കാനായി തന്റെ മുറിയിൽത്തന്നെ ഒതുങ്ങിക്കൂടുകയും ചെയ്തു.

സമയം കൈപ്പിടിയിലാക്കാനുള്ള തന്ത്രങ്ങൾ

സമയം കൈപ്പിടിയിലാക്കാനുള്ള സത്യത്തിന്റെ തന്ത്രങ്ങൾ അദ്ദേഹത്തിന്റെ പരീക്ഷാ തയ്യാറെടുപ്പുകളുടെ ഒരു നിർണ്ണായക സവിശേഷതയായി മാറി. ഓരോ രാത്രിയും അവസാനിക്കുന്നതിനു മുൻപ്, അദ്ദേഹം തന്റെ ദിവസത്തെ സൂക്ഷ്മമായി പരിശോധിച്ചു; വിവിധ പ്രവർത്തനങ്ങൾക്കായി താൻ ചെലവഴിച്ച ഓരോ മിനിറ്റുകളും അദ്ദേഹം രേഖപ്പെടുത്തി. ഈ വിശകലനങ്ങൾ ഒരു കടലാസിൽ രേഖപ്പെടുത്തുകയും അതിലൂടെ സമയം പാഴായിപ്പോകുന്നുണ്ടോ എന്ന് വിലയിരുത്തുകയും, അങ്ങനെ ക്രമേണ കൂടുതൽ അച്ചടക്കബോധം വളർത്തിയെടുക്കാനും അദ്ദേഹത്തിനായി. രണ്ട് മാസത്തിനുള്ളിൽ, ഈ പരിശീലനം അദ്ദേഹത്തിന് അനായാസമായി മാറി. അതിന്റെ ഫലമോ, പഠനത്തിനായി നീക്കിവച്ചിരിക്കുന്ന സമയത്തിന്റെ ദൈർഘ്യം വർദ്ധിച്ചു.

കോളേജിലേക്കുള്ള യാത്രാവേളകളും അദ്ദേഹം പഠനത്തിനായി ഉപയോഗപ്പെടുത്തി; വായനാ സാമഗ്രികൾ ഒപ്പം കരുതുകയും മെട്രോ റെയിലിലെ യാത്രയ്ക്കിടയിലും കോളേജിലെ ക്ലാസുകൾക്കിടയിലും അത് വായിച്ച് പഠിക്കുകയും ചെയ്തുകൊണ്ട് അദ്ദേഹം തന്റെ സമയം ഫലപ്രദമായി വിനിയോഗിച്ചു. മുൻനിര

യിൽ സ്ഥാനം ഉറപ്പാക്കുന്നതിനായി കോച്ചിംഗ് ക്ലാസുകളിൽ അദ്ദേഹം വളരെ നേരത്തെ എത്തി. വരിയിൽ നിൽക്കുന്ന വേളയിൽ മറ്റ് ഉദ്യോഗാർത്ഥികൾ സാധാരണ സംഭാഷണങ്ങളിൽ ഏർപ്പെട്ടിരിക്കുമ്പോൾ തന്റെ പഠനക്കുറിപ്പുകൾ വായിച്ചു പഠിച്ചുകൊണ്ടാണ് സത്യം ആ സമയം ചെലവഴിച്ചിരുന്നത്.

കോച്ചിംഗ് അക്കാദമിയിലെ പല ക്ലാസുകളും ഫലപ്രദമല്ലെന്ന് മനസ്സിലാക്കിയതോടെ അതിന്റെ മൂന്നിലൊന്ന് സമയത്തിനുള്ളിൽ അദ്ദേഹം ഈ വിഷയങ്ങൾ സ്വയം പഠിച്ചെടുക്കുകയുണ്ടായി. ഒരു ക്ലാസിന് 500 രൂപ എന്ന നിരക്കിൽ 1.6 ലക്ഷം രൂപ ഗണ്യമായ ഫീസ് നൽകിയിട്ടും, അദ്ദേഹം സധൈര്യം പണത്തിനേക്കാൾ മുൻഗണന തന്റെ സമയത്തിന് നൽകി. അതിനാൽ, തനിക്ക് പ്രയാസമുള്ള വിഷയങ്ങൾ ഉൾപ്പെടുന്ന സെഷനുകളിൽ മാത്രമാണ് അദ്ദേഹം പങ്കെടുത്തത്.

സോഷ്യൽ മീഡിയ, റീലുകൾ, ഷോർട്ട് വീഡിയോകൾ എന്നിവയെല്ലാം തന്റെ സമയം അപഹരിക്കുകയാണെന്ന് മനസ്സിലാക്കിയ സത്യം തന്റെ എല്ലാ സോഷ്യൽ മീഡിയ അക്കൗണ്ടുകളും നിർജ്ജീവമാക്കി. അദ്ദേഹം തന്റെ ഫോട്ടോഗ്രാഫി കഴിവുകൾ പ്രദർശിപ്പിച്ചിരുന്ന ഇൻസ്റ്റാഗ്രാമും ഇതിൽ ഉൾപ്പെടുന്നു. പഠനത്തിൽ ശ്രദ്ധ കേന്ദ്രീകരിക്കാൻ ഇത് അദ്ദേഹത്തെ അനുവദിച്ചു.

സുഹൃത്തുക്കളുമായുള്ള കൂടിക്കാഴ്ചകൾക്കായി ചിലവഴിക്കേണ്ടി വരുമ്പോൾ ഗണ്യമായ സമയം നഷ്ടമാകുന്നുണ്ടെന്ന് തിരിച്ചറിഞ്ഞതോടെ തന്റെ മിക്ക സുഹൃത്തുക്കളിൽ നിന്നും അകന്നുനിൽക്കാൻ സത്യം ബോധപൂർവ്വം തയ്യാറായി. എന്തൊക്കെ സംഭവിച്ചാലും സമയം പാഴാക്കരുത് എന്ന തത്വത്തെ ഉയർത്തിപ്പിടിച്ചുകൊണ്ട്, യഥാർത്ഥ സുഹൃത്തുക്കൾ ഈ താൽക്കാലിക വേർപാടിന്റെ കാരണം മനസ്സിലാക്കുമെന്ന് അദ്ദേഹം ഉറച്ച് വിശ്വസിച്ചു.

ഹർഷ്, നടാൻഷ് എന്നീ രണ്ട് സുഹൃത്തുക്കളുമായി മാത്രമാണ് അദ്ദേഹം ബന്ധം പുലർത്തിയിരുന്നത്. നടാൻഷ് കോളേജിലെ അദ്ദേഹത്തിന്റെ സുഹൃത്തായിരുന്നു; കോച്ചിംഗ് സെന്ററിൽ കണ്ടുമുട്ടിയ ആളാണ് ഹർഷ്. സംശയങ്ങൾ ദൂരീകരിക്കുവാനും സാമ്പത്തിക കാര്യങ്ങൾ മനസ്സിലാക്കാനും ഏത് സമയത്തും ഹർഷിനെ സമീപിക്കാനുള്ള സ്വാതന്ത്ര്യം അദ്ദേഹത്തിനുണ്ടായിരുന്നു.

സമർത്ഥമായി പദ്ധതികളുണ്ടാക്കുന്ന ഒരാൾ

തയ്യാറെടുപ്പുകളുടെ ആ നീണ്ട യാത്ര ആരംഭിക്കുന്നതിന് മുമ്പ്,

സത്യം വിപുലമായ ഗവേഷണം നടത്തി; ഐഎഎസ് ടോപ്പർമാരുടെ വീഡിയോകൾ കാണുകയും അവരുടെ ബ്ലോഗുകളും ഉത്തരക്കടലാസുകളും വായിക്കുകയും ചെയ്തു. പുസ്തകങ്ങളും കുറിപ്പുകളും ഒന്നിലധികം തവണ പുനരവലോകനം ചെയ്യുന്നതിന്റെ പ്രാധാന്യമായിരുന്നു അതിലൂടെ അദ്ദേഹം പഠിച്ച നിർണ്ണായകമായ പാഠങ്ങളിലൊന്ന്. കൂടാതെ, സസൂക്ഷ്മം തിരഞ്ഞെടുത്ത സ്രോതസ്സുകളിൽ നിന്ന് ചില പ്രത്യേക ഭാഗങ്ങൾ മാത്രം വായിക്കുന്നതിന്റെ പ്രാധാന്യവും അദ്ദേഹം മനസ്സിലാക്കി.

ആറ് മാസം നീണ്ടുനിൽക്കുന്ന കാലയളവിലുൾപ്പെടുന്ന തന്റെ തയ്യാറെടുപ്പുകളത്രയും ആസൂത്രണം ചെയ്യാനുള്ള ശ്രദ്ധേയമായ കഴിവ് സത്യം പ്രകടിപ്പിച്ചിരുന്നു. തന്റെ ലക്ഷ്യങ്ങളെ ഓരോ ആഴ്ചകളിലേക്കും ദിവസങ്ങളിലേക്കുമായി വിഭജിച്ചു. അതിലോരോന്നിലും ഉൾപ്പെടുത്തേണ്ട പേജുകളുടെയോ അധ്യായങ്ങളുടെയോ എണ്ണം പോലും അദ്ദേഹം മുന്നേ നിശ്ചയിച്ചിരുന്നു. നിർദ്ദിഷ്ട ലക്ഷ്യങ്ങളില്ലാതെ മണിക്കൂറുകളോളം നീണ്ടുനിൽക്കുന്ന പഠനം കൊണ്ട് മാത്രം വിജയം വരിക്കാനാകില്ലെന്ന് അദ്ദേഹം ഉറച്ചു വിശ്വസിച്ചു. പകരം, ഓരോ ദിവസങ്ങളിലും ഓരോ ലക്ഷ്യങ്ങൾ കാലേക്കൂട്ടി നിശ്ചയിച്ച് അത് കൈവരിക്കാനായി പരിശ്രമിക്കേണ്ടതുണ്ടെന്ന് അദ്ദേഹം മനസ്സിലാക്കി.

ആദ്യ കുറച്ച് മാസങ്ങളിൽ, ഉറങ്ങാൻ പോകുന്നതിന് മുമ്പ്, തന്റെ ദൈനംദിന ലക്ഷ്യങ്ങൾ കൈവരിക്കാനുള്ള തീവ്രശ്രമത്തിലൂടെ എല്ലാ വിഷയങ്ങളും ദിവസവും അദ്ദേഹം പൂർത്തീകരിച്ചു. അതിൽ എന്തെങ്കിലും വീഴ്ച സംഭവിക്കുന്ന പക്ഷം, ആ കുറവ് നികത്താനുള്ള തന്ത്രപ്രധാനമായ ദിവസമായി അദ്ദേഹം തന്റെ ഞായറാഴ്ചകളെ പരിഗണിച്ചു. ഈ കർക്കശമായ തന്ത്രത്തിന്റെയും കഠിനാധ്വാനത്തിന്റെയും ഫലമായി പ്രിലിമിനറിക്ക് മുമ്പ് ഓരോ വിഷയവും ഒന്നിലധികം തവണ പുനഃപരിശോധിക്കാൻ അദ്ദേഹത്തിന് കഴിഞ്ഞു.

അതിലുപരിയായി, പരീക്ഷാചോദ്യങ്ങളിൽ കടന്നുവരാൻ സാധ്യത കൂടുതലുള്ള വിഷയങ്ങൾ തിരിച്ചറിയാനായി അവയോരോന്നും സത്യം ശ്രദ്ധാപൂർവ്വം വിശകലനം ചെയ്തു. ലോകചരിത്രവും സ്വാതന്ത്ര്യാനന്തര ചരിത്രവും പോലെയുള്ള വിഷയങ്ങൾക്കായി ചില ഉദ്യോഗാർത്ഥികൾ കാര്യമായി പരിശ്രമിക്കുകയും അതിനായി ധാരാളം സമയം നിക്ഷേപിക്കുകയും ചെയ്യാറുണ്ടെങ്കിലും അവയെല്ലാം ആനുപാതികമായ നേട്ടങ്ങൾ നൽകാറില്ലെന്ന് അദ്ദേഹം കണ്ടെത്തി. നേരെമറിച്ച്, പൊളിറ്റി, മെഡീവൽ

ഹിസ്റ്ററി, എക്കണോമിക്സ്, ജോഗ്രഫി തുടങ്ങിയ വിഷയങ്ങളിൽ ശ്രദ്ധ കേന്ദ്രീകരിക്കുന്നത് ഗുണം ചെയ്യുന്നതായി അദ്ദേഹം തിരിച്ചറിഞ്ഞു. അവ പഠിച്ചെടുക്കാൻ കൂടുതൽ എളുപ്പവും ആ ചോദ്യങ്ങൾ എപ്പോഴും ആവർത്തിക്കാറുള്ളതുമാണ് എന്നതായിരുന്നു കാരണം. ഒപ്പം വളരെ കുറഞ്ഞ സമയം കൊണ്ട് പഠിച്ചെടുക്കാവുന്ന ഈ വിഷയങ്ങൾ തന്റെ തയ്യാറെടുപ്പുകൾക്ക് കൂടുതൽ ഉപയോഗപ്പെടുന്നതായി അദ്ദേഹം മനസ്സിലാക്കി.

കോച്ചിംഗിലൂടെയുള്ള പഠനവും സ്വന്തമായുള്ള പഠനവും വേർതിരിക്കുക എന്നതായിരുന്നു ഈ തന്ത്രങ്ങളുടെ മറ്റൊരു പ്രധാന ഘടകം. വീട്ടിലുള്ള പരിശീലന സ്രോതസ്സുകൾ മാത്രം പഠിക്കുന്നതു കൊണ്ട് ഫലമുണ്ടാകില്ല എന്ന് സത്യം വിശ്വസിച്ചിരുന്നു. പകരം, വരാനിരിക്കുന്ന കോച്ചിംഗ് വിഷയങ്ങൾ മുൻകൂട്ടി പഠിക്കുക എന്ന വിപരീത സമീപനമാണ് അദ്ദേഹം സ്വീകരിച്ചത്. കോച്ചിംഗ് സെഷനുകളിൽ സംശയങ്ങൾ വ്യക്തമാക്കാനും ആഴത്തിലുള്ള ധാരണ നേടാനുമുള്ള അവസരം ഇത് അദ്ദേഹത്തിന് നേടിക്കൊടുത്തു.

സമകാലിക സംഭവങ്ങളിലുള്ള അറിവ് നിലനിർത്താനായി, രാവിലെ *ദ ഹിന്ദു*-വും ഉറങ്ങുന്നതിന് മുമ്പ് *ഇന്ത്യൻ എക്സ്പ്രസും* വായിക്കുന്നത് പതിവാക്കി. തുടക്കത്തിൽ പത്രത്തിലുള്ളത് മുഴുവൻ വായിച്ചിരുന്നെങ്കിലും പിന്നീട് അദ്ദേഹം ആവശ്യമുള്ളത് മാത്രം തിരഞ്ഞുപിടിച്ച് വായിക്കാൻ തുടങ്ങി. മെയിൻസ് പരീക്ഷാ കാലയളവിലുണ്ടാകാനിടയുള്ള മാനസിക സംഘർഷങ്ങൾ മുൻകൂട്ടി മനസ്സിലാക്കിയ സത്യം, സ്വന്തം സൗകര്യങ്ങളിൽ ഒതുങ്ങി ജീവിക്കുന്നത് അവസാനിപ്പിക്കേണ്ടതിന്റെ പ്രാധാന്യത്തെക്കുറിച്ച് ഊന്നിപ്പറയുന്നു.

'അഡാപ്റ്റേഷൻ ഫോർമുല' അല്ലെങ്കിൽ 'തയ്യാറെടുപ്പ്-പരിശോധന-തിരിച്ചറിയൽ-ദൗർബ്ബല്യങ്ങൾ-തയ്യാറെടുപ്പ്' എന്ന് അദ്ദേഹം പേരിട്ടുവിളിച്ചിരുന്ന തന്ത്രം നടപ്പിലാക്കിക്കൊണ്ട്, തന്റെ ബലഹീനതകൾ ഇല്ലാതാക്കാനായി അദ്ദേഹം ക്രമാനുഗതമായി പ്രവർത്തിച്ചുകൊണ്ടിരുന്നു. തനിക്ക് കുറഞ്ഞ സ്കോർ ലഭിച്ച മേഖലകളിൽ അദ്ദേഹം ശ്രദ്ധ കേന്ദ്രീകരിച്ചു. തെറ്റുകൾ ആവർത്തിക്കുന്ന വിഷയങ്ങളിൽ, ആ തെറ്റുകളുടെ മൂലകാരണങ്ങൾ കൃത്യമായി ചൂണ്ടിക്കാണിക്കാനും തിരുത്താനുമുള്ള അടിസ്ഥാന കാര്യങ്ങൾ അദ്ദേഹം പരിശോധിച്ചറിഞ്ഞു.

എന്നിരുന്നാലും, പല ഉദ്യോഗാർത്ഥികൾക്കും സംഭവിച്ചിരുന്ന ഒരു സാധാരണ തെറ്റ് അദ്ദേഹം വിവേകപൂർവ്വം ഒഴിവാക്കി

– തയ്യാറെടുപ്പുകൾ തുടങ്ങുന്ന വേളയിൽ തന്നെ മോക്ക് ടെസ്റ്റുകളിൽ പങ്കെടുക്കുക. പകരം, സ്വയം പരീക്ഷകൾക്ക് വിധേയനാകുന്നതിന് മുൻപ് സ്വന്തമായി അറിവിന്റെ ഉറപ്പുള്ള അടിത്തറ കെട്ടിപ്പടുക്കുന്നതിൽ അദ്ദേഹം ശ്രദ്ധ കേന്ദ്രീകരിച്ചു.

ഏകീകൃതമായ സമീപനത്തിന്റെ നേട്ടങ്ങൾ

ഏകീകൃതമായ ഒരു സമീപനം പിന്തുടരുന്നതിലൂടെ തന്റെ പ്രിലിമിനറി, മെയിൻസ് പരീക്ഷയുടെ തയ്യാറെടുപ്പുകൾ അദ്ദേഹം ശ്രദ്ധാപൂർവ്വം സമന്വയിപ്പിച്ചു. പ്രിലിംസ് പരീക്ഷയ്ക്ക് നന്നായി തയ്യാറെടുക്കുന്നത് മെയിൻസ് പരീക്ഷയുടെ വിജയത്തിന് അടിത്തറ പാകുന്നതായി അദ്ദേഹം വിശ്വസിച്ചു.

മെയിൻസ് പരീക്ഷയ്ക്കായുള്ള തയ്യാറെടുപ്പിന് അടിസ്ഥാന പുസ്തകങ്ങൾ മതിയാകുകയില്ല. ഈ പരിമിതി മനസ്സിലാക്കി, വാജിറാമിൽ നിന്ന് ലഭിക്കുന്ന യെല്ലോ ബുക്സും വിഷൻ ഐഎഎസിൽ നിന്ന് ലഭിക്കുന്ന വാല്യൂ ആഡെഡ് മെറ്റീരിയലും ഉൾപ്പെടെയുള്ള അനുബന്ധ സാമഗ്രികൾ സത്യം വായിച്ചുപഠിച്ചു. തന്റെ പഠനക്കുറിപ്പുകളുടെ ഗുണനിലവാരം വർദ്ധിപ്പിക്കുന്നതിനായി, അദ്ദേഹം ഒരേസമയം രണ്ട് പുസ്തകങ്ങൾ വായിക്കുകയും ഓരോ വിഷയത്തിനും ഏകീകൃതമായ കുറിപ്പുകൾ തയ്യാറാക്കുകയും ചെയ്തു. ഒരുപാട് സമയം വേണ്ടിവന്നെങ്കിലും, ഈ വിദ്യ അദ്ദേഹത്തിന്റെ പഠനത്തെ കൂടുതൽ ആഴമുള്ളതാക്കി.

2020 സെപ്റ്റംബറിൽ, യുപിഎസ്സി മെയിൻസ് സിലബസ് സത്യം ശ്രദ്ധാപൂർവ്വം പരിശോധിച്ചു. അത് എ-4 ഷീറ്റുകളിലേക്ക് പകർത്തിയെഴുതി, തന്റെ പഠന മേശയുടെ മുന്നിൽ ഒട്ടിച്ചുവെച്ചു. ഇത് പഠിക്കേണ്ട വിഷയങ്ങളെക്കുറിച്ച് സമഗ്രമായ ഒരു വീക്ഷണം ഉണ്ടാക്കിയെടുക്കുകയും പ്രസക്തമായ വിഷയങ്ങൾ മാത്രം പഠിക്കാൻ അദ്ദേഹത്തെ സഹായിക്കുകയും ചെയ്തു.

തുടക്കത്തിൽ, അദ്ദേഹം തന്റെ കുറിപ്പുകൾ സൂക്ഷിക്കാനായി ബൗണ്ട് രജിസ്റ്ററുകളാണ് ഉപയോഗിച്ചിരുന്നത്. എന്നിരുന്നാലും, തന്റെ തയ്യാറെടുപ്പുകൾ പുരോഗമിച്ചുകൊണ്ടിരിക്കെ അവയിൽ കൂടുതൽ കുറിപ്പുകൾ കൂട്ടിച്ചേർക്കുന്നതിന്റെ അപ്രായോഗികത ഉടൻ തന്നെ സത്യം തിരിച്ചറിഞ്ഞു. തൽഫലമായി, അദ്ദേഹം വെറും എ-4 ഷീറ്റുകളിൽ കുറിപ്പുകൾ എഴുതാൻ തുടങ്ങി. പത്രങ്ങളിൽനിന്നും മാസികകളിൽ നിന്നുമുള്ള പഠന സാമഗ്രികളെ ചുരുക്കി, ചെറിയ കുറിപ്പുകളാക്കിയെഴുതാൻ ഇത് അദ്ദേഹത്തിന് കൂടുതൽ വഴക്കം നൽകി.

കോവിഡ്-19 കാരണമുണ്ടായ താളംതെറ്റൽ

2020 മാർച്ചിൽ, ആരും പ്രതീക്ഷിക്കാത്ത, പേടിപ്പെടുത്തുന്ന ഒരതിഥിയായി കോവിഡ്-19, ഇന്ത്യയുടെ വാതിലിൽ മുട്ടി. മറ്റ് രാജ്യങ്ങളിൽ ഈ വൈറസ് വിതച്ച നാശത്തെക്കുറിച്ച് വായിച്ചറിഞ്ഞിരുന്ന സത്യത്തിന് അതിന്റെ ഗൗരവം മനസ്സിലായി. 2020 മാർച്ച് 15-ഓടെ, ഡൽഹിയിൽ പത്ത് കേസുകൾ മാത്രം റിപ്പോർട്ട് ചെയ്യപ്പെട്ടിട്ടുള്ള സാഹചര്യത്തിൽ പോലും, സ്ഥിതി കൂടുതൽ വഷളായേക്കുമെന്ന് അദ്ദേഹം മനസ്സിലാക്കി. ഉൽകണ്ഠാകുലനായി, ഒറ്റയ്ക്ക്, അദ്ദേഹം ട്രെയിൻ ടിക്കറ്റ് ബുക്ക് ചെയ്ത്, തിടുക്കത്തിൽ തന്റെ പുസ്തകങ്ങൾ രണ്ട് വലിയ ബാഗുകളിലാക്കി പോകാനൊരുങ്ങി. അടുത്ത ദിവസം, ഉടൻ തന്നെ സ്ഥിതിഗതികൾ നിയന്ത്രണവിധേയമാകുമെന്ന് കരുതി തന്റെ മുറി ഒഴിയാതെതന്നെ അദ്ദേഹം സ്വന്തം ഗ്രാമത്തിലേക്ക് പുറപ്പെട്ടു. ചണ്ഡീഗഢിൽ പഠിക്കുന്ന സഹോദരൻ ശിവവും അദ്ദേഹത്തിന്റെ ഒപ്പമുണ്ടായിരുന്നു.

പുസ്തകങ്ങൾ നിറച്ച ഭാരമേറിയ ബാഗുകളുമായി സത്യവും ശിവവും പൂസയിൽ നിന്നിറങ്ങി. പ്ലാറ്റ്ഫോമിന് പുറത്തേക്ക് തങ്ങളുടെ ബാഗുകൾ എങ്ങനെയെത്തിക്കുമെന്ന് ആലോചിച്ച് നിൽക്കുന്നതിനിടയിൽ, രണ്ട് പോലീസുകാർ അവരുടെ അടുത്തേക്ക് ഓടിയെത്തുന്നത് കണ്ട് ആ സഹോദരങ്ങൾ അല്പം ഭയപ്പെട്ടു.

'ഇത്ര ഭാരമേറിയ ബാഗുകളിൽ നിങ്ങൾ എന്താണ് കൊണ്ടുപോകുന്നത്? ഇപ്പോൾ തന്നെ ബാഗ് തുറന്നുകാട്ടൂ,' പോലീസുകാരിൽ ഒരാൾ ഉത്തരവിട്ടു.

'സർ, അകത്ത് പുസ്തകങ്ങളാണ്. മറ്റൊന്നുമല്ല. ഇതാ നോക്കൂ,' ബാഗുകളിലൊന്ന് തുറന്നുകൊണ്ട് ശിവം പറഞ്ഞു.

എന്നാൽ, പോലീസുകാർ അതിൽ തൃപ്തരായില്ല. 'ഞങ്ങൾ വിഡ്ഢികളല്ല. എല്ലാ പുസ്തകങ്ങളും എടുത്ത് ഞങ്ങളെ കാണിക്കൂ. അതിനടിയിൽ നിങ്ങൾ മദ്യം സൂക്ഷിക്കുന്നുണ്ടെന്ന് എനിക്കുറപ്പാണ്,' അവരിൽ ഒരാൾ അല്പം കർശനമായിത്തന്നെ പറഞ്ഞു.

ബീഹാറിലെ സമ്പൂർണ്ണ നിരോധനവും സ്ഥിരമായി മാറിയ മദ്യക്കടത്തും കണക്കിലെടുത്ത്, അവർ ഇരുവരും വ്യക്തിപരമായ നേട്ടത്തിനായി ആ സാഹചര്യം മുതലെടുക്കാൻ ശ്രമിക്കുകയാണെന്ന് പോലീസുകാർ സംശയിച്ചു.

സംശയത്തോടെ നിന്ന ആ പോലീസുകാരുടെ മുന്നിൽ സത്യവും ശിവവും തങ്ങളുടെ ബാഗുകളിൽ നിന്ന് ഓരോ പുസ്തകവുമെടുത്ത് നിരത്തി.

കോവിഡ് മഹാമാരി കാരണം, 2020 മെയ് 30-ന് നിശ്ചയിച്ചിരുന്ന പ്രിലിംസ് പരീക്ഷ 2020 ഒക്ടോബർ 4-ലേക്ക് മാറ്റിവച്ചു. വ്യാപകമായ ലോക്ക്ഡൗണും അനിശ്ചിതത്വവും കണക്കിലെടുത്ത്, തങ്ങളുടെ പരീക്ഷാ കേന്ദ്രങ്ങൾ മാറ്റാൻ യുപിഎസ്സി ഉദ്യോഗാർത്ഥികളെ അനുവദിച്ചു. സാഹചര്യങ്ങൾ കണക്കിലെടുത്ത്, ഡൽഹിയിൽ നിന്ന് പട്നയിലേക്ക് തന്റെ പരീക്ഷാകേന്ദ്രം മാറ്റാൻ സത്യം തീരുമാനിച്ചു.

എന്നിരുന്നാലും, വീട്ടിലിരുന്ന് പഠിക്കുന്നത് ഒരു വെല്ലുവിളിയാണെന്ന് സത്യം ഉടൻ തന്നെ മനസ്സിലാക്കുകയുണ്ടായി. അങ്ങനെ, 2020 ജൂലൈയിൽ, കോവിഡ്-19 എന്ന മഹാമാരിക്കിടയിൽ അദ്ദേഹം ഒരു വലിയ റിസ്കെടുത്തുകൊണ്ട് ഡൽഹിയിലേക്ക് മടങ്ങി. ആ മഹാമാരി ഒരു അനുഗ്രഹമായി മാറിയതോടെ വിപുലമായിത്തന്നെ തയ്യാറെടുക്കാനും സമഗ്രമായ പഠനക്കുറിപ്പുകളുണ്ടാക്കുവാനും മുൻപ് പഠിക്കാൻ കഴിയാതിരുന്ന വിഷയങ്ങൾ ഉൾക്കൊള്ളാനും അദ്ദേഹത്തിന് സമയം ലഭിച്ചു.

എന്നാൽ അദ്ദേഹത്തിന്റെ ഈ ദൃഢനിശ്ചയം വൈകാതെ പരീക്ഷിക്കപ്പെടുകയുണ്ടായി. പരീക്ഷ അടുത്തതോടെ, സത്യത്തിന് കടുത്ത പനി വന്നു. 2020 സെപ്റ്റംബർ 30-ന് 104 ഡിഗ്രിയായി അത് കൂടി. അസുഖം തീവ്രമായിട്ടും, തന്റെ പഠനത്തെ അത് തടസ്സപ്പെടുത്തുമെന്നതിനാൽ ആശുപത്രിയിൽ പോകുക എന്ന തീരുമാനമെടുക്കാൻ അദ്ദേഹത്തിന് കഴിഞ്ഞില്ല. പകരം, അടുത്തുള്ള ഒരു മെഡിക്കൽ സ്റ്റോറിൽ നിന്ന് വാങ്ങിയ പാരസെറ്റാമോളും മൾട്ടിവിറ്റാമിനുകളും കഴിച്ച് രോഗലക്ഷണങ്ങൾ നിയന്ത്രിക്കാൻ അദ്ദേഹം തീരുമാനിച്ചു.

തന്റെ പരീക്ഷാകേന്ദ്രം പട്നയിലായതിനാലും ഇനി അത് മാറ്റാൻവഴിയില്ലാത്തതിനാലും,കടുത്തപനിയായിരുന്നിട്ടുകൂടിട്രെയിനിൽ പട്നയിലേക്ക് പോകാൻ സത്യം തീരുമാനിച്ചു. പരീക്ഷയ്ക്ക് ശേഷം, കോച്ചിംഗ് ഇൻസ്റ്റിറ്റ്യൂട്ടുകൾ പുറത്തിറക്കിയ ഉത്തരസൂചികയുമായി അദ്ദേഹം തന്റെ ഉത്തരങ്ങൾ സൂക്ഷ്മമായി താരതമ്യം ചെയ്തു. അതിലൂടെ മെയിൻസിന് താൻ യോഗ്യത നേടുമെന്ന ആത്മവിശ്വാസമുണ്ടാക്കിയെടുത്തു. രണ്ട് ദിവസത്തെ ചെറിയ ഇടവേളയ്ക്ക് ശേഷം മെയിൻസ് പരീക്ഷയ്ക്കുള്ള തയ്യാറെടുപ്പുകൾ പുനരാരംഭിച്ചു.

രണ്ടാം കടമ്പ മറികടക്കുന്നു

പ്രിലിംസിന് ശേഷമുള്ള ആദ്യ മാസത്തിൽ, ബാക്കിയുള്ള വിഷയ

ങ്ങൾക്കുള്ള കുറിപ്പുകൾ സത്യം തയ്യാറാക്കി. ദിവസവും കുറഞ്ഞത് പന്ത്രണ്ട് മണിക്കൂറെങ്കിലും അദ്ദേഹം തന്റെ പഠനത്തിനായി നിക്ഷേപിച്ചു. കൃത്യമായ ആസൂത്രണത്തോടെ, അദ്ദേഹം ഒരേ സമയം വിവിധ വിഷയങ്ങൾ പഠിക്കുകയും ഉത്തരമെഴുതി പരിശീലിക്കുകയും ചെയ്തു.

എന്നിരുന്നാലും, ശക്തമായ സാമ്പത്തിക തടസ്സം വീണ്ടും ഉയർന്നുവന്നു. ജനറൽ സ്റ്റഡീസിനും എത്തിക്സ് പേപ്പറുകൾക്കും വേണ്ടിടെസ്റ്റ്സീരീസുകൾവാങ്ങാൻഅദ്ദേഹത്തിന്ആഗ്രഹമുണ്ടായിരുന്നു. കൂടാതെ, പൊളിറ്റിക്കൽ സയൻസും ഇന്റർനാഷണൽ റിലേഷൻസും പഠിക്കാനായി ഒരു ക്രാഷ് കോഴ്സിൽ ചേരണമെന്നും അദ്ദേഹം ആഗ്രഹിച്ചു. ഇതിന് ഏകദേശം ഒരു ലക്ഷം രൂപ വേണ്ടിവന്നു. അദ്ദേഹത്തിന്റെ കുടുംബത്തിന് ഇത് വലിയ സാമ്പത്തിക ബാധ്യതയാകുമായിരുന്നു.

ഒരു ദിവസം, കോച്ചിംഗ് ക്ലാസ്സിൽ വിഷമിച്ചിരുന്ന സത്യത്തിനോട് എന്താണ് കാര്യമെന്ന് തുറന്നു പറയാൻ അദ്ദേഹത്തിന്റെ സുഹൃത്തായ ഹർഷ് ആവശ്യപ്പെട്ടു. സമ്പന്നമായ ഒരു കുടുംബത്തിൽ ജനിച്ചുവളർന്ന ഹർഷ്, എളിമയും അർപ്പണബോധവും സമയം പാഴാക്കാൻ വിമുഖതയുമുള്ള സത്യത്തെ എല്ലായ്പ്പോഴും ഒരു പ്രചോദനമായിക്കണ്ടിരുന്നു.

അന്നേ ദിവസം തന്നെ സത്യത്തെ ഹർഷിന്റെ പിതാവ് വിളിക്കുകയുണ്ടായി; ടെസ്റ്റ് സീരീസിനും ക്രാഷ് കോഴ്സിനും വേണ്ട പണം താൻ നൽകാമെന്ന് അദ്ദേഹം പറഞ്ഞു. കൃതജ്ഞതയോടെ ആദ്യം അത് നിരസിച്ചുവെങ്കിലും, നിരന്തരമായ നിർബന്ധത്തെത്തുടർന്ന്, ഒരിക്കൽ തിരികെ നൽകാമെന്ന വാഗ്ദാനത്തോടെ സത്യം ആ പണം സ്വീകരിച്ചു. ഉത്തരം എഴുതാനുള്ള കഴിവ് വർദ്ധിപ്പിക്കുന്നതിന് ആ ടെസ്റ്റ് സീരീസുകൾ വിലമതിക്കാനാവാത്ത വിധം സത്യത്തെ സഹായിച്ചു.

എസ്സെ പേപ്പറിനായി ദുരുഷെട്ടിയുടെ *ഫണ്ടമെന്റൽസ് ഓഫ് എസ്സേ ആൻഡ് ആൻസർ റൈറ്റിങ്* എന്ന പുസ്തകം അദ്ദേഹം വായിച്ച് പഠിക്കുകയുണ്ടായി. തനിക്ക് ഉണ്ടാകാനിടയുള്ള ഭാഷാപരമായ തടസ്സങ്ങളെക്കുറിച്ച് തുടക്കത്തിൽ ആശങ്കാകുലനായിരുന്നെങ്കിലും, ഒഴുക്കും ആഴവുമുള്ള അറിവുണ്ടായിരുന്നതിനാൽ ഇംഗ്ലീഷിന് തനിക്ക് നല്ല മാർക്ക് നേടിയെടുക്കാനാകുമെന്ന തിരിച്ചറിവിൽ അദ്ദേഹം സന്തോഷിച്ചു. സ്ഥിരമായ പരിശീലനത്തിലൂടെയും വിശദമായ വായനയിലൂടെയും മൂല്യനിർണ്ണയം നടത്തുന്നവരുടെ അഭിപ്രായങ്ങൾ സൂക്ഷ്മമായി വിശകലനം ചെയ്യുന്നതി

ലൂടെയും ലക്ഷ്യബോധത്തോടെ സ്വയം മെച്ചപ്പെടുത്താൻ ശ്രമിക്കു ന്നതിലൂടെയും സത്യം തന്റെ ഇംഗ്ലീഷ് പ്രാവീണ്യം വർദ്ധിപ്പിച്ചു. തന്റെ ഉപന്യാസങ്ങളിൽ ഉൾപ്പെടുത്തുന്നതിനായി അദ്ദേഹം ബഹുമുഖ ഉദ്ധരണികളുടെ ഒരു ശേഖരവുമുണ്ടാക്കി.

പത്രങ്ങൾ, ടോപ്പർമാരുടെ വീഡിയോകൾ, ടെസ്റ്റ് സീരീസ്, കോച്ചിംഗ് സെന്ററിന്റെ മൂല്യവർദ്ധിത വസ്തുക്കൾ എന്നിവയിൽ നിന്ന് ലഭിച്ച മെറ്റീരിയലും മാർഗ്ഗനിർദ്ദേശവും അടിസ്ഥാനമാക്കി യാണ് എത്തിക്സ് പേപ്പറിനായി സത്യം തയ്യാറാറെടുത്തത്. യഥാർത്ഥലോകത്ത് നടക്കുന്ന സന്ദർഭങ്ങൾ അതിൽ കൂട്ടിച്ചേർക്കാ നായി, അദ്ദേഹം യഥാർത്ഥ ജീവിതത്തിൽ നിന്നുള്ള ഉദാഹരണ ങ്ങൾ സൂക്ഷ്മമായി ശേഖരിച്ചു.

പരീക്ഷയിൽ വ്യക്തതയുള്ള കൈയക്ഷരത്തിന്റെയും കാര്യ ക്ഷമമായ വേഗതയുടെയും പ്രധാന പങ്ക് തിരിച്ചറിഞ്ഞ സത്യം, ഇവ രണ്ടും വളർത്തിയെടുക്കുന്നതിൽ ശ്രദ്ധ ചെലുത്തി. ഒരു ചോദ്യ ത്തിനും ഉത്തരം എഴുതാതിരിക്കരുതെന്നും, അത് നിശ്ചിത സമയപരിധിക്കുള്ളിൽ തന്നെ പൂർത്തിയാക്കിയാൽ മെയിൻസ് വിജയസാധ്യത ഗണ്യമായി വർദ്ധിക്കുമെന്നുമുള്ള മുൻകാല വിജയി കളുടെ ഉപദേശം അദ്ദേഹത്തിന്റെ മനസ്സിൽ നിരന്തരം പ്രതിധ്വനി ച്ചുകൊണ്ടിരുന്നു.

തുടക്കത്തിൽ, സത്യം തന്റെ ഐച്ഛിക വിഷയമായ പൊളിറ്റി ക്കൽ സയൻസും ഇന്റർനാഷണൽ റിലേഷൻസും അവഗണിക്കു കയും അതിന്റെ പഠനം നവംബറിന് ശേഷമാക്കാമെന്ന് നിശ്ചയി ക്കുകയും ചെയ്തു. പുസ്തകവായനയിലൂടെ മാത്രം തനിക്ക് ആ വിഷയം പഠിച്ചെടുക്കാനാകുമെന്ന വിശ്വാസത്തിൽ കുറിപ്പുകൾ തയ്യാറാക്കാതെ, ഒരു സാധാരണ സമീപനമാണ് അദ്ദേഹം പഠനത്തിനായി തിരഞ്ഞെടുത്തത്. എന്നാൽ, ആദ്യ മോക്ക് ടെസ്റ്റിൽ പങ്കെടുത്തപ്പോൾ തന്നെ ആ കഠിനമായ യാഥാർത്ഥ്യം അദ്ദേഹം മനസ്സിലാക്കി. മുൻകൂട്ടി ചിന്തിക്കാനുള്ള തന്റെ കഴിവ് തിരിച്ചറിഞ്ഞ സത്യം, libgen.is-ൽ നിന്ന് ധാരാളം കുറിപ്പുകളും പുസ്തകങ്ങളും ഡൗൺലോഡ് ചെയ്തു. പ്രശസ്തനായ ഒരു കോച്ചിംഗ് ടീച്ചറുടെ കുറിപ്പുകളുമായി അവയെ സംയോജിപ്പിക്കുകയും സ്വയം കുറിപ്പുകൾ എഴുതിച്ചേർക്കുകയും ചെയ്തു.

മാനസികമായ തകർച്ച

ഒരു ദിവസം പന്ത്രണ്ട് മണിക്കൂറിലധികം തന്റെ തയ്യാറെടുപ്പ

കൾക്കായി നീക്കിവെച്ചുകൊണ്ട് തീവ്രമായ ഒരു പഠനചര്യയിൽ മുഴുകിയിരിക്കുകയായിരുന്ന സത്യം. തുടക്കത്തിൽ, ഉറങ്ങാനായി ഒരു സാധാരണ സമയക്രമമാണ് അദ്ദേഹം പാലിച്ചുവന്നിരുന്നത്. എന്നിരുന്നാലും, രാത്രി സമയങ്ങളിൽ മാത്രം ലഭിക്കാനിടയുള്ള ശാന്തതയും ശ്രദ്ധകേന്ദ്രീകരിക്കുന്നതിനുള്ള അനുകൂലമായ അന്തരീക്ഷവും അദ്ദേഹം പെട്ടെന്നുതന്നെ തിരിച്ചറിഞ്ഞു. അതിനാൽ, എല്ലാ ദിവസവും 'ബ്രഹ്മ-മുഹൂർത്ത'ത്തിൽ ഉണർന്ന് പഠിക്കുന്നതിന് പകരം, രാത്രി മുഴുവൻ പഠിക്കുക, രാവിലെ 8 മണിക്ക് ഉറങ്ങുക, വൈകുന്നേരം 3 മണിക്ക് ഉണരുക എന്ന ശീലം അദ്ദേഹം ആവിഷ്കരിച്ചു.

തന്റെ കുടുംബത്തിന്റെ പരിമിതമായ സാമ്പത്തിക സ്രോതസ്സുകളെക്കുറിച്ച് ബോധവാനായിരുന്ന സത്യത്തിന് തനിക്ക് മുന്നിൽ സമയം വളരെ കുറവാണെന്ന് തോന്നിത്തുടങ്ങി. മെയിൻസ് പരീക്ഷ അടുത്തുവന്നതോടെ, സിലബസിന്റെ വിശാലതയും ഇതുവരെ പഠിച്ചുതുടങ്ങാത്ത വിഷയങ്ങളുടെ എണ്ണവും അദ്ദേഹത്തിന്റെ മാനസിക സമ്മർദ്ദവും ഉത്കണ്ഠയും വർദ്ധിപ്പിച്ചു. 2020 ഡിസംബർ 29-ന്, മെയിൻസ് പരീക്ഷയ്ക്ക് ദിവസങ്ങൾക്ക് മുമ്പ് ഈ ഉത്കണ്ഠകൾ ഉച്ചസ്ഥായിയിലെത്തി.

എല്ലാ ദിവസത്തെയും പോലെ തന്നെ രാത്രി 9 മണിയോടെ സത്യം വീട്ടിലേക്ക് വിളിച്ചു. അമ്മ ഫോണെടുത്തതോടെ സത്യം ഉറക്കെ കരയാൻ തുടങ്ങി. അദ്ദേഹത്തിന്റെ അമ്മയെ ഇത് വളരെയേറെ വിഷമിച്ചു. 'എന്തുപറ്റി ബേട്ടാ, ദയവു ചെയ്ത് കരച്ചിൽ നിർത്തി എന്തുപറ്റിയെന്ന് എന്നോട് പറയൂ' അവർ അദ്ദേഹത്തോട് പറഞ്ഞു.

'അമ്മേ, എന്നോട് ക്ഷമിക്കണം. എന്റെ കോച്ചിംഗിനായി നിങ്ങൾ ധാരാളം ലോണുകൾ എടുത്തിട്ടുണ്ടെന്ന് എനിക്കറിയാം. പക്ഷെ ഇത്തവണ എനിക്ക് പരീക്ഷ പാസാക്കാൻ കഴിയുമെന്ന് തോന്നുന്നില്ല. കൂടുതൽ കഠിനമായ തയ്യാറെടുപ്പുകൾ നടത്തി, അടുത്ത തവണ ഞാൻ ഒന്നുകൂടി ശ്രമിക്കാം. എനിക്ക് ഇരുപത്തിയൊന്ന് വയസ്സ് മാത്രമേ ആയിട്ടുള്ളൂ, എനിക്ക് ഇനിയും ഒരുപാട് തവണ പരീക്ഷയെഴുതാനുള്ള അവസരമുണ്ട്,' നിർത്താതെ കരഞ്ഞുകൊണ്ട് അദ്ദേഹം പറഞ്ഞു.

പതിവുപോലെതന്നെ അമ്മ അദ്ദേഹത്തിന് പിന്തുണ നൽകി. 'എനിക്ക് മനസ്സിലാകും ബേട്ടാ. ആദ്യ ശ്രമത്തിൽ തന്നെ പ്രിലിമിനറിയിൽ പാസായിക്കൊണ്ട് നീ ഞങ്ങളുടെ അഭിമാനമായി. പണത്തിന്റെ കാര്യം ആലോചിച്ച് നീ വിഷമിക്കേ

ണ്ടതില്ല. ശാന്തനായിരിക്കൂ... സമയമെടുത്ത് അടുത്ത വർഷം വീണ്ടും ശ്രമിക്കാം.' അവർ പറഞ്ഞു. സത്യത്തിന്റെ അച്ഛനും അവരെ പിന്തുണച്ചു.

മാതാപിതാക്കളോട് കുറച്ച് നേരം സംസാരിച്ചതിന് ശേഷം സത്യം ഫോൺ കട്ട് ചെയ്തു. അത് അദ്ദേഹത്തെ മാനസികമായി വളരെയധികം ശക്തിപ്പെടുത്തുകയും ആദ്യ ശ്രമത്തിൽ തന്നെ ഒരു ഐഎഎസ് ഓഫീസറാകാനുള്ള തീരുമാനത്തെ കൂടുതൽ ദൃഢപ്പെടുത്തുകയും ചെയ്തു. അദ്ദേഹം വീണ്ടും പുസ്തകങ്ങളെടുത്ത് രാവിലെ 8 മണി വരെ പഠനം തുടർന്നു. എന്നിട്ട് തന്റെ ഫോൺ സ്വിച്ച് ഓഫ് ചെയ്ത് ഉറങ്ങാൻ കിടന്നു.

3 മണിക്ക് ഉറക്കമെഴുന്നേറ്റ് ഫോൺ സ്വിച്ച് ഓൺ ചെയ്തപ്പോൾ തന്റെ മാതാപിതാക്കളുടെ അറുപത് മിസ്ഡ് കോളുകൾ കണ്ട് അദ്ദേഹം ഭയപ്പെട്ടു. വീട്ടിലേക്ക് വിളിച്ച് ഹലോ പറഞ്ഞയുടൻതന്നെ മറുതലയ്ക്കൽ നിന്ന് കരച്ചിലും നിലവിളിയും കലർന്ന അമ്മയുടെ ശബ്ദമാണ് അദ്ദേഹം കേട്ടത്.

'നീ എവിടെയായിരുന്നു സത്യം? നിന്റെ ഫോണിലേക്ക് വിളിച്ചിട്ട് കിട്ടാതിരുന്നത് എന്തുകൊണ്ടാണ്? നിനക്ക് കുഴപ്പമൊന്നുമില്ലല്ലോ ബേട്ടാ? ഇന്നലെ രാത്രി നിന്നോട് സംസാരിച്ചതിന് ശേഷം ഞങ്ങൾ വളരെയധികം ആശങ്കാകുലരായിരുന്നു. നിന്റെ സാഹചര്യം ഞങ്ങൾക്ക് പൂർണ്ണമായി മനസ്സിലാക്കാനാകുന്നുണ്ട്. നീ ഈ പരീക്ഷ എഴുതിയില്ലെങ്കിലും ഞങ്ങൾക്ക് കുഴപ്പമൊന്നുമില്ല. പക്ഷേ വേണ്ടാത്തതൊന്നും ചിന്തിക്കുകയോ സ്വയം ഉപദ്രവിക്കുകയോ ചെയ്യരുത്,' ഒറ്റ ശ്വാസത്തിൽ അവർ പറഞ്ഞുനിർത്തി.

തനിക്ക് കുഴപ്പങ്ങളൊന്നുമില്ലെന്നും വൈകുന്നേരം 3 മണിക്ക് ഉറക്കമെഴുന്നേൽക്കുന്നതാണ് തന്റെ പതിവെന്നും മാതാപിതാക്കളോട് വിശദീകരിക്കാൻ സത്യം നന്നേ ബുദ്ധിമുട്ടി.

സത്യത്തിന് വല്ലാത്ത കുറ്റബോധം തോന്നി. എന്നാൽ അതേ സമയം, സ്വന്തം കുടുംബത്തിന് തന്നെക്കുറിച്ചുള്ള കരുതലോർത്തപ്പോൾ താൻ എത്രത്തോളം അനുഗ്രഹിക്കപ്പെട്ടവനാണെന്നുള്ള തോന്നലും അദ്ദേഹത്തിനുണ്ടായി. ഒരു ഐഎഎസ് ഓഫീസറാകുക എന്നത് തന്റെ മാത്രമല്ല, ആ കുടുംബത്തിന്റെ മുഴുവൻ സ്വപ്നമാണെന്നും അദ്ദേഹം തിരിച്ചറിഞ്ഞു.

ഏകാന്തതയെയും വിഷാദത്തെയും ചെറുക്കാനായി സത്യം അടുത്തുള്ള ലൈബ്രറി സന്ദർശിക്കാൻ തുടങ്ങി. തനിക്ക് ചുറ്റും മറ്റാളുകളെ കാണാൻ തുടങ്ങിയപ്പോൾ അദ്ദേഹം സന്തോഷിച്ചു.

അന്തരീക്ഷത്തിൽ വന്ന ആ മാറ്റം അദ്ദേഹം ഇഷ്ടപ്പെട്ടു തുടങ്ങി. നാല് മണിക്കൂർ ഉറക്കം, ആറ് മണിക്കൂർ പഠനം എന്ന രീതിയിൽ അദ്ദേഹം തന്റെ സമയക്രമങ്ങളിൽ മാറ്റംവരുത്തി. പ്രിലിമിനറി മുതൽ മെയിൻസ് വരെ മുടിവെട്ടേണ്ടെന്ന തീരുമാനമെടുത്തു. അദ്ദേഹത്തിന്റെ മുടി നീണ്ടു വളർന്നിരുന്നു. തടിച്ച, നീണ്ട മുടിയും താടിയുമുള്ള സത്യത്തെ കണ്ടാൽ അദ്ദേഹത്തിന്റെ കോളേജ് സുഹൃത്തുക്കളാരും അപ്പോൾ തിരിച്ചറിയുമായിരുന്നില്ല.

അഡ്മിറ്റ് കാർഡിന്റെ കഥ

2021 ജനുവരി 7; മെയിൻസ് പരീക്ഷയുടെ ആദ്യ പേപ്പറായ എസ്സേ റൈറ്റിംഗ് നടക്കുന്ന ദിവസം. അതിരാവിലെ വരെ പഠിച്ചു കൊണ്ടിരിക്കുകയായിരുന്ന സത്യം, ഉറക്കമെഴുന്നേറ്റപ്പോൾ 7 മണി കഴിഞ്ഞിരുന്നു. തിടുക്കത്തിൽ റെഡിയായി, പരീക്ഷാ ഹാളിൽ പരിശോധനയ്ക്ക് ഹാജരാക്കേണ്ട അഡ്മിറ്റ് കാർഡും ആധാർ കാർഡും തിരഞ്ഞു. എന്നാൽ അവ കണ്ടെത്താനായില്ല. അദ്ദേഹം മുറി മുഴുവൻ തിരഞ്ഞു; മേശപ്പുറത്തും തറയിലും കട്ടിലിലും പുസ്തകങ്ങളുടെ കൂമ്പാരങ്ങൾക്കിടയിലും തിരഞ്ഞു. രണ്ട് രേഖകളുടെയും പകർപ്പുകൾ അദ്ദേഹം തന്റെ ഫോണിൽ സൂക്ഷിച്ചിരുന്നു. പക്ഷേ നിർഭാഗ്യവശാൽ, പരീക്ഷാഹാളിനുള്ളിൽ ഫോണുകൾ അനുവദിച്ചിരുന്നില്ല.

പരിഭ്രാന്തിയോടെ അദ്ദേഹം മുറിയിൽ നിന്ന് പുറത്തിറങ്ങി. ഡൽഹിയിൽ അത് കൊടും തണുപ്പുള്ള ശൈത്യകാലമായിരുന്നു. കനത്ത മൂടൽമഞ്ഞ് അവിടമാകെ പൊതിഞ്ഞുനിന്നു. രേഖകൾ ഡൗൺലോഡ് ചെയ്ത് പ്രിന്റ് എടുക്കാനായി അദ്ദേഹം അടുത്തുള്ള കരോൾ ബാഗ് മാർക്കറ്റിലേക്ക് ഓടിയെങ്കിലും അവിടുത്തെ കടകളെല്ലാം അടഞ്ഞുകിടക്കുകയായിരുന്നു. കടയുടെ സൈൻ ബോർഡിൽ എഴുതിയിരുന്ന മൊബൈൽ നമ്പറുകൾ നോക്കി പല കടയുടമകളെയും വിളിച്ച്, തന്നെ സഹായിക്കണമെന്ന് അദ്ദേഹം അപേക്ഷിച്ചു.എന്നാൽ അവരാരും അതിന് തയ്യാറായില്ല.നിസ്സഹായനും നിരാശനുമായി അദ്ദേഹം നടപ്പാതയിലിരുന്ന് കരയാൻ തുടങ്ങി. തന്റെ സ്വപ്നങ്ങളുടെ ഭാരത്തിനും ആ സമയത്തിന്റെ സമ്മർദ്ദത്തിനും അടിപ്പെട്ടതോടെ ആ തണുത്ത മൂടൽമഞ്ഞുള്ള പ്രഭാതത്തിൽ സത്യത്തിന്റെ കണ്ണുകൾ നിറഞ്ഞൊഴുകി.

പെട്ടെന്ന്, എന്തോ ഓർത്തിട്ടെന്നപോലെ വാച്ചിലേക്ക് നോക്കിയപ്പോൾ സമയം 8 മണിയായെന്ന് അദ്ദേഹം മനസ്സി

ലാക്കി. അരമണിക്കൂറിനുള്ളിൽ പരീക്ഷാ ഹാളിലേക്കുള്ള പ്രവേശനം ആരംഭിക്കുകയാണ്. നിരാശാജനകമായ ആ അവസ്ഥയിലും സ്വയം സമാധാനിക്കാൻ ശ്രമിച്ചുകൊണ്ട് ഒരു ഓട്ടോ പിടിച്ച് പരീക്ഷാ കേന്ദ്രത്തിലേക്ക് പോകാൻ അദ്ദേഹം തീരുമാനിച്ചു. വഴിമദ്ധ്യേ, ഒരു അത്ഭുതം പ്രവർത്തിക്കേണമേയെന്ന് അദ്ദേഹം ദൈവത്തോട് പ്രാർത്ഥിച്ചുകൊണ്ടിരുന്നു.

സത്യത്തിന്റെ പ്രാർത്ഥനകൾക്ക് ഫലമുണ്ടായി. അസാധാരണമെന്ന് പറയട്ടെ, മൊബൈൽഫോൺ അകത്തേക്ക് കൊണ്ടുപോയി തിരിച്ചറിയൽ രേഖകൾ ഇൻവിജിലേറ്ററെ കാണിച്ചതിന് ശേഷം ഫോൺ തിരികെ കൊണ്ടുവയ്ക്കാൻ സെന്റർ ഇൻ-ചാർജ് അനുവദിച്ചു. എന്നിരുന്നാലും, രാവിലത്തെ ആ സംഭവങ്ങൾ അദ്ദേഹത്തിന്റെ ഏകാഗ്രതയെ കാര്യമായി ബാധിച്ചിരുന്നു. എസ്സേ എഴുതുമ്പോൾ ഉപയോഗിക്കാനായി പാടുപെട്ട് പഠിച്ചെടുത്ത ഉദ്ധരണികളും ഉപകഥകളുമെല്ലാം അദ്ദേഹം മറന്നിരുന്നു. നിരവധി വസ്തുതകളും കണക്കുകളും വിശദാംശങ്ങളും ഓർമ്മയിൽ നിന്നുതന്നെ മാഞ്ഞുപോയി. എങ്കിലും രണ്ട് ലേഖനങ്ങളും എഴുതി പൂർത്തീകരിക്കാൻ അദ്ദേഹത്തിന് കഴിഞ്ഞു.

എന്നിരുന്നാലും, തുടർന്നുള്ള ജനറൽ സ്റ്റഡീസ് പരീക്ഷയിലും ഓപ്ഷണൽ വിഷയങ്ങളുടെ പരീക്ഷകളിലും എല്ലാ ചോദ്യങ്ങൾക്കും ഉത്തരം നൽകിക്കൊണ്ട് അദ്ദേഹം മികച്ച പ്രകടനം കാഴ്ചവച്ചു. പരീക്ഷകൾ അവസാനിച്ചപ്പോൾ, സത്യത്തിന് ആത്മവിശ്വാസം തോന്നി; മെയിൻസ് പരീക്ഷ താൻ പാസാകുമെന്ന് അദ്ദേഹത്തിന് 90 ശതമാനവും ഉറപ്പുണ്ടായിരുന്നു.

റോഡിലെ നൃത്തം

മെയിൻസ് പരീക്ഷ പൂർത്തിയാക്കിയ ശേഷം, ആരോഗ്യസംരക്ഷണത്തിന് മുൻഗണന നൽകാൻ സത്യം തീരുമാനിച്ചു. ജോഗിംങും, ജിം സെഷനുകളും അദ്ദേഹം തന്റെ ദിനചര്യയിൽ ഉൾപ്പെടുത്തി. തന്റെ കുടുംബത്തെ സന്ദർശിക്കുകയും രണ്ടു തവണ നീണ്ട കാൽനട യാത്രകൾ നടത്തുകയുമുണ്ടായി.

2021 മാർച്ച് 24-ന്, അദ്ദേഹത്തിന്റെ കോച്ചിംഗ് അക്കാദമിയുടെ ടെലിഗ്രാം ഗ്രൂപ്പ് മെയിൻ പരീക്ഷാ ഫലങ്ങളുടെ റിലീസിനെക്കുറിച്ചുള്ള സന്ദേശങ്ങൾ കൊണ്ട് നിറയുകയായിരുന്നു. ആ ദിവസം മുഴുവൻ ആകാംക്ഷയോടെ കാത്തിരുന്ന ശേഷം ജിമ്മിൽ പോകാൻ സത്യം തീരുമാനിച്ചു. വർക്ക്ഔട്ടിനിടയിൽ

ഫോണിലേക്ക് നോക്കിയ സത്യം അമ്പരന്നു. മെയിൻസ് ഫലം അടങ്ങിയ ഒരു PDF ആരോ പോസ്റ്റ് ചെയ്തിരുന്നു.

ജിമ്മിൽ നിന്ന് വേഗത്തിൽ പുറത്തിറങ്ങി, PDF ഡൗൺലോഡ് ചെയ്ത്, തന്റെ റോൾ നമ്പർ കണ്ടെത്താനായി അദ്ദേഹം അതിൽ സെർച്ച് ചെയ്തു നോക്കി. സ്വന്തം റോൾ നമ്പർ അതിൽ കണ്ടെത്തിയതോടെ, ആവേശം അദ്ദേഹത്തെ കീഴടക്കി. സന്തോഷം സഹിക്കാനാവുന്നതിലുമപ്പുറമായിരുന്നു. ജിമ്മിന് പുറത്ത് റോഡിൽ നൃത്തം ചെയ്തും ചാടിമറിഞ്ഞും അദ്ദേഹം ആഹ്ലാദത്തോടെ നിലവിളിച്ചു. ജിമ്മിലുള്ളവർ വിശാലമായ ഗ്ലാസ് ജാലകങ്ങളിലൂടെ നോക്കി, തങ്ങൾക്കുമുമ്പിൽ അരങ്ങേറുന്ന അസാധാരണമായ ആ സംഭവം ഉൾക്കൊള്ളാനാകാതെ അത്ഭുതത്തോടെ നിന്നു.

ആ ആഹ്ലാദപ്രകടനങ്ങൾക്കിടയിൽ, താൻ ഒരു പൊതു ഇടത്തിലാണുള്ളതെന്നും തന്റെ ആഘോഷം കണ്ട് ആസ്വദിച്ചുകൊണ്ട് ചുറ്റും ഒരുപാടുപേരുണ്ടെന്നും പെട്ടെന്ന് സത്യം തിരിച്ചറിഞ്ഞു. അല്പം നാണത്തോടെ ജിമ്മിലേക്ക് തിരികെ എത്തിയ സത്യത്തിന് ചുറ്റും ആഘോഷത്തിന്റെ കാരണം അറിയാനായി ആകാംക്ഷയോടെ ആളുകൾ തടിച്ചുകൂടി.

അദ്ദേഹം തന്റെ വിജയ വാർത്ത പങ്കുവെച്ചപ്പോൾ, അവിശ്വാസവും ആശ്ചര്യവും ആ ജനക്കൂട്ടത്തിനിടയിൽ അലയടിച്ചു. സിവിൽ സർവീസ് കീഴടക്കാൻ പലതവണ ശ്രമിച്ചിട്ടും പരാജയപ്പെട്ട അവരിൽ ചിലർക്ക് തങ്ങളുടെ ആശ്ചര്യം മറച്ചുവെക്കാനായില്ല. അവരിൽ ഒരാൾ അവിടെയുണ്ടായിരുന്ന ഒട്ടുമിക്ക ആളുകളുടെയും മനസ്സിലെ ചിന്ത വാക്കുകളായി പുറത്തെത്തിച്ചു, 'നിങ്ങളെ കണ്ടിട്ട് ഒരു ഒന്നാം വർഷ കോളേജ് വിദ്യാർത്ഥിയെപ്പോലെയുണ്ട്. ഇത്രയും കഠിനമായ ഒരു പരീക്ഷ എങ്ങനെയാണ് നിങ്ങൾക്ക് കടന്നുകൂടാനായത്?'

പുനർജന്മം

2021 മെയ് 31-ന് നടക്കാനിരിക്കുന്ന അഭിമുഖത്തിന്റെ തയ്യാറെടുപ്പുകൾക്കിടയിൽ, കൊവിഡ്-19 എന്ന മഹാമാരിയുടെ അപ്രതീക്ഷിതമായ തിരിച്ചുവരവിൽ സത്യത്തിന്റെ ലോകം താറുമാറായി. ഇത്തവണ, അതിന്റെ ഒരു ഡെൽറ്റ വേരിയന്റാണ് ഇന്ത്യയിലുടനീളം നാശം വിതച്ചത്. 2021 ഏപ്രിൽ 10-ന്, പനിയും തുടർച്ചയായ ചുമയും സത്യത്തെ പിടികൂടി. പരിശോധനയ്ക്കൊടുവിൽ തനിക്ക്

കോവിഡ്-19 ബാധിച്ചുവെന്ന വേദനാജനകമായ വെളിപ്പെടുത്തലാണ് സത്യത്തെ കാത്തിരുന്നത്.

ദയനീയമായ ഒരു സാഹചര്യമാണ് ഡൽഹി അന്ന് അഭിമുഖീകരിച്ചുകൊണ്ടിരുന്നത്. ഹോസ്പിറ്റലിൽ ഒരു ബെഡ് കണ്ടെത്തുക എന്നത് അസാധ്യമായിത്തീർന്നു. ഓക്സിജൻ സപ്ലൈ വളരെ കുറവായിരുന്നു. ഒരു ഇടുങ്ങിയ മുറിയിൽ ഒറ്റയ്ക്ക് വൈറസിന് കീഴടങ്ങേണ്ടി വരുമെന്ന ചിന്ത സത്യത്തെ വേട്ടയാടിക്കൊണ്ടിരുന്നു. വൈദ്യസഹായം തേടാനുള്ള തീരുമാനമെടുത്ത് അദ്ദേഹം റാം മനോഹർ ലോഹ്യ (ആർഎംഎൽ) ആശുപത്രിയിലേക്ക് പോയി.

അവിടെയെത്തിയപ്പോൾ,ഭയാനകമായ ദൃശ്യങ്ങളാണ് അദ്ദേഹത്തെ സ്വാഗതം ചെയ്തത്—ആംബുലൻസുകളുടെ വലിയ നിര, ഓക്സിജൻ സപ്പോർട്ടിനെ ആശ്രയിച്ച് ശ്വസിച്ചുകൊണ്ടിരിക്കുന്ന രോഗികൾ, പ്ലാസ്റ്റിക് ബാഗുകളിൽ കൊണ്ടുപോകുന്ന മൃതദേഹങ്ങൾ. പ്രതിബന്ധങ്ങളിൽ തളരാതെ, എന്നാൽ ആശങ്കയും ഉത്കണ്ഠയും നിറഞ്ഞ മനസ്സുമായി, സത്യം അടുത്തുള്ള ബി.എൽ. കപൂർ ഹോസ്പിറ്റലിലേക്ക് പോയി. എന്നാൽ താൻ തൊട്ടുമുൻപ് കണ്ട ദൃശ്യത്തിന് സമാനമാണ് അവിടെയുമുണ്ടായിരുന്നത്. എന്നിരുന്നാലും, മനസ്സുറപ്പോടെ, വളരെ നേരം കാത്തുനിന്ന്, ഇടനാഴിയിലുണ്ടായിരുന്ന ഒരു നീണ്ട നിര താണ്ടി, അദ്ദേഹം ഒരു ഡോക്ടറെ സമീപിച്ചു.

തന്റെ ദുർബ്ബലമായ അവസ്ഥയും താൻ തനിച്ചാണെന്ന വസ്തുതയും ഊന്നിപ്പറഞ്ഞുകൊണ്ട്, ആശുപത്രിയിൽ പ്രവേശനം നൽകണമെന്ന് അദ്ദേഹം ഡോക്ടറോട് അപേക്ഷിച്ചു. എന്നാൽ, നിർവ്വികാരമായ ഒരു ചിരിയിലൂടെയാണ് ഡോക്ടർ മറുപടി പറഞ്ഞത്. 'നിങ്ങൾ ഒരു ചെറുപ്പക്കാരനാണ്. കണ്ടിട്ട് വലിയ അവശതയുള്ളതായി തോന്നുന്നുമില്ല. കിടക്ക നിങ്ങളെക്കാൾ കൂടുതൽ ആവശ്യമുള്ള, ഗുരുതരാവസ്ഥ നേരിടുന്ന നൂറുകണക്കിന് രോഗികളെ ഇവിടെ നിങ്ങൾ കാണുന്നില്ലേ?" അത്രയും പറഞ്ഞിട്ട് അദ്ദേഹം അവിടെനിന്ന് നടന്നകന്നു.

തോറ്റെങ്കിലും തളരാതെ സത്യം തന്റെ മുറിയിലേക്ക് നടന്നു. യാത്രാമധ്യേ, വാട്ട്സ്ആപ്പിൽ പ്രചരിച്ചുകൊണ്ടിരുന്ന ഒരു കുറിപ്പടി പ്രകാരം ഒരു പിടി മരുന്നുകൾ അദ്ദേഹം വാങ്ങി—പാരസെറ്റാമോൾ, സിങ്ക്, അസിത്രോമൈസിൻ, മൾട്ടിവിറ്റാമിനുകൾ, ഒരു പൾസ് ഓക്സിമീറ്റർ. അദ്ദേഹം പതിവായി ഈ മരുന്നുകൾ കഴിക്കുകയും തന്റെ ശരീരത്തിലെ ഓക്സിജന്റെ അളവ്

നിരീക്ഷിക്കുകയും ചെയ്തുകൊണ്ടിരുന്നു. മൂന്നാം ദിവസം ഓക്സിജൻ സാച്ചുറേഷൻ 88 ആയി കുറഞ്ഞപ്പോൾ സത്യത്തിന്റെ മനസ്സ് പതറാൻ തുടങ്ങി. ഓക്സിജൻ നില വീണ്ടും തകർന്നേക്കാമെന്ന ഭയം അദ്ദേഹത്തെ വേട്ടയാടി. പക്ഷേ ഭാഗ്യവശാൽ, അങ്ങനെയുണ്ടായില്ല.

എങ്കിലും ശ്വാസതടസ്സത്തിന്റെ ബുദ്ധിമുട്ടുകളും ഒറ്റപ്പെടലിന്റെയും ഭയത്തിന്റെയും കനത്ത ഭാരവും ശാരീരിക വേദനയുടെ ആഘാതവും കാരണം കഷ്ടപ്പെടുകയായിരുന്നു സത്യം. ആംബുലൻസുകളുടെ നിർത്താതെയുള്ള സൈറണുകൾ, അദ്ദേഹത്തിന്റെ വിജനമായ ആ ചുറ്റുപാടിൽ കൂടുതൽ ഏകാന്തത നിറച്ചു. മാതാപിതാക്കളും സഹോദരനും അദ്ദേഹത്തെക്കുറിച്ചോർത്ത് വളരെയധികം ആശങ്കപ്പെട്ടു.

മാത്രമല്ല, കൂടുതൽ ബുദ്ധിമുട്ടുകളിലേക്ക് തള്ളിയിട്ടുകൊണ്ട് അദ്ദേഹത്തിന് ലഭിച്ചുകൊണ്ടിരുന്ന ടിഫിൻ സേവനവും നിലച്ചു. അസ്തിത്വപരമായ ആ വെല്ലുവിളിയെ അഭിമുഖീകരിക്കുന്നതിനിടയിൽ, ലജ്പത് നഗറിലെ ബർസാതിയിൽ ജീവിച്ചുകൊണ്ടിരുന്നപ്പോൾ താൻ ഉപയോഗിച്ചിരുന്ന ആ ചെറിയ ഗ്യാസ് സ്റ്റൗവിനെക്കുറിച്ച് അദ്ദേഹം ഓർത്തു. പ്രതീക്ഷയുടെ ഒരു നാളം കണ്ടെത്തിയതിന്റെ ആശ്വാസത്തോടെ അദ്ദേഹം ആ സ്റ്റൗവ് വൃത്തിയാക്കിയെടുത്തു. അടുത്തുള്ള പലചരക്ക് കടയിൽ നിന്ന് കുറച്ച് അരി ശേഖരിച്ച്, അദ്ദേഹം ആഹാരം പാകം ചെയ്തു.

പനി ക്രമേണ ശമിച്ചു. പ്രക്ഷുബ്ധമായ ആ പരീക്ഷണത്തെ സത്യം അതിജീവിച്ചു. താൻ അതിജീവിച്ചു എന്ന ബോധം സത്യത്തെ സംബന്ധിച്ചിടത്തോളം പുനർജന്മത്തിന് സമമായിരുന്നു. എന്നിട്ടും തന്റെ നെഞ്ചിൽ എന്തോ ഒരു അസ്വാസ്ഥ്യം നിലനിൽക്കുന്നതായി അദ്ദേഹത്തിന് തോന്നി. സുഖം പ്രാപിക്കുന്നതിനുള്ള അനുകൂലമായ അന്തരീക്ഷം തേടി, സത്യം നോയിഡയിലെ തന്റെ മാമാജിയുടെ വീട്ടിൽ അഭയം തേടി. എന്നാൽ ആ അസുഖത്തിന്റെ അനന്തരഫലങ്ങൾ അദ്ദേഹത്തെ മൂന്ന് മാസത്തോളം കിടക്കയിൽ തന്നെ തളച്ചിട്ടു. ഭാഗ്യവശാൽ, മെയ് മാസത്തിൽ നടത്താനിരുന്ന അദ്ദേഹത്തിന്റെ അഭിമുഖം, മഹാമാരി കാരണം 2021 സെപ്തംബർ 1-ലേക്ക് മാറ്റിവച്ചു. ആ കാലയളവിൽ ലഭിച്ച വിശ്രമത്തിലൂടെ, സുഖം പ്രാപിക്കാനും അഭിമുഖത്തിനായി തയ്യാറെടുക്കാനുമുള്ള സമയം സത്യത്തിന് ലഭിച്ചു.

തന്റെ ഡീറ്റെയ്ൽഡ് അപ്ലിക്കേഷൻ ഫോം (DAF) പ്രകാരം ഉയർന്നുവന്നേക്കാവുന്ന ചോദ്യങ്ങൾക്കായി സത്യം തയ്യാറെടുപ്പുകൾ നടത്തി. ഇന്റർവ്യൂവിനുള്ള ആത്മവിശ്വാസവും ഇംഗ്ലീഷിലുള്ള തന്റെ പ്രാവീണ്യവും വർദ്ധിപ്പിക്കുക എന്ന ഉദ്ദേശ്യത്തോടെ അദ്ദേഹം നിരവധി ഓൺലൈൻ, ഓഫ്‌ലൈൻ മോക്ക് ടെസ്റ്റുകളിൽ പങ്കെടുത്തു. യൂട്യൂബിൽ, കഴിഞ്ഞ വർഷത്തെ ടോപ്പർമാരുടെ, പ്രത്യേകിച്ച്, അഭിമുഖത്തിൽ 200-ൽ കൂടുതൽ മാർക്ക് നേടിയവരുടെ മോക്ക് ഇന്റർവ്യൂകളും അദ്ദേഹം കണ്ടിരുന്നു. തന്റെ ഭാഷാപരമായ കഴിവുകൾ വർദ്ധിപ്പിക്കുന്നതിനായി, അദ്ദേഹം ഇംഗ്ലീഷ് നാടകങ്ങൾ കാണുകയും, ഫിക്ഷൻ, നോൺ ഫിക്ഷൻ പുസ്തകങ്ങൾ വായിക്കുകയും ചെയ്തു.

മോക്ക് ഇന്റർവ്യൂകളിലെ പോസിറ്റീവ് അവലോകനങ്ങൾ അദ്ദേഹത്തിന്റെ ആത്മവിശ്വാസം വർദ്ധിപ്പിച്ചു. തന്റെ പുരികചലനങ്ങളും കൈ കൊണ്ടുള്ള ആംഗ്യങ്ങളും മയപ്പെടുത്തുവാനും കൂടുതൽസൗമ്യമായസംസാരരീതിസ്വീകരിക്കാനുംഒരുസൈനിക ഉദ്യോഗസ്ഥന്റേതുപോലെ, നിവർന്ന ശരീരഘടന നിലനിർത്താനും അദ്ദേഹത്തോട് അവർ നിർദ്ദേശിച്ചു. എന്നിരുന്നാലും, സ്വയം മെച്ചപ്പെടുത്തുക എന്ന ലക്ഷ്യവും ഉത്തരങ്ങൾ മറന്നുപോകാതിരിക്കുക എന്ന ആവശ്യവും തമ്മിൽ സന്തുലിതമാക്കിക്കൊണ്ട്, തന്റെ സമീപനത്തിൽ അളന്നുമുറിച്ച മാറ്റങ്ങൾ കൊണ്ടുവരാൻ സത്യം തീരുമാനിച്ചു.

അപൂർവ്വമായ ഒരു അഭിനന്ദനം

ആ ഇന്റർവ്യൂ കോൾ സത്യത്തിന് കാര്യമായ സാമ്പത്തിക ബാധ്യതയുണ്ടാക്കി. അവസരത്തിനൊത്ത് അണിഞ്ഞൊരുങ്ങാനായി 10,000 രൂപയോളം ചിലവഴിച്ച് അദ്ദേഹത്തിന് ഒരു പുതിയ ഷർട്ടും സ്യൂട്ടും ടൈയും ഒരു ജോഡി ഷൂസും വാങ്ങേണ്ടി വന്നു. ഇതിനായി, അമിത പലിശ നിരക്കിൽ ബട്ടുക്ദേവിൽ നിന്ന് കൂടുതൽ കടം വാങ്ങേണ്ടതായും വന്നു.

2021 സെപ്റ്റംബർ 1-ന്, ഏകദേശം 11 മണിയോടെ, ഒരു സ്യൂട്ടും ടൈയും ധരിച്ച് സത്യം ഒരുങ്ങിനിന്നു. ഫേസ്ഷീൽഡും മാസ്കും കയ്യുറകളും ധരിച്ചുനിന്നുകൊണ്ട് അദ്ദേഹം കണ്ണാടിയിലെ തന്റെ പ്രതിബിംബത്തിലേക്ക് നോക്കി. ന്യൂക്ലിയർ റിയാക്ടറിലേക്ക് പ്രവേശിക്കാൻ തയ്യാറായി നിൽക്കുന്ന ഒരാളെ പോലെയുള്ള സ്വന്തം രൂപം കണ്ടപ്പോൾ ആ മുഖത്ത് ഒരു ചിരിവിരിഞ്ഞു.

പ്രാർത്ഥനയ്ക്ക് ശേഷം മാമാജിയിൽ നിന്നും മാമിജിയിൽ നിന്നും അനുഗ്രഹം നേടി, ഉച്ചഭക്ഷണത്തിന് ശേഷം ക്രമീകരിച്ചിരിക്കുന്ന സെഷനിലെ അഭിമുഖത്തിൽ പങ്കെടുക്കാനായി സത്യം യുപിഎസ്സി കെട്ടിടത്തിലേക്കുള്ള തന്റെ യാത്ര ആരംഭിച്ചു.

യുപിഎസ്സി കെട്ടിടത്തിന്റെ സെൻട്രൽ ഹാളിൽ, പല നിലകളിലായി ഇരിക്കുന്ന അമ്പതോ അറുപതോ ഉദ്യോഗാർത്ഥികൾക്കൊപ്പം സത്യം ഇരുന്നു. താൻ പങ്കെടുത്ത മോക്ക് ഇന്റർവ്യൂകളിൽനിന്ന് വ്യത്യസ്തമായ ഒരന്തരീക്ഷമാണ് അവിടെയുള്ളതെന്ന കാര്യം അദ്ദേഹം ശ്രദ്ധിച്ചു. ഇന്റർവ്യൂ നടക്കുന്ന മുറിയും വ്യത്യസ്തമായിരുന്നു. ക്യാമറകൾ ഘടിപ്പിച്ച വിശാലമായ ഹാളുകളിൽ നിന്ന് വ്യത്യസ്തമായി, ഈ മുറി ഒരു സാധാരണ സർക്കാർ ഓഫീസ് പോലെയായിരുന്നു; കുതിരലാടത്തിന്റെ ആകൃതിയുള്ള ഒരു മേശയ്ക്ക് ചുറ്റും അഞ്ചു പേർ ഇരിക്കുന്ന ഒരു ചെറിയ ഇടം. തുടക്കത്തിൽ ഒരു ഞെട്ടലോടെ താൻ തെറ്റായ മുറിയിലേക്കാകാം എത്തിയതെന്ന് പോലും സത്യം ചിന്തിക്കുകയുണ്ടായി.

ത്രൈമാസ ജിഡിപി കണക്കുകൾ പത്രങ്ങളിൽ അന്ന് രാവിലെ പ്രസിദ്ധീകരിച്ചിരുന്നു. തനിക്ക് ആത്മവിശ്വാസം കുറവുള്ള വിഷയമായ എക്കണോമിക്സ് സംബന്ധമായ ചോദ്യങ്ങൾ പ്രതീക്ഷിച്ച് ആശങ്കാകുലനായിരിക്കുകയായിരുന്നു സത്യം. എന്നാൽ അത്ഭുതമെന്ന് പറയട്ടെ, അത്തരം ചോദ്യങ്ങളൊന്നുമുണ്ടായില്ല.

അദ്ദേഹം ഇന്റർവ്യൂ റൂമിലേക്ക് കയറിയ ഉടൻ, ഫേസ് ഷീൽഡ് അഴിച്ചുമാറ്റാൻ പറഞ്ഞ് ചെയർമാൻ ആംഗ്യം കാണിച്ചു. തുടർന്ന്, സത്യത്തോട് സ്വയം പരിചയപ്പെടുത്താൻ അദ്ദേഹം ആവശ്യപ്പെട്ടു. അതിനുശേഷം അദ്ദേഹത്തിന്റെ ഡിഎഎഫിനെ ചുറ്റിപ്പറ്റിയുള്ള നിരവധി ചോദ്യങ്ങൾ ഉന്നയിക്കപ്പെട്ടു. എൻഡിഎയ്ക്ക് വേണ്ടി എസ്എസ്ബിയിൽ പ്രവർത്തിച്ചിരുന്നപ്പോഴുള്ള അദ്ദേഹത്തിന്റെ അനുഭവങ്ങൾ പാനൽ പരിശോധിച്ചു. 'നിങ്ങൾ ഏത് പൂസയിലാണ് പഠിച്ചത്? ബീഹാറിലുള്ള ഒറിജിനലിലോ, അതോ ഡൽഹിയിലുള്ള ഡ്യൂപ്ലിക്കേറ്റിലോ?' എന്ന് അവരിൽ ഒരാൾ അന്വേഷിച്ചതോടെ ആ അന്തരീക്ഷം തൽക്ഷണം അല്പമൊന്നയഞ്ഞു. ആ ചോദ്യത്തിനുള്ള അദ്ദേഹത്തിന്റെ പ്രതികരണം അവരെ ചിരിപ്പിക്കുകയുണ്ടായി.

അതിനുശേഷം, ബീഹാറും ജാർഖണ്ഡും നേരിടുന്ന വികസന വെല്ലുവിളികളെക്കുറിച്ചാണ് ആ അഭിമുഖത്തിൽ ചർച്ച ചെയ്യപ്പെട്ടത്. കോളേജിലെ ഫോട്ടോഗ്രാഫി സൊസൈറ്റിയുടെ

പ്രസിഡന്റ് എന്ന നിലയിലുള്ള അദ്ദേഹത്തിന്റെ പങ്ക് അവിടെ പ്രധാനപ്പെട്ട ഒരു വിഷയമായി മാറി. അതിലൂടെ അദ്ദേഹം നേടിയ ഗുണങ്ങളെക്കുറിച്ചും അദ്ദേഹം നേതൃത്വം നൽകിയ സംരംഭങ്ങളെക്കുറിച്ചും പാനലിലുണ്ടായിരുന്നവർ ആരാഞ്ഞു. ഇന്ത്യയിലെ സിനിമകളുടെ ഭാവിയെക്കുറിച്ചുള്ള ചർച്ചകളിലേക്ക് അത് അനായാസം കടന്നു.

സയൻസ് ഫിക്ഷൻ കഥകൾ വായിക്കുന്നത് തന്റെ ഒരു ഹോബിയാണെന്ന സത്യത്തിന്റെ പരാമർശം കണക്കിലെടുത്ത്, അംഗങ്ങളിൽ ഒരാൾ ഇന്ത്യയിലെ ബഹിരാകാശ മേഖലയുടെ അവസ്ഥയെക്കുറിച്ച് ആരാഞ്ഞു. എന്തുകൊണ്ട് ഇത് കൂടുതൽ പുരോഗമിക്കുന്നില്ല എന്നതായിരുന്നു ചോദ്യം. ഭാവിയിൽ ഒരു സിനിമയുടെ കഥാഗതിക്ക് കൈവരിക്കാനിടയുള്ള യഥാർത്ഥ ലോകത്തിന്റെ സാധ്യതകൾ പര്യവേക്ഷണം ചെയ്തുകൊണ്ട് ആ സംഭാഷണം അപ്പോൾ അനായാസം സൈദ്ധാന്തികമായി മാറി.

ആ സംഭാഷണത്തിന്റെ ഗതി മാറി, അത് പ്രധാനമന്ത്രി മുന്നോട്ട് വയ്ക്കുന്ന 'വോക്കൽ എബൌട്ട് ലോക്കൽ' എന്ന സമീപനത്തെ സംബന്ധിക്കുന്നതായി. ഇന്ത്യയുടെയും ചൈനയുടെയും താരതമ്യേനയുള്ള വികസന നിലയെക്കുറിച്ചുള്ള ആഴത്തിലുള്ള പഠനവും ആ അഭിമുഖത്തിനിടെയുണ്ടായി. പാനൽ അംഗങ്ങളിൽ ഒരാൾ സത്യത്തിന്റെ ഉത്തരങ്ങളിൽ അതൃപ്തി പ്രകടിപ്പിച്ചു. അദ്ദേഹത്തിന്റെ കണ്ണിലേക്ക് തന്നെ നോക്കി സംസാരിക്കാൻ സത്യം ശ്രമിച്ചെങ്കിലും അദ്ദേഹം ജനാലയിലൂടെ പുറത്തേക്ക് നോക്കിയിരുന്നത് അനിശ്ചിതത്വത്തിന്റേതായ ഒരന്തരീക്ഷം അവിടെ സൃഷ്ടിച്ചെടുത്തു. തന്റെ മനഃശാസ്ത്രപരമായ ദൃഢത പരീക്ഷിക്കാനുള്ള ഒരവസരമായിട്ടാണ് സത്യം ഇതിനെ ഉൾക്കൊണ്ടത്. അതിനിടയിൽ, മേശയുടെ ഒരറ്റത്ത് ഇരുന്നിരുന്ന സ്ത്രീ അദ്ദേഹത്തിന്റെ സംയമനവും സംസാര ശൈലിയും ശ്രദ്ധയോടെ നിരീക്ഷിച്ചുകൊണ്ടിരുന്നു.

അഭിമുഖത്തിന് ശേഷം, അതിന്റെ ഫലം വിജയമാണോ പരാജയമാണോ എന്ന് ഉറപ്പിക്കാൻ കഴിയാത്ത ഒരവസ്ഥയിലാണ് താനുള്ളതെന്ന് സത്യം തിരിച്ചറിഞ്ഞു. എന്നാൽ, അദ്ദേഹം ഇന്റർവ്യൂ റൂമിൽ നിന്ന് പുറത്തുകടക്കുമ്പോൾ, ബീഹാറിന്റെയും ജാർഖണ്ഡിന്റെയും വികസനത്തെക്കുറിച്ച് മുമ്പ് ചോദ്യങ്ങൾ ഉന്നയിച്ച ഒരു ബോർഡ് അംഗം, 'നിങ്ങൾ വളരെ മികച്ച പ്രകടനമാണ് കാഴ്ചവെച്ചത്' എന്ന് പ്രസ്താവിച്ചുകൊണ്ട് സത്യത്തിന് അപ്രതീക്ഷിതമായ ഒരഭിനന്ദനം നൽകുകയുണ്ടായി.

ബോർഡ് അംഗങ്ങളിൽ നിന്ന് ശുഭപ്രതീക്ഷ ഉളവാക്കുന്ന പ്രതികരണങ്ങൾ ലഭിക്കുക എന്നത് അസാധാരണമാണ്. ഫലങ്ങൾക്കായി കാത്തിരിക്കുന്ന, ഉദ്വേഗജനകമായ ആ ഘട്ടത്തിലേക്ക് കടക്കുന്ന വേളയിൽ അത് സത്യത്തിന് സന്തോഷവും ആത്മവിശ്വാസവും നൽകി.

ബാഗുകൾ അടുക്കിക്കഴിഞ്ഞിരിക്കുന്നു : മസൂറിയോ അതോ ദിഗ്ഘ്രയോ?

തന്റെ കുടുംബം സാമ്പത്തികമായി വലിയ പിരിമുറുക്കത്തിലാണെന്നും ഡൽഹിയിലെ തന്റെ ജീവിത-പരിശീലനച്ചെലവുകൾക്കായി അവർക്കിനി പണം കണ്ടെത്താനാകില്ലെന്നും സത്യത്തിന് അറിയാമായിരുന്നു. ഓരോ ദിവസം കഴിയുംതോറും ബട്ടക്ദേവിൽ നിന്ന് വാങ്ങിയ പണം പെരുകിക്കൊണ്ടിരുന്നു. ഉയർന്ന പലിശയ്ക്ക് വായ്പയെടുത്ത് കഷ്ടപ്പെടുന്ന മാതാപിതാക്കളെക്കുറിച്ചോർക്കുമ്പോൾ സത്യത്തിന്റെ മനസ്സ് കുറ്റബോധംകൊണ്ട് വേദനിച്ചു. ഈ സാമ്പത്തിക പ്രതിസന്ധിക്കിടയിൽ രണ്ടു വഴികളാണ് അദ്ദേഹത്തിന് മുന്നിൽ ഉണ്ടായിരുന്നത് : ഒന്നുകിൽ മസൂറിയിലെ എൽബിഎസ്എൻഎയിൽ ഐഎഎസ് ഇൻഡക്ഷൻ ട്രെയ്നിംഗിന് ചേരുക അല്ലെങ്കിൽ അടുത്ത ശ്രമത്തിന് തയ്യാറെടുക്കാനായി തന്റെ ഗ്രാമമായ ദിഗ്ഘ്രയിലേക്ക് മടങ്ങുക.

2021 സെപ്റ്റംബർ 24-ന്, യുപിഎസ്‌സി ഫലം പ്രഖ്യാപിക്കാൻ പോകുന്നു എന്നറിഞ്ഞതോടെ സത്യം പരിഭ്രാന്തനായി മാറി. വാട്ട്സ്ആപ്പിലും ടെലിഗ്രാമിലും നിറഞ്ഞുകവിയുന്ന സന്ദേശങ്ങൾ ഉദ്വേഗജനകമായ ഒരന്തരീക്ഷം സൃഷ്ടിച്ചു. വർദ്ധിച്ചുവരുന്ന സമ്മർദ്ദത്തിന് വഴങ്ങി, വൈകുന്നേരം 3 മണിയോടെ സത്യം തന്റെ പഠനം അവസാനിപ്പിച്ചു കാത്തിരുന്നു. വൈകുന്നേരം 6.15-ന് ടെലിഗ്രാമിൽ ഒരു പിഡിഎഫ് പ്രത്യക്ഷപ്പെട്ടതോടെ സമ്മർദ്ദം ഉച്ചസ്ഥായിയിലെത്തി.

ഫലം ആദ്യം തന്നെ കാണണം എന്ന് തീരുമാനിച്ചുറപ്പിച്ച സത്യം, PDF ഡൗൺലോഡ് ചെയ്ത്, തന്റെ ഫോണിൽ ഫ്ലൈറ്റ് മോഡ് ഓൺ ആക്കി, നിശബ്ദമായി ഒന്ന് പ്രാർത്ഥിച്ച ശേഷം ഉയർന്ന റാങ്ക് നേടിയവരുടെ പേരുകളിൽ നിന്ന് താഴേക്ക് വായിക്കാൻ തുടങ്ങി. ഒരമ്പരപ്പോടെ ആദ്യ പേജിൽ തന്നെ അദ്ദേഹം സ്വന്തം പേര് കണ്ടെത്തി. അവിശ്വാസത്താൽ വീർപ്പുമുട്ടിക്കൊണ്ട്, താൻ കണ്ടത് സത്യമാണെന്ന് ഉറപ്പിക്കാനായി

അദ്ദേഹം തന്റെ റോൾ നമ്പർ രണ്ടുതവണ പരിശോധിച്ച് തിട്ടപ്പെടുത്തി. ആരെങ്കിലും തന്നെ പറ്റിക്കുകയാകാം എന്ന സംശയത്തിൽ ഫോൺ സ്വിച്ച് ഓൺ ചെയ്തതും, അഭിനന്ദന സന്ദേശങ്ങളുടെ ഒരു വലിയ പ്രവാഹം ആ സന്ദേഹങ്ങളെ കാറ്റിൽപറത്തിക്കൊണ്ട് സത്യത്തെ തേടിയെത്തി.

ആ വലിയ വിജയം അംഗീകരിക്കാൻ വേണ്ട മാനസിക ശക്തി കൈവന്നതോടെ, താൻ സ്വന്തം ജീവിതത്തിന്റെ മാത്രമല്ല, സ്വന്തം കുടുംബത്തിന്റെ വിധിയും മാറ്റിമറിച്ചിരിക്കുന്നു എന്ന വസ്തുത അദ്ദേഹം തിരിച്ചറിഞ്ഞു. തന്റെ ദാദാജിയുടെ ആഗ്രഹപൂർത്തീകരണവും മാതാപിതാക്കളുടെ സ്വപ്ന സാക്ഷാത്കാരവും സത്യത്തിന് അളവറ്റ സന്തോഷമാണ് നൽകിയത്.

അതിനിടെ, ദില്ലിയിലെ സത്യത്തിന്റെ വീട്ടിലേക്ക് മാധ്യമപ്രവർത്തകരുടെ ഒരു കുത്തൊഴുക്കുണ്ടായി. സത്യത്തിന്റെ അഭാവത്തിൽ, അദ്ദേഹത്തിന്റെ മാതാപിതാക്കൾ അവരുടെ ചോദ്യങ്ങളെ ഭംഗിയായി കൈകാര്യം ചെയ്തു. കൗതുകകരമെന്നു പറയട്ടെ, ഐഎഎസ്സുകാരനായ വരനെ തേടി ചില പെൺകുട്ടികളുടെ മാതാപിതാക്കളും അവിടെ അന്വേഷിച്ചെത്തി. ന്യൂസ് ചാനലിലെ ഒരു വീഡിയോ കണ്ടുകൊണ്ടിരിക്കെ, സ്വന്തം അമ്മ ആചാരപരമായി തന്റെ ഫോട്ടോയിൽ 'തിലകം' ചാർത്തുന്നത് കണ്ട് സത്യത്തിന്റെ മനസ്സ് നിറഞ്ഞു. ആ പുതിയ മാറ്റം ജീവിതത്തെയാകെ സ്വാധീനിച്ചു തുടങ്ങിയത് സത്യം തിരിച്ചറിഞ്ഞു.

താരം വീട്ടിലെത്തുന്നു

ഇത്രയും ഉയർന്ന റാങ്കോടെ ഒരു ഐഎഎസ് ഓഫീസറാകുക എന്നത് ബീഹാറിലെ ഒരു സുപ്രധാന വാർത്തയായി മാറി. സത്യത്തിന്റെ വീട്ടിലേക്ക് ധാരാളം അഭ്യുദയകാംക്ഷികൾ എത്തിക്കൊണ്ടിരുന്നു. എന്നാൽ, കുടുംബത്തോടൊപ്പം ശാന്തമായ ഒരു പുനഃസമാഗമം ആഗ്രഹിച്ചുകൊണ്ട്, അദ്ദേഹം 2021 ഒക്ടോബർ 19-ന് നാട്ടിലേക്ക് ട്രെയിൻ ടിക്കറ്റ് ബുക്ക് ചെയ്തു. അധികം ആരുടെയും ശ്രദ്ധയാകർഷിക്കാതെ നാട്ടിലേക്ക് തിരിച്ചുവരാനുള്ള തന്റെ ആഗ്രഹം അദ്ദേഹം പ്രകടിപ്പിച്ചെങ്കിലും, അവിടെ അദ്ദേഹത്തെ കാത്തിരുന്ന യാഥാർത്ഥ്യം തികച്ചും വ്യത്യസ്തമായിരുന്നു.

റെയിൽവേ സ്റ്റേഷനിൽ വന്നിറങ്ങിയപ്പോൾ, മാതാപിതാക്കളും സഹോദരനും മാത്രമായിരുന്നില്ല, അദ്ദേഹത്തെ മാലയിട്ട് സ്വീകരിക്കാനായി ആകാംക്ഷയോടെ ഒരു വലിയ ജനക്കൂട്ടം

തന്നെ അവിടെ കാത്തുനിന്നു. പൂക്കൾകൊണ്ട് പ്രത്യേകം അലങ്കരിച്ച കാർ ഉൾപ്പടെയുള്ള വാഹനവ്യൂഹം സ്റ്റേഷനു പുറത്തുണ്ടായിരുന്നു. പുഷ്പാഞ്ജലികൾക്ക് കീഴെ നിൽക്കുന്ന സത്യത്തെ കണ്ട് പ്ലാറ്റ്ഫോമിൽ ആവേശം മുഴങ്ങിക്കേട്ടു.

ഗ്രാമത്തിലെത്തിയപ്പോൾ കണ്മുന്നിൽ കണ്ട സ്വീകരണത്തിന്റെ ഗാംഭീര്യം അദ്ദേഹത്തെ കീഴടക്കിക്കളഞ്ഞു. ഗ്രാമത്തിന്റെ പ്രവേശന കവാടത്തിൽ വിപുലമായി അലങ്കരിച്ച ഒരു സ്വാഗത കവാടം; ഗ്രാമത്തിലേക്കുള്ള വഴിയിൽ അദ്ദേഹത്തിന്റെ വാഹനം സഞ്ചരിച്ച എല്ലാ തെരുവുകളിലും സമാനമായ കവാടങ്ങളുണ്ടായിരുന്നു. അദ്ദേഹത്തിന്റെ ചിത്രങ്ങളടങ്ങിയ സ്വാഗത പോസ്റ്ററുകൾ ഗ്രാമത്തിലാകെ പതിച്ചിട്ടുണ്ടായിരുന്നു. ഒരു ഉത്സവാന്തരീക്ഷം സൃഷ്ടിച്ചുകൊണ്ട് പുഷ്പദളങ്ങൾ അദ്ദേഹത്തിന്റെ മേൽ വന്നു പതിച്ചു. സത്യത്തിന്റെ മാതാപിതാക്കളെയും ദാദാജിയെയും അത്യധികം സന്തോഷത്തിൽ ആറാടിച്ചുകൊണ്ട് ആ ഗ്രാമം മുഴുവൻ ആഘോഷത്തിൽ മുഴുകി.

അമിതമായ പ്രദർശനം സത്യത്തിന് ഇഷ്ടമായിരുന്നില്ലെങ്കിലും, ആ ഗ്രാമത്തിന് അദ്ദേഹത്തിനോടുള്ള സ്നേഹമാണത് വ്യക്തമാക്കുന്നതെന്ന് പറഞ്ഞുമനസ്സിലാക്കിക്കൊണ്ട് അമ്മ അദ്ദേഹത്തെ ആശ്വസിപ്പിച്ചു. 'ബേട്ടാ, ദേഷ്യപ്പെടരുത്. നിന്നോടുള്ള സ്നേഹം പ്രകടിപ്പിക്കാനുള്ള ഗ്രാമീണരുടെ രീതിയാണിത്. നീ ഇപ്പോൾ സമൂഹത്തിന് ഒരു മാതൃകയായി മാറിയിരിക്കുന്നു. നീ അഹങ്കാരിയായിത്തീർന്നിരിക്കുന്നു എന്ന് കരുതാൻ അവർക്ക് അവസരം നൽകരുത്,' അവർ അദ്ദേഹത്തെ ഉപദേശിച്ചു.

ഗ്രാമത്തിലെ പ്രമുഖരെ ഉൾപ്പെടുത്തിക്കൊണ്ട് അദ്ദേഹത്തിന്റെ വീടിന് പുറത്ത് ഒരു പൊതു ചടങ്ങ് നടന്നു. പ്രസംഗങ്ങൾക്കിടയിൽ അതീവ ക്ഷീണിതനായിരുന്നെങ്കിലും, തന്റെ ചിന്തകൾ പങ്കുവെക്കാനായി സത്യം വേദിയിലേക്ക് ക്ഷണിക്കപ്പെട്ടു.

കുറച്ച് ദിവസങ്ങൾക്ക് ശേഷം, തന്റെ സ്കൂളിലേക്ക് മുഖ്യാതിഥിയായി ക്ഷണം ലഭിച്ചതിന്റെ സന്തോഷത്തിൽ അദ്ദേഹത്തിന്റെ മനസ്സ് നിറഞ്ഞു. മൂന്ന് വർഷം മുമ്പ്, സ്കൂൾ വാർഷിക ദിനത്തിലും കായിക ദിനത്തിലും ജില്ലാ മജിസ്ട്രേറ്റിനെയും മറ്റ് വിശിഷ്ട വ്യക്തികളെയും സ്വാഗതം ചെയ്യാൻ കൂട്ടുകാർക്കൊപ്പം വരിയായി നിൽക്കുകയും അവരുടെ പ്രസംഗങ്ങൾ കേൾക്കുകയും ചെയ്തിരുന്ന ആളായിരുന്നു താനെന്ന കാര്യം സത്യം ഓർത്തു. ഇപ്പോൾ, അദ്ദേഹം മുഖ്യാതിഥിയായിരുന്നു. വിദ്യാർത്ഥികളിൽ

നിന്ന് സമാനമായ സ്വീകരണം അദ്ദേഹം ഏറ്റുവാങ്ങുന്നു. സവിശേഷവും സന്തോഷകരവുമായ ഒരു വികാരമായിരുന്നു അത്.

ഗ്രാമത്തിലുണ്ടായിരുന്ന സമയമത്രയും സത്യത്തിന് ചുറ്റും ആളുകൾ നിരന്നു. തങ്ങളുടെ പെൺമക്കളുടെ വിവാഹാലോചനകളുമായി നിരവധി സമ്പന്നരായ വ്യക്തികൾ അദ്ദേഹത്തെ തേടിയെത്തി. ഡ്രൈ ഫ്രൂട്ട്സും മധുരപലഹാരങ്ങളും അടങ്ങിയ വലിയ പെട്ടികളുമായി ആഡംബര കാറുകളിൽ ആളുകളെത്തുന്നത് സത്യത്തിന്റെ മാതാപിതാക്കളെ അത്ഭുതപ്പെടുത്തി. ബന്ധുക്കൾ—അവരിൽ ചിലർ ഇതുവരെ അവരോട് സംസാരിച്ചിട്ടുകൂടിയില്ലാത്തവരാണ്—അവരുടെ വീടിന് പുറത്ത് അണിനിരന്നു.

തനിക്ക് ബീഹാർ കേഡർ ലഭിക്കുമെന്ന ആത്മവിശ്വാസം ആദ്യം തന്നെ സത്യത്തിനുണ്ടായിരുന്നു. എന്നാൽ, ഒന്നും, ഏഴും റാങ്കുകളുള്ള രണ്ട് ഉദ്യോഗാർത്ഥികളും ബിഹാറിൽ നിന്നുള്ളവരാണെന്ന് ഒരു വാട്ട്സ്ആപ്പ് ഗ്രൂപ്പിലൂടെ അറിഞ്ഞതോടെ അദ്ദേഹത്തിന്റെ പ്രതീക്ഷകൾ അസ്ഥാനത്തായി.

സത്യത്തിന് മഹാരാഷ്ട്ര കേഡറാണ് ലഭിച്ചത്; ഇത് അദ്ദേഹത്തിന്റെ കുടുംബത്തെ മാത്രമല്ല, ആ ഗ്രാമത്തെയാകെ നിരാശയിലാഴ്ത്തി. വിവാഹ വിപണിയിലെ ആവേശം കുറഞ്ഞു, പലരുടെയും ഉത്സാഹം അസ്തമിച്ചു.

ഒരു പുസ്തകപ്പുഴുവിന്റെ പരിവർത്തനം

എൽബിഎസ്എൻഎഎയിൽ സത്യം ഒരു ഫിറ്റ്നസ് പ്രേമിയായി രൂപാന്തരപ്പെട്ടു. ക്ലാസുകൾക്ക് ശേഷം കുതിരസവാരി പഠിക്കാനായി ഒന്നര മണിക്കൂറോളം അദ്ദേഹം ഗ്രൗണ്ടിൽ ചിലവഴിച്ചു. ഇതിനുശേഷം ജിം. ഒപ്പം മറ്റ് കായിക വിനോദങ്ങളും രാവിലെയുള്ള ഓട്ടവും. വാരാന്ത്യങ്ങളിൽ, അദ്ദേഹം തന്റെ അടുത്ത സുഹൃത്തുക്കളോടൊപ്പം ട്രെക്കിംഗിന് പോകാൻ തുടങ്ങി.

ഒരുപാട് ഭക്ഷണം കഴിക്കുന്നയാളെന്ന പേരുണ്ടായിരുന്നിട്ടും, തന്റെ കർക്കശമായ ദിനചര്യകളിലൂടെ ശരീര ഭാരത്തിന്റെ അഞ്ച് കിലോ കുറയ്ക്കാൻ സത്യത്തിന് കഴിഞ്ഞു; അദ്ദേഹത്തിന്റെ ഭാരം 72 കിലോയിൽ നിന്ന് 67 കിലോയായി കുറഞ്ഞു. നീന്തൽ പഠിക്കാനുള്ള ആഗ്രഹമുണ്ടായിരുന്നെങ്കിലും, വെള്ളത്തിനടിയിൽ ശ്വാസം പിടിച്ച് നിൽക്കേണ്ടിവരുമെന്ന ചിന്ത, ആ ഉദ്യമത്തിൽ നിന്ന് മനസ്സില്ലാമനസ്സോടെ പിന്മാറാൻ അദ്ദേഹത്തെ പ്രേരിപ്പിച്ചു.

എന്നാൽ സത്യത്തിന്റെ റൂംമേറ്റ് അഭിഷേകിന് തികച്ചും

വ്യത്യസ്തമായ ഒരു ദിനചര്യയാണുണ്ടായിരുന്നത്. രാവിലെ തന്റെ ഫിസിക്കൽ ട്രെയിനിംഗ് കഴിഞ്ഞ് സത്യം തിരിച്ചെത്തുമ്പോഴും അഭിഷേക് നല്ല ഉറക്കത്തിലായിരുന്നു. അദ്ദേഹത്തെ ഉണർത്താനുള്ള ശ്രമത്തിൽ, 8.55-ന് ടൂത്ത് ബ്രഷും ടൂത്ത് പേസ്റ്റും എടുത്തു കൊടുത്തിട്ട്, 'ബ്രോ, ദയവുചെയ്ത് എഴുന്നേൽക്കൂ രാവിലെ 9 മണിക്കുള്ള ക്ലാസിൽ എത്താൻ വൈകിയാൽ വിശദീകരണം ആവശ്യപ്പെട്ട് മെമ്മോറാണ്ടം ലഭിക്കും.' എന്ന് പറഞ്ഞുകൊണ്ട് സത്യം കിടക്കയിൽ നിന്ന് അയാളെ എഴുന്നേൽപ്പിക്കാൻ ശ്രമിക്കും.

ധൂലെയിലെ ശൈശവ വിവാഹങ്ങളെക്കുറിച്ച് സംസാരിക്കുന്നു

2014 ബാച്ചിലെ ഐഎഎസ് ഉദ്യോഗസ്ഥനായ ജലജ് ശർമ്മയുടെ മാർഗ്ഗനിർദ്ദേശപ്രകാരം ജില്ലാ പരിശീലനത്തിനായി മഹാരാഷ്ട്രയിലെ ധൂലെ ജില്ലയാണ് സത്യത്തിന് അനുവദിച്ചുകിട്ടിയത്. പുറമേ കർക്കശമായ പെരുമാറ്റമാണുണ്ടായിരുന്നതെങ്കിലും ഉള്ളിൽ അനുകമ്പയുള്ള ആളായിരുന്നു അദ്ദേഹം. എപ്പോഴും തന്റെ പ്രൊബേഷണർമാർക്ക് പിന്തുണയായി അദ്ദേഹം വർത്തിച്ചു. തുടക്കത്തിൽ, മീറ്റിംഗുകളിൽ ഉപയോഗിച്ചുവരുന്ന ഭാഷ മനസ്സിലാക്കാൻ പ്രയാസപ്പെട്ടുവെങ്കിലും ക്രമേണ അദ്ദേഹം അതുമായി പൊരുത്തപ്പെട്ടു.

സത്യത്തിന്റെ മനസ്സിൽ മറ്റൊരു ആശങ്കയുമുണ്ടായിരുന്നു - അദ്ദേഹം തീരെ ചെറുപ്പമായിരുന്നു. മുതിർന്ന കീഴുദ്യോഗസ്ഥരെ എങ്ങനെ കൈകാര്യം ചെയ്യുമെന്ന കാര്യം അദ്ദേഹത്തിന്റെ മനസ്സിനെ അലട്ടിക്കൊണ്ടിരുന്നു. ബ്ലോക്ക് ഡെവലപ്മെന്റ് ഓഫീസർ (ബിഡിഒ), തഹസിൽദാർ, സബ് ഡിവിഷണൽ മജിസ്ട്രേറ്റ് (എസ്ഡിഎം) എന്നീ നിലകളിലുള്ള തന്റെ സ്വതന്ത്ര ചുമതലകൾ അദ്ദേഹം സമർത്ഥമായി കൈകാര്യം ചെയ്യാൻ തുടങ്ങിയതോടെ ഈ ആശങ്കകൾ അടിസ്ഥാനരഹിതമാണെന്ന് തെളിഞ്ഞു.

രാഷ്ട്രീയ നേതാക്കളിൽ നിന്നുള്ള ടെലിഫോൺ കോളുകൾ കൈകാര്യം ചെയ്യുകയും രാഷ്ട്രീയ എക്സിക്യൂട്ടീവുകളുമായും നേതാക്കളുമായും ബന്ധപ്പെട്ട സമ്മർദ്ദങ്ങളെ കൈകാര്യം ചെയ്ത് മുന്നോട്ട് പോകാനുമായതോടെ അദ്ദേഹം രാഷ്ട്രീയ ഇടപെടൽ ഒഴിവാക്കുക എന്ന കഴിവ് പഠിച്ചെടുത്തു.

ആദിവാസി മേഖലയുടെ ഭാഗമായ ധൂലെയിൽ മറ്റ് പല വെല്ലുവിളികളും ഒളിഞ്ഞിരിക്കുന്നുണ്ടായിരുന്നു. ശൈശവ വിവാഹ

ങ്ങൾ അവിടെ പ്രബലമായി നിലനിന്നിരുന്നു; അവിടെനടക്കുന്ന മൊത്തം വിവാഹങ്ങളിൽ 40 ശതമാനവും ശൈശവ വിവാഹങ്ങളായിരുന്നു. ധൂലെയിലെശൈശവവിവാഹങ്ങളെചെറുക്കുന്നതിനായി സത്യം വളരെയധികം പരിശ്രമിച്ചു. ശൈശവ വിവാഹങ്ങൾ അവരുടെ പെൺമക്കളുടെ ആരോഗ്യത്തെ ദോഷകരമായി ബാധിക്കുന്നതെങ്ങനെ എന്ന് അവരെ ബോധവത്കരിക്കാൻ ലക്ഷ്യമിട്ടുകൊണ്ട് ആദിവാസി ഗ്രാമങ്ങളിലേക്ക് അദ്ദേഹം നിരവധി യാത്രകൾ നടത്തി. 1098 എന്ന ടോൾ ഫ്രീ നമ്പറിന്റെ പ്രാധാന്യത്തെക്കുറിച്ചും അദ്ദേഹം അവർക്കിടയിൽ അവബോധം വളർത്തി. മാത്രമല്ല, വിവാഹ വേദികളിൽ ചടങ്ങുകൾക്ക് തൊട്ടുമുമ്പ് റെയ്ഡുകൾ സംഘടിപ്പിച്ചു.

ഈ ഇടപെടലുകൾക്കിടയിൽ, തന്റെ കാഴ്ചപ്പാടും പ്രാദേശിക ജനതയുടെ കാഴ്ചപ്പാടും തമ്മിൽ നിലനിൽക്കുന്ന അഗാധമായ അസമത്വത്തെക്കുറിച്ച് സത്യം മനസ്സിലാക്കി. ദാരിദ്ര്യവും വിദ്യാഭ്യാസം നേടാനുള്ള പരിമിതമായ സാഹചര്യങ്ങളുമാണ് അവരുടെ കാഴ്ചപ്പാടിനെ രൂപപ്പെടുത്തിയിരുന്നത്; പതിനഞ്ചു വയസ്സുള്ള പെൺകുട്ടിയെ വിവാഹം കഴിക്കുന്നത് നിയമവിരുദ്ധമാണെന്ന വിവരം പലർക്കും അജ്ഞമായിരുന്നു. തങ്ങളുടെ പെൺമക്കൾക്ക് ഒരു അന്നദാതാവിനെ കണ്ടെത്തിനൽകി അവളുടെ ക്ഷേമം ഉറപ്പാക്കാനുമുള്ള ഒരു ഉപാധി മാത്രമായാണ് പലരും അതിനെ കണ്ടിരുന്നത്.

നയങ്ങൾക്കും നിയമങ്ങൾക്കും മാത്രം മാറ്റം വരുത്താൻ കഴിയില്ലെന്ന് അംഗീകരിച്ചുകൊണ്ട് അവരുടെകാഴ്ചപ്പാട് മനസ്സിലാക്കേണ്ടതിന്റെ ആവശ്യകത സത്യം തിരിച്ചറിഞ്ഞു. താഴേക്കിടയിലുള്ള ആളുകളെ ബോധവൽക്കരിക്കുക, അവർക്ക് മനസ്സിലാകുന്ന ഭാഷയും കാഴ്ചപ്പാടുകളും പ്രയോഗിക്കുക എന്നതൊക്കെ സാമൂഹികമായ മാറ്റം കൊണ്ടുവരുന്നതിനുള്ള വെല്ലുവിളിയാണെങ്കിലും അനിവാര്യവുമായ സമീപനമാണ്.

സത്യത്തിന്റെ കഥയിൽ നിന്നെടുക്കാവുന്ന പ്രധാന കാര്യങ്ങൾ

1. **ആദ്യ ശ്രമത്തിൽ തന്നെ മികച്ച റാങ്ക് നേടുക എന്നത് സാധ്യമാണ്:** ആദ്യ ശ്രമത്തിൽ തന്നെ യുപിഎസ്സി എന്ന കൊടുമുടി കീഴടക്കി, മികച്ച റാങ്ക് നേടുക എന്നത് പൂർണ്ണമായും സാധ്യമാണ്. മികച്ച വിജയതന്ത്രങ്ങൾ പിന്തുടരുക, അച്ചടക്കമുള്ള ദിനചര്യകൾ പാലിക്കുക, സമയപരിധികൾ നിലനിർത്തുക, സ്വയം സമർപ്പിക്കുക; എങ്കിൽ ബിരുദാനന്തരം നിങ്ങൾക്ക് വിജയം കൈവരിക്കാനാകുന്നതാണ്.
2. **പരാജയങ്ങളെ വിജയത്തിനായുള്ള ചവിട്ടുപടികളാക്കിമാറ്റുക:** തിരിച്ചടികളും പരാജയങ്ങളും നിങ്ങളെ നിരുത്സാഹപ്പെടുത്താൻ അനുവദിക്കരുത്. ഒരു വാതിൽ അടയുമ്പോൾ മറ്റൊന്ന് തുറക്കുന്നു; ഇത് പലപ്പോഴും വലിയ അവസരങ്ങളിലേക്ക് നയിക്കുന്നു. നിങ്ങളുടെ ദൃഢനിശ്ചയം ശക്തിപ്പെടുത്തുന്നതിനും നിങ്ങളുടെ ശ്രമങ്ങൾ നവീകരിക്കുന്നതിനും നിങ്ങളുടെ ലക്ഷ്യത്തിൽ ശ്രദ്ധ കേന്ദ്രീകരിക്കുന്നതിനും പരാജയങ്ങളെ ഉത്തേജകമായി ഉപയോഗിക്കുക. ഓരോ തിരിച്ചടിയും ഒരു പാഠമാണ്; ഓരോ തവണയും അത് ലക്ഷ്യത്തിലേക്ക് നിങ്ങളെ കൂടുതൽ അടുപ്പിക്കുന്നു.
3. **പരീക്ഷാദിവസത്തെ പിരിമുറുക്കം കുറയ്ക്കാനായി തയ്യാറെടുക്കുക :** പരീക്ഷാ ഹാളിലേക്ക് കൊണ്ടുപോകാൻ ആവശ്യമായ എല്ലാ രേഖകളും തയ്യാറാക്കി എളുപ്പത്തിൽ എടുക്കാനാകുന്ന തരത്തിൽ സൂക്ഷിക്കുക. പരീക്ഷയുടെ അന്ന് രാവിലെ അതിനായി തിരയേണ്ടി വരുന്നത് അനാവശ്യ സമ്മർദ്ദം സൃഷ്ടിക്കുകയും നിങ്ങളുടെ ശ്രദ്ധ തിരിക്കുകയും നിങ്ങളുടെ പ്രകടനത്തെ ബാധിക്കുകയും ചെയ്യുന്നു. തലേ ദിവസം രാത്രി തന്നെ എല്ലാം തയ്യാറാക്കി വയ്ക്കുക; നിങ്ങളുടെ പരീക്ഷാദിവസം ശാന്തതയോടെയും സമന്വയത്തോടെയും ആരംഭിക്കുക. സ്വന്തം ലക്ഷ്യത്തിൽ പൂർണ്ണമായി ശ്രദ്ധ കേന്ദ്രീകരിക്കാൻ ഇത് നിങ്ങളെ അനുവദിക്കുന്നു.
4. **സമയക്രമീകരണത്തിൽ സമർത്ഥരാകുക:** നിങ്ങളുടെ സമയം സൂക്ഷ്മമായി കൈകാര്യം ചെയ്യുക. നിങ്ങളുടെ ദൈനംദിന പ്രവർത്തനങ്ങൾ എഴുതി സൂക്ഷിക്കുന്നതിലൂടെ കർശനമായ സമയക്രമങ്ങളുമായി പൊരുത്തപ്പെടാനും അച്ചടക്കം വളർ

ത്താനും സമയത്തിന്റെ ഉൽപ്പാദനക്ഷമമല്ലാത്ത ഉപയോഗം തടയാനും നിങ്ങൾക്ക് കഴിയുന്നു. പൂർണ്ണമായും പഠനത്തിൽ മുഴുകുകയും, സുഹൃത്തുക്കളുമായുള്ള സംഭാഷണങ്ങൾ പരിമിതപ്പെടുത്തുകയും, സോഷ്യൽ മീഡിയ ഉപയോഗിക്കുന്ന സമയം കുറയ്ക്കുകയും ചെയ്യുന്നത് നിങ്ങളുടെ ഉൽപ്പാദനക്ഷമത വർദ്ധിപ്പിക്കും.

5. **നിങ്ങളുടെ ഓപ്ഷണൽ വിഷയത്തെ അവഗണിക്കാതെയിരിക്കുക :** നിങ്ങൾ കോളേജിൽ പഠിച്ച അതേ വിഷയമാണെങ്കിൽപ്പോലും നിങ്ങളുടെ ഓപ്ഷണൽ വിഷയത്തെ അവഗണിക്കാതെയിരിക്കുക. സിലബസും അവയോരോന്നും പഠിക്കാൻ ശുപാർശ ചെയ്യപ്പെട്ടിട്ടുള്ള പുസ്തകങ്ങളും വിധികർത്താക്കളുടെ പ്രതീക്ഷകളും വ്യത്യസ്തമാണ്. ഓപ്ഷണൽ വിഷയത്തിന് ലഭിക്കുന്ന സ്കോർ നിങ്ങളുടെ മൊത്തത്തിലുള്ള വിജയത്തിന് മാത്രമല്ല, നിങ്ങൾ ആഗ്രഹിക്കുന്ന സേവനവും കേഡറും സ്വന്തമാക്കുന്നതിനും നിർണ്ണായകമാണ്.

6. **പരിഹാസങ്ങളും അവഹേളനങ്ങളും അവഗണിക്കുക:** പരിഹാസങ്ങളിലും നിങ്ങളെ അപമാനിക്കാനുള്ള ശ്രമങ്ങളിലും നിരുത്സാഹപ്പെടരുത്. നിങ്ങളുടെ വിജയത്തെക്കുറിച്ച് ചിന്തിക്കുമ്പോൾ പോലും പലർക്കും അസൂയ തോന്നിയേക്കാം. ശ്രദ്ധയും ഏകാഗ്രതയും നിലനിർത്തുക; നിങ്ങളുടെ വിജയം അവർക്കുള്ള ഏറ്റവും മികച്ച മറുപടിയായി മാറട്ടെ.

അധ്യായം 3

സേവകരുടെ ക്വാർട്ടേഴ്സിൽ നിന്ന് ബംഗ്ലാവിലേക്ക്

'ഞാൻ ഒരു ദിവസം ഒരു ബംഗ്ലാവിൽ താമസിക്കും'

2001 ഡിസംബറിലെ ഒരു തണുത്ത പ്രഭാതത്തിൽ, ഡൽഹിയിലെ സിവിൽ ലൈനിലെ ഒരു വലിയ ബംഗ്ലാവ് ഹൃദയഭേദകമായ ഒരു ഏറ്റുമുട്ടലിന് വേദിയായി. പൊതുമരാമത്ത് വകുപ്പ് (പിഡബ്ല്യുഡി) ഉദ്യോഗസ്ഥർ ബംഗ്ലാവിന് തൊട്ടുപിന്നിൽ സ്ഥിതി ചെയ്യുന്ന സെർവന്റ്സ് ക്വാർട്ടേഴ്സിലെ താമസക്കാരുമായി രൂക്ഷമായ തർക്കത്തിൽ ഏർപ്പെട്ടിരിക്കുകയായിരുന്നു. ഒരു ചെറിയ കൂട്ടം ആളുകൾ കാഴ്ചക്കാരായി ഗേറ്റിന് മുന്നിൽ തടിച്ചുകൂടി.

ഈ അടുത്തകാലം വരെ അതിഗംഭീരമായ ആ വസതി ഡൽഹി ചീഫ് സെക്രട്ടറിയായ പി.വി. ജയകൃഷ്ണന്റേതായിരുന്നു. ബംഗ്ലാവിനോട് ചേർന്നുള്ള സെർവന്റ്സ് ക്വാർട്ടേഴ്സിൽ താമസിക്കുന്ന മൂന്ന് കുടുംബങ്ങൾ ജയകൃഷ്ണനും അദ്ദേഹത്തിന്റെ ഭാര്യയ്ക്കും കണ്ണീരിൽ കുതിർന്ന യാത്രയയപ്പ് നൽകി. അക്കൂട്ടത്തിൽ ഉമയും ഉണ്ടായിരുന്നു; അവിടെ കൂടിയിരുന്ന എല്ലാവരുടെയും ശബ്ദമായി അവർ വർത്തിച്ചു.

ഉമയും ഭർത്താവ് ടികം സിങ്ങും അവരുടെ മക്കളായ എട്ട് വയസ്സുള്ള ഡോളിയും ആറുവയസ്സുള്ള ഭരതും കഴിഞ്ഞ ആറ് വർഷമായി ഈ സ്ഥലത്തെ വീടെന്നാണ് വിളിച്ചുപോന്നിരുന്നത്. കമലാ നഗറിലെ ഒരു കടയിലാണ് ടികം ജോലി ചെയ്തിരുന്നത്. ഈ ക്വാർട്ടേഴ്സിൽ തന്നെയാണ് ഭരത് ജനിച്ചുവീണത്. ഇപ്പോൾ,

പ്രധാന ബംഗ്ലാവിൽ നിന്ന് ആളൊഴിഞ്ഞുപോയിരിക്കുന്നു എന്ന കാരണം ചൂണ്ടിക്കാട്ടി ഒരു അസിസ്റ്റന്റ് എഞ്ചിനീയറുടെ നേതൃത്വത്തിൽ പിഡബ്ല്യുഡി ഉദ്യോഗസ്ഥർ അവരെ ഒഴിപ്പിക്കണം എന്ന കർത്തവ്യത്തിൽ ഉറച്ചുനിൽക്കുകയായിരുന്നു.

ആ തീരുമാനത്തിലുള്ള തന്റെ പ്രതിഷേധമറിയിച്ചുകൊണ്ട് ഉമ അപേക്ഷിച്ചു, 'സർ, എന്തിനാണ് ഞങ്ങളെ ക്വാർട്ടേഴ്സ് ഒഴിയാൻ നിർബന്ധിക്കുന്നത്? ഇത്രയും വർഷമായി ഞങ്ങൾ ഇവിടെ താമസിക്കുന്നതല്ലേ.'

'ബംഗ്ലാവിൽ ആളില്ലാതായാൽ സേവകരുടെ ക്വാർട്ടേഴ്സിൽ ആളുകളെ താമസിക്കാൻ അനുവദിക്കാനാവില്ല,' അസിസ്റ്റന്റ് എഞ്ചിനീയർ കർശനമായിത്തന്നെ പറഞ്ഞു.

അവിടുത്തെ മറ്റൊരു താമസക്കാരിയായ ഗംഗ കണ്ണുകളിൽ വെളിവാകുന്ന അപേക്ഷാഭാവത്തോടെ മുന്നോട്ട് വന്നു. 'സർ, ദയവായി കരുണ കാണിക്കൂ. ഈ കടുത്ത ശൈത്യകാലത്ത് കൊച്ചു കുട്ടികളുമായി ഞങ്ങൾ എങ്ങോട്ട് പോകും?'

എഞ്ചിനീയറുടെ പ്രതികരണം തീവ്രമായിരുന്നു 'നൂറ് തവണ പറയണമെന്നുണ്ടോ. ഇനി ഇവിടെ തുടരാൻ നിയമങ്ങൾ നിങ്ങളെ അനുവദിക്കുന്നില്ല.'

കൂപ്പുകൈകളോടെ അവസാന ശ്രമം നടത്തിയ ഉമയുടെ സ്വരത്തിൽ നിരാശ നിഴലിച്ചു. 'സർ, പുതിയ ചീഫ് സെക്രട്ടറി ഉടൻ ഇങ്ങോട്ട് താമസം മാറുന്നതാണ്, അപ്പോൾ ഞങ്ങൾക്കെല്ലാവർക്കും അദ്ദേഹത്തെ സേവിക്കേണ്ടതായി വരും. ഇത് കുറച്ച് ദിവസത്തെ കാര്യമാണ്. ദയവായി ഞങ്ങളെ ഇവിടെ താമസിക്കാൻ അനുവദിക്കൂ.'

അസിസ്റ്റന്റ് എഞ്ചിനീയറുടെ വാക്കുകൾ അന്തിമമായിരുന്നു. 'അത് സാധ്യമല്ലെന്ന് നിങ്ങളോട് പറഞ്ഞുകഴിഞ്ഞിരിക്കുന്നു. അതുകൊണ്ട്, ഞങ്ങളുടെ സമയം പാഴാക്കരുത്. നാളത്തേക്ക് നിങ്ങളുടെ സാധനങ്ങൾ ഇവിടെനിന്ന് നീക്കം ചെയ്യുക. അല്ലാത്ത പക്ഷം ഞങ്ങൾക്ക് അത് വലിച്ചെറിയേണ്ടതായിവരും.' തന്റെ ടീമിനൊപ്പം പുറത്തേക്ക് നടക്കുന്നതിനിടയിൽ ഉമയെ തട്ടിമാറ്റിക്കൊണ്ട് അദ്ദേഹം പ്രഖ്യാപിച്ചു.

മൂന്ന് കുടുംബങ്ങളും തളർന്നുപോയിരുന്നു. ശീതകാലം ഉച്ചസ്ഥായിയിലായിരുന്നു. അവരുടെ പക്കൽ മറ്റ് താമസസ്ഥലങ്ങളൊന്നുംതന്നെ ഉണ്ടായിരുന്നില്ല. സമീപത്തുള്ള ബംഗ്ലാവുകളിലെ സെർവന്റ്സ് ക്വാർട്ടേഴ്സിൽ ഒരു മുറി കണ്ടെത്തുക എന്നത് ഇത്രയും

ചുരുങ്ങിയ സമയത്തിനുള്ളിൽ അസാധ്യമായി തോന്നി. തുച്ഛമായ വരുമാനം കൊണ്ട് സമീപത്തുള്ള ചേരിയിലെവിടെയെങ്കിലും ഒരു മുറി വാടകയ്ക്കെടുക്കുക എന്നത് പോലും സാമ്പത്തികമായി ബുദ്ധിമുട്ടായിരുന്നു. ആ രാത്രി അവർക്ക് ഉറങ്ങാനായില്ല.

നിശ്ചയദാർഢ്യത്തോടെ, അടുത്ത ദിവസം പിഡബ്ല്യുഡി അധികൃതരോട് ഒരഭ്യർത്ഥന കൂടി നടത്താൻ ഉമ തീരുമാനിച്ചു. പക്ഷേ അവരുടെ അപേക്ഷകൾ നിഷ്ഫലമായിരുന്നു. ഈ സമയം പോലീസിനേയും കൂലിക്കാരെയും കൂട്ടിവന്ന ഉദ്യോഗസ്ഥർ അവരുടെ സാധനസാമഗ്രികൾ നിഷ്കരുണം പുറത്തേക്കെറിഞ്ഞു.

വിരളമായ അവരുടെ സാധനങ്ങൾ ഒരു റിക്ഷയിലേക്ക് കയറ്റുമ്പോൾ, നിരാശയും അവഹേളനവും കലർന്ന വേദന ഉമയുടെ ഹൃദയത്തിൽ അലയടിച്ചു. ബംഗ്ലാവ് വളപ്പിൽ നിന്ന് പുറത്തിറങ്ങി, തന്റെ കുട്ടികളെ നെഞ്ചോട് ചേർത്തുപിടിക്കുമ്പോൾ, പെട്ടെന്നുള്ള ആ സ്ഥലംമാറ്റത്തിന്റെ വേദനയും പിഡബ്ല്യുഡി ഉദ്യോഗസ്ഥരുടെ കഠിനമായ പെരുമാറ്റവും അവരുടെ മനസ്സിൽ ജ്വലിച്ചുനിന്നു. 'എന്റെ മക്കൾ ഓഫീസർമാരാകും, ഞാൻ ഒരു ദിവസം ഒരു ബംഗ്ലാവിൽ താമസിക്കും.' എന്ന മൗനവും ദൃഢവുമായ പ്രതിജ്ഞ യെടുക്കുമ്പോൾ അവരുടെ കവിളിലൂടെ കണ്ണുനീർ ഒഴുകുന്നുണ്ടാ യിരുന്നു.

അതിജീവനത്തിനായുള്ള പോരാട്ടം

നിരാശയോടെ, ഡൽഹി ജൽ ബോർഡിലെ (ഡിജെബി) ഡ്രൈവറായ ജ്യേഷ്ഠൻ രാജേഷ് ചൗഹാന്റെ പക്കൽ ഉമ അഭയം തേടി. തന്റെ ഭാര്യയ്ക്കും രണ്ട് പെൺമക്കൾക്കുമൊപ്പം ഡിജെബിയുടെ ചന്ദ്രവാൽ വാട്ടർ വർക്ക്സിലെ ഒറ്റമുറി ക്വാർട്ടേഴ്സിലാണ് രാജേഷ് താമസിച്ചിരുന്നത്. പ്രതികൂല സാഹചര്യങ്ങളെ അഭിമുഖീകരിച്ച്, ഇടുങ്ങിയ സാഹചര്യത്തിലാണ് അവർ കഴിഞ്ഞിരുന്നതെങ്കിലും അദ്ദേഹം അവർക്ക് സഹായഹസ്തം നീട്ടി.

രാജേഷിന്റെ ആ ചെറിയ വീട്ടിൽ രണ്ട് കുടുംബങ്ങൾക്ക് ഒരുമിച്ച് താമസിക്കാൻ വേണ്ട സൗകര്യങ്ങൾ ഉണ്ടായിരുന്നില്ല. രാജേഷിന്റെ കുടുംബം നേരിടുന്ന അസ്വസ്ഥതകൾ ഉമയ്ക്കും ടികമിനും പെട്ടെന്നുതന്നെ മനസ്സിലാക്കാൻ കഴിഞ്ഞു. അതിനാൽ, വീടിന്റെ മേൽക്കൂരയിലെ ഒരു ചെറിയ കുടിലിലേക്ക് (ബർസാതി) മാറാൻ അവർ തീരുമാനിച്ചു.

വെറും 80 ചതുരശ്ര അടി വിസ്തീർണ്ണവും അനാവൃതമായ

ചുവരുകളും താഴ്ന്ന, ചോർന്നൊലിക്കുന്ന മേൽക്കൂരയുള്ള ഒരിടമായിരുന്നു അവരുടെ ആ ബർസാതി. അങ്ങേയറ്റം ബുദ്ധിമുട്ടുകൾ ഉണ്ടായിരുന്നിട്ടും വെയിലിൽ നിന്നും മഴയിൽ നിന്നും സംരക്ഷണം നൽകുന്നില്ലെങ്കിൽ കൂടിയും, ഒരു വർഷത്തോളം അവിടെ തങ്ങുകയെന്നതല്ലാതെ അവർക്ക് മറ്റ് മാർഗ്ഗമുണ്ടായിരുന്നില്ല. വൈകാതെ, അടുത്തുള്ള ഒരു ഐഎഎസ് ഉദ്യോഗസ്ഥന്റെ ബംഗ്ലാവിലെ സെർവന്റ്സ് ക്വാർട്ടേഴ്സിൽ താമസിക്കാൻ സ്ഥലം ഉറപ്പായതോടെ വീട് തേടിയുള്ള അവരുടെ അന്വേഷണം ഫലംകണ്ടു.

അവരുടെ, പുതിയ, കൂടുതൽ വിശാലമായ ആ വാസസ്ഥലത്ത് ജീവിതം വീണ്ടും സുഗമമായി തോന്നി. ഉമ മറ്റൊരിടത്ത് വീട്ടുജോലി കണ്ടെത്തി. എന്നാൽ, ഒരു വർഷത്തിനുള്ളിൽ തന്നെ അവരുടെ ഈ പുതിയ വീടും ഉപേക്ഷിച്ച് ഇറങ്ങണമെന്ന സാഹചര്യമുണ്ടായതോടെ ഇതൊരു താത്കാലികാശ്വാസമായിരുന്നുവെന്ന് തെളിഞ്ഞു. തുടർന്ന് ഉമ ഡൽഹി ട്രാൻസ്പോർട്ടിന്റെ ... ഡൽഹി ട്രാൻസ്കോയുടെ തൊട്ടടുത്തുള്ള ശ്യാംനാഥ് മാർഗിലുള്ള ഫ്ലാറ്റുകളിൽ വീട്ടുജോലി നേടിയെടുത്തതോടെ, ഫ്ലാറ്റിനോട് ചേർന്നുള്ള സെർവന്റ്സ് ക്വാർട്ടേഴ്സിലേക്ക് ആ കുടുംബത്തിന് താമസം മാറാൻ കഴിഞ്ഞു.

ആ പുതിയ സമുച്ചയം ഒരു ചെറിയ കോളനിയോട് സാമ്യമുള്ളതായിരുന്നു. ഓരോ ഫ്ലാറ്റിലും രണ്ടെണ്ണം വീതമെന്ന നിരക്കിൽ നിരനിരയായി പണിതിരിക്കുന്ന 14 സെർവന്റ്സ് ക്വാർട്ടേഴ്സുകൾ. ടികമിന്റെ ഇളയ സഹോദരനായ അമർ സിങ്ങിന്റെ കുടുംബവും അവിടെയൊരു ക്വാർട്ടേഴ്സിലാണ് താമസിച്ചിരുന്നത്. തങ്ങളുടെ സ്കൂൾ റോഡിന് തൊട്ടപ്പുറത്തായതിനാലും സ്വന്തം പ്രായത്തിലുള്ള ധാരാളം കുട്ടികൾ ആ പ്രദേശത്ത് ഉണ്ടായിരുന്നതിനാലും ഡോളിയും ഭരതും സന്തുഷ്ടരായിരുന്നു.

എന്നാൽ കോളനിയിലെ അന്തരീക്ഷം തങ്ങളുടെ കുട്ടികളുടെ വികസനത്തിന് അനുയോജ്യമല്ലെന്ന് ഉമയ്ക്കും ടികമിനും വൈകാതെ മനസ്സിലായി. മറ്റ് കുട്ടികൾ എപ്പോഴും കളിച്ചുനടക്കുകയും മോശം ഭാഷയിൽ സംസാരിക്കുകയും ചെയ്യുന്നവരായിരുന്നു. ഡോളിയുടെയും ഭരതിന്റെയും ഭാവിയെക്കുറിച്ചോർത്ത് ആശങ്കാകുലരായ അവർ മറ്റ് കുട്ടികളുമായി കളിക്കുന്നതിൽ നിന്ന് സ്വന്തം മക്കൾക്ക് വിലക്കുകൽപ്പിച്ചു. പുറത്തുപോകുമ്പോഴെല്ലാം അവർ കുട്ടികളെ അകത്ത് പൂട്ടിയിട്ടു. ചെറിയൊരു ജനാലയുടെ വിടവിലൂടെ പുറത്ത് മറ്റ് കുട്ടികൾ കളിക്കുന്നത് നോക്കി നിൽക്കുമ്പോൾ ഡോളിക്കും ഭരതിനും സങ്കടം തോന്നി.

വീട്ടിൽ കേബിൾ കണക്ഷൻ ഇല്ലാതിരുന്നതുകൊണ്ടുതന്നെ ഡോളിക്കും ഭരതിനും ലഭ്യമായ ഏക ടിവി ചാനൽ ദൂരദർശനായിരുന്നു. മാത്രമല്ല, സ്കൂൾ പരീക്ഷകൾ അടുക്കുമ്പോൾ, ഉമ ടെലിവിഷന്റെ വൈദ്യുതി വിതരണവും ആന്റിന വയറും വിച്ഛേദിച്ച് ഒരു ബെഡ്ഷീറ്റിൽ പൊതിഞ്ഞുവയ്ക്കുമായിരുന്നു.

ജീവിതം മാറ്റിമറിച്ച ആ അവസരം

2003-ലെ ഒരു സായാഹ്നത്തിൽ, ഒരു പെട്ടി മധുരപലഹാരങ്ങളുമായി ടികം ജോലി കഴിഞ്ഞ് മടങ്ങിയെത്തുമ്പോൾ അദ്ദേഹത്തിന്റെ മുഖത്ത് ആവേശത്തിന്റെ തിളക്കമുണ്ടായിരുന്നു. 'ചാണക്യ പുരിയിലെ സംസ്കൃതി സ്കൂളിൽ എനിക്ക് പ്യൂൺ ആയി ജോലി ലഭിച്ചു,' പലഹാരപ്പെട്ടി തുറക്കുന്നതിനിടയിൽ അഭിമാനത്താൽ തിളങ്ങുന്ന കണ്ണുകളോടെ അദ്ദേഹം പറഞ്ഞു.

'പക്ഷേ ചാണക്യപുരി വളരെ അകലെയാണ്. ദിവസേന അങ്ങോട്ട് യാത്ര ചെയ്യേണ്ടിവരുന്നത് നിങ്ങൾക്ക് ബുദ്ധിമുട്ടുണ്ടാകില്ലേ?' ഉമ തന്റെ ആശങ്ക പ്രകടിപ്പിച്ചു.

'ഉമാ, അതൊരു പ്രശസ്തമായ സ്കൂളാണ്. ഐഎഎസുകാരുടെയും സൈനിക ഉദ്യോഗസ്ഥരുടെയും മന്ത്രിമാരുടെയും മക്കളാണ് അവിടെ പഠിക്കുന്നത്. മാത്രമല്ല ശമ്പളവും ഗണ്യമായി കൂടുതലാണ്,' ഭാര്യയുടെ ആശങ്കകൾ ലഘൂകരിക്കുക എന്ന ഉദ്ദേശ്യത്തോടെ ടികം ഉറപ്പിച്ചു പറഞ്ഞു.

'ഒരുനാൾ ഡോളിക്കും ഭരതിനും സംസ്കൃതി സ്കൂളിൽ പഠിക്കാനാകുമെന്ന് ഞാൻ പ്രതീക്ഷിക്കുന്നു' തന്റെ ആഗ്രഹം ഉറക്കെ പറയാതിരിക്കാൻ ഉമയ്ക്ക് കഴിഞ്ഞില്ല.

ചിലപ്പോൾ, ആത്മാർത്ഥമായ ഹൃദയത്തോടെ ഉച്ചത്തിൽ ഉരുവിടുന്ന ആഗ്രഹങ്ങൾ നേരിട്ട് ദൈവത്തിനരികിലെത്തുന്നു. അങ്ങനെ അതൊരിക്കൽ നിറവേറ്റപ്പെടുന്നു.

രണ്ട് വർഷത്തിന് ശേഷം, ഒരു വൈകുന്നേരം ജോലി കഴിഞ്ഞ് വീട്ടിലേക്ക് മടങ്ങിയെത്തിയ ടികത്തിന്റെ മുഖം സന്തോഷം കൊണ്ട് തിളങ്ങുന്നുണ്ടായിരുന്നു. ഉമ കുടിക്കാനായി വെള്ളം കൊണ്ടുവന്നു കൊടുക്കുമ്പോൾ അദ്ദേഹത്തിന് ആവേശം അടക്കാനാകുന്നുണ്ടായിരുന്നില്ല. 'ഭരതിന് അതുല്യമായ ഒരവസരം ലഭിച്ചിരിക്കുകയാണ്; സംസ്കൃതി സ്കൂളിൽ പഠിക്കാനുള്ള അവസരം,' കണ്ണുകളിൽ തിളങ്ങുന്ന പ്രതീക്ഷയോടെ അദ്ദേഹം പറഞ്ഞു.

അതിയായ സന്തോഷത്തിനിടയിലും ഉമയ്ക്ക് തന്റെ കൗതുകം

മറച്ചുവയ്ക്കാനായില്ല. 'പക്ഷെ അതെങ്ങനെ സാധ്യമാകും? സംസ്കൃതി സ്കൂൾ സീനിയർ ഐഎഎസുകാരുടെയും സിവിൽ സർവീസ് ഓഫീസർമാരുടെയും കുട്ടികൾക്കായി സംവരണം ചെയ്യപ്പെട്ട തല്ലേ?' അവർ ചോദിച്ചു.

'പാവപ്പെട്ട കുടുംബങ്ങളിലെ ചില കുട്ടികളെയും വലിയ സ്കൂളുകളിൽ പ്രവേശിപ്പിക്കേണ്ടതുണ്ടെന്ന് പ്രസ്താവിക്കുന്ന വിദ്യാഭ്യാസ അവകാശനിയമത്തിനാണ് നന്ദി പറയേണ്ടത്. സംസ്കൃതി സ്കൂൾ ഉടൻ ഒരു ടെസ്റ്റ് സംഘടിപ്പിക്കുന്നതാണ്. സ്കൂൾ സ്റ്റാഫുകളുടെ കുട്ടികൾക്കാണ് അതിൽ മുൻഗണന ലഭിക്കുക.' ഉമയുടെ ചോദ്യങ്ങൾ മുൻകൂട്ടി കണ്ടുകൊണ്ട് അദ്ദേഹം ഉത്തരം നൽകി.

എന്നാൽ, സാമ്പത്തിക കാര്യങ്ങൾ ആലോചിച്ചതോടെ ഉമയുടെ സന്തോഷത്തിനുമേൽ ആശങ്കയുടെ കാർമേഘം മൂടി. 'സ്കൂൾ ഫീസ് നമുക്ക് താങ്ങാനാകുന്നതിലും കൂടുതലായിരിക്കും. പുസ്തകങ്ങൾക്കും യൂണിഫോമുകൾക്കുമായി അധിക ചിലവുകളുമുണ്ടാകും.' വിഷമത്തോടെ അവർ പറഞ്ഞു.

'വിഷമിക്കേണ്ട. നമ്മളെപ്പോലുള്ള പാവപ്പെട്ട കുടുംബങ്ങളിലെ വിദ്യാർത്ഥികളുടെ ഫീസ് അവർ ഒഴിവാക്കുന്നതാണ്. മാത്രമല്ല, സ്കൂളിൽ നിന്ന് പുസ്തകങ്ങളും യൂണിഫോമുകളും സൗജന്യമായി നൽകും,' അവരെ ആശ്വസിപ്പിച്ചുകൊണ്ട് ടികം പറഞ്ഞു.

നിശ്ശബ്ദനായി ഈ സംഭാഷണം കേട്ടുകൊണ്ടിരുന്ന ഭരതിന്റെ മനസ്സിൽ വികാരങ്ങളുടെ കോളിളക്കമാണ് അപ്പോളുണ്ടായത്. സംസ്കൃതി സ്കൂളിൽ ചേരുക എന്ന പ്രതീക്ഷയിൽ ആവേശഭരിതനായിരിക്കെത്തന്നെ, സർക്കാർ സ്കൂളിലെ തന്റെ സുഹൃത്തുക്കളെ ഉപേക്ഷിച്ച് പോകേണ്ടി വരുമെന്ന ചിന്ത ആ കുഞ്ഞു ഹൃദയത്തെ വേദനിപ്പിച്ചു.

കുറച്ച് ദിവസങ്ങൾക്ക് ശേഷം, 6-ാം ക്ലാസ്സിലേക്കുള്ള പ്രവേശന പരീക്ഷയെഴുതാനായി ഭരത് സംസ്കൃതി സ്കൂളിലെ ബെഞ്ചിലിരുന്നു. പ്രതീക്ഷയോടെയിരിക്കുന്ന മറ്റ് ഒരുപിടി വിദ്യാർത്ഥികൾക്കൊപ്പം ശ്വാസമടക്കിപ്പിടിച്ച് ഫലത്തിനായി കാത്തിരുന്നു. അടുത്ത ദിവസം വൈകുന്നേരം, പുസ്തകങ്ങൾ നിറച്ച പുതിയ സ്കൂൾ ബാഗും ഒരു സെറ്റ് പുത്തൻ യൂണിഫോമുമായാണ് ടികം വീട്ടിൽ മടങ്ങിയെത്തിയത്.

സന്തോഷാശ്രുക്കൾ മറച്ചുവയ്ക്കാതെ, ഭരതിന് സംസ്കൃതി സ്കൂളിൽ പ്രവേശനം ലഭിച്ചതായി അഭിമാനത്തോടെ അദ്ദേഹം പ്രഖ്യാപിച്ചു.

അത്തരമൊരു എളിയ പശ്ചാത്തലമുള്ള മാതാപിതാക്കൾക്ക്, തങ്ങളുടെ കുട്ടികൾക്ക് ഉന്നത ഉദ്യോഗസ്ഥരുടെയും രാഷ്ട്രീയ നേതാക്കളുടെയും മക്കൾക്കൊപ്പം പഠിക്കാൻ അവസരം ലഭിക്കു മെന്ന് തിരിച്ചറിയുന്നതിനേക്കാൾ അഭിമാനവും സന്തോഷവും നൽകുന്ന മറ്റൊന്നില്ല.

അനുരൂപീകരണമെന്ന പേടിസ്വപ്നം

അടുത്ത ദിവസം ഭരതിന്റെ ജീവിതത്തിൽ നാടകീയമായ ഒരു വഴിത്തിരിവാണുണ്ടായത്. തന്റെ പഠനമികവും ശാരീരിക ക്ഷമതയും സമൂഹത്തിലുള്ള സ്വീകാര്യതയും ഉൾക്കരുത്തും അവിടെ പരീക്ഷിക്കപ്പെടുന്ന ഒരു അക്ഷീണമായ പ്രതിസന്ധിയി ലേക്കാണ് താൻ തള്ളിയിടപ്പെടുന്നതെന്ന് ഭരത് സ്വപ്നത്തിൽ പോലും കരുതിയിരുന്നില്ല.

ഓരോ ദിവസവും കൃത്യ സമയത്ത് സ്കൂളിലെത്തുക എന്നതാ യിരുന്നു ആദ്യത്തെ പ്രതിസന്ധി. പുലർച്ചെ 4.30-ന് ഉമ ഭരതിനെ ഉറക്കത്തിൽനിന്നുണർത്തും. മിക്ക കുട്ടികളും അപ്പോൾ സുഖമായി ഉറങ്ങുകയായിരിക്കും. ക്ലാസുകൾ ആരംഭിക്കുന്നതിന് ഒരു മണി ക്കൂർ മുമ്പ് ടികമിന് അവിടെ റിപ്പോർട്ട് ചെയ്യേണ്ടതുണ്ടായി രുന്നതിനാൽ, കുട്ടിയായ ഭരതിന് അദ്ദേഹത്തെ അനുഗമിക്കുക യല്ലാതെ മറ്റ് മാർഗ്ഗമുണ്ടായിരുന്നില്ല. തിരക്കേറിയ മൂന്ന് ഡൽഹി ട്രാൻസ്പോർട്ട് കോർപ്പറേഷൻ (ഡിടിസി) ബസുകൾ മാറിക്ക യറേണ്ട അവരുടെ ആ നീണ്ട യാത്ര പുലർച്ചെ 5 മണിക്കാണ് ആരംഭിച്ചിരുന്നത്.

സ്കൂളിൽ ഫൈനൽ ബെൽ മുഴങ്ങിയതിന് ശേഷവും ആ ദിവസം നീണ്ടുപോയിരുന്നു. ടികമിന്റെ ജോലി സമയം വൈകു ന്നേരം 4 മണി വരെയാണെന്ന കാരണത്താൽ അത്രയും നേരം കാത്തുനിൽക്കാൻ ഭരത് നിർബന്ധിതനായി. മടക്കയാത്രയ്ക്കായി തിരക്കേറിയ ഡിടിസി ബസുകളെ ആശ്രയിച്ചിരുന്നതിനാൽ ക്ഷീണം അവരെ കാര്യമായി ബാധിച്ചിരുന്നു. വൈകുന്നേരം ആറുമണിക്കാണ് അവർ വീട്ടിലെത്തിയിരുന്നത്. വീട്ടിലെത്തി യതിന്തൊട്ടുപിന്നാലെ,ഭരതിന്ട്യൂഷൻക്ലാസിലേക്ക്പോകേണ്ട തുണ്ടായിരുന്നു. രാത്രി 8 മണിക്കാണ് അത് അവസാനിച്ചിരുന്നത്. ചില ദിവസങ്ങളിൽ, ഡോളി ടിഫിനുമായി ബസ് സ്റ്റോപ്പിൽ ഭരതിനെ കാത്തുനിന്നിരുന്നു. അപ്പോൾ ബസ് ഇറങ്ങി നേരേ ട്യൂഷൻ ക്ലാസ്സിലേക്ക് പോകേണ്ടിവന്നു. ആ ദിവസം അവസാനി

ക്കുമ്പോഴേക്കും ക്ഷീണം കാരണം സുഹൃത്തുക്കൾക്കൊപ്പം കളിക്കാനോ സംസാരിച്ചിരിക്കാനോ ഭരതിന് സമയം ലഭിച്ചിരുന്നില്ല.

പുതിയ സ്കൂളിലെ ഭരതിന്റെ ആദ്യ ദിവസം ഒരു പരീക്ഷണം തന്നെയായിരുന്നു. അനുരൂപീകരണം എന്നത് വളരെ ശ്രമകരമായ കാര്യമാണെന്ന് ഭരതിന് വ്യക്തമായി. രാവിലെ അസംബ്ലി സമയത്ത് പുറപ്പെടുവിച്ചിരുന്ന നിർദ്ദേശങ്ങൾ ഇംഗ്ലീഷിലായിരുന്നതിനാൽ അത് മനസ്സിലാക്കാൻ ഭരതിന് കഴിഞ്ഞിരുന്നില്ല. മറുപടികളും അതേ ഭാഷയിൽ തന്നെയായിരുന്നതിനാൽ സഹായം തേടുന്നതും നിഷ്ഫലമായിരുന്നു.

ക്ലാസ്റൂമിനുള്ളിലെ കാര്യങ്ങളും ശക്തമായ വെല്ലുവിളിയാണ് മുന്നോട്ടുവെച്ചത്. സാമ്പത്തികമായി പിന്നാക്കം നിൽക്കുന്ന (ഇഡബ്ല്യൂഎസ്) മറ്റ് നാല് വിദ്യാർത്ഥികളായ പങ്കജ്, സുശീൽ, ഹീന, ഗുർമീത് എന്നിവരോടൊപ്പം ഭരതും ഒതുങ്ങിനിന്നു. സമപ്രായക്കാരുടെ ആഢ്യത്വം, അവർക്ക് മറികടക്കാൻ കഴിയാത്ത വിധത്തിലുള്ള വിഭജനം സൃഷ്ടിച്ചു. അവരുടെ എണ്ണമയമുള്ള തലമുടിയും കട്ടിയിൽ വരച്ച കൺമഷിയും മുറിഇംഗ്ലീഷും പ്രത്യക്ഷമായ അപകർഷതയും ആ സമ്പന്ന സമൂഹം കളിയാക്കാനുള്ള ഉപകാരണങ്ങളാക്കി. മെലിഞ്ഞ, ഭാരക്കുറവുള്ള ശരീരത്തിനുടമയായ ഭരതും അവരുടെ ഉപദ്രവങ്ങൾക്ക് എളുപ്പത്തിൽ ഇരയായി.

സംസ്കൃതി സ്കൂളും തന്റെ മുൻ സർക്കാർ സ്കൂളും തമ്മിലുള്ള വിദ്യാഭ്യാസ അന്തരം തീർത്തും പ്രകടമായിരുന്നു. തന്റെ പഴയ സ്കൂളിൽ ടോപ്പറായിരുന്നിട്ടുകൂടി പുതിയ സ്കൂളിൽ പിടിച്ചുനിൽക്കാൻ ഭരത് പാടുപെട്ടു. ആശയവിനിമയത്തിനുള്ള തടസ്സങ്ങൾ വർദ്ധിച്ചു; പ്രത്യേകിച്ച് അധ്യാപകർ ഇംഗ്ലീഷിലാണ് നിർദ്ദേശങ്ങൾ നൽകുന്നതെന്ന കാരണത്താൽ. ഇംഗ്ലീഷിൽ മറുപടി പറയാൻ പ്രയാസമുണ്ടായിരുന്നതുകൊണ്ട് തന്നെ വാക്കാലുള്ള പരീക്ഷകൾ ഭരതിന്റെയുള്ളിൽ ഭയം നിറച്ചു.

സഹായമെന്നോണം, സ്കൂൾ അധികാരികൾ ഇഡബ്ല്യൂഎസ് വിദ്യാർത്ഥികൾക്ക് സമാന്തര ക്ലാസുകൾ സംഘടിപ്പിച്ചു. അങ്ങനെ ആഷിയ മാഡം ഭരതിന്റെ ഉപദേഷ്ടാവും വഴികാട്ടിയുമായി മാറി; അവർ ഇംഗ്ലീഷിലുള്ള പ്രാവീണ്യം മെച്ചപ്പെടുത്തുന്നതിനും ക്രമേണ ആത്മവിശ്വാസം വീണ്ടെടുക്കുന്നതിനും ഭരതിനെ സഹായിച്ചു.

അശ്രാന്തമായി പരിശ്രമിച്ചെങ്കിലും പരീക്ഷകളിൽ നല്ല മാർക്ക് നേടാൻ ഭരത് പാടുപെട്ടു. ശാസനയിൽ നിന്ന് സ്വയം രക്ഷപ്പെടാനും മാതാപിതാക്കളെ നിരാശയിലേക്ക് കൂപ്പുകുത്തുന്ന

തിൽനിന്ന് തടയാനുമായി ഭരത് തന്റെ ഗ്രേഡുകൾ മറച്ചു വെക്കാൻ തുടങ്ങി. എന്നിരുന്നാലും, രക്ഷാകർതൃ-അധ്യാപക മീറ്റിംഗുകളിൽ, ടികം ഭരതിന്റെ മാർക്കുകൾ കണ്ടെത്തിയിരുന്നു. ഇത് ശാസനകളിലേക്കും ഇടയ്ക്കിടെയുള്ള പ്രഹരങ്ങളിലേക്കും നയിച്ചു. ഭരത് തന്റെ പഴയ സ്കൂളിലേക്ക് മടങ്ങാൻ ആഗ്രഹിച്ചു. ഈ അസംതൃപ്തി ഭരതിന്റെ ആത്മാഭിമാനത്തിലേക്ക് കടന്നുകയറി, അവിടെ അപകർഷതാബോധം വളർത്തിയെടുത്തു.

സംസ്കൃതി സ്കൂളിലെ ആദ്യ മൂന്ന് വർഷം ഒരു പേടിസ്വപ്നം പോലെ കടന്നുപോയി. എന്നാൽ 9-ാം ക്ലാസ്സിൽ പ്രവേശിച്ചതോടെ സാഹചര്യങ്ങൾക്ക് സ്ഥിരത കൈവരിക്കാൻ തുടങ്ങി. തടസ്സങ്ങൾ ഭേദിച്ച് ഭരത് 'സമ്പന്നരുമായി' സമന്വയിക്കാൻ തുടങ്ങി. മറ്റ് മിക്ക ഇഡബ്ല്യുഎസ് വിദ്യാർത്ഥികളും സമ്മർദ്ദം താങ്ങാനാവാതെ പഠനം മതിയാക്കി പോയെങ്കിലും, ഭരതിന് അവിടെ പിടിച്ചുനിൽക്കാൻ കഴിഞ്ഞു.

സമയോചിതമായ ഒരു ഓർമ്മപ്പെടുത്തൽ

സംസ്കൃതി സ്കൂളിലെ സഹവാസം ഭരതിന് സിവിൽ സർവീസിന്റെ ലോകത്തെ പരിചയപ്പെടുത്തി. സഹപാഠികൾ പലപ്പോഴും ഇത്തരം പദവികൾ അലങ്കരിക്കുന്ന തങ്ങളുടെ മാതാപിതാക്കളെ ക്കുറിച്ച് വാചാലരായി. ഇത് ഭരതിന്റെ വിശിഷ്ടമായ ഒരാഗ്രഹത്തിന്റെ വിത്ത് പാകി – സിവിൽ സർവീസ് പരീക്ഷയിൽ വിജയിച്ചാൽ സ്വന്തം കുടുംബത്തിന്റെ ബുദ്ധിമുട്ടുകൾ ലഘൂകരിക്കാനും സമൂഹത്തിലുള്ള അവരുടെ പദവി ഉയർത്താനും കഴിയും.

പത്താം ക്ലാസ് പരീക്ഷകളിൽ മികച്ച പ്രകടനം കാഴ്ച വച്ചുകൊണ്ട് ഭരത് 10-ൽ 8.8 CGPA സ്കോർ ചെയ്തു. 11-ാം ക്ലാസിൽ ഭൗതികശാസ്ത്രം, രസതന്ത്രം, ഗണിതം, ഇംഗ്ലീഷ്, കമ്പ്യൂട്ടർ സയൻസ് എന്നിവയുൾപ്പെടുന്ന സാമ്പ്രദായികമായ കോഴ്സ് തന്നെയാണ് ഭരത് തിരഞ്ഞെടുത്തത്. സഹപാഠികളുടെ പ്രവണതയ്ക്കനുസരിച്ച്, ഐഐടി-ജെഇഇ കോച്ചിംഗിനായി ഒരു ലക്ഷം രൂപ ആവശ്യം വരുമെന്ന് അദ്ദേഹം മാതാപിതാക്കളെ പറഞ്ഞു ബോധ്യപ്പെടുത്തി. എങ്ങനെയായാലും, പഠനത്തിൽ വളരെ ഉദാസീനമായ നിലപാടാണ് ഭരത് തുടർന്ന് സ്വീകരിച്ചത്.

കുറഞ്ഞ മാർക്ക് നേടിയാൽ മതിയാകും എന്ന മനോഭാവം ഭരതിനെ ബാധിച്ചുതുടങ്ങി. ക്ലാസ് കട്ട് ചെയ്ത് ഒരു സുഹൃത്തിനോടൊപ്പം ക്യാമ്പസിൽ കറങ്ങുന്നത് ശീലമാക്കി. വൈകാതെ തന്നെ,

പഠന സംബന്ധമായ ഒരു ദുരന്തത്തിലേക്കുള്ള കാൽവയ്പ്പായി ഇത് മാറി. 12-ാം ക്ലാസ് പ്രീ-ബോർഡ് പരീക്ഷയിൽ മൂന്ന് വിഷയങ്ങളിൽ ഭരത് പരാജയപ്പെട്ടു. ദേഷ്യവും നാണക്കേടും സഹിക്കവയ്യാതെ, വീട്ടിലെത്തിയ ഉടൻ തന്നെ ടികം ഭരതിനെ കാര്യമായി ശകാരിച്ചു.

'സ്കൂളിലുണ്ടായിരുന്ന എന്റെ സൽപ്പേര് നീ കളഞ്ഞുകുളിച്ചു. ഉച്ചയ്ക്ക് പ്രിൻസിപ്പൽ എന്നെ ചേമ്പറിലേക്ക് വിളിച്ചുവരുത്തി ശകാരിച്ചപ്പോൾ ലജ്ജ കാരണം എന്റെ തൊലിയുരിഞ്ഞുപോയി. സ്കൂളിന്റെ പേര് കളയുമെന്ന കാരണത്താൽ നിന്നെ സ്കൂളിൽ നിന്ന് പുറത്താക്കുമെന്ന് അവർ ഭീഷണിപ്പെടുത്തി.' വിഷമം കടിച്ചമർത്തിക്കൊണ്ട് അദ്ദേഹം പറഞ്ഞു.

അസ്വസ്ഥമായ മനസ്സോടെ, ആശ്വാസം തേടി, ഭരതിനെ പിറ്റേന്ന് രാവിലെ തന്നെ നാല് വ്യത്യസ്ത ക്ഷേത്രങ്ങളിലേക്ക് ഉമ കൂട്ടിക്കൊണ്ടുപോയി.

ആ ഓർമ്മപ്പെടുത്തൽ ഭരതിന്റെ ജീവിതത്തെ വീണ്ടും പ്രവർത്തനക്ഷമമാക്കി. പിന്നീടുള്ള നാല് മാസക്കാലം ഭരത് കഠിനമായ പഠനത്തിൽ മുഴുകി. ആ കഠിനാധ്വാനം 12-ാം ക്ലാസ്സിലെ മാർക്കിൽ പ്രതിഫലിച്ചു; നാല് വിഷയങ്ങളിൽ ഭരത് 88 ശതമാനം മാർക്ക് നേടി. മാത്രമല്ല, IIT-JEE പരീക്ഷയിൽ വിജയം നേടാനായില്ലെങ്കിലും, അഖിലേന്ത്യാ എഞ്ചിനീയറിംഗ് പ്രവേശന പരീക്ഷയിൽ (AIEEE) നല്ല റാങ്ക് നേടാനായതോടെ ഭരത് ഡൽഹി ടെക്നോളജിക്കൽ യൂണിവേഴ്സിറ്റിയിൽ (DTU) പ്രവേശനം നേടി. മാതാപിതാക്കളുടെ സന്തോഷത്തിന് അതിരുണ്ടായിരുന്നില്ല.

ഡിടിയുവിൽ, ഭരത് മെക്കാനിക്കൽ എഞ്ചിനീയറിംഗാണ് തിരഞ്ഞെടുത്തത്. കാറുകളോടുള്ള തന്റെ പ്രണയമായിരുന്നു അതിന് കാരണം. മെക്കാനിക്കൽ എഞ്ചിനീയറിംഗ് സിഎസ്ഇ-യുടെ ഓപ്ഷണൽ വിഷയങ്ങളിലൊന്നാണെന്ന തിരിച്ചറിവ് ഭരതിന് കൂടുതൽ സംതൃപ്തി നൽകി. സംസ്കൃതി സ്കൂളിൽ വെച്ച് മനസ്സിൽ കുറിച്ചിട്ട സിവിൽ സർവീസ് എന്ന ആഗ്രഹം അറിയാതെ വേരുപിടിക്കുകയായിരുന്നു.

ടീം ഇന്ത്യ ഹോങ്കോങ്ങിൽ

ഡിടിയുവിന്റെ ഇടതൂർന്ന ഇടനാഴികളിൽ ഭരതിന് സമത്വം കണ്ടെത്താനായി. ഇവിടെ, സമ്പന്നരെന്ന വേർതിരിവോ, ഇഡബ്ല്യുഎസ് എന്ന തൊങ്ങലോ ഉണ്ടായിരുന്നില്ല. ഭരതിന്റെ

കുടുംബ പശ്ചാത്തലം ആർക്കും അറിയുമായിരുന്നില്ല. അച്ഛൻ നൽകിയ മൊബൈൽ ഫോണും പ്രതിമാസ അലവൻസായ 1500 രൂപയും ഈ സ്വാതന്ത്ര്യത്തിന് ആവേശം കൂട്ടി.

ഡിടിയുവിലെ കാർ ടീമുകളാണ് ഭരതിന്റെ ഭാവനയെ ആകർഷിച്ചത്. ടീം സോളാരിസ് സൗരോർജ്ജത്താൽ പ്രവർത്തിക്കുന്ന വാഹനങ്ങളിൽ ശ്രദ്ധ കേന്ദ്രീകരിച്ചപ്പോൾ, ടീം ഡിഫിയൻസ് റേസിംഗ് അതിവേഗ കാറുകളെക്കുറിച്ച് ഗവേഷണം നടത്തുകയാണ് ചെയ്തത്. എന്നിരുന്നാലും, ബയോഡീസൽ ലാബ് എന്നറിയപ്പെടുന്ന സെന്റർ ഫോർ അഡ്വാൻസ്ഡ് സ്റ്റഡീസ് ആൻഡ് റിസർച്ച് ഇൻ ഓട്ടോമൊബൈൽ എഞ്ചിനീയറിംഗ് (CASRAE) ആയിരുന്നു ഏറ്റവും കൂടുതൽ ആളുകളെ ആകർഷിച്ചത്. ഈ ഇന്നൊവേഷൻ ഹബ്, സാമ്പ്രദായികമല്ലാത്ത ഇന്ധനങ്ങളിലും നൂതന ബ്രേക്കിംഗ് സിസ്റ്റങ്ങളിലുമാണ് പര്യവേക്ഷണം നടത്തിയത്.

എന്നാൽ കഠിനമായ പ്രവേശന പരീക്ഷ തന്റെ പ്രിയപ്പെട്ട ലാബിൽ ചേരാനുള്ള ഭരതിന്റെ സ്വപ്നം തകർത്തെറിഞ്ഞു. നിരാശനായെങ്കിലും പരാജയത്തിന് കീഴടങ്ങാതെയിരുന്ന ഭരത്, കാഴ്ച വൈകല്യമുള്ളവരെ സഹായിക്കാൻ ലക്ഷ്യമിടുന്ന ഒരു ഡിസൈൻ മത്സരത്തെക്കുറിച്ച് കണ്ടെത്താനിടയായി. ഹോങ്കോങ്ങിലെ ലോക ചാമ്പ്യൻഷിപ്പിൽ ഇന്ത്യയെ പ്രതിനിധീകരിക്കാനുള്ള സാധ്യത, ആ മത്സരത്തിൽ വിജയിക്കുക എന്ന ആഗ്രഹം അദ്ദേഹത്തിനുള്ളിൽ രൂപപ്പെടുത്തി. ആശിഷ്, ഗൗതം, മുഹമ്മദ് സുബൈർ എന്നിങ്ങനെ, മറ്റ് വിഷയങ്ങൾ പഠിക്കുന്ന വിദ്യാർത്ഥികളെയും ഒപ്പം കൂട്ടി ഭരത് ഒരു ടീം ഉണ്ടാക്കിയെടുത്തു. ഇവരെല്ലാവരും കൂടിച്ചേർന്ന് 'നേത്ര' എന്ന് പേരിട്ട ഒരു സ്മാർട്ട് വാക്കിംഗ് സ്റ്റിക്ക് സൃഷ്ടിച്ചെടുത്തു.

നേത്രയ്ക്ക് നിരവധി ഫീച്ചറുകളുണ്ടായിരുന്നു : ഇരുട്ടിൽ എൽഇഡി ലൈറ്റ് പ്രവർത്തനക്ഷമമാക്കാൻ സഹായിക്കുന്ന ഒരു ലൈറ്റ് ഡിറ്റക്ഷൻ സെൻസർ, ഉപയോഗിക്കുന്ന ആൾ തനിക്ക് തൊട്ടുമുന്നിൽ എന്തെങ്കിലും പ്രതിബന്ധം നേരിടുമ്പോൾ മുന്നറിയിപ്പ് നൽകുന്ന അൾട്രാസൗണ്ട് സെൻസർ, ഡിസ്ട്രസ് സന്ദേശങ്ങൾ അയയ്ക്കാനായി സിം കാർഡ് ഘടിപ്പിച്ച എമർജൻസി ബട്ടൺ, എമർജൻസി ബട്ടൺ അമർത്തുമ്പോൾ ഫോൺ നമ്പറുകൾ തിരഞ്ഞെടുക്കുന്നതിനുള്ള GPS കോർഡിനേറ്റുകൾ, എന്നിവയൊക്കെയായിരുന്നു അതിന്റെ പ്രത്യേകതകൾ. അത്തരം അറിയിപ്പ

കൾപ്രദർശിപ്പിക്കാനും അയച്ചയാളുടെ ലൊക്കേഷൻ ട്രാക്ക് ചെയ്യാനുമായി ഒരു ആൻഡ്രോയിഡ് ആപ്പും അവർ വികസിപ്പിച്ചെടുത്തു.

അവരുടെ ആ കണ്ടുപിടുത്തത്തിന്റെ വിജയം വളരെ പെട്ടെന്നുള്ളതായിരുന്നു. ദേശീയ തലത്തിലുള്ള ആ മത്സരത്തിലെ വിജയം, 2013 സെപ്റ്റംബറിൽ ഇൻസ്റ്റിറ്റ്യൂഷൻ ഓഫ് മെക്കാനിക്കൽ എഞ്ചിനീയേഴ്സ് (IMechE) സംഘടിപ്പിക്കുന്ന ലോക ചാമ്പ്യൻഷിപ്പിൽ പങ്കെടുക്കാനായുള്ള ടിക്കറ്റ് നേടിക്കൊടുത്തു. ദേശീയ മത്സരത്തിൽ ഇന്ത്യൻ ഇൻസ്റ്റിറ്റ്യൂട്ട് ഓഫ് ടെക്നോളജി (ഐഐടി) ഡൽഹിയിൽ നിന്നുള്ള ടീമിനെ പരാജയപ്പെടുത്തിയെന്നതായിരുന്നു ഏറ്റവും ശ്രദ്ധേയമായ കാര്യം. വെറും പതിനെട്ടാം വയസ്സിൽ, ഒരു അന്താരാഷ്ട്ര വേദിയിൽ നിൽക്കുന്നതിന്റെ ആവേശം പറഞ്ഞറിയിക്കാൻ കഴിയാത്തതായിരുന്നു.

ഹോങ്കോങ്ങിൽ, 'ടീം ഇന്ത്യ' ആഗോളതലത്തിൽ നേത്രപ്രദർശിപ്പിച്ചു. അതിന്റെ സവിശേഷതകളെയും താങ്ങാനാവുന്ന വിലയെയും ഉപയോക്തൃ സൗഹൃദമായ രൂപകൽപ്പനയെയും ജഡ്ജിമാർ പ്രശംസിച്ചു. ആ കണ്ടുപിടുത്തത്തെ ഉപയോഗപ്പെടുത്തിയ കാഴ്ചവൈകല്യമുള്ള വ്യക്തികൾ തങ്ങളുടെ അഭിനന്ദനവും ഹൃദയംഗമമായ നന്ദിയും പ്രകടിപ്പിച്ചു. സെക്കൻഡ് റണ്ണേഴ്സ് അപ്പ് സ്ഥാനം ഉറപ്പിക്കുകയും 100 പൗണ്ട് ക്യാഷ് അവാർഡ് നേടുകയും ചെയ്തത് ടീം ഇന്ത്യയുടെ ഒരു വലിയ വിജയമായിരുന്നു. വിജയികളായ ടീമുകൾക്കായി ഹോങ്കോങ്ങിന്റെ ചീഫ് എക്സിക്യൂട്ടീവ് ഒരുക്കിയ വിശിഷ്ടമായ അത്താഴവിരുന്നിലേക്കുള്ള ക്ഷണം അവരുടെ സന്തോഷം ഇരട്ടിപ്പിച്ചു.

മാർക്ക് കുറഞ്ഞ കുട്ടിക്ക് ഉയർന്ന റാങ്ക് ലഭിച്ചു

ഹോങ്കോങ്ങിലെ വിജയം ഭരതിന് ഡിടിയുവിലെ ബയോഡീസൽ ലാബിന്റെ വാതിലുകൾ തുറന്നുകൊടുത്തു. ഗവേഷണത്തിൽ അതീവ താൽപ്പര്യം വികസിപ്പിച്ചെടുത്ത അദ്ദേഹം മണിക്കൂറുകളോളം ലാബിൽ ചെലവഴിച്ചു. അദ്ദേഹത്തിന്റെ ആ സമർപ്പണം പ്രശസ്ത അന്താരാഷ്ട്ര ജേർണലുകളിൽ രണ്ട് ഗവേഷണ പ്രബന്ധങ്ങൾ പ്രസിദ്ധീകരിക്കുന്നതിലേക്ക് നയിച്ചു : ഒന്ന് റീജനറേറ്റീവ് ബ്രേക്കിംഗിനെ കുറിച്ചും മറ്റൊന്ന് ഇന്ധനമായി ഹൈഡ്രജൻ ഉപയോഗിക്കുന്നതിനെക്കുറിച്ചുള്ളതുമായിരുന്നു.

പത്ത് വർഷം പഴക്കമുള്ള ഒരു പെട്രോൾ ജനറേറ്റർ ഹൈഡ്രജൻ ഉപയോഗിച്ച് പ്രവർത്തിപ്പിക്കാനായി ബയോഡീസൽ

ലാബിലെ പ്രൊഫസർ ഭരതിനെയും സുഹൃത്ത് ആമ്യ കാക്കിനെയും വെല്ലുവിളിച്ചു. ആ ദൗത്യം ആവേശത്തോടെ ഏറ്റെടുത്ത്, ഈ ആവശ്യത്തിനായി നൽകിയ പരിമിതമായ ഫണ്ട് ഫലപ്രദമായി വിനിയോഗിച്ചുകൊണ്ട് ഇരുവരും മൂന്ന് മാസത്തോളം പ്രയത്നിച്ചു. ഒരു വൈകുന്നേരം, ജനറേറ്റർ ഹൈഡ്രജനിലൂടെ ജീവൻവെച്ചതോടെ അവരുടെ പരിശ്രമം ഫലം കണ്ടു. ലാബിൽ വിജയാരവങ്ങൾ പ്രതിധ്വനിച്ചു.

എന്നിരുന്നാലും, ഗവേഷണത്തിലുള്ള ശ്രദ്ധ ഭരത്തിന്റെ അക്കാദമിക് പ്രകടനത്തെ ബാധിച്ചു. രണ്ടാം വർഷത്തിനു ശേഷമുള്ള അദ്ദേഹത്തിന്റെ മാർക്ക് വെറും 58 ശതമാനം മാത്രമായിരുന്നു. തന്റെ സീനിയേഴ്സിന്റെ പ്ലേസ്മെന്റ് റെക്കോർഡുകൾ കണ്ടപ്പോൾ, പ്ലേസ്മെന്റ് ടെസ്റ്റിന് പങ്കെടുക്കാൻ 65 ശതമാനമെങ്കിലും വേണമെന്ന് ഭരതിന് മനസ്സിലായി. സ്വയം മെച്ചപ്പെടുത്തണമെന്ന് ദൃഢനിശ്ചയമെടുത്ത ഭരത് പഠനത്തിൽ പൂർണ്ണമായും ശ്രദ്ധ കേന്ദ്രീകരിച്ചുകൊണ്ട് തക്കസമയത്ത് തന്റെ മാർക്ക് 66 ശതമാനത്തിലേക്ക് ഉയർത്തി.

2015 ഓഗസ്റ്റ് 1-ന് പ്ലെയ്സ്മെന്റുകൾ ആരംഭിച്ചു. എന്നാൽ 70 ശതമാനത്തിന് താഴെയാണ് മുഴുവൻ മാർക്കിന്റെ ശതമാനം എന്നത് കാരണം ഭരതിന് അവസരം നിരസിക്കപ്പെട്ടു. ഹാജരാകാൻ അനുവാദം ലഭിച്ച ഇടങ്ങളിലാകട്ടെ, അദ്ദേഹം എഴുത്തുപരീക്ഷകളിൽ പരാജയപ്പെട്ടു. 2015 സെപ്തംബർ 15 ആയപ്പോൾ ജോലി വാഗ്ദാനങ്ങളൊന്നും ലഭിക്കാത്ത അവസ്ഥയിലായിരുന്നു ഭരത്. എന്നിരുന്നാലും, ടാറ്റാ മോട്ടോഴ്സ് കൂടി വരാനുണ്ടെന്ന വസ്തുത അല്പം പ്രതീക്ഷ അവശേഷിപ്പിച്ചു. 2015 സെപ്റ്റംബർ 16-ന് ടാറ്റാ മോട്ടോഴ്സിനായുള്ള എഴുത്തുപരീക്ഷയിൽ ഭരത് വിജയിച്ചു. തന്റെ ഗവേഷണ പദ്ധതികളിൽ മാത്രം ശ്രദ്ധ കേന്ദ്രീകരിച്ചിരുന്ന ആ അഭിമുഖം എളുപ്പമുള്ളതായിരുന്നു.

മാർക്ക് കുറവായിരുന്നിട്ടും ക്ലാസ്സിലെ ഏറ്റവും താഴെയുള്ള 10 ശതമാനത്തിലെത്തിയിട്ടും, സഹപാഠികളെയും അധ്യാപകരെയും അമ്പരപ്പിച്ചുകൊണ്ട് ഭരത് ടാറ്റാ മോട്ടോഴ്സിൽ ജോലി നേടി. ബയോഡീസൽ ലാബിലെ ജോലിയും പ്രസിദ്ധീകരിക്കപ്പെട്ട പേപ്പറുകളും അദ്ദേഹത്തിന്റെ പ്ലേസ്മെന്റിൽ നിർണ്ണായക പങ്ക് വഹിച്ചു.

ഡൽഹിയിലെ ടാറ്റാ മോട്ടോഴ്സിന്റെ പ്രവർത്തനങ്ങളിൽ ഭരത് വിന്യസിക്കപ്പെട്ടു. ഗവേഷണത്തിൽ അതീവ താല്പര്യം

ഉണ്ടായിരുന്നതുകൊണ്ടുതന്നെ, പൂനെ ആസ്ഥാനമായുള്ള എഞ്ചിനീയറിംഗ് റിസർച്ച് സെന്ററിൽ നിയമനം ലഭിക്കാത്തതിൽ ഖേദിച്ചെങ്കിലും, വിധി തനിക്കായി വ്യത്യസ്ത പദ്ധതികൾ കാത്തുവെച്ചിട്ടുണ്ടെന്ന് ഭരത് അപ്പോൾ അറിഞ്ഞിരുന്നില്ല.

ബൃഹത്തായ ഒരു തീരുമാനം

ടാറ്റാ മോട്ടോഴ്സിൽ സ്ഥാനം നേടിയത് ഭരതിന്റെ ചുമലിൽ നിന്ന് ഗണ്യമായ ഭാരമാണ് എടുത്തുമാറ്റിയത്. ജോയിൻ ചെയ്യുന്ന തീയതി ഏതാണ്ട് ഒരു വർഷം അകലെയായതിനാൽ, മറ്റ് വഴികൾ തിരയാൻ ഭരതിന് ധാരാളം സമയമുണ്ടായിരുന്നു. അതിലും മഹത്തായ എന്തിനോ വേണ്ടിയുള്ള ആഗ്രഹം അപ്പോഴും സുസ്ഥിരമായി നിലനിൽക്കുന്നുണ്ടായിരുന്നു. ഐഎഎസുകാരുടെ ബംഗ്ലാവുകളിലും സംസ്കൃതി സ്കൂളിലും വെച്ച് പൊട്ടിമുളച്ച സിവിൽ സർവീസ് എന്ന ഉറങ്ങിക്കിടന്ന സ്വപ്നം വീണ്ടും മനസ്സിൽ ജ്വലിക്കാൻ തുടങ്ങി.

എന്നിരുന്നാലും, സ്വന്തം കഴിവുകളിൽ സംശയിച്ചുകൊണ്ട് ആ അഭിലാഷത്തെ ഭരത് മൂടിവെച്ചു. തന്റെ ആഗ്രഹം ഉറക്കെ വിളിച്ചു പറയാൻ അദ്ദേഹം ധൈര്യപ്പെട്ടിരുന്നില്ല. പതിയെ, ഗൂഗിളിലും യൂട്യൂബിലും സിഎസ്ഇയെക്കുറിച്ച് ഗവേഷണം നടത്താൻ തുടങ്ങി. എൻസിഇആർടി പുസ്തകങ്ങളാണ് സിഎസ്ഇ തയ്യാറെടുപ്പുകളുടെ തുടക്കമെന്ന് അദ്ദേഹം മനസ്സിലാക്കി. അങ്ങനെ, ഭരത് അവ ആരുമറിയാതെ പഠിക്കാൻ തുടങ്ങി.

2016 ഓഗസ്റ്റിൽ, ഭരത് മുംബൈയിലെ ടാറ്റാ മോട്ടോഴ്സിൽ ജോലിക്ക് ചേർന്നുകൊണ്ട് കോർപ്പറേറ്റ് ലോകത്തേക്ക് ചുവടുവെച്ചു. ഒരാഴ്ച്ചയ്ക്കുശേഷം പരിശീലനത്തിനായി അദ്ദേഹത്തെ ലക്നൗവിലേക്ക് അയച്ചു. 45,000 രൂപ മാസവരുമാനത്തോടെ, വീട്ടിൽ നിന്നുമാറി താമസം ആരംഭിച്ചതോടെ വരാനിരിക്കുന്ന അപകടമറിയാതെ, ഭരത് കനത്ത പുകവലി ശീലമാക്കി.

ഒരു ദിവസം രാത്രി, ലക്നൗവിലെ ഏകാന്തമായ ടാറ്റാ മോട്ടോഴ്സ് ഗസ്റ്റ് ഹൗസിൽ, ഡിസംബറിലെ കൊടും തണുപ്പിനിടയിൽ, പുലർച്ചെ 4.30-ന് കഠിനമായ ചുമ സഹിക്കവയ്യാതെ അദ്ദേഹം ഉറക്കമുണർന്നു. കഫത്തിൽ രക്തമുണ്ടായിരുന്നു. തനിക്ക് ഗുരുതരമായ എന്തോ രോഗം പിടിപെട്ടിരിക്കുന്നുവെന്ന് ഭരത് ഭയപ്പെട്ടു. അദ്ദേഹത്തിന്റെ കണ്ണിൽ നിന്ന് കണ്ണുനീർ ഒഴുകിക്കൊണ്ടിരുന്നു. അസ്തിത്വപരമായ ചോദ്യങ്ങളുടെ ഒരു പ്രവാഹം ആ

മനസ്സിലൂടെ കുതിച്ചുപാഞ്ഞു. ജീവിതത്തിന്റെ ക്ഷണികമായ ഒരു രൂപത്തെയാണ് ഭരത് അവിടെ അഭിമുഖീകരിച്ചത്: 'മരണശേഷം ഞാൻ എന്താണ് ബാക്കിവയ്ക്കാൻ പോകുന്നത്? പണവും സ്വന്തമായി വീടുമില്ലാതെ, വിരമിക്കലിന്റെ വക്കിലെത്തിയ അച്ഛനും, വിവാഹം കഴിക്കാനായി കാത്തിരിക്കുന്ന സഹോദരിയുമടങ്ങുന്ന എന്റെ കുടുംബത്തിന്റെ അവസ്ഥ എന്താകും?' ആ തിരിച്ചറിവ് ഭരതിനെ കാര്യമായിത്തന്നെ ബാധിച്ചു.

ആ നിമിഷം, ജീവിതത്തെ മാറ്റിമറിക്കുന്ന രണ്ട് തീരുമാനങ്ങൾ പിറവികൊണ്ടു. പുകവലി ഉപേക്ഷിക്കുന്നു എന്ന ദൃഢപ്രതിജ്ഞയാണ് ഒന്ന്. യുപിഎസ്സി എന്ന കൊടുമുടി കീഴടക്കുകയെന്ന അതിശക്തമായ വെല്ലുവിളിയെ ആത്മാർത്ഥതയോടെ സ്വീകരിക്കുമെന്ന പ്രതിജ്ഞയാണ് രണ്ട്. സാമ്പത്തികമായ അസ്ഥിരതയുടെ ചങ്ങലക്കെട്ടുകളിൽ നിന്ന് തന്റെ കുടുംബത്തെ മോചിപ്പിക്കുവാനും സമൂഹത്തിൽ ബഹുമാനം നേടാനും ഇത് വളരെ ആവശ്യമാണെന്ന് അദ്ദേഹം തിരിച്ചറിഞ്ഞു.

ഭരതിന്റെ ജീവിതചക്രങ്ങൾ തിരിഞ്ഞുകൊണ്ടിരുന്നു. ലക്നൗവിൽ പരിശീലനം പൂർത്തിയാക്കിയ ശേഷം ഭരത് ഡിടിസിയുടെ രോഹിണി ഡിപ്പോയിൽ നിയമിക്കപ്പെട്ടു. ഒരു ബസ് മെയിന്റനൻസ് ടീമിന്റെ മേൽനോട്ടം വഹിക്കുക എന്നതായിരുന്നു അദ്ദേഹത്തിന്റെ ജോലി. ആളുകൾ തന്റെ മുന്നിൽ റിപ്പോർട്ട് ചെയ്യുകയും ഒരു മേധാവി എന്ന നിലയിൽ നോക്കിക്കാണുകയും ചെയ്യുന്നത് ജീവിതത്തിൽ ആദ്യമായതിനാൽ ഭരത് തന്റെ ജോലി ആസ്വദിക്കുന്നുണ്ടായിരുന്നു. ജോലിയും തന്റെ സ്വപ്നങ്ങളും തമ്മിൽ സന്തുലിതമാക്കാൻ ശ്രമിച്ചതോടെ, ബസ്സുകളുടെ അറ്റകുറ്റപ്പണിക്കിടെയുണ്ടാകുന്ന മുഴക്കത്തിനൊപ്പം എൻസിഇആർടി പുസ്തകങ്ങളുടെ പേജുകൾ ഒന്നിൽ നിന്ന് മറ്റൊന്നിലേക്ക് നിശബ്ദമായി മറിഞ്ഞുകൊണ്ടിരുന്നു. സിഎസ്ഇ 2017-ന് അദ്ദേഹം അപേക്ഷിച്ചു.

തിരക്കേറിയ ജോലിയുടെ ക്രമമില്ലാത്ത സമയരീതികളും ആഴ്ചയിൽ ആറ് ദിവസവും നീണ്ടുനിൽക്കുന്ന ജോലിയും നേരിട്ടുകൊണ്ടിരുന്ന ഭരതിന് സിഎസ്ഇ തയ്യാറെടുപ്പിനായി മതിയായ സമയം കണ്ടെത്തുക എന്നത് ഒരു വെല്ലുവിളിയായിരുന്നു. 2017 ജൂൺ 18-ന് പ്രിലിമിനറി പരീക്ഷ എഴുതിയെങ്കിലും അതിൽ മികച്ച പ്രകടനം കാഴ്ചവയ്ക്കാൻ അദ്ദേഹത്തിനായില്ല.

ജനറൽ സ്റ്റഡീസിന് (GS) ശേഷം, സിഎസ്എറ്റിക്ക് മുൻപ് അടുത്തുള്ള ഒരു പാർക്കിൽ ലഘുഭക്ഷണം കഴിച്ചുകൊണ്ടിരിക്കവേ, 'പരീക്ഷ എങ്ങനെയുണ്ടായിരുന്നു?' എന്ന് ടികം അന്വേഷിച്ചു.

'പാപ്പാ, ഇത്തവണ ഞാൻ പാസ്സാകുമെന്ന് തോന്നുന്നില്ല. പാസ്സാകണമെങ്കിൽ ഞാൻ എന്റെ ജോലി ഉപേക്ഷിച്ച് മുഴുവൻ സമയവും അതിനായി തയ്യാറെടുക്കേണ്ടതുണ്ട്,' ഭരത് തന്റെ സത്യസന്ധമായ അഭിപ്രായം പ്രകടിപ്പിച്ചു.

ആ നിർദ്ദേശം അപ്പോൾ അന്തരീക്ഷത്തെ പ്രക്ഷുബ്ധമാക്കി. ടാറ്റായിലെ സുരക്ഷിതമായ ജോലി, കുടുംബത്തിൽ പുതുതായി കടന്നുവന്ന സാമ്പത്തിക സ്ഥിരത, സമൂഹത്തിൽ കൈവന്നിരിക്കുന്ന ബഹുമാന്യത, എല്ലാം അപകടത്തിലാകാൻ പോകുകയായിരുന്നു. എങ്കിലും, ഭരതിന്റെ സ്വപ്നങ്ങളെ ടികം ധൈര്യപൂർവ്വം അനുഗ്രഹിച്ചു. 'ജോലിയെക്കുറിച്ചോർത്ത് വിഷമിക്കേണ്ട. പൂർണ്ണ പ്രതിബദ്ധതയോടെ പഠിച്ചുതുടങ്ങുക. നിന്റെ സർവ്വവും സമർപ്പിച്ച് തയ്യാറെടുക്കുക,' അദ്ദേഹം പറഞ്ഞു.

ഭരത് ആശ്ചര്യപ്പെട്ടു. 'ഞാൻ വാക്ക് തരുന്നു, പപ്പാ, ഞാൻ നിങ്ങളെ നിരാശപ്പെടുത്തില്ല,' മോഹിപ്പിക്കുന്ന ആ ജോലി ഉപേക്ഷിക്കാനുള്ള മഹത്തായ തീരുമാനമെടുത്തുകൊണ്ട് ഭരത് പറഞ്ഞു.

അടുത്ത ദിവസം, തന്റെ സ്വപ്നങ്ങളുടെ ബലത്തിൽ ഭരത് രാജി സമർപ്പിച്ചു.

അടിസ്ഥാനപരമായ രണ്ട് തെറ്റുകൾ

ജനറൽ സ്റ്റഡീസ് പഠിക്കാനായി പ്രശസ്തമായ ഒരു കോച്ചിംഗ് ഇൻസ്റ്റിറ്റ്യൂട്ടിൽ ചേരാനുള്ള തീവ്രമായ ആഗ്രഹം ഭരതിനുള്ളിലുണ്ടായിരുന്നു. പക്ഷെ ഒന്നരലക്ഷത്തിലധികം രൂപ ഫീസ് ആയി വേണ്ടിവരുമെന്ന് അറിഞ്ഞതോടെ അദ്ദേഹത്തിന്റെ മോഹങ്ങൾ തകർന്നടിഞ്ഞു. എന്നാൽ, ഒരു വാതിൽ അടയ്ക്കുമ്പോൾ മറ്റൊന്ന് തുറക്കുന്നു—നിങ്ങൾ ആത്മാർത്ഥമായി അത് ആഗ്രഹിക്കുന്നുവെങ്കിൽ.

ഐഎഎസ് എന്ന സ്വപ്നം പിന്തുടരാനായി ഒരു വർഷം മുമ്പ് ജോലി ഉപേക്ഷിച്ച് പോയ ടാറ്റാ മോട്ടോഴ്സിലെ സീനിയറായ രജതിൽ നിന്ന് മാർഗ്ഗനിർദ്ദേശം തേടാൻ ഭരത് തീരുമാനിച്ചു. ലക്ച്ചറുകൾ റെക്കോർഡ് ചെയ്ത് നൽകുന്ന, ഡൽഹിയിലെ പ്രശസ്തമായ ഒരു കോച്ചിംഗ് ഇൻസ്റ്റിറ്റ്യൂട്ടിൽ രജത് ജനറൽ സ്റ്റഡീസ് കോച്ചിംഗ് നടത്തുന്നുണ്ടായിരുന്നു. ഭരതിന്റെ സാമ്പത്തിക ഞെരുക്കത്തെക്കുറിച്ച് മനസ്സിലാക്കിയ രജത് സഹായഹസ്തം നീട്ടി; 'ഒരു ഹാർഡ് ഡിസ്കുമായി വരൂ. എന്റെ ലാപ്ടോപ്പിൽ നിന്ന്

ലക്ച്ചറുകളെല്ലാം പകർത്തിയെടുത്തോളൂ,' അദ്ദേഹം ഉദാരമായി വാഗ്ദാനം ചെയ്തു.

ഭരത് അവിശ്വാസത്തോടെ അമ്പരന്നു നിന്നു; ആ വലിയ വാഗ്ദാനം അദ്ദേഹത്തിന് വിശ്വസിക്കാനായില്ല. ഈ അപ്രതീക്ഷിതമായ അനുഗ്രഹം കൈപ്പിടിയിലാക്കാനായി പിറ്റേന്ന് രാവിലെ തന്നെ അദ്ദേഹം രജത്തിന്റെ വീട്ടിലേക്ക് പോയി. മനസ്സിൽ നിറഞ്ഞുനിന്ന നന്ദിയോടെ, ഭരത് എല്ലാ പ്രഭാഷണങ്ങളും ഡൗൺലോഡ് ചെയ്തു.

ഒരു ഓപ്ഷണൽ സബ്ജക്ട് തിരഞ്ഞെടുക്കുക എന്നതായിരുന്നു അടുത്ത വെല്ലുവിളി. ഒരുപാട് ഓപ്ഷനുകൾക്കിടയിൽ നിന്ന്, ഭരത് ജോഗ്രഫി തിരഞ്ഞെടുത്തു. സാമൂഹിക ശാസ്ത്ര വിഷയങ്ങളിൽ ഭരതിന് ഏറ്റവും കൂടുതൽ ആകർഷകമായി തോന്നിയത് അതായിരുന്നു. അതിന്റെ സിലബസിൽ, കണ്ടക്ഷൻ, കൺവെക്ഷൻ, വിൻഡ് ടെമ്പറേച്ചർ, അറ്റ്മോസ്ഫെറിക് പ്രഷർ, പ്രെസിപിറ്റേഷൻ, തുടങ്ങി മുൻപ് പഠിച്ച പല വിഷയങ്ങളുമാണ് ഉണ്ടായിരുന്നത്.

ജോഗ്രഫിയിൽ തുടക്കക്കാരനായിരുന്നതുകൊണ്ട് തന്നെ, മൂന്നര മാസം നീണ്ടുനിൽക്കുന്ന ഒരു കോച്ചിംഗ് പ്രോഗ്രാമിൽ ഭരത് പേരുചേർത്തു. വളരെ ഗൗരവത്തോടെയാണ് അദ്ദേഹം ആ ക്ലാസുകളിൽ പങ്കെടുത്തത്. മുൻ നിരയിലിരുന്ന്, ഒരു ക്ലാസ് പോലും നഷ്ടപ്പെടുത്തരുതെന്ന ദൃഢനിശ്ചയത്തോടെ അദ്ദേഹം എല്ലാ ലക്ച്ചറുകളും കേട്ടിരുന്നു.

വീട്ടിലിരുന്ന് പഠനത്തിൽ ശ്രദ്ധ കേന്ദ്രീകരിക്കുന്നത് വെല്ലുവിളി നിറഞ്ഞ കാര്യമാണെന്ന് ഭരത് പെട്ടെന്നുതന്നെ തിരിച്ചറിഞ്ഞു. അങ്ങനെ കരോൾ ബാഗിലെ ഒരു സ്വകാര്യ ലൈബ്രറിയിൽ അദ്ദേഹം ചേരുകയുണ്ടായി. പഠനമേശകളും കസേരകളും സജ്ജീകരിച്ച, എയർകണ്ടീഷൻ ചെയ്ത ഒരു വായനശാലയായിരുന്നു അത്.

രാവിലെ 7 മണിക്ക് തന്നെ ഭരത് തന്റെ ദിവസത്തിന് തുടക്കം കുറിച്ചിരുന്നു. യാത്രാവേളയിൽ വാർത്തകൾ വായിക്കുന്നതിനായാണ് രാവിലത്തെ ആ സമയം അദ്ദേഹം നീക്കിവച്ചത്. രാത്രി 9 മണിയോടെ ഡൽഹി മെട്രോയിലെ തിരിച്ചുള്ള യാത്രയ്ക്കിടയിൽ അദ്ദേഹം തന്റെ കുറിപ്പുകൾ വീണ്ടും വായിച്ചുനോക്കി.

പ്രിലിമിനറി പരീക്ഷയുടെ തലേദിവസം ഭരത് മാനസികമായി വലിയ സംഘർഷങ്ങൾ നേരിട്ടു. ഉത്കണ്ഠ കാരണം വെറും

രണ്ടു മണിക്കൂർ മാത്രമാണ് അദ്ദേഹത്തിന് ഉറങ്ങാൻ കഴിഞ്ഞത്. ഒരു വർഷം മുമ്പ് ടാറ്റാ മോട്ടോഴ്സിലെ തന്റെ ബഹുമാന്യമായ ആ ജോലി ഉപേക്ഷിച്ചത് അദ്ദേഹത്തിന് മേൽ കൂടുതൽ ഉത്തരവാദിത്വം ചുമത്തപ്പെടാൻ കാരണമായി. ശമ്പളത്തിൽ നിന്ന് കൂട്ടിവെച്ച സമ്പാദ്യം അതിവേഗം കുറഞ്ഞുവരികയാണ്. ആ വർഷം തന്നെ പരീക്ഷ പാസാകാനുള്ള തിടുക്കം വർദ്ധിച്ചു. പരാജയപ്പെട്ടാൽ വീണ്ടും ഒരു വർഷം കൂടി കാത്തിരിക്കുകയും അധ്വാനിക്കുകയും ചെയ്യേണ്ടി വരും.

പരീക്ഷ നന്നായി പോയി. കോച്ചിംഗ് ഇൻസ്റ്റിറ്റ്യൂട്ടുകൾ നൽകിയ കീ-പേപ്പർ നോക്കി തന്റെ ഉത്തരങ്ങൾ പരിശോധിച്ച് നോക്കിയപ്പോൾ ഭരതിന് ആത്മവിശ്വാസം തോന്നി. സമയം കളയാതെ അദ്ദേഹം മെയിൻസ് പരീക്ഷയ്ക്കുള്ള തയ്യാറെടുപ്പുകൾ ആരംഭിച്ചു.

എന്നിരുന്നാലും,മെയിൻസ് പരീക്ഷയുടെ തയ്യാറെടുപ്പുകളിൽ, സ്വാതന്ത്ര്യാനന്തര ചരിത്രവും ലോക ചരിത്രവും വായിച്ചു പഠിച്ച് ഒരു മാസം പാഴാക്കിക്കളയുക എന്ന ഒരു വലിയ തെറ്റ് അദ്ദേഹത്തിന്റെ ഭാഗത്തുനിന്നുണ്ടായി. ആനുപാതികമായി നോക്കുമ്പോൾ ആ വിഷയങ്ങളിൽ നിന്ന് ചോദിച്ച ചോദ്യങ്ങളുടെ എണ്ണം വളരെ കുറവായിരുന്നു. ജോഗ്രഫി പഠിക്കാനായി കോച്ചിംഗ് ഇൻസ്റ്റിറ്റ്യൂട്ടുകളിൽ നിന്ന് ലഭിച്ച കുറിപ്പുകളെ അമിതമായി ആശ്രയിക്കുകയും സാധാരണ പാഠപുസ്തകങ്ങൾ വായിക്കാതിരിക്കുകയും ചെയ്തതാണ് മറ്റൊരു തെറ്റ്. മെയിൻസ് പരീക്ഷ കഴിഞ്ഞപ്പോൾ തന്റെ പ്രകടനം നന്നായിട്ടില്ല എന്ന ഭയം അദ്ദേഹത്തെ കീഴടക്കി.

വിജയത്തിന്റെയും ദുരന്തത്തിന്റെയും സംയോജനം

നിരാശനായ ഭരത്, ഒരു മാസത്തോളം വീട്ടിൽ വെറുതെയിരുന്നു. എന്നാൽ മെയിൻസ് ഫലം കണ്ടപ്പോൾ ഭരതിന് തന്റെ കണ്ണുകളെ വിശ്വസിക്കാനായില്ല. മെയിൻസ് പരീക്ഷ കടന്ന്, ഇന്റർവ്യൂവിന് അദ്ദേഹം ക്ഷണിക്കപ്പെട്ടിരിക്കുന്നു. ഭരതിന്റെ അഭിമുഖം 2019 മാർച്ച് 8-നാണ് ക്രമീകരിച്ചിരിക്കുന്നത്.

നിർഭാഗ്യകരമായ ആ പ്രഭാതത്തിൽ വളരെ നേരത്തെ തന്നെ ഭരത് ഉറക്കമുണർന്നു. അന്ന് പുലർച്ചെ മുതൽ ഉമ മകന്റെ വിജയത്തിനായി ആത്മാർത്ഥമായി പ്രാർത്ഥിച്ചുകൊണ്ടിരിക്കുകയായിരുന്നു. പുലർച്ചെ 5.30-ന് ജോലിക്ക് പുറപ്പെടുന്നതിന് മുമ്പായി പിതാവ് ടികം മകന് തന്റെ അനുഗ്രഹം നൽകി.

പ്രഭാതഭക്ഷണം കഴിച്ച്, അമ്മയുടെ അനുഗ്രഹവും വാങ്ങി, ഒരു ഓട്ടോറിക്ഷയിൽ കയറി ഭരത് പ്രശസ്തമായ ധോൽപൂർ ഹൗസിലേക്കുള്ള തന്റെ യാത്ര ആരംഭിച്ചു.

ഇന്റർവ്യൂ റൂമിലേക്കുള്ള ആ സഞ്ചാരം വെറുമൊരു യാത്ര എന്നതിനേക്കാളുപരി ആഗ്രഹസഫലീകരണത്തിലേക്കുള്ള ഒരു തീർത്ഥാടനംപോലെയായിരുന്നു. ഇന്റർവ്യൂ റൂമിലേക്ക് കാലെടുത്ത് വയ്ക്കവേ ഭരതിന്റെ നാഡികൾ ഉത്കണ്ഠ കൊണ്ട് പിടഞ്ഞു. ആദ്യ ചോദ്യം, മുൻപ് നേരിട്ട നിരവധി മോക്ക് ഇന്റർവ്യൂകളിൽ ഉണ്ടായിരുന്നതുപോലെ തന്നെ അദ്ദേഹത്തിന്റെ പേരിനെ കേന്ദ്രീകരിച്ചുള്ളതായിരുന്നു – അതുകൊണ്ടുതന്നെ ആ ചോദ്യത്തിനുള്ള ഉത്തരത്തിനായി അദ്ദേഹം നന്നായി തയ്യാറെടുപ്പുകൾ നടത്തിയിരുന്നു.

എന്നാൽ അപ്രതീക്ഷിതമെന്ന് പറയട്ടെ, ചെയർമാന്റെ തൊട്ടടുത്ത ചോദ്യം മറ്റൊന്നായിരുന്നു. 'സിനിമകളിൽ ഷാരൂഖ് ഖാന് പൊതുവായ ഒരു പേര് നിലനിൽക്കുന്നുണ്ടോ?' തന്റെ തയ്യാറെടുപ്പുകളുമായി ഒരു ബന്ധവുമില്ലാത്ത ആ ചോദ്യം ഭരതിനെ ഞെട്ടിച്ചു. തന്റെ സമീപനത്തിൽ ഉറച്ചുനിന്ന ചെയർമാൻ, സിനിമയുടെ കൗതുകകരമായ ലോകത്തിലേക്ക് വീണ്ടും ആഴ്ന്നിറങ്ങി. 'എന്തുകൊണ്ടാണ് താരങ്ങൾ പലപ്പോഴും സിനിമയിലും അതേ പേര് തന്നെ ഉപയോഗിക്കുന്നത്? അന്ധവിശ്വാസമാണോ അതിന് കാരണം?' അദ്ദേഹം ചോദിച്ചു. ഒട്ടും പ്രതീക്ഷിക്കാത്ത മറ്റൊരു ചോദ്യമായിരുന്നു അടുത്തത്—'മനോജ് കുമാറിന്റെ സിനിമയിലെ പേര് എന്തായിരുന്നു, എന്തുകൊണ്ട്?'

അഭിമുഖത്തിന് ശേഷമുള്ള ദിവസങ്ങളിൽ, തന്റെ പ്രയത്നത്തിന്റെ ഫലത്തിനായി കാത്തിരുന്ന ഭരതിന്റെ ആകാംക്ഷയ്ക്ക് മങ്ങൽ വീഴ്ത്തിക്കൊണ്ട് അദ്ദേഹത്തിന്റെ മുത്തശ്ശി മരണപ്പെടുകയുണ്ടായി. ആ ദുഃഖത്തിനിടയിൽ കൂടുതൽ നിരാശ സൃഷ്ടിച്ചുകൊണ്ട് അഭിമുഖത്തിന്റെ ഫലം പുറത്തുവന്നു; ആ പട്ടികയിൽ ഭരതിന്റെ പേരുണ്ടായിരുന്നില്ല.

ഉമയും ടികമും തീർത്തും നിരാശരായെങ്കിലും, ഭരതിനെ വിഷമിപ്പിക്കാതിരിക്കാനായി അവരത് പുറത്തുകാട്ടാതെ ഒളിച്ചുവെച്ചു. 'ആദ്യ ശ്രമത്തിൽ തന്നെ ഇന്റർവ്യൂ സ്റ്റേജിൽ എത്തിയിരിക്കുന്നത് വളരെ മഹത്തായ കാര്യമാണ്. വീണ്ടും ശ്രമിക്കൂ. അടുത്ത തവണ നീ തീർച്ചയായും ഒരു ഐഎഎസ് ഓഫീസർ ആകുക തന്നെ ചെയ്യും.' അവർ ഉറപ്പുനൽകി.

എന്നിരുന്നാലും, യുപിഎസ്‌സി കലണ്ടറിന്റെ പ്രവചനാതീതമായ താളം ഉദ്യോഗാർത്ഥികളെ വിശ്രമിക്കാൻ അനുവദിക്കുമായി

രുന്നില്ല. വിഷമം ഉൾക്കൊള്ളാൻ സമയം ലഭിക്കുന്നതിനു മുൻപ് തന്നെ, അടുത്ത പ്രിലിംസ് പരീക്ഷ വന്നെത്തുകയുണ്ടായി. അതോടെ പഠനത്തിലേക്ക് ശ്രദ്ധ തിരിക്കാൻ ഭരത് നിർബന്ധിതനായി.

ആവശ്യബോധവും വെല്ലുവിളികളും വർദ്ധിച്ചുകൊണ്ടിരുന്നു; ഒപ്പം ഭരതിന്റെ ദൃഢനിശ്ചയവും.

വികസിക്കുന്ന തയ്യാറെടുപ്പുകൾ

സിഎസ്ഇ പ്രിലിംസ്-2019-ന്റെ ഫലങ്ങൾ ഒരിക്കൽകൂടി ഭരതിന്റെ കണ്ണുകളിൽ ശോഭനമായ ഭാവിയെക്കുറിച്ചുള്ള പ്രതീക്ഷയുടെ ജ്വലിപ്പിച്ചു. അതേസമയംതന്നെ യുപിഎസ്‌സി സിഎസ്ഇ മെയിൻസ്-2018-ന്റെ മാർക്കും വെളിപ്പെടുത്തുകയുണ്ടായി. ഐച്ഛികവിഷയമായ ജോഗ്രഫിക്ക് ലഭിച്ച കുറഞ്ഞ മാർക്ക് അദ്ദേഹത്തിന്റെ ഐഎഎസ് സ്വപ്നത്തെ തകർത്തെറിഞ്ഞിരുന്നു. ഇനി തോൽക്കില്ല എന്ന ഉറച്ച തീരുമാനത്തിൽ, ഭരത് ആ വിഷയത്തിനായി കൂടുതൽ സമയം നീക്കിവച്ചു. ഒപ്പം പ്രമുഖ കോച്ചിംഗ് ക്ലാസ്സുകൾ ശുപാർശ ചെയ്യുന്ന പുസ്തകങ്ങളിൽ നിന്ന് എഴുതിയുണ്ടാക്കിയ കുറിപ്പുകൾ സൂക്ഷ്മമായി പഠിക്കുകയും ചെയ്തു.

എന്നിരുന്നാലും, തന്റെ കഴിവിന്റെ പരമാവധി ശ്രമിച്ചിട്ടും, മെയിൻസ്-2019-ലെ ജിയോഗ്രഫി ഓപ്ഷണൽ പേപ്പറുകളിലും അദ്ദേഹത്തിന് തൃപ്തികരമായ പ്രകടനം കാഴ്ചവയ്ക്കാൻ കഴിഞ്ഞില്ല. തൽഫലമായി, വിജയിക്കുമോ ഇല്ലയോ എന്നത് ഒരു അനിശ്ചിതത്വമായി നിലനിന്നു. അതിനാൽ, തന്റെ ശ്രമം വിപുലീകരിക്കുക എന്ന ലക്ഷ്യത്തോടെ അദ്ദേഹം മധ്യപ്രദേശ് പ്രൊവിൻഷ്യൽ സിവിൽ സർവീസ് (എംപിപിസിഎസ്) പരീക്ഷയ്ക്ക് അപേക്ഷിക്കുകയുണ്ടായി. പല ഐഎഎസുകാരും മനസ്സില്ലാമനസ്സോടെ അത്തരം പദ്ധതികളെപ്പറ്റി ആലോചിക്കാറുണ്ട്. എന്നാൽ, എംപിപിസിഎസ് പരീക്ഷ ചില നിർദ്ദിഷ്ടമായ ചോദ്യങ്ങളിലൂടെ അതിന്റേതായ വെല്ലുവിളികൾ മുന്നോട്ടുവെച്ചിരുന്നു.

മാന്യമായ ഒരു ജോലിക്കും ജീവിതത്തിനും വേണ്ടിയുള്ള അശ്രാന്ത പരിശ്രമത്തിൽ, സെൻട്രൽ ആംഡ് പോലീസ് ഫോഴ്സിൽ (സിഎപിഎഫ്) അസിസ്റ്റന്റ് കമാൻഡർ തസ്തികകളിലേക്കുള്ള തിരഞ്ഞെടുപ്പിനായും ഭരത് പരീക്ഷയെഴുതി. എഴുത്ത് പരീക്ഷയിലെ വിജയാഘോഷത്തെ ക്ഷണികമാക്കിക്കൊണ്ട് കഠിനമായ ഒരു ശാരീരിക

വെല്ലുവിളി അദ്ദേഹത്തെ കാത്തിരിക്കുന്നുണ്ടായിരുന്നു. പതിനാറ് സെക്കൻഡിനുള്ളിൽ 100 മീറ്റർ ഓട്ടം, മൂന്ന് മിനിറ്റും നാൽപ്പത്തിയഞ്ച് സെക്കൻഡുമുള്ളിലുള്ള 800 മീറ്റർ സ്പ്രിന്റ്, 3.5 മീറ്റർ ലോങ്ങ് ജമ്പ്, 4.5 മീറ്റർ ഷോട്ട്പുട്ട് ത്രോ എന്നിവയാണ് അതിലുൾപ്പെട്ടിരുന്നത്.

സിഎസ്ഇ തയ്യാറെടുപ്പുകൾ കാരണം ഉദാസീനമായ ജീവിത ശൈലി ശീലമാക്കിയതോടെ അപ്പോൾ 100 കിലോഗ്രാം ശരീര ഭാരമുണ്ടായിരുന്ന ഭരതിനെ ഈ നിബന്ധനകൾ ഭയപ്പെടുത്തുക യുണ്ടായി. അമിതഭാരം ഉണ്ടായിരുന്നു എന്നത് മാത്രമല്ല, ഈ പരിശോധനകൾക്ക് വേണ്ട സ്റ്റാമിന ഇല്ലാതിരുന്നതും കാരണ മായി. എന്നാൽ വെല്ലുവിളികൾ നിറഞ്ഞ അത്തരം സാഹചര്യങ്ങളി ലാണ് ഒരാളുടെ യഥാർത്ഥ ശക്തി പുറത്തുവരുന്നത്.

അതിൽ തളരാതെ ഇരുപത്തിയഞ്ച് ദിവസങ്ങൾക്കുള്ളിൽ 15 കിലോ കുറക്കുക എന്ന ഭഗീരഥ പ്രയത്നം ഭരത് ഏറ്റെടുത്തു. ഫിസിക്കൽ ടെസ്റ്റിന്റെ ദിവസം അദ്ദേഹം ആരോഗ്യവാനും ഊർജ്ജസ്വലനുമായി കാണപ്പെട്ടു. ട്രാക്കുകൾ ഭരതിന്റെ ഉയിർ ത്തെഴുന്നേൽപ്പിന് സാക്ഷ്യം വഹിച്ചു, ഷോട്ട്-പുട്ട് പിറ്റ് അദ്ദേഹ ത്തിന്റെ നിശ്ചയദാർഢ്യത്തെ ആഘോഷമാക്കി, പക്ഷേ ലോംഗ് ജംപ് അദ്ദേഹത്തിന്റെ ബലഹീനതയെ തുറന്നുകാട്ടി. ആദ്യ ശ്രമത്തിൽ തന്നെ നേരിടേണ്ടിവന്ന പരിക്ക് അദ്ദേഹത്തെ പരാ ജയപ്പെടുത്തിക്കളഞ്ഞു.

ഭരതിന്റെ പരാജയം തുടർന്നുകൊണ്ടിരുന്നു. റിസർവ് ബാങ്ക് ഓഫ് ഇന്ത്യയിൽ (ആർബിഐ) ഗ്രേഡ്-ബി ഓഫീസർക്കുള്ള പരീക്ഷ എഴുതിയെങ്കിലും തോൽവിയായിരുന്നു അതിന്റെ ഫലം. പരാജയങ്ങളുടെ തിരക്കിനിടയിൽ, താഴ്ന്ന റാങ്കിലുള്ള സ്റ്റാഫ് സെലക്ഷൻ കമ്മീഷന്റെ കോമൺ ഗ്രാജ്വേറ്റ് ലെവൽ പരീക്ഷ യിലും ഭരത് അഭയം തേടുകയുണ്ടായി. എന്നാൽ അതിനു വേണ്ട പ്രധാനപ്പെട്ട ഒരു ഫോം പൂരിപ്പിക്കാൻ മറന്നതിനാൽ അഡ്മിറ്റ് കാർഡ് ഡൗൺലോഡ് ചെയ്യാൻ അദ്ദേഹത്തിന് കഴിഞ്ഞില്ല. ഉയർന്നുവരാൻ പ്രയാസമുള്ള ഒരു പടുകുഴിയിലേക്ക് ഭരതിനെ അത് തള്ളിയിട്ടു.

ഓരോ ദിവസം കഴിയുംതോറും തന്റെ സ്വപ്നങ്ങൾ കൈപ്പി ടിയിൽ നിന്ന് വഴുതിപ്പോകുന്നതായി തോന്നിയപ്പോൾ, ടാറ്റാ മോട്ടോഴ്സിലെ ജോലി ഉപേക്ഷിക്കാനുള്ള തന്റെ തീരുമാനത്തെ പോലും ഭരത് ചോദ്യം ചെയ്യാൻ തുടങ്ങി. ഐഎഎസ് സ്വപ്നത്തി നായി സ്വയം മൂന്ന് വർഷം നിക്ഷേപിച്ചപ്പോൾ, അദ്ദേഹത്തിന്റെ

സുഹൃത്തുക്കളാകട്ടെ കോർപ്പറേറ്റ് ജീവിതത്തിന്റെ പടവുകൾ ഓരോന്നായി കയറുകയായിരുന്നു. അവരുടെ എംബിഎ ബിരുദങ്ങൾ ഉയർന്ന ശമ്പളമുള്ള ജോലികളിലേക്കുള്ള വാതിലുകൾ തുറന്നു കൊടുത്തു.

ഒരു ദിവസം, തന്റെ പോരാട്ടങ്ങളുടെ ഭാരം അദ്ദേഹത്തിന് താങ്ങാൻ കഴിയാത്തത്രയായി. പരാധീനത തളർത്തിയ ഒരു നിമിഷത്തിൽ, ഭരത് അമ്മയുടെ മുന്നിൽ പൊട്ടിക്കരഞ്ഞു. നിശബ്ദമായി വിതുമ്പി, കണ്ണുനീർ പൊഴിച്ചുകൊണ്ട് ഉമ മകന്റെ വിഷമങ്ങൾ കേട്ടുനിന്നു. അവരുടെ ഹൃദയം തകരുന്നുണ്ടായിരുന്നു. ആശ്വസിപ്പിക്കാനെന്നോണം മകന്റെ ചുമലിൽ കൈവെച്ചുകൊണ്ട് അവർ പറഞ്ഞു, 'ഭരത്, നിന്റെ യാത്ര അവസാനിച്ചിട്ടില്ല. വിശ്വാസം കൈവെടിയാതെയിരിക്കുക. നിന്റെ സ്വപ്നം ഇപ്പോഴും കൈയെത്തുന്ന ദൂരത്താണ്.'

തൊഴിലിനായുള്ള തിരച്ചിലിന്റെ നിരാശാജനകമായ പര്യവസാനം

അനിശ്ചിതത്വത്തിനിടയിൽ, ആവശ്യബോധത്തിനും അഭിലാഷത്തിനും നടുവിൽ ഭരത് സ്വയം അകപ്പെട്ടുപോയി. തന്റെ ആന്തരിക പ്രക്ഷുബ്ധതയുമായി മൽപ്പിടുത്തം നടത്തുന്നതിനിടയിൽ അദ്ദേഹം ചിന്തിച്ചു, 'എനിക്ക് ഒരു കമ്പനിയിൽ ജോലി ലഭിച്ചാൽ, സിഎസ്ഇ-യ്ക്ക് തയ്യാറെടുക്കാൻ കഴിയില്ല. എനിക്ക് പണം സമ്പാദിക്കാതിരിക്കാനാവില്ല, അതിനിടയിൽ തയ്യാറെടുപ്പുകൾക്കായി സമയം കണ്ടെത്തേണ്ടതുണ്ട്.'

വളരെയധികം ആലോചിച്ച ശേഷം, ഒരു കോച്ചിംഗ് ഇൻസ്റ്റിറ്റ്യൂട്ടിൽ കണ്ടന്റ് ഡെവലപ്പറായി ജോലി നോക്കാൻ അദ്ദേഹം തീരുമാനിച്ചു. 'ഇത് ഉപജീവനമാർഗ്ഗം കണ്ടെത്താനും ഒപ്പം തന്നെ സിഎസ്ഇ-യ്ക്ക് തയ്യാറെടുക്കാനും എന്നെ സഹായിക്കും,' അദ്ദേഹം വിചാരിച്ചു. നിശ്ചയദാർഢ്യത്തോടെ ഇരുപത്തിയഞ്ച് കോച്ചിംഗ് ഇൻസ്റ്റിറ്റ്യൂട്ടുകളിലേക്ക് അദ്ദേഹം അപേക്ഷകൾ അയച്ചു. എന്നാൽ തന്റെ അപേക്ഷകൾക്ക് ഒരു സ്ഥാപനവും പ്രതികരിക്കാതിരുന്നതോടെ അദ്ദേഹം വീണ്ടും നിരാശയിലേക്ക് ആണ്ടുപോയി.

പ്രതിബന്ധങ്ങളിൽ തളരാതെ, കോച്ചിംഗ് ഇൻസ്റ്റിറ്റ്യൂട്ടുകളുടെ തട്ടകമായ കരോൾ ബാഗിൽ ഭരത് എത്തി. തന്റെ ഉദ്ദേശ്യം വെളിപ്പെടുത്തിയപ്പോൾ എല്ലാ വാതിലുകളും അടയുന്നതായി

അദ്ദേഹത്തിന് തോന്നി. നിരാശയുടെ അടിത്തട്ടിൽ നിന്ന്, മലൂക്ക ഐഎഎസ് എന്ന എളിയ സ്ഥാപനത്തിലേക്ക് ഭരത് കാലെടുത്തുവച്ചു. മുപ്പത്തിയഞ്ച് വയസ്സ് പ്രായം തോന്നിക്കുന്ന, താടിയുള്ള സർദാർ ലച്ചൻ സിംഗ് മലൂക്ക, അശ്രാന്ത പരിശ്രമത്തിന്റെ വിയർപ്പിൽ നനഞ്ഞ കുപ്പായം ധരിച്ച് പ്രത്യക്ഷത്തിൽ നിരാശനായ ആ യുവാവിനെ ഒന്നു നോക്കി.

'സർ, എനിക്ക് നിങ്ങളോടൊന്ന് സംസാരിക്കണം,' ഒരു അപമാനം കൂടി പ്രതീക്ഷിച്ചുകൊണ്ട് ഭരത് പറഞ്ഞു. അതിശയകരമെന്നു പറയട്ടെ, മലൂക്ക അദ്ദേഹത്തെ പിന്തിരിപ്പിച്ചില്ല; പകരം, ഇരിക്കാൻ ഒരു കസേരയും ഒരു ഗ്ലാസ് വെള്ളവും നീട്ടി.

ഒറ്റ ശ്വാസത്തിൽ ആ വെള്ളം മുഴുവൻ കുടിച്ചിട്ട് മുഖത്ത് പ്രകടമായ ക്ഷീണത്തോടെ തന്റെ കഥ മുഴുവൻ അദ്ദേഹം വിവരിച്ചു. 'സർ, ഈ വർഷം ഉൾപ്പെടെ രണ്ടുതവണ ഞാൻ പ്രിലിമിനറി പരീക്ഷ പാസായി. ഞാൻ ഒരു കണ്ടെന്റ് ഡെവലപ്പറുടെ ജോലിയാണ് അന്വേഷിക്കുന്നത്,' അദ്ദേഹം മലൂക്കയോട് പറഞ്ഞു.

ഭരതിന്റെ ഓപ്ഷണൽ വിഷയത്തെക്കുറിച്ച് മലൂക്ക അന്വേഷിച്ചതോടെ പ്രതീക്ഷയുടെ ഒരു നാളം അദ്ദേഹത്തിന്റെ മുഖത്ത് മിന്നിമറഞ്ഞു. എന്നാൽ അടുത്ത ചോദ്യം ഭരതിന്റെ പ്രതീക്ഷകൾക്ക് മേൽ കരിനിഴൽ വീഴ്ത്തി.

'നിർഭാഗ്യവശാൽ, ഞങ്ങളുടെ ഇൻസ്റ്റിറ്റ്യൂട്ട് അത്ര വലുതല്ല, കണ്ടെന്റ് ക്രിയേഷൻ ചെയ്യാൻ ഇവിടെ ഇപ്പോൾ തന്നെ മൂന്നു പേരുണ്ട്,' മലൂക്ക പറഞ്ഞു.

എങ്കിലും മലൂക്ക ഒരു വാഗ്ദാനം മുന്നോട്ടുവെച്ചു. 'ഇവിടെ ജോഗ്രഫി പഠിപ്പിക്കാൻ ഒരു അധ്യാപകനെ ആവശ്യമുണ്ട്. നിങ്ങൾക്ക് പഠിപ്പിക്കാൻ കഴിയുമോ? രണ്ടര മണിക്കൂർ ക്ലാസിന് ഞാൻ നിങ്ങൾക്ക് 1600 രൂപ തരാം,' അദ്ദേഹം പറഞ്ഞു.

മനസ്സ് നിറയെ നന്ദിയോടെ ഉടൻ തന്നെ ഭരത് ആ വാഗ്ദാനം സ്വീകരിച്ചു. സാമ്പത്തികകാര്യങ്ങളിൽ ആശ്വാസം നൽകുക മാത്രമല്ല, ജോഗ്രഫിയിലെ തന്റെ അറിവ് വർദ്ധിപ്പിക്കാനുള്ള അവസരവും അത് വാഗ്ദാനം ചെയ്യുന്നുണ്ടായിരുന്നു. മലൂക്കയുടെ വാക്കുകൾ തൽക്ഷണം ഭരതിന്റെ ആത്മവിശ്വാസത്തെ പുനരുജ്ജീവിപ്പിച്ചു.

തിരിച്ചടി

വിധി മറ്റൊരു ക്രൂരമായ വഴിത്തിരിവ് ഭരതിന്റെ ജീവിതത്തിൽ കരുതിവച്ചിരുന്നു. 2020 ജനുവരി 14-ന്, സിഎസ്ഇ മെയിൻസ്

2019 പരീക്ഷയിൽ പരാജയപ്പെട്ടതോടെ വീണ്ടും ഭരതിന്റെ പ്രതീക്ഷയ്ക്ക് മങ്ങലുണ്ടായി. ഏതൊക്കെ വിഷയത്തിന് എത്ര യൊക്കെ മാർക്കാണ് ലഭിച്ചതെന്ന് തിരിച്ചറിയുന്നതിനു മുൻപ് തന്നെ, ഐച്ഛിക വിഷയമായ ജോഗ്രഫിയാണ് തന്നെ വീണ്ടും വഞ്ചിച്ചതെന്ന് ഭരതിന് ബോധ്യപ്പെട്ടു. അതിനാൽ, സിഎസ്ഇ-2020-ന് വേണ്ടി ഐച്ഛിക വിഷയമായി പൊളിറ്റിക്കൽ സയൻസും ഇന്റർനാഷണൽ റിലേഷൻസും തിരഞ്ഞെടുക്കാമെന്ന ധീരമായ തീരുമാനം അദ്ദേഹം കൈക്കൊണ്ടു.

2020 മാർച്ചിൽ കോവിഡ്-19 മഹാമാരിയുടെയും രാജ്യവ്യാപകമായ ലോക്ക്ഡൗണിന്റെയും പശ്ചാത്തലത്തിൽ, സിഎസ്ഇ പ്രിലിമിനറി പരീക്ഷകൾ മാറ്റിവയ്ക്കുകയുണ്ടായി. ഈ ഇരുണ്ട കാലഘട്ടം ഭരതിന് തന്റെ പുതിയ ഐച്ഛിക വിഷയങ്ങൾ പഠിച്ചെടുക്കാനുള്ള സുവർണ്ണാവസരം നൽകി. ഒരു പ്രശസ്ത അധ്യാപകന്റെ കുറിപ്പുകളും നിർദ്ദേശാനുസരണമുള്ള സാധാരണ പുസ്തകങ്ങളും വാങ്ങി അദ്ദേഹം സ്വയം സജ്ജമായി.

എന്നിരുന്നാലും, ആത്മവിശ്വാസം കുറവായതിനാൽ, ഇന്ത്യൻ കോസ്റ്റ് ഗാർഡിൽ അസിസ്റ്റന്റ് കമാൻഡന്റിന്റെയും നാഷണൽ ബാങ്ക് ഫോർ അഗ്രികൾച്ചർ ആൻഡ് റൂറൽ ഡെവലപ്മെന്റിൽ (നബാർഡ്) അസിസ്റ്റന്റ് മാനേജറുടെയും തസ്തികയിലേക്ക് അദ്ദേഹം അപേക്ഷിച്ചു. കോസ്റ്റ് ഗാർഡിലെ റിക്രൂട്ട്മെന്റിനായുള്ള സർവീസ് സെലക്ഷൻ ബോർഡിന്റെ (എസ്എസ്ബി) കോൾ ഉടൻ പുറത്തുവന്നു. അതിന്റെ ആദ്യ ഘട്ടത്തിൽ ഭരത് സുഖകരമായി വിജയിച്ചു. നബാർഡിന്റെ സ്ക്രീനിംഗ് ടെസ്റ്റിലും അദ്ദേഹം വിജയിക്കുകയുണ്ടായി.

2020 സെപ്തംബർ, ഒക്ടോബർ മാസങ്ങളിൽ നബാർഡ് പരീക്ഷ, കോസ്റ്റ് ഗാർഡ് എസ്എസ്ബിയുടെ രണ്ടാം റൗണ്ട്, സിഎസ്ഇ 2020 പ്രിലിമുകൾ എന്നിവ അടുത്തടുത്ത സമയങ്ങളിൽ ഷെഡ്യൂൾ ചെയ്തിരുന്നതിനാൽ വിജയകരമായ ഒരു തിരിച്ചുവരവിനുള്ള വെല്ലുവിളികളും അവസരങ്ങളും ഒരുമിച്ച് വെളിപ്പെട്ടു.

കോസ്റ്റ് ഗാർഡ് എസ്എസ്ബിയാണ് അതിൽ ആദ്യമെത്തിയത്. ഭരത് അതിൽ വിജയിക്കുകയുണ്ടായി. എന്നാൽ ഫലം പ്രഖ്യാപിച്ചപ്പോൾ വിജയികളായി തിരഞ്ഞെടുത്ത മറ്റുള്ളവർക്കുണ്ടായ സന്തോഷം ഭരതിന് അനുഭവപ്പെട്ടില്ല. അതിൽ അതിശയിക്കാനൊന്നുമുണ്ടായിരുന്നില്ല, കാരണം ഇന്ത്യൻ കോസ്റ്റ് ഗാർഡിൽ പ്രവേശിക്കുക എന്നത് അദ്ദേഹത്തിന്റെ സ്വപ്ന

മായിരുന്നില്ല. സിഎസ്ഇ പ്രിലിമിനറിയും വിജയിച്ച് അദ്ദേഹം നബാർഡ് മെയിൻ പരീക്ഷയുടെ കടമ്പയും കീഴടക്കിയിരുന്നു.

എങ്കിലും, വിജയങ്ങളെല്ലാം ക്ഷണികമായിരുന്നു. അവയോരോന്നിനുമൊപ്പം വെല്ലുവിളികളും തെളിഞ്ഞുവന്നു. കോസ്റ്റ് ഗാർഡ് ഭരത്തിനോട് 2020 ഡിസംബർ 26-ന് ജോയിൻ ചെയ്യാൻ ആവശ്യപ്പെട്ടു, അതേസമയം അദ്ദേഹത്തിന്റെ സിഎസ്ഇ മെയിൻസ് നടക്കാനിരുന്നത് 2021 ജനുവരി 10 മുതൽക്കായിരുന്നു. സിഎസ്ഇ മെയിൻസ് എഴുതാനുള്ള അവധിക്കായുള്ള അദ്ദേഹത്തിന്റെ ആത്മാർത്ഥമായ അപേക്ഷകൾ അവർ ചെവികൊണ്ടില്ല. സധൈര്യം കോസ്റ്റ് ഗാർഡിലെ ജോലി നിരസിക്കാൻ ഭരതിനെ ഇത് നിർബന്ധിതനാക്കി. ഒരിക്കൽ കൂടി, അനിശ്ചിതമായ ഒരു സ്വപ്നത്തിനു വേണ്ടി അദ്ദേഹം സുനിശ്ചിതത്വത്തെ പരിത്യജിച്ചു. ഉറച്ച പിന്തുണയുടെ നെടുംതൂണുകളായ അദ്ദേഹത്തിന്റെ മാതാപിതാക്കൾ ഈ ധീരമായ തിരഞ്ഞെടുപ്പിൽ പിന്തുണയുമായി ഒപ്പം നിന്നു.

താമസിയാതെ, നബാർഡ് പരീക്ഷയുടെ അന്തിമഫലം പ്രഖ്യാപിക്കപ്പെട്ടു. വിജയിച്ചവരുടെ പട്ടികയിൽ ഭരതിന്റെ പേരും ഉണ്ടായിരുന്നു. 2021 മാർച്ച് 23-ന് ലക്നൗവിലെ നബാർഡ് ട്രെയിനിങ് ഇൻസ്റ്റിറ്റ്യൂട്ടിൽ ഭരത് പ്രവേശിച്ചു. ജോലിയില്ലാതെയിരുന്ന മൂന്ന് വർഷങ്ങൾ നീണ്ടുനിന്ന പ്രക്ഷുബ്ധമായ യാത്ര അവിടെ അവസാനിക്കുകയായിരുന്നു. ഒരാഴ്ചത്തെ പരിശീലനത്തിന് ശേഷം ഷിംലയിലെ റീജിയണൽ ഓഫീസിൽ അദ്ദേഹത്തിന് നിയമനം ലഭിച്ചു.

യുപിഎസ്സി സ്വപ്നങ്ങളുടെ ശ്മശാനം

എന്നിട്ടും, വിധിയുടെ വിളയാട്ടം ഭരതിന്റെ ജീവിതത്തിൽ തുടർന്നുകൊണ്ടേയിരുന്നു. നബാർഡിൽ ചേർന്നതിന്റെ പിറ്റേന്ന് സിഎസ്ഇ മെയിൻസ് ഫലങ്ങൾ പുറത്തുവന്നപ്പോൾ അദ്ദേഹം വിജയിയായി പ്രഖ്യാപിക്കപ്പെട്ടു. അദ്ദേഹത്തിന്റെ സിരകളിലൂടെ ആവേശം പടർന്നൊഴുകി. എന്നാൽ, നബാർഡിൽ നിറഞ്ഞുനിൽക്കുന്ന അന്തർലീനമായ അസൂയയുടെ കയ്പേറിയ യാഥാർത്ഥ്യം ആ സന്തോഷത്തെ മായ്ച്ചുകളഞ്ഞു.

സ്ഥാപനത്തിനുള്ളിലെ സിവിൽ സർവീസ് ഉദ്യോഗാർത്ഥികളോടുള്ള അവഗണന ഒരു ഉദ്യോഗസ്ഥൻ വെളിപ്പെടുത്തുകയുണ്ടായി. നബാർഡും ആർബിഐയും യുപിഎസ്സി സ്വപ്നങ്ങ

ളുടെ ശ്മശാനങ്ങളാണെന്നായിരുന്നു അദ്ദേഹത്തിന്റെ പക്ഷം. കാരണം അവിടെയുള്ള മിക്കവാറും എല്ലാ ഉദ്യോഗാർത്ഥികളും സിഎസ്ഇയിൽ തങ്ങളുടെ ഭാഗ്യം പരീക്ഷിച്ച് പരാജയപ്പെട്ട വരായിരുന്നു. ആരെങ്കിലും സിഎസ്ഇ-യ്ക്ക് തയ്യാറെടുക്കുന്നതായി സൂചന ലഭിച്ചാൽ തന്നെ, പഠിക്കാൻ സമയം കിട്ടാത്തവണ്ണം അയാൾക്ക് കൂടുതൽ ജോലി ഏല്പിച്ചുനൽകുന്ന പതിവുണ്ടായിരുന്നു.

ആ ആശങ്കകൾ സത്യമാണെന്ന് പെട്ടെന്നുതന്നെ തെളിഞ്ഞു. അസൂയാലുക്കളായ മേലുദ്യോഗസ്ഥർ അദ്ദേഹത്തെ ലക്ഷ്യം വെച്ചു. സിഎസ്ഇയുടെ അവസാന കടമ്പ കടക്കാനുള്ള അദ്ദേഹത്തിന്റെ ശ്രമത്തെ തടസ്സപ്പെടുത്തിക്കൊണ്ട് ജോലിയുടെ അമിതഭാരം അവർ അദ്ദേഹത്തിനുമേൽ ചുമത്തി. സൂപ്പർവിഷൻ ഡിപ്പാർട്ട്മെന്റി ലാണ് അദ്ദേഹം നിയമിക്കപ്പെട്ടത്. സാങ്കേതിക സങ്കീർണ്ണത കൾക്ക് പേരുകേട്ട ആ വകുപ്പ്, ചാർട്ടേർഡ് അക്കൗണ്ടന്റ് യോഗ്യത യുള്ളവർക്ക് അനുയോജ്യവുമായതാണ്. റീജിയണൽ റൂറൽ ബാങ്കുക ളുടെയും റീജിയണൽ കോ-ഓപ്പറേറ്റീവ് ബാങ്കുകളുടെയും അക്കൗ ണ്ടുകൾ പരിശോധിക്കുന്നതിനും ഓഡിറ്റ് ചെയ്യുന്നതിനുമുള്ള ശ്രമ കരമായ ജോലികളിലാണ് ഭരത് മുഴുകിയിരുന്നത്. അന്യായമായ ശകാരങ്ങളും അനാവശ്യമായ അവഹേളനങ്ങളും അവിടെ സാധാര ണമായിത്തീർന്നു. ഒരു കാരണവുമില്ലാതെ ചുമത്തപ്പെട്ട കുറ്റങ്ങളാ യിരുന്നു അവ.

ഈ കോളിളക്കങ്ങൾക്കിടയിലും, പ്രതീക്ഷയുടെ ഒരു തരി പോലും ഭരത് മുറുകെപിടിച്ചു. കഴിയുമ്പോഴെല്ലാം സമയമുണ്ടാക്കി അദ്ദേഹം തയ്യാറെടുപ്പുകളിൽ മുഴുകി. യുപിഎസ്‌സി എന്ന കൊടുമുടി കീഴടക്കാനുള്ള തന്റെ അവസാനത്തെ അവസരമാണ് ഇതെന്ന് മനസ്സിലാക്കിയതോടെ സമയം പോയ്ക്കൊണ്ടിരിക്കുന്നത് അദ്ദേഹം തിരിച്ചറിഞ്ഞു.

കോച്ചിംഗ് ഇൻസ്റ്റിറ്റ്യൂട്ടുകളോടുള്ള യുപിഎസ്‌സിയുടെ അവഗണന

പേഴ്സണാലിറ്റി ടെസ്റ്റിലെ തന്റെ രണ്ടാമത്തെ ശ്രമത്തിൽ, ഭരതിന് അപ്രതീക്ഷിതവും ശക്തവുമായ വെല്ലുവിളികൾ നേരിടേണ്ടിവന്നു. ആദ്യം DAF-1 പൂരിപ്പിക്കുമ്പോൾ, ഭരത് മലൂക്ക ഐഎഎസിൽ പാർട്ട് ടൈം ജോലി ചെയ്തുവരികയായിരുന്നു. ഈ കാര്യം അദ്ദേഹം തന്റെ അപേക്ഷയിൽ കൃത്യമായി രേഖപ്പെടുത്തിയിരുന്നതാണ്. എന്നിരുന്നാലും, നബാർഡിൽ സ്ഥാനം നേടിയ ശേഷം, അദ്ദേഹ ത്തിന് തന്റെ DAF അപ്ഡേറ്റ് ചെയ്യാൻ കഴിഞ്ഞിരുന്നില്ല.

നബാർഡിലെ അദ്ദേഹത്തിന്റെ നിലവിലെ പങ്ക് കണക്കിലെടുത്ത്, അഭിമുഖത്തിൽ ബാങ്കിംഗ്, ഇൻഷ്വറൻസ്, സാമ്പത്തിക മേഖല എന്നിവയുമായി ബന്ധപ്പെട്ട ചോദ്യങ്ങളാണ് ഭരത് പ്രതീക്ഷിച്ചിരുന്നത്. 'എന്റെ കോച്ചിംഗിനെക്കുറിച്ച് ബോർഡ് ചോദ്യങ്ങൾ ചോദിച്ചാലും ഞാൻ നബാർഡിലെ നിലവിലെ സ്ഥാനത്തെക്കുറിച്ച് പരാമർശിച്ചുകൊണ്ട് ആ സംഭാഷണത്തെ വഴിതിരിച്ചുവിടുന്നതാണ്' എന്ന് കരുതി അദ്ദേഹം അത്തരം ചോദ്യങ്ങളെ അഭിമുഖീകരിക്കാനായി ഉത്സാഹത്തോടെ തയ്യാറെടുത്തു. എന്നാൽ ഭരതിന്റെ പദ്ധതിയ്ക്കനുസരിച്ചല്ല കാര്യങ്ങൾ നടന്നത്.

കോച്ചിംഗ് ഇൻസ്റ്റിറ്റ്യൂട്ടുകൾ വളർത്തിക്കൊണ്ടുവന്ന സംസ്കാരത്തിന് എതിരായി, ബോർഡ്, ഒരു കോച്ചിംഗ് ഇൻസ്റ്റിറ്റ്യൂട്ടുമായുള്ള അദ്ദേഹത്തിന്റെ മുൻ പങ്കാളിത്തം കൃത്യമായി ലക്ഷ്യം വച്ചുകൊണ്ട് ഭരതിന് നേരെ നിരന്തരം ചോദ്യങ്ങൾ എറിഞ്ഞുകൊണ്ടിരുന്നു. സാമൂഹിക-സാമ്പത്തിക വിഭജനത്തെക്കുറിച്ചുള്ള ഭരതിന്റെ വീക്ഷണത്തെ വെല്ലുവിളിച്ചുകൊണ്ട് ചെയർപേഴ്സൺ ആദ്യത്തെ ആയുധം പ്രയോഗിച്ചു: 'ഉള്ളവനും ഇല്ലാത്തവനും തമ്മിൽ നടക്കുന്നതെന്തും നല്ലതാണെന്നാണോ നിങ്ങൾ കരുതുന്നത്?' അവർ ചോദിച്ചു.

മറ്റൊരു ചോദ്യം കൂടി അതിനു പിന്നാലെ തൊടുത്തുവിട്ടു : 'കോച്ചിംഗ് സെന്ററുകൾ ശരിയായ കാര്യമാണ് ചെയ്യുന്നതെന്ന് നിങ്ങൾ കരുതുന്നുണ്ടോ?' ചെയർപേഴ്സൺ യുപിഎസ്സിയുടെ ആശങ്ക പ്രകടിപ്പിച്ചു; 'യുപിഎസ്സിയ്ക്കായി തയ്യാറെടുക്കുന്ന ഒരു വിദ്യാർത്ഥി ഒരു വിഷയത്തിനെക്കുറിച്ച് 200 പേജുകൾ വായിക്കണമെന്നാണ് ഞങ്ങൾ ആഗ്രഹിക്കുന്നത്. പക്ഷേ നിങ്ങൾ അത് 20 പേജുള്ള കുറിപ്പുകളായി ചുരുക്കുകയാണ്. ഇത് ന്യായമാണെന്ന് നിങ്ങൾക്ക് തോന്നുന്നുണ്ടോ?' ആക്രമണം തുടർന്നുകൊണ്ടേയിരുന്നു. താൻ ഇപ്പോൾ ഒരു കോച്ചിംഗ് ഇൻസ്റ്റിറ്റ്യൂട്ടിലും ജോലി ചെയ്യുന്നില്ലെന്ന് വ്യക്തമാക്കാൻ ശ്രമിച്ചിട്ടും ബോർഡ് അംഗങ്ങൾ ഉറച്ചുനിന്നു.

കോച്ചിംഗ് ഇൻസ്റ്റിറ്റ്യൂട്ടുകളോടുള്ള ബോർഡിന്റെ വിയോജിപ്പിനെതിരെ ഉറച്ചുനിന്ന് ആത്മവിശ്വാസത്തോടെയാണ് ഭരത് ഈ വെല്ലുവിളിയെ നേരിട്ടത്. കോച്ചിംഗ് സെന്ററുകളുടെ പങ്കിനെക്കുറിച്ചുള്ള തന്റെ ചിന്തകൾ അദ്ദേഹം വ്യക്തമാക്കുകയുണ്ടായി. അവ മാർഗ്ഗനിർദ്ദേശം നൽകുക മാത്രം ചെയ്യുമ്പോൾ, ഓരോ വിഷയങ്ങളിലേക്കും കൂടുതൽ ആഴത്തിൽ ഇറങ്ങിച്ചെല്ലാനുള്ള ബാധ്യത വിദ്യാർത്ഥികളുടേതാണെന്ന് അദ്ദേഹം ഊന്നിപ്പറഞ്ഞു.

അദ്ദേഹത്തിന്റെ ശാന്തമായ പെരുമാറ്റവും യുക്തിസഹമായ പ്രതികരണങ്ങളും പതിയെ ചോദ്യം ചെയ്യലിലേക്ക് നീങ്ങി. ബോർഡ് അംഗങ്ങൾ ഭരതിന്റെ ഹോബികൾ പരിശോധിക്കാൻ തുടങ്ങിയതോടെ അദ്ദേഹം ആശ്വാസത്തോടെ നെടുവീർപ്പിട്ടു. ആശ്ചര്യകരമെന്നു പറയട്ടെ, നബാർഡിലോ സാമ്പത്തിക മേഖലയിലോ ഉള്ള അദ്ദേഹത്തിന്റെ ഇപ്പോഴത്തെ പങ്കിനെക്കുറിച്ച് യാതൊരു അന്വേഷണവും അവിടെയുണ്ടായില്ല.

പാർക്കിംഗ് ഏരിയായിലെ നിലവിളികൾ

2021 സെപ്റ്റംബർ 24-ന് ഒരു തണുത്ത സായാഹ്നത്തിൽ, നബാർഡിന്റെ ഷിംല ഓഫീസിലെ ഒരു നിറഞ്ഞ കോൺഫറൻസ് റൂമിൽ തന്റെ സഹായിയായ രോഹനൊപ്പം ഇരിക്കുകയായിരുന്നു ഭരത്. തന്റെ ബോസിൽ നിന്ന് ശകാരം കേട്ടതുകാരണം ഭരത് ശ്രദ്ധിക്കാൻ പാടുപെടുകയായിരുന്നു. യുപിഎസ്‌സി-സിഎസ്ഇ -2020 ഫലം പ്രഖ്യാപിക്കാൻ പോകുന്നുവെന്ന അഭ്യൂഹങ്ങൾ അപ്പോൾ അവിടെ പ്രചരിക്കുന്നുണ്ടായിരുന്നു. യുപിഎസ്‌സി നോട്ടീസ് ബോർഡ് വൃത്തിയാക്കുന്നതിന്റെ ഫോട്ടോ പോലും ആരോ പങ്കുവച്ചിരുന്നു.

അടുത്ത സിഎസ്ഇ-ക്കായി തയ്യാറെടുക്കുന്ന രോഹനോട് ഭരത് തുറന്നു സംസാരിക്കാറുണ്ടായിരുന്നു. കാലക്രമേണ അവരുടെ സൗഹൃദം ശക്തമായി വന്നു. ഏകദേശം 6 മണിയോടെ മീറ്റിംഗിലെ ഭരതിന്റെ കർത്തവ്യം പൂർത്തിയായി, രോഹൻ അദ്ദേഹത്തെ വീട്ടിൽ കൊണ്ടുചെന്നാക്കാമെന്ന് വാഗ്ദാനം ചെയ്തു. 'സർ, ഞാൻ വേഗം മുകളിലെ മുറിയിൽ നിന്ന് കാറിന്റെ താക്കോൽ എടുത്ത് പാർക്കിംഗ് ലോട്ടിലേക്ക് വരാം,' രോഹൻ നിർദ്ദേശിച്ചു.

രോഹനെ കാത്തുനിൽക്കുന്നതിനിടയിൽ ഭരത് തന്റെ ഫോണിൽ ടെലിഗ്രാം ആപ്പ് തുറക്കുകയുണ്ടായി; ഫോണിൽ കണ്ട കാഴ്ച അദ്ദേഹത്തെ ഞെട്ടിച്ചു. CSE-2020 ഫലം അടങ്ങിയ ഒരു PDF ഫയൽ ആരോ പോസ്റ്റ് ചെയ്തിരിക്കുന്നു. ശ്വാസമടക്കിപ്പിടിച്ചുകൊണ്ട് ഭരത് അതിൽ തന്റെ പേര് തിരയാൻ തുടങ്ങി. 'ഭരത് സിംഗ്' എന്ന പേര് കണ്ടപ്പോൾ ഒരു നിമിഷം അദ്ദേഹം മരവിച്ചുനിന്നുപോയി. ആ നിമിഷം, ഒരു യാദൃച്ഛികതയെന്നപോലെ അദ്ദേഹത്തിന്റെ ഫോൺ റിംഗ് ചെയ്തു. അമ്മ ഉമയുടെ വൈകുന്നേരത്തെ പതിവ് ഫോൺകാൾ ആയിരുന്നു അത്. ഒരിക്കലും തെറ്റാത്ത ഒരു ശീലമെന്ന പോലെ, അവർ ദിവസവും

അദ്ദേഹത്തെ ക്ഷേമം അന്വേഷിക്കാനായി വിളിക്കുകയും ഒപ്പം വീട്ടിലേക്കുള്ള മടക്കയാത്രയിൽ വാങ്ങേണ്ട പലചരക്ക് സാധന ങ്ങളെക്കുറിച്ച് ഓർമ്മിപ്പിക്കുകയും ചെയ്തിരിക്കുന്നു.

താൻ ഐഎഎസ് തസ്തികയിൽ തിരഞ്ഞെടുക്കപ്പെടുമ്പോൾ ആ വാർത്ത ആദ്യം കേൾക്കുന്നത് അമ്മയായിരിക്കണമെന്ന സ്വപ്നം ഭരത് എപ്പോഴും മനസ്സിൽ സൂക്ഷിച്ചിരുന്നതാണ്. അന്ന് ദൈവം അദ്ദേഹത്തിന്റെ ആ ആഗ്രഹം നിറവേറ്റുകയുണ്ടായി. റിസൾട്ട് കണ്ണിൽപ്പെട്ട അതേ നിമിഷം തന്നെ അവർ അദ്ദേഹത്തെ വിളിക്കുകയായിരുന്നു. വികാരഭരിതനായ ഭരതിന് തന്റെ കണ്ണുനീർ അടക്കാനായില്ല, പാർക്കിംഗ് ലോട്ടിൽ നിന്ന് അദ്ദേഹം വാവിട്ടു കരഞ്ഞു. ചുറ്റുമുള്ളവരെയും പാർക്കിംഗ് ഏരിയാ ഗാർഡിനെയും കാഴ്ചക്കാരെയുമൊന്നും അദ്ദേഹം കാര്യമാക്കിയില്ല.

'അമ്മേ, നിങ്ങളുടെ മകൻ ഇപ്പോൾ ഒരു ഐഎഎസ് ഉദ്യോഗസ്ഥനാണ്,' അപ്രതീക്ഷിതമായ സന്തോഷത്തോടെ ഭരത് ആ വാർത്ത അവരെ അറിയിച്ചു.

ഉമയ്ക്ക് ആവേശം അടക്കാനായില്ല. അവർ ഉടനെ വിളിച്ചു പറഞ്ഞു, '*ഡോളി കേ പാപ്പാ, ഭരത് സെലക്ട് ഹോ ഗയാ, ജൽദി ആവോ* [ഡോളിയുടെ അച്ഛാ, ഭരത് തിരഞ്ഞെടുക്കപ്പെട്ടിരിക്കുന്നു, വേഗം ഇങ്ങോട്ട് വരൂ],' ആനന്ദാശ്രുക്കളോടെ അവർ ആർത്തു വിളിച്ചു.

അതിവൈകാരികമായ ഈ സാഹചര്യത്തിലേക്ക് രോഹനും കടന്നുവന്നു. ടെലിഗ്രാം ആപ്പിലൂടെ റിസൾട്ട് അറിഞ്ഞ അയാൾ ആർത്തുവിളിച്ചു, 'അഭിനന്ദനങ്ങൾ സർ! ഒടുവിൽ നിങ്ങളത് നേടിയെടുത്തിരിക്കുന്നു!' ഭരത് തന്റെ കുടുംബവുമായി സംസാരിച്ചുകൊണ്ടിരിക്കെത്തന്നെ രോഹൻ ആവേശത്തോടെ അദ്ദേഹത്തെ ആലിംഗനത്തിൽ പൊതിഞ്ഞു.

ഒരു പുതിയ ലോകത്തേക്കുള്ള ചുവടുവയ്പ്പ്

കുടുംബവുമായുള്ള ഫോൺ കോൾ അവസാനിപ്പിച്ച്, ഇനി എന്ത് ചെയ്യണമെന്നറിയാതെ അദ്ദേഹം പാർക്കിംഗ് ഏരിയായിൽ തന്നെ നിന്നു. അപ്പോഴും അഗാധമായ ഒരു ആശ്വാസബോധം അദ്ദേഹത്തിനുണ്ടായിരുന്നു – സിഎസ്ഇയുടെ കഠിനമായ പടവുകൾ വീണ്ടും കയറേണ്ടതില്ല. യുപിഎസ്‌സി എന്ന പർവ്വതം കീഴടക്കപ്പെട്ടിരിക്കുന്നു.

'സർ, സീനിയർ ഉദ്യോഗസ്ഥരുടെ യോഗം ഇപ്പോഴും പുരോ

ഗമിച്ചുകൊണ്ടിരിക്കുകയാണ്. നമുക്ക് മുകളിലേക്ക് ചെന്ന് ഈ ശുഭവാർത്ത അറിയിക്കാം,' രോഹന്റെ ശബ്ദം കുത്തിയൊഴുകിക്കൊണ്ടിരുന്ന അദ്ദേഹത്തിന്റെ ചിന്തകൾക്ക് തടയിട്ടു. ഭരതിന്റെ മനസ്സ് അപ്പോഴും ഒരു ചുഴലിയിലകപ്പെട്ടിരിക്കുകയായിരുന്നു. അദ്ദേഹം യാന്ത്രികമായി രോഹനെ അനുഗമിച്ചു. കോൺഫറൻസ് റൂമിൽ പ്രവേശിക്കുന്നതിനുമുമ്പ്, സംയമനം വീണ്ടെടുക്കാനായി ഭരത് വാഷ്റൂമിലേക്ക് പോയി തന്റെ മുഖത്ത് അൽപ്പം വെള്ളം തളിച്ചു.

അതിനിടെ, കോൺഫറൻസ് റൂമിന് പുറത്ത് നിലയുറപ്പിച്ചിരുന്ന പ്യൂൺ സഞ്ജയെ രോഹൻ വിവരം അറിയിച്ചിരുന്നു. ചീഫ് ജനറൽ മാനേജരുടെ (സിജിഎം) പേഴ്സണൽ സ്റ്റാഫ് എന്ന നിലയിൽ ഭരതിനെ പോലുള്ള അസിസ്റ്റന്റ് മാനേജർമാരെ അപൂർവ്വമായി മാത്രം വകവെച്ചിരുന്ന ആളാണ് സഞ്ജയ്. എന്നാൽ ഈ അസാധാരണ ദിനത്തിൽ, ഭരത് അടുത്തെത്തിയ ഉടനെ ഹൃദയംഗമമായ അഭിനന്ദനങ്ങൾ അർപ്പിച്ചുകൊണ്ട് സഞ്ജയ് ഭരതിനെ വണങ്ങി.

അപ്പോഴും അമ്പരന്നുനിന്ന ഭരത് സഞ്ജയുടെ ആശംസകൾ സ്വീകരിച്ചുകൊണ്ട് രോഹനൊപ്പം കോൺഫറൻസ് റൂമിലേക്ക് പ്രവേശിച്ചു. യോഗത്തിൽ അധ്യക്ഷത വഹിച്ചിരുന്ന സി.ജി.എമ്മിനെ രോഹൻ വിവരമറിയിച്ചു. 'സർ, ഭരത് സാർ തിരഞ്ഞെടുക്കപ്പെട്ടിരിക്കുന്നു,' അവരുടെ റാങ്കുകൾ തമ്മിലുള്ള വിശാലമായ അന്തരത്തെ ക്ഷണനേരത്തിൽ അവഗണിച്ചുകൊണ്ട് അദ്ദേഹം സിജിഎമ്മിനോട് പറഞ്ഞു.

'എവിടെ തിരഞ്ഞെടുത്തുവെന്നാണ് നിങ്ങൾ ഉദ്ദേശിക്കുന്നത്?' ഒരു കീഴുദ്യോഗസ്ഥൻ മീറ്റിംഗ് പെട്ടെന്ന് തടസ്സപ്പെടുത്തിയതിൽ പ്രകോപിതനായ സിജിഎം ചോദിച്ചു. 'ഐഎഎസിൽ, സാർ. ഏതാനും മിനിറ്റുകൾക്കുമുമ്പ് ഫലപ്രഖ്യാപനമുണ്ടായി,' തന്റെ പിന്നിൽ നിശബ്ദനായി നിൽക്കുന്ന ഭരതിനെ ചൂണ്ടിക്കാണിച്ചുകൊണ്ട് രോഹൻ മറുപടി പറഞ്ഞു.

ഭരതിനെ അഭിനന്ദിക്കാനായി ഹസ്തദാനം നൽകിക്കൊണ്ട് സിജിഎം ഉടൻ തന്നെ ഇരിപ്പിടത്തിൽ നിന്നെഴുന്നേറ്റു. മുറിയിലുണ്ടായിരുന്ന മറ്റ് ഉദ്യോഗസ്ഥരും അവരുടെ ആശംസകൾ അറിയിച്ചു. മുമ്പ് ഇന്റർവ്യൂ തയ്യാറെടുപ്പിന് ഭരതിന് ലീവ് നിഷേധിക്കുകയും ഇടയ്ക്കിടെ ഉപദ്രവിക്കുകയും ചെയ്തിരുന്ന ഭരതിന്റെ ഡിജിഎം പോലും, 'ഭായ്, ഞാൻ നിങ്ങളെ കാണാൻ വന്നാൽ, എനിക്ക് അപ്പോയിന്റ്മെന്റ് ലഭിക്കുമോ?' എന്ന് പറഞ്ഞ്

ഒരു പുഞ്ചിരിയോടെ തന്റെ അഭിനന്ദനങ്ങൾ പങ്കുവെച്ചു. ആ മുറിയിലാകെ പൊട്ടിച്ചിരികൾ നിറഞ്ഞു.

യുപിഎസ്‌സി ഫലം പ്രഖ്യാപിച്ച് നിമിഷങ്ങൾക്കകം, താൻ ഒരു പുതിയ ലോകത്തേക്ക് എത്തിപ്പെട്ടതായി ഭരതിന് തോന്നി.

യാഥാർത്ഥ്യത്തെ ഉൾക്കൊള്ളാനുള്ള വിമുഖത

വിജയം വരിച്ച മറ്റ് ഉദ്യോഗാർത്ഥികളിൽ നിന്ന് വ്യത്യസ്തമായി, ഭരതും അദ്ദേഹത്തിന്റെ മാതാപിതാക്കളും ചെറിയ രീതിയിലുള്ള ഒരു ആഘോഷമാണ് സജ്ജീകരിച്ചത്. തിരഞ്ഞെടുത്ത ചിലരോട് മാത്രമാണ് സന്തോഷകരമായ ആ വാർത്ത അവർ വെളിപ്പെടുത്തിയത്. നബാർഡിലെ തന്റെ ജോലിയിൽ പ്രതിജ്ഞാബദ്ധനായ ഭരത് പതിവു രീതിയിൽ തന്നെ ജീവിതം തുടർന്നുകൊണ്ട് ഡൽഹി സന്ദർശനം നീട്ടിവെച്ചു. ഇരുപത് ദിവസങ്ങൾക്ക് ശേഷം വീട്ടിലെത്തിയപ്പോൾ, തന്റെ അമ്മ അദ്ദേഹത്തെ ആരതിയുഴിഞ്ഞ് സ്വീകരിക്കുകയും ഒരു ചെറിയ കേക്ക് മുറിച്ചുകൊണ്ട് മിതമായ ആഘോഷങ്ങൾ നടത്തുകയും ചെയ്തു.

ലിസ്റ്റിൽ സ്വന്തം പേര് ഒന്നിലധികം തവണ നോക്കി ഉറപ്പിച്ചിട്ടും, വിജയം എന്ന യാഥാർത്ഥ്യത്തെ ഉൾക്കൊള്ളാൻ ഭരതിന് വീണ്ടും സമയം വേണ്ടിവന്നു. ഒരുപക്ഷേ അതൊരു സ്വപ്നമായിരുന്നിരിക്കാം എന്ന ചിന്തയാണ് ഭരതിന്റെ മനസ്സിൽ ഉണ്ടായിരുന്നത്. ഔപചാരികമായി എൽബിഎസ്എൻഎയിൽ ചേരുന്നത് വരെ അത് രഹസ്യമായി സൂക്ഷിക്കാൻ അദ്ദേഹം തന്റെ മാതാപിതാക്കളോട് ആവശ്യപ്പെട്ടു.

കോച്ചിംഗ് അക്കാദമികളിൽ ടോപ്പറെന്ന നിലയിൽ പ്രഭാഷണം നടത്തുക എന്ന പ്രസിദ്ധമായ ആചാരത്തെ തിരസ്കരിക്കാൻ ഭരത് ബോധപൂർവ്വം തീരുമാനമെടുത്തു. എന്നിരുന്നാലും, വെല്ലുവിളി നിറഞ്ഞ സമയങ്ങളിൽ തന്നെ പിന്തുണച്ച മല്ലൂക്കയോട് കടപ്പെട്ടിരിക്കുന്നതിനാൽ, ഭരതിന് അദ്ദേഹത്തിന്റെ അഭ്യർത്ഥന നിരസിക്കാൻ കഴിഞ്ഞില്ല.

സ്റ്റാഫ് റൂമിൽ നിന്ന് ലെക്ചർ ഹാളിലേക്ക് നടക്കുമ്പോൾ, ഒരു വർഷം മുമ്പുള്ള തികച്ചും വ്യത്യസ്തമായ സാഹചര്യങ്ങളുടെ ഓർമ്മകൾ ഭരതിന്റെ മനസ്സിൽ നിറഞ്ഞു. 2020-ൽ, മെയിൻസ് പരീക്ഷയിൽ പരാജയപ്പെട്ടതിന്റെ നിരാശ നേരിടേണ്ടിവന്നപ്പോൾ, അപമാനഭാരത്തോടെ തല താഴ്ത്തി ഇതേ പത്ത് പടികൾ കയറിയത് അദ്ദേഹം ഓർത്തു. തന്റെ പരീക്ഷാഫലത്തെക്കുറി

ച്ചുള്ള ചോദ്യങ്ങൾ അവഗണിക്കാനായി എതിരേ വന്ന വിദ്യാർത്ഥികളുടെ മുഖത്ത് നോക്കാതെയാണ് അന്ന് അദ്ദേഹം നടന്നത്.

എന്നാൽ, ഇത്തവണ സാഹചര്യം മുഴുവനായി മാറിയിരിക്കുന്നു. മലൂക്കയുടെ അകമ്പടിയോടെ, ആഹ്ലാദഭരിതനും അഭിമാനിയുമായി തന്റെ സന്തോഷം പങ്കിടാനുള്ള ആകാംക്ഷയോടെ തലയുയർത്തിപ്പിടിച്ച് ഭരത് മുന്നോട്ടു നടന്നു. മലൂക്ക അദ്ദേഹത്തെ പുഷ്പങ്ങൾ നൽകി ആദരിക്കുകയും ഭരത് തന്റെ വിദ്യാർത്ഥികളോട് ഒന്നര മണിക്കൂർ ആവേശത്തോടെ സംസാരിക്കുകയും ചെയ്തു.

കേഡറിനെച്ചൊല്ലിയുള്ള ആശയക്കുഴപ്പം

2022 മാർച്ച് 14-ന് എൽബിഎസ്എൻഎഎയിൽ കാവേരി ഹോസ്റ്റലിലെ തന്റെ മുറിയിൽ ഏകദേശം 7 മണി സമയത്ത് തനിച്ചിരിക്കുകയാണ് ഭരത്. ഒപ്പമുണ്ടായിരുന്ന റൂംമേറ്റ് നേരത്തെ അത്താഴംകഴിക്കാനായിമെസ്സിലേക്ക്പോയിരുന്നു.തന്റെഅടുത്ത സുഹൃത്തുക്കളോടൊപ്പം പ്രശസ്തമായ മാൾ റോഡിലൂടെ നടക്കാൻ പോയി മടങ്ങിയെത്തിയ ഭരത്, ഒരു മണിക്കൂറിന് ശേഷം ഓഫീസേഴ്സ് ലോഞ്ചിൽ അവരെ വീണ്ടും കണ്ടുമുട്ടാൻ ആവേശത്തോടെ കാത്തിരിക്കുകയായിരുന്നു.

2022 മാർച്ച് 17-ന് ഫൗണ്ടേഷൻ കോഴ്സ് അവസാനിക്കാനിരിക്കെ എൽബിഎസ്എൻഎഎയിൽ ആവേശം നിറഞ്ഞു നിന്നിരുന്നു. സുഹൃത്തുക്കളുമൊത്ത് ആ അവസാന നിമിഷങ്ങൾ ആസ്വദിക്കാനുള്ള ഉത്സാഹത്തിലായിരുന്നു ഭരത്. ഒന്നിലധികം സിവിൽ സർവീസുകൾക്കായി രൂപകൽപ്പന ചെയ്തിരിക്കുന്ന ഈ കോഴ്സ് പൂർത്തിയാക്കിയ ശേഷം അവരിൽ പലരും ഉടൻ തന്നെ അതത് പരിശീലന അക്കാദമികളിലേക്ക് പോകും.

പെട്ടെന്ന്, ഇടനാഴിയിൽ ഒരു പ്രഖ്യാപനം മുഴങ്ങിക്കേട്ടു, ‘കേഡർ അലോക്കേഷൻ പ്രസിദ്ധീകരിച്ചിരിക്കുന്നു!’

ഒരു ഐഎഎസ് ഉദ്യോഗസ്ഥൻ പഠിക്കേണ്ടിവരുന്ന പ്രാദേശിക ഭാഷ തീരുമാനിക്കപ്പെടുന്നതിനാലും അവരുടെ ഔദ്യോഗികജീവിതത്തിന്റെഗണ്യമായഒരുഭാഗംഎവിടെയാണ് ചിലവഴിക്കേണ്ടിവരുന്നതെന്ന്നിർണ്ണയിക്കുന്നതിനാലും കേഡർ അലോക്കേഷന് കാര്യമായ പ്രാധാന്യം ഉണ്ടായിരുന്നു. ഭരത് ഉടൻ തന്നെ തന്റെ ഫോണെടുത്ത് വാട്ട്സ്ആപ്പ് തുറന്നു. ബാച്ച് ഗ്രൂപ്പിൽ പോസ്റ്റ് ചെയ്ത ഒരു PDF അവിടെ അദ്ദേഹത്തെ കാത്തിരിക്കുന്നുണ്ടായിരുന്നു.

തന്റെ മുൻഗണനയും റാങ്കും അടിസ്ഥാനമാക്കി, ഭരത് ആന്ധ്രാപ്രദേശ് കേഡറാണ് പ്രതീക്ഷിച്ചിരുന്നത്. എന്നാൽ സ്വന്തം പേരിനായി തിരഞ്ഞപ്പോൾ, തനിക്ക് പശ്ചിമ ബംഗാൾ കേഡറാണ് അനുവദിച്ച കിട്ടിയിരിക്കുന്നതെന്ന് അദ്ദേഹം കണ്ടെത്തി. ഭരത് ചിന്തയിൽ മുഴുകിയിരുന്നു. തന്റെ മനോരാജ്യത്തെ ഭേദിച്ചുകൊണ്ട് അപ്പോൾ ഫോൺ മുഴങ്ങി. അദ്ദേഹത്തിന്റെ സുഹൃത്തും ബാച്ച്മേറ്റുമായ രാഹുൽ റെഡ്ഡി എന്ന ഐപിഎസ് ഉദ്യോഗസ്ഥനാണ് വിളിച്ചത്. കേഡർ അലോട്ട്മെന്റ് ലഭിച്ചതിൽ റെഡ്ഡി ഭരതിനെ അഭിനന്ദിച്ചു.

'റെഡ്ഡി, ഞാൻ കുറച്ച് ആശയക്കുഴപ്പത്തിലാണ്. ആന്ധ്രാപ്രദേശാണ് ഞാൻ പ്രതീക്ഷിച്ചിരുന്നത്,' ഭരത് പറഞ്ഞു.

റെഡ്ഡി ശാന്തമായി മറുപടി പറഞ്ഞു, 'നിങ്ങളുടെ കുടുംബത്തിൽ നിന്ന് ആരെങ്കിലും ആന്ധ്രാപ്രദേശിൽ താമസിക്കുന്നുണ്ടോ? നിങ്ങൾക്ക് തെലുങ്ക് അറിയാമോ? അവിടെ സ്വാധീനമുള്ള ആരെയെങ്കിലും നിങ്ങൾക്കറിയാമോ?'

അല്പം ആലോചിച്ചിട്ട് റെഡ്ഡിയുടെ ചോദ്യങ്ങൾക്ക് ഭരത്, 'ഇല്ല' എന്ന് മറുപടി നൽകി.

'പിന്നെ നിങ്ങൾ പശ്ചിമ ബംഗാളിൽ ആണെങ്കിലും ആന്ധ്രയിലാണെങ്കിലും എന്ത് വ്യത്യാസമാണ് ഉണ്ടാകാൻ പോകുന്നത്?' റെഡ്ഡിയുടെ വാക്കുകൾ യുക്തിസഹമായി അദ്ദേഹത്തിന് തോന്നി.

റെഡ്ഡിയുടെ ഉപദേശം ഭരതിന്റെ മുഖത്ത് ഒരു പുഞ്ചിരി വിരിയിച്ചു. രണ്ട് സംസ്ഥാനങ്ങളും ഡൽഹിയിൽ നിന്ന് അകലെയായിരുന്നു. രണ്ടു സ്ഥലത്തെയും പ്രാദേശിക ഭാഷയും പഠിച്ചെടുക്കേണ്ടത് ആവശ്യമായിരുന്നു. മൊത്തത്തിൽ വിശകലനം ചെയ്യുമ്പോൾ, പശ്ചിമ ബംഗാളും ആന്ധ്രാപ്രദേശും തമ്മിലുള്ള വ്യത്യാസം തന്നെ അപ്രസക്തമായി തോന്നി.

ഗംഗാസാഗർ മേളയെപ്പറ്റി മനസ്സിലാക്കുന്നു

എൽബിഎസ്എൻഎഎയിലെ ഒന്നാം ഘട്ട ഐഎഎസ് പ്രൊഫഷണൽ കോഴ്സ് പൂർത്തിയാക്കിയ ശേഷം ലഭിച്ച ജില്ലാ പരിശീലനം ഭരതിന് വിപുലമായ ഒരു പാഠശാലയായിരുന്നു. അദ്ദേഹം സൗത്ത് 24 പർഗാനാസ് ജില്ലയിൽ നിയമിക്കപ്പെട്ടു. അവിടെ വിവിധ ഓഫീസുകളുമായി ബന്ധപ്പെട്ട്, പരിശീലനത്തിന്റെ ഭാഗമായി ബിഡിഒയുടെ ചുമതലയും അദ്ദേഹം വഹിക്കുകയുണ്ടായി.

എങ്കിലും, സാഗർ ദ്വീപിൽ പ്രസിദ്ധമായ ഗംഗാസാഗർ മേള സംഘടിപ്പിച്ച ടീമിന്റെ ഭാഗമാകാൻ കഴിഞ്ഞതാണ് അദ്ദേഹം ഏറ്റവും ആസ്വദിച്ച, അദ്ദേഹത്തെ ഏറ്റവും അതിശയിപ്പിച്ച അനുഭവം. ജില്ലാ മജിസ്ട്രേറ്റിന്റെ നേതൃത്വത്തിലാണ് ആ സംഘം പ്രവർത്തിച്ചിരുന്നത്.

കിഴക്കൻ ഉത്തർപ്രദേശ്, ബിഹാർ, ജാർഖണ്ഡ്, ഛത്തീസ്ഗഡ് എന്നിവിടങ്ങളിൽനിന്നുള്ളവരുടെ ഏറ്റവും വലിയ തീർത്ഥയാത്രയാണ് ഈ മഹാമേള. മകരസംക്രാന്തി ദിനത്തിൽ, ദശലക്ഷക്കണക്കിന് തീർത്ഥാടകർ ഗംഗാനദിയുടെയും ബംഗാൾ ഉൾക്കടലിന്റെയും സംഗമസ്ഥാനത്ത് പുണ്യസ്നാനം ചെയ്യാൻ ഒത്തുചേരുന്നു.

വൻ ജനക്കൂട്ടത്തെ കൂടാതെ, 280 ചതുരശ്ര കിലോമീറ്റർ മാത്രം വിസ്തൃതിയുള്ള ഒരു ദ്വീപിലാണിത് അരങ്ങേറുന്നതെന്ന വസ്തുത ഗംഗാസാഗർ മേളയുടെ സംഘടനത്തെ ഒരു വലിയ വെല്ലുവിളിയാക്കിമാറ്റി. ജനക്കൂട്ടത്തെ നിരീക്ഷിക്കുന്നതിനും നിരീക്ഷണ ക്യാമറകൾ ഉപയോഗിച്ച് നിയന്ത്രണങ്ങൾ ഉറപ്പാക്കുന്നതിനുമുള്ള നിർണ്ണായകമായ കർത്തവ്യമാണ് ഭരതിനുണ്ടായിരുന്നത്. വിവിധതരം ആളുകളുമായുള്ള സങ്കീർണ്ണമായ ഏകോപനം ആവശ്യമായ ചുമതലകളാണ് ഭരതിനുണ്ടായിരുന്നത്. വിവിധ കേന്ദ്ര-സംസ്ഥാന സർക്കാർ ഉദ്യോഗസ്ഥർ വഹിക്കുന്ന പങ്കുകൾ മനസ്സിലാക്കാൻ ഇത് അദ്ദേഹത്തിന് അവസരം നൽകുകയുണ്ടായി.

മേളയിലേക്കുള്ള നിരവധി പ്രമുഖരുടെ സന്ദർശനങ്ങൾ ഏകോപിപ്പിച്ചതിനാൽ ഭരത് പ്രോട്ടോക്കോളുകൾ പ്രാവർത്തികമാക്കേണ്ടതെങ്ങനെയെന്ന് പഠിച്ചു. തന്റെ ഉത്തരവാദിത്തങ്ങൾ മാധ്യമ ഇടപെടലുകളുടെ സൂക്ഷ്മതയിൽ പ്രാവീണ്യം നേടാനുള്ള അവസരവും അദ്ദേഹത്തിന് നൽകി. ബഹുമുഖമായ ഈ അനുഭവത്തിലൂടെ, അത്തരം വലിയ പരിപാടികളിലൂടെ സങ്കീർണ്ണമായ നടത്തിപ്പുവശങ്ങൾ അദ്ദേഹം പഠിക്കുകയുണ്ടായി. പ്രാദേശികരായ ജനങ്ങളുമായുള്ള തുടർച്ചയായ ഇടപെടൽ ബംഗാളി ഭാഷ സംസാരിക്കാനുള്ള അദ്ദേഹത്തിന്റെ കഴിവ് വർദ്ധിപ്പിക്കുകയും സമൂഹവുമായുള്ള ബന്ധം കൂടുതൽ ആഴത്തിലാക്കുകയും ചെയ്തു.

ഭരതിന്റെ മാതാപിതാക്കളായ ടികമും ഉമയും കൊൽക്കത്തയിൽ അദ്ദേഹത്തെ സന്ദർശിച്ച വേളയിൽ അദ്ദേഹത്തിന്റെ ജീവിതയാത്രയിൽ അത് പുതിയൊരു അധ്യായം കൂടി എഴുതിച്ചേർത്തു. ഭരതിന്റെ ബംഗ്ലാവിലേക്ക് കാലെടുത്തുവെച്ചപ്പോൾ ഉമയുടെ കണ്ണുകൾ അഭിമാനംകൊണ്ട് തിളങ്ങി. അവരുടെ നിശബ്ദമായ

കണ്ണുനീരിന് പറയാൻ കഥകളേറെയായിരുന്നു. രണ്ട് പതിറ്റാണ്ട് മുമ്പ്, സമാനമായ ഒരു ബംഗ്ലാവിൽ നിന്ന് കുടിയൊഴിപ്പിക്കപ്പെട്ട ആ നിമിഷത്തിന്റെ നേർ വിപരീതമായി ആ അവസരം മാറി.

ഭരതിന്റെ വിജയം അദ്ദേഹത്തിന്റെ സ്വന്തം ജീവിതത്തെ ഉയർത്തുക മാത്രമല്ല, ആ കുടുംബത്തിന്റെയാകെ മുൻകാല ക്ലേശങ്ങളെ വിജയത്തിന്റെയും പ്രതിരോധത്തിന്റെയും നേർക്കാഴ്ച യാക്കി മാറ്റുകയുമുണ്ടായി.

മുൻവിദ്യാലയത്തിലെ ആവേശകരമായ സ്വീകരണം

2023 ജൂലായ് 27-ന്, 2012-ൽ ബിരുദം നേടിയ ശേഷം ആദ്യമായി സംസ്കൃതി സ്കൂളിലേക്ക് കാലെടുത്തുവെക്കുമ്പോൾ ഭരതിനുള്ളിൽ ആവേശവും പരിഭ്രാന്തിയും ഇഴചേർന്നിരുന്നു. സ്കൂളിന്റെ ഇരുപത്തി യഞ്ചാം സ്ഥാപക ദിനമായിരുന്നു അത്.

നിലവിലുള്ള വിദ്യാർത്ഥികളെ പ്രചോദിപ്പിക്കുന്നതിനായി, സിവിൽ സർവീസ് കരിയറിലെ വെല്ലുവിളികളെയും അഭിലാഷ ങ്ങളെയും കുറിച്ച് സ്കൂൾ ഒരു പാനൽ ചർച്ച സംഘടിപ്പിച്ചിരുന്നു. തന്റെ അചഞ്ചലമായ പിന്തുണയായി വർത്തിച്ച അമ്മയെയും ഒപ്പം കൂട്ടാൻ ഭരത് തീരുമാനിച്ചു. തന്നെ കാത്തിരിക്കുന്ന ഹൃദയ സ്പർശിയായ സ്വീകരണം അദ്ദേഹത്തിന്റെ പ്രതീക്ഷയ്ക്കു മപ്പുറമായിരുന്നു.

സ്കൂളിൽ പ്രവേശിച്ചയുടൻ, ക്യാമ്പസ് മുഴുവൻ തന്നെ അഭിമാന ത്തോടെ സ്വാഗതം ചെയ്തുകൊണ്ടുള്ള ബാനറുകളാൽ അലങ്കരിച്ചിരി ക്കുന്ന കാഴ്ച കണ്ട് അദ്ദേഹം അമ്പരന്നു. ഒരുപക്ഷേ ഏറ്റവും മിടുക്കനായ വിദ്യാർത്ഥിയായിട്ടല്ലാതെ അദ്ദേഹത്തെ പരിചയ മുള്ള അധ്യാപകർക്കും വിദ്യാർത്ഥികൾക്കും, വിജയത്തിന്റെ മൂർത്തീഭാവമായിരുന്നിരിക്കണം ഭരത് അപ്പോൾ.

ആകാംക്ഷാഭരിതമായ മുഖങ്ങളാൽ ചുറ്റപ്പെട്ട ഭരത് അവിടെ യൊരു ശ്രദ്ധാകേന്ദ്രമായി മാറി. വിദ്യാർത്ഥികളും അധ്യാപകരും ജീവനക്കാരും ആവേശത്തോടെ അദ്ദേഹത്തെ സമീപിച്ചു. ഒപ്പം സെൽഫിയെടുക്കാൻ അവർ തിടുക്കംകൂട്ടി. ഇടനാഴികളി ലാകെ വിസ്മയത്തിന്റെയും പ്രശംസയുടെയും മന്ദഹാസങ്ങൾ പ്രതിധ്വനിച്ചു.

സ്റ്റാഫ് റൂമിലേക്ക് കാലെടുത്തുവച്ചയുടൻതന്നെ, അധ്യാപകർ ഊഷ്മളമായി ഭരതിനെ വരവേൽക്കുകയുണ്ടായി. ആഹ്ലാദ ത്തോടെ, സ്കൂൾ പഠനത്തിന് ശേഷമുള്ള തന്റെ യാത്രയുടെ സങ്കീർണ്ണ മായ ഏടുകൾ അദ്ദേഹം അവരുമായി പങ്കിടാൻ തുടങ്ങി.

'അടുത്ത തവണ ഞാൻ ഗംഗാസാഗർ മേളയിൽ പങ്കെടുക്കാൻ എത്തുന്നതാണ്. അപ്പോൾ എനിക്ക് നിന്റെ ചുവന്ന ബീക്കൺ വെച്ച കാറിൽ ഒന്നിരിക്കണം,' ഭരതിന്റെ അധ്യാപികമാരിലൊരാളായിരുന്ന നിത ഗാംഗുലി കളിപറഞ്ഞു.

ആ കളിചിരിയിൽ പങ്കുചേർന്നുകൊണ്ട്, ഷരാവസ്തി മാം, മനീഷ ചൗബേ മാം എന്നിവർ കൊൽക്കത്ത സന്ദർശിക്കാനുള്ള തങ്ങളുടെ ഉദ്ദേശ്യത്തെക്കുറിച്ച് നർമ്മം കലർന്ന രീതിയിൽ സംസാരിച്ചു. ട്രാഫിക് ലൈറ്റുകൾ അവഗണിക്കുന്നതിനെക്കുറിച്ചും നോ പാർക്കിംഗ് സോണുകളിൽ പാർക്ക് ചെയ്യുന്നതിനെക്കുറിച്ചും അവർ തമാശ പറഞ്ഞു. ലളിതമായ ആ സംസാരത്തിലെ ഓരോ നിമിഷവും ഭരത് ആസ്വദിക്കുന്നുണ്ടായിരുന്നു. ചുവന്ന പേന കൊണ്ട് തന്റെ ലേഖനങ്ങൾ സൂക്ഷ്മമായി തിരുത്തിയിരുന്ന ഇംഗ്ലീഷ് അധ്യാപികയായ രുചി സൈഗാൾ മാമിന് വ്യക്തിപരമായി നന്ദി പറയുമ്പോൾ അദ്ദേഹത്തിന്റെ ഹൃദയം നിറഞ്ഞിരുന്നു.

ഭരതിന്റെ അരികിലിരുന്ന മാതാപിതാക്കളുടെ പ്രസന്നമായ പുഞ്ചിരി അഭിമാനത്തിന്റെയും സന്തോഷത്തിന്റെയും നേർരേഖയായി മാറി. അവിടെ പങ്കുവയ്ക്കപ്പെട്ട ചിരികൾക്കും ഓർമ്മകൾക്കും ഇടയിൽ, ടികമിന്റെ സഹപ്രവർത്തകർ തങ്ങളുടെ ആശ്ചര്യം പ്രകടിപ്പിക്കുകയുണ്ടായി. 'എന്റെ മകനെ കാണിക്കാനായി എനിക്കൊരു സെൽഫി എടുക്കണം. നിങ്ങളുടെ നേട്ടങ്ങളിൽ നിന്ന് അവന് വലിയ പ്രചോദനം ലഭിക്കുന്നതാണ്,' അവരിൽ ഒരാൾ ആവേശത്തോടെ വിളിച്ചുപറഞ്ഞു.

അതിനുശേഷം, വിദ്യാർത്ഥികളുടെയും അധ്യാപകരുടെയും ആകാംക്ഷാഭരിതമായ സദസ്സിനെക്കൊണ്ട് നിറഞ്ഞ ഓഡിറ്റോറിയത്തിലേക്ക് ഭരത് എത്തി. മുൻ നിരയിലിരുന്ന ഭരതിന്റെ മാതാപിതാക്കൾ അഭിമാനത്തോടെ മകനെത്തന്നെ ഉറ്റുനോക്കിയിരുന്നു.

'സംസ്കൃതി സ്കൂളിന് എന്റെ ജീവിതത്തിൽ ഒരു പ്രത്യേക സ്ഥാനമുണ്ട്,' ഭരത് പറഞ്ഞുതുടങ്ങി, 'അത് ഞാൻ ഇവിടെ പഠിച്ചതുകൊണ്ട് മാത്രമല്ല, എന്റെ അച്ഛൻ തന്റെ ജീവിതത്തിലെ കഴിഞ്ഞ ഇരുപത് വർഷവും ഈ സ്ഥാപനത്തിൽ ജോലി ചെയ്തിരുന്നതുകൊണ്ടുകൂടിയാണത്,' വികാരങ്ങളുടെ ഭാരം അദ്ദേഹത്തിന്റെ ശബ്ദത്തിൽ പ്രകടമായിരുന്നു.

ഭരത് തുടർന്നു, 'ആറാം ക്ലാസിൽ സംസ്കൃതി സ്കൂളിൽ ചേർന്ന ശേഷം, മറ്റൊരു ജീവിതം സാധ്യമാണെന്നും വിജയത്തിനായി പരിശ്രമിക്കാൻ കഴിയുന്ന മറ്റൊരു സാഹചര്യം നിലനിൽക്കുന്നു

ണ്ടെന്നും ഞാൻ കണ്ടെത്തി.' അദ്ദേഹത്തിന്റെ ജീവിത യാത്രയിൽ ആകൃഷ്ടരായി പ്രേക്ഷകർ ഓരോ വാക്കുകളും ശ്രദ്ധിച്ച് കേട്ടിരുന്നു.

ഇഡബ്ല്യൂഎസിൽ നിന്നുള്ള വിദ്യാർത്ഥികളെ അഭിസംബോധന ചെയ്തപ്പോൾ ഭരതിന്റെ വാക്കുകൾ അഗാധമായ ആത്മാർത്ഥതയോടെ പ്രതിധ്വനിച്ചു, 'യൂണിഫോം ധരിച്ച് സ്കൂളിലിരിക്കുമ്പോൾ നിങ്ങൾക്ക് തുല്യത അനുഭവപ്പെട്ടേക്കാം, പക്ഷേ പുറത്തിറങ്ങിയ ഉടൻ തന്നെ കാര്യമായ ഒരു വിടവ് നിലനിൽക്കുന്നതായി നിങ്ങൾ തിരിച്ചറിയുന്നു. കഠിനാധ്വാനത്തിലൂടെയും നേട്ടങ്ങളിലൂടെയും ആ വിടവ് നികത്തുക,' അദ്ദേഹം പറഞ്ഞു. ഓഡിറ്റോറിയത്തിൽ കരഘോഷങ്ങൾ പ്രതിധ്വനിച്ചു.

തന്റെ പ്രഭാഷണം അവസാനിച്ചപ്പോൾ, അഭിമാനവും സന്തോഷവും ഭരതിനെ കീഴടക്കുകയുണ്ടായി. അദ്ദേഹത്തെ മാത്രമല്ല ഒപ്പം ഉമയെയും ടികമിനെയും അഭിനന്ദിക്കാനും അധ്യാപകർ ഒത്തുകൂടി. അദ്ദേഹത്തോടൊപ്പം ഫോട്ടോയെടുക്കാൻ വിദ്യാർത്ഥികളും അധ്യാപകരും തമ്മിൽ മത്സരിച്ചു. ആ നിമിഷം, ആവർത്തിച്ചുള്ള തിരിച്ചടികളുണ്ടായപ്പോഴും തന്റെ മാതാപിതാക്കൾ കാഴ്ചവെച്ച അചഞ്ചലമായ പിന്തുണയെക്കുറിച്ച് ഭരത് അനുസ്മരിച്ചു.

തന്റെ അനുഗ്രഹങ്ങളെക്കുറിച്ചോർത്തപ്പോൾ ഭരതിന്റെ മനസ്സ് നിറഞ്ഞു. ഹൃദയം നിറഞ്ഞ നന്ദിയോടെ അദ്ദേഹം തന്റെ മാതാപിതാക്കളെ കെട്ടിപ്പിടിച്ചു.

ഭരതിന്റെ കഥയിൽ നിന്നെടുക്കാവുന്ന പ്രധാന കാര്യങ്ങൾ

1. **ഒരു കുടുംബത്തിന്റെ പ്രയാണം :** യുപിഎസ്സി എന്ന കൊടുമുടി കീഴടക്കാം എന്ന പുസ്തകം ഉദ്യോഗാർത്ഥികളുടെ മാത്രമല്ല, മുഴുവൻ കുടുംബാംഗങ്ങളുടെയും പോരാട്ടത്തെക്കുറിച്ചാണ് സംസാരിക്കുന്നത്. ഭരതിന്റെ മാതാപിതാക്കൾ അസ്ഥിരമായ സാമ്പത്തിക സ്ഥിതിയും മറ്റ് അടിയന്തിര ആവശ്യങ്ങളും നിലനിൽക്കുമ്പോഴും, റിസ്ക് എടുക്കാൻ അദ്ദേഹത്തെ പ്രോത്സാഹിപ്പിക്കുകയും വീഴ്ചകളിൽ അദ്ദേഹത്തിന് താങ്ങായി കൂടെനിൽക്കുകയും ചെയ്തു. മണ്ണിൽ ഉറച്ചുനിന്ന് ലക്ഷ്യത്തിലേക്ക് ചുവടുവയ്ക്കാൻ അദ്ദേഹത്തെ സഹായിച്ച നെടുംതൂണുകളാണവർ.
2. **ദൃഢനിശ്ചയം അത്യന്താപേക്ഷിതം :** സിഎസ്ഇ എന്ന കടമ്പ മറികടക്കാൻ അതിഗാഢമായ ദൃഢനിശ്ചയം ആവശ്യമാണ്. പരാജയങ്ങളും വിഷാദവും അനിശ്ചിതത്വവും ഇരുട്ടും എല്ലാം യാത്രയുടെ ഭാഗമാണ്. കല്ലും മുള്ളും നിറഞ്ഞ, ഇടുങ്ങിയ ആ പാതകളിലൂടെ സഞ്ചരിക്കുന്നവർ ഒടുവിൽ ഐഎഎസ് ഓഫീസർ ആകാനായി എൽബിഎസ്എൻഎഎയുടെ ഗേറ്റുകൾ തുറന്നെത്തുന്നു.
3. **സമയത്തിന്റെ യുക്തിസഹമായ ഉപയോഗം :** സിഎസ്ഇ താണ്ടുക എന്നത് സമയത്തിനെതിരെ നടത്തുന്ന ഒരു യാത്രയാണ്. ഒരു വലിയ സിലബസ് മുഴുവൻ ചുരുങ്ങിയ കാലയളവിൽ പഠിച്ചെടുക്കേണ്ടതുണ്ട്. ഓരോ വിഷയത്തിലും ചോദിക്കുന്ന ചോദ്യങ്ങളുടെ ആവൃത്തി തിരിച്ചറിയാൻ കഴിഞ്ഞ വർഷത്തെ ചോദ്യപേപ്പറുകൾ വിശകലനം ചെയ്യേണ്ടത് നിർണ്ണായകമാണ്. ചോദ്യങ്ങൾ ചോദിക്കാനുള്ള സാധ്യതയെ അടിസ്ഥാനമാക്കി വിഷയങ്ങളിൽ ശ്രദ്ധ കേന്ദ്രീകരിച്ചുകൊണ്ട് അപേക്ഷകർ അവരുടെ സമയം വിവേകപൂർവ്വം നിക്ഷേപിക്കേണ്ടതുണ്ട്.
4. **ഓപ്ഷണൽ വിഷയത്തിന്റെ ശ്രദ്ധാപൂർവ്വമുള്ള തിരഞ്ഞെടുപ്പ് :** ഓപ്ഷണൽ വിഷയത്തിന് നിങ്ങളുടെ സിഎസ്ഇ യാത്രയെ വാർത്തെടുക്കാനും തകർത്തുകളയാനും കഴിയുന്നതാണ്. അത് വെറുതെ ഇന്റർനെറ്റിൽ തിരഞ്ഞ് കണ്ടെത്തുകയല്ല വേണ്ടത്. ആ വിഷയത്തിലുള്ള നിങ്ങളുടെ

താൽപ്പര്യം, അതിന്റെ സിലബസ്, പഠന സാമഗ്രികളുടെ ലഭ്യത, സ്കോറിംഗ് സാധ്യതകൾ, ഒരു തിരഞ്ഞെടുപ്പ് നടത്തുന്നതിന് മുമ്പ് ജനറൽ സ്റ്റഡീസ് പേപ്പറുകളുമായി തട്ടിച്ചുനോക്കുക, തുടങ്ങിയ വൈവിധ്യമാർന്ന വശങ്ങൾ തിരഞ്ഞെടുപ്പിന് മുൻപ് പരിഗണിക്കുക.

5. **കുറിപ്പുകൾക്കപ്പുറം:** മറ്റൊരാളുടെ കുറിപ്പുകളെ മാത്രം ആശ്രയിക്കുന്നത് പരാജയത്തിലേക്കുള്ള വഴി തെളിക്കുന്നതാണ്. കുറിപ്പുകൾക്ക് പുറമെ, കൂടുതൽ ആഴത്തിലുള്ള ധാരണ നേടുന്നതിനും ഉത്തരങ്ങൾ സമ്പന്നമാക്കുന്നതിനും അപേക്ഷകർ സാധാരണ പുസ്തകങ്ങൾക്ക് പുറമെ സിലബസ് വിഷയങ്ങളും വായിക്കേണ്ടത് അത്യന്താപേക്ഷിതമാണ്.

അധ്യായം 4

വെളിച്ചമാണ് നഷ്ടപ്പെട്ടത്, കാഴ്ചയല്ല

ഇരുണ്ട ഗർത്തം

2011 ഡിസംബറിലെ ഒരു ഉച്ചതിരിഞ്ഞ്, പട്നയിലെ ഒരു ആശുപത്രി മുറിയുടെ നിശ്ശബ്ദമായ ഇരുട്ടിലൂടെ കണ്ണോടിക്കവേ അഞ്ജലിയുടെ ശബ്ദം വിറകൊള്ളുന്നുണ്ടായിരുന്നു.

'പപ്പാ, നിങ്ങൾ എവിടെയാണ്? ഇവിടമാകെ ഇരുട്ടാണ്, ദയവായി ലൈറ്റ് ഓണാക്കൂ,' അവർ അപേക്ഷിച്ചു. കട്ടിലിൽ എഴുന്നേറ്റിരിക്കാൻ പാടുപെടുമ്പോൾ, അബോധാവസ്ഥയിലേക്ക് വഴുതി വീഴുന്നതിന് തൊട്ടുമുമ്പ് അവരുടെ മനസ്സ് ഓർമ്മയുടെ ശകലങ്ങളെ തിരിച്ചുപിടിക്കാൻ പാടുപെടുകയായിരുന്നു.

1997-ൽ ബീഹാറിലെ സമസ്തിപൂർ ജില്ലയിലെ വ്യാസ്പൂർ എന്ന ഗ്രാമത്തിലാണ് അഞ്ജലി ജനിച്ചുവീണത്. 2008-ൽ, മാതാപിതാക്കളായ അശോക് ശർമ്മ, സഞ്ജു ശർമ്മ എന്നിവർക്കും സഹോദരി സ്വാതി, സഹോദരൻ സൻസ്കാർ എന്നിവർക്കുമൊപ്പം സിക്കിമിലെ ശാന്തമായ മലനിരകളിലേക്ക് അവർ താമസംമാറി. ഗാംഗ്ടോക്കിലെ തഡോങ്ങിലുള്ള കേന്ദ്രീയ വിദ്യാലയത്തിൽ അഞ്ജലി പ്രവേശനം നേടി. അവരുടെ അച്ഛൻ ഒരു മെഡിസിൻ ഫാക്ടറിയിലാണ് ജോലി ചെയ്തിരുന്നത്. അമ്മ ഒരു വീട്ടമ്മയും.

വിട്ടുമാറാത്ത ഒരു തലവേദന തുടങ്ങുന്നതുവരെ പഠനത്തിൽ മിടുക്കിയായ അഞ്ജലിയുടെ ജീവിതം തികച്ചും സുന്ദരമായിരുന്നു. തുടക്കത്തിൽ ഗുളിക കഴിച്ച് അതിനെ ഒഴിവാക്കാൻ നോക്കിയെങ്കിലും, ഓരോ ദിവസം കഴിയുംതോറും വേദന അസഹനീയ

മായിക്കൊണ്ടിരുന്നു. സമീപത്തെ ഡിസ്പെൻസറി സന്ദർശിച്ചപ്പോഴാകട്ടെ ആസന്നമായ ഒരു കൊടുങ്കാറ്റിന്റെ വരവറിയിക്കുക മാത്രമാണത് ചെയ്തത്.

കുറച്ച് ദിവസങ്ങൾക്കകം വേദന രൂക്ഷമായി. അഞ്ജലി വേദന കൊണ്ട് പുളയുകയും ആവർത്തിച്ച് ഛർദ്ദിക്കുകയും ചെയ്തു. അവരുടെമാതാപിതാക്കൾഒരുടാക്സിപിടിച്ച്കാലിംപോംഗിലുള്ള ഒരു ആശുപത്രിയിലേക്ക് കുതിച്ചു. രണ്ട് മണിക്കൂർ നീണ്ട ആ യാത്ര അതി ഭീകരമായിരുന്നു. എങ്ങനെയൊക്കെയോ അവർ അവിടെ എത്തിച്ചേർന്നു. ഒരു നഴ്സ് തന്റെ സിരയിലൂടെ കാനുല ഉളച്ചുകയറ്റിയതോടെ അഞ്ജലിക്ക് ബോധം നഷ്ടപ്പെട്ടു.

വേദനാജനകമായ ആറു ദിവസങ്ങൾ, അശോകും സഞ്ജുവും ശ്വാസമടക്കി കാത്തിരുന്നു. അവരുടെ ഹൃദയങ്ങൾ വിങ്ങുന്നുണ്ടായിരുന്നു. അവർ അഞ്ജലിയെ കലിംപോംഗിൽ നിന്ന് സിലിഗുരിയിലും തുടർന്ന് പട്നയിലും ചികിത്സയ്ക്കായി കൊണ്ടുവന്നിരുന്നു. അർദ്ധബോധാവസ്ഥയിലായിരുന്ന അഞ്ജലിക്ക് ഒന്നും മനസ്സിലാക്കാൻ കഴിയുന്നുണ്ടായിരുന്നില്ല.

വെളിച്ചത്തിനായുള്ള അഞ്ജലിയുടെ അഭ്യർത്ഥന അവരുടെ മാതാപിതാക്കളെക്കൂടുതൽഭയപ്പെടുത്തുകയുണ്ടായി.'ഞാൻഇവിടെത്തന്നെയുണ്ട്, അഞ്ജലി,' വികാരഭരിതനായി അശോക് അഞ്ജലിയോട്പറഞ്ഞു.പക്ഷേ,അഞ്ജലിക്ക്ഒന്നുംകാണാൻകഴിയാത്തതിനാൽ അവിടെ ആശയക്കുഴപ്പം രൂക്ഷമായിക്കൊണ്ടിരുന്നു. 'നിങ്ങളെന്താണ് ലൈറ്റ് ഓണാക്കാത്തത്,' നിരാശയോടെ അഞ്ജലി വീണ്ടും ചോദിച്ചുകൊണ്ടേയിരുന്നു.

'മോളേ, മുറിയിൽ ആവശ്യത്തിന് വെളിച്ചമുണ്ട്. കണ്ണുകൾ ശരിയായി തുറക്കാൻ ശ്രമിക്കൂ,' ഇത് പറയുമ്പോൾ സഞ്ജുവിന്റെ ശബ്ദം ഭയം കൊണ്ട് വിറയ്ക്കുന്നുണ്ടായിരുന്നു.

തന്റെ മാതാപിതാക്കളുടെ നിർദ്ദേശങ്ങൾ പാലിക്കാൻ ശ്രമിക്കെ സംശയംകൊണ്ടെന്നപോലെ അഞ്ജലിയുടെ പുരികങ്ങൾ ചുളിഞ്ഞു.'പപ്പാ,തമാശ പറയരുത്.ഇവിടെമാകെ ഇരുട്ടാണ്. ദയവായി എന്റെ ഫോൺ എടുത്ത് തരൂ. പവർ കട്ട് ആണെങ്കിൽ ഞാൻ ഫോണിലെ ടോർച്ച് ഓൺ ചെയ്യാം.'

അഞ്ജലിയുടെ വാക്കുകൾ അശോകിന്റെ ഹൃദയത്തിൽ ഒരു കഠാര പോലെ തറച്ചു. എന്താണ് സംഭവിക്കുന്നതെന്ന് മനസ്സിലാക്കാൻ പാടുപെടവേ അദ്ദേഹത്തിന്റെ മനസ്സ് ചോദ്യങ്ങൾ കൊണ്ട് നിറഞ്ഞു. മകളെ ആർദ്രമായ ആലിംഗനത്തിൽ പൊതിഞ്ഞിരുന്ന

സഞ്ജുവിനെ വിട്ടിട്ട്, സഹായത്തിനായി അദ്ദേഹം മുറിയിൽ നിന്ന് പുറത്തേക്കോടി.

'സിസ്റ്റർ, ദയവായി ഞങ്ങളെ സഹായിക്കൂ!' ആ ഇടനാഴികളിൽ സഞ്ജുവിന്റെ നിലവിളി പ്രതിധ്വനിച്ചു.

ഡോക്ടറുടെ വരവിനായുള്ള ആ നീണ്ട കാത്തിരിപ്പ് ഒരിക്കലും അവസാനിക്കാത്തതായി തോന്നിച്ചു. ഒടുവിൽ അദ്ദേഹം ഒരു നഴ്സിനെയും കൂട്ടിവന്നു. അഞ്ജലിയെ ശ്രദ്ധാപൂർവ്വം പരിശോധിക്കുന്നതിനിടയിൽ ഡോക്ടറുടെ മുഖഭാവം മാറുന്നത് അവരുടെ മാതാപിതാക്കൾ ഭയത്തോടെ തിരിച്ചറിഞ്ഞു.

'അഞ്ജലിയുടെ കാഴ്ച നഷ്ടപ്പെട്ടതായി തോന്നുന്നു. അത് താൽക്കാലികമാകാം, ചിലപ്പോ ശാശ്വതമാകാനും സാധ്യതയുണ്ട്. എനിക്ക് ഉറപ്പ് പറയാനാവില്ല,' ഡോക്ടർ തുറന്നുപറഞ്ഞു. ആ വാർത്ത അഞ്ജലിയുടെ മാതാപിതാക്കൾക്ക് വിശ്വസിക്കാനായില്ല. അവരുടെ ഉള്ള് പൊള്ളി.

അഞ്ജലിയുടെ കവിളുകളിലൂടെ കണ്ണുനീർ ഒഴുകി. തന്റെ ലോകം ഒരു ചീട്ടുകൊട്ടാരം പോലെ തകർന്നുവീഴുന്നതായി അവർക്ക് തോന്നി. 'എനിക്ക് കാണാൻ കഴിയുന്നില്ല. എനിക്ക് ഒന്നും കാണാൻ കഴിയുന്നില്ല,' അതീവ ദുഃഖത്തോടെ അഞ്ജലി മന്ത്രിച്ചു.

ഇതുവരെ അറിഞ്ഞിട്ടില്ലാത്ത ഒരു ഇരുട്ടിലേക്ക് ആ കുടുംബം മുങ്ങിത്താഴുകയായിരുന്നു.

ദിവ്യമായ ഒരിടപെടൽ

അഞ്ജലിയുടെ നില അതിവേഗം വഷളായിക്കൊണ്ടിരുന്നതിനാൽ അവരുടെ ജീവൻ രക്ഷിക്കുക എന്നതിനാണ് ഡോക്ടർമാർ കൂടുതൽ പ്രാധാന്യം നൽകിയത്. അഞ്ജലിയുടെ കൈകളിൽ പക്ഷാഘാതത്തിന്റെ ലക്ഷണങ്ങൾ പ്രകടമായിത്തുടങ്ങിയിരുന്നു. അതിനാൽ, അവർ അഞ്ജലിയെ ന്യൂഡൽഹിയിലെ ഓൾ-ഇന്ത്യ ഇൻസ്റ്റിറ്റ്യൂട്ട് ഓഫ് മെഡിക്കൽ സയൻസസിലേക്ക് (എയിംസ്) റഫർ ചെയ്തു.

എയിംസിലെ ഡോക്ടർമാർ അഞ്ജലിയുടെ കാവൽ മാലാഖമാരായി. ട്യൂബെർക്കുലോസിസ് മെനിഞ്ചൈറ്റിസ് അഥവാ ബ്രെയിൻ ടിബി ആണ് അഞ്ജലിയെ ബാധിച്ചിരിക്കുന്നതെന്ന് അവർ കണ്ടെത്തി. അതിന്റെ വ്യാപനം ഇല്ലാതാക്കാൻ അവർക്ക് കഴിഞ്ഞു. കൈകാലുകളുടെ പക്ഷാഘാതം തടയാൻ കഴിഞ്ഞെ

ങ്കിലും, ഒപ്റ്റിക് നാഡിക്കേറ്റ ക്ഷതം കാരണം അഞ്ജലിയുടെ കാഴ്ചശക്തിയെ പഴയപടിയാക്കാൻ അവർക്ക് കഴിഞ്ഞില്ല. അഞ്ജലിക്ക് 95 ശതമാനം കാഴ്ച വൈകല്യമുണ്ടായിരുന്നു, വളരെ അടുത്തു നിന്ന് മങ്ങിയ ദൃശ്യങ്ങളിലൂടെ കറുപ്പും വെളുപ്പുമായി വേർതിരിച്ച മാത്രമേ അവർക്ക് കാണാൻ കഴിഞ്ഞുള്ളൂ.

കാഴ്ച നഷ്ടപ്പെട്ടതോടെ അഞ്ജലിയുടെ ആത്മാവിൽ ഒരു ഇരുണ്ട നിഴൽ വീണു. ഊർജ്ജസ്വലമായിരുന്ന അവരുടെ ജീവിതം അത് കവർന്നെടുത്തു. തനിക്ക് ചുറ്റുമുള്ള ലോകത്തിന്റെ നിറങ്ങൾ അപ്രത്യക്ഷമാകുന്നത് അവർ അറിഞ്ഞു. ഇനി ഒരിക്കലും ഒന്നും കാണാൻ സാധ്യതയില്ലെന്ന തിരിച്ചറിവ് അഞ്ജലിയുടെ നെഞ്ചിൽ ഒരു പ്രഹരം പോലെ പതിച്ചു. വീട്ടിൽതന്നെ ഒതുങ്ങിക്കൂടി, അവർ തന്റെ നിർഭാഗ്യവുമായി മല്ലിട്ടു.

പതുക്കെ, തന്റെ കുടുംബത്തിന്റെ ഉറച്ച പിന്തുണയോടെ, അഞ്ജലി ആ പുതിയ യാഥാർത്ഥ്യവുമായി പൊരുത്തപ്പെടാൻ തുടങ്ങി. തന്റെ വീട്ടിലൂടെ സഞ്ചരിക്കാൻ അവർ പഠിച്ചു. പല തവണ, ഈ ശ്രമങ്ങൾ പരിക്കുകളിലും നിരാശയിലും കണ്ണീരിലും അവസാനിച്ചു. എന്നിട്ടും, തന്റെ ശ്രമം മതിയാക്കാൻ അവർ വിസമ്മതിച്ചു.

ഇരുട്ടുനിറഞ്ഞ ആ അവസ്ഥയിലും, അറിവിനായുള്ള അഞ്ജലിയുടെ ദാഹം ശമിക്കാതെ തുടർന്നു. നിറഞ്ഞ കണ്ണുകളോടെ തന്റെ പുസ്തകങ്ങൾക്കായി അവർ കേണപേക്ഷിക്കുമായിരുന്നു. അഞ്ജലിയുടെ ആ പോരാട്ടത്തിന് സാക്ഷ്യം വഹിക്കേണ്ടി വന്ന മാതാപിതാക്കളും സഹോദരിയും അവരുടെ ദുഃഖം പങ്കിട്ടു.

ആറുമാസത്തിനു ശേഷം, ഇരുട്ടു നിറഞ്ഞ അവരുടെ ജീവിതത്തിലേക്ക് ഒരു നേരിയ പ്രകാശകിരണം തുളച്ചു കയറി. സഞ്ജു അഞ്ജലിയെ പ്രഭാതഭക്ഷണം കഴിക്കാൻ സഹായിക്കുന്നതിനിടയിൽ തൊട്ടടുത്ത മുറിയിൽ ഓഫീസിൽ പോകാൻ തയ്യാറെടുത്തുകൊണ്ടിരുന്ന അശോകിന്റെ ഫോൺ റിംഗ് ചെയ്തു. അത് അഞ്ജലിയുടെ സോഷ്യൽ സയൻസ് അധ്യാപകനായ സുമിത് ആയിരുന്നു.

ആ ഫോൺ സംഭാഷണം അവസാനിച്ചയുടൻതന്നെ അശോക് അഭിമാനത്തോടെ അഞ്ജലിയുടെ മുറിയിലേക്കോടി. 'അഞ്ജലി, മോളേ, അഭിനന്ദനങ്ങൾ. നീ പത്താം ക്ലാസ് പരീക്ഷ പാസായിരിക്കുന്നു!' അഞ്ജലിക്ക് അത് വിശ്വസിക്കാനായില്ല. 'ഫൈനൽ പരീക്ഷ എഴുതാതെ എനിക്ക് എങ്ങനെ പരീക്ഷ പാസാകാൻ കഴിയും?' അഞ്ജലി ചിന്തിച്ചു.

'ദൈവം നിനക്കായി എന്തോ കരുതിവെച്ചിരിക്കുന്നുണ്ടെന്ന് എനിക്ക് വിശ്വാസമുണ്ട്,' അത് പറയുമ്പോൾ അശോകിന്റെ സ്വരത്തിൽ സന്തോഷം അലയടിക്കുന്നുണ്ടായിരുന്നു. ഭാഗ്യവശാൽ, ആ വർഷം മുതൽ സിബിഎസ്ഇ പത്താം ക്ലാസിലേക്കുള്ള ബോർഡ് പരീക്ഷ നിർത്തലാക്കിയ വിവരം അദ്ദേഹം അവർക്ക് വിശദീകരിച്ചുകൊടുത്തു. പകരം, അവസാന പരീക്ഷകൾ സ്കൂളിനുള്ളിൽ തന്നെയാണ് നടക്കുന്നത്. ഇന്റേണൽ അസ്സെസ്മെന്റിലെ വിദ്യാർത്ഥികളുടെ പ്രകടനത്തിന് അവർ വെയിറ്റേജ് നൽകുകയാണ് ചെയ്യുക. അർദ്ധവാർഷിക പരീക്ഷകളിലും അസൈൻമെന്റുകളിലും അഞ്ജലി കാഴ്ചവെച്ച അസാധാരണമായ പ്രകടനം അടുത്ത ക്ലാസിലേക്കുള്ള അവരുടെ സ്ഥാനക്കയറ്റം ഉറപ്പാക്കി.

ചുറ്റം ആനന്ദാശ്രുക്കൾ നിറഞ്ഞു. ആ ഫോൺ കോൾ ദിവ്യമായ ഒരിടപെടലായിരുന്നു, ഇരുട്ട് നിറഞ്ഞ അവരുടെ ജീവിതത്തിൽ അത് പ്രതീക്ഷയുടെ നാളം നീട്ടി. പുതുതായി ഉദിച്ചുയർന്ന ദൃഢനിശ്ചയം തന്റെ സിരകളിൽ നിറഞ്ഞതോടെ, സ്കൂളിലേക്ക് മടങ്ങാൻ അഞ്ജലി തീരുമാനിച്ചു. 'എന്റെ കാഴ്ചശക്തി നഷ്ടപ്പെട്ടിരിക്കാം, പക്ഷേ എന്റെ മനസ്സും ബുദ്ധിയും ഇന്ദ്രിയങ്ങളും ഇപ്പോഴും മികവോടെ പ്രവർത്തിക്കുന്നുണ്ട്. ഞാൻ അത് പരമാവധി ഉപയോഗപ്പെടുത്തുന്നതാണ്,' അഞ്ജലി സ്വയം മന്ത്രിച്ചു.

അഞ്ജലി എപ്പോഴും പഠനത്തെ ഇഷ്ടപ്പെട്ടിരുന്നു. പഠനത്തിൽ താൻ മികവ് പുലർത്തുന്നതായി അവർക്ക് സ്വയം ബോധ്യമുണ്ടായിരുന്നു. കാഴ്ചശക്തി നഷ്ടപ്പെട്ടിട്ടും, അതിനെ മറികടക്കാനുള്ള ശക്തമായ ഇച്ഛാശക്തി അഞ്ജലിക്കുണ്ടായിരുന്നു. മാത്രമല്ല, പഠനത്തോടുള്ള തന്റെ അഭിനിവേശം വ്യക്തിപരമായ വെറുമൊരു പ്രേരണയല്ല, മറിച്ച് അതിജീവനത്തിലേക്കും അന്തസ്സുള്ള ജീവിതത്തിലേക്കുമുള്ള നിർണ്ണായക പാതയാണെന്ന് അവർ മനസ്സിലാക്കിയിരുന്നു. എന്നിരുന്നാലും, തന്റെ രോഗത്തിൽ നിന്ന് പൂർണ്ണമായും സുഖം പ്രാപിക്കാനും കാഴ്ചശക്തിയില്ലാത്ത ജീവിതവുമായി പൊരുത്തപ്പെടാനും അഞ്ജലിക്ക് ഒരു വർഷം മുഴുവൻ വേണ്ടിവന്നു.

സുരക്ഷാ പ്രശ്നങ്ങൾ ചൂണ്ടിക്കാട്ടി അന്ധയായ മകളെ സ്കൂളിൽ അയയ്ക്കുന്നതിൽ നിന്ന് അശോകിനെ പിന്തിരിപ്പിക്കാൻ അവരുടെ ബന്ധുക്കളിൽ പലരും ശ്രമിച്ചു. എന്നാൽ അശോക് തന്റെ തീരുമാനത്തിൽ ഉറച്ചുനിന്നു.

അത്ഭുതമായി ഒരു ടോപ്പർ

2013 ജൂലൈയിലെ ആദ്യ ആഴ്ച അഞ്ജലിയുടെ ജീവിതത്തിൽ ഒരു പുതിയ അധ്യായത്തിന്റെ തുടക്കം കുറിച്ചു. അച്ഛന്റെ കൈ മുറുകെ പിടിച്ച് അവൾ സ്കൂളിന്റെ ഇടനാഴികളിലേക്ക് വീണ്ടും കാലെടുത്തുവച്ചു. ക്ലാസ് മുറിയിൽ പ്രവേശിച്ചപ്പോൾ തന്നെ, അധ്യാപകരുംസഹപാഠികളുംഊഷ്മളതയുംവാത്സല്യവുംകൊണ്ട് അഞ്ജലിയെ പൊതിഞ്ഞു. ആ നിമിഷം, താൻ പുനർജ്ജനിച്ചതായി അഞ്ജലിക്ക് തോന്നി.

11-ാം ക്ലാസിലെ ജൂനിയർ ബാച്ചിൽ അഞ്ജലി സ്ഥാനം നേടി; അവരുടെ സഹപാഠികൾ അഞ്ജലിയെ കടന്ന് മുന്നേറിയിരുന്നു. കാഴ്ച നഷ്ടപ്പെടുന്നതിന് മുമ്പ്, ഒരു എഞ്ചിനീയറോ ശാസ്ത്രജ്ഞയോ ആകണം എന്നതായിരുന്നു അഞ്ജലിയുടെ ആഗ്രഹം. പാവങ്ങളെ സഹായിക്കാനായി പുതിയ കാര്യങ്ങൾ കണ്ടുപിടിക്കുക എന്നതായിരുന്നു അവരുടെ സ്വപ്നം. എന്നാൽ കേൾവിയെ മാത്രം അടിസ്ഥാനമാക്കി ഗണിതവും ശാസ്ത്രവും പഠിക്കുന്നത് ഏറെക്കുറെ അസാധ്യമായതിനാൽ അഞ്ജലിക്ക് ഹ്യൂമാനിറ്റീസ് തിരഞ്ഞെടുക്കേണ്ടിവന്നു.

ഈ തിരിച്ചടി വകവയ്ക്കാതെ, ഉറച്ച ദൃഢനിശ്ചയത്തോടെയാണ് അഞ്ജലി പഠനത്തെ സമീപിച്ചത്. ക്ലാസ്സിൽ, ഓരോ പ്രഭാഷണവുംസൂക്ഷ്മതയോടെഉൾക്കൊള്ളുകയുംപാഠങ്ങൾമനസ്സിലാക്കിപഠിക്കുകയും ചെയ്തു. വീട്ടിൽ തിരിച്ചെത്തുമ്പോൾ, പാഠങ്ങൾ വായിച്ചു കേൾപ്പിക്കാനായി അഞ്ജലി തന്റെ അച്ഛനെയും സ്വാതിയെയും ആശ്രയിച്ചു. ഹിന്ദി പാഠങ്ങൾ പഠിക്കാൻ സഞ്ജു അവരെ സഹായിച്ചു.

ഫിസിക്കൽ എഡ്യൂക്കേഷൻ ക്ലാസുകളിൽ സഹപാഠികൾ കളിക്കാൻ പോകുമ്പോൾ അഞ്ജലിക്ക് സങ്കടം തോന്നുമായിരുന്നു. ആ സമയം തന്റെ സീറ്റിൽ തന്നെ ചിന്തിച്ചിരിക്കുകയോ ക്ലാസിൽ പഠിപ്പിച്ച കാര്യങ്ങൾ ഓർത്തെടുക്കാനായി ബ്ലാക്ക്ബോർഡിൽ വലുതായി കുറിപ്പുകൾ എഴുതുകയോ ചെയ്യുമായിരുന്നു.

ആദ്യ യൂണിറ്റ് പരീക്ഷ സ്വയം എഴുതാൻ അഞ്ജലി തീരുമാനിച്ചു. എന്നാൽ എത്ര ശ്രമിച്ചിട്ടും ചോദ്യങ്ങൾ ശരിയായി വായിക്കാനോ ഉത്തരങ്ങൾ എഴുതാനോ അവർക്ക് കഴിഞ്ഞില്ല. നിരാശ അഞ്ജലിയെ കീഴടക്കുകയുണ്ടായി, കവിളിലൂടെ ഒഴുകിയിറങ്ങിയ കണ്ണുനീർ അവരുടെ ഉത്തരക്കടലാസ് നനച്ചു. പെട്ടെന്ന് അഞ്ജലിയെ ആശ്വസിപ്പിച്ചുകൊണ്ട് തന്റെ ടീച്ചർ ഇടപെട്ടു. അവർ

ഒരു പുതിയ ഉത്തരക്കടലാസും പകർത്തിയെഴുതാൻ ഒൻപതാം ക്ലാസിൽ പഠിക്കുന്ന ഒരു പെൺകുട്ടിയെയും സജ്ജമാക്കി ക്കൊടുത്തു.

'അഞ്ജലി, അവൾ ചോദ്യങ്ങൾ ഉച്ചത്തിൽ വായിച്ചു കേൾപ്പിക്കും. നിനക്കു വേണ്ടി ഉത്തരങ്ങളും എഴുതും. ഞാൻ നിനക്ക് അധിക സമയം അനുവദിച്ചു തരുന്നതമാണ്,' അവർ അഞ്ജലിയോട് പറഞ്ഞു.

ദിവസങ്ങൾക്ക് ശേഷം, പൊളിറ്റിക്കൽ സയൻസ് പരീക്ഷ യുടെ ഫലം പ്രഖ്യാപിച്ചപ്പോൾ, അത് അഞ്ജലിക്ക് ഒരു പരിവർത്ത നമായി ഭാവിച്ചു. ഉയർന്ന മാർക്ക് നേടിയതിന് ടീച്ചറും സഹ പാഠികളും എഴുന്നേറ്റ് നിന്ന് കൈയ്യടിച്ചപ്പോൾ അഞ്ജലിയുടെ ഹൃദയം അഭിമാനം കൊണ്ട് നിറഞ്ഞു. ആ മികച്ച പ്രകടനം അഞ്ജലിയുടെ മനസ്സിൽ പുതിയൊരു ആത്മവിശ്വാസം പകർന്നു. ആ വിജയത്തിൽ അഞ്ജലിയുടെ മാതാപിതാക്കളും സന്തോഷം കൊണ്ട് മതിമറന്നു.

അടുത്ത രണ്ട് വർഷക്കാലം, അഞ്ജലി പഠനത്തിനായി സ്വയം സമർപ്പിച്ചു. സഹോദരൻ ശങ്കർ ഉൾപ്പെടെയുള്ള കുടുംബാം ഗങ്ങൾ മണിക്കൂറുകളോളം അവർക്ക് പാഠങ്ങൾ വായിച്ചുകൊടുത്തു. അധ്യാപകരും സഹപാഠികളും ഉറച്ച പിന്തുണയോടെ അവരുടെ കൂടെയുണ്ടായിരുന്നു. പന്ത്രണ്ടാം ക്ലാസ് ബോർഡ് പരീക്ഷയിൽ സ്കൂളിൽ ഏറ്റവും മികച്ച മാർക്ക് നേടിക്കൊണ്ട് അഞ്ജലിയുടെ കഠിനാധ്വാനവും ദൃഢനിശ്ചയവും വിജയത്തിൽ കലാശിച്ചു. കേന്ദ്ര വിദ്യാഭ്യാസ മന്ത്രാലയത്തിന്റെ അഭിനന്ദനം ഉൾപ്പെടെ നിരവധി അംഗീകാരങ്ങൾ അവർക്കു ലഭിച്ചു.

അച്ഛനോടൊപ്പം അഞ്ജലി തന്റെ മാർക്ക് ഷീറ്റ് വാങ്ങാനായി സ്കൂളിൽ എത്തി. സ്റ്റാഫ് റൂമിലെത്തിയ അഞ്ജലിയെ കാത്തിരുന്നത് അധ്യാപകരുടെ ഊഷ്മളമായ അഭിനന്ദനങ്ങളാണ്.

'കഠിനമായി പരിശ്രമിച്ചുകൊണ്ടേയിരിക്കു കുട്ടി. ഒരു ഐഎഎസ് ഓഫീസറാകാനുള്ള കഴിവ് നിനക്കുണ്ട്,' അഞ്ജലിയെ കെട്ടിപ്പിടിച്ചുകൊണ്ട് ക്ലാസ് ടീച്ചർ പറഞ്ഞു.

അന്ന് അഞ്ജലിക്ക് ഐഎഎസിനെക്കുറിച്ചോ, യുപി എസ്‌സിയെക്കുറിച്ചോ ഒന്നും അറിയില്ലായിരുന്നു, പക്ഷേ ടീച്ചറുടെ വാക്കുകൾ അവരുടെ ഉള്ളിൽ അഭിലാഷത്തിന്റെ വിത്ത് പാകി. അഞ്ജലിയെ ബിരുദപഠനത്തിനായി ഡൽഹി സർവ്വകലാശാല യിലേക്ക് അയയ്ക്കാൻ സുമിത് സർ അശോകിനോട് ആവശ്യപ്പെട്ടു.

അവിടെ ലഭിക്കാൻ സാധ്യതയുള്ള അവസരങ്ങളെക്കുറിച്ചും സൗകര്യങ്ങളെക്കുറിച്ചും അദ്ദേഹം വിശദീകരിച്ചു.

'എന്റെ ഈ ഔദ്യോഗിക ജീവിതത്തിൽ ഇത്രയും മിടുക്കിയായ, ദൃഢനിശ്ചയമുള്ള ഒരു വിദ്യാർത്ഥിയെ ഞാൻ കണ്ടിട്ടില്ല,' മുഖത്ത് പ്രകടമായ അഭിമാനത്തോടെ കാത്തുനിന്ന പിതാവിനോട് അദ്ദേഹം പറഞ്ഞു.

എന്നിരുന്നാലും, ഡൽഹി സർവ്വകലാശാലയിൽ ചേരുക എന്ന സാധ്യത അഞ്ജലിയെയും മാതാപിതാക്കളെയും ആശങ്കയിലാഴ്ത്തി. 'അവൾ അവിടെ എങ്ങനെ ഒറ്റയ്ക്ക് ജീവിക്കും? അവൾക്ക് ആരാണവിടെ പാഠങ്ങൾ വായിച്ചുകൊടുക്കുക?' അവർ ആശങ്കപ്പെട്ടു.

അസംഖ്യം തോൽവികളും അനേകം വിജയങ്ങളും

ഒരു മാസത്തിനുശേഷം, ബിഎ പ്രോഗ്രാമിൽ പ്രവേശനം നേടാനായി അഞ്ജലി ഗാങ്ടോക്കിലെ ഗവൺമെന്റ് കോളേജിൽ എത്തി. അഡ്മിഷൻ കൗണ്ടറിലെ സ്ത്രീയ്ക്ക് ഒരു അന്ധയായ പെൺകുട്ടി പ്രവേശനത്തിനായി അപേക്ഷിക്കുന്നത് കണ്ട് തന്റെ അത്ഭുതം മറച്ചുവെക്കാൻ കഴിഞ്ഞില്ല. അവർ അഞ്ജലിയെ പിന്തിരിപ്പിക്കാൻ ശ്രമിച്ചു.

'കാമ്പസ് നീണ്ടുനിവർന്നു കിടക്കുകയാണ്. ക്ലാസ് മുറികളൊക്കെ പല നിലകളായിട്ടാണ്. അത് നിങ്ങൾ എങ്ങനെ കൈകാര്യം ചെയ്യും?' അവർ സംശയത്തോടെ ചോദിച്ചു.

'എനിക്കത് കൈകാര്യം ചെയ്യാനാകും മാഡം,' തീരുമാനിച്ചുറപ്പിച്ചതുപോലെ അഞ്ജലി മറുപടി പറഞ്ഞു.

'ഇവിടെ ഹാജർ നയം കർശനമാണ്. 75 ശതമാനം ഹാജർ ആവശ്യമാണ്.' ഏതെങ്കിലും വിധത്തിൽ അഞ്ജലിയെ പിന്തിരിപ്പിക്കാൻ കഴിയുമെന്ന പ്രതീക്ഷയിൽ ആ സ്ത്രീ പറഞ്ഞു.

'ഞാൻ ഇതിനകം തന്നെ നിരവധി വെല്ലുവിളികൾ തരണം ചെയ്തിട്ടുണ്ട് മാഡം. ഇതും എനിക്ക് കൈകാര്യം ചെയ്യാൻ കഴിയുമെന്ന് എനിക്കുറപ്പുണ്ട്,' വിശാലമായ പുഞ്ചിരിയോടെ അഞ്ജലി മറുപടി പറഞ്ഞു.

12-ാം ക്ലാസിലെ മാർക്കിന്റെ അടിസ്ഥാനത്തിലാണ് പ്രവേശനമെന്നതിനാൽ, ജോഗ്രഫിയോടുള്ള തന്റെ അഭിനിവേശം ബിഎ (ഓണേഴ്സ്) തിരഞ്ഞെടുക്കാൻ അഞ്ജലിയെ പ്രേരിപ്പിച്ചു. എന്നാൽ ജോഗ്രഫി പ്രൊഫസർ അവരുടെ പ്രവേശനം നിരസിക്കുകയുണ്ടായി.

'സർ, സംസ്ഥാനത്തെതന്നെ ഏറ്റവും ഉയർന്ന മാർക്ക് നേടിയ എനിക്ക് ജോഗ്രഫി പഠിക്കാൻ കഴിയാത്തത് എന്തുകൊണ്ടാണ്?' അല്പം കർക്കശമായിത്തന്നെ അഞ്ജലി ചോദിച്ചു.

'മോളേ, ഈ കോഴ്സിൽ പ്രായോഗികമായ പ്രവർത്തനങ്ങൾ ധാരാളം ഉൾപ്പെടുന്നുണ്ട്. നിനക്കത് കൈകാര്യം ചെയ്യാൻ പ്രയാസമായിരിക്കും,' അനുകമ്പയോടെ അദ്ദേഹം വിശദീകരിച്ചു.

തന്റെ മാർഗ്ഗദർശിയായ സുമിത് സാറുമായി കൂടിയാലോചിച്ച ശേഷം, അഞ്ജലി ഇംഗ്ലീഷ് (ഓണേഴ്സ്) പഠിക്കാൻ തീരുമാനിച്ചു. അത് തന്റെ കുടുംബാംഗങ്ങൾക്ക് വായിച്ചു കേൾപ്പിക്കാൻ എളുപ്പമുള്ള വിഷയമായിരുന്നു. പ്രാക്ടിക്കൽ ഇല്ലാതെ തന്നെ അഞ്ജലി സോഷ്യോളജിയും ജോഗ്രഫിയും തിരഞ്ഞെടുത്തു.

പരിചിതമല്ലാത്ത ആ കോളേജിന്റെ അന്തരീക്ഷത്തിലൂടെ അഞ്ജലി തന്റെ സഞ്ചാരം ആരംഭിച്ചപ്പോൾ തീവ്രമായ പോരാട്ടത്തിന്റെ ഒരു യുഗത്തിനാണ് അവിടെ തുടക്കംകുറിച്ചത്. ഇടറി വീണപ്പോഴെല്ലാം അവർ ഉയിർത്തെഴുന്നേൽക്കുകയും ചെയ്തു. ഇടയ്ക്കിടെ കണ്ണുനീരിൽ രക്തത്തുള്ളികൾ കലർന്നു. എന്നാൽ ഈ തിരിച്ചടികളൊന്നും തന്റെ ദൃഢനിശ്ചയത്തിന് തടസ്സമാകാൻ അഞ്ജലി അനുവദിച്ചില്ല.

തന്റെ കോളേജിലെ ആദ്യത്തെ കാഴ്ച വൈകല്യമുള്ള വിദ്യാർത്ഥിനിയായിരുന്നു അഞ്ജലി. പലരിലും അവർ ആശ്ചര്യമുളവാക്കി. അവർ അഞ്ജലിക്ക് അനാവശ്യമായ ഉപദേശങ്ങൾ നൽകി. ചില അധ്യാപകരാകട്ടെ സ്പെഷ്യൽ സ്കൂളുകൾ നിർദ്ദേശിക്കുകയുണ്ടായി. മറ്റുചിലർ ചൂരൽവടി കുത്തി നടക്കാൻ നിർദ്ദേശിച്ചു. എന്നാൽ അഞ്ജലി തന്റെ തീരുമാനത്തിൽ ഉറച്ചുനിന്നു.

യാത്രയും വളരെ കടുപ്പമേറിയതായിരുന്നു. കോളേജ് ഒരു മണിക്കൂർ അകലെയായിരുന്നു. ഇത് യാത്രയുടെ സങ്കീർണ്ണത വർദ്ധിപ്പിച്ചു. ഇത് മറികടക്കാനായി കുടുംബത്തിലെ ഒരംഗം അഞ്ജലിയെ ബസിലോ ടാക്സിയിലോ കയറാൻ സഹായിക്കും. കോളേജിൽ എത്തുമ്പോൾ, ക്ലാസ്സിലേക്ക് പോകാൻ അഞ്ജലി തന്റെ ചുറ്റുമുള്ള ആളുകളുടെ സഹായം തേടും. മടക്കയാത്രയ്ക്ക്, അവർ സഹപാഠികളെ ആശ്രയിച്ചു.

ചിലപ്പോഴൊക്കെ, യാത്രാമധ്യേ ടാക്സി തകരാറിലാകുകയോ, അഞ്ജലി അബദ്ധവശാൽ തെറ്റായ സ്ഥലത്ത് ഇറങ്ങുകയോ ചെയ്യും. അത്തരം സാഹചര്യങ്ങളിൽ അഞ്ജലിക്ക് മറ്റൊരു ടാക്സി വിളിക്കാൻ സഹായം തേടേണ്ടിവന്നു. ഈ വെല്ലുവിളികൾക്കി

ടയിൽ, സുരക്ഷിതവും സഹായമനസ്കരായ ആളുകളുള്ള സ്ഥലവു മായ സിക്കിമിലാണ് തങ്ങളെന്ന വസ്തുത അഞ്ജലിക്കും മാതാപിതാക്കൾക്കും ആശ്വാസമേകി.

ചൂരൽ ഉപയോഗിക്കുന്നത് നിരസിക്കുകയും സ്വന്തം വൈകല്യം വെളിപ്പെടുത്താതെയിരിക്കുകയും ചെയ്തുകൊണ്ട് അഞ്ജലി തന്റെ സഹപാഠികളുമായി സുഗമമായി ഇടകലരാൻ തീരുമാനിച്ചു. ബ്രെയ്‌ലി പഠിക്കണമെന്ന തീരുമാനത്തിൽ അവർ ഉറച്ചുനിന്നു. പുറംകാഴ്ചയിൽ അഞ്ജലി അന്ധയാണെന്ന് ആർക്കും തിരിച്ചറിയാൻ കഴിഞ്ഞില്ല. ഒരു ദിവസം, കോളേജിനടുത്തുള്ള മാർക്കറ്റിൽ, അഞ്ജലി തന്റെ സുഹൃത്തുക്കളുടെ കൈപിടിച്ച് നടക്കുകയായിരുന്നു. എന്തിനാണ് അവർ പിടിച്ചു നടത്തുന്നതെന്ന കണ്ടുനിന്ന ഒരു സ്ത്രീയുടെ ചോദ്യത്തിന്, തന്റെ കാഴ്ച വൈകല്യം വെളിപ്പെടുത്തുന്നതിനുപകരം, കാലുവേദന കാരണമാണെന്ന് അല്പം ലജ്ജയോടെ അഞ്ജലി മറുപടി നൽകി.

ക്രമേണ, തന്റെ കാതുകളെ കണ്ണുകളാക്കി മാറ്റിക്കൊണ്ട് അഞ്ജലി ആ കോളേജിൽ സ്വന്തമായ ഒരു സ്ഥാനം കണ്ടെത്തുകയുണ്ടായി. മറ്റ് വിദ്യാർത്ഥികൾ അവരെ തിരിച്ചറിയാനും പൂർണ്ണ മനസ്സോടെ സഹായം വാഗ്ദാനം ചെയ്യാനും തുടങ്ങി. ആശയ വിനിമയം നടത്താനായി അഞ്ജലി തന്റെ പഴയ നോക്കിയ ഫോണിന്റെ കീപാഡ് മനഃപാഠമാക്കി.

യൂട്യൂബിലൂടെയുള്ള അഞ്ജലിയുടെ യാത്ര

ഇന്റർനെറ്റും സ്മാർട്ട്ഫോണും കൊണ്ടുവന്ന വിപ്ലവം ലോക മെമ്പാടും നിരവധി മാറ്റങ്ങൾക്ക് കാരണമായി. 2016 മാർച്ച് 29-ന് തന്റെ അച്ഛൻ ഒരു സ്മാർട്ട്ഫോൺ സമ്മാനിച്ചതോടെ അഞ്ജലിയുടെ ജീവിതത്തിലും അത് വിപ്ലവകരമായ മാറ്റത്തിന് തുടക്കമിട്ടു.

വാട്ട്സ്ആപ്പ് ഗ്രൂപ്പുകളിലൂടെ കുറിപ്പുകളും സുപ്രധാന വിവരങ്ങളും കൈമാറ്റം ചെയ്യപ്പെടാൻ തുടങ്ങിയതിനാൽ ഈ ഉപകരണം അവരുടെ കോളേജ് പഠനത്തിന് അത്യാവശ്യമായി മാറിയിരുന്നു. അഞ്ജലിയുടെ സഹോദരങ്ങളായ സ്വാതിയും ശങ്കറും ഫോണിന്റെ സവിശേഷതകളെക്കുറിച്ചും വോയ്സ് കമാൻഡ് ഉപയോഗിച്ച് വ്യത്യസ്ത ആപ്പുകൾ ഉപയോഗിക്കുന്നതെങ്ങനെ എന്നതിനെക്കുറിച്ചും ആവേശത്തോടെ അവരെ പഠിപ്പിക്കുകയുണ്ടായി. അഞ്ജലിക്ക് പ്രത്യേകിച്ച് യൂട്യൂബ് വളരെ ഇഷ്ടമായിരുന്നു.

ആദ്യം, യൂട്യൂബിൽ സംഗീതം കേൾക്കുന്നതിന്റെ ലളിതമായ ആനന്ദം അഞ്ജലി ആസ്വദിച്ചു. എന്നിരുന്നാലും, കുറച്ച് ദിവസങ്ങൾക്ക് ശേഷം, പുതിയൊരു ലക്ഷ്യബോധം തന്നിൽ ഉടലെടുക്കുന്നതായി അഞ്ജലി തിരിച്ചറിഞ്ഞു. ഒരു ഐഎഎസ് ഓഫീസറാകാനുള്ള തന്റെ കഴിവിനെ സ്ഥിരീകരിക്കുന്ന ക്ലാസ് ടീച്ചറുടെ വാക്കുകൾ ഓർമ്മിച്ചപ്പോൾ അവരുടെ മനസ്സിന്റെ അടിത്തട്ടിലുറങ്ങിക്കിടന്ന അഭിലാഷം ഉയർന്നുവന്നു. ഈ ആശയത്തിൽ ആകൃഷ്ടയായ അഞ്ജലി ഐഎഎസ് ഓഫീസറാകാൻ സഹായകമായ ഉന്നത വിദ്യാർത്ഥികളുടെ പ്രഭാഷണങ്ങളും സെമിനാറുകളും ലേഖനങ്ങളും വീഡിയോകളുമെല്ലാം കേൾക്കാൻ തുടങ്ങി.

ദിവസങ്ങൾ ആഴ്ചകളായി നീണ്ടു; യുപിഎസ്‌സിയുടെ സിഎസ്ഇയെക്കുറിച്ചുള്ള വിശദ വിവരങ്ങൾ, ഓരോന്നിന്റെയും പേപ്പറുകളുടെ എണ്ണം, സിലബസ് എന്നിവ അഞ്ജലി ശ്രദ്ധാപൂർവ്വം ശേഖരിച്ചു. അവശ്യമായ പുസ്തകങ്ങളുടെ ഒരു പട്ടിക അവർ ക്രമാനുഗതമായി തയ്യാറാക്കി. മാത്രമല്ല, സിഎസ്ഇ സിലബസിലെ വിഷയങ്ങളെക്കുറിച്ചുള്ള ഓഡിയോ-വീഡിയോ പാഠങ്ങളും അവർ കണ്ടെത്തി സൂക്ഷിച്ചുവെച്ചു.

അഞ്ജലി തന്റെ കോളേജ് പഠനത്തെ സിഎസ്ഇയുടെ കർശനമായ പഠനവ്യവസ്ഥയുമായി സമന്വയിപ്പിച്ചു. സിഎസ്ഇ സിലബസ് മനസ്സിൽ വെച്ചുകൊണ്ടാണ് അവർ ഓരോ പ്രഭാഷണത്തെയും അസൈൻമെന്റിനെയും സമീപിച്ചത്. അതുവഴി തന്റെ അക്കാദമിക് ലക്ഷ്യങ്ങളും അഭിലാഷങ്ങളും തമ്മിൽ സുഗമമായ സഖ്യം അവർ സാധ്യമാക്കുകയുണ്ടായി. സിഎസ്ഇയിലെ പ്രസക്തിയുടെ അടിസ്ഥാനത്തിൽ കോളേജിലെ തന്റെ ഓപ്ഷണൽ പേപ്പറുകളും അവർ തിരഞ്ഞെടുത്തു.

എന്നാൽ, ദൃഢനിശ്ചയത്തിനിടയിലും സംശയത്തിന്റെയും അരക്ഷിതാവസ്ഥയുടെയും പിടിയിൽ അഞ്ജലി അകപ്പെടുകയുണ്ടായി. ഐഐടി, എഐഐഎംഎസ്, ഡിയു, ജെഎൻയു തുടങ്ങിയ വിദ്യാലയങ്ങളിൽ നിന്നുള്ള ഐഎഎസ് ടോപ്പർമാരുടെ പ്രൊഫൈലുകൾ അഞ്ജലിയുടെ അഭിലാഷങ്ങൾക്ക് മേൽ ഭയാനകമായ നിഴൽ വീഴ്ത്തി.

'അവരുമായി മത്സരിക്കാൻ എനിക്ക് കഴിയുമോ?' അഞ്ജലി ചിന്തിച്ചു. വമ്പൻ കോച്ചിംഗ് സ്ഥാപനങ്ങളുടെ പഠനപദ്ധതികളും മാർഗ്ഗനിർദ്ദേശങ്ങളും ഇല്ലാത്ത സിക്കിമിന്റെ പ്രാന്തപ്രദേശത്ത് കഴിയുന്ന തന്റെ മുന്നിലുള്ള പരിമിതികൾ അഞ്ജലിയുടെ മനസ്സിനെ ഭാരപ്പെടുത്തി. ഐഎഎസിലേക്കുള്ള പാത വിജയകരമായി

വെട്ടിപ്പിടിച്ച ഒരു ഉപദേഷ്ടാവിന്റെ അഭാവം ആ അനിശ്ചിതത്വത്തിന് ആക്കംകൂട്ടി.

സംശയങ്ങളുടെ കാർമേഘങ്ങൾ പല ഐഎഎസ് അഭിലാഷികളെയും, പ്രത്യേകിച്ച് ഗ്രാമീണ പശ്ചാത്തലങ്ങളിൽ നിന്നും രാജ്യത്തിന്റെ വിദൂര പ്രദേശങ്ങളിൽ നിന്നുമുള്ളവരെ, നിരാശ കൊണ്ട് മൂടാറുണ്ട്. ഈ സംശയങ്ങളെ വിജയകരമായി തരണം ചെയ്യുന്നവരാണ് വിജയികളാകുന്നത്. അഞ്ജലി ഈ സംശയങ്ങളിൽ കുടുങ്ങിപ്പോകുമോ അതോ അവയെ മറികടന്ന് മുന്നേറുമോ?

മഹത്തായ ഒരു തീരുമാനം

2018 ജൂണിൽ, അഞ്ജലി ഒരു വലിയ ആശയക്കുഴപ്പത്തിലായി. തന്റെ മുന്നിലുള്ള രണ്ടു പാതകളിൽ ഏത് തിരഞ്ഞെടുക്കണമെന്നറിയാതെ അവർ പകച്ചുനിന്നു. മാസ്റ്റേഴ്സ് പ്രോഗ്രാമിൽ ചേരാനായി കോളേജിലേക്ക് പോകുന്ന ബസിൽ കയറുമ്പോൾ, വികാരങ്ങൾ അഞ്ജലിയുടെ മനസ്സിൽ കൊടുങ്കാറ്റായി അലയടിച്ചു.

'ഞാൻ ബിരുദാനന്തര ബിരുദം നേടേണ്ടതുണ്ടോ?' മനസ്സിൽ അനിശ്ചിതത്വത്തിന്റെ ഭാരം പേറിക്കൊണ്ട് അഞ്ജലി സ്വയം ചോദിച്ചു. കോളേജിൽ എല്ലാദിവസവും ഹാജരാകേണ്ടിവരുമെന്ന ചിന്ത ആശങ്കകളിൽ ഒന്നാമത്തേതായി നിലനിന്നു. അത് സിഎസ്ഇ തയ്യാറെടുപ്പിന് ആവശ്യമായ തന്റെ വിലയേറിയ സമയം അപഹരിക്കുമെന്ന ഭീഷണി മുഴക്കുന്നത് അഞ്ജലി അറിഞ്ഞു. ഇടതടവില്ലാത്ത തിരമാലകളെപ്പോലെ ചോദ്യങ്ങൾ ഒന്നിനുപുറകെ ഒന്നായി ഉയർന്നുവന്നപ്പോൾ, സംശയം അഞ്ജലിയുടെ ദൃഢനിശ്ചയത്തെ കാർന്നു തിന്നു.

'ഇത് ഞാൻ എങ്ങനെ കൈകാര്യം ചെയ്യും? ഒരു ബിരുദാനന്തര ബിരുദം എന്റെ കരിയർ സാധ്യതകൾ വർദ്ധിപ്പിക്കുമോ, അതോ എന്റെ ആത്യന്തിക ലക്ഷ്യത്തിൽ നിന്ന് അതെന്നെ വഴിതിരിച്ചുവിടുമോ?' അവർ ചിന്തിച്ചു.

ബസ്സ് കോളേജിലേക്ക് നീങ്ങിക്കൊണ്ടിരിക്കവേ, ചിന്തകളുടെ പ്രക്ഷുബ്ധമായ കടലിനിടയിൽ അഞ്ജലിയുടെ ദൃഢനിശ്ചയം ഒരു പർവ്വതശിഖരം പോലെ ഉറച്ചുനിന്നു. കോളേജ് ഗേറ്റിലെത്തിയപ്പോൾ, പ്രവേശനത്തിന് അപേക്ഷിക്കുന്നതിനുപകരം, തന്റെ സർട്ടിഫിക്കറ്റുകൾ ശേഖരിച്ച്, ഉറച്ച ചുവടുകളോടെ അഞ്ജലി തിരികെ വീട്ടിലേക്കുള്ള ബസ്സ് കയറി.

അച്ഛന്റെ നമ്പർ ഡയൽ ചെയ്ത്, തന്റെ വിധി കുറിക്കുന്ന ആ വാക്കുകൾ ഉച്ചരിക്കുമ്പോൾ അഞ്ജലിയുടെ ശബ്ദം വിറച്ചു. 'അച്ഛാ, ഞാൻ ഒരു തീരുമാനമെടുത്തു. ഞാൻ കോളേജിൽ ചേരുന്നില്ല. പകരം, ഒരു ഐഎഎസ് ഉദ്യോഗസ്ഥയാകാനുള്ള ശ്രമത്തിനായി ഞാൻ സ്വയം സമർപ്പിക്കാൻ പോകുകയാണ്.'

മറുതലയ്ക്കൽ പ്രതീക്ഷയുടെ ഭാരത്താൽ തിങ്ങിയ നിശ്ശബ്ദത മാത്രം ബാക്കിയായി. പിന്നെ, ഉറച്ച പിന്തുണയുടെ ഒരു ദീപസ്തംഭം പോലെ, അനിശ്ചിതത്വത്തിന്റെ കൊടുങ്കാറ്റ് വീശുന്ന കടലിൽ ആശ്വാസത്തിന്റെ ഒരു കോട്ടയെന്നോണം അഞ്ജലിയുടെ പിതാവിന്റെ ശബ്ദം പ്രതിധ്വനിച്ചു.

'ഞാൻ നിന്നിൽ പൂർണ്ണമായി വിശ്വസിക്കുന്നു, അഞ്ജലി. നീ തിരഞ്ഞെടുക്കുന്ന ഏത് പാതയിലും ഞാൻ പൂർണ്ണഹൃദയത്തോടെ നിന്നോടൊപ്പം നിൽക്കുന്നതാണ്.' അദ്ദേഹം മറുപടി പറഞ്ഞു.

കണ്ണുതുറപ്പിക്കുന്ന ഒരു സംഭാഷണം

യുപിഎസ്‌സിയിൽ ചേരാനുള്ള ദൃഢനിശ്ചയം ഉണ്ടായിരുന്നിട്ടും, ആ യാത്ര ആരംഭിക്കുന്നതിന് മുമ്പ് അറിവ് നേടേണ്ടതുണ്ടെന്ന് അഞ്ജലിക്ക് അറിയാമായിരുന്നു. ഒരു കോച്ചിംഗ് സ്ഥാപനത്തിൽ നിന്ന്, സിഎസ്ഇ-യ്ക്ക് തയ്യാറെടുക്കുന്ന അന്ധയായ ഉദ്ധി ഝായുടെ കോൺടാക്റ്റ് നമ്പർ അവൾക്ക് ലഭിച്ചു. ഉദ്ധി ഡൽഹിയിലെ ജെഎൻയുവിൽ പഠിക്കുകയായിരുന്നു. കൗതുകവും ആകാംക്ഷയും തോന്നിയ അഞ്ജലി, സ്വന്തം യാത്രയിൽ സഹായകമാകാൻ ഇടയുള്ള അറിവുകൾ നേടാമെന്ന പ്രതീക്ഷയിൽ ഉദ്ധിയെ സമീപിച്ചു.

'ജെഎൻയു ഹോസ്റ്റലിൽ ഒറ്റയ്ക്ക് നിങ്ങൾ എങ്ങനെയാണ് ജീവിക്കുന്നത്, ദീദി?' ഫോണിലൂടെ ഉദ്ധിയോട് ഈ ചോദ്യം ചോദിച്ചപ്പോൾ അഞ്ജലിയുടെ ശബ്ദം വിറയ്ക്കുന്നുണ്ടായിരുന്നു. 'സഞ്ചരിക്കാനും മറ്റ് പ്രവർത്തികളിൽ എന്നെ സഹായിക്കാനും എപ്പോഴും എനിക്ക് മറ്റൊരാളെ ആവശ്യമായി വരാറുണ്ട്.'

ഉദ്ധിയുടെ മറുപടി കണ്ണുതുറപ്പിക്കുന്നതായിരുന്നു. 'ഞാൻ സ്വതന്ത്രയായി ജീവിക്കുകയും മറ്റേതൊരു വ്യക്തിയെയും പോലെ എന്റെ എല്ലാ ജോലികളും ചെയ്യുകയും ചെയ്യുന്നു. ഭക്ഷണം കഴിക്കാനും വിനോദപ്രവർത്തികൾക്കുമായി ഞങ്ങൾ ക്യാമ്പസിന് പുറത്തും പോകാറുണ്ട്.' മറുതലയ്ക്കൽ നിന്ന് ആത്മവിശ്വാസത്തോടെയുള്ള ഉദ്ധിയുടെ ശബ്ദം മുഴങ്ങിക്കേട്ടു.

ഗുഡ്ഡിയുടെ വാക്കുകൾ അഞ്ജലിയെ അത്ഭുതപ്പെടുത്തി, സാധ്യതകളുടെ മറ്റൊരു ലോകത്തേക്ക് അത് അവരുടെ കണ്ണു തുറപ്പിച്ചു. സമാനമായ വെല്ലുവിളികൾ നേരിടുമ്പോഴും, സ്വാതന്ത്ര്യവും ആവേശം നിറഞ്ഞതുമായ ജീവിതം നയിക്കുന്ന ഒരാൾ.

കുറച്ച് നിമിഷത്തേക്ക്, താൻ ഫോണിലാണെന്ന കാര്യം പോലും മറന്ന് അഞ്ജലി തന്റെ ചിന്തകളിൽ മുഴുകിയിരുന്നുപോയി. 'നീ ഒരു ഐഎഎസ് ഉദ്യോഗസ്ഥയാകാൻ ആഗ്രഹിക്കുന്നുവെന്ന് അറിഞ്ഞതിൽ എനിക്ക് വളരെ സന്തോഷമുണ്ട്. പരീക്ഷയ്ക്ക് തയ്യാറെടുക്കാനായി എന്ത് തന്ത്രമാണ് നീ ആവിഷ്കരിച്ചിരിക്കുന്നത്?' ഗുഡ്ഡി ചോദിച്ചു.

'ദീദി, ഞാൻ വലിയ ആശയക്കുഴപ്പത്തിലാണ്. സ്കൂളിലും കോളേജിലും, എന്റെ മാതാപിതാക്കളാണ് പാഠങ്ങൾ വായിച്ചു തന്ന് എന്നെ സഹായിച്ചിരുന്നത്. പക്ഷേ, സിഎസ്ഇയുടെ സിലബസ് വളരെ വലുതായതിനാൽ, പുസ്തകങ്ങളും കോഴ്സ് മെറ്റീരിയലുകളും വായിച്ചു തരാൻ ഒരാളെ നിയമിക്കുന്നതിനെക്കുറിച്ച് ഞാൻ ആലോചിക്കുകയാണ്,' അഞ്ജലി തുറന്നുപറഞ്ഞു.

'നീ എന്താണീ പറയുന്നത്? എനിക്ക് വിശ്വസിക്കാൻ കഴിയുന്നില്ല. ഏത് ഗ്രഹത്തിലാണ് നീ ജീവിക്കുന്നത്?' ഗുഡ്ഡി പൊട്ടിച്ചിരിച്ചു.

'ഇത്രയും അധികം പാഠങ്ങൾ ഒരാൾക്ക് എങ്ങനെ വായിച്ചു തരാനാകും? മാത്രമല്ല, ഈ വിശാലമായ സിലബസ് നീ എങ്ങനെ പൂർത്തിയാക്കും?' ഗുഡ്ഡി സ്വയം സംയമനം പാലിച്ചുകൊണ്ട് ചോദിച്ചു. അവരുടെ സ്വരത്തിൽ ഗൗരവമുണ്ടായിരുന്നു.

'പിന്നെ ഞാൻ എന്താണ് ചെയ്യേണ്ടത്, ദീദി? 11-ാം ക്ലാസ് മുതൽ ഞാൻ ഈ രീതിയിൽ മാത്രമേ പഠിച്ചിട്ടുള്ളൂ. ദയവായി എനിക്ക് വഴികാട്ടിത്തരൂ,' അഞ്ജലി അപേക്ഷിച്ചു.

'ടെക്സ്റ്റ്-ടു-സ്പീച്ച് ആപ്ലിക്കേഷനുകൾ ഉൾപ്പെടെ, പഠിക്കുവാനും കുറിപ്പെഴുതുവാനും സഹായിക്കുന്ന നിരവധി സോഫ്റ്റ് വെയർ ഉപകരണങ്ങളുണ്ട്. സ്വതന്ത്രമായി പഠിക്കാൻ നിങ്ങളെ സഹായിക്കുന്നതിന് ഒരു ലാപ്ടോപ്പ് വാങ്ങി ആവശ്യമായ സോഫ്റ്റ്‌വെയർ ഇൻസ്റ്റാൾ ചെയ്യുക,' ഗുഡ്ഡി ഉപദേശിച്ചു.

അല്പം പോലും സമയം കളയാതെ അഞ്ജലിയുടെ അച്ഛൻ അടുത്ത ദിവസം തന്നെ ഒരു ലാപ്ടോപ്പ് വാങ്ങി അവർക്ക് നൽകി. എന്നാൽ, അത് പ്രവർത്തിപ്പിക്കുന്നതും ശരിയായ സോഫ്റ്റ് വെയർ തിരഞ്ഞെടുക്കുന്നതുമെല്ലാം അഞ്ജലിക്ക് ബുദ്ധിമുട്ടായി

തോന്നി. സഹായത്തിനായി സിക്കിമിൽ ആരുമില്ലാത്തതിനാൽ, തന്റെ പദ്ധതിയുടെ അടുത്ത ഘട്ടങ്ങൾ അഞ്ജലിയുടെ മുന്നിൽ അവ്യക്തമായിത്തന്നെ നിലനിന്നു.

യൂട്യൂബിലൂടെയുള്ള വിപുലമായ ഗവേഷണത്തിന് ശേഷം, അഞ്ജലി *ഐവേ നാഷണൽ ഹെൽപ്പ്ഡെസ്ക് ഫോർ ദി ബ്ലൈൻഡ് ആൻഡ് വിഷ്വലി ഇംപയേഡ്*-നെക്കുറിച്ച് മനസ്സിലാക്കുകയും അതിന്റെ ടോൾ-ഫ്രീ നമ്പർ കണ്ടെത്തുകയും ചെയ്തു. അവർ ന്യൂഡൽഹിയിലെ ആർ.കെ. പുരത്തുള്ള നാഷണൽ അസോസിയേഷൻ ഫോർ ദി ബ്ലൈൻഡ് (NAB)-ലേക്ക് നയിക്കപ്പെട്ടു. കാഴ്ച വൈകല്യമുള്ള വ്യക്തികളെ ശാക്തീകരിക്കുന്നതിനും സ്വതന്ത്രവും സാമ്പത്തികമായി സുരക്ഷിതവുമായ ജീവിതം നയിക്കാൻ അവരെ പ്രാപ്തരാക്കുന്നതിനുമുള്ള പരിശീലന പരിപാടികൾ നൽകുന്നതിലാണ് ഈ സംഘടന വൈദഗ്ധ്യം നേടിയിരുന്നത്. കമ്പ്യൂട്ടർ സാക്ഷരത, അസിസ്റ്റീവ് ടെക്നോളജി, ഡിജിറ്റൽ ആക്സസിബിലിറ്റി എന്നിവയാണ് അവരുടെ കോഴ്സുകളിൽ ഉൾപ്പെട്ടിരുന്നത്.

അഞ്ജലിയെ സംബന്ധിച്ചിടത്തോളം NAB മുന്നോട്ടുവെച്ച സേവനങ്ങൾ വളരെ ആകർഷകമായിരുന്നു. എന്നിരുന്നാലും, വളരെ ദൂരെയുള്ള ഒരു സ്ഥലത്ത് ഒറ്റയ്ക്ക് താമസിക്കുന്നതിനെക്കുറിച്ചുള്ള ചിന്തകൾ അഞ്ജലിയെ അലട്ടാൻ തുടങ്ങി.

ആശ്രിതത്വത്തിന്റെ ചങ്ങലകളിൽ നിന്ന് മോചനം

ഡൽഹിയിൽ ഒറ്റയ്ക്ക് താമസിക്കുന്നതിനെക്കുറിച്ച് അഞ്ജലിയ്ക്കുണ്ടായിരുന്ന ആശങ്കകൾ ഇല്ലാതാക്കാൻ അവരുടെ മാതാപിതാക്കൾ ശ്രമിക്കുകയും അവരെ അതിന് പ്രേരിപ്പിക്കുകയും ചെയ്തു.

'അഞ്ജലി, ഈ അവസരം നിന്റെ ഭാവിക്ക് നിർണ്ണായകമാണ്. നിന്റെ സ്വപ്നങ്ങൾ സാക്ഷാത്കരിക്കാനും സ്വതന്ത്രമായി ജീവിക്കാനും ഈ സാങ്കേതിക പരിശീലനം നിന്നെ പ്രാപ്തമാക്കും.' അവർ അഞ്ജലിയെ ആശ്വസിപ്പിച്ചു.

2018 സെപ്റ്റംബറിൽ NAB കാമ്പസിൽ എത്തിയപ്പോൾ, അഞ്ജലിക്ക് അവിടം അപരിചിതമായി തോന്നിയില്ല. 'ഇവിടെ, മറ്റ് കുട്ടികളും കാഴ്ച വൈകല്യമുള്ളവരാണ്. അവർ എന്റെ ബുദ്ധിമുട്ടുകൾ മനസ്സിലാക്കും. ആരും എന്നോട് സഹതാപം കാണിക്കുകയോ എന്നെ സഹതാപത്തോടെ നോക്കുകയോ ചെയ്യില്ല,' ശുഭാപ്തിവിശ്വാസത്തോടെ അഞ്ജലി ഓർത്തു.

കോഴ്സ് ആരംഭിച്ചിട്ട് കുറച്ച് ദിവസങ്ങൾ കഴിഞ്ഞിരുന്നതിനാൽ ആദ്യം NAB ജീവനക്കാർ അഞ്ജലിയെ അഡ്മിറ്റ് ചെയ്യാൻ മടികാണിച്ചു. എന്നാൽ അഞ്ജലിയുടെ മാതാപിതാക്കളുടെ നിരന്തരമായ അഭ്യർത്ഥനകളുടെയും സിക്കിമിൽ നിന്ന് ഇവിടെ നീളുന്ന ദീർഘമായ യാത്രയുടെ വിവരണത്തിന്റെയും ഫലമായി അവർ അതിന് വഴങ്ങി.

എങ്കിലും, തന്റെ മാതാപിതാക്കൾ ഹോസ്റ്റൽ മുറിയിൽ നിന്ന് പോയ ഉടനെ, വികാരവിക്ഷോഭങ്ങൾ ഒരു വലിയ തിരമാല പോലെ അഞ്ജലിയെ വന്നു മൂടി. പെട്ടെന്ന്, താൻ ഒറ്റയ്ക്കാണെന്ന് അഞ്ജലിക്ക് തോന്നി. അപരിചിതമായ ഒരു സ്ഥലത്ത് അവരില്ലാതെ അതിജീവിക്കേണ്ടി വരുമെന്ന ഭയാനകമായ ചിന്ത അഞ്ജലിയെ തളർത്തി. വികാരങ്ങളുമായി മല്ലിട്ടുകൊണ്ടിരിക്കെ അഞ്ജലിയുടെ കവിളിലൂടെ കണ്ണുനീർ ഒഴുകി.

'മോളെ, എന്തിനാണ് നീ കരയുന്നത്?' അഞ്ജലിയുടെ കണ്ണുനീരിനെയും ചിന്താഭാരത്തെയും കീറിമുറിച്ചുകൊണ്ട് സൗമ്യമായ ഒരു ശബ്ദം ഒഴുകിയെത്തി. തന്റെ ശിരസ്സിൽ മൃദുലമായ തലോടലേൽക്കുന്നത് അവർ അറിഞ്ഞു. അത് അഞ്ജലിയെ ആശ്വസിപ്പിച്ചു.

'കരയരുത്. ഞാൻ നിന്റെ മുത്തശ്ശിയെപ്പോലെയാണ്. എനിക്കും കാഴ്ച വൈകല്യമുണ്ട്. ഞാൻ നിങ്ങളുടെ ഒപ്പം താമസിച്ച്, സ്വന്തം കാര്യങ്ങൾ എങ്ങനെ കൈകാര്യം ചെയ്യണമെന്ന് നിങ്ങൾക്ക് കാട്ടിത്തരുന്നതാണ്'' സാന്ത്വനപ്പെടുത്തുന്ന സ്വരത്തോടെ ആ സ്ത്രീ പറഞ്ഞു.

ആ വൃദ്ധ അഞ്ജലിയുടെ വഴികാട്ടിയായി. സ്വന്തമായി നടക്കുന്നതെങ്ങനെയെന്നും, വസ്തുങ്ങൾ എങ്ങനെ കഴുകണമെന്നും, സ്പർശനം കൊണ്ട് മാത്രം അവ വൃത്തിയുള്ളതാണോ അഴുക്കു പുരണ്ടതാണോ എന്ന് തിരിച്ചറിയുന്നതെങ്ങനെ എന്ന് പോലും അവർ പഠിപ്പിച്ചു. അവരുടെ പാഠങ്ങൾ അഞ്ജലിക്ക് ആത്മവിശ്വാസവും സ്വാശ്രയത്വവും പകർന്നു.

മുറിയിൽ, മറ്റ് നാല് പെൺകുട്ടികളും, അവർ സ്നേഹപൂർവ്വം 'മാഡം' എന്ന് വിളിച്ച ആ വൃദ്ധയുമാണ് ഉണ്ടായിരുന്നത്. മറ്റ് പെൺകുട്ടികളുമായി സൗഹൃദം സ്ഥാപിക്കാനായതോടെ അഞ്ജലി ക്രമേണ കൂടുതൽ ശാന്തയാകാൻ തുടങ്ങി. അവർ അടുത്ത കൂട്ടുകാരായി. അവർ പഠനകാര്യങ്ങളിൽ അഞ്ജലിയെ സഹായിക്കുകയും കാമ്പസിലെ വിവിധ സൗകര്യങ്ങളും മറ്റ് പ്രദേശങ്ങളും അവർക്ക് കാണിച്ചുകൊടുക്കുകയും ചെയ്തു.

കാമ്പസിലുള്ളവരുടെ പ്രവേശനക്ഷമതയുടെ നിലവാരത്തിൽ അഞ്ജലി അത്ഭുതപ്പെട്ടു. കാഴ്ച വൈകല്യമുള്ള വ്യക്തികൾ ആത്മവിശ്വാസത്തോടെ അവരുടെ ജോലികൾ ചെയ്യുന്നതിന് സാക്ഷ്യം വഹിച്ചതോടെ അവർക്ക് പ്രചോദനം ലഭിച്ചു. മാത്രമല്ല, ഫാഷൻ ഡിസൈനിംഗ് ഉൾപ്പെടെ വിവിധ മേഖലകളിൽ മികവ് പുലർത്തിയ കാഴ്ച വൈകല്യമുള്ള വ്യക്തികളെക്കുറിച്ച് അറിയാനായതിൽ അഞ്ജലിക്ക് സന്തോഷം തോന്നി.

വൈകാതെ, അഞ്ജലി മൈക്രോസോഫ്റ്റ് വേഡ്, മൈക്രോസോഫ്റ്റ് എക്സൽ, ഇന്റർനെറ്റ് സർഫിംഗ്, യൂട്യൂബ്, മറ്റ് ആപ്ലിക്കേഷനുകൾ എന്നിവ ലാപ്ടോപ്പിൽ പ്രവർത്തിപ്പിക്കുന്നതിൽ പ്രാവീണ്യം നേടി. മൗസ് ഉപയോഗിക്കാൻ കഴിയാത്തതിനാൽ, ലാപ്ടോപ്പിലെ വിവിധ കമാൻഡ് കീകൾ അഞ്ജലി പഠിച്ചെടുത്തു.

ജീവിതത്തിൽ ആദ്യമായി, മാതാപിതാക്കളില്ലാതെ സ്വതന്ത്രമായി ജീവിക്കുന്നതെങ്ങനെയെന്ന് അഞ്ജലി അനുഭവിച്ചറിഞ്ഞു; അതും മൂന്ന് മാസക്കാലം. NAB അഞ്ജലിയെ കമ്പ്യൂട്ടർ ഉപയോഗിക്കാൻ സജ്ജമാക്കുക മാത്രമല്ല, അന്ധയായ ഒരു വ്യക്തിയെന്ന നിലയിൽ ജീവിതം എങ്ങനെ മുന്നോട്ടുകൊണ്ടുപോകണമെന്ന അറിവ് പകർന്നു നൽകുകയും ചെയ്തു. അവർ സുഹൃത്തുക്കളോടൊപ്പം ഡൽഹിയിൽ ചുറ്റിനടന്നു. ഓരോ പ്രവർത്തികളും ഫലപ്രദമായി ചെയ്യാനുള്ള പുതിയ വഴികൾ പഠിച്ചെടുത്തു. കാഴ്ച വൈകല്യമുള്ളവർ സഹതാപത്തോടെ മാത്രം സമീപിക്കേണ്ടവരല്ലെന്ന തോന്നൽ അഞ്ജലിക്കുണ്ടായി. അവർക്ക് ചെയ്യാൻ കഴിയുന്ന കാര്യങ്ങളിൽ പരിമിതികളേതുമില്ല.

വൈകല്യത്താൽ തന്റെ കഴിവുകൾ നിർവ്വചിക്കപ്പെടാത്ത ഒരു പുതിയ ലോകത്തിലേക്ക് കാലെടുത്തുവെച്ചതായി അഞ്ജലിക്ക് തോന്നി.

രണ്ട് വള്ളങ്ങളിൽ ചവിട്ടിനിന്നുള്ള യാത്ര

2018 ഡിസംബറിൽ സിക്കിമിലേക്ക് മടങ്ങിയെത്തിയ അഞ്ജലി രണ്ട് സ്വപ്നങ്ങൾ ഒരുമിച്ച് നേടാനുള്ള തയ്യാറെടുപ്പുകൾ തുടങ്ങി : ഐഎഎസ്, ബിഹാർ പബ്ലിക് സർവീസ് കമ്മീഷൻ (ബിപിഎസ്സി), കൂടാതെ, ഇന്ദിരാഗാന്ധി നാഷണൽ ഓപ്പൺ യൂണിവേഴ്സിറ്റിയിൽ (ഇഗ്നു) ഇംഗ്ലീഷ്, സാഹിത്യത്തിൽ എംഎ പ്രോഗ്രാം എന്നിവയായിരുന്നു അത്.

യൂട്യൂബ് അഞ്ജലിയുടെ തയ്യാറെടുപ്പുകളിലുടനീളം ഒപ്പം നിന്നു;

വേണ്ടതെല്ലാം അത് വിരൽത്തുമ്പിൽ കാട്ടിക്കൊടുത്തു. മുൻകാല ചോദ്യപേപ്പറുകൾ, ദൈനംദിന ക്വിസുകൾ എന്നിവ കൂടാതെ സൗജന്യ സ്റ്റഡി മെറ്റീരിയലുകളും ഓൺലൈനിൽ ലഭ്യമായിരുന്നു. ഭക്ഷണം, ഉറക്കം, ദൈനംദിന പ്രവർത്തികൾ തുടങ്ങി അത്യാവശ്യമായ പ്രവർത്തനങ്ങൾ ഒഴികെയുള്ള സമയമത്രയും അവർ ലാപ്ടോപ്പിന് മുന്നിൽ ഉൽസാഹത്തോടെ സമയം ചെലവഴിച്ചു. ഈ കാലഘട്ടം അഞ്ജലിയുടെ അക്ഷീണമായ സമർപ്പണത്തിന്റെയും അഭിലാഷങ്ങൾ നേടിയെടുക്കുന്നതിനുള്ള അചഞ്ചലമായ തപസ്യയുടെയും തുടക്കമായിരുന്നു.

തന്റെ തയ്യാറെടുപ്പുകൾ മതിയായില്ലെന്ന് തോന്നിയെങ്കിലും, 2019-ൽ ബിപിഎസ്സി പ്രിലിമിനറി പരീക്ഷ ഒന്ന് എഴുതി നോക്കാൻ അഞ്ജലി തീരുമാനിച്ചു. പരീക്ഷയിൽ ഏഴ് മാർക്കിന് തോറ്റുപോയെങ്കിലും, ആ അനുഭവം അവരുടെ ആത്മവിശ്വാസത്തിന് ഒരു ഉത്തേജകമായി. തന്റെ പരാജയത്തിൽ നിന്ന് പ്രചോദനം ഉൾക്കൊണ്ട്, അവർ മറ്റൊരു ശ്രമം നടത്താൻ തീരുമാനിച്ചു. ഇത്തവണ അഞ്ജലി വിജയം വരിച്ചു.

പിന്നീടങ്ങോട്ട് ദൃഢനിശ്ചയത്തോടെ, അഞ്ജലി തന്റെ ബിപിഎസ്സി മെയിൻസ് പരീക്ഷയിലേക്കുള്ള യാത്ര ആരംഭിച്ചു. ഉത്തരം എഴുതി പരിശീലിക്കേണ്ടത് വിജയത്തിന് നിർണ്ണായകമായിരുന്നു. എന്നിരുന്നാലും, പരിശീലന സെഷനുകൾക്കായി കുറിപ്പെഴുതാൻ ഒരാളെ നിയമിക്കാൻ അവർക്ക് കഴിഞ്ഞില്ല. അതിനാൽ, ഉത്തരങ്ങൾ ടൈപ്പ് ചെയ്തും ഒരു കോച്ചിംഗ് ഇൻസ്റ്റിറ്റ്യൂട്ടിൽ നിന്ന് ഓൺലൈനായി ഫീഡ്ബാക്ക് തേടിയും അവൾ സ്വയം മെച്ചപ്പെടുത്തിക്കൊണ്ടിരുന്നു. എഴുത്തിലുള്ള തന്റെ കഴിവുകൾ മെച്ചപ്പെടുത്തുന്നതിനായി കൈയെഴുത്ത് പ്രതികരണങ്ങൾ സമർപ്പിക്കാനുള്ള ഉപദേശങ്ങൾ ലഭിച്ചിട്ടും, തന്റെ കാഴ്ച വൈകല്യം വെളിപ്പെടുത്താൻ മടിച്ചുകൊണ്ട് അഞ്ജലി ടൈപ്പ് ചെയ്ത ഉത്തരങ്ങൾ സമർപ്പിക്കുന്നത് തുടർന്നുകൊണ്ടിരുന്നു.

വൈകാതെ അഞ്ജലിയുടെ ഉത്തരങ്ങൾക്ക് പ്രശംസ ലഭിക്കാൻ തുടങ്ങി. ഒരു ദിവസം, ഒരു കോച്ചിംഗ് ഇൻസ്റ്റിറ്റ്യൂട്ട് അവരുടെ വെബ്സൈറ്റിൽ പ്രസിദ്ധീകരിച്ച മോഡൽ ആൻസറുകളിൽ തന്റെ ഉത്തരങ്ങളിലൊന്ന് ഉൾപ്പെടുത്തിയിട്ടുണ്ടെന്ന് കണ്ടെത്തിയതോടെ അഞ്ജലിയുടെ ആവേശം കൊടുമുടിയിലെത്തി. ഈ വെളിപ്പെടുത്തൽ അവരുടെ പ്രതികരണങ്ങളുടെ ഗുണനിലവാരത്തെ സാധൂകരിക്കുകയും, മനസ്സിൽ പുത്തൻ ആവേശം നിറയ്ക്കുകയും ചെയ്തു.

യുപിഎസ്‌സിയെക്കാൾ എളുപ്പത്തിൽ ബിപിഎസ്‌സി മെയിൻ പരീക്ഷയിൽ വിജയിക്കാൻ കഴിയുമെന്ന വിശ്വാസത്തിൽ അഞ്ജലി, യുപിഎസ്‌സി പ്രിലിമിനറി തയ്യാറെടുപ്പിൽ നിന്ന് 2020 നവംബറിൽ നടക്കാനിരിക്കുന്ന ബിപിഎസ്‌സി മെയിൻ പരീക്ഷയിലേക്ക് തന്റെ ശ്രദ്ധ തിരിച്ചു. കുടുംബാംഗങ്ങളും സുഹൃത്തുക്കളും അഞ്ജലിയുടെ ആ തീരുമാനത്തിൽ സന്ദേഹം പ്രകടിപ്പിച്ചെങ്കിലും, ഐഎഎസും സംസ്ഥാന സിവിൽ സർവീസ് ഉദ്യോഗസ്ഥരും തമ്മിലുള്ള അസമത്വം ചൂണ്ടിക്കാട്ടി, അഞ്ജലി തന്റെ തീരുമാനത്തിൽ ഉറച്ചുനിന്നു. എന്നാൽ, ബിപിഎസ്‌സി മെയിൻ പരീക്ഷ ഒരു ദുരന്തമായി മാറി. അഞ്ജലിയെ അങ്ങനെയൊരു അവസ്ഥയിലേക്ക് നയിച്ചതെന്താണ്?

എഴുത്തുകാരുമായുള്ള യുദ്ധം

അച്ഛനോടൊപ്പം, ദൃഢനിശ്ചയത്തോടെ അഞ്ജലി പട്നയിലെ ബിപിഎസ്‌സി മെയിൻ പരീക്ഷാ കേന്ദ്രമായ സർക്കാർ സ്കൂളിൽ എത്തി. എന്നാൽ തനിക്ക് വേണ്ടി കുറിപ്പെഴുതാൻ ഒരു 11-ാം ക്ലാസ്സുകാരനെയാണ് സജ്ജീകരിച്ചിരിക്കുന്നതെന്ന് അറിഞ്ഞതോടെ അഞ്ജലിയുടെ ആത്മവിശ്വാസത്തിൽ വിള്ളൽ വീണു. ഹിന്ദിമീഡിയം പശ്ചാത്തലമുള്ള ആ കുട്ടിക്ക് ഇംഗ്ലീഷിലുള്ള ചോദ്യങ്ങൾ വായിക്കാൻ പോലും കഴിഞ്ഞില്ല എന്നത് അഞ്ജലിയെ ഞെട്ടിച്ചുകളഞ്ഞു.

'സർ, ചോദ്യങ്ങൾ വായിച്ചു കേൾപ്പിക്കാൻ കഴിയുന്നില്ലെങ്കിൽ അയാൾ എങ്ങനെ ഉത്തരങ്ങൾ എഴുതും?' ഓരോ നിമിഷം കഴിയുംതോറും നിരാശയും ഉത്കണ്ഠയും മനസ്സിൽ കുന്നുകൂടിയതോടെ അഞ്ജലി തന്റെ ഇൻവിജിലേറ്ററോട് അപേക്ഷിച്ചു.

മറ്റൊരാളെ കണ്ടെത്താമെന്ന് ഇൻവിജിലേറ്റർ ഉറപ്പു നൽകി. പക്ഷേ നാൽപ്പത് മിനിറ്റുകൾ കടന്നുപോയിട്ടും ഒരു പരിഹാരവുമുണ്ടായില്ല. ഒരു വർഷം നീണ്ടുനിന്ന തന്റെ അധ്വാനം പാഴാകുന്നത് കണ്ടപ്പോൾ അഞ്ജലിയുടെ കണ്ണുകളിൽ നിന്ന് കണ്ണുനീർ ഒഴുകി. തന്റെ നിയന്ത്രണത്തിന് അതീതമായ സാഹചര്യങ്ങൾ കാരണം അഞ്ജലിയുടെ സ്വപ്നങ്ങൾ അപകടത്തിലായിരിക്കുന്നു. യുപിഎസ്‌സിയെക്കാൾ മുൻഗണന നൽകിക്കൊണ്ട് ബിപിഎസ്‌സി പരീക്ഷയ്ക്ക് അവർ ഇതിനകം തന്നെ ഒരുപാട് ത്യാഗങ്ങൾ ചെയ്തിരുന്നു.

ഒടുവിൽ, പ്രതീക്ഷയുടെ ഒരു നാളമെന്നപോലെ അഞ്ജലിയ്ക്ക്

വേണ്ടി കുറിപ്പെഴുതാനായി മറ്റൊരാൾ കടന്നുവന്നു. എന്നിരുന്നാലും, ഇംഗ്ലീഷ് ഭാഷയിലുള്ള അഞ്ജലിയുടെ പ്രാവീണ്യം വളരെ മികച്ചതായിരുന്നില്ല. ഒപ്പം കാൽക്കുലേറ്റർ ഉപയോഗിക്കുന്നതിലും അവർ ബുദ്ധിമുട്ട് നേരിട്ടിരുന്നു. ഓരോ നിമിഷം കഴിയുംതോറും അഞ്ജലിയുടെ ഉത്കണ്ഠ വർദ്ധിച്ചു. 'എന്റെ നിയന്ത്രണത്തിന് അതീതമായ സാഹചര്യങ്ങളെച്ചൊല്ലി ഞാൻ എന്തിന് പരിതപിക്കണം?' അഞ്ജലി നിശബ്ദമായി വിലപിച്ചു.

അത് മനസ്സിലാക്കിയ ഇൻവിജിലേറ്റർ ഇങ്ങനെ വിശദീകരിച്ചു : 'ഞങ്ങളുടെ സ്കൂളിലെ വിദ്യാർത്ഥികളിൽ നിന്ന് ഒരാളെ മാത്രമേ ഞങ്ങൾക്ക് എഴുത്തുകാരായി നൽകാൻ കഴിയൂ. ലഭ്യമായതിൽ നിന്ന് ഏറ്റവും മികവുറ്റവരെയാണ് ഞാൻ സജ്ജീകരിച്ചിരിക്കുന്നത്.' എന്നാൽ അദ്ദേഹത്തിന്റെ വാക്കുകൾ അഞ്ജലിയെ ആശ്വസിപ്പിക്കാൻ പ്രാപ്തമായിരുന്നില്ല.

അതികഠിനമായ പരിശ്രമത്തിലൂടെ, അഞ്ജലി തന്റെ എഴുത്തുകാരനെ ഓരോ വാക്കിലൂടെയും നയിച്ചുകൊണ്ട്, തന്റെ ചിന്തകൾ ഉത്തരക്കടലാസിലേക്ക് കുറിച്ചിടുക എന്ന മഹത്തായ ദൗത്യവുമായിമല്ലിട്ടു. ആ പരീക്ഷണം അഞ്ജലിയെ വളരെയധികം തളർത്തി; തീർത്തും നിരാശയിലാഴ്ത്തി. അചഞ്ചലമായ ദൃഢനിശ്ചയം ഉണ്ടായിരുന്നിട്ടും, അഞ്ജലി പരീക്ഷയിൽ പരാജയപ്പെട്ടു. തന്റെ സ്വപ്നങ്ങൾ അഞ്ജലിയുടെ കൈപ്പിടിയിൽ നിന്ന് വഴുതിപ്പോയി.

എങ്കിലും, ബിപിഎസ്‌സി മെയിൻ പരീക്ഷയുടെ മാർക്ക് പ്രസിദ്ധീകരിച്ചപ്പോൾ, തന്റെ ഉത്തരങ്ങൾ കൃത്യമായി പകർത്തിയെഴുതുന്നതിൽ വെല്ലുവിളികളുണ്ടായിരുന്നിട്ടും വെറും രണ്ട് മാർക്കിന്റെ വ്യത്യാസത്തിലാണ് താൻ പരാജയപ്പെട്ടതെന്നു കണ്ട് അഞ്ജലി അത്ഭുതപ്പെട്ടു. 'ബുദ്ധിമുട്ടുകൾക്കിടയിലും ഞാൻ വിജയത്തോടടുത്തെത്തിയിരിക്കുന്നു. അടുത്ത തവണ ഞാൻ വിജയിക്കുമെന്ന് എനിക്കുറപ്പുണ്ട്,' അഞ്ജലി തീരുമാനിച്ചുറപ്പിച്ചു.

2020 ഡിസംബറിൽ ബിപിഎസ്‌സിയുടെ അടുത്ത പ്രിലിമിനറി പരീക്ഷയിൽ അഞ്ജലി വിജയിച്ചു; അതവരുടെ മൂന്നാമത്തെ ശ്രമമായിരുന്നു. മെയിൻസിനായി അഞ്ജലി പട്നയിലേക്ക് മടങ്ങി. ഇത്തവണ, അവരുടെ പരീക്ഷാകേന്ദ്രം ഒരു കോളേജിലായിരുന്നു. ആദ്യ ദിവസം തന്നെ, കുറിപ്പെഴുതാൻ കൂടുതൽ യോഗ്യതയുള്ള ഒരാളെ ലഭിച്ചതിൽ അവർക്ക് ആശ്വാസം തോന്നി. എന്നാൽ, പിറ്റേന്ന് സോഷ്യോളജി പരീക്ഷയുടെ സമയത്ത്, അഞ്ജലിയുടെ നിർദ്ദേശങ്ങൾ മനസ്സിലാക്കാൻ എഴുതുന്നയാൾ ബുദ്ധിമുട്ടുകൾ നേരിട്ടു. അഞ്ജലിയുടെ ഉള്ളിൽ നിരാശയും കോപവും

നരഞ്ഞുപൊന്തി. പരീക്ഷ എഴുതാനുള്ള ശ്രമങ്ങൾ ഉപേക്ഷിച്ച് അരമണിക്കൂറോളം അവർക്ക് വെറുതെ ഇരിക്കേണ്ടി വന്നു. ആ സമയം, അവരുടെ ഉള്ളിൽ പ്രചോദനം ഒരു തീപ്പൊരി പോലെ ജ്വലിക്കുകയുണ്ടായി.

'സർ, ഞാൻ ബ്ലാക്ക്ബോർഡിൽ എഴുതിയാൽ അത് അതേ പടി ഉത്തരക്കടലാസിലേക്ക് പകർത്താൻ അവളെ അനുവദിക്കുമോ?' അഞ്ജലി ഇൻവിജിലേറ്ററോട് നിർദ്ദേശിച്ചു. കറുത്ത പശ്ചാത്തലത്തിൽ വലിയ വെള്ള അക്ഷരങ്ങളിൽ വ്യക്തമായി എഴുതാൻ കഴിയുമെന്ന് അഞ്ജലിക്ക് ഉറപ്പുണ്ടായിരുന്നു.

എന്നിരുന്നാലും, അഞ്ജലിക്ക് പ്രത്യേക സൗകര്യം ലഭിക്കുന്നത് അന്യായമാണെന്ന് പറഞ്ഞ് മുറിയിലുണ്ടായിരുന്ന മറ്റ് ഉദ്യോഗാർത്ഥികൾ ആ ആശയത്തെ എതിർത്തു. തന്നെപ്പോലെ അന്ധരല്ലെങ്കിലും, തനിക്ക് ലഭിക്കുന്ന അതേ അധിക സമയം ലഭിച്ച മറ്റ് കാഴ്ച വൈകല്യമുള്ള ഉദ്യോഗാർത്ഥികൾക്കും തനിക്കും ഇടയിലുള്ള തുല്യതയുടെ അഭാവത്തെ മനസ്സിൽ ചോദ്യം ചെയ്തപ്പോൾ അഞ്ജലിക്ക് നിരാശയും വിഷമവും അനുഭവപ്പെട്ടു.

ഈ തിരിച്ചടി തന്നെ പരാജയപ്പെടുത്താൻ അനുവദിക്കരുതെന്ന ദൃഢനിശ്ചയത്തോടെ, അഞ്ജലി തന്റെ കണ്ണുനീർ തുടച്ചു; മനോബലം സംഭരിച്ചു. ദൃഢനിശ്ചയത്തോടെ, അഞ്ജലി വീണ്ടും പരീക്ഷയെഴുത്തിൽ ശ്രദ്ധ ചെലുത്തി. എഴുത്തുകാരിക്ക് ബുദ്ധിമുട്ടുള്ള വാക്കുകൾ ശ്രദ്ധാപൂർവ്വം അവർ പറഞ്ഞുകൊടുത്തു. ആ പേപ്പർ പൂർത്തിയാക്കാൻ മാത്രമല്ല, മികച്ച പ്രകടനം കാഴ്ചവയ്ക്കാനും പരീക്ഷ പാസാകാനും അഞ്ജലി ദൃഢനിശ്ചയമെടുത്തിരുന്നു.

വേദനാജനകമായ ഒരു യാത്ര

ബിപിഎസ്‌സി മെയിൻസ് പരീക്ഷയിൽ വിജയിച്ച വിവരം അറിഞ്ഞതോടെ 2022 ഏപ്രിൽ മാസം അഞ്ജലി സന്തോഷത്താൽ മതിമറന്നു. 2022 ജൂൺ 18-ന് ഷെഡ്യൂൾ ചെയ്തിരുന്ന ആദ്യ അഭിമുഖത്തെ ലക്ഷ്യംവെച്ചുകൊണ്ട് ആവേശത്തോടെ അഞ്ജലി തന്റെ തയ്യാറെടുപ്പുകൾ ആരംഭിച്ചു. എന്നാൽ, വിധി കരുതിവെച്ചത് മറ്റൊന്നായിരുന്നു.

പെട്ടെന്ന് അഞ്ജലിക്ക് കഠിനമായ വയറുവേദനയുണ്ടായി. അഭിമുഖത്തിനായി പട്നയിലേക്കുള്ള യാത്രയെക്കുറിച്ച് പുനരാലോചിക്കാൻ ഡോക്ടർമാർ നിർദ്ദേശിച്ചു. അതവരുടെ ആരോഗ്യത്തെ ഗുരുതരമായി ബാധിച്ചേക്കാമെന്ന് മുന്നറിയിപ്പ് നൽകി.

എന്നാൽ, ഈ അവസരത്തിന്റെ പ്രാധാന്യം അഞ്ജലിയുടെ മനസ്സിനെ വളരെയധികം ഭാരപ്പെടുത്തി. വർഷങ്ങളോളം ഈ നിമിഷത്തിനായി ചെലവഴിച്ച കഠിനാധ്വാനത്തെ ഓർത്തുകൊണ്ട് അഞ്ജലി മുന്നോട്ട് പോകാൻ തന്നെ തീരുമാനിച്ചു.

2022 ജൂൺ 16-ന്, അസഹനീയമായ വേദന വകവയ്ക്കാതെ അഞ്ജലി സിലിഗുരിയിൽ നിന്ന് പട്നയിലേക്ക് ബസ് കയറി. വേദനയിൽ നിന്ന് മോചനം ലഭിക്കാത്തതിനെത്തുടർന്ന്, യാത്രയിലുടനീളം അവർ ഉറക്കമില്ലാതെ കഴിച്ചുകൂട്ടി.

പിറ്റേന്ന്,പട്നആശുപത്രിയിലെഒരുഅൾട്രാസൗണ്ട്സ്കാൻ അസ്വസ്ഥമായആസത്യംവെളിപ്പെടുത്തുകയുണ്ടായി:അഞ്ജലിക്ക് പിത്താശയക്കല്ല് ഉണ്ടെന്നായിരുന്നു എന്ന കണ്ടെത്തൽ; കല്ലിന്റെ വലിപ്പം കാരണം ഉടനടി ശസ്ത്രക്രിയ ആവശ്യമായി വന്നു. അടിയന്തിരമായ ആ സാഹചര്യത്തെപ്പോലും വകവയ്ക്കാതെ അഞ്ജലി തന്റെ അഭിമുഖത്തിന് പ്രാധാന്യം കൊടുത്തു. അവരുടെ ആ ദൃഢനിശ്ചയവും മുന്നിലുള്ള അവസരത്തിന്റെ പ്രാധാന്യവും മനസ്സിലാക്കിയ ഡോക്ടർമാർ ആവശ്യമായ മരുന്നുകൾ നൽകിയ ശേഷം അഭിമുഖത്തിന് പോകാൻ അഞ്ജലിക്ക് അനുമതി നൽകി.

അസുഖം തന്റെ തയ്യാറെടുപ്പിന് ഒരു തടസ്സമായി നിന്നിട്ടും അഞ്ജലി ധൈര്യത്തോടെ അഭിമുഖത്തെ നേരിട്ടു. സിക്കിമിലെ ജൈവകൃഷിയെക്കുറിച്ചും മുൻപ് പഠിച്ച സ്ഥാപനങ്ങളെക്കുറിച്ചും ഇംഗ്ലീഷ്സാഹിത്യത്തെക്കുറിച്ചുംചോദ്യങ്ങളുണ്ടായിരുന്നു. ശർമ്മ കുടുംബം വാനോളം ഉയർന്ന പ്രതീക്ഷകളുടെ തണലിൽ ഫലത്തിനായി കാത്തിരുന്നു. ബിപിഎസ്‌സി ഫല പ്രഖ്യാപനം അതിരറ്റ സന്തോഷമാണ് അവർക്ക് നൽകിയത്.

2022 ഡിസംബർ 13-ന്, ഗ്രാമവികസന ഓഫീസറായി (ആർഡിഒ) തന്നെ തിരഞ്ഞെടുത്തുകൊണ്ടുള്ള ബിഹാർ സർക്കാരിന്റെ ജോയിനിംഗ് ലെറ്റർ അഞ്ജലിയെ തേടിയെത്തി. 2023 ജനവരി 1 മുതൽ ഗയയിലെ ബീഹാർ ഇൻസ്റ്റിറ്റ്യൂട്ട് ഓഫ് പബ്ലിക് അഡ്മിനിസ്ട്രേഷൻ & റൂറൽ ഡെവലപ്മെന്റിൽ (ബിഐപിഎആർഡി) പരിശീലനം ആരംഭിക്കുകയായിരുന്നു.

ബിപിഎസ്‌സിയുടെ ആർഡിഒ ആയി തിരഞ്ഞെടുക്കപ്പെട്ടത്അഞ്ജലിക്ക്വലിയആശ്വാസവുംമനസ്സമാധാനവുംനൽകി. പുതുതായി കൈവരിച്ച ഈ ശാന്തത തന്റെ എല്ലാ ഊർജ്ജവും സിഎസ്ഇയ്ക്കുള്ളതയ്യാറെടുപ്പുകൾക്കായിമാറ്റിവയ്ക്കാൻഅഞ്ജലിയെ അനുവദിച്ചു. അനിശ്ചിതത്വത്തിന്റെ ഭാരം ചുമലിൽ നിന്ന് നീങ്ങി

യതോടെ,തന്റെഐഎഎസ്സ്വപ്നംസാക്ഷാത്കരിക്കുന്നതിനായി സ്വയം സമർപ്പിക്കാൻ അഞ്ജലിക്ക് കഴിഞ്ഞു.

യുപിഎസ്സി എന്ന ജിഗ്സോ പസിലിന്റെ പൂട്ടുതുറക്കുക

2019 ഏപ്രിലിൽ, ഒരുകോച്ചിംഗ് ഇൻസ്റ്റിറ്റ്യൂട്ടിന്റെവെബ്സൈറ്റിൽ, ഐഎഎസ് ഉദ്യോഗസ്ഥനായി നിയമിക്കപ്പെട്ട, അന്ധനായ സ്പർശ് ഗുപ്ത എഴുതിയ പ്രചോദനാത്മകമായ ഒരു ലേഖനം അഞ്ജലി വായിക്കാനിടയായി. തന്റെ ഹൃദയസ്പർശിയായ ആ വിവരണത്തിൽ, ശാരീരിക വൈകല്യം എന്ന ആശയത്തെ സ്പർശ് പൊളിച്ചെഴുതി. യഥാർത്ഥ തടസ്സങ്ങൾ ഒരാളുടെ മനസ്സിന്റെ പരിധികളിലാണ് നിലനിൽക്കുന്നതെന്ന് അദ്ദേഹം ഊന്നിപ്പറഞ്ഞു.

സ്പർശിന്റെ വാക്കുകൾ അഞ്ജലിയെ ആഴത്തിൽ സ്പർശിച്ചു : 'ശാരീരിക വൈകല്യം എന്നൊന്നില്ല എന്ന് ഞാൻ ശക്തമായി വിശ്വസിക്കുന്നു; വൈകല്യം എന്നത് മാനസികമായി അനുഭവിക്കുന്ന തടസ്സമാണ്,' സ്പർശ് പറഞ്ഞു. ഉറച്ച ദൃഢനിശ്ചയവും സ്ഥിരതയും ഉണ്ടെങ്കിൽ, ഒരു തടസ്സമോ വൈകല്യമോ പ്രതിബന്ധമോ ഒന്നും അഭിലാഷങ്ങൾ സാക്ഷാത്കരിക്കുന്നതിൽ നിന്ന് നമ്മെ തടയില്ലെന്ന് അദ്ദേഹം ഊന്നിപ്പറഞ്ഞു. ആ ലേഖനത്തിന്റെ അവസാനം, ഐഎഎസ് ആകാൻ കൊതിക്കുന്ന, കാഴ്ച വൈകല്യമുള്ള മറ്റുള്ളവർക്ക് സ്പർശ് ഉദാരമായി സഹായഹസ്തം നീട്ടി; ഇമെയിലിലൂടെ അദ്ദേഹം അവർക്ക് മാർഗ്ഗനിർദ്ദേശങ്ങളും പിന്തുണയും നൽകി.

സ്പർശിനെ സമീപിച്ചപ്പോൾ അഞ്ജലിയുടെ ഹൃദയത്തിൽ ഒരു പുത്തൻ പ്രതീക്ഷ ഉദിച്ചുയർന്നു. ഒരു ഐഎഎസ് ഉദ്യോഗസ്ഥയുമായിസംസാരിക്കാൻകഴിയുക എന്നത്അഞ്ജലിയെസംബന്ധിച്ചിടത്തോളം അവിശ്വസനീയമായ ഒരനുഭവമായിരുന്നു. അവൾ വളരെക്കാലമായി മനസ്സിൽ കൊണ്ടുനടന്ന ഒരു സ്വപ്നമായിരുന്നു അത്. ഒരു ഉപദേഷ്ടാവും വഴികാട്ടിയും എന്ന നിലയിൽ സ്പർശിനെ പരിചയപ്പെടാനായത് അഞ്ജലിയുട ജീവിതത്തിലെ ഒരു വഴിത്തിരിവായി മാറി.

സിഎസ്ഇ യാത്രയെക്കുറിച്ചുള്ള സങ്കീർണ്ണമായ വിവരങ്ങൾ സ്പർശ് ഉദാരമായി പങ്കുവെച്ചു; താൻ നേരിട്ട വെല്ലുവിളികൾ, മറികടന്ന പ്രതിബന്ധങ്ങൾ, അവയെ കീഴടക്കാൻ ഉപയോഗിച്ച തന്ത്രങ്ങൾ എന്നിവയെല്ലാം വ്യക്തമായി വിവരിച്ചു. ജ്ഞാനത്തിന്റെ ഓരോ കണികയും ഉൾക്കൊള്ളാനുള്ള ആകാംക്ഷയോടെ

അഞ്ജലി സ്പർശിനോട് ചോദ്യങ്ങൾ ചോദിച്ചുകൊണ്ടേയിരുന്നു. അവയിൽ ചിലത് തീർത്തും നിസ്സാരമായിരുന്നു എന്നോർത്ത് അഞ്ജലി പിന്നീട് പൊട്ടിച്ചിരിച്ചു.

2019 ജൂണിൽ, അഞ്ജലി യുപിഎസ്‌സി എന്ന പർവ്വതത്തെ കീഴടക്കാനുള്ള ആദ്യ ശ്രമം നടത്തി. അന്ന് പകർത്തിയെഴുതാനുണ്ടായിരുന്ന ഒരാളുടെ സഹായത്തോടെ ഗാങ്ടോക്കിൽ നിന്ന് അവർ പ്രിലിമിനറി പാസായി. എന്നാൽ, മതിയായ തയ്യാറെടുപ്പിന്റെ അഭാവം അവരുടെ വിജയത്തിന് തടസ്സമായി നിന്നു.

2020 മാർച്ചിൽ കോവിഡ്-19 എന്ന മഹാമാരിയോട് ലോകം മുഴുവൻ പൊരുതിക്കൊണ്ടിരിക്കുമ്പോൾ അഞ്ജലി അതിൽ ഒരു നല്ല വശം കണ്ടെത്തി. കോച്ചിംഗ് അക്കാദമികളും മറ്റ് ഉദ്യോഗാർത്ഥികളും ഇന്റർനെറ്റിൽ പാഠങ്ങളും പഠന സാമഗ്രികളും അപ്‌ലോഡ് ചെയ്തത് പഠനവിഭവങ്ങൾ ധാരാളം കണ്ടെത്താൻ അഞ്ജലിയെ സഹായിച്ചു. താൻ ജീവിക്കുന്ന വിദൂരമായ പ്രദേശത്തിനും ഡൽഹി പോലുള്ള തിരക്കേറിയ നഗരപ്രദേശത്തിനും ഇടയിലുള്ള അന്തരം ചുരുങ്ങുന്നതായി അവർക്ക് തോന്നി. ബിപിഎസ്‌സി മെയിൻസിനുള്ള തയ്യാറെടുപ്പുകൾക്കിടയിൽ, 2020 ഒക്ടോബറിൽ യുപിഎസ്‌സി എന്ന പർവ്വതത്തെ കീഴടക്കാനുള്ള തന്റെ രണ്ടാമത്തെ ശ്രമം നടത്താൻ അഞ്ജലി തീരുമാനിച്ചു. മെയിൻസിന് യോഗ്യത നേടിയ ഉദ്യോഗാർത്ഥികളുടെ പട്ടികയിൽ തന്റെ റോൾ നമ്പർ കണ്ടെത്തിയപ്പോൾ അഞ്ജലിയുടെ ഉള്ളിൽ സന്തോഷം അലയടിച്ചു.

എന്നാൽ, മെയിൻസ് പരീക്ഷയിൽ അഞ്ജലിക്ക് തുടർച്ചയായ തിരിച്ചടികൾ നേരിടേണ്ടി വന്നു. രണ്ട് തെറ്റുകളായിരുന്നു ഇതിന് കാരണം – മെയിൻസ് പരീക്ഷാ കേന്ദ്രമായി പട്ന തിരഞ്ഞെടുത്തതും പകർത്തിയെഴുതാനായി യുപിഎസ്‌സി നിയമിച്ച ഒരു വ്യക്തിയെ ആശ്രയിച്ചതും. ബിപിഎസ്‌സിയുടെ പരീക്ഷപോലെ, സിഎസ്ഇയിലും, എഴുത്തിലും വായനയിലും അടിസ്ഥാനപരമായ ഒഴുക്ക് കണ്ടെത്താൻ പാടുപെട്ടതോടെ അഞ്ജലിയുടെ പ്രകടനത്തെ ഇത് സാരമായി ബാധിക്കുകയും മെയിൻസിൽ തന്നെ അഞ്ജലിയെ തടഞ്ഞുനിർത്തുകയുമുണ്ടായി.

ആറുമാസത്തിനുള്ളിൽ, തുടർച്ചയായി അഞ്ച് പരീക്ഷകളിലൂടെ അഞ്ജലി കടന്നുപോയി. 2020 ഒക്ടോബറിൽ യുപിഎസ്‌സി പ്രിലിമിനറി, 2020 നവംബറിൽ ബിപിഎസ്‌സി മെയിൻസ്, 2020

ഡിസംബറിൽ ബിപിഎസ്‌സി പ്രിലിമിനറി, 2021 ജനുവരിയിൽ യുപിഎസ്‌സി മെയിൻസ്, 2021 ഫെബ്രുവരി-മാർച്ച് മാസങ്ങളിൽ ഇഗ്നുയുടെ എംഎ ഇംഗ്ലീഷ് പരീക്ഷ എന്നിവ അഞ്ജലിക്ക് പൂർത്തിയാക്കേണ്ടതായി വന്നു. അവിടെയെല്ലാം അവരുടെ സഹിഷ്ണുതയാണ് പരീക്ഷിക്കപ്പെട്ടത്.

എന്നിട്ടും, തിരിച്ചടികളിൽ തളരാതെ, അഞ്ജലി സ്ഥിരോത്സാഹത്തോടെ ഉറച്ചുനിന്നു. 2021 ഒക്ടോബർ 10-ന് തന്റെ മൂന്നാമത്തെ ശ്രമത്തിൽ യുപിഎസ്‌സി പ്രിലിമിനറി പരീക്ഷയിൽ അഞ്ജലി ഉന്നത വിജയം നേടി. മെയിൻസ് പരീക്ഷാ കേന്ദ്രമായി ഡൽഹിയാണ് അവർ തിരഞ്ഞെടുത്തത്. തുടക്കത്തിൽ, പകർത്തിയെഴുതാൻ നിയമിക്കപ്പെട്ട വ്യക്തിയുടെ നിലവാരത്തെക്കുറിച്ച് അഞ്ജലിക്ക് വലിയ ആശങ്കയുണ്ടായിരുന്നു. എന്നാൽ ഇന്ത്യാ ഗവൺമെന്റിന്റെ സെക്ഷൻ ഓഫീസറായ ആ വ്യക്തി മികച്ച കഴിവുള്ളയാളായിരുന്നു എന്ന് വ്യക്തമായതോടെ അഞ്ജലിയുടെ ഹൃദയം കൃതജ്ഞതകൊണ്ട് നിറഞ്ഞു. എന്നാൽ, പരമാവധി ശ്രമിച്ചിട്ടും, തന്റെ ഓപ്ഷണൽ വിഷയമായ സോഷ്യോളജിയിൽ ലഭിച്ച കുറഞ്ഞ സ്കോർ കാരണം അഞ്ജലിക്ക് പതിനേഴ് മാർക്ക് നഷ്ടപ്പെട്ടു.

മൂന്നാമത്തെ ശ്രമത്തിൽ മെയിൻസിൽ പരാജയപ്പെട്ടെങ്കിലും, അഞ്ജലി ദൃഢനിശ്ചയത്തോടെ തന്റെ ശ്രമം തുടർന്നുകൊണ്ടിരുന്നു. 2022 ജൂൺ 5-ന് നടക്കാനിരിക്കുന്ന അടുത്ത യുപിഎസ്‌സി പ്രിലിമിനറി പരീക്ഷയ്ക്ക് തയ്യാറെടുക്കുമ്പോൾ, യുപിഎസ്‌സിയുടെ സിഎസ്ഇ എന്ന യാത്ര അത് നേടിയെടുക്കുന്നതുവരെ ഒഴിവാക്കാൻ കഴിയാത്ത ഒരു ശീലമായി ഒപ്പമുണ്ടാകുമെന്ന കാര്യം അഞ്ജലി തിരിച്ചറിഞ്ഞു. ഒരിക്കൽ യാത്ര ആരംഭിച്ചു കഴിഞ്ഞാൽ ആ യാത്രയിൽ നിന്ന് എളുപ്പത്തിൽ പിന്മാറാൻ കഴിയില്ലെന്ന് അവർ മനസ്സിലാക്കി. ഓരോ തിരിച്ചടിയും ആ യാത്ര പുനരാരംഭിക്കാനുള്ള അഞ്ജലിയുടെ ദൃഢനിശ്ചയത്തെ ശക്തിപ്പെടുത്തുകയും തടസ്സങ്ങൾക്കിടയിലൂടെ അവരെ മുന്നോട്ട് നയിക്കുകയും ചെയ്തു.

നാലാമത്തെ ശ്രമത്തിൽ, 2022 സെപ്റ്റംബറിൽ അഞ്ജലി സിഎസ്ഇ മെയിൻസിൽ വിജയിച്ചു. 2022 ഡിസംബർ 3-ന് അഭിമുഖത്തിനായി വിളിക്കപ്പെട്ട ഉദ്യോഗാർത്ഥികളുടെ പട്ടികയിൽ തന്റെ പേരുണ്ടെന്നറിഞ്ഞപ്പോൾ അഞ്ജലി അനുഭവിച്ച സന്തോഷം പറഞ്ഞറിയിക്കാനാവാത്തതായിരുന്നു.

അനായാസം കടന്നുപോയ ധോൽപൂർ ഹൗസ്

സിഎസ്ഇ അഭിമുഖത്തിനുള്ള തീയതി അടുത്തെത്തിയപ്പോൾ, തയ്യാറെടുക്കാൻ സമയം കുറവായതിന്റെ പ്രയാസമാണ് അഞ്ജലിക്ക് നേരിടേണ്ടിവന്നത്. ആ സമയം അവർ BIPARD-ൽ RDO ആയി പരിശീലനത്തിൽ ചേർന്നിരുന്നു. പുലർച്ചെ മുതൽ സന്ധ്യ വരെ ക്ലാസ്സുകളുണ്ടായിരുന്നതിനാൽ, യുപിഎസ്‌സിയുടെ അഭിമുഖത്തിന് തയ്യാറെടുക്കാനുള്ള സമയം പരിമിതമായിരുന്നു. എന്നാൽ ആ സാഹചര്യങ്ങൾക്ക് വഴങ്ങാൻ അഞ്ജലി തയ്യാറായില്ല. പകരം, തയ്യാറെടുപ്പിനായി അവർ നൂതനമായ ഒരു സമീപനം സ്വീകരിച്ചു.

ക്ലാസ്സിലിരിക്കുന്ന സമയം പരമാവധി പ്രയോജനപ്പെടുത്താൻ അഞ്ജലി തീരുമാനിച്ചു. BIPARD-ലെ അധ്യാപകരുമായി അവർ സജീവമായി ഇടപെട്ടു. അവരുടെ ചോദ്യങ്ങൾ UPSC അഭിമുഖത്തിൽ വരാൻ സാധ്യതയുള്ള ചോദ്യങ്ങളായി അഞ്ജലി സങ്കൽപ്പിച്ചു. ക്ലാസ്സിലെ പ്രഭാഷണങ്ങൾക്കിടയിൽ മാനസികമായി ഉത്തരങ്ങൾ കണ്ടെത്തിക്കൊണ്ട് തന്റെ മറുപടികളുടെ മൂർച്ച കൂട്ടാൻ ഉതകുന്ന എല്ലാ അവസരങ്ങളും അവർ ഉപയോഗപ്പെടുത്തി. വാരാന്ത്യങ്ങളിൽ, ഓൺലൈൻ മോക്ക് ഇന്റർവ്യൂ സെഷനുകൾ അറ്റൻഡ് ചെയ്ത് അതിൽ നിന്ന് തനിക്ക് ലഭിച്ച നിർദ്ദേശങ്ങളും ഉപദേശങ്ങളും സസൂക്ഷ്മം അവർ വിലയിരുത്തി.

ഡീറ്റെയ്ൽഡ് ആപ്ലിക്കേഷൻ ഫോം (DAF) പൂരിപ്പിക്കുമ്പോൾ, സാമ്പ്രദായികമായ നേട്ടങ്ങളില്ലാത്തതിന്റെ അഭാവത്തെ പരിഹസിക്കുന്നതായി തോന്നിയ കോളങ്ങൾ അഞ്ജലിയെ ആദ്യം ഭയപ്പെടുത്തി. എന്നാൽ, സ്വന്തം കഴിവുകളെച്ചൊല്ലിയുള്ള സംശയങ്ങൾ തന്റെ അഭിലാഷങ്ങളെ കുഴിച്ചുമൂടാൻ അഞ്ജലി അനുവദിച്ചില്ല. അത്തരം സാഹചര്യങ്ങളിൽ അഞ്ജലി തന്റെ ഡയറിയുടെ പേജുകൾക്കുള്ളിൽ ഹൃദയം തുറന്നു. ആവിഷ്കാരാത്മകമായ എഴുത്ത് തന്റെ ഹോബിയായി മാറ്റാൻ അഞ്ജലി തീരുമാനിച്ചു.

തന്റെ അഭിമുഖത്തിന്റെ ദിവസമായ 2023 ഫെബ്രുവരി 1-ന്, അഞ്ജലി അതിരാവിലെ എഴുന്നേറ്റു. തയ്യാറെടുക്കാൻ തന്റെ സഹോദരി അഞ്ജലിയെ സഹായിച്ചു.

'അമ്മേ, എന്നെ കാണാൻ എങ്ങനെയുണ്ട്?' അഞ്ജലി തന്റെ അമ്മയോട് ചോദിച്ചു.

'നീ സുന്ദരിയും ആത്മവിശ്വാസമുള്ളവളുമായിരിക്കുന്നു,'

നിറഞ്ഞ മനസ്സോടെ മകളെ നോക്കിക്കൊണ്ട് സഞ്ജു മറുപടി പറഞ്ഞു.

യുപിഎസ്‌സി ആസ്ഥാനത്ത് എത്തിയപ്പോൾ, അഞ്ജലിക്ക് ഭയം തോന്നി. എന്നിരുന്നാലും, ദയാലുവായ ഒരു സ്റ്റാഫ് അംഗം തന്നെ സ്വാഗതം ചെയ്തതോടെ, അഞ്ജലിക്കുണ്ടായിരുന്ന ഉൽകണ്ഠകളെല്ലാം അലിഞ്ഞുതീർന്നു. അദ്ദേഹം ഡോക്യുമെന്റ് വെരിഫിക്കേഷൻ പ്രക്രിയയിലൂടെ അനായാസം അഞ്ജലിയെ നയിച്ചു.

ഇന്റർവ്യൂ റൂമിൽ പ്രവേശിച്ചപ്പോൾ, അന്തരീക്ഷത്തിൽ നിറഞ്ഞുനിന്നിരുന്ന ഊഷ്മളത അഞ്ജലിയെ അത്ഭുതപ്പെടുത്തി. പാനൽ അംഗങ്ങൾ തന്റെ ഡിഎഎഫ് സസൂക്ഷമം നിരീക്ഷിക്കുമ്പോൾ, അഞ്ജലി ഓരോ ചോദ്യത്തിനും സത്യസന്ധമായി വിനയത്തോടെ മറുപടി നൽകി. തന്റെ അറിവിനപ്പുറമുള്ള ചോദ്യങ്ങൾ നേരിടേണ്ടിവന്നപ്പോൾ, സ്വന്തം പരിമിതികൾ സമ്മതിയ്ക്കാൻ അഞ്ജലി മടിച്ചില്ല. കപടതയ്ക്ക് പകരം അവർ സത്യസന്ധത തിരഞ്ഞെടുത്തു.

സമ്മർദ്ദപൂരിതമായ ആ അന്തരീക്ഷത്തിലും, അഞ്ജലി അതിശയകരമാംവിധം ശാന്തയായിരുന്നു. ആശയവിനിമയത്തിനുള്ള തന്റെ സ്വാഭാവികമായ കഴിവുപയോഗിച്ച്, സമചിത്തതയോടെ അഞ്ജലി ആ അഭിമുഖത്തെ നേരിട്ടു. തന്റെ അനുഭവങ്ങളും അഭിലാഷങ്ങളും പങ്കുവയ്ക്കുമ്പോൾ അഞ്ജലിയുടെ വാക്കുകൾ അനായാസമായി ഒഴുകി.

'എങ്ങനെയുണ്ടായിരുന്നു?' അഞ്ജലി യുപിഎസ്‌സി കെട്ടിടത്തിന്റെ ഗേറ്റിൽ നിന്ന് പുറത്തുവന്നയുടനെ അവരുടെ അച്ഛൻ ആകാംക്ഷയോടെ ചോദിച്ചു. അദ്ദേഹത്തിന്റെ കണ്ണുകൾ പ്രതീക്ഷയാൽ തിളങ്ങുന്നുണ്ടായിരുന്നു. അഞ്ജലിയുടെ അമ്മയും സഹോദരിയും അടുത്തുതന്നെയുണ്ടായിരിക്കുന്നു. ഉത്കണ്ഠയും പ്രതീക്ഷയും കലർന്ന ഭാവങ്ങൾ അവരുടെ മുഖത്ത് മിന്നിമറഞ്ഞു.

'എന്റെ വിലയിരുത്തൽ അനുസരിച്ച്, ഞാൻ മികച്ച പ്രകടനമാണ് കാഴ്ചവച്ചിരിക്കുന്നത്,' പുഞ്ചിരിയോടെ അമ്മയെ ആലിംഗനം ചെയ്തുകൊണ്ട് അഞ്ജലി മറുപടി പറഞ്ഞു.

ഗയയിലേക്ക് മടങ്ങിയ അഞ്ജലി അടുത്ത ദിവസം തന്നെ ബിപാർഡിലെ തന്റെ പരിശീലനം പുനരാരംഭിച്ചു. ദിവസങ്ങൾ ആഴ്ചകളായി മാറി. അധികം താമസിയാതെതന്നെ 2023 ഏപ്രിൽ 30-ന് ബിപാർഡിലെ അഞ്ജലിയുടെ പരിശീലനം അവസാനിച്ചു. പുതുതായി നേടിയ കഴിവുകളും അറിവും ഉപയോഗിച്ച്, അഞ്ജലി

തന്റെ യാത്രയുടെ അടുത്ത ഘട്ടം ആരംഭിച്ചു; പതിനഞ്ച് ദിവസത്തെ അറ്റാച്ച്മെന്റും തുടർന്ന് പട്നയിൽ ജില്ലാ പരിശീലനവും.

വിജയത്തിന്റെ നിലവിളികൾ

2023 മെയ് 23 അഞ്ജലിയുടെ യാത്രയിലെ ഒരു നിർണ്ണായക വഴിത്തിരിവായി മാറി. ദൈർഘ്യമേറിയ ഒരു ഓഫീസ് മീറ്റിംഗിന് ശേഷം ഉച്ചഭക്ഷണത്തിനായി അഞ്ജലി വീട്ടിലെത്തിയതായിരുന്നു. ഉത്കണ്ഠ അന്തരീക്ഷത്തിൽ തങ്ങിനിന്നു. യുപിഎസ്സി-യുടെ സിഎസ്ഇ-2022 ഫലങ്ങൾ പ്രഖ്യാപിക്കാൻ പോകുന്നുവെന്ന വാർത്തകൾ അഞ്ജലിയെ മാനസികസംഘർഷത്തിലാക്കി. സഹോദരി സ്വാതി ടെലിവിഷനിലെ പരിപാടികളിൽ മുഴുകിയിരിക്കുകയായിരുന്നു. അമ്മ അടുക്കളയിൽ തിരക്കിലായിരുന്നു. വീട്ടിൽ പാകം ചെയ്തുകൊണ്ടിരുന്ന ഭക്ഷണത്തിന്റെ ആശ്വാസകരമായ സുഗന്ധം വായുവിൽ തങ്ങിനിന്നിരുന്നു.

പെട്ടെന്ന്, ആ വൈകുന്നേരത്തിന്റെ നിശബ്ദതയെ ഭേദിച്ചുകൊണ്ട് ഒരു മെസ്സേജ് നോട്ടിഫിക്കേഷന്റെ പരിചിതമായ മണിനാദം. അഞ്ജലിയുടെ സിരകളിലൂടെ ആകാംക്ഷയുടെ ഒരു ഇടിമിന്നൽ പാഞ്ഞു. ശരിയായി ശ്വസിക്കാൻ പോലും ബുദ്ധിമുട്ടിക്കൊണ്ട് അവർ ഫോണിനായി കൈ നീട്ടി. അപ്പോൾ അഞ്ജലിയുടെ ഹൃദയം വല്ലാതെ മിടിക്കുന്നുണ്ടായിരുന്നു.

'സ്വാതി, യുപിഎസ്സി ഫലം പ്രഖ്യാപിച്ചോ? ദയവായി എന്റെ ഫോൺ പരിശോധിച്ചുനോക്കുമോ?' തന്റെ ഫോൺ സഹോദരിക്ക് കൈമാറുമ്പോൾ അഞ്ജലിയുടെ കൈവിരലുകൾ ആവേശത്താൽ വിറയ്ക്കുന്നുണ്ടായിരുന്നു. ആ കണ്ണുകൾ പ്രതീക്ഷയോടെ ജ്വലിച്ചു.

സ്വാതി പെട്ടെന്ന് ടെലിഗ്രാം ആപ്പ് തുറന്നു. അതിൽ പരീക്ഷാഫലം അടങ്ങിയ PDF ഫയൽ ഉണ്ടായിരുന്നു. പ്രതീക്ഷയോടെ സ്വാതിയുടെ കൈവിരലുകൾ ആ ലിസ്റ്റിലൂടെ സ്ക്രോൾ ചെയ്തു. ഓരോ പേരുകളും അവൾ സസൂക്ഷ്മം വായിച്ചു.

പിന്നെ, സ്ക്രീനിൽ മറ്റുള്ളവരോടൊപ്പം അഞ്ജലിയുടെ പേര് കണ്ടെത്തിയപ്പോൾ സ്വാതിയ്ക്ക് തന്റെ കണ്ണുകളെ വിശ്വസിക്കാനായില്ല. 'നിങ്ങൾ വിജയിച്ചിരിക്കുന്നു, ദീദി. 450-ാം റാങ്കിലാണ് നിങ്ങളുടെ പേരുള്ളത്,' സ്വാതി ആക്രോശിച്ചു. ആ സ്വരത്തിൽ ആവേശവും സന്തോഷവും നിറഞ്ഞുനിൽക്കുന്നുണ്ടായിരുന്നു.

ആനന്ദാശ്രുക്കളോടെ അവർ പരസ്പരം ആലിംഗനം ചെയ്തു.

ബഹളം കേട്ട് അഞ്ജലിയുടെ അമ്മ മുറിയിലേക്ക് തിടുക്കപ്പെട്ടുവന്നു. സ്വാതി ആ സന്തോഷവാർത്ത പങ്കുവെച്ചപ്പോൾ, അമ്മയുടെ മുഖത്ത് ഒരു പുഞ്ചിരി വിടർന്നു. അഭിമാനവും സന്തോഷവും കലർന്ന കണ്ണുനീർ ആ കവിളുകളിലൂടെ ഒഴുകി.

അഞ്ജലിയുടെ ശ്രദ്ധേയമായ ആ നേട്ടത്തിന്റെ ആനന്ദത്തിൽ മുഴുകി മൂവരും ആർത്തുല്ലസിച്ചു. അഭിമാനത്താൽ വീർപ്പുമുട്ടിയ സഞ്ജു, സന്തോഷകരമായ ആ അന്തരീക്ഷത്തിന് ആക്കം കൂട്ടാനായി മധുരപലഹാരങ്ങൾ എടുത്തുകൊണ്ടുവരാൻ അടുക്കളയിലേക്കോടി. അതേസമയം, അഞ്ജലിയുടെ ഫോൺ നിർത്താതെ ശബ്ദിച്ചുകൊണ്ടിരുന്നു; സുഹൃത്തുക്കളിൽ നിന്നും അഭ്യുദയകാംക്ഷികളിൽ നിന്നും അഭിനന്ദനങ്ങൾ ഒഴുകിയെത്തി.

ആഹ്ലാദത്തിനിടയിലും, കാഴ്ച വൈകല്യമുള്ള മറ്റ് ഉദ്യോഗാർത്ഥികളുമായി താരതമ്യപ്പെടുത്തുമ്പോൾ തന്റെ റാങ്ക് സർവീസ് അലോക്കേഷനിൽ ഒരു നിർണ്ണായക ഘടകമാണെന്ന ചിന്ത അഞ്ജലിയുടെ മനസ്സിൽ ഉത്കണ്ഠ നിറച്ചു. സ്വാതിയുടെ സഹായത്തോടെ, അവർ ആ പട്ടിക വീണ്ടും സൂക്ഷ്മമായി പരിശോധിച്ചു. അഞ്ജലിക്ക് അറിയാവുന്ന, കാഴ്ച വൈകല്യമുള്ള മറ്റ് ഉദ്യോഗാർത്ഥികൾ ആ പട്ടികയിൽ താഴെയായിട്ടാണ് സ്ഥാനം പിടിച്ചിരിക്കുന്നതെന്ന് കണ്ടെത്തിയതോടെ അവർക്ക് വലിയ ആശ്വാസം തോന്നി.

തന്റെ അവിശ്വസനീയമായ വിജയവാർത്ത അച്ഛനുമായി പങ്കിടാൻ അഞ്ജലിക്ക് ആകാംക്ഷയുണ്ടായിരുന്നു. താൻ സാക്ഷിയാകാൻ പോകുന്ന വികാരവിക്ഷോഭങ്ങൾക്കായി സ്വയം സജ്ജമാക്കിക്കൊണ്ട് അഞ്ജലി അച്ഛനെ വീഡിയോ കോൾ ചെയ്തു. അശോക് കോളെടുത്തപ്പോൾ, താൻ വിജയിച്ചില്ലെന്ന് നടിച്ചു കാട്ടാനുള്ള പ്രേരണയെ അഞ്ജലിക്ക് ചെറുക്കാൻ കഴിഞ്ഞില്ല.

എന്നാൽ കുസൃതി നിറഞ്ഞ ആ പ്രഹസനത്തിന് അധികം ആയുസ്സുണ്ടായിരുന്നില്ല. അഞ്ജലിയുടെ കണ്ണുകളിലെ തിളക്കവും സന്തോഷത്തിന്റെ തുടിപ്പും അത്ഭുതകരമായ ആ നേട്ടം വെളിപ്പെടുത്തുന്നതായിരുന്നു. അശോകിന്റെ ഭാവം ഉത്കണ്ഠയിൽ നിന്ന് അനിയന്ത്രിതമായ ആഹ്ലാദത്തിലേക്ക് മാറുന്നത് മൂവരും സന്തോഷത്തോടെ നോക്കിനിന്നു.

ലളിതമായ ആഘോഷം

അടുത്ത ദിവസം അഞ്ജലിയുടെ അത്ഭുതകരമായ നേട്ടത്തിന്

സ്ഥിരീകരണം നൽകികൊണ്ട്,കാറ്റഗറി തിരിച്ചുള്ള വിജയികളുടെ പട്ടിക യുപിഎസ്സി പ്രസിദ്ധീകരിച്ചു. ഒഴിവുകൾ അനുസരിച്ച് IAS-ൽ സ്ഥാനം ഉറപ്പാക്കാൻ പര്യാപ്തമായ, തന്റെ വിഭാഗത്തിലെ രണ്ടാം റാങ്ക് നേടാനായതിൽ അഞ്ജലിക്ക് ആശ്വാസം തോന്നി. എന്നാൽ അതിരുകടന്ന സന്തോഷമുണ്ടായിരുന്നിട്ടും, അഞ്ജലിയുടെ മനസ്സിൽ സംശയത്തിന്റെ നിഴൽ വന്നുമൂടി. മുൻകാല അനുഭവങ്ങളുടെയും താൻ അനുഭവിച്ച പരീക്ഷണങ്ങളുടെയും മുറിപ്പാടുകളുടെയും ഓർമ്മകൾ അഞ്ജലിയുടെ അവബോധത്തിൽ ഭയത്തിന്റെ വിത്തുകൾ പാകി.

അതിനാൽ, ഇന്ത്യാ ഗവൺമെന്റിന്റെ പേഴ്സണൽ ആൻഡ് ട്രെയിനിംഗ് മന്ത്രാലയത്തിൽ നിന്ന് ഔദ്യോഗിക സർവീസ് ഓർഡറുകൾ വരുന്നത് വരെ IAS നേടിയെടുത്തു എന്ന അവിശ്വസനീയമായ നേട്ടം മറച്ചുവെക്കാൻ തന്നെ അഞ്ജലി തീരുമാനിച്ചു. തന്റെ ഭാവി സേവനത്തെക്കുറിച്ചുള്ള അന്വേഷണങ്ങൾ അവർ വഴിതിരിച്ചുവിട്ടു; IAS-ൽ ഒരു സ്ഥാനം നേടാനാകുമെന്നും അഥവാ അതിന് കഴിഞ്ഞില്ലെങ്കിൽ IRS-ൽ തന്നെ ചേരുമെന്നും ലജ്ജയോടെ അഞ്ജലി പ്രസ്താവിച്ചു. എന്നിരുന്നാലും, മകളുടെ ആസന്നമായ IAS റാങ്കിലേക്കുള്ള ഉയർച്ചയെക്കുറിച്ച് അശോക് ആത്മവിശ്വാസത്തോടെ തന്റെ സുഹൃത്തുക്കളെയും ബന്ധുക്കളെയും അറിയിച്ചു.

ഒരു വലിയ കാത്തിരിപ്പിനൊടുവിൽ, അഞ്ജലി IAS-ൽ തിരഞ്ഞെടുക്കപ്പെട്ടതായി സ്ഥിരീകരിച്ചുകൊണ്ട് ഇന്ത്യാ ഗവൺമെന്റ് വിജ്ഞാപനം പ്രസിദ്ധീകരിച്ചു.

തിരഞ്ഞെടുക്കപ്പെട്ടതിനുശേഷം, അഞ്ജലി കുടുംബത്തോടൊപ്പം തന്റെ ജന്മനാടായ വ്യാസ്പൂർ സന്ദർശിച്ചു. അവിടെ അവരെ അനുമോദിക്കുന്നതിനായി ഒരു വലിയ പരിപാടി തന്നെ സംഘടിപ്പിച്ചിട്ടുണ്ടായിരുന്നു. ഗ്രാമവാസികൾ അവരുടെ കുട്ടികളെ, പ്രത്യേകിച്ച് പെൺമക്കളെ ഒപ്പം കൊണ്ടുവന്നു. അങ്ങനെ അവർക്ക് അഞ്ജലിയെ കാണാനും സംസാരിക്കാനും പ്രചോദനമുൾക്കൊള്ളാനും ആകുമെന്ന് അവർ ഉറച്ചുവിശ്വസിച്ചു. അവരുമായി സംസാരിക്കുമ്പോൾ അഞ്ജലിയുടെ കണ്ണുകൾ നിറഞ്ഞു.

ഐഎഎസിൽ ചേരാൻ ആർഡിഒ സ്ഥാനത്ത് നിന്ന് രാജിവച്ചതിന്റെ ഔദ്യോഗിക സങ്കീർണ്ണതകളിലൂടെ കടന്നുപോകുമ്പോൾ, സഹപ്രവർത്തകരുടെ മനോഭാവങ്ങളിലുള്ള പ്രകടമായ മാറ്റം അഞ്ജലിയുടെ ശ്രദ്ധയിൽപെട്ടു. സംശയത്തിന്റെ നിഴൽപ്പാടുകൾ ഇല്ലാതായി; അതിന്റെ സ്ഥാനത്ത് അഞ്ജലിയുടെ ശ്രദ്ധേയമായ നേട്ടത്തോടുള്ള നിഷേധിക്കാനാവാത്ത ബഹുമാനവും ആരാധ

നയും തെളിഞ്ഞുനിന്നു. സ്ഥിരോത്സാഹത്തിന്റെ പരിവർത്തന ശക്തിക്കും ഒരാളുടെ സ്വപ്നങ്ങളിലുള്ള അചഞ്ചലമായ വിശ്വാസ ത്തിനും ഇത് ഒരു തെളിവായിരുന്നു.

ആദ്യ രണ്ട് ശ്രമങ്ങളിൽ തോൽവിക്ക് കാരണമായെങ്കിലും, ഐച്ഛിക വിഷയമായ സോഷ്യോളജി അഞ്ജലിയുടെ വിജയ ത്തിൽ നിർണ്ണായകമായ പങ്ക് വഹിച്ചു. കോളേജിൽ അഞ്ജലി യാദൃശ്ചികമായി സോഷ്യോളജി ഒരു മൈനർ വിഷയമായി തിരഞ്ഞെടുത്തിരുന്നു, പക്ഷേ വളരെ പെട്ടെന്ന് തന്നെ അഞ്ജലി അതിനെ ഇഷ്ടപ്പെടാൻ തുടങ്ങി. സിഎസ്ഇ എഴുതാനുള്ള ആലോച നകൾ തുടങ്ങിയ സമയം, യൂട്യൂബിൽ നടത്തിയ തന്റെ ഗവേഷണ ത്തിൽ, അത് വിദ്യാർത്ഥികൾക്ക് ഇഷ്ടപ്പെട്ട ഓപ്ഷണൽ വിഷയങ്ങളിൽ ഒന്നാണെന്ന് അഞ്ജലി കണ്ടെത്തുകയുണ്ടായി.

എന്നാൽ ആദ്യ രണ്ട് ശ്രമങ്ങളിലും സോഷ്യോളജിയിൽ 208 മാർക്കാണ് അഞ്ജലി നേടിയത്. അടുത്ത ശ്രമത്തിൽ അത് 280 ആക്കി മാറ്റണമെന്ന് അവർ ആഗ്രഹിച്ചിരുന്നു. അവസാന ശ്രമത്തിൽ സോഷ്യോളജിയ്ക്ക് 283 മാർക്ക് നേടിയതോടെ ദൈവം തന്റെ ആഗ്രഹം നിറവേറ്റിയതായി അഞ്ജലി വിശ്വസിച്ചു.

അതിർത്തിയിലെ ജീവിതകാഴ്ചകൾ

മുസൂറിയിലെ ലാൽ ബഹാദൂർ ശാസ്ത്രി നാഷണൽ അക്കാദമി ഓഫ് അഡ്മിനിസ്ട്രേഷനുള്ളിലെ (LBSNAA) അഞ്ജലിയുടെ യാത്ര 2023 സെപ്റ്റംബറിൽ ഫൗണ്ടേഷൻ കോഴ്സോടെയാണ് ആരംഭി ച്ചത്. എന്നാൽ അപ്പോഴും വെല്ലുവിളികൾ നിലനിന്നിരുന്നു. കുന്നിൻ പ്രദേശങ്ങളിലൂടെ സഞ്ചരിക്കുന്നത് ബുദ്ധിമുട്ടായിരുന്നു. പക്ഷേ അതിലും ശക്തമായ വെല്ലുവിളി ക്ലാസുകളിൽ എന്താണ് പഠിപ്പിക്കുന്നതെന്ന് മനസ്സിലാക്കുക എന്നതായിരുന്നു; പ്രത്യേ കിച്ച് പവർപോയിന്റ് പ്രസന്റേഷനുകൾ പതിവായി ഉപയോഗി ച്ചിരുന്നതിനാൽ. അഞ്ജലിയെ സഹായിക്കുന്നതിനായി, അക്കാ ദമി അവൾക്ക് മുൻകൂട്ടി പ്രെസൻറ്റേഷനുകൾ നൽകാൻ തുടങ്ങി. അത് ക്ലാസിന് മുമ്പ് തന്നെ ഒരു ധാരണ ഉണ്ടാക്കിയെടുക്കാൻ അഞ്ജലിക്ക് സഹായകമായി. കൂടാതെ, ദൈനംദിന പ്രവർത്തന ങ്ങളിലും ക്യാമ്പസിലൂടെയുള്ള യാത്രകളിലും സഹായിക്കാനായി ഒരു ടെക്സ്റ്റ്-ടു-സ്പീച്ച് സോഫ്റ്റ്വെയറും രണ്ട് അറ്റൻഡന്റുമാരെയും അനുവദിച്ചു നൽകി.

2023 ഡിസംബറിൽ ഐഎഎസിനുള്ള ഫേസ്-1 പ്രൊഫഷ

ണൽ പരിശീലനം ആരംഭിച്ചതോടെ, അഞ്ജലി എട്ട് ആഴ്ച നീണ്ടുനിൽക്കുന്ന ഒരു ശൈത്യകാല പഠനയാത്ര ആരംഭിച്ചു. 'ഭാരത് ദർശൻ' എന്നാണ് അത് അറിയപ്പെടുന്നത്. ഇന്ത്യയിലുടനീളം 20,000 കിലോമീറ്റർ നീളുന്ന ഈ പര്യടനത്തിനായി ഓഫീസർ ട്രെയിനികളെ 18 മുതൽ 20 വരെ അംഗങ്ങളുള്ള ഗ്രൂപ്പുകളായി തിരിച്ചിരുന്നു.

അവരുടെ ദൗത്യം ഇരട്ടിയായിരുന്നു: രാജ്യത്തിന്റെ ഭൂമിശാസ്ത്രപരവും സാംസ്കാരികവുമായ പ്രത്യേകതകൾ കണ്ടെറിയുക, അതിന്റെ സമ്പന്നമായ പൈതൃകവും വൈവിധ്യമാർന്ന ഭൂപ്രകൃതിയും ഉൾക്കൊള്ളുക, സായുധ സേന, പൊതു-സ്വകാര്യ മേഖലകൾ, മുനിസിപ്പൽ സ്ഥാപനങ്ങൾ, എൻജിഒകൾ എന്നിവയുൾപ്പെടെ വിവിധ സംഘടനകളുടെ പ്രവർത്തനത്തെക്കുറിച്ച് ആഴത്തിലുള്ള അറിവ് നേടുക.

പുതിയ സ്ഥലങ്ങൾ പര്യവേക്ഷണം ചെയ്യാനുള്ള അവസരം അഞ്ജലിയിൽ ആവേശം നിറച്ചെങ്കിലും, ഒരുതരം ആശങ്ക അവരുടെ മനസ്സിൽ തങ്ങിനിന്നു. വിപുലമായ യാത്രകളും വിദേശ സന്ദർശനങ്ങളും മുന്നോട്ടുവയ്ക്കുന്ന ബുദ്ധിമുട്ടുകൾ എങ്ങനെ മറികടക്കും?

അഞ്ജലിയുടെ സംഘത്തിന്റെ ആവേശകരവും എന്നാൽ ക്ഷീണിപ്പിക്കുന്നതുമായ ആ യാത്ര ഡൽഹിയിൽ നിന്ന് ദിമാപൂരിലേക്കുള്ള ഒരു വിമാനയാത്രയോടെയാണ് ആരംഭിച്ചത്. അവിടെ നിന്ന്, വളഞ്ഞുപുളഞ്ഞ കുന്നുകൾക്കിടയിലൂടെ പതിനെട്ട് മണിക്കൂർ നീണ്ട കഠിനമായ യാത്ര അരുണാചൽ പ്രദേശിലെ മെച്ചുകയിൽ, അവരുടെ സൈനിക അറ്റാച്ച്മെന്റിനുള്ള ലക്ഷ്യസ്ഥാനത്താണ് എത്തിച്ചേർന്നത്. ആ വൈകിയ വേളയിൽ അവിടെ എത്തിയപ്പോഴേക്കും അവരെല്ലാവരും പൂർണ്ണമായും ക്ഷീണിതരായിരുന്നു.

പ്രഭാതത്തിന്റെ ആദ്യവെളിച്ചം മെച്ചുകയിൽ സ്വർണ്ണവർണ്ണങ്ങൾ ചൊരിഞ്ഞപ്പോൾ, ഓഫീസർ ട്രെയിനികൾ ആശ്ചര്യപ്പെടുത്തുന്ന ഒരു കാഴ്ചയിലേക്കാണ് തങ്ങളുടെ കണ്ണുതുറന്നത്. തങ്ങൾ സ്വപ്നത്തിലാണെന്നു പോലും അവർക്ക് തോന്നിപ്പോയി. ഇന്ത്യയുടെ 'മിനി-സ്വിറ്റ്സർലൻഡ്' ആയ മെച്ചുക, അതിന്റെ ഗംഭീരമായ സൗന്ദര്യം വെളിപ്പെടുത്തി തലയെടുപ്പോടെ നിന്നു. മഞ്ഞുമൂടിയ കൊടുമുടികൾ, പച്ചപ്പ് നിറഞ്ഞ കുന്നുകൾ, വെള്ളി റിബണുകൾ പോലെ ഭൂപ്രദേശത്തിലൂടെ വളഞ്ഞുപുളഞ്ഞുകിടക്കുന്ന നീല

വർണ്ണമായ അരുവികൾ, തുടങ്ങി ആകർഷകമായ പ്രകൃതി ദൃശ്യങ്ങൾ അവരുടെ കൺമുന്നിൽ വിരിഞ്ഞുനിന്നു.

ഇന്ത്യൻ സൈന്യവുമായുള്ള ഒരാഴ്ച നീണ്ടുനിന്ന ബന്ധം, അടിസ്ഥാന സൗകര്യങ്ങളെക്കുറിച്ചും രാജ്യത്തിന്റെ അതിർത്തികൾ സംരക്ഷിക്കുന്നതിൽ സൈന്യത്തിന്റെ ഒഴിച്ചുകൂടാനാവാത്ത പങ്കിനെക്കുറിച്ചും വിലമതിക്കാനാവാത്ത ഉൾക്കാഴ്ചകൾ നേടാനുള്ള അവസരമായിരുന്നു. ഇന്ത്യാ-ചൈന അതിർത്തിയിൽ സ്ഥിതി ചെയ്യുന്ന പോഖാറിനപ്പുറത്തുള്ള പ്രദേശങ്ങളിലേക്കും സംഘത്തെ കൊണ്ടുപോവുകയുണ്ടായി. അതികഠിനമായ മഞ്ഞുവീഴ്ചയെയും തണുപ്പിനെയും സധൈര്യം നേരിട്ടുകൊണ്ട്, അതിർത്തിയിലെ ജീവിതത്തിന്റെ കഠിനമായ യാഥാർത്ഥ്യങ്ങളെ ആ ഉദ്യോഗസ്ഥർ അഭിമുഖീകരിച്ചു.

പ്രതികൂല സാഹചര്യങ്ങൾക്കിടയിലും, സൈനികരുടെ അചഞ്ചലമായ ആവേശത്തെയും ധൈര്യത്തെയും കുറിച്ചോർത്ത് അഞ്ജലിക്ക് അത്ഭുതപ്പെടാതിരിക്കാൻ കഴിഞ്ഞില്ല. കഠിനമായ സാഹചര്യങ്ങൾക്കിടയിലും, അവർ തങ്ങളുടെ സന്ദർശകരെ ഊഷ്മളതയോടെയും ആതിഥ്യമര്യാദയോടെയും സ്വീകരിച്ചു. അവരുടെ അചഞ്ചലമായ സമർപ്പണത്തെയും മനസ്സിനെയും കുറിച്ച് അഞ്ജലി ആരാധനയോടെ ഓർത്തു.

ദിവസങ്ങൾ കടന്നുപോകവേ, ആദ്യനാളുകളിൽ ക്ഷീണവും പ്രയാസങ്ങളും അനുഭവിച്ചെങ്കിലും, ഇന്ത്യൻ സൈന്യത്തോടൊപ്പം ചിലവഴിച്ച സമയമായിരുന്നു തങ്ങളുടെ ഭാരത ദർശന യാത്രയുടെ ഏറ്റവും പ്രധാനപ്പെട്ട ആകർഷണം എന്ന് അഞ്ജലിയും കൂട്ടുകാരും മനസ്സിലാക്കി.

സ്വയം കണ്ടെത്തിയ യാത്ര

മെച്ചുകയിൽ, അഞ്ജലിയും സഹപ്രവർത്തകരും തദ്ദേശീയരായ മെംബ, റാമോ, ബോക്കർ, ലിബോ ഗോത്രങ്ങളുടെ സംസ്കാരത്തെക്കുറിച്ചും അനുഭവിച്ചറിഞ്ഞു. ഹൈദരാബാദിൽ ഇന്ത്യൻ വ്യോമസേനയുമായും കൊച്ചിയിൽ ഇന്ത്യൻ നാവികസേനയുമായും ബന്ധപ്പെടുത്തിക്കൊണ്ട് അവരുടെ യാത്ര തുടർന്നു. നാവിക കപ്പലിലും അന്തർവാഹിനിയിലും ആകാശത്തിലൂടെ പറക്കുന്ന യുദ്ധവിമാനങ്ങൾ മുതൽ സമുദ്രത്തിന്റെ ആഴങ്ങളിലേക്ക് നീളുന്ന പ്രവർത്തനങ്ങളുടെ വ്യാപ്തിയും സൈനിക പുരുഷന്മാരുടെയും സ്ത്രീകളുടെയും അചഞ്ചലമായ സമർപ്പണവും അഞ്ജലിയെ അത്ഭുതപ്പെടുത്തി.

കൊച്ചിയിലെ ശാന്തമായ ജലാശയങ്ങൾ മുതൽ ലക്ഷദ്വീപിന്റെ ആകർഷകമായ ദ്വീപസമൂഹം വരെ, അഞ്ജലിയും കൂട്ടുകാരും അതിശയിപ്പിക്കുന്ന ദൃശ്യഭംഗി ആവോളം ആസ്വദിച്ചു.

സ്കൂബഡൈവിംഗിൽ പങ്കുചേരാൻ കഴിഞ്ഞില്ലെങ്കിലും, പവിഴപ്പുറ്റുകളുടെയും വൈവിധ്യമാർന്ന സമുദ്രജീവികളുടെയും കഥകളിൽ അഞ്ജലി ആനന്ദം കണ്ടെത്തി. സ്വപ്നങ്ങളിൽ കോറിയിട്ട ഒരു ക്യാൻവാസ്പോലെ നീണ്ടുകിടക്കുന്ന വിശാലമായ സമുദ്രത്തിലൂടെയുള്ള ക്രൂയിസ് കപ്പലിലെ മടക്കയാത്ര മറക്കാനാവാത്ത മറ്റൊരനുഭവമായിരുന്നു.

എന്നാൽ ഭൂപ്രകൃതിയുടെ ഭംഗിക്കിടയിലും, സഹ ഉദ്യോഗസ്ഥർക്കിടയിൽ കെട്ടിപ്പടുത്ത ബന്ധങ്ങളാണ് അഞ്ജലിയിൽ ഏറ്റവും ആഴത്തിൽ സ്വാധീനമുളവാക്കിയത്. ജലകായികവിനോദങ്ങൾക്കിടയിൽ പങ്കുവെച്ച സൗഹൃദം മുതൽ നക്ഷത്രനിബിഡമായ ആകാശത്തിനു കീഴെ വിരിഞ്ഞ രാത്രിസംഭാഷണങ്ങൾ വരെയുള്ള ഓരോ നിമിഷവും അഞ്ജലിയുടെ ഹൃദയത്തിൽ എന്നെന്നേക്കുമായി പതിഞ്ഞിരുന്നു. ആവശ്യമായിവന്നപ്പോഴെല്ലാം അവ്യാജമായ പിന്തുണ വാഗ്ദാനം ചെയ്തുകൊണ്ട് എപ്പോഴും അവരുടെ കൂടെയുണ്ടായിരുന്നത് റൂംമേറ്റും പുതുതായി കണ്ടെത്തിയ സുഹൃത്തുമായ അംബികയായിരുന്നു.

ഇന്ത്യയുടെ ഹൃദയത്തിലൂടെയുള്ള അവരുടെ സഞ്ചാരത്തിനിടയിൽ, താൻ സ്വയം അഗാധമായ ഒരു പരിവർത്തനത്തിന് വിധേയയാകുന്നത് അഞ്ജലി തിരിച്ചറിഞ്ഞു. ഓരോ ദിവസം കഴിയുംതോറും അവരുടെ ആത്മവിശ്വാസം വളർന്നു; കാഴ്ചപ്പാടുകൾ മാറി. ദുർബ്ബലയോ തരംതാഴ്ന്നവളോ ആയിട്ടല്ല, ആഗ്രഹിച്ചതെന്തും നേടാൻ കഴിവുള്ള, ആത്മവിശ്വാസമുള്ള ഒരു വ്യക്തിയായിട്ടാണ് അഞ്ജലി തന്നെ സ്വയം കണ്ടത്.

സമൃദ്ധമായ വെല്ലുവിളികൾ

എൽബിഎസ്എൻഎഎയിലെ പരിശീലനത്തിനുശേഷം തന്റെ ഫീൽഡ് വർക്ക് ആരംഭിക്കാൻ അഞ്ജലി ആകാംക്ഷയോടെ കാത്തിരുന്നു. അപ്പോഴും, തന്റെ മുന്നിലുള്ള ഭയാനകമായ വെല്ലുവിളികളെക്കുറിച്ച് അവർക്ക് വ്യക്തമായ ധാരണയുണ്ടായിരുന്നു.

'ഫയലുകൾ കൈകാര്യം ചെയ്യുന്നതും നിരവധി പേപ്പറുകളിൽ ഒപ്പിടുന്നതും എന്റെ ഉത്തരവാദിത്തമായിരിക്കും. വിശ്വസ്തനായ ഒരു സഹായിയെ കണ്ടെത്തുന്നത് നിർണ്ണായകമായിരിക്കും.

അത്തരത്തിലൊരാളെ നിയമിക്കാൻ അനുവദിക്കുന്ന സർക്കാർ സംവിധാനങ്ങൾ നിലവിലുണ്ടോ? മാത്രമല്ല, സാങ്കേതികവിദ്യയെ ആശ്രയിക്കുന്നതിലുള്ള വർദ്ധനവ് മറ്റൊരു തടസ്സം സൃഷ്ടിക്കുന്നു. കമ്പ്യൂട്ടറുകൾ, ഇന്റർനെറ്റ്, മറ്റ് സാങ്കേതികവിദ്യകൾ എന്നിവ എങ്ങനെ ഫലപ്രദമായി ഉപയോഗിക്കാൻ കഴിയും?' ഒരു ദിവസം മുഴുവൻ നീണ്ടുനിന്ന തീവ്രമായ പരിശീലനത്തിന് ശേഷം അഞ്ജലിയുടെ മാനസ്സിലൂടെ ഈ ചോദ്യങ്ങൾ കടന്നുപോയി.

തനിക്ക് സഹായകമാകുന്ന സാങ്കേതികവിദ്യയുടെ സാധ്യതകൾ അഞ്ജലി തിരിച്ചറിഞ്ഞിരുന്നു. എൽബിഎസ്എൻഎഎ-യിൽ, *'ഓർകാം മൈഐ'* എന്ന ഉപകരണം അവർക്ക് നൽകുകയുണ്ടായി. അതുപയോഗിച്ച്, അഞ്ജലി പുസ്തകത്തിന്റെ പേജുകൾ പകർത്തും. ആ ഉപകരണം അവർക്ക് അതിലുള്ള വാചകങ്ങൾ ഉറക്കെ വായിച്ചു കൊടുക്കും.

തങ്ങളുടെ സേവനത്തിൽ മികവ് പുലർത്തിയ കാഴ്ച വൈകല്യമുള്ള ഉദ്യോഗസ്ഥരുടെ വിജയഗാഥകളും അഞ്ജലിക്ക് പ്രചോദനമായി. വെല്ലുവിളികൾ മറികടക്കേണ്ടതുണ്ടെന്ന് അവർ മനസ്സിലാക്കി.

'വെല്ലുവിളികളുണ്ടാകുന്നത് നമുക്ക് അവയുടെ പരിഹാരങ്ങൾ കണ്ടെത്താൻ വേണ്ടിയാണ്. തീർച്ചയായും അവയോരോന്നിനും ഞാൻ പരിഹാരം കണ്ടെത്തുന്നതാണ്,' അഞ്ജലി സ്വയം ഉറപ്പുനൽകി.

അഞ്ജലിയുടെ കഥയിൽ നിന്നെടുക്കാവുന്ന പ്രധാന കാര്യങ്ങൾ

1. **സ്ഥിരോത്സാഹവും അചഞ്ചലമായ വിശ്വാസവും :** വലിയ ദുരന്തങ്ങളും വെല്ലുവിളികളും നേരിടുമ്പോഴും സ്ഥിരോത്സാഹവും കഠിനാധ്വാനവും സ്വപ്നങ്ങളിലുള്ള അചഞ്ചലമായ വിശ്വാസവും ആത്യന്തികമായി വിജയത്തിലേക്ക് നയിക്കുന്നു. അസംഘ്യം തോൽവികൾക്ക് ശേഷമായിരിക്കാം വിജയംവരിക്കാനാകുക.അതിനാൽപരാജയങ്ങളിലുംകഷ്ടപ്പാടുകളിലും നിരാശപ്പെടുകയുമരുത്. അർജ്ജുനനെപ്പോലെ, നിങ്ങളുടെ ലക്ഷ്യത്തിൽ മാത്രം ശ്രദ്ധ കേന്ദ്രീകരിക്കുക; പരിശ്രമിക്കുക.
2. **മാതാപിതാക്കളുടെ പിന്തുണ :** സിഎസ്ഇയിലെ വിജയത്തിൽ മാതാപിതാക്കളുടെ പിന്തുണ നിർണ്ണായക പങ്ക് വഹിക്കുന്നു. മാതാപിതാക്കൾ തങ്ങളുടെ കുട്ടികളുടെ കഴിവുകളിൽ വിശ്വസിക്കുകയും പരാജയങ്ങളിൽ പോലും ക്ഷമയോടെ കൂടെനിൽക്കുകയും വേണം. ഓരോ തിരിച്ചടിയും വിജയത്തിലേക്കുള്ള ഒരു ചുവടുവയ്പ്പാണ്.
3. **സാങ്കേതിക പുരോഗതിയുടെ ഉപയോഗം :** ലോകം ഒരു സാങ്കേതികവിപ്ലവത്തിന്സാക്ഷ്യംവഹിക്കുകയാണ്.ഈ പുരോഗതികൾ പ്രയോജനപ്പെടുത്തേണ്ടത് അത്യാവശ്യമാണ്. പുതിയ സാങ്കേതികവിദ്യകൾ തടസ്സങ്ങളെ മറികടന്ന്നമ്മെലക്ഷ്യങ്ങളിലേക്ക്നയിക്കുന്നതിന്ഉതകുന്നവയാകാം. വിജയത്തിലേക്കുള്ള നിങ്ങളുടെ പാതയിൽ ശക്തി പകരുന്ന ഉപകരണങ്ങളായി അവയെ ഉപയോഗിക്കുക.
4. **മറ്റുള്ളവരോട് താരതമ്യപ്പെടുത്തുന്നതിനു പകരം സ്വയം മത്സരിക്കുക :** പ്രശസ്തമായ സ്ഥാപനങ്ങളിൽ പഠിച്ചതോ വലിയ നഗരങ്ങളിൽ ജീവിക്കുന്നതോ ആയ മത്സരാർത്ഥികളാണ് മികവുറ്റവരെന്ന് കരുതാതെയിരിക്കുക. നിങ്ങൾ നിങ്ങളുമായിത്തന്നെമത്സരിക്കുക.നിരന്തരംനിങ്ങളുടെപരിധികൾ പരിശോധിക്കുക. ലക്ഷ്യത്തിലേക്ക് നീങ്ങിക്കൊണ്ടേയിരിക്കുക.വിജയം എന്നത്നിങ്ങളുടെവ്യക്തിപരമായ വളർച്ചയെയും ദൃഢനിശ്ചയത്തെയും മാത്രം സംബന്ധിക്കുന്നതാണ്. നിങ്ങൾ എവിടെ നിന്നാണ് വരുന്നതെന്നതോ നിങ്ങളുടെ പശ്ചാത്തലമോ അതിനെ ബാധിക്കുന്നില്ല.

5. **വൈകല്യങ്ങളെ ഉൽപതിഷ്ണുതയോടെ മറികടക്കുക :** വൈകല്യങ്ങൾ മാനസികമായ തടസ്സങ്ങൾ മാത്രമാണ്. പ്രതിരോധശേഷി, ദൃഢനിശ്ചയം, കഠിനാധ്വാനം, ഏറ്റവും പുതിയ സാങ്കേതിക ഉപകരണങ്ങൾ എന്നിവ ഉപയോഗിക്കുന്നതിലൂടെ ഒരു തടസ്സത്തിനോ വൈകല്യത്തിനോ നിങ്ങളുടെ അഭിലാഷങ്ങൾ സാക്ഷാത്കരിക്കുന്നതിൽ നിന്ന് നിങ്ങളെ തടയാൻ കഴിയാതെവരുന്നു.

അധ്യായം 5

ഒരു കാശ്മീരി പയ്യന്റെ UPSC സ്വപ്നം

എനിക്കൊരു എഞ്ചിനീയർ ആകണം

2013 ജൂണിലെ മനോഹരമായ ഒരു വേനൽക്കാല സായാഹ്നത്തിൽ പതിനഞ്ചു വയസ്സുകാരനായ വസീം തന്റെ സുഹൃത്തുക്കളായ മൊഹ്സിനും ഉമറിനുമൊപ്പം നടക്കാനിറങ്ങിയതായിരുന്നു. ചിനാർ മരങ്ങൾക്കിടയിലൂടെ ഒഴുകിവന്ന തണുത്ത സുഗന്ധമുള്ള കാറ്റ് മുഖത്ത് തഴുകിക്കടന്നുപോയി. കൂടണയുന്ന പക്ഷികളുടെ മധുരമായ ശബ്ദം കാതിൽ അലയടിച്ചു.

അവരെല്ലാവരും തെക്കൻ കാശ്മീരിലെ അനന്ത്നാഗ് ജില്ലയിൽ നിന്നുള്ളവരായിരുന്നു—ബ്രാഗാം എന്ന മനോഹരമായ ഗ്രാമത്തിൽ നിന്നുവന്ന വസീമും അടുത്തുള്ള നാതിപോറ ഗ്രാമത്തിൽ നിന്നുവന്ന മൊഹ്സിനും ഉമറും. ദൂരു ഷഹാബാദിലെ ഗവൺമെന്റ് ഹയർ സെക്കൻഡറി സ്കൂളിലെ 11-ാം ക്ലാസ് വിദ്യാർത്ഥികളായിരുന്നു അവർ.

ആ നീണ്ട സായാഹ്ന നടത്തം അവരുടെ ഒരു ശീലമായിരുന്നു. ആ നടത്തത്തിനിടയിൽ, അവർ പലവിധ വിഷയങ്ങളെക്കുറിച്ച് ചർച്ച ചെയ്യുമായിരുന്നു. ആ ദിവസം, അത് പഠനത്തിലും തൊഴിലിലുമുള്ള തങ്ങളുടെ അഭിലാഷങ്ങളെക്കുറിച്ചായിരുന്നു.

'എനിക്ക് ഒരു ഐഎഎസ് ഉദ്യോഗസ്ഥനാകണം. അവർക്ക് വളരെയേറെ സ്വാധീനമുണ്ട്,' മൊഹ്സിൻ പ്രഖ്യാപിച്ചു.

'അത് നിനക്കെങ്ങനെ അറിയാം?' കൗതുകത്തോടെ ഉമർ ചോദിച്ചു.

'അവരാണ് ജില്ലകളുടെ ഡെപ്യൂട്ടി കമ്മീഷണർമാരാകുന്നത്. കുടിവെള്ളം, വൈദ്യുതി, തൊഴിൽ, പോലീസിന്റെ പീഡനം തുടങ്ങിയ പ്രശ്നങ്ങളുമായി ആളുകളെത്തുന്നത് അവരുടെ അടുത്തേക്കാണ്. അതെല്ലാം അവർ പരിഹരിക്കുന്നു,' ആവേശത്തോടെ മൊഹ്സിൻ വിശദീകരിച്ചു.

'പക്ഷേ ഐഎഎസ് ഉദ്യോഗസ്ഥനാകുന്നത് എങ്ങനെയാണ്?' കൂടുതൽ അറിയാനുള്ള ആഗ്രഹത്തോടെ ഉമർ ചോദിച്ചു.

'ബിരുദം നേടിയതിന് ശേഷം പ്രയാസമേറിയ ഒരു പരീക്ഷ പാസാകേണ്ടതുണ്ട്. അതിൽ ഉയർന്ന സ്കോർ നേടുന്നവർ മാത്രമേ ഐഎഎസ് ആയി തിരഞ്ഞെടുക്കപ്പെടുകയുള്ളൂ,' മൊഹ്സിൻ പറഞ്ഞു.

എന്നാൽ വസീം അപ്പോഴും നിസ്സംഗനായിത്തന്നെ നിന്നു. 'യഥാർത്ഥ മാറ്റം കൊണ്ടുവരുന്നത് ഐഎഎസ് ഉദ്യോഗസ്ഥരല്ല; ശാസ്ത്രജ്ഞരും എഞ്ചിനീയർമാരുമാണ്. അതിനാൽ, ഒരു എഞ്ചിനീയർ ആകണമെന്നതാണ് എന്റെ ആഗ്രഹം,' ചങ്കുറപ്പോടെ വസീം പ്രഖ്യാപിച്ചു. വസീമിന്റെ ആ പ്രഖ്യാപനം കേട്ട് ഉമറും മൊഹ്സിനും ചിരിച്ചു. പക്ഷേ വസീം തന്റെ അഭിപ്രായത്തിൽ തന്നെ ഉറച്ചുനിന്നു.

വസീമിന്റെ ശാസ്ത്രത്തോടുള്ള അഭിനിവേശത്തിന്റെ ജ്വലനം

ഒരു സാധാരണ ചുറ്റുപാടിൽ ജനിച്ചുവളർന്ന ആളായിരുന്നു വസീം. അദ്ദേഹത്തിന്റെ പിതാവായ മുഹമ്മദ് യൂസഫ് ഭട്ട് ജമ്മു കാശ്മീരിലെ കാർഷിക ഉൽപ്പാദന വകുപ്പിൽ തേനീച്ച വളർത്തുന്നയാളായിരുന്നു. അമ്മ റൂബി ജാൻ ഒരു വീട്ടമ്മയായിരുന്നു. റൂബിയുടെയും യൂസഫിന്റെയും മൂത്ത മകനായിരുന്നു വസീം, മറ്റ് മൂന്ന് പേർ, അർസൂ, ആലിയ, അർഫത്ത് എന്നിവർ. അവരുടെ മുത്തച്ഛൻ ഗുലാം അഹമ്മദ് ഭട്ട് ഒരു ചെറുകിട കർഷകനായിരുന്നു.

തുടക്കം മുതൽ തന്നെ വസീം പഠനത്തിൽ മിടുക്കനായിരുന്നു, പത്താം ക്ലാസിൽ ദൂരു ഷഹാബാദ് ബ്ലോക്കിലെ സ്കൂളുകളിൽ മൂന്നാം റാങ്ക് നേടിക്കൊണ്ട് അദ്ദേഹം ചെറിയ പ്രായത്തിൽ തന്നെ തന്റെ ബുദ്ധിശക്തി തെളിയിച്ചിരുന്നു. ആ പ്രദേശത്തെ വിദ്യാർത്ഥികളിൽ ഏറ്റവും ഉയർന്ന മാർക്ക് നേടാനാകാത്ത പക്ഷം യൂസഫ് നിരാശനാകുമായിരുന്നു.

വസീമിന് പാട്ടും ഇഷ്ടമായിരുന്നു. കുട്ടിക്കാലത്ത്, ശ്രദ്ധാപൂർവ്വം ദേശഭക്തി ഗാനങ്ങൾ തയ്യാറാക്കുകയും, അത് അവതരി

പ്പിക്കാൻ അദ്ദേഹം സൈനിക പട്രോളിംഗിന്റെ വരവിനായി ആകാംക്ഷയോടെ കാത്തിരിക്കുകയും ചെയ്തിരുന്നു. അങ്ങനെ ഇടയ്ക്കിടെ ലഭിക്കുന്ന ചെറിയ സമ്മാനങ്ങളും മിഠായികളും വസീം ഒരുപാട് ഇഷ്ടപ്പെട്ടിരുന്നു.

ഇക്ബാൽ മെമ്മോറിയൽ ഇൻസ്റ്റിറ്റ്യൂട്ടിൽ, ഗുൽസാർ എന്ന ശാസ്ത്ര അധ്യാപകനിൽ നിന്ന് വസീം പ്രചോദനം ഉൾക്കൊള്ളുകയുണ്ടായി. അദ്ദേഹത്തിന്റെ നൂതനമായ അധ്യാപന രീതികളാണ് വസീമിന്റെയുള്ളിൽ ശാസ്ത്രത്തോടുള്ള താൽപ്പര്യം ജനിപ്പിച്ചത്. എഞ്ചിനീയറാകാനുള്ള ദൃഢനിശ്ചയത്താൽ പ്രചോദനമുൾക്കൊണ്ട് വസീം കഠിനാധ്വാനം ചെയ്യുകയും ദൂരു ഷഹാബാദ് ബ്ലോക്കിലെ സ്കൂളുകളിലെ 12-ാം ക്ലാസ് വിദ്യാർത്ഥികളിൽ ഏറ്റവും ഉയർന്ന മാർക്ക് നേടുകയും ചെയ്തു. ജെഇഇ മെയിൻസ് പരീക്ഷ പാസാകുകയും ശ്രീനഗറിലെ പ്രശസ്തമായ നാഷണൽ ഇൻസ്റ്റിറ്റ്യൂട്ട് ഓഫ് ടെക്നോളജിയിൽ (എൻഐടി) ബിടെക്കിന് പ്രവേശനം നേടുകയും ചെയ്തു.

എന്നാൽ, ജെഇഇ (അഡ്വാൻസ്ഡ്) പാസാകാൻ കഴിയാത്തതിനാൽ ഇന്ത്യൻ ഇൻസ്റ്റിറ്റ്യൂട്ട് ഓഫ് ടെക്നോളജിയിൽ (ഐഐടി) എത്തിപ്പിടിക്കാൻ കഴിയാതെ പോയത് അദ്ദേഹത്തിന്റെ അഭിലാഷങ്ങൾക്ക് മേൽ നിരാശയുടെ കരിനിഴൽ വീഴ്ത്തി. കോട്ടയിലെ കോച്ചിംഗ് ഉപേക്ഷിക്കാനുള്ള തീരുമാനത്തെക്കുറിച്ച് പിന്നീട് ചിന്തിക്കുമ്പോൾ, ഒരവസരം താൻ നഷ്ടപ്പെടുത്തിയെന്ന ചിന്തയാൽ വസീമിന്റെ ഹൃദയം വിങ്ങി.

അച്ഛന്റെ നിർബന്ധപ്രകാരം, ഗണിതത്തിന് പുറമേ, ഹയർ സെക്കൻഡറി ക്ലാസുകളിൽ വസീം ജീവശാസ്ത്രവും പഠിക്കുകയുണ്ടായി. മെഡിക്കൽ, ഡെന്റൽ കോളേജുകളിൽ പ്രവേശനത്തിനായി നീറ്റ് പരീക്ഷയും എഴുതി നല്ല റാങ്ക് നേടി.

തിരഞ്ഞെടുക്കാതിരുന്ന പാത

ശ്രീനഗറിലെ എൻഐടിയിൽ പ്രവേശനം നേടാൻ തീരുമാനിക്കുമ്പോൾ, ജമ്മു കാശ്മീർ സർക്കാരിൽ ജൂനിയർ എഞ്ചിനീയർ (സിവിൽ) ഒഴിവുകൾ ധാരാളമുണ്ടെന്ന കാരണത്താൽ, സിവിൽ എഞ്ചിനീയറിംഗ് തിരഞ്ഞെടുക്കാൻ വസീമിന്റെ പിതാവ് അദ്ദേഹത്തെ ഉപദേശിച്ചു.

'കോഴ്സ് പൂർത്തിയാക്കിയാലുടൻ നിനക്ക് സ്ഥിരമായ ഒരു സർക്കാർ ജോലി ലഭിക്കും,' എഞ്ചിനീയറിംഗ് സ്കീമുകൾ തിരഞ്ഞെ

ടുക്കുന്നതിനുള്ള കൗൺസിലിംഗിന് തലേദിവസം അത്താഴത്തിനിടെ അദ്ദേഹം വസീമിനോട് പറഞ്ഞു.

വസീം ഒരു കമ്പ്യൂട്ടർ എഞ്ചിനീയർ ആകാനാണ് ആഗ്രഹിച്ചിരുന്നത്. പക്ഷേ നീറ്റ് പരീക്ഷാ റാങ്കിംഗിനെ അടിസ്ഥാനമാക്കിയുള്ള ബിഡിഎസ് കോഴ്സിൽ ചേരാനുള്ള പിതാവിന്റെ ഉപദേശം അടുത്തിടെ നിരസിച്ചതിനാൽ വസീമിന് ഇത് തന്റെ പിതാവിനോട് പറയാൻ കഴിഞ്ഞില്ല. മാത്രമല്ല, സിവിൽ എഞ്ചിനീയറിംഗും കമ്പ്യൂട്ടർ സയൻസും തമ്മിലുള്ള വ്യത്യാസം അദ്ദേഹത്തിന് അറിയില്ലായിരുന്നു. അതിനാൽ, പിതാവിന്റെ ഉപദേശത്തിന് ചെവികൊടുക്കാൻ തന്നെ വസീം തീരുമാനിച്ചു.

ദാൽ തടാകത്തിന്റെ മനോഹരമായ തീരത്ത് സ്ഥിതി ചെയ്യുന്ന എൻഐടിയുടെ സുഖപ്രദമായ അന്തരീക്ഷം വസീമിന് വളരെയധികം ഇഷ്ടപ്പെട്ടു. ഒരു സെൻട്രൽ ലൈബ്രറി മുതൽ ക്യാമ്പസ് മുഴുവൻ വൈ-ഫൈ നെറ്റ്വർക്ക് വരെയുള്ള ആധുനിക സൗകര്യങ്ങൾ അവിടെ ഉണ്ടായിരുന്നു. ഇന്ത്യയുടെ എല്ലാ കോണുകളിൽ നിന്നുമുള്ള വിദ്യാർത്ഥികൾ രാജ്യത്തിന്റെ സാംസ്കാരിക വൈവിധ്യത്തിന്റെ ഒരു നേർരേഖയെന്നോണം അവിടെയുണ്ടായിരുന്നു.

ബിടെക്കിന്റെ ആദ്യ സെമസ്റ്റർ ആവേശപൂരിതമായിരുന്നു. എല്ലാ വിദ്യാർത്ഥികളും ഒരേ വിഷയങ്ങളാണ് പഠിച്ചിരുന്നത് എന്നതിനാൽ വ്യത്യസ്ത എഞ്ചിനീയറിംഗ് സ്ട്രീമുകൾ തമ്മിലുള്ള വ്യത്യാസം വസീമിന് മനസ്സിലാകുന്നുണ്ടായിരുന്നില്ല. എന്നിരുന്നാലും, മൂന്നാം സെമസ്റ്റർ തുടങ്ങിയതോടെ, എഞ്ചിനീയറിംഗ് ഡ്രോയിംഗുകളും മറ്റ് പ്രധാന സിവിൽ എഞ്ചിനീയറിംഗ് കോഴ്സുകളും വസീമിന് വിരസമായി തോന്നി.

പ്രായോഗിക വശങ്ങളിൽ ശ്രദ്ധ കേന്ദ്രീകരിക്കാതെ, സിദ്ധാന്തവും ഫോർമുലയും ഉപയോഗിച്ച് എഞ്ചിനീയറിംഗ് പഠിപ്പിക്കുന്നത് എന്തുകൊണ്ടാണെന്ന് വസീം ചിന്തിച്ചു. 'കമ്പ്യൂട്ടർ-എയ്ഡഡ് ഡിസൈൻ (സിഎഡി) പോലുള്ള നിരവധി ആധുനിക ഉപകരണങ്ങൾ ലഭ്യമായിരിക്കെ നമ്മൾ ഇപ്പോഴും എന്തിനാണ് കൈകൊണ്ട് വരച്ചുണ്ടാക്കുന്നത്?' വസീം ചിന്തിച്ചു. ആ ചിന്ത വസീമിന്റെ മനസ്സിനുള്ളിൽ ഖേദവും അനിശ്ചിതത്വവുമുളവാക്കി. ആഗ്രഹങ്ങളുടെ തള്ളിച്ചയിൽ അധികം ആലോചിക്കാതെ തിരഞ്ഞെടുത്ത, ഒരുകാലത്ത് ഒരനുഗ്രഹമായിത്തോന്നിയ ആ വഴി ഇപ്പോൾ വസീമിന് ഒരു ഭാരമായി തോന്നി.

മൂന്നാം സെമസ്റ്ററിലെ C++ പ്രോഗ്രാമിംഗ് കോഴ്സ് വസീമിന് വീണ്ടും തന്റെ തെറ്റ് ബോധ്യപ്പെടുത്തിക്കൊടുത്തു. പ്രോഗ്രാമിംഗ് ഇഷ്ടപ്പെട്ടിരുന്ന വസീം, ആ പരീക്ഷയിൽ ഉയർന്ന സ്കോർ നേടി. എന്നാൽ, എത്ര ശ്രമിച്ചിട്ടും, സിവിൽ എഞ്ചിനീയറിംഗിൽ താല്പര്യമുണ്ടാക്കിയെടുക്കാൻ വസീമിനായില്ല.

വായനാശീലം ശക്തമായ ഒരടിത്തറ പാകുന്നു

പ്രതികൂല സാഹചര്യങ്ങൾക്കിടയിലും പ്രതിരോധിച്ച് നിൽക്കാനുള്ള കഴിവ് വസീമിന് കൈവന്നു. എഞ്ചിനീയറിംഗിലുള്ള താൽപ്പര്യം കുറഞ്ഞപ്പോൾ, വസീമിന് വായനയോട് ഇഷ്ടം കൂടി.

എൻഐടിയുടെ ലൈബ്രറിയിൽ നിന്നും മറ്റൊരു പബ്ലിക് ലൈബ്രറിയിൽ നിന്നും കടമെടുത്ത ധാരാളം പുസ്തകങ്ങളുമായി, വസീമും സുഹൃത്ത് ഫൈസാനും തങ്ങളുടെ സാഹിത്യ പര്യവേക്ഷണം ആരംഭിച്ചു. എല്ലാ ദിവസവും എൻഐടിയിൽ നിന്ന് കശ്മീർ സർവ്വകലാശാലയിലേക്കുള്ള അവരുടെ നീണ്ട സായാഹ്ന നടത്തത്തിനിടെ നരവംശശാസ്ത്രം, മനുഷ്യ പരിണാമം, സമകാലിക വിവരങ്ങൾ എന്നിവയുൾപ്പെടെ നിരവധി വിഷയങ്ങളെക്കുറിച്ചുള്ള ആവേശകരമായ ചർച്ചകൾ അരങ്ങേറി.

2016 ജൂലൈയിൽ, കശ്മീരിൽ വലിയ കോലാഹലങ്ങൾ പൊട്ടിപ്പുറപ്പെട്ടു. ഏകദേശം ആറ് മാസത്തേക്ക് വിദ്യാഭ്യാസ സ്ഥാപനങ്ങൾ അടച്ചുപൂട്ടേണ്ടിവന്നു. ഇന്റർനെറ്റ്, ടെലിഫോൺ സേവനങ്ങളും തടസ്സപ്പെട്ടു. വീട്ടിൽ ഒതുങ്ങിയിരിക്കേണ്ടതായി വന്നപ്പോൾ വസീം, തന്റെ ദുരിതങ്ങളെ അവസരമാക്കി മാറ്റി. അടുത്തുള്ള ഒരു ലൈബ്രറിയിൽ നിന്നും കിൻഡിലിൽ നിന്നും കടമെടുത്ത പുസ്തകങ്ങൾ പതിവായി വായിച്ചുകൊണ്ട് അദ്ദേഹം തന്റെ അറിവിന്റെ ആഴം കൂട്ടിക്കൊണ്ടിരുന്നു. വിദൂരമായ തന്റെ ഗ്രാമത്തിൽ ഒരു ദിവസം വൈകിയാണ് പത്രം എത്തിയിരുന്നതെങ്കിലും വസീം *ദി ഹിന്ദു* ദിനപത്രം സ്ഥിരമായി വായിച്ചു.

2017 ജനുവരിയിലെ കൊടും തണുപ്പിൽ ക്ലാസുകൾ പുനരാരംഭിച്ചു. ഹോസ്റ്റലിൽ ഹീറ്റിംഗ് ഇല്ലാത്തതിനാൽ, വസീമും ഫൈസാനും മണിക്കൂറുകളോളം പുസ്തകങ്ങളിലും ആനുകാലിക സംഭവങ്ങളിലും മുഴുകിക്കൊണ്ട് സെൻട്രൽ ഹീറ്റിങ്ങുള്ള ലൈബ്രറിയിൽ അഭയം തേടി. സിവിൽ സർവീസ് പരീക്ഷയെക്കുറിച്ചും (സിഎസ്ഇ) വ്യത്യസ്ത സേവനങ്ങളിലെ ഉദ്യോഗസ്ഥരുടെ കർത്തവ്യങ്ങളെക്കുറിച്ചും വസീം വായിച്ചുപഠിച്ചു. ഐഎഎസ് ഉദ്യോഗ

സ്ഥരുടെ കർത്തവ്യങ്ങളുടെ വൈവിധ്യവും ജനങ്ങളുടെ ജീവിതത്തിൽ അവരിൽ പലരും കൊണ്ടുവന്ന നല്ല മാറ്റങ്ങളും അദ്ദേഹത്തിൽ താൽപ്പര്യമുണ്ടാക്കി. കാലക്രമേണ, ഒരു ഐഎഎസ് ഉദ്യോഗസ്ഥനാകണമെന്ന് അദ്ദേഹം സ്വപ്നം കാണാൻ തുടങ്ങി.

കോളേജിലെ അഞ്ചാം സെമസ്റ്ററിൽ, ഐഎഎസ് ഓഫീസറാകുക എന്ന തന്റെ സ്വപ്നം വസീം ഹോസ്റ്റലിലെ തന്റെ റൂംമേറ്റുകളായ ഫൈസാൻ, ബാസിത്, സജ്ജാദ് എന്നിവരുമായി പങ്കുവെച്ചു. അവർക്കത് വിശ്വസിക്കാനായില്ല.

'ഇതൊരു ദിവാസ്വപ്നമാണ്. ഡൽഹിയിലെ സെന്റ് സ്റ്റീഫൻസ്, എൽഎസ്ആർ കോളേജുകളിൽ നിന്നുള്ളവരാണ് ഐഎഎസിന് തിരഞ്ഞെടുക്കപ്പെടുന്നത്. കാരണം അവർക്ക് അതിനനുയോജ്യമായ അന്തരീക്ഷമാണ് അവിടെയുള്ളത്. എൻഐടി ശ്രീനഗറിൽ നിന്നുള്ള ആരും ഐഎഎസ് ഉദ്യോഗസ്ഥനാകാൻ പോകുന്നില്ല,' അവർ തറപ്പിച്ചു പറഞ്ഞു.

എന്നാൽ വസീം തളരാതെ തന്റെ സ്വപ്നങ്ങളിൽ ഉറച്ചുനിന്നു.

നിങ്ങളുടെ ദൃഢനിശ്ചയം ശക്തവും നിങ്ങളുടെ ശ്രദ്ധ അചഞ്ചലവുമാണെങ്കിൽ, എവിടെ നിന്ന് തുടങ്ങിയാലും നിങ്ങൾക്ക് യുപിഎസ്സി എന്ന കൊടുമുടി കീഴടക്കാനാകുകതന്നെചെയ്യും.

ശ്രീനഗറിൽ നിന്ന് കാണുന്ന യുപിഎസ്സി കൊടുമുടിയുടെ വ്യക്തമായ ദൃശ്യം

കോഴ്സിന്റെ അഞ്ചാം സെമസ്റ്ററിലും ആറാം സെമസ്റ്ററിലും പ്രശസ്ത കാശ്മീരി ഐഎഎസ് ഉദ്യോഗസ്ഥരായ അത്തർ അമീറും ഷാ ഫൈസലും താൻ മുൻപ് പഠിച്ചിരുന്ന കോളേജ് സന്ദർശിച്ചതോടെ യുപിഎസ്സി എന്ന കൊടുമുടി കീഴടക്കാനുള്ള വസീമിന്റെ ലക്ഷ്യത്തിന് ശക്തി കൂടി.

2010-ൽ സിഎസ്ഇയിൽ ഒന്നാമതെത്തിയ ആദ്യത്തെ കാശ്മീരിയായ ഷാ ഫൈസൽ, കാശ്മീരിലെ യുവാക്കൾക്ക് ഒരു പ്രചോദനവും മാതൃകയുമായി മാറി. തന്റെ പിതാവ് തീവ്രവാദി അക്രമത്തിന് ഇരയായതോടെ വിദൂരമായ ഒരു ഗ്രാമത്തിൽ ജനിച്ചുവളർന്ന ഫൈസലിന്റെ ജീവിതം ദുരന്തമായി മാറുകയുണ്ടായി. എന്നിട്ടും, അചഞ്ചലമായ സ്ഥിരോത്സാഹത്തിന്റെ പ്രചോദനത്തോടെ അദ്ദേഹം പ്രതികൂല സാഹചര്യങ്ങളെ അതിജീവിച്ചു; എംബിബിഎസ് ബിരുദം പൂർത്തിയാക്കിയ ശേഷം സിഎസ്ഇ-യിൽ വിജയം വരിച്ചു.

2018 ഏപ്രിൽ 15-ന് എൻഐടിയിൽ വെച്ച് നടന്ന ഫൈസലിന്റെ TEDx ടോക്ക് വലിയൊരു ജനക്കൂട്ടത്തെത്തന്നെ ആകർഷിച്ചു. പ്രവേശന പാസ് നേടാൻ കഴിയാത്തതിൽ വസീം വളരെയധികം നിരാശനായിരുന്നു. എന്നിരുന്നാലും, ഐഎഎസ് നോടുള്ള വസീമിന്റെ അഭിനിവേശവും ഫൈസലിന്റെ വാക്കുകൾ കേൾക്കാനുള്ള ആഗ്രഹവും അറിയാവുന്ന അദ്ദേഹത്തിന്റെ സുഹൃത്തുക്കളിൽ ഒരാൾ, സന്തോഷത്തോടെ തന്റെ പാസ് കൈമാറി.

മറ്റൊരു കാശ്മീരി പയ്യനായ അത്തർ അമീർ സിഎസ്ഇ-2015-ൽരണ്ടാംറാങ്കാണ്നേടിയിരുന്നത്.അനന്ത്നാഗ്ജില്ലയിലെ ഒരു ചെറിയ ഗ്രാമത്തിൽ ജനിച്ചുവളർന്ന ആളാണ് അദ്ദേഹം. യുപിഎസ്‌സി എന്ന കൊടുമുടി കീഴടക്കുന്നതിന് മുമ്പ് അദ്ദേഹം IIT മണ്ഡിയിൽ നിന്ന് എഞ്ചിനീയറിംഗ് ബിരുദം നേടിയിരുന്നു. 2018 ഓഗസ്റ്റ് 14-ന് അദ്ദേഹം NIT ശ്രീനഗർ സന്ദർശിക്കുകയും സിഎസ്ഇയുടെ സങ്കീർണ്ണതകളെക്കുറിച്ചുള്ള വിലമതിക്കാനാവാത്ത ഉൾക്കാഴ്ചകൾ പങ്കുവെക്കുകയും ചെയ്തു. അത് ഒരു ഐഎഎസ് ഉദ്യോഗസ്ഥനാകുക എന്ന വസീമിന്റെ സ്വപ്നത്തിന് ഇന്ധനമായി.

വ്യക്തമായ കാഴ്ചപ്പാടുണ്ടായിരുന്നതിനാൽ വസീമിന് തന്റെ ശ്രദ്ധ തിരിക്കുന്ന കാര്യങ്ങളെ ഒഴിവാക്കാൻ കഴിഞ്ഞു. അതിൽ മികച്ച നിയമനങ്ങളും അവസാന സെമസ്റ്ററിലെ ഗേറ്റ് പരീക്ഷയ്ക്കുള്ള സൗജന്യ പരിശീലനവും ഉൾപ്പെടുന്നു. പകരം, ഈ സമയം വിപുലമായ ഗവേഷണത്തിനായി വസീം ഉപയോഗപ്പെടുത്തി. അദ്ദേഹം സിഎസ്ഇ പരീക്ഷയെക്കുറിച്ചുള്ള വിലമതിക്കാനാവാത്ത വിവരങ്ങൾ ശേഖരിക്കുകയും പരീക്ഷയിൽ വിജയിക്കാൻ തന്ത്രപരമായ ഒരു പദ്ധതി ആവിഷ്കരിക്കുകയും ചെയ്തു.

ജീവിതം മാറ്റിമറിച്ച ഒരു സംഭാഷണം

2019 ജൂണിൽ, വസീം ബിടെക് പൂർത്തിയാക്കി വീട്ടിലേക്ക് മടങ്ങി. അദ്ദേഹം അനുഭവിച്ചുകൊണ്ടിരുന്ന മാനസിക സംഘർഷങ്ങളെക്കുറിച്ച് അജ്ഞരായിരുന്ന വസീമിന്റെ മാതാപിതാക്കൾ അടുത്ത പദ്ധതികളെക്കുറിച്ച് വസീമിനോട് ചോദ്യങ്ങൾ ഉന്നയിച്ചുകൊണ്ടേയിരുന്നു. മാതാപിതാക്കളുടെ അസ്ഥിരമായ സാമ്പത്തിക സ്ഥിതിയും മൂന്ന് ഇളയ സഹോദരങ്ങളുടെ വിദ്യാഭ്യാസ ആവശ്യങ്ങളും മനസ്സിലാക്കിയ വസീം വീട്ടിലിരുന്നുകൊണ്ടുതന്നെ

സിഎസ്ഇ-യ്ക്ക് തയ്യാറെടുക്കാൻ തീരുമാനിച്ചു. സിഎസ്ഇ കോച്ചിംഗിനായി ഡൽഹിയിലേക്ക് പോകാനുള്ള അദ്ദേഹത്തിന്റെ ആഗ്രഹം രഹസ്യമായിത്തന്നെ വർത്തിച്ചു.

എന്നാൽ, 2019 ജൂലൈ 19-ന്, കുടുംബമൊട്ടാകെ അത്താഴ മേശയ്ക്ക് ചുറ്റും കൂടിയിരുന്ന സമയം, വസീമിന്റെ ഫോൺ റിംഗ് ചെയ്തു. അത് അദ്ദേഹത്തിന്റെ അടുത്ത സുഹൃത്ത് ഫൈസലായിരുന്നു. അയാളുടെ ശബ്ദം ആ മുറിയിലാകെ മുഴങ്ങിക്കേട്ടു.

'എവിടെയാണ്, ഭായ്?' വസീം ആകാംക്ഷയോടെ ചോദിച്ചു.

'ഞാൻ ഡൽഹിയിലാണ്. ഇന്നലെ ഞാൻ ഇവിടെ ഐഎഎസ് കോച്ചിംഗിന് ചേർന്നു. അടുത്ത ആഴ്ച മുതൽ ക്ലാസുകൾ ആരംഭിക്കും,' ഫൈസൽ പറഞ്ഞു. അത് കേട്ടിരുന്ന വസീമിന്റെ മാതാപിതാക്കളുടെയുള്ളിൽ ആവേശം ജനിച്ചു.

'നീ കോച്ചിംഗിന് ചേരാൻ ആഗ്രഹിക്കുന്നുണ്ടെങ്കിൽ, ദയവായി ഉടൻതന്നെ അഡ്മിഷൻ എടുക്കൂ. ജൂലൈ 24-നകം ഡൽഹിയിൽ എത്തണം. അതിനടുത്ത ദിവസം മുതൽ ക്ലാസുകൾ ആരംഭിക്കും,' ഫൈസൽ തുടർന്നു. അയാളുടെ വാക്കുകൾ വസീമിന്റെ ഹൃദയത്തിലുറങ്ങിക്കിടന്ന ആഗ്രഹത്തിന്റെ തീപ്പൊരിയെ വീണ്ടും ജ്വലിപ്പിച്ചു.

പക്ഷെ, 'ഭായ്', എനിക്ക് വരാൻ കഴിയില്ല. ഞാൻ വീട്ടിലിരുന്നുകൊണ്ടുതന്നെ തയ്യാറെടുത്തുകൊള്ളാം.' എന്ന് അടുത്ത നിമിഷം തന്നെ മറുപടി പറഞ്ഞുകൊണ്ട് വസീം നിരാശയിലേക്കുതന്നെ ആണ്ടുപോയി. കോൾ കട്ട് ചെയ്തിട്ട് അദ്ദേഹം നിശബ്ദമായി അത്താഴം കഴിക്കാൻ തുടങ്ങി.

'വസീം, നീ ഡൽഹിയിൽ പോയി കോച്ചിംഗിന് ചേരണം,' ഇടയ്ക്കെപ്പോഴോ തന്റെ പിതാവിന്റെ ശബ്ദം വസീമിനെ ചിന്തകളുടെ ആഴങ്ങളിൽ നിന്ന് തിരികെക്കൊണ്ടുവന്നു. തന്റെ ജില്ലയിലെ ഐഎഎസ് ഉദ്യോഗസ്ഥരായ ഡെപ്യൂട്ടി കമ്മീഷണർമാരെ കണ്ടിട്ടുള്ള യൂസഫിന് അവർക്ക് സാധ്യമായ അധികാരത്തെക്കുറിച്ച് ധാരണയുണ്ടായിരുന്നു.

'അച്ഛാ, കോച്ചിംഗ് ഫീസ് വളരെ വലുതാണ്. മുറി വാടക, ഭക്ഷണം, മറ്റ് ആവശ്യങ്ങൾ എന്നിവയ്ക്കായി ധാരാളം ചെലവുകളുമുണ്ടാകും. നിങ്ങൾ എനിക്ക് വേണ്ടി ഇതിനകം തന്നെ ധാരാളം ചിലവാക്കിക്കഴിഞ്ഞു. ഇനി ആലിയയെയും അർസൂവിനെയും അർഫത്തിനെയുമാണ് നിങ്ങൾ പരിപാലിക്കേണ്ടത്.' വസീം മറുപടി പറഞ്ഞു. തന്റെ ശബ്ദം ഇടറാതെയിരിക്കാൻ ശ്രദ്ധിച്ചുകൊണ്ട് വസീം പറഞ്ഞു.

'നീ പണത്തെക്കുറിച്ചോർത്ത് വിഷമിക്കേണ്ട. അത് ഞാൻ എങ്ങനെയെങ്കിലും സജ്ജീകരിച്ചുകൊള്ളാം. ഒരു ഐഎഎസ് ഓഫീസറായി തിരിച്ചുവരു,' കണ്ണുകളിൽ പ്രതീക്ഷയുടെ തിളക്കത്തോടെ ആ അച്ഛൻ മകനെ ആശ്വസിപ്പിച്ചു. റൂബി ജാനും തന്റെ ഭർത്താവിനെ പിന്തുണച്ചു.

തന്റെ വാക്ക് പാലിച്ചുകൊണ്ട്, 2019 ജൂലൈ 23-ന് കോച്ചിംഗ് ഫീസും ജീവിതച്ചെലവും യൂസഫ് ക്രമീകരിച്ചു. പിറ്റേന്ന്, നന്ദിയും പ്രതീക്ഷയും കൊണ്ട് തിങ്ങിയ ഹൃദയത്തോടെ, വസീം ഡൽഹിയിലേക്കുള്ള തന്റെ യാത്ര ആരംഭിച്ചു. ശോഭനമായ ഒരു നാളെയുടെ വാഗ്ദാനത്താൽ അദ്ദേഹത്തിന്റെ കണ്ണുകൾ തിളങ്ങി. സിവിൽ സർവീസ് നേടാൻ ആഗ്രഹിക്കുന്ന വസീമിന്റെ സുഹൃത്തായ മൊഹ്സിൻ അദ്ദേഹത്തെ വിമാനത്താവളത്തിൽ കൊണ്ടുചെന്നാക്കി.

ശ്രീനഗർ വിമാനത്താവളത്തിൽവെച്ച് വിടപറയുമ്പോൾ, വസീമിന്റെ മനസ്സിനുള്ളിൽ വികാരങ്ങൾ കൊടുങ്കാറ്റുപോലെ വീശിയടിക്കുന്നുണ്ടായിരുന്നു. 'ചിലപ്പോൾ, നമ്മുടെ ഏറ്റവും വലിയ സ്വപ്നങ്ങൾ നമ്മൾ പ്രതീക്ഷിക്കാത്ത സമയത്ത് സഫലമാകും. അത് നമ്മുടെ അഭിലാഷങ്ങളുടെ ഏറ്റവും ഉന്നതമായ തലങ്ങളിലേക്ക് നമ്മെ കൊണ്ടുചെന്നെത്തിക്കും.' തത്വജ്ഞാനമെന്നോണം വസീം മൊഹ്സിനോട് പറഞ്ഞു.

സിവിൽ സർവീസ് അഭിലാഷികളുടെ മക്കയിൽ

വസീം തന്റെ സുഹൃത്തുക്കളായ നവീദിനും ഫൈസലിനും ഒപ്പം ഡൽഹിയിലെ ഓൾഡ് രജീന്ദർ നഗറിലെ (ORN) വിചിത്രമായ ഒരിടത്ത് മൂന്ന് മുറികളുള്ള ഒരു ചെറിയ അപ്പാർട്ട്മെന്റിൽ താമസമാക്കി. ഒരു മുറിക്ക് പ്രതിമാസം 10,000 രൂപയായിരുന്നു വാടക. കൂടാതെ, കോച്ചിംഗ് ക്ലാസുകൾ, ഭക്ഷണം, വൈദ്യുതി, വെള്ളം, മറ്റ് ആവശ്യങ്ങൾ എന്നിവയ്ക്കുള്ള ചെലവുകളും ഉണ്ടായിരുന്നു. ചിലവുകൾ കണക്കുകൂട്ടി നോക്കിയപ്പോൾ, ഇത്രയും വലിയൊരു തുക തന്റെ പിതാവിന് എങ്ങനെ താങ്ങാൻ കഴിയുമെന്ന ആശങ്ക വസീമിന് കണ്ടില്ലെന്നുവയ്ക്കാനായില്ല.

ഓൾഡ് രജീന്ദർ നഗർ ഐഎഎസ് ഉദ്യോഗാർത്ഥികളുടെ മക്കയായിട്ടാണ് കണക്കാക്കിയിരുന്നത്. ഉന്നതതല കോച്ചിംഗ് സ്ഥാപനങ്ങൾ, പുസ്തകശാലകൾ, പലചരക്ക് കടകൾ, ലൈബ്രറികൾ, റോഡരികിലെ ചായക്കടകൾ, ഭക്ഷണശാലകൾ എന്നിവ

യെല്ലാം ചുറ്റുപാടും നിറഞ്ഞിരുന്നു. അവയെല്ലാം 24 മണിക്കൂറും പ്രവർത്തിച്ചിരുന്നു. സിഎസ്സി-യെക്കുറിച്ചുള്ള സജീവമായ ചർച്ചകൾ തെരുവുകളിൽ പ്രതിധ്വനിച്ചു. അവിടെയുണ്ടായിരുന്ന തൂണുകളിലെല്ലാം ഒട്ടിച്ചിരിക്കുന്ന കോച്ചിംഗ് ക്ലാസുകളുടെ പരസ്യങ്ങൾ സമ്മർദ്ദത്തിന് വർദ്ധനവുണ്ടാക്കുകമാത്രമാണ് ചെയ്തത്. വരാനിരിക്കുന്ന കടുത്ത മത്സരത്തിന്റെ നിരന്തരമായ ഓർമ്മപ്പെടുത്തലായി അത് നിലനിന്നു.

കാശ്മീരിൽ പലപ്പോഴും അനുഭവപ്പെടുന്ന നിയന്ത്രണങ്ങൾക്ക് വിരുദ്ധമായി, എപ്പോൾ വേണമെങ്കിലും പുറത്തിറങ്ങാനുള്ള സ്വാതന്ത്ര്യം വസീം അവിടെ ആസ്വദിക്കുന്നുണ്ടായിരുന്നു. എന്നിരുന്നാലും, കോഴ്സ് മെറ്റീരിയലിനെയും പരീക്ഷാ തന്ത്രത്തെയും കുറിച്ചുള്ള ആശയങ്ങളുടെയും അഭിപ്രായങ്ങളുടെയും സമ്മർദ്ദത്തിൽ നിന്നും കടന്നുകയറ്റത്തിൽ നിന്നും സ്വയം രക്ഷിക്കാനായി വിനോദയാത്രകൾ പരിമിതപ്പെടുത്താൻ അദ്ദേഹം ബോധപൂർവ്വമായ തീരുമാനമെടുത്തു.

'എന്റെ കോച്ചിംഗ് സെന്റർ മുന്നോട്ടുവയ്ക്കുന്ന മാർഗ്ഗനിർദ്ദേശങ്ങളിൽ മാത്രമേ ഞാൻ ശ്രദ്ധ കേന്ദ്രീകരിക്കുകയുള്ളൂ.' അദ്ദേഹം തീരുമാനിച്ചുറപ്പിച്ചു.

മത്സരത്തിന്റെ തീവ്രതയ്ക്ക് പുറമേ, വസീമിനും സുഹൃത്തുക്കൾക്കും ഡൽഹിയിലെ കൊടും ചൂടും, ഈർപ്പമുള്ള കാലാവസ്ഥയും നേരിടേണ്ടിവന്നു. അവരിൽ ആരും പാചകത്തിൽ പ്രാവീണ്യമുള്ളവരായിരുന്നില്ല എന്ന കാരണത്താൽ ഭക്ഷണകാര്യങ്ങളും മറ്റൊരു വലിയ ബുദ്ധിമുട്ടായി മാറി. ലഭ്യമായ ടിഫിൻ ഭക്ഷണത്തിന്റെ രുചി പലപ്പോഴും അസഹനീയമായിരുന്നു.

താമസിയാതെ, വസീം തന്റെ പഠനത്തിൽ പൂർണ്ണമായും മുഴുകി. രാവിലെ 9 മുതൽ ഉച്ചയ്ക്ക് 12 വരെ ജനറൽ സ്റ്റഡീസ് (ജിഎസ്) കോച്ചിംഗിലും ഉച്ചയ്ക്ക് 2 മുതൽ വൈകുന്നേരം 5 വരെ ആന്ത്രോപോളജി കോച്ചിംഗിലും പങ്കെടുത്തു. അതിനുശേഷം, കോച്ചിംഗ് ക്ലാസുകളിൽ പഠിപ്പിച്ചതെല്ലാം പുലർച്ചെ 12.30 വരെ വീണ്ടും വായിച്ചുപഠിച്ചു. എഴുത്ത് പരീക്ഷകൾക്കായി വാരാന്ത്യങ്ങളാണ് അദ്ദേഹം നീക്കിവെച്ചത്. കോച്ചിംഗ് ക്ലാസ്സിൽ പഠിപ്പിക്കുന്ന കാര്യങ്ങൾ ശ്രദ്ധയോടെ ഗ്രഹിക്കുന്നതിനും ഓർമ്മയിൽ കുറിച്ചിടുന്നതിനും പര്യാപ്തമായ ഉറക്കം ലഭിക്കുന്നുണ്ടെന്നും അദ്ദേഹം ഉറപ്പുവരുത്തി.

കോച്ചിംഗ് സെന്ററിൽ ചേർന്ന് രണ്ട് മാസത്തിനുള്ളിൽ,

വസീം തന്റെ സഹപാഠികളുടെ നിലവാരം വിലയിരുത്തി. പരീക്ഷയിൽ വിജയിക്കാനുള്ള തന്റെ കഴിവിൽ പുതിയൊരു ആത്മവിശ്വാസം അത് വളർത്തിയെടുത്തു. അനന്ത്നാഗിൽ കോച്ചിംഗിന് ചേർന്നിരുന്നെങ്കിൽ തനിക്ക് ഈ ആത്മവിശ്വാസം ലഭിക്കുമായിരുന്നില്ലെന്ന് അദ്ദേഹം തിരിച്ചറിഞ്ഞു.

2020 ഫെബ്രുവരി അവസാനത്തോടെ, ജിഎസ്-ന്റെയും ആന്ത്രോപോളജി പേപ്പർ-1-ന്റെയും സിലബസിന്റെ 70 ശതമാനത്തോളം വസീം പൂർത്തിയാക്കിയിരുന്നു. പരിശീലന സെഷനുകളിൽ അദ്ദേഹം ശ്രദ്ധാപൂർവ്വം കുറിപ്പുകൾ എഴുതിയുണ്ടാക്കി. അപ്പാർട്ട്മെന്റിൽ മടങ്ങിയെത്തിയ ശേഷം അദ്ദേഹം അത് വീണ്ടും വായിച്ചുപഠിച്ചു.

തിരഞ്ഞെടുത്ത 200 വിദ്യാർത്ഥികളെ ചെറിയ ഗ്രൂപ്പുകളായി തിരിച്ച് ഓരോ ഗ്രൂപ്പിനും ഒരു മെന്ററെ നിയമിച്ചുനൽകുന്ന *ലക്ഷ്യ* എന്ന് പേരിട്ടുവിളിക്കുന്ന തന്റെ കോച്ചിംഗ് സെന്ററിന്റെ മെന്റർഷിപ്പ് സംരംഭം വസീമിന്റെ മനസ്സ് കീഴടക്കി. മെന്റർമാർ അവരുടെ തയ്യാറെടുപ്പുകൾ സൂക്ഷ്മമായി നിരീക്ഷിച്ചു. സൂം കോളുകൾ വഴി, മെന്ററായ സുനിൽ അവരുടെ അറിവ് പരീക്ഷിക്കുകയും പരീക്ഷാ തന്ത്രങ്ങൾ ചർച്ച ചെയ്യുകയും തന്ത്രപരമായ ചോദ്യങ്ങൾക്ക് ഉത്തരം നൽകാൻ സഹായിക്കുന്ന എലിമിനേഷൻ ടെക്നിക്കുകൾ ചർച്ച ചെയ്യുകയും പുരോഗതി അവലോകനം ചെയ്യുകയും ആഴ്ചതോറുമുള്ള ടാർഗെറ്റുകൾ നിശ്ചയിക്കുകയും ചെയ്തിരുന്നു. ഇത് ഗ്രൂപ്പിനുള്ളിൽ ഒരു മത്സരാന്തരീക്ഷം സൃഷ്ടിക്കുകയും അവരുടെ തയ്യാറെടുപ്പുകളെ വേണ്ടവിധത്തിൽ നിലനിർത്തുകയും ചെയ്തു.

ഒരു ദിവസം, കോച്ചിംഗ് സെന്ററിൽ ആർട്ട് ആൻഡ് കൾച്ചർ ടീച്ചറായിരുന്ന നീരജ് റാവു, കുറച്ച് ചോദ്യങ്ങൾക്ക് ഉത്തരങ്ങൾ എഴുതാൻ ക്ലാസിലുള്ളവരോട് ആവശ്യപ്പെട്ടു. തുടർന്ന് അദ്ദേഹം ആ ഉത്തരങ്ങളെല്ലാം വായിച്ചുനോക്കി.

'ആരാണ് വസീം?' ഉത്തരക്കടലാസുകളിലേക്ക് കണ്ണുനട്ടുകൊണ്ടുതന്നെ അദ്ദേഹം അന്വേഷിച്ചു.

'സർ, ഞാനാണ് വസീം.' തന്റെ കൈ ഉയർത്തിപ്പിടിച്ചുകൊണ്ട് വസീം മടിച്ചുമടിച്ച് എഴുന്നേറ്റുനിന്നു.

'നിങ്ങൾ എഴുതിയ ഉത്തരം ഗംഭീരമായിട്ടുണ്ട്. മികച്ച സ്കോർ നേടാൻ ഇങ്ങനെയാണെഴുതേണ്ടത്. സിഎസ്ഇയിൽ, അറിവ് മാത്രമല്ല, ഉത്തരങ്ങൾ എങ്ങനെ അവതരിപ്പിക്കുന്നു എന്നതും പ്രധാനമാണ്,' വസീമിന്റെ മേശയ്ക്കരികിൽ വന്നുനിന്ന് അദ്ദേഹം പ്രശംസിച്ചു.

ക്ലാസ്സിലിരുന്ന് മികച്ച കുറിപ്പുകൾ എഴുതിയുണ്ടാക്കുന്ന വസീമിന്റെരീതിമറ്റൊരധ്യാപകനുംഇഷ്ടപ്പെട്ടു.'നിങ്ങൾവസീമിന് ഭക്ഷണം വാങ്ങിക്കൊടുത്തിട്ട്, അവന്റെ കുറിപ്പുകൾ പകർത്തി യെടുക്കണം. അവ നിങ്ങൾക്ക് വളരെയധികം സഹായകമാകും,' അദ്ദേഹം മറ്റു വിദ്യാർത്ഥികളോട് പറഞ്ഞു.

ഇടയ്ക്കിടെയുള്ള അത്തരം അഭിനന്ദനങ്ങൾ വസീമിന് ആത്മവിശ്വാസവും പ്രചോദനവുമേകി.

ഞെട്ടിക്കുന്ന ഒരു സംഭവം

എട്ട് മാസത്തോളം സുഗമമായി പൊയ്ക്കൊണ്ടിരുന്ന വസീമിന്റെ തയ്യാറെടുപ്പുകൾ കോവിഡ്-19-ന്റെ പെട്ടെന്നുള്ള പൊട്ടിപ്പുറപ്പാ ടോടെ പെട്ടെന്ന് തടസ്സപ്പെട്ടു. ഇന്ത്യയിൽ നിന്ന് കേസുകൾ റിപ്പോർട്ട് ചെയ്യപ്പെട്ടതോടെ, കോച്ചിംഗ് ക്ലാസുകളിൽ പങ്കെടുക്കു ന്നത് തുടരാനുള്ള പ്രാരംഭ ശ്രമങ്ങൾ പരാജയപ്പെട്ടു. വർദ്ധിച്ച് വരുന്ന സംഖ്യകൾ അവരെ കൂടുതൽ ഭയപ്പെടുത്തി. അവരുടെ അപ്പാർട്ട്മെന്റിന്റെ നാല് ചുവരുകൾക്കുള്ളിൽ മുഴങ്ങിക്കേൾക്കുന്ന ഒരു ചർച്ചയായി മാത്രം അത് കലാശിച്ചു.

'രോഗബാധിതരുടെ ദിനംപ്രതിയുള്ള വർദ്ധനവ് ആശങ്കാ ജനകമാണ്. കുറച്ചുനാൾ വീട്ടിൽ പോയിനിൽക്കണോ?' വൈകു ന്നേരം ചായ കുടിച്ചുകൊണ്ടിരിക്കെ നവീദ് ചോദിച്ചു.

'ഒആർഎൻ-ൽ, കോവിഡ് പോസിറ്റീവ് ആണെന്ന് റിപ്പോർട്ട് ചെയ്യപ്പെട്ട ആളുകളെ ബലമായി പിടിച്ചുകൊണ്ടു പോകുന്ന ബഹിരാകാശയാത്രികരെപ്പോലെ വസ്ത്രം ധരിച്ച ജീവന ക്കാരുള്ള ആംബുലൻസുകളുടെ ചിത്രങ്ങൾ ചില വാട്ട്സ്ആപ്പ് ഗ്രൂപ്പുകളിലും പ്രചരിക്കുന്നുണ്ട്. ഇത് സത്യമാണെങ്കിൽ ഒആർഎൻ -ലെ ജനസാന്ദ്രത കണക്കിലെടുക്കുമ്പോൾ, അണുബാധ വേഗത്തിൽ പടരും. അത് നമ്മുടെ ജീവൻ അപകടത്തിലാക്കും.' നവീദിന്റെ ആശങ്കകൾ ഫൈസലും ഏറ്റുപറഞ്ഞു.

'എന്നാൽ വീട്ടിലിരുന്ന് പഠിക്കുമ്പോൾ തടസ്സങ്ങളുണ്ടാകും. അവിടുത്തെഇന്റർനെറ്റ്കണക്റ്റിവിറ്റിപലപ്പോഴുംവിശ്വാസയോഗ്യ മല്ല. പത്രങ്ങളുടെയും മാസികകളുടെയും ലഭ്യതയും പരിമിതമാണ്. ക്ലാസുകളിലും മെന്ററിംഗ് സെഷനുകളിലും നമ്മൾ എങ്ങനെ പങ്കെടുക്കും?' സുഗമമായി പൊയ്ക്കൊണ്ടിരുന്ന തന്റെ നല്ല പഠനം തടസ്സപ്പെട്ടുമെന്ന ആശങ്ക വസീം പ്രകടിപ്പിച്ചു.

'നിരവധി ദിവസങ്ങൾ നീണ്ടുനിൽക്കുന്ന, രാജ്യവ്യാപകമായ

സമ്പൂർണ്ണ ലോക്ക്ഡൗൺ വരാൻ പോകുന്നുവെന്നാണ് കേട്ടത്. ഭക്ഷണത്തിനും മറ്റ് അവശ്യവസ്തുക്കൾക്കും ക്ഷാമം നേരിട്ടേക്കാം. മാത്രമല്ല, നമുക്ക് കോവിഡ് ബാധിച്ചാൽ ആരാണ് നമ്മളെ പരിപാലിക്കുക?' ഫൈസൽ കൂടുതൽ ന്യായങ്ങൾ മുന്നോട്ടുവെച്ചു.

'ഇവിടെ അടുത്തുള്ള പ്രശസ്തമായ പേസ്ട്രി ഷോപ്പായ ഡ്യൂക്സിലെ ജീവനക്കാരിൽ ഒരാൾക്ക് കോവിഡ് പോസിറ്റീവ് റിപ്പോർട്ട് ചെയ്തതായും ഞാൻ കേട്ടു. അപകടം വളരെയടുത്തു തന്നെയുണ്ടെന്നാണ് അതിനർത്ഥം,' നവീദ് കൂട്ടിച്ചേർത്തു.

'ഞാൻ സമ്മതിക്കുന്നു. സ്ഥിതി കൂടുതൽ വഷളാകുന്നതിന് മുമ്പ് നമുക്ക് ഉടൻ വീട്ടിലേക്ക് പോകണം. കൈവശമുള്ള പഠന സാമഗ്രികൾ കൊണ്ട് പഠനം തുടരാം. ഒരു മാസത്തിനുള്ളിൽ സ്ഥിതി മെച്ചപ്പെടുമെന്നാണ് പ്രതീക്ഷിക്കുന്നത്. ആ സമയം നമുക്ക് തിരികെ വരാനാകും.' ഫൈസൽ നിർദ്ദേശിച്ചു.

ഒടുവിൽ, ഒരു പുസ്തകത്തിൽ വായിച്ചതുപ്രകാരം, ബ്യൂബോണിക് പ്ലേഗിന്റെ ചരിത്രപരമായ വ്യാപനത്തെക്കുറിച്ച് ഓർമ്മിച്ച വസീമിന് അതിനോട് യോജിക്കേണ്ടിവന്നു.

പിറ്റേന്നുതന്നെ, മൂവരും ശ്രീനഗറിലേക്ക് വിമാനം കയറി. താമസിയാതെ എല്ലാവരും അവരവരുടെ വീടുകളിൽ തിരിച്ചെത്തി. ടിക്കറ്റുകളുടെ വില കുതിച്ചുയർന്നെങ്കിലും, കോവിഡ്-19 ജീവിതത്തിന്റെ മൂല്യത്തെക്കുറിച്ചുള്ള ഒരു ഓർമ്മപ്പെടുത്തലായി വർത്തിച്ചു.

എന്നാൽ അനന്ത്നാഗിൽ വസീം തന്റെ പരീക്ഷാ തയ്യാറെടുപ്പുകൾ എങ്ങനെ മുന്നോട്ട് കൊണ്ടുപോകും?

പ്രതികൂല സാഹചര്യങ്ങളിൽ ഒളിഞ്ഞിരിക്കുന്ന അവസരങ്ങൾ

വീട്ടിലെത്തിയ ശേഷം, വസീം തന്റെ കുടുംബത്തിന് കർശനമായി ചില നിയമങ്ങൾ വിശദീകരിച്ചുകൊടുത്തു. ഒന്നാമതായി, കോവിഡ്-19 ബാധിക്കാനുള്ള സാധ്യത കുറയ്ക്കുന്നതിനായി, അടുത്ത പത്ത് ദിവസത്തേക്ക് ആരും തന്നെ ശാരീരിക സമ്പർക്കത്തിനോ ആലിംഗനത്തിനോ വേണ്ടി സമീപിക്കരുതെന്ന് അദ്ദേഹം നിർബന്ധം പിടിച്ചു. രണ്ടാമതായി, ഒരു മുറി തന്റെ ഉപയോഗത്തിനായി മാത്രം സജ്ജീകരിച്ചു. അതിനുള്ളിലേക്ക് കടന്നുവന്ന് ആരും തന്നെ ശല്യപ്പെടുത്തരുതെന്ന് അദ്ദേഹം അറിയിച്ചു. അവിടെ മാത്രമേ തനിക്ക് ഭക്ഷണം വിളമ്പാവൂ എന്ന് ഊന്നിപ്പറഞ്ഞു.

ഓൺലൈൻ ക്ലാസുകളും മെന്ററിംഗ് സെഷനുകളും തുടർന്നു പോയെങ്കിലും ഇന്റർനെറ്റ് സൗകര്യം ഇല്ലാത്തതിനാൽ ദിവസങ്ങളോളം അത് ഇടയ്ക്കിടെ തടസ്സപ്പെട്ടു. ചിലപ്പോൾ, മെന്ററിംഗ് സെഷനുകൾക്കിടയിൽവെച്ച് ഇന്റർനെറ്റ് പെട്ടെന്ന് പ്രവർത്തനരഹിതമാകുമായിരുന്നു. ദിവസങ്ങൾക്ക് ശേഷം തന്റെ മെന്ററുമായി വീണ്ടും ബന്ധപ്പെടുമ്പോൾ, എന്തുകൊണ്ടാണ് താൻ അവസാന സെഷൻ ഇടയ്ക്ക് ഉപേക്ഷിച്ചു പോയതെന്ന് വസീമിന് ഏറ്റുപറയേണ്ടിവന്നു. അതിൽ അദ്ദേഹം അസ്വസ്ഥത പ്രകടിപ്പിക്കുമായിരുന്നു.

ആദ്യം, അത്തരം തടസ്സങ്ങൾ വസീമിനെ നിരാശനാക്കിയിരുന്നു. എന്നാൽ പതുക്കെ, അദ്ദേഹം യാഥാർത്ഥ്യവുമായി പൊരുത്തപ്പെട്ടു. തന്റെ പഠനതന്ത്രങ്ങളിൽ മാറ്റംവരുത്തിക്കൊണ്ട്, തടസ്സം നേരിടുന്ന സമയങ്ങളിൽ സ്വന്തം കുറിപ്പുകളിലും പുസ്തകങ്ങളിലും ശ്രദ്ധ കേന്ദ്രീകരിച്ചു. കാശ്മീരിലെ തണുത്ത കാലാവസ്ഥ മറ്റൊരു ശക്തമായ വെല്ലുവിളി ഉയർത്തി. തന്റെ മുറിയിൽ ചൂട് നിലനിർത്തേണ്ടത് അത്യാവശ്യമായിവന്നു. പലപ്പോഴും അശ്രദ്ധമായി ഉറക്കത്തിലേക്ക് വീഴാൻ ഇത് ഇടയാക്കുകയുണ്ടായി.

ഇന്റർനെറ്റ് തടസ്സങ്ങൾ മൂലം ഇടയ്ക്കിടെ ബുദ്ധിമുട്ടുകൾ ഉണ്ടായെങ്കിലും, ഓൺലൈൻ കോച്ചിംഗ് ക്ലാസുകൾ ഒരു വലിയ മുതൽക്കൂട്ടുതന്നെയായിരുന്നു. കൂടാതെ, കോച്ചിംഗ് സ്ഥാപനങ്ങൾ മുൻ വർഷങ്ങളിലെ പ്രഭാഷണങ്ങൾ റിക്കാർഡ് ചെയ്തിരുന്നതും വളരെ ഉപയോഗപ്രദമായി വർത്തിച്ചു.

പ്രിലിമിനറി പരീക്ഷ മെയ്യിൽ നിന്ന് ഒക്ടോബറിലേക്ക് മാറ്റിവച്ചതുമൂലം കൂടുതൽ സമയം ലഭിച്ചതിനാൽ, പരമാവധി മോക്ക് ടെസ്റ്റുകൾ എഴുതിനോക്കാൻ വസീമിന് കഴിഞ്ഞു. മോക്ക് ടെസ്റ്റിനുശേഷം, തനിക്ക് മികച്ച പ്രകടനം കാഴ്ചവയ്ക്കാൻ കഴിയാതിരുന്ന വിഷയങ്ങൾ അദ്ദേഹം വീണ്ടും വായിച്ചുപഠിക്കുമായിരുന്നു. സെപ്റ്റംബർ അവസാനത്തോടെ, അദ്ദേഹം നാൽപ്പത്തിയഞ്ചിലധികം മോക്ക് ടെസ്റ്റുകൾ എഴുതികഴിഞ്ഞിരുന്നു. അവയിലെല്ലാം ഉയർന്ന സ്കോറുകളും നേടി. ഇത് പരീക്ഷയെഴുതാൻ അദ്ദേഹത്തിന് വലിയ ആത്മവിശ്വാസം നൽകി.

തന്റെ കുടുംബത്തിൽ നിന്ന് വസീമിന് ഉറച്ച പിന്തുണയാണ് ലഭിച്ചത്. അവർ വീട്ടുകാര്യങ്ങൾ കൊണ്ട് അദ്ദേഹത്തെ ബുദ്ധിമുട്ടിക്കാതിരിക്കാൻ ശ്രദ്ധിച്ചു. മാതാപിതാക്കളും മുത്തച്ഛനും വസീം വിജയിക്കുമെന്ന ഉറച്ച വിശ്വാസത്താൽ നിരന്തരം അദ്ദേഹത്തെ പ്രചോദിപ്പിച്ചുകൊണ്ടിരുന്നു–എങ്കിലും പരീക്ഷയുടെ കാഠിന്യത്തെ

ക്കുറിച്ച് വസീം അവരെ നിരന്തരം ഓർമ്മിപ്പിച്ചുകൊണ്ടിരുന്നു. എന്നിരുന്നാലും, തന്റെ മുറിക്കുള്ളിൽ മാത്രം ഒതുങ്ങിനിന്ന വസീമിന്റെ ആ ദീർഘകാലവാസം റൂബി ജാനിൽ ആശങ്ക യുണ്ടാക്കി. ഇടയ്ക്കിടെ നടക്കാൻ പോകണമെന്ന് അവർ മകനെ ഓർമ്മിപ്പിച്ചുകൊണ്ടിരുന്നു.

ഭീതിദമായ പരീക്ഷാ ദിവസം

വസീമും, നവീദും, ഫൈസലും 2020 ഒക്ടോബർ 5-ന് നടക്കാനി രിക്കുന്ന പ്രിലിമിനറി പരീക്ഷ എഴുതാനായി 2020 സെപ്റ്റംബർ അവസാന വാരം ഡൽഹിയിലേക്ക് മടങ്ങിയെത്തി.

പരീക്ഷാ ദിവസം ചില ബുദ്ധിമുട്ടുകളോടെയാണ് ആരംഭി ച്ചത്. ഊബർ, ഓല ആപ്പുകൾ ഉപയോഗിച്ച് ഒരു ടാക്സി ബുക്ക് ചെയ്യാൻ ശ്രമിച്ചപ്പോഴാണ് ടാക്സികൾ ലഭ്യമല്ലെന്ന വിവരം വസീം അറിയുന്നത്. ദൂരെയുള്ള റോഷനാര റോഡിലെ ഒരു സർക്കാർ സ്കൂളിലായിരുന്നു അദ്ദേഹത്തിന്റെ പരീക്ഷാ കേന്ദ്രം. ഭയന്നുവിറച്ചുകൊണ്ട് ഓട്ടോറിക്ഷ അന്വേഷിച്ച് അദ്ദേഹം തിടുക്കത്തിൽ അപ്പാർട്ട്മെന്റിൽ നിന്നിറങ്ങി. പക്ഷേ ഒരെണ്ണം പോലും കണ്ടുകിട്ടിയില്ല. കാരണം ഓആർഎൻ-ൽ താമസിക്കുന്ന മറ്റ് ഉദ്യോഗാർത്ഥികൾ അവയെല്ലാം മുൻകൂട്ടി ബുക്ക് ചെയ്തിരുന്നു.

സമയം പോകുംതോറും വസീമിന്റെ ഉത്കണ്ഠ വർദ്ധിച്ചു കൊണ്ടിരുന്നു. ഓട്ടോറിക്ഷ കണ്ടെത്താനാകുമെന്ന പ്രതീക്ഷയിൽ അദ്ദേഹം അടുത്തുള്ള കരോൾ ബാഗ് മെട്രോ സ്റ്റേഷനിലേക്ക് ഓടി. അവിടെനിന്ന് ഒരു ഇ-റിക്ഷ കണ്ടെത്തി അദ്ദേഹം അതിൽ തന്റെ പരീക്ഷാകേന്ദ്രത്തിലേക്ക് പാഞ്ഞു.

ആദ്യം, വസീമിനെ ഒപ്പം കൂട്ടാൻ ഇ-റിക്ഷാ ഡ്രൈവർ വിസമ്മതിച്ചു; അത് വളരെ ദൂരെയാണെന്നതായിരുന്നു കാരണം. എന്നിരുന്നാലും, ഒടുവിൽ വസീമിന്റെ നിർബന്ധത്തിനും അദ്ദേഹം വാഗ്ദാനം ചെയ്ത ഇരട്ടി നിരക്കിനും അയാൾ വഴങ്ങി. പരീക്ഷ ആരംഭിക്കുന്നതിന് തൊട്ടുമുമ്പ് സെന്ററിൽ എത്താനായതോടെ വസീം വലിയ ആശ്വാസത്തോടെ നെടുവീർപ്പിട്ടു.

ജിഎസ് പേപ്പർ കഠിനമായിരുന്നെങ്കിലും വസീമിന് മികച്ച പ്രകടനം കാഴ്ചവക്കാനായി. അതിനുശേഷമുള്ള മൂന്ന് മണിക്കൂർ നീണ്ടുനിന്ന ഇടവേളയിൽ, വരാനിരിക്കുന്ന സിഎസ്എടി പരീക്ഷ യെക്കുറിച്ച് ചിന്തിച്ചുകൊണ്ട് മുഗൾ കാലഘട്ടത്തിൽ പണി കഴിപ്പിച്ച, അടുത്തുള്ള ഒരു സ്മാരകത്തിന്റെ പൂന്തോട്ടത്തിൽ വസീം

നിശബ്ദമായി ഇരുന്നു. അവിടെ, സിഎസ്എടി പേപ്പറിൽ ശ്രദ്ധ കേന്ദ്രീകരിക്കുന്നതിനുപകരം ജിഎസ് പേപ്പറിന്റെ ചോദ്യ ങ്ങളെക്കുറിച്ച് ചർച്ച ചെയ്യുന്ന നിരവധി ഉദ്യോഗാർത്ഥികളെ അദ്ദേഹം കണ്ടു. ജിഎസ് പേപ്പറിന്റെ ഉത്തരങ്ങൾ ചർച്ച ചെയ്തു കൊണ്ട് കോച്ചിംഗ് സെന്ററുകൾ പോസ്റ്റ് ചെയ്ത യൂട്യൂബ് വീഡിയോ കളും ചിലർ കാണുന്നുണ്ടായിരുന്നു. 'ഇത്രയും നിർണ്ണായകമായ സമയത്ത് കോച്ചിംഗ് സെന്ററുകൾ വീഡിയോകൾ പോസ്റ്റ് ചെയ്ത്, രണ്ട് പരീക്ഷകളുടെയും ഇടവേളയിൽ ഉദ്യോഗാർത്ഥികളുടെ ശ്രദ്ധ തിരിക്കുന്നതെന്തിനാണ്?' അദ്ദേഹം ചിന്തിച്ചു.

കൈപ്പുനീരായി മാറിയ മധുരം

പരീക്ഷകഴിഞ്ഞ് തന്റെ അപ്പാർട്ട്മെന്റിൽ തിരിച്ചെത്തിയ വസീമും, നവീദും, ഫൈസലും അവരുടെ പ്രകടനത്തിൽ നിരാശരായിരി ക്കുന്നതാണ് കണ്ടത്. ഏകദേശം എൺപത് ചോദ്യങ്ങൾ മാത്രമേ അവർക്ക് എഴുതാൻ കഴിഞ്ഞിരുന്നുള്ളു. വസീമാകട്ടെ തൊണ്ണൂറ്റി ആറ് ചോദ്യങ്ങൾക്ക് ഉത്തരം നൽകിയിരുന്നു.

അതേ ദിവസം തന്നെ, കോച്ചിംഗ് സെന്റർ വെബ്സൈ റ്റുകളിൽ ഉത്തരസൂചികകൾ പ്രസിദ്ധീകരിക്കുകയുണ്ടായി. വസീം ആകാംക്ഷയോടെ അത് പരിശോധിച്ചു. ജിഎസ്-ൽ തനിക്ക് 140 എന്ന ഉയർന്ന സ്കോർ നേടാൻ സാധ്യതയുണ്ടെന്ന് കണ്ടെത്തിയ തിൽ അദ്ദേഹം സന്തോഷിച്ചു. സന്തോഷത്തിൽ മതിമറന്നു കൊണ്ട്, പ്രിലിമിനറി പരീക്ഷയിൽ താൻ വിജയിക്കുമെന്ന് പ്രതീക്ഷിക്കുന്നതായി വസീം ഉടൻ തന്നെ തന്റെ മാതാപിതാ ക്കളെ വിളിച്ചറിയിച്ചു. ആ വാർത്തയിൽ ആവേശം കൊണ്ട് മാതാപിതാക്കൾ തങ്ങളുടെ ഗ്രാമത്തിൽ മധുര പലഹാരങ്ങൾ വിതരണം ചെയ്തുകൊണ്ട് ആഘോഷിച്ചു.

അടുത്ത ദിവസമാണ് വസീം ഒരു കാര്യം തിരിച്ചറിയുന്നത്: 'സിഎസ്എടിയിലെ എന്റെ പ്രകടനവും ഞാൻ വിലയിരുത്തേ ണ്ടതുണ്ട്,' അദ്ദേഹം ഓർത്തു. ഒരു എഞ്ചിനീയർ എന്ന നിലയിൽ, സിഎസ്എടി പേപ്പറിനായുള്ള തന്റെ തയ്യാറെടുപ്പുകൾ അദ്ദേഹം ഒരു പരിധിവരെ അവഗണിച്ചിരുന്നു. ഉത്തരസൂചികകൾ സൂക്ഷ്മ മായി പരിശോധിച്ചപ്പോൾ, പാസ്സിംഗ് മാർക്ക് ലഭിക്കാൻ സാധ്യത യില്ലെന്ന് കണ്ടെത്തിയ വസീം നിരാശയിലേക്ക് ആണ്ടുപോയി. ജിഎസ് പേപ്പറിൽ പ്രശംസനീയമായ പ്രകടനം കാഴ്ചവെച്ചെങ്കിലും, പ്രിലിമിനറിയിൽ വിജയിക്കാൻ അദ്ദേഹത്തിന് കഴിയില്ല എന്നാ യിരുന്നു ഇതിനർത്ഥം.

അവിടെ, ആ മുറിയിൽ ഒറ്റയ്ക്കിരിക്കുമ്പോൾ വസീമിന്റെ ഉത്കണ്ഠ വർദ്ധിച്ചുവന്നു. തന്റെ കണ്ണുനീർ അടക്കാൻ അദ്ദേഹത്തിന് കഴിയാതെവന്നു. കുറച്ചുനേരം ആലോചിച്ചിരുന്ന ശേഷം, വസീം അമ്മയെ വിളിച്ച് തന്റെ ആശങ്കകൾ തുറന്നു പറഞ്ഞു. സ്നേഹനിധിയായ ഏതൊരമ്മയും ചെയ്യുന്നതുപോലെ, അവർ മകന് ആശ്വാസം നൽകി, അദ്ദേഹത്തിന്റെ കഴിവുകളിൽ അചഞ്ചലമായ ആത്മവിശ്വാസം പ്രകടിപ്പിച്ചു. എന്നിരുന്നാലും, വസീമിന്റെ വിഷമം അതേപടിതന്നെ തുടർന്നു, കോച്ചിംഗ് ഇൻസ്റ്റിറ്റ്യൂട്ടിലെ തന്റെ മെന്ററുടെ ഉപദേശം തേടാൻ അദ്ദേഹം തീരുമാനിച്ചു.

'ക്ഷമയോടെ കാത്തിരിക്കുക. ഇംഗ്ലീഷ് മീഡിയം കോച്ചിംഗ് സെന്ററുകളിൽ നിന്നുള്ള ഉത്തരസൂചികകൾ കുറച്ച് ദിവസങ്ങൾക്ക് ശേഷം പുറത്തുവരും. അതുമായി താരതമ്യം ചെയ്തു നോക്കുക. പരീക്ഷ കഴിഞ്ഞയുടനെ അപ്ലോഡ് ചെയ്ത, ഹിന്ദി മീഡിയം കോച്ചിംഗ് സെന്ററുകൾ പുറത്തിറക്കുന്ന കീകൾ പലപ്പോഴും തെറ്റാണ്.' ഈ വാക്കുകൾ വസീമിനെ ആശ്വസിപ്പിച്ചു.

മറ്റൊരു കോച്ചിംഗ് സെന്ററിൽ നിന്ന് പുറത്തുവന്ന ഉത്തരസൂചികകൾ പരിശോധിച്ചപ്പോൾ വസീമിന്റെ മനസ്സ് ആശ്വാസം കൊണ്ടു. യോഗ്യതാ സ്കോറിനേക്കാൾ വളരെ കൂടുതലായി തൊണ്ണൂറ് മുതൽ തൊണ്ണൂറ്റി അഞ്ച് മാർക്ക് വരെ നേടാൻ സാധ്യതയുണ്ടെന്നാണ് അത് സൂചിപ്പിച്ചത്.

ആദ്യ ശ്രമത്തിലെ വെല്ലുവിളികളെ മറികടക്കുന്നു

ഡൽഹിയിലെ സജീവമായ തെരുവുകളിൽ സുഹൃത്തുക്കളോടൊപ്പം സമയം ചിലവഴിച്ചുകൊണ്ട് ഒരു ചെറിയ ഇടവേളയെടുത്ത ശേഷം, വസീം മെയിൻസ് പരീക്ഷയ്ക്കുള്ള തയ്യാറെടുപ്പുകളിൽ മുഴുകി. തന്റെ ഓപ്ഷണൽ വിഷയമായ ആന്ത്രോപോളജിയിൽ നിന്നാണ് അദ്ദേഹം ആരംഭിച്ചത്. പഠനത്തോടുള്ള അതുവരെയുള്ള തന്റെ സമീപനം പ്രാഥമികമായി പ്രിലിമിനറിയെ ലക്ഷ്യം വച്ചുള്ളതാണെന്ന് മനസ്സിലാക്കാൻ അദ്ദേഹത്തിന് അധികസമയം വേണ്ടിവന്നില്ല. മെയിൻസിന് വേണ്ടി പഠിക്കാൻ ഇനിയും ധാരാളം ബാക്കിയുണ്ടായിരുന്നു.

കോച്ചിംഗ് ഇൻസ്റ്റിറ്റ്യൂട്ടിലെ തന്റെ പുതിയ മെന്റർ അദ്ദേഹത്തിന് കർശനമായ പരിശീലന രീതികളാണ് നിർദ്ദേശിച്ചത്. അദ്ദേഹം കഴിഞ്ഞ വർഷങ്ങളിലെ ചോദ്യങ്ങൾ മുൻനിർത്തി, വസീമിന്റെ ഉത്തരങ്ങളെ മാതൃകാ ഉത്തരങ്ങളുമായി സൂക്ഷ്മമായി

താരതമ്യം ചെയ്തു. എന്നാൽ അതിന് ഒരുപാട് സമയം ആവശ്യമായിരുന്നു – അതാകട്ടെ വസീമിനുണ്ടായിരുന്നില്ല. വിശാലമായ ഒരു സിലബസ് അപ്പോഴും ബാക്കിനിൽക്കുന്നുണ്ടായിരുന്നു. നിരുത്സാഹപ്പെടാതെ,സൂക്ഷ്മമായിതയ്യാറാക്കിയതന്റെകുറിപ്പുകൾ പഠിക്കുന്നതിൽ ശ്രദ്ധ കേന്ദ്രീകരിക്കാൻ അദ്ദേഹം തീരുമാനമെടുത്തു.

പന്ത്രണ്ട് മുതൽ പതിനാല് മണിക്കൂർ വരെ നീളുന്ന കർശനമായ ഒരു ദൈനംദിന പഠന പരിപാടി വസീം വികസിപ്പിച്ചെടുത്തു. അതിന്റെ ഓരോ മിനിറ്റും അദ്ദേഹം ക്രമാനുഗതമായി ചിട്ടപ്പെടുത്തിയിരുന്നു.മോശം ചിന്തകളോ സ്വന്തം കഴിവുകളിലുള്ള വിശ്വാസക്കുറവോ മനസ്സിൽ കടന്നുകയറാൻ ഇടം നൽകാതെ സൂക്ഷിക്കാൻ ഈ സമീപനം അദ്ദേഹത്തെ സഹായിച്ചു. ഒരു ദിവസത്തെ അദ്ദേഹം രണ്ടായി വിഭജിച്ചു – ഒന്ന് ജിഎസ്-നും മറ്റൊന്ന് ആന്ത്രോപോളജിക്കും വേണ്ടിയുള്ളതായിരുന്നു.

ദുർബ്ബലമായ ഒരു പ്രതിധ്വനി പോലെ വസീമിന്റെ മനസ്സിലെവിടെയോ ഒരു സംശയം നിലനിന്നിരുന്നു. ഉത്തരക്കടലാസുകൾ എത്രത്തോളം എഴുതി നിറയ്ക്കുന്നുവോ, ഉയർന്ന മാർക്ക് നേടാനുള്ള സാധ്യത അത്രത്തോളം വർദ്ധിക്കുമെന്ന, വ്യാപകമായി നിലനിന്ന വിശ്വാസമായിരുന്നു അതിന്റെ ഉറവിടം. എന്നിരുന്നാലും, വസീം ഈ ധാരണയോട് വിയോജിച്ചു. കാരണം ഒരു അധിക ഷീറ്റ് പോലും ആവശ്യമില്ലാതെ, പ്രധാന ഷീറ്റിനുള്ളിൽ തന്നെ ഓരോ പേപ്പറും പൂർത്തിയാക്കാൻ അദ്ദേഹത്തിന് കഴിഞ്ഞിരുന്നു.

മറ്റൊരു വിചിത്ര സ്വഭാവവും അദ്ദേഹത്തെ തന്റെ സഹപാഠികളിൽ നിന്ന് വ്യത്യസ്തനാക്കിയിരുന്നു. തന്റെ മെന്ററുടെ അതൃപ്തി ഏറ്റുവാങ്ങുന്നതിലേക്ക് പോലും അതെത്തിയിരുന്നു. മറ്റുള്ളവർ പരീക്ഷാ ചോദ്യങ്ങൾ തുടക്കം മുതൽ അവസാനം വരെയോ നന്നായി അറിയുന്ന ചോദ്യങ്ങളിൽ നിന്നോ എഴുതിത്തുടങ്ങുമ്പോൾ, ആ പാരമ്പര്യത്തെ ധിക്കരിച്ചുകൊണ്ട് അവസാന ചോദ്യത്തിൽ നിന്നാണ് വസീം തന്റെ ഉത്തരങ്ങൾ എഴുതിത്തുടങ്ങിയത്.

സിഎസ്ഇയിലെ തന്റെ ഇന്ത്യൻ ഭാഷയായ ഉറുദുവിലാണ് മറ്റൊരു ശക്തമായ വെല്ലുവിളി നിലനിന്നിരുന്നത്. പത്താം ക്ലാസ് വരെ മാത്രം ഉറുദു പഠിച്ച വസീം, ആ ഭാഷയുടെ സങ്കീർണ്ണതകളുമായി മല്ലിടുകയായിരുന്നു. വ്യാകരണത്തിൽ സഹായം വാഗ്ദാനം ചെയ്യുകയും ഭാഷാപരമായ സൂക്ഷ്മതകളുടെ സങ്കീർണ്ണതയിലൂടെ ക്ഷമയോടെ വസീമിനെ നയിക്കുകയും ചെയ്ത അദ്ദേഹ

ത്തിന്റെ സഹോദരി അർസുവാണ് ഇവിടെ രക്ഷകയായെത്തിയത്. നിഷ്കളങ്കമായ ജിജ്ഞാസയോടെ, ഒരു ഐഎഎസ് ഉദ്യോഗസ്ഥൻ പഠിക്കേണ്ട നിരവധി വിഷയങ്ങളിലൂടെ അവൾ സസൂക്ഷ്മം കടന്നുപോയി.

എത്തിക്സ് പേപ്പറിൽ, ഉദ്ധരണികളും ഉദാഹരണങ്ങളും ഉപയോഗിച്ച് ലളിതവും വ്യക്തവുമായ ഉത്തരങ്ങൾ എഴുതുക എന്നതായിരുന്നു വസീമിന്റെ ഉദ്ദേശ്യം. ഇതിനായി അദ്ദേഹം നാൽപ്പത് പേജുകളുള്ള ഒരു പട്ടിയുണ്ടാക്കി; അതിൽ പ്രധാനപ്പെട്ട നിർവ്വചനങ്ങളും ഉദാഹരണങ്ങളും ഉൾപ്പെട്ടിരുന്നു. കൂടാതെ ഓരോ പദത്തിനും പ്രസക്തമായ ഉദ്ധരണികളും ഒപ്പം ചേർത്തിരുന്നു. ചോദ്യം വായിച്ചയുടനെ പ്രസക്തമായ ഉദ്ധരണികളും ഉദാഹരണങ്ങളും ഓർമ്മിച്ചെടുക്കാൻ കഴിഞ്ഞതിനാൽ ഈ മാർഗ്ഗം വളരെ ഉപയോഗപ്രദമാണെന്ന് തെളിഞ്ഞു.

ആന്ത്രോപോളജി പരീക്ഷ വളരെ കഠിനമായിരുന്നു. അപരിചിതമായ പദങ്ങളും ആശയങ്ങളും അതിനെ സങ്കീർണ്ണമാക്കി. എന്നിരുന്നാലും, കോളേജ് പഠനകാലം മുതലുള്ള, യുപിഎസ്സി സിലബസിന്റെ പരിധിക്കപ്പുറമുള്ള വായനകളിലൂടെ വളർത്തിയെടുത്ത വസീമിന്റെ അറിവ് വളരെ ഉപയോഗപ്രദമാണെന്ന് തെളിഞ്ഞു.

പരീക്ഷയിൽ വിജയിക്കുന്നതിനുള്ള അദ്ദേഹത്തിന്റെ മറ്റൊരു വിലപ്പെട്ട ഉപായം, ഡയഗ്രമുകളിലൂടെ തന്റെ ചിന്തകളെയും ആശയങ്ങളെയും പ്രതിനിധീകരിക്കുക എന്നതായിരുന്നു. ഒരു നോട്ട്ബുക്കിൽ വസീം നൂറുകണക്കിന് പ്രസക്തമായ ഡയഗ്രമുകൾ വരച്ചിരുന്നു. അവയുടെ മൂല്യം പിന്നീട് തെളിയുകയുണ്ടായി.

എന്നാൽ സുഗമമായി പൊയ്ക്കൊണ്ടിരുന്ന തയ്യാറെടുപ്പുകൾക്കിടയിലും സംശയങ്ങൾ ഇടയ്ക്കിടെ തലപൊക്കിയിരുന്നു. ആദ്യ ശ്രമത്തിൽ, സമയക്കുറവ് കാരണം മെയിൻസ് പരീക്ഷാ പരമ്പര എഴുതാൻ അദ്ദേഹത്തിനായില്ല. അത് തന്റെ തയ്യാറെടുപ്പുകൾ അപര്യാപ്തമാണെന്ന ചിന്തയിൽ വസീമിനെ കൊണ്ടുചെന്നെത്തിച്ചു. അത് അദ്ദേഹത്തെ ഭയപ്പെടുത്തി.

എന്നാൽ ഓപ്ഷണൽ പേപ്പറിന്റെ തലേരാത്രി തന്റെ അധ്യാപകനിൽ നിന്നുള്ള ഒരു സന്ദേശം സംശയത്തിന്റെ മൂടുപടത്തെ കീറിമുറിച്ചു. പ്രോത്സാഹനത്തിന്റെയും പ്രശംസയുടെയും വാക്കുകളായിരുന്നു അത്. എഴുതാൻ കഴിഞ്ഞ ഒരേയൊരു പരീക്ഷാ പേപ്പറിൽ പോലും ഉത്തരമെഴുതാനുള്ള തന്റെ കഴിവുകൾ അദ്ദേഹം

വെളിപ്പെടുത്തിയിരുന്നതായി അധ്യാപകൻ ഊന്നിപ്പറഞ്ഞു. കൂടാതെ നിശ്ചിത സമയപരിധികളിൽ നിൽക്കാനും അദ്ദേഹത്തെ പ്രേരിപ്പിച്ചു.

അനധികൃത കോളനിയുടെ നടുവിലെ മരുപ്പച്ച

മെയിൻസ് പരീക്ഷാ തയ്യാറെടുപ്പിന്റെ ആവേശത്തിനിടയിൽ, വസീമും സുഹൃത്തുക്കളും ഹംദാർഡ് സ്റ്റഡി സർക്കിളിന്റെ (HSC) ഒരു പരസ്യം കാണാനിടയായി. ന്യൂനപക്ഷ സമുദായങ്ങളിൽ നിന്നും മറ്റ് പിന്നോക്ക വിഭാഗങ്ങളിൽ നിന്നുമുള്ള സിഎസ്ഇ ഉദ്യോഗാർത്ഥികൾക്ക് ആ സ്ഥാപനം റെസിഡെൻഷ്യൽ കോച്ചിംഗ് നൽകുന്നതായിട്ടായിരുന്നു പരസ്യം. ഒരാൾക്ക് കിടക്കാൻ പാകത്തിലുള്ള എസി മുറികളും 6500 രൂപ മിതമായ പ്രതിമാസ ഫീസും എന്ന വാഗ്ദാനത്തിൽ ആകൃഷ്ടരായി, അവർ പ്രവേശന പരീക്ഷ എഴുതി. താമസിയാതെ, 2020 ഡിസംബറിൽ വെളിപ്പെടുത്തിയ, തിരഞ്ഞെടുക്കപ്പെട്ടവരുടെ പട്ടികയിൽ അവരുടെ പേരുകളും തെളിഞ്ഞു.

എന്നാൽ വസീം ആശയക്കുഴപ്പത്തിലായിരുന്നു. എച്ച്എസ്സി-യുടെ താങ്ങാവുന്ന ഫീസ് എന്ന ആകർഷണം അദ്ദേഹത്തെ പ്രലോഭിപ്പിച്ചെങ്കിലും, ഒആർഎൻ-ന്റെ ആശ്വാസകരമായ പരിചിതത്വം അദ്ദേഹത്തെ പിടിച്ചുനിർത്തി; പ്രത്യേകിച്ച് മെയിൻസ് പരീക്ഷയുടെ ആസന്നത. വളരെയധികം ആലോചിച്ച ശേഷം, തന്റെ ദിനചര്യയിലുണ്ടാകുന്ന ചെറിയ മാറ്റം പോലും തന്റെ തയ്യാറെടുപ്പുകളുടെ സൂക്ഷ്മമായ സന്തുലിതാവസ്ഥയെ ബാധിക്കുമെന്ന ഭയത്താൽ, മെയിൻസ് പരീക്ഷ വരെ ഒആർഎൻ-ൽ തന്നെ തുടരാൻ അദ്ദേഹം തീരുമാനിച്ചു.

എന്നാൽ ഒആർഎൻ-ലെ സൗകര്യങ്ങൾക്ക് വലിയ വില കൊടുക്കേണ്ടിവന്നു. പരീക്ഷാ തയ്യാറെടുപ്പുകളുടെ തിരക്കിനിടയിൽ പാചകം ചെയ്യാൻ സമയമില്ലാതെ, പൊട്ടറ്റോ വേഫർ, ചോക്ലേറ്റ്, തുടങ്ങി, സംസ്കരിച്ച ഭക്ഷണ വസ്തുക്കൾ കഴിച്ച് ദിവസങ്ങളോളം തള്ളിനീക്കാൻ വസീം നിർബന്ധിതനായി.

മെയിൻസ് പരീക്ഷകൾ അവസാനിച്ചതിനുശേഷം, ഏഷ്യയിലെ ഏറ്റവും വലിയ അനധികൃത കോളനി എന്നറിയപ്പെടുന്ന എച്ച്എസിയുടെ വാസസ്ഥലമായ സംഗം വിഹാറിലേക്ക് വസീം യാത്രതിരിച്ചു. താൻ സഞ്ചരിച്ചിരുന്ന ഓട്ടോറിക്ഷ വൃത്തിഹീനമായ ആ തെരുവുകളിലൂടെ കടന്നുപോകവെ, തന്റെ മനസ്സിലുണ്ടായിരുന്ന പ്രതീക്ഷകളെ അധിക്ഷേപിക്കുന്ന ഒരു കാഴ്ച അദ്ദേഹം

കാണാനിടയായി. ഇടുങ്ങിയ ആ വഴികളിലാകെ മാലിന്യങ്ങൾ ചിതറിക്കിടക്കുകയായിരുന്നു. ഇരുവശത്തും കിടങ്ങുകളുണ്ടായിരുന്നു. വാഹനങ്ങളുടെയും കാൽനടയാത്രക്കാരുടെയും ശബ്ദകോലാഹലങ്ങൾ അന്തരീക്ഷത്തിൽ ആകമാനം മുഴങ്ങിക്കേട്ടു. അവരോരുത്തരും സ്വന്തമായൊരിടം നേടിയെടുക്കാൻ മത്സരിക്കുകയായിരുന്നു.ആ കോലാഹലങ്ങൾക്കിടയിൽ വസീമിന് തന്റെ സുഹൃത്തുക്കളായ നവീദിന്റെയും ഫൈസലിന്റെയും സാഹചര്യങ്ങളെക്കുറിച്ച് ചിന്തിക്കാതിരിക്കാൻ കഴിഞ്ഞില്ല.

എന്നാൽ കോച്ചിംഗ് സെന്ററിന്റെ ഗംഭീരമായ കവാടം കടന്ന് ഉള്ളിലെത്തിയ ഉടൻ തന്നെ വസീമിന് ആശ്വാസം വീണ്ടെടുക്കാനായി. പുറത്തെ ബഹളങ്ങളിൽ നിന്ന് വളരെ അകലെയുള്ള ഒരു ലോകത്തേക്ക് അത് അദ്ദേഹത്തെ കൂട്ടിക്കൊണ്ടുപോയി. വസീമിന് മുന്നിൽ ഒരു ഗംഭീരമായ കെട്ടിടവും അതിനെ ചുറ്റിനിന്ന പച്ചപ്പ് നിറഞ്ഞ മൈതാനവും സ്വാഗതമർപ്പിച്ചുകൊണ്ട് തലയെടുപ്പോടെ നിന്നു. ഒരു ഊഷ്മളമായ പുഞ്ചിരിയോടെ നവീദ് അദ്ദേഹത്തെ സ്വാഗതം ചെയ്ത് തനിക്ക് നിയുക്തമായിട്ടുള്ള മുറിയിലേക്ക് കൂട്ടിക്കൊണ്ടുപോയി.

ഉത്തരമെഴുത്ത് സെഷനുകൾ, ആനുകാലിക പരീക്ഷകൾ, ക്ലാസുകൾ എന്നിവയിലൂടെ ധാരാളം അവസരങ്ങൾ മുന്നോട്ടുവെച്ചുകൊണ്ട് പരീക്ഷാ തയ്യാറെടുപ്പിനായി വളരെ മികച്ച ഒരന്തരീക്ഷമാണ് എച്ച്എസ്സി അവിടെ സജ്ജീകരിച്ചിരിക്കുന്നത്. ഉത്സവങ്ങളും ജന്മദിനങ്ങളും ആഘോഷിക്കാൻ വിദ്യാർത്ഥികൾ ഒത്തുചേർന്നതോടെ അവർക്കിടയിൽ സൗഹൃദബോധം വളർന്നു. അത് ക്രമേണ ശക്തിപ്പെട്ടു. ജിമ്മിനോടുള്ള ഭ്രമം അവിടെ സർവ്വസാധാരണമായി നിലനിന്നു. സീനിയർ വിദ്യാർത്ഥികൾ പലപ്പോഴും അവരെ കളിയാക്കിയിരുന്നത് ഇങ്ങനെയായിരുന്നു : 'നിങ്ങൾ എച്ച്എസ്സി-യിൽ നിന്ന് പോകുമ്പോൾ സിവിൽ സർവീസ് ഓഫീസറായിരിക്കുമെന്ന കാര്യത്തിൽ എനിക്കുറപ്പില്ല, പക്ഷേ നിങ്ങൾ ഒരു ഗുസ്തിക്കാരനായിട്ടാകും തിരികെ പോകുക യെന്ന കാര്യത്തിൽ എനിക്കുറപ്പുണ്ട്.'

ചായക്കടയിൽ നിന്ന് ജിമ്മിലേക്കുള്ള ഓട്ടം

ഒന്നരവർഷത്തെ കഠിനമായ പരിശ്രമങ്ങൾക്ക് ശേഷം,മെയിൻസ് പരീക്ഷ കഴിഞ്ഞതോടെ തന്റെ ചുമലിനുണ്ടായിരുന്ന ഭാരം കുറഞ്ഞതായി വസീമിന് തോന്നി. എന്നിരുന്നാലും, മെയിൻസ്

പാസാകുമോ ഇല്ലയോ എന്ന ചിന്ത അദ്ദേഹത്തിന്റെ മനസ്സിൽ പ്രതിധ്വനിച്ചുകൊണ്ടേയിരുന്നു.

അപ്പോഴും ആശങ്കകൾ കാരണം മനസ്സ് തളരാതെ, വസീം അഭിമുഖത്തിനായുള്ള തന്റെ തയ്യാറെടുപ്പുകൾ ആരംഭിച്ചു. ദിവസേന മൂന്ന് പത്രങ്ങൾ വായിച്ചു. തന്റെ സഹപാഠികളെ ഒരു ചർച്ചയിലും മോക്ക് ഇന്റർവ്യൂ ഗ്രൂപ്പിലും അദ്ദേഹം കൂടെക്കൂട്ടി. തനിക്കൊപ്പം തയ്യാറെടുക്കുന്നവരുടെ സൃഷ്ടിപരമായ പ്രതികരണങ്ങളും പ്രോത്സാഹനവും അദ്ദേഹത്തിന്റെ ആത്മവിശ്വാസം ഊട്ടിയുറപ്പിച്ചു. മികവുറ്റ പൊതുപ്രഭാഷകരുടെ വീഡിയോകളും അദ്ദേഹം കണ്ടുപഠിച്ചു. അവരുടെ അവതരണരീതികൾ സൂക്ഷ്മമായി പരിശോധിച്ചു.

2021 മാർച്ച് 22-ന്, മെയിൻസ് പരീക്ഷാ ഫലപ്രഖ്യാപനം പുറത്തുവരാൻ പോകുന്നു എന്ന സൂചനകൾ പ്രചരിക്കാൻ തുടങ്ങി. എച്ച്എസ്സി-യിൽ അതിന്റെ പിരിമുറുക്കങ്ങൾ വ്യക്തമായിരുന്നു. ഏവരുടെയും ഹൃദയമിടിപ്പുകൾ കൂടി. എന്നാൽ, ആശങ്കയുടെ വേലിയേറ്റത്തിനിടയിലും, *'യെഹി രാത് അന്തിം, യെഹി രാത് ബാക്കി'* (ഇത് അവസാന രാത്രിയാണ്, അവശേഷിക്കുന്ന ഒരേയൊരു രാത്രി) എന്ന രസകരമായ മീമുകൾ സോഷ്യൽ മീഡിയ ഗ്രൂപ്പുകളിൽ പ്രചരിക്കാൻ തുടങ്ങി.

പിറ്റേന്ന്, രാവിലെ മുതൽ തന്നെ വസീം തന്റെ ഫോണിൽ ത്തന്നെ കണ്ണുനട്ടിരുന്നു. അദ്ദേഹത്തിന്റെ വിരലുകൾ വാട്ട്സ്ആപ്പ്, ടെലിഗ്രാം ഗ്രൂപ്പുകളിൽ പരാതിനടന്നു. ആകാംക്ഷയോടെ കാത്തിരുന്ന ഉദ്യോഗാർത്ഥികൾക്ക് മുന്നിൽ യുപിഎസ്സി വെബ്സൈറ്റ് തുടർച്ചയായി 'എറർ' സന്ദേശം മാത്രം പ്രദർശിപ്പിച്ചുകൊണ്ടിരുന്നു.

ആ ദിവസം മുന്നോട്ടുപോയ്ക്കൊണ്ടിരിക്കെ, ഉത്കണ്ഠയും നിരാശയും വസീമിന്റെ മനസ്സിനെ തളർത്തി. ഉള്ളിൽ അലയടിക്കുന്ന പ്രക്ഷുബ്ധമായ വികാരങ്ങളെ ശമിപ്പിക്കാനായി, അദ്ദേഹം എച്ച്എസ്സി-യുടെ പ്രവേശന കവാടത്തിൽ സ്ഥിതിചെയ്യുന്ന ചായക്കടയിലേക്ക് നടന്നു. മനസ്സിനെ മൂടിക്കിടന്ന അസംഖ്യം ചിന്തകൾക്കിടയിലേക്ക് പുതിയൊരു മെസേജിന്റെ വരവറിയിച്ചുകൊണ്ട് ഒരു ബീപ്പ് ശബ്ദം തുളച്ചുകയറി. ടെലിഗ്രാം ഗ്രൂപ്പിൽ ആരോ പോസ്റ്റ് ചെയ്ത മെയിൻസ് പരീക്ഷയുടെ ഫലമടങ്ങിയ PDF ഫയലിൽ വസീം ക്ലിക്ക് ചെയ്തു. ഒരു പ്രകമ്പനം അദ്ദേഹത്തിന്റെ സിരകളിലൂടെ പാഞ്ഞുപോയി. സംയമനം പാലിക്കാൻ ശ്രമിച്ചുകൊണ്ട് വിറയ്ക്കുന്ന കൈവിരലുകൾകൊണ്ട് സെർച്ച് ഓപ്ഷനിൽ

അദ്ദേഹം തന്റെ റോൾ നമ്പർ സെർച്ച് ചെയ്തു. ആ ഹൃദയം വല്ലാതെ മിടിക്കുന്നുണ്ടായിരുന്നു.

പിന്നെ, ഇരുട്ടിൽ പ്രതീക്ഷയുടെ ഒരു നാളമെന്നപോലെ, വസീമിന്റെ റോൾ നമ്പർ സ്ക്രീനിൽ തെളിഞ്ഞു. അദ്ദേഹത്തിന്റെ ഉള്ളിൽസന്തോഷംപൊട്ടിപ്പുറപ്പെട്ടു,ആശ്വാസത്തിന്റെശാന്തമായ ഒരു തിരമാല ഇന്ദ്രിയങ്ങളെ തഴുകിക്കടന്നുപോയി. നവീദിനോടും ഫൈസലിനോടുംഈസന്തോഷവാർത്ത പങ്കിടാനായിഅദ്ദേഹം എച്ച്എസ്സി-യിലെ ജിമ്മിലേക്ക് ഓടി. നവീദ് വസീമിനെ തോളിലേറ്റി. അവരുടെ സുഹൃത്തുക്കൾ സന്തോഷത്തോടെ ആർപ്പു വിളിച്ചു. സന്തോഷഭരിതരായ ആ ജനക്കൂട്ടം ആഘോഷിക്കുവാനായി ചായക്കടയിലേക്കോടി.

അവസാന കടമ്പയ്ക്കായുള്ള തയ്യാറെടുപ്പ്

അഭിമുഖത്തിനായുള്ളതയ്യാറെടുപ്പുകൾആരംഭിച്ചു.വസീംനിരവധി മോക്ക് ഇന്റർവ്യൂകളിൽ പങ്കെടുക്കുകയും അതിന്റെ ഫീഡ്ബാക്ക് ഉപയോഗിച്ച് തന്റെ പ്രതികരണങ്ങൾ മെച്ചപ്പെടുത്തുകയും തന്റെ കാഴ്ചപ്പാടുകളെ പരിഷ്കരിക്കുകയും ചെയ്തു. എന്നാൽ, തയ്യാറെടുപ്പുകൾ ഉച്ചസ്ഥായിയിലെത്തിയപ്പോൾ, കോവിഡ്-19 എന്ന മഹാമാരിയുടെ ഒരാവർത്തന തരംഗം കാരണം യുപിഎസ്സി-യ്ക്ക് ആ അഭിമുഖം മാറ്റിവയ്ക്കേണ്ടിവന്നു. എച്ച്എസ്സി അടച്ചുപൂട്ടി. വസീമും സുഹൃത്തുക്കളും കാശ്മീരിലേക്ക് മടങ്ങാൻ നിർബന്ധിതരായി.

നിരാശനായ വസീം വീണ്ടും തന്റെ ആ ചെറിയ മുറി പരീക്ഷാ തയ്യാറെടുപ്പിനു വേണ്ടി മാത്രമുള്ള ഒരിടമാക്കി മാറ്റി. സമകാലിക വിവരങ്ങൾ മനസ്സിലാക്കാനായി അദ്ദേഹം ഓൺലൈൻ പത്രങ്ങളും മാസികകളും സസൂക്ഷ്മം പരിശോധിച്ചു. തന്റെ ഡീറ്റെയ്ൽഡ് ആപ്ലിക്കേഷൻ ഫോമിൽ (DAF) നിന്ന് ഉയർന്നു വന്നേക്കാവുന്ന എല്ലാ ചോദ്യങ്ങൾക്കും, പ്രത്യേകിച്ച് ടൂറിസം, സുരക്ഷ, ജമ്മു-കാശ്മീരിന്റെ സമ്പദ്വ്യവസ്ഥ തുടങ്ങിയ തന്റെ സ്വന്തം സംസ്ഥാനവുമായി ബന്ധപ്പെട്ട പ്രധാന വിഷയങ്ങളെല്ലാം മനസ്സിൽവെച്ചുകൊണ്ടുതന്നെ അദ്ദേഹം സ്വയം തയ്യാറെടുത്തു. മുൻ അഭിമുഖങ്ങളുടെ ട്രാൻസ്ക്രിപ്റ്റുകൾ അദ്ദേഹം സൂക്ഷ്മമായി പരിശോധിച്ചു, സങ്കീർണ്ണമായ ചോദ്യങ്ങൾക്ക് ഉത്തരം കണ്ടെത്താൻ മനസ്സിനെ പരിശീലിപ്പിച്ചു.

സമയംകടന്നുപോയ്ക്കൊണ്ടിരിക്കെ,വസീമിന്റെമനസ്സിൽഒരു

പ്രതിസന്ധി രൂപപ്പെട്ടു: വരാനിരിക്കുന്ന അഭിമുഖത്തിന് തയ്യാറെടുക്കുന്നതിൽ ശ്രദ്ധ കേന്ദ്രീകരിക്കണോ അതോ അടുത്ത പ്രിലിമിനറിയിലേക്കായി തന്റെ ഊർജ്ജം മാറ്റിവയ്ക്കണോ എന്നതായിരുന്നു സംശയം ഒടുവിൽ, അഭിമുഖത്തിന് തയ്യാറെടുക്കുന്നതിനായി തന്റെ മുഴുവൻ സമയവും ഊർജ്ജവും നീക്കിവയ്ക്കാൻ അദ്ദേഹം തീരുമാനിച്ചു. യുപിഎസ്സി അഭിമുഖത്തിന്റെ തീയതികൾ പ്രഖ്യാപിച്ചതോടെ വസീം ഡൽഹിയിലെ തന്റെ എളിയ വസതിയായ എച്ച്എസ്സി-യിലേക്ക് മടങ്ങി.

2021 സെപ്റ്റംബർ 15-ന് തന്റെ അഭിമുഖത്തിന്റെ തലേന്ന്, ഇടതടവില്ലാതെ മഴ പെയ്യുന്നുണ്ടായിരുന്നു. എച്ച്എസ്സി-യ്ക്ക് പുറത്തുള്ള റോഡ് വെള്ളത്തിൽ മുങ്ങിയതിനാൽ വസീം ല്യൂട്ടിയൻസ് ഡൽഹിയിലെ ജമ്മു ആൻഡ് കാശ്മീർ ഹൗസിൽ അഭയം തേടാൻ തീരുമാനിച്ചു. തെരുവുകളെ വിഴുങ്ങിയ വെള്ളപ്പൊക്കത്തിലൂടെ തന്റെ ഓട്ടോറിക്ഷ കടന്നുപോകവേ, അദ്ദേഹത്തിന്റെ മനസ്സിൽ വേദനാജനകമായ ഒരു ചോദ്യം ഉയർന്നുവന്നു - 'ഇത്തരം പ്രശ്നങ്ങൾക്ക് നമുക്ക് പരിഹാരം കണ്ടെത്താൻ കഴിയാത്തത് എന്തുകൊണ്ടാണ്?'

പിറന്നാൾ സമ്മാനം

2021 സെപ്റ്റംബർ 21-ന്, എച്ച്എസ്സി-യിലെ സിവിൽ സർവീസ് അഭിലാഷികൾക്കിടയിൽ പിരിമുറുക്കം വർദ്ധിച്ചുകൊണ്ടിരുന്നു. സിഎസ്ഇ-2020-ന്റെ അന്തിമ ഫലം പ്രഖ്യാപിക്കാൻ പോകുന്നതായുള്ള അറിയിപ്പുകൾ ഇടനാഴികളിലാകെ മുഴങ്ങിക്കേട്ടു. അഭിമുഖം കഴിഞ്ഞ് കാത്തിരിക്കുകയായിരുന്ന വസീമിനും സഹ ഉദ്യോഗാർത്ഥികൾക്കും തങ്ങളുടെ ഉറക്കം നഷ്ടപ്പെട്ടു.

സെപ്റ്റംബർ 22-ന് അതിരാവിലെതന്നെ ആശങ്ക കലർന്ന പ്രതീക്ഷയോടെ അവർ ഉറക്കമുണർന്നു. എന്നാൽ അവരെ നിരാശരാക്കിക്കൊണ്ട് തങ്ങൾ പ്രതീക്ഷിച്ചിരുന്ന ഫലപ്രഖ്യാപനമുണ്ടായില്ല. ഫലപ്രഖ്യാപനം സെപ്റ്റംബർ 24-ലേക്ക് മാറ്റിവച്ചതായി സോഷ്യൽ മീഡിയയിൽ സൂചനകൾ കണ്ടുതുടങ്ങി. ഇത് അവരുടെ മാനസിക സംഘർഷത്തിന്റെ കാലാവധി കൂട്ടി.

24 സെപ്റ്റംബർ എന്ന നിർഭാഗ്യകരമായ ആ ദിവസം, വസീം തന്റെ ലാപ്ടോപ്പിന് മുന്നിൽ കണ്ണുനട്ടിരുന്നു. അദ്ദേഹത്തിന്റെ വിരലുകൾ നിരന്തരം യുപിഎസ്സി വെബ്സൈറ്റ് റിഫ്രഷ് ചെയ്തുകൊണ്ടിരുന്നു. മിനിറ്റുകൾ മണിക്കൂറുകളായി നീണ്ടു; നിമിഷങ്ങൾ കൊഴിഞ്ഞുപോകെ പിരിമുറുക്കം വർദ്ധിച്ചുവന്നു.

ഒടുവിൽ 6.30-ന് കാത്തിരുന്ന ആ നിമിഷം വന്നെത്തി. വിറകൈകളാൽ, വസീം റാങ്കുകളുടെ പട്ടികയിലൂടെ സ്ക്രോൾ ചെയ്തു. അദ്ദേഹത്തിന്റെ ഹൃദയം ഉച്ചത്തിൽ മിടിക്കുന്നുണ്ടായിരുന്നു. റാങ്കുകൾ ഒന്നിനു പുറകെ ഒന്നായി കണ്മുന്നിലൂടെ മിന്നിമറഞ്ഞപ്പോൾ, അവയോരോന്നും അദ്ദേഹത്തിന്റെ നെഞ്ചിൽ ഉൽകണ്ഠ മുറുക്കിക്കൊണ്ടിരുന്നു.

റാങ്കുകൾ ഒന്നൊന്നായി കടന്നുപോകവേ, അനിശ്ചിതത്വത്തിന്റെയും നിരാശയുടെയും മൂടൽമഞ്ഞുവീണ് സ്ക്രീനിലുള്ള സംഖ്യകൾ അവ്യക്തമായി മാറി. അത് വസീമിനെ വിഴുങ്ങാൻ പോന്നവണ്ണം പെരുകിക്കൊണ്ടിരുന്നു. 150, 175, 200... എന്നാൽ സ്വന്തം പേര് മാത്രം അദ്ദേഹം കണ്ടില്ല. കാത്തിരിപ്പിന്റെ ഭാരം ആ മനസ്സിനെ അലട്ടിക്കൊണ്ടിരുന്നു. അത് വിനാശകരമായിരുന്നു.

നിരാശയിലേക്ക് ആണ്ടുപോകുമെന്ന സ്ഥിതിയിൽ, പ്രതീക്ഷയുടെ ഒരു നേരിയ പൊൻകിരണം ഇരുട്ടിനെ ഭേദിച്ച് കടന്നുവന്നു. 225-ാം റാങ്കിന് നേരെ കൊടുത്തിരുന്ന തന്റെ പേര് കണ്ടപ്പോൾ ആവേശംകൊണ്ട് വസീമിന്റെ കണ്ണുകൾ വിടർന്നു. തന്നെവിഴുങ്ങാൻകാത്തുനിന്നസംശയത്തിന്റെനിഴലുകളെനിഷ്ഫലമാക്കിക്കൊണ്ട് വസീമിന്റെയുള്ളിൽ സന്തോഷം പൊട്ടിപ്പുറപ്പെട്ടു.

വിജയത്തിന്റെ ആ നിമിഷത്തിൽ, സംശയവും ഭയവും പൂർണ്ണമായും ഉരുകിത്തീർന്നു. ആനന്ദാശ്രുക്കൾ വസീമിന്റെ കവിളിലൂടെ ഒഴുകി.

ഉടൻ തന്നെ വസീമിന്റെ ഫോൺ പ്രകാശിച്ചു. സ്ക്രീനിൽ മൊഹ്സിന്റെ പേര് തെളിഞ്ഞു.

'*മുബാറക് ഭായ്, തുമ്ഹാര സെലക്ഷൻ ഹോ ഗയാ ഹേ* [അഭിനന്ദനങ്ങൾ സഹോദരാ, നിങ്ങൾ തിരഞ്ഞെടുക്കപ്പെട്ടിരിക്കുന്നു]', വസീമിന് മുമ്പ് ഫലമറിഞ്ഞ മൊഹ്സിന്റെ ശബ്ദത്തിൽ ആവേശം നിറഞ്ഞുനിന്നിരുന്നു.

'ഞാൻ ഉടൻ തന്നെ നിന്റെ വീട്ടിലെത്തി കുടുംബവുമായി ഈ സന്തോഷവാർത്ത പങ്കിടുന്നതാണ്,' ഇത്രയും പറഞ്ഞ് മൊഹ്സിൻ കാൾ കട്ട് ചെയ്തു.

ഒട്ടും സമയം പാഴാക്കാതെ വസീം വീട്ടിലേക്ക് ഡയൽ ചെയ്തു. അദ്ദേഹത്തിന്റെ പിതാവും സഹോദരിമാരായ അർസൂവും ആലിയയുംകൂടിജനാലകളിൽപുതിയകർട്ടനുകൾതൂക്കുന്നതിരക്കിലായിരുന്നു അപ്പോൾ. വിറയ്ക്കുന്ന കൈകളോടെ വസീം ആ വാർത്ത തന്റെ പിതാവുമായി പങ്കുവെച്ചു. വസീമിന്റെ വാക്കുകൾ കേട്ട് അദ്ദേഹം സന്തോഷം കൊണ്ട് തുള്ളിച്ചാടി. അർസൂവും

ആലിയയും ആർപ്പുവിളിച്ചു. അടുത്ത മുറിയിൽ നിന്ന് അവർക്കരികിലേക്ക് ഓടിയെത്തിയ വസീമിന്റെ അമ്മ ഫോൺ പിടിച്ചു വാങ്ങി. മകന്റെ ശബ്ദം കേട്ടപ്പോൾ അവരുടെയുള്ളിൽ വികാരങ്ങൾ നിറഞ്ഞുകവിഞ്ഞു. അനിയന്ത്രിതമായ അഭിമാനവും സന്തോഷവും കൊണ്ട് അവരുടെ കവിളിലൂടെ കണ്ണുനീരൊഴുകി.

തന്റെ റാങ്ക് 225 ആണെന്നും വീണ്ടും പരീക്ഷ എഴുതേണ്ടി വരുമെന്നും വസീം വിശദീകരിക്കാൻ ശ്രമിച്ചെങ്കിലും, ആഹ്ലാദകരമായ ആഘോഷങ്ങളുടെ വാക്കുകൾ കൊണ്ട് ആ കുടുംബം അദ്ദേഹത്തെ മൂടി. ആ വാർത്ത കേട്ട് അവർ അതിയായി സന്തോഷിച്ചു.

താമസിയാതെ, വസീമിന്റെ കുടുംബവും, ബാല്യകാല സുഹൃത്തുക്കളും, അമ്മയുടെ ഗ്രാമത്തിൽനിന്നുള്ള ബന്ധുക്കളും അടക്കം അദ്ദേഹത്തിന്റെ ആ ഉജ്ജ്വല നേട്ടം ആഘോഷിക്കാൻ ഒത്തുകൂടിയപ്പോൾ, ബ്രാഗം എന്ന മനോഹരമായ ഗ്രാമത്തിൽ സന്തോഷം അലയടിച്ചു. എച്ച്എസ്സി-യിലും വസീമിന്റെയും പരീക്ഷ പാസായ മറ്റ് രണ്ടുപേരുടെയും വിജയത്തെ ആഘോഷമാക്കിക്കൊണ്ട് വിജയാരവങ്ങൾ അലയടിച്ചു.

അതിരാവിലെ, വസീം ശ്രീനഗറിലേക്ക് വിമാനം കയറി. അദ്ദേഹത്തിന്റെ ഹൃദയമിടിപ്പിന് അപ്പോൾ പ്രതീക്ഷയുടെ താളമാണുണ്ടായിരുന്നത്. വിമാനത്താവളത്തിൽ, തന്റെ പിതാവിന്റെ അഭ്യർത്ഥന മാനിച്ച് അദ്ദേഹം ഒരു സ്യൂട്ടും ടൈയും ധരിച്ചു.

ശ്രീനഗറിലെ വിമാനത്താവളത്തിന്റെ ടെർമിനലിലേക്ക് വസീം എത്തിയപ്പോൾ, സുഹൃത്തുക്കളും ബന്ധുക്കളുമടങ്ങുന്ന ഒരു ജനക്കൂട്ടം അദ്ദേഹത്തെ മാല അണിയിച്ച് വരവേറ്റു. തന്റെ ഗ്രാമമായ ബ്രാഗം ദൂരവിലേക്കെത്തുമ്പോൾ കണ്ട കാഴ്ച വസീമിന്റെയുള്ളിൽ അത്ഭുതവും നന്ദിയും നിറച്ചു – ഏകദേശം 5000 പേരടങ്ങുന്ന ഒരു വലിയ ജനക്കൂട്ടം അദ്ദേഹത്തിന്റെ വീടിന് പുറത്ത് തടിച്ചുകൂടിയിരുന്നു.

വസീമിന്റെ നേട്ടത്തെക്കുറിച്ചുള്ള വാർത്ത ശാന്തമായ ഗ്രാമങ്ങളിലും അയൽ ഗ്രാമങ്ങളിലും കാട്ടുതീ പോലെ പടർന്നു. അവിടെ കൂടാരങ്ങൾ ഉയർന്നുപൊങ്ങി. അതിനുള്ളിൽ നിന്ന് ഭക്ഷണം പാകം ചെയ്യുന്നതിന്റെ സുഗന്ധം അന്തരീക്ഷത്തിലാകെ നിറഞ്ഞു. ഡ്രമ്മുകളുടെ താളാത്മകമായ മുഴക്കം അന്തരീക്ഷത്തിൽ ആഘോഷാരവങ്ങൾ നിറച്ചു. അവിടമാകെ തടിച്ചുകൂടിയ മാധ്യമപ്രവർത്തകരുടെ സാന്നിധ്യം ആ നിമിഷത്തിന്റെ പ്രാധാന്യത്തെ കൂടുതൽ വ്യക്തമാക്കി. കാശ്മീരിലുള്ളവർക്ക് ഐഎഎസിനോടും

മറ്റ് സിവിൽ സർവീസുകളോടുമുള്ള അതിയായ ആദരവിനെയാണ് അത് എടുത്തുകാണിക്കുന്നത്.

ജനക്കൂട്ടത്തിനിടയിൽ, വസീമിനൊപ്പം സെൽഫികൾ എടുക്കാനും വീഡിയോകൾ റെക്കോർഡ് ചെയ്യാനും ആളുകൾ ആവേശത്തോടെ തിക്കിത്തിരക്കി. വസീമിനെ സംബന്ധിച്ചിടത്തോളം അതൊരു വെളിപാടായിരുന്നു–സ്വന്തം നേട്ടം തന്റെ സമൂഹത്തിലും അതിനപ്പുറത്തും ചെലുത്തിയ ആഴത്തിലുള്ള സ്വാധീനത്തിന്റെ തെളിവ്.

ആഹ്ലാദകരമായ ആ അവസരത്തിന് പുറമേ, തീയതികളും ഒത്തുചേർന്നു – സെപ്റ്റംബർ 25-ന് വസീമിന്റെ വിജയം മാത്രമല്ല, അദ്ദേഹത്തിന്റെ ജന്മദിനവും ആഘോഷിക്കപ്പെട്ടു. ആഘോഷങ്ങൾ രാത്രിവരെ നീണ്ടുപോയതോടെ, കുടുംബാംഗങ്ങളെയും അടുത്ത സുഹൃത്തുക്കളെയും മാത്രം ബാക്കിയാക്കി ആ ജനക്കൂട്ടം ക്രമേണ പിരിഞ്ഞുപോയി. ചിരിയും സംഗീതവും ഹൃദയംഗമമായ സൗഹൃദവും കൊണ്ട്, വസീം തന്റെ പ്രിയപ്പെട്ടവരുടെ സന്തോഷത്തിൽ ആഹ്ലാദംകൊണ്ടു. ആ ദിവസത്തിന്റെ ഓരോ നിമിഷവും അദ്ദേഹം ആസ്വദിച്ചു.

കുത്തനെയുള്ള ഒരു വീഴ്ച

ആഘോഷങ്ങളിൽ മുഴുകിയ മൂന്ന് നാളുകൾ. എന്നാൽ സുഹൃത്തുക്കളുടെയും ബന്ധുക്കളുടെയും മാധ്യമപ്രവർത്തകരുടെയും ക്ഷണികമായ ഒഴുക്കിനിടയിലും, വസീം തന്റെ തീരുമാനത്തിൽ ഉറച്ചുനിന്നു – വീണ്ടും പരീക്ഷ എഴുതി ഐഎഎസ് ഓഫീസറാകും. ആദ്യശ്രമത്തിൽതന്നെ 225 എന്ന മാന്യമായ റാങ്ക് നേടാനായത് അദ്ദേഹത്തിൽ ആത്മവിശ്വാസത്തെ ജ്വലിപ്പിച്ചു.

എന്നാൽ അടുത്ത പ്രിലിമിനറി പരീക്ഷയ്ക്ക് വെറും പതിനഞ്ച് ദിവസങ്ങൾ മാത്രമായിരുന്നു ബാക്കിയുള്ളത്. മെയിൻസ് പരീക്ഷയ്ക്ക് ശേഷം അഭിമുഖത്തിനുള്ള തയ്യാറെടുപ്പുകളിൽ മാത്രം ശ്രദ്ധ കേന്ദ്രീകരിച്ചതിനാൽ പ്രിലിമിനറി പരിശീലനത്തിന് കൂടുതൽ സമയം നീക്കിവയ്ക്കാൻ വസീമിനായില്ല. എന്നിട്ടും, പ്രിലിമിനറി പരീക്ഷ പാസാകുന്നത് ഇപ്പോൾ എളുപ്പമായിരിക്കുമെന്ന വിശ്വാസത്തിൽ അദ്ദേഹം തന്റെ ആത്മവിശ്വാസം പ്രകടിപ്പിച്ചു.

സെപ്റ്റംബർ 28-ന് വൈകുന്നേരം, കുടുംബവുമൊത്ത് അത്താഴം കഴിക്കാനിരുന്നപ്പോൾ, അടുത്ത പ്രിലിമിനറി പരീക്ഷ

എഴുതാനുള്ള തന്റെ ആഗ്രഹം വസീം പങ്കുവെച്ചു. അതുകേട്ട് മാതാപിതാക്കൾ അത്ഭുതപ്പെട്ടു.

'പക്ഷേ, പരീക്ഷ പാസായി എന്നല്ലേ നീ ഞങ്ങളോട് പറഞ്ഞത്. വീണ്ടും എഴുതുന്നതെന്തിനാണ്?' നിഷ്കളങ്കമായ മുഖത്തോടെ അദ്ദേഹത്തിന്റെ അമ്മ ചോദിച്ചു.

'അമ്മേ, ഞാൻ പരീക്ഷ പാസായി, പക്ഷേ എന്റെ റാങ്ക് 225 ആണ്. ഈ റാങ്കുകൊണ്ട് ഞാൻ ഐഎഎസ്-ൽ അല്ല, ഇന്ത്യൻ റവന്യൂ സർവീസിലാണ് (ഐആർഎസ്) പ്രവേശനം നേടുക,' വസീം ക്ഷമയോടെ വിശദീകരിച്ചു.

'പക്ഷേ അത് കാര്യമാക്കേണ്ടതുണ്ടോ? എന്താണ് വ്യത്യാസം?' സംശയഭാവത്തോടെതന്നെ അവർ ചോദിച്ചു.

'അമ്മേ, ഐആർഎസ് ഉദ്യോഗസ്ഥർ ആദായനികുതിയുമായി ബന്ധപ്പെട്ട കാര്യങ്ങൾ മാത്രമാണ് കൈകാര്യം ചെയ്യുക. അതേസമയം ഐഎഎസ് ഉദ്യോഗസ്ഥർ ഡെപ്യൂട്ടി കമ്മീഷണർമാരും ജില്ലാ മജിസ്ട്രേറ്റുമാരുമാകുന്നു. അവർക്കാണ് കൂടുതൽ അധികാരമുള്ളത്. ജനങ്ങൾക്ക് സഹായകമാകുന്ന ധാരാളം കാര്യങ്ങൾ അവർക്ക് ചെയ്യാൻ കഴിയും,' വസീം വിശദീകരിച്ചു.

'വസീം എന്താണ് പറയുന്നതെന്ന് എനിക്ക് മനസ്സിലാകുന്നുണ്ട്. അവൻ ഒരു ഐഎഎസ് ഉദ്യോഗസ്ഥനാകണമെന്നതാണ് എന്റെയും ആഗ്രഹം,' അദ്ദേഹത്തിന്റെ അച്ഛൻ ഇടപെട്ടു.

വസീമിന്റെ അമ്മ റൂബി ജാന് തന്റെ വിഷമം വിട്ടുകളയാൻ കഴിഞ്ഞില്ല. വീട്ടിൽനിന്ന് മാറിനിന്ന്, ആരോഗ്യത്തെ ബാധിക്കുന്ന ഭക്ഷണം കഴിച്ച്, കണ്ണുകൾക്ക് ആയാസമുണ്ടാക്കുന്ന ദിനചര്യകളിലൂടെ വീണ്ടും ഒരു വർഷം തന്റെ മകന് കഠിനമായി പരിശ്രമിക്കേണ്ടിവരും. എന്നാൽ മകന്റെ സ്വപ്നങ്ങൾക്കായി, അവൾ മനസ്സില്ലാമനസ്സോടെ അതിന് സമ്മതം മൂളി.

ബന്ധുക്കളുടെയും സുഹൃത്തുക്കളുടെയും നിരന്തരമായ സന്ദർശനം ഉണ്ടായിരുന്നിട്ടും, ആ കോലാഹലങ്ങൾക്കിടയിൽ തനിക്ക് കണ്ടെത്താൻ കഴിയുന്ന വിലയേറിയ നിമിഷങ്ങൾ ഉപയോഗപ്പെടുത്തിക്കൊണ്ട് വസീം തന്റെ പഠനം തുടർന്നു. തന്റെ പരീക്ഷാകേന്ദ്രമായി അദ്ദേഹം ശ്രീനഗർ തിരഞ്ഞെടുത്തു.

പ്രാദേശിക മാധ്യമങ്ങളിലെ കവറേജിൽ നിന്ന് പ്രശസ്തമായി മാറിയ വസീമിന്റെ പരിചിതമായ മുഖം പരീക്ഷാ കേന്ദ്രത്തിൽ ശ്രദ്ധയാകർഷിച്ചു. തന്റെ ശ്രദ്ധ വ്യതിചലിക്കാതിരിക്കാനായി, മാസ്ക് ധരിച്ചിരുന്നുകൊണ്ടാണ് അദ്ദേഹം പരീക്ഷയെഴുതിയത്.

എന്നാൽ വസീമിന്റെ അമിതമായ ആത്മവിശ്വാസം അദ്ദേഹത്തിന്റെ ശ്രദ്ധയെ കാര്യമായി ബാധിച്ചു. പരീക്ഷയെ അദ്ദേഹം അശ്രദ്ധമായി സമീപിക്കുകയുണ്ടായി. ആവശ്യമായ പരിഗണന നൽകാതെ തിടുക്കത്തിൽ ഓപ്ഷനുകൾ തിരഞ്ഞെടുത്തുകൊണ്ടാണ് അദ്ദേഹം പരീക്ഷ എഴുതിയത്. ഉത്തരസൂചികകൾ പുറത്തിറങ്ങിയപ്പോൾ, തന്റെ തെറ്റുകളുടെ ഗൗരവം മനസ്സിലാക്കിയ വസീം ഖേദിച്ചു.

നിരാശ തോന്നിയെങ്കിലും, പ്രിലിമിനറി പരീക്ഷയിൽ വിജയിക്കാനാകുമെന്ന നേരിയ പ്രതീക്ഷയിൽ അദ്ദേഹം അഭയം പ്രാപിച്ചു. എന്നാൽ ഫലം പ്രഖ്യാപിച്ചപ്പോൾ ആ പ്രതീക്ഷ തകർന്നു – പ്രിലിമിനറി പരീക്ഷയിൽ വെറും രണ്ട് മാർക്കിന് അദ്ദേഹം തോൽക്കുകയുണ്ടായി.

ആ വാർത്ത വസീമിനെക്കാൾ ഞെട്ടിച്ചത് അദ്ദേഹത്തിന്റെ കുടുംബത്തെയായിരുന്നു. ആദ്യ ശ്രമത്തിൽ തന്നെ മൂന്ന് ഘട്ടങ്ങളും വിജയകരമായി മറികടന്ന വസീം ഇത്തവണ പരാജയപ്പെട്ടതെങ്ങനെയെന്ന് അവർക്ക് മനസ്സിലാക്കാൻ കഴിഞ്ഞില്ല. ആ പരീക്ഷയുടെ പ്രവചനാതീതമായ സ്വഭാവവും അതിൽ ഒളിഞ്ഞിരിക്കുന്ന വെല്ലുവിളികളും അവരെ അമ്പരപ്പിച്ചു.

തന്റെ പരാജയത്തെക്കുറിച്ച് ചിന്തിച്ചപ്പോൾ, കഠിനമായ ആ സത്യം വസീം തിരിച്ചറിഞ്ഞു – അമിതമായ ആത്മവിശ്വാസവും അശ്രദ്ധയുമായിരുന്നു തോൽവിക്ക് കാരണം. അതൊരു വലിയ പാഠമായിരുന്നു. ഈ കഠിനമായ പരീക്ഷയിൽ വിജയം നിസ്സാരമായി കാണാനാവില്ലെന്നും കാലഹരണപ്പെട്ട തന്ത്രങ്ങൾ പര്യാപ്തമല്ലെന്നും അദ്ദേഹം മനസ്സിലാക്കി.

കുറച്ചുനാൾ നീണ്ടുനിന്ന നിരാശയ്ക്ക് ശേഷം, തന്റെ പരാജയത്തെ ഒരു ഉറച്ച അടിത്തറ സ്ഥാപിക്കാനുള്ള അവസരമായി കണ്ടുകൊണ്ട് വസീം മാനസികമായി തയ്യാറെടുത്തു. അടുത്ത പ്രിലിമിനറി പരീക്ഷയ്ക്ക് വെറും ആറുമാസം മാത്രം ശേഷിക്കേ, പ്രിലിമിനറിക്കും മെയിൻസിനും വേണ്ടിയുള്ള കഠിനമായ തയ്യാറെടുപ്പുകൾ ഉടൻ ആരംഭിക്കാനും 2022-ലെ സിഎസ്ഇയിൽ ഉയർന്ന റാങ്ക് നേടാനും അദ്ദേഹം തീരുമാനിച്ചു.

താമസിയാതെ വസീം എച്ച്എസ്സി-യിൽ ചേർന്നുകൊണ്ട് യുപിഎസ്സി എന്ന കൊടുമുടി കീഴടക്കാനുള്ള തന്ത്രം മെനഞ്ഞുതുടങ്ങി. അപ്പോഴേക്കും സിഎസ്ഇ 2020-ന്റെ മാർക്ക് ഷീറ്റ് പ്രസിദ്ധീകരിച്ചിരുന്നു. തന്റെ ബലഹീനതകളും മെച്ചപ്പെടുത്താനുള്ള സാധ്യതകൾ നിലനിൽക്കുന്ന മേഖലകളും വസീം ശ്രദ്ധാ

പൂർവ്വം വിശകലനം ചെയ്തു. ഉപന്യാസങ്ങളിലും അഭിമുഖത്തിലും താൻ മികച്ച പ്രകടനം കാഴ്ചവച്ചതായി അദ്ദേഹം തിരിച്ചറിഞ്ഞു. പക്ഷേ ജിഎസ്-ൽ പോരായ്മകളുണ്ടായിരുന്നു. ഓപ്ഷണൽ വിഷയത്തിലും പുരോഗതി ആവശ്യമായിരുന്നു.

സിഎസ്ഇ 2020-ലെ ടോപ്പറായ ശുഭം കുമാർ വസീമിന് പ്രചോദനമായി. ശുഭത്തിന്റെ വീഡിയോകൾ അദ്ദേഹം കണ്ടു പഠിച്ചു.മുൻവർഷങ്ങളിലെചോദ്യങ്ങൾക്കുള്ളഉത്തരങ്ങൾമോഡൽ ആൻസറുകൾ നോക്കി പഠിക്കുന്നതിലാണ് അദ്ദേഹം ശ്രദ്ധ കേന്ദ്രീകരിച്ചിരുന്നത്. ഇതിൽ നിന്ന് പ്രചോദനം ഉൾക്കൊണ്ട് വസീം കരോൾ ബാഗ് സന്ദർശിക്കുകയും ഒരു പ്രശസ്ത കോച്ചിംഗ് സെന്ററിൽ നിന്ന് ഒരു സെറ്റ് മോഡൽ ആൻസറുകൾ വാങ്ങുകയും ചെയ്തു. ഉത്തരമെഴുതാനുള്ള തന്റെ കഴിവുകൾ കൂടുതൽ മെച്ച പ്പെടുത്തുന്നതിനായി അദ്ദേഹം ഒരു ടെസ്റ്റ് പരമ്പരയിലും ചേരുക യുണ്ടായി.

അതിനുശേഷം, മെയിൻസിനായി 2021 നവംബർ മുതൽ 2022 മാർച്ച് വരെയും പ്രിലിമിനറി തയ്യാറെടുപ്പിനായി 2022 ഏപ്രിൽ മുതൽ 2022 ജൂൺ വരെയും നീണ്ടുനിൽക്കുന്ന ഒരു സമഗ്രമായ ടൈംടേബിൾ വസീം തയ്യാറാക്കി. ജിഎസ് മെയിൻസിനും ആന്ത്രോപോളജിക്കും അദ്ദേഹം നിരവധി മോക്ക് ടെസ്റ്റുകൾ എഴുതി. തന്റെ സ്കോറുകളും ആത്മവിശ്വാസവും ഉയരുന്നത് അദ്ദേഹംകണ്ടുനിന്നു.പരീക്ഷപോലുള്ളസാഹചര്യങ്ങൾഅനുകരി ച്ചുകൊണ്ട് പ്രിലിമിനറിക്കു വേണ്ടി ഇരുപത് മോക്ക് ടെസ്റ്റുകളും അദ്ദേഹം എഴുതുകയുണ്ടായി.

തന്റെ സ്ഥിരോത്സാഹത്തിന്റെ ഫലമെന്നോണം വസീം പ്രിലിമിനറി പാസായി. ഇത് മെയിൻസ് പരീക്ഷയിലേക്കുള്ള തീവ്രമായ തയ്യാറെടുപ്പിന് തുടക്കം കുറിച്ചു. മോഡൽ ഉത്തരങ്ങൾ പഠിക്കുക, ടെസ്റ്റ് പരമ്പരകളിൽ പങ്കെടുക്കുക, ഒന്നിലധികം തവണ പുനരവലോകനങ്ങൾ നടത്തുക എന്നിവയെല്ലാം അതിൽ ഉൾപ്പെട്ടു. മുൻ വർഷങ്ങളിലെ ചോദ്യങ്ങൾക്ക് ഒരു മണിക്കൂർ കൊണ്ട് ഉത്തരങ്ങൾ എഴുതുന്നതിലൂടെ സ്വയം വിലയിരുത്തി ക്കൊണ്ടാണ് വസീം തന്റെ ഓരോ ദിവസവും ആരംഭിച്ചിരുന്നത്.

ഓരോ ചോദ്യത്തിനും അദ്ദേഹം നിശ്ചിത സമയം മാറ്റിവെച്ചു – പത്ത് മാർക്കിന്റെ ചോദ്യങ്ങൾക്ക് ഏഴര മിനിറ്റും പതിനഞ്ച് മാർക്കിന്റെ ചോദ്യങ്ങൾക്ക് പത്ത് മിനിറ്റും എന്ന കണക്കിലാണ് സമയപരിധി നിശ്ചയിച്ചത്. മെയിൻസ് പേപ്പറുകൾ എഴുതുന്ന ദിവസം പോലും, എഴുത്തിൽ ഒഴുക്കുണ്ടാകുന്നതിനായി അദ്ദേഹം

നേരത്തെ ഉണർന്ന് മൂന്നോ നാലോ ചോദ്യങ്ങൾക്ക് ഉത്തരങ്ങൾ എഴുതുമായിരുന്നു. പ്രതീക്ഷിച്ചതുപോലെ തന്നെ, വസീം മെയിൻസ് പരീക്ഷ പാസായി.

ഇന്റർവ്യൂ ഒഡിസ്സി

2021-ലെ തന്റെ ആദ്യ അഭിമുഖത്തിൽ, വസീമിന്റെ മനസ്സിൽ ആത്മവിശ്വാസം നിറഞ്ഞിരുന്നു, ആറ് മാസത്തെ കഠിനമായ തയ്യാറെടുപ്പോടെ വെല്ലുവിളികളെ നേരിടാൻ അദ്ദേഹം സജ്ജമായിരുന്നു. പ്രക്ഷുബ്ധമായ ഒരു നിമിഷം തന്നെ കാത്തിരിക്കുന്നുണ്ടെന്നും ആദ്യ ചോദ്യം തന്നെ തന്റെ അമിത ആത്മവിശ്വാസത്തെ തകർക്കുമെന്നും അദ്ദേഹം അറിഞ്ഞിരുന്നില്ല.

'ഈ പരീക്ഷയ്ക്കുള്ള കോച്ചിംഗ് സെന്ററുകൾ കൂണുപോലെ മുളച്ചുപൊങ്ങുകയാണ്. ഉദ്യോഗാർത്ഥികളുടെ തുല്യതയ്ക്കും തുല്യ അവസരങ്ങൾക്കും അവരെതിരല്ലേ?' ഇന്റർവ്യൂ റൂമിൽ ചെയർ പേഴ്സണിന്റെ ചോദ്യം മുഴങ്ങിക്കേട്ടു. കാശ്മീരിനെക്കുറിച്ചോ തന്റെ ഡിഎഎഫുമായി ബന്ധപ്പെട്ട വിഷയങ്ങളെക്കുറിച്ചോ ഉള്ള ചോദ്യങ്ങൾ പ്രതീക്ഷിച്ചിരുന്ന വസീം പെട്ടെന്ന് ഞെട്ടിപ്പോയി.

വസീം ഒരു നിമിഷം കാത്തുനിന്ന് മാനസികമായി സ്വയം തയ്യാറെടുത്തു. 'മാഡം, ഇന്നത്തെ ലോകത്ത്, അറിവ് കൂടുതൽ പ്രാപ്യമാണ്. കോച്ചിംഗ് താങ്ങാൻ കഴിയാത്ത ഉദ്യോഗാർത്ഥികൾക്ക് ഓൺലൈനിൽ ധാരാളം സൗജന്യ സംവിധാനങ്ങൾ ലഭ്യമാണ്. കൂടാതെ, പല സർക്കാരുകളും പിന്നോക്കം നിൽക്കുന്ന വിദ്യാർത്ഥികൾക്ക് സൗജന്യ കോച്ചിംഗ് വാഗ്ദാനം ചെയ്യുന്നുണ്ട്. ഉദാഹരണത്തിന്, കാശ്മീരിൽ, നമുക്ക് 'പർവാസ്' പദ്ധതിയുണ്ട്. കോച്ചിംഗിലൂടെ മാർഗ്ഗനിർദ്ദേശം ലഭിക്കെ, സ്വയം പഠനത്തിലൂടെയും ഓൺലൈൻ വിഭവങ്ങളെ ഫലപ്രദമായി ഉപയോഗിച്ചുകൊണ്ട് വിജയം കൈവരിക്കാനും കഴിയും,' ആ സംഭാഷണം കാശ്മീരിലേക്ക് വഴിതിരിച്ചുവിടാനാകും എന്ന പ്രതീക്ഷയിൽ അദ്ദേഹം മറുപടി നൽകി.

എന്നാൽ, അടുത്ത പത്ത് മിനിറ്റ് നേരം കോച്ചിംഗിനെ ചുറ്റിപ്പറ്റിയുള്ള തുടർച്ചയായ ചോദ്യങ്ങളുടെ ഒരു പ്രവാഹം പൊട്ടിപ്പുറപ്പെട്ടതോടെ അത് അദ്ദേഹത്തെ അല്പം നിരാശനാക്കുകയുണ്ടായി. കാശ്മീരിലെയും ഇന്ത്യയുടെ മറ്റ് സ്ഥലങ്ങളിലെയും സുരക്ഷാ സാഹചര്യത്തിലേക്ക് സംഭാഷണം വ്യതിചലിച്ചതോടെ അദ്ദേഹത്തിന് അല്പം ആശ്വാസം തോന്നി; സുരക്ഷാ

സേനയ്ക്കെതിരെയുള്ള കല്ലേറിനെ പറ്റിയുള്ള സംഭാഷണങ്ങളും അതിൽ ഉൾപ്പെട്ടിരുന്നു. ആ വിഷയത്തെക്കുറിച്ച് മാനസികമായി സജ്ജമായിരുന്ന വസീം ആത്മവിശ്വാസത്തോടെ അതിനെക്കുറിച്ച് സംസാരിച്ചു.

അപ്പോൾ, അപ്രതീക്ഷിതമായി മറ്റൊരു ചോദ്യം ഉയർന്നുവന്നു. അത് അദ്ദേഹത്തെ അമ്പരപ്പിച്ചു. 'ഒരു നല്ല അധ്യാപകനെ വാർത്തെടുക്കുന്നതെന്താണെന്നാണ് നിങ്ങളുടെ പക്ഷം?' ബോർഡിലെ ഒരു അംഗം ചോദിച്ചു.

'ഒരു നല്ല അധ്യാപകനെന്നാൽ കേവലം അറിവ് പകരുന്ന ഒരാളല്ല, മറിച്ച് സ്വയം പ്രചോദിതരായ പഠിതാക്കളാകാൻ വിദ്യാർത്ഥികളെ പ്രാപ്തരാക്കുന്ന ആളുകളാണവർ,' വസീം മടികൂടാതെ മറുപടി പറഞ്ഞു.

ആ മുറിയിൽ നിന്ന് പുറത്തുകടന്ന വസീമിന്റെ ഉള്ളിൽ പലതരം വികാരങ്ങൾ കുഴഞ്ഞുമറിഞ്ഞിരുന്നു – ദൃഢനിശ്ചയത്തിനൊപ്പം സംശയവും, പ്രതീക്ഷയ്ക്കൊപ്പം അനിശ്ചിതത്വവും അദ്ദേഹത്തിന്റെ മനസ്സിൽ നിലനിന്നു. എന്നാൽ, റിസൾട്ട് വന്നപ്പോൾ, അപ്രതീക്ഷിതമായി ലഭിച്ച 184 എന്ന ഉയർന്ന സ്കോർ അദ്ദേഹത്തെ അത്ഭുതപ്പെടുത്തി.

2023-ൽ തന്റെ രണ്ടാമത്തെ അഭിമുഖത്തിൽ, ധോൽപൂർ ഹൗസിന്റെ ഇടനാഴികളിലൂടെ ഒരു യോദ്ധാവിന്റെ ആത്മവിശ്വാസത്തോടെയാണ് വസീം നടന്നുനീങ്ങിയത്. വിലമതിക്കാനാവാത്ത അനുഭവസമ്പത്തിന്റെയും താൻ നേടിയ പ്രശംസനീയമായ മാർക്കുകളുടെയും ശക്തിയിൽ ആ പുതിയ പാനലിനെ ഉള്ളിലൊളിപ്പിച്ച നിശ്ചയദാർഢ്യത്തോടെയാണ് അദ്ദേഹം നേരിട്ടത്.

പ്രതീക്ഷിച്ചതുപോലെതന്നെ ജമ്മു കശ്മീരിലെ ടൂറിസത്തെക്കുറിച്ചുള്ള ചോദ്യങ്ങളോടെയാണ് അഭിമുഖം ആരംഭിച്ചത്. അവിടുത്തെ സുരക്ഷയെ സംബന്ധിക്കുന്നതും അനുബന്ധ വിഷയങ്ങളെക്കുറിച്ചുമുള്ള ചോദ്യങ്ങളാണ് മറ്റ് അംഗങ്ങൾ ഉന്നയിച്ചത്. അതിശയകരമെന്നു പറയട്ടെ, സിവിൽ എഞ്ചിനീയറിംഗിനെക്കുറിച്ചോ ആന്ത്രോപോളജിയെക്കുറിച്ചോ ചോദ്യങ്ങളൊന്നും ഉണ്ടായിരുന്നില്ല.

ഇന്റർവ്യൂ മുറിയിൽ നിന്ന് ആത്മവിശ്വാസത്തോടെയാണ് വസീം പുറത്തേക്കുവന്നത്. ഇതുവരെയുള്ളതിൽ വച്ച് ഏറ്റവും മികച്ച പ്രകടനമാണ് താൻ കാഴ്ചവച്ചതെന്ന് അദ്ദേഹത്തിന് ബോധ്യമായിരുന്നു. എന്നാൽ ഒടുവിൽ സ്കോറുകൾ വെളിപ്പെടുത്തിയപ്പോൾ, 182

എന്ന സ്കോർ തന്റെ കഴിഞ്ഞ അഭിമുഖത്തിന്റെ സ്കോറിനേക്കാൾ രണ്ട് മാർക്ക് കുറവാണെന്ന കാര്യം വസീം തിരിച്ചറിഞ്ഞു.

നാഗ്പൂരിൽ നിന്ന് മുസ്സൂറിയിലേക്ക്

2022 ഡിസംബർ 19-ന്, മെയിൻസ് പരീക്ഷയ്ക്ക് ശേഷം, നാഗ്പൂരിലെ നാഷണൽ അക്കാദമി ഓഫ് ഡയറക്ട് ടാക്സിൽ വസീം പരിശീലനം ആരംഭിച്ചു. എന്നാൽ അവിടെ എത്തിയ ഉടൻ തന്നെ, അപ്രതീക്ഷിതമായി അദ്ദേഹത്തെ അസുഖം ബാധിക്കുകയുണ്ടായി. പെട്ടെന്ന് ആശുപത്രിയിൽ പ്രവേശിപ്പിച്ച വസീമിനെ പിന്നീട് തീവ്രപരിചരണ വിഭാഗത്തിലേക്ക് (ഐസിയു) മാറ്റുകയുണ്ടായി.

ഐസിയുവിന്റെ ചുവരുകൾക്കുള്ളിൽ മോണിറ്ററുകളുടെ ബീപ്പ് ശബ്ദം മുഴങ്ങിക്കേട്ടു. പത്ത് ദിവസത്തോളം മരണഭീതിയോടെ രോഗവുമായി മല്ലിട്ട് ഐസിയുവിൽ കിടക്കുമ്പോൾ, ജീവിതത്തിന്റെ ദുർബ്ബലതയെ അദ്ദേഹം അഭിമുഖീകരിക്കുകയുണ്ടായി. സിഎസ്ഇയിലെ വിജയം എന്ന ലക്ഷ്യം സ്വന്തം മരണമെന്ന യാഥാർത്ഥ്യത്തിന് മുന്നിൽ നിസ്സാരമായിത്തോന്നി.

ദിവസങ്ങൾ കടന്നുപോയി. 2023 മെയ് മാസമെത്തി. സിഎസ്ഇ ഫല പ്രഖ്യാപനം പുറത്തുവരാറായി എന്ന ചിന്ത വസീമിന്റെയും സഹപാഠികളുടെയും മനസ്സിൽ അനിശ്ചിതത്വത്തിന്റെ കരിനിഴൽ വീഴ്ത്തി. അഭിമുഖത്തിന് തിരഞ്ഞെടുത്തതായി അറിയിച്ചുകൊണ്ട് കോളുകൾ ലഭിച്ച ഇരുപത്തിയഞ്ച് ഐആർഎസ് ഉദ്യോഗസ്ഥരിൽ, കടുത്ത മത്സരം കാരണം ചുരുക്കം ചിലർക്ക് മാത്രമേ ഐഎഎസ് സ്ഥാനത്തേക്ക് ഉയരാൻ സാധ്യതയുള്ളൂ.

2023 മെയ് 23-ന്, സിഎസ്ഇ ഫല പ്രഖ്യാപനം പുറത്തുവരുന്ന എന്നറിഞ്ഞതോടെ അന്തരീക്ഷമാകെ ഉൽകണ്ഠ നിറഞ്ഞു. വസീമിന്റെ ദൃഢനിശ്ചയം കോട്ടംതട്ടാതെ നിന്നു. എന്നിരുന്നാലും, ഓരോ നിമിഷം കഴിയുംതോറും, വരാൻ പോകുന്ന റിസൾട്ടിനെ ഓർത്തുള്ള ഭയം കൂടുതൽ വലുതായിക്കൊണ്ടിരുന്നു. അനിശ്ചിതത്വത്തിന്റെ കൊടുങ്കാറ്റ് അദ്ദേഹത്തെ വിഴുങ്ങിക്കളയുമെന്ന് ഭീഷണിപ്പെടുത്തിക്കൊണ്ടിരുന്നു.

'നീ എന്തിനാണ് ഇത്ര ഉത്കണ്ഠാകുലനാകുന്നത്, വസീം? ഇത്തവണ നീ വിജയിക്കുമെന്ന് എനിക്കുറപ്പുണ്ട്,' ക്ലാസ്സിൽ തന്റെ അരികിലിരുന്ന സുഹൃത്തായ പവിത്ര അദ്ദേഹത്തെ ആശ്വസിപ്പിക്കാൻ ശ്രമിച്ചു.

'ഇത്തവണ ഞാൻ ഒരുപാട് പരിശ്രമിച്ചിട്ടുണ്ട്. ഇത് എന്റെ അവസാന ശ്രമമായിരിക്കും. കാരണം ഇതിനുശേഷം എനിക്ക് ഐആർഎസ്സിൽ സ്ഥിരനിയമനം ലഭിക്കും. വീണ്ടും പരീക്ഷ എഴുതാൻ എനിക്ക് സമയമുണ്ടാകില്ല,' തന്നെ പിടികൂടിയിരിക്കുന്ന പിരിമുറുക്കം ഒഴിവാക്കാൻ ശ്രമിച്ചുകൊണ്ട് വസീം പറഞ്ഞു.

പവിത്രയുടെ വാക്കുകൾ വസീമിന് ആശ്വാസം നൽകിയില്ല. അദ്ദേഹത്തിന്റെ ഉത്കണ്ഠയ്ക്ക് മാറ്റമൊന്നുമുണ്ടായില്ല. ഉച്ചഭക്ഷണത്തിന് ശേഷം, ഉറക്കത്തിൽ അഭയം തേടാനാകുമെന്ന പ്രതീക്ഷയിൽ അദ്ദേഹം ക്ലാസ് ഒഴിവാക്കി ഹോസ്റ്റൽ മുറിയിലേക്ക് മടങ്ങാൻ തീരുമാനിച്ചു. എന്നാൽ ആ ശാന്തതയും താൽക്കാലികമായിരുന്നു. അപ്രതീക്ഷിതമായി വന്നെത്തിയ ഫൈസലിന്റെ കോൾ ആ ശാന്തതയെ തടസ്സപ്പെടുത്തി. വസീമിന് മറുപടി നൽകാൻ കഴിയുന്നതിന് മുമ്പ് കോൾ വിച്ഛേദിക്കപ്പെട്ടു. അദ്ദേഹത്തിന്റെ മനസ്സിൽ ഊഹാപോഹങ്ങൾ അലയടിച്ചു.

'ഫൈസൽ എന്തിനാണ് ഈ സമയത്ത് വിളിച്ചത്? എന്തെങ്കിലും സംഭവിച്ചിട്ടുണ്ടാകണം. ഫലം പ്രസിദ്ധീകരിച്ചിരിക്കുമോ? ഞാൻ തിരഞ്ഞെടുക്കപ്പെട്ടിട്ടില്ലെങ്കിൽ അവൻ എന്നെ വിളിക്കില്ലായിരുന്നു,' വസീം ചിന്തിച്ചു. ഉടൻതന്നെ ടെലിഗ്രാം ഓപ്പൺ ചെയ്ത വസീം റിസൾട്ട് അടങ്ങുന്ന PDF ഫയൽ കണ്ടെത്തി. വിറയ്ക്കുന്ന കൈകളോടെ അദ്ദേഹം ആ ഫയൽ തുറന്ന് അതിന്റെ ആദ്യ പേജുകളിലൂടെ കണ്ണോടിച്ചു.

അനിശ്ചിതത്വത്തിന്റെ പ്രക്ഷുബ്ധമായ കടലിൽ പ്രതീക്ഷയുടെ ഒരു ദീപസ്തംഭം പോലെ അത് തെളിഞ്ഞുവന്നു – ഏഴാം റാങ്കിന് നേരെ വസീമിന്റെ പേരുണ്ടായിരുന്നു. വസീമിന്റെയുള്ളിൽ സന്തോഷം കാട്ടുതീ പോലെ പടർന്നു. അത് ആവേശത്തിന്റെ ഉന്മത്തതയിലേക്ക് അദ്ദേഹത്തെ തള്ളിവിട്ടു. മുറിയിൽ നിന്ന് പുറത്തേക്ക് അലയടിച്ച അദ്ദേഹത്തിന്റെ ആഹ്ലാദകരമായ നിലവിളികൾ ഉച്ചഭക്ഷണത്തിന് ശേഷം ഹോസ്റ്റലിലേക്ക് മടങ്ങിയെത്തിയ ഒരു കൂട്ടം സുഹൃത്തുക്കളുടെ ശ്രദ്ധ ആകർഷിച്ചു. വർഷങ്ങൾ നീണ്ടുനിന്ന കഠിന പ്രയത്നം മധുരിക്കുന്ന ഒരനുഭവമായി മാറിയിരിക്കുന്നു. ആഹ്ലാദകരമായ ആഘോഷങ്ങൾ ആരംഭിച്ചു. രാത്രി മുഴുവൻ അത് നീണ്ടുനിന്നു. വസീമിന്റെ ഐആർഎസ് സഹപ്രവർത്തകരായ മറ്റ് നാലുപേരും ഒപ്പം ചേർന്നു. അവരും ഐഎഎസ് സ്ഥാനത്തേക്ക് തെരഞ്ഞെടുക്കപ്പെട്ടിരുന്നു.

അവധിക്ക് അപേക്ഷിച്ചിട്ട് വസീം വീട്ടിലേക്ക് മടങ്ങിയെത്തി. അവിടെ അദ്ദേഹത്തെ സ്വാഗതം ചെയ്തത് ആകാംക്ഷാ

ഭരിതമായ മുഖങ്ങളും അമ്മ റൂബി ജാന്റെ ആശ്വാസകരമായ ആലിംഗനവുമാണ്. മാധ്യമങ്ങൾ അദ്ദേഹത്തിന് ചുറ്റും തടിച്ചുകൂടി. എന്നാൽ ഈ പുത്തൻ ആവേശത്തിന്റെ സാരാംശം മനസ്സിലാക്കാനാകാതെ ഗ്രാമവാസികൾ അമ്പരന്നു. 'ഇതെന്താണ് സംഭവം? ആ പയ്യൻ രണ്ട് വർഷം മുമ്പ് ഐഎഎസ് ആയി തിരഞ്ഞെടുക്കപ്പെട്ടതല്ലേ. ഈ പുതിയ ആഘോഷങ്ങളുടെ കാരണമെന്താണ്?' അവർ പരസ്പരം ചോദിച്ചുകൊണ്ടിരുന്നു.

വസീമിന്റെ അമ്മ റൂബി ജാൻ, ആശ്വാസത്തിന്റെ അലയൊലികൾ തന്നെ തഴുകിപ്പോകുന്നതറിഞ്ഞു. മകന്റെ അക്ഷീണമായ പരിശ്രമം ഒടുവിൽ ഫലം കണ്ടിരിക്കുന്നു. അവന്റെ കഠിനാധ്വാനം ഫലം കണ്ടിരിക്കുന്നു. ഇനി അവന് കഷ്ടപ്പെടേണ്ടിവരില്ല.

വസീമിന്റെ കഥയിൽ നിന്നെടുക്കാവുന്ന പ്രധാന കാര്യങ്ങൾ

1. **പൂർണ്ണപ്രതിബദ്ധത:** സിഎസ്ഇയിൽ വിജയിക്കുക എന്നത് നിസ്സാരമായി കാണാനാവില്ല. അശ്രദ്ധമായ, പൂർണ്ണ മനസ്സോടെയല്ലാത്ത, കാലഹരണപ്പെട്ട സ്രോതസ്സുകളുപയോഗിച്ചുള്ള തയ്യാറെടുപ്പുകൾ വഴി അത് നേടിയെടുക്കാനും കഴിയില്ല. അമിതമായ ആത്മവിശ്വാസവും അശ്രദ്ധയുമാണ് പലപ്പോഴും പരാജയത്തിനുള്ള കാരണങ്ങൾ. മുൻ ശ്രമങ്ങളിൽ പരീക്ഷയുടെ ഒന്നോ അതിലധികമോ ഘട്ടങ്ങൾ വിജയകരമായി മറികടന്നിട്ടും പല ഉദ്യോഗാർത്ഥികളും പ്രിലിമിനറി ഘട്ടത്തിൽ പരാജയപ്പെടുന്നത് അതുകൊണ്ടാണ്.

2. **ഉത്തരങ്ങൾ അവതരിപ്പിക്കുന്നതിൽ വൈദഗ്ധ്യം നേടുക :** മെയിൻസ് പരീക്ഷയിൽ, നിങ്ങളുടെ അറിവ് മാത്രമല്ല, നിങ്ങൾ നിങ്ങളുടെ ഉത്തരങ്ങൾ എങ്ങനെ അവതരിപ്പിക്കുന്നു എന്നതും പ്രധാനമാണ്. മാതൃകാ ഉത്തരങ്ങളിൽ നിന്നും, ടോപ്പർമാരുടെ ഉത്തരങ്ങളുടെ പകർപ്പുകളിൽ നിന്നും, മറ്റ് ഉറവിടങ്ങളിൽ നിന്നും അറിവ് പകർത്തേണ്ടതുണ്ട്. ഉത്തരമെഴുതി പഠിക്കേണ്ടത് വിജയിക്കുവാൻ നിർണ്ണായകമാണ്.

3. **നിങ്ങളിൽ ആവേശമുണർത്തുന്ന പഠനമേഖല തിരഞ്ഞെടുക്കുക :** സ്കൂളിലും കോളേജിലും, നിങ്ങളുടെ താൽപ്പര്യങ്ങളെ അടിസ്ഥാനമാക്കിയുള്ള പഠന മേഖലകൾ തിരഞ്ഞെടുക്കുന്നത് പരമപ്രധാനമാണ്. നിങ്ങളുടെ അഭിപ്രായങ്ങളെ മാതാപിതാക്കളോ സുഹൃത്തുക്കളോ ബന്ധുക്കളോ സ്വാധീനിക്കാൻ അനുവദിക്കാതെയിരിക്കുക.

4. **വായനാശീലം വളർത്തിയെടുക്കുക:** വായനാശീലം വളർത്തിയെടുക്കേണ്ടത് അത്യാവശ്യമാണ്. ഇത് നിങ്ങളിൽ വൈജ്ഞാനികമായ ഒരടിത്തറ വികസിപ്പിക്കുന്നു. സിഎസ്ഇ-യുടെ എല്ലാ ഘട്ടങ്ങളിലും ഇത് പ്രയോജനകരമാണ്. ഇത് നിങ്ങളുടെ മൊത്തത്തിലുള്ള കാഴ്ചപ്പാടിനെ സമ്പന്നമാക്കുന്നു.

5. **കേന്ദ്രീകൃതമായ മാർഗ്ഗനിർദ്ദേശങ്ങൾ തേടുക :** ഒരുപാടിടങ്ങളിൽ നിന്ന് മാർഗ്ഗനിർദ്ദേശങ്ങൾ നേടുന്നത് നിങ്ങളെ

ആശയക്കുഴപ്പത്തിലാക്കുകയും സമ്മർദ്ദത്തിലാക്കുകയും ചെയ്യും. കോഴ്സ് മെറ്റീരിയലിനെക്കുറിച്ചും പരീക്ഷാ തന്ത്രത്തെക്കുറിച്ചുമുള്ള പലതരം ആശയങ്ങളെയും അഭിപ്രായങ്ങളെയും ഒഴിവാക്കുക. വിശ്വസനീയമായ ചുരുക്കം ചില സ്രോതസ്സുകളെ മാത്രം ആശ്രയിക്കുക.

6. **മെയിൻസ് പരീക്ഷയിൽ എണ്ണത്തേക്കാൾ ഗുണനിലവാരത്തിനാണ് പ്രാധാന്യം:** മെയിൻസ് പേപ്പറിൽ നിങ്ങൾ എത്ര ഷീറ്റുകൾ ഉപയോഗിക്കുന്നു അല്ലെങ്കിൽ ഏത് ക്രമത്തിലാണ് ചോദ്യങ്ങൾക്ക് ഉത്തരങ്ങളെഴുതുന്നത് എന്നതിൽ കാര്യമില്ല. നിങ്ങളുടെ ഉത്തരങ്ങളുടെ വ്യക്തത, ആഴം, കൃത്യത എന്നിവയാണ് പ്രധാനം.

അധ്യായം 6

വേറിട്ടു നിന്നവൾ

സമർത്ഥരായ വിദ്യാർത്ഥികൾ മെഡിസിനും എഞ്ചിനീയറിങ്ങും തേടിപ്പോകുന്നു

2014 മാർച്ചിലെ ആ ഇരുണ്ട സന്ധ്യയിൽ തെരുവുവിളക്കുകളും നിയോൺ സൈൻബോഡുകളും ക്രമേണ കൃത്രിമമായ പ്രകാശം പകർന്നുതുടങ്ങി. കാറുകളുടെ ഹോണടികളും, സൈക്കിൾ മണികളുടെ താളാത്മകമായ മുഴക്കവും, കച്ചവടക്കാരും ആ തെരുവിലെ താമസക്കാരും തമ്മിലുള്ള സംസാരവും പതുക്കെ അലിഞ്ഞില്ലാതെയായി. ദക്ഷിണ ഡൽഹിയിലെ കിഴക്കൻ കൈലാഷിലുള്ള ചെറിയ അപ്പാർട്ട്മെന്റിൽ, ശർമ്മ കുടുംബം അവരുടെ ഡൈനിംഗ് ടേബിളിന് ചുറ്റും ഒത്തുകൂടി. രചന ശർമ്മയും സുനിൽ ദത്ത് ശർമ്മയും അവരുടെ മക്കളായ ശ്രുതിക്കും ആദിത്യയ്ക്കുമൊപ്പം ഇരുന്നു. രചനയുടെ സ്നേഹനിധിയായ അമ്മയും ഒപ്പം ചേർന്നതോടെ ആ കുടുംബചിത്രം പൂർത്തിയാക്കി.

അത്താഴം കഴിച്ച് അമ്മ മുറിയിലേക്ക് പോയതോടെ, ശാന്തമായ ആ സായാഹ്നം സജീവമായ ഒരു ചർച്ചയ്ക്ക് വഴിമാറി. സർദാർ പട്ടേൽ വിദ്യാലയത്തിലെ 10-ാം ക്ലാസ് വിദ്യാർത്ഥിനിയായ ശ്രുതി, 11-ാം ക്ലാസിലേക്കുള്ള വിഷയങ്ങൾ തിരഞ്ഞെടുക്കുന്നതിനായി സ്കൂളിൽ നിന്ന് കൊടുത്തയച്ച ഒരു സർക്കുലർ വീട്ടിലേക്ക് കൊണ്ടുവന്നിരുന്നു. ഉയർന്ന ക്ലാസുകളിലേക്കോ കോളേജ് പഠനത്തിനായോ തയ്യാറെടുക്കുന്ന കുട്ടികൾക്കിടയിൽ ഇന്ത്യൻ വീടുകളിൽ അത്തരം സജീവമായ ചർച്ചകൾ പരിചിതമായ ഒരു കാഴ്ചയായിരുന്നു.

'തീരുമാനം വ്യക്തമല്ലേ, മോളേ. എഞ്ചിനീയർമാരും ഡോക്ടർമാരും അടങ്ങുന്ന കുടുംബമാണ് നമ്മുടേത്. നീ സയൻസ് വിഷയങ്ങൾ തിരഞ്ഞെടുത്ത് ഐഐടി-ജെഇഇ-യ്ക്ക് തയ്യാറെടുക്കണം,' സർക്കുലറിലൂടെ കണ്ണോടിച്ചുകൊണ്ട് ശ്രുതിയുടെ അച്ഛൻ പറഞ്ഞു.

'അച്ഛാ, ഞാൻ എഞ്ചിനീയറിംഗിനെക്കുറിച്ച് കാര്യമായി ചിന്തിച്ചു. പക്ഷേ, അത് എന്നിൽ താല്പര്യമുണ്ടാക്കുന്നില്ല.' ശ്രുതി തുറന്നുപറഞ്ഞു.

സൗമ്യമായ സ്വരത്തോടെ അനുനയിപ്പിക്കാൻ ശ്രമിക്കുന്നതുപോലെ രചന ആ സംഭാഷണത്തിൽ ഇടപെട്ടു. 'ശരി, അപ്പോൾ നീയും നിന്റെ മുത്തശ്ശിയെയും മുത്തശ്ശനെയും പോലെ ഡോക്ടറാകാൻ ശ്രമിക്കൂ.'

ശ്രുതിയുടെ മുത്തച്ഛൻ ദേവേന്ദ്ര കുമാർ വത്സും മുത്തശ്ശി സത്യബാല ശർമ്മയും അവരുടെ നാട്ടിലെ അറിയപ്പെടുന്ന ഡോക്ടർമാരായിരുന്നു. അഞ്ജലിയുടെ നിരവധി കസിൻസും ബന്ധുക്കളും ആ മേഖലയിൽ പ്രവർത്തിക്കുന്നുണ്ടായിരുന്നു.

ശ്രുതി ശ്രദ്ധയോടെ കേട്ടിരുന്നു. എന്നാൽ തന്റെ മനസ്സിലുള്ള വികാരങ്ങളെ വാക്കുകളിലൂടെ പുറത്തെത്തിക്കാൻ അവർക്ക് ധൈര്യമുണ്ടായിരുന്നില്ല. 'അമ്മേ, ഞാൻ ഇതിനെക്കുറിച്ച് ഒരുപാട് ചിന്തിച്ചിരുന്നു. ഹ്യൂമാനിറ്റീസാണ് എനിക്ക് ഏറ്റവും അനുയോജ്യമായ വിഷയം എന്നെനിക്ക് വിശ്വാസമുണ്ട്.'

തങ്ങളുടെ മകൾക്കായി കരുതിവെച്ചിരുന്ന നല്ല പാതയിൽ നിന്നുള്ള അവളുടെ അപ്രതീക്ഷിത വ്യതിയാനത്തിന്റെ ഞെട്ടലിൽ മാതാപിതാക്കൾ പരസ്പരം നോക്കി.

'അതിലൂടെ ഏത് തൊഴിൽമേഖല തിരഞ്ഞെടുക്കാനാണ് നീ ഉദ്ദേശിക്കുന്നത്? നിന്നെപ്പോലെ മിടുക്കരായ വിദ്യാർത്ഥികൾ സയൻസ് സ്ട്രീമാണ് തിരഞ്ഞെടുക്കുന്നത്. അത് സ്ഥിരത നൽകുന്നു. ആദ്യം ഒരു ജോലി ഉറപ്പാക്കുക, പിന്നെ നിനക്ക് ഇഷ്ടമുള്ളത് ചെയ്യാം.' ആശങ്ക നിറഞ്ഞ സ്വരത്തോടെ സുനിൽ പറഞ്ഞു.

എന്നാൽ ശ്രുതി തന്റെ നിലപാടിൽ ഉറച്ചുനിന്നു. 'പപ്പാ, ഇക്കാലത്ത് ഹ്യൂമാനിറ്റീസ് പഠിക്കുന്ന വിദ്യാർത്ഥികൾക്കും ധാരാളം കരിയർ ഓപ്ഷനുകളുണ്ട്,' ഉറച്ച സ്വരത്തിൽ അവർ പറഞ്ഞു.

ശ്രുതിയുടെ അച്ഛൻ അൽപനേരം ആലോചിച്ചിരുന്നു. 'അധികമൊന്നുമില്ല. എൻജിഒയിലെ ജോലികൾ, പത്രപ്രവർത്തനം തുടങ്ങി വളരെ പരിമിതമായ ഓപ്ഷനുകൾ മാത്രമേ ഉണ്ടാകൂ,' അദ്ദേഹം മറുപടി നൽകി.

തന്റെ ഭർത്താവിന്റെ അഭിപ്രായത്തിൽ തന്നെ ഉറച്ചുനിന്ന രചന ഇന്ത്യക്കാരായ മാതാപിതാക്കളുടെ ഒരു പ്രതിനിധിതന്നെ യായിരുന്നു. 'ഓർക്കുക, നിന്റെ തീരുമാനം എന്തുതന്നെയായാലും അതൊരു എളുപ്പവഴി ആകരുത്. കുറച്ച് വർഷങ്ങളുടെ കഠിനാ ധ്വാനം മതി നിന്റെ ജീവിതം സുസ്ഥിരമാകും,' അവർ ഉപദേശിച്ചു.

തന്റെ തീരുമാനത്തിൽനിന്ന് പിന്മാറാൻ കൂട്ടാക്കാതെ, ശ്രുതി മാതാപിതാക്കളിൽ നിന്ന് സമ്മതം നേടാനായി ഒരു തുറുപ്പുചീട്ട് ഉപയോഗിച്ചു. 'പപ്പാ, സിവിൽ സർവീസ് എന്ന ഓപ്ഷനും ഉണ്ടല്ലോ. നിരവധി ഹ്യുമാനിറ്റീസ് വിദ്യാർത്ഥികൾ ഐഎഎസും ഐപിഎസും ആകാറുണ്ട്. എനിക്കും ആ പാത പിന്തുടരാനാണ് താല്പര്യം,' ഉറച്ച വിശ്വാസത്തോടെ ശ്രുതി പ്രഖ്യാപിച്ചു.

മാതാപിതാക്കൾ പരസ്പരം നോക്കി. മകളുടെ തീരുമാനത്തി ന്റെയും അവളുടെ അചഞ്ചലമായ ദൃഢനിശ്ചയത്തിന്റെയും ഗുണങ്ങൾ അളന്നുനോക്കിക്കൊണ്ട് അവർ നിശബ്ദമായി ആശയ വിനിമയം നടത്തി.

'അതെ, അതൊരു നല്ല ഓപ്ഷനാണ്. പക്ഷേ, കൂടുതൽ അവസരങ്ങൾക്കായി ഗണിതവും സാമ്പത്തിക ശാസ്ത്രവും കൂടി പഠിക്കേണ്ടതുണ്ട്,' സിവിൽ സർവീസ് പരീക്ഷയ്ക്ക് (സിഎസ്ഇ) യോഗ്യത നേടുക എന്ന തന്റെ പൂർത്തീകരിക്കപ്പെടാതെ പോയ അഭിലാഷങ്ങൾ പ്രതിധ്വനിക്കുന്ന സ്വരത്തിൽ രചന പറഞ്ഞു.

'ശരി, പാപ്പാ, മമ്മി,' മനസ്സില്ലാമനസ്സോടെ ശ്രുതി തലകുലുക്കി സമ്മതമറിയിച്ചു.

തന്റെ മുന്നിൽ അരങ്ങേറിക്കൊണ്ടിരിക്കുന്ന കുടുംബ നാടകത്തെ നിശബ്ദമായി നിരീക്ഷിച്ചുകൊണ്ടിരുന്ന ശ്രുതിയുടെ ഇളയ സഹോദരൻ ആദിത്യൻ, തന്റെ ഹൃദയത്തിൽ പ്രതീക്ഷയുടെ ഒരു തീപ്പൊരി മിന്നിമറയുന്നത് അറിഞ്ഞു. 'മമ്മിയും പപ്പയും ശ്രുതിയെ അവൾക്ക് ഇഷ്ടപ്പെട്ട വിഷയങ്ങൾ തിരഞ്ഞെടുക്കാൻ അനുവദിച്ച സ്ഥിതിക്ക്, ഒരുപക്ഷേ എന്റെ ഇഷ്ടമായ ക്രിക്കറ്റ് തിരഞ്ഞെടുക്കാനും എന്നെ അനുവദിച്ചേക്കും,' ആ ചിന്തയിൽ അവന്റെ മുഖത്ത് ഒരു പുഞ്ചിരി വിടർന്നു.

ശ്രുതിയുടെ ഈ തീരുമാനം ഉടൻ തന്നെ അയൽക്കാരിൽ നിന്നും ബന്ധുക്കളിൽ നിന്നും അഭിപ്രായങ്ങൾ ക്ഷണിച്ചുവരുത്തി. 'ഓ, അവൾ ഒരു നല്ല വിദ്യാർത്ഥിയാണെന്നാണ് ഞങ്ങൾ കരുതിയത്!' അടക്കാൻ കഴിയാത്ത ആശ്ചര്യത്തോടെ അവർ വിളിച്ചുപറഞ്ഞു.

പരിലാളനം നൽകുന്ന ഒരന്തരീക്ഷം

ഉത്തർപ്രദേശിലെ ബിജ്നോർ ജില്ലയിലെ പച്ചപ്പ് നിറഞ്ഞ, ശാന്തമായ അത്തായി ഗ്രാമത്തിലാണ് ശ്രുതിയുടെ കുടുംബത്തിന്റെ വേരുകളുള്ളത്. അവരുടെ മുത്തശ്ശനും മുത്തശ്ശിയും അടുത്തുള്ള ബസ്ത ഗ്രാമത്തിൽ ആയുർവേദ ആശുപത്രി സ്ഥാപിച്ചിരുന്നു. ആർക്കിടെക്ട് ആയിരുന്ന ശ്രുതിയുടെ അച്ഛൻ ബസ്തയിലെ അവരുടെ കുടുംബ സ്കൂളിന്റെ നടത്തിപ്പും ഏറ്റെടുത്തിരുന്നു.

ശ്രുതിയുടെ ജനനത്തിനുശേഷം, മുത്തശ്ശന്റെയും മുത്തശ്ശിയുടെയും എതിർപ്പുകൾ വകവയ്ക്കാതെ, മക്കൾക്ക് മികച്ച വിദ്യാഭ്യാസവും തൊഴിലവസരങ്ങളും തേടി ഡൽഹിയെന്ന തിരക്കേറിയ മഹാനഗരത്തിലേക്ക് താമസംമാറാൻ ശ്രുതിയുടെ മാതാപിതാക്കൾ തീരുമാനിച്ചു. എങ്കിലും സ്വന്തം വേരുകളിൽ ഉറച്ചുനിൽക്കേണ്ടതിന്റെ പ്രാധാന്യം മനസ്സിലാക്കി, ഓരോ അവധിക്കാലത്തും ശ്രുതിയുടെ അച്ഛൻ അവരെ ബസ്തയിലേക്ക് തിരികെ കൊണ്ടുപോകും. അവിടെ, ഗ്രാമീണ ജീവിതത്തിന്റെ ലളിതമായ സന്തോഷങ്ങളിൽ മുഴുകി ശ്രുതി തന്റെ കസിൻസിനൊപ്പം കളിച്ചും *ലൈലാ കി ഉംഗലി, ഇംലി കെ ഗോൾ* തുടങ്ങിയ പ്രാദേശിക മധുരപലഹാരങ്ങൾ ആസ്വദിച്ചും സമയം ചിലവഴിച്ചു.

ചെറുപ്പം മുതലേ, രചന പഠനത്തോടുള്ള ഇഷ്ടം ശ്രുതിയിൽ വളർത്തിയെടുത്തിരുന്നു. കൊച്ചുകുട്ടിയായിരിക്കുമ്പോഴും രചന ഒരു സ്കൂൾ ബാഗിൽ ശ്രുതിയ്ക്കായി ഡയറിയും പേനയും ടിഫിനും സ്നേഹപൂർവ്വം നിറയ്ക്കുമായിരുന്നു. എല്ലാ ദിവസവും രാവിലെ, ശ്രുതി തന്റെ മുറിയുടെ ഒരു മൂലയിൽ സജ്ജീകരിച്ച താൽക്കാലിക ക്ലാസ് മുറിയിലിരുന്ന് തന്റെ 'സ്കൂൾ പഠനം' ആരംഭിച്ചു. അവിടെയിരുന്ന് പടം വരച്ചും കുത്തിക്കുറിച്ചും ഇടയ്ക്ക് ടിഫിൻ ബോക്സിലുള്ള ഭക്ഷണം എടുത്ത് കഴിച്ചും ശ്രുതി മണിക്കൂറുകളോളം ചെലവഴിച്ചിരുന്നു. ആദ്യനാളുകളിൽ ഒരു ബഹിരാകാശ സഞ്ചാരി ആകണമെന്ന് അവർ സ്വപ്നം കണ്ടു.

സ്കൂളിൽ, സ്വയമറിയാതെയും പറയാതെയും നമ്മൾ ഒരുപാട് കാര്യങ്ങൾ പഠിക്കുന്നു. അതുകൊണ്ടാണ് സ്കൂളിൽ ഒരു നല്ല അന്തരീക്ഷം ഉണ്ടായിരിക്കേണ്ടത് വളരെ പ്രധാനമാണെന്ന് പറയുന്നത്. ശ്രുതിക്ക് മികച്ച വിദ്യാഭ്യാസം നൽകണമെന്നാഗ്രഹിച്ച മാതാപിതാക്കൾ മകളെ ന്യൂ ഫ്രണ്ട്സ് കോളനിയിലെ കേംബ്രിഡ്ജ് സ്കൂളിൽ പ്രവേശിപ്പിച്ചു. നൂതനമായ സമീപനങ്ങളിലൂടെയും രസകരമായ പ്രവർത്തനങ്ങളിലൂടെയും അറിവ് പകർന്ന

നൽകുന്ന എന്ന രീതിയിൽ വിഖ്യാതമായിരുന്നു ആ വിദ്യാലയം. എല്ലാ ക്ലാസ്സിലുമുണ്ടായിരുന്ന ലൈബ്രറികൾ ശ്രുതിയിൽ വായന യോടുള്ള ആഗ്രഹം വളർത്തിയെടുത്തു. എന്നിരുന്നാലും, ഇടയ്ക്കിടെ നോവലുകളിൽ മുഴുകിയതിന് മാതാപിതാക്കൾ അവരെ ശാസിക്കുകയുമുണ്ടായി.

പിന്നീട്, ആറാം ക്ലാസ് മുതൽ ശ്രുതി ന്യൂഡൽഹിയിലെ ലോധി എസ്റ്റേറ്റിലെ പ്രശസ്തമായ സർദാർ പട്ടേൽ വിദ്യാലയത്തി ലാണ് പഠിച്ചത്. ഓരോ വിദ്യാർത്ഥിക്കും തങ്ങളുടെ കഴിവിന്റെ പരമാവധി ഉയരത്തിലെത്താൻ കഴിയുന്ന ഒരു അന്തരീക്ഷം വളർത്തിയെടുത്ത തന്റെ സ്കൂളിനെ അവർ അഗാധമായി സ്നേഹിച്ചു. പരമ്പരാഗത റാങ്കുകളേക്കാൾ 'മെറിറ്റ് കാർഡുകൾ' അടിസ്ഥാന മാക്കിയുള്ള സ്കൂളിന്റെ അതുല്യമായ അവാർഡ് സമ്പ്രദായം അവർ വളരെയധികം ഇഷ്ടപ്പെട്ടു. സ്കൂളിൽ സ്പോർട്സ് ഉൾപ്പെടെ ഓരോ മത്സര മേഖലയിലും യോഗ്യതാ മാനദണ്ഡങ്ങൾ നിശ്ചയി ക്കപ്പെടുകയും, അതു കടന്ന് മുന്നേറുന്ന എല്ലാ വിദ്യാർത്ഥികൾക്കും മെറിറ്റ് കാർഡുകൾ നൽകുകയും ചെയ്തു. തന്നോട് തന്നെ മത്സരിക്കാൻ അത് ശ്രുതിയെ പഠിപ്പിച്ചു.

'സംഗീത സായാഹ്നങ്ങൾ,' 'ആക്ടിവിറ്റി വീക്ക്സ്,' 'ഫുഡ് ഫെസ്റ്റിവൽ' എന്നിവയിലെല്ലാം നിരവധി പ്രവർത്തനങ്ങളിലും ഇവന്റുകളിലും പങ്കെടുക്കുന്നതിലൂടെ സ്കൂളിൽ ചിലവഴിച്ച തന്റെ ഓരോ ദിവസങ്ങളും അഞ്ജലിയുടെ ജീവിതത്തിൽ ആവേശം നിറച്ചു. ശ്രുതി തന്റെ സ്കൂളിനെ വളരെയധികം സ്നേഹിച്ചിരുന്നു. അമ്മയെ അനുസരിക്കാതെയിരുന്ന സാഹചര്യങ്ങളിൽ ഇനി സ്കൂളിൽ അയക്കില്ലെന്നു പറഞ്ഞാണ് രചന ശ്രുതിയെ ഭീഷണി പ്പെടുത്തിയിരുന്നത്.

സ്കൂളിലെ ആനുവൽ ആക്ടിവിറ്റി വീക്കിനായി ശ്രുതി ആകാം ക്ഷയോടെ കാത്തിരിക്കുമായിരുന്നു. സാംസ്കാരിക-കായിക പ്രവർ ത്തനങ്ങൾക്കായിവിദ്യാർത്ഥികൾഒരാഴ്ചത്തേക്ക്തങ്ങളുടെപുസ്തക ങ്ങളും ബാഗുകളും മാറ്റിവയ്ക്കുന്ന സമയമായിരുന്നു അത്. സാംസ്കാ രിക പരിപാടികൾ, പ്രഭാഷണം, പാരായണം, കഥപറച്ചിൽ, മോട്ടിവേഷണൽ ടോക്കുകൾ, കായിക വിനോദങ്ങൾ എന്നിവ ദിവസമാകെ തുടർന്നുപോയി. ശ്രുതി മാസങ്ങളോളം ഇംഗ്ലീഷിലും ഹിന്ദിയിലും കവിതയും ഗദ്യവും അവതരിപ്പിക്കാനായി തയ്യാറെടു പ്പുകൾ നടത്തിയിരുന്നു; ആക്ടിവിറ്റി വീക്കിൽ അവ അവതരിപ്പി ക്കാൻ അവർ ഇഷ്ടപ്പെട്ടിരുന്നു. അതവർക്ക് നിരവധി മെറിറ്റ് കാർഡുകളും നേടിക്കൊടുത്തു.

സ്കൂളിലെ ഫുഡ് ഫെസ്റ്റിവലായിരുന്നു മറ്റൊരു വലിയ വാർഷിക ആകർഷണം. അവിടുന്ന് പഠിച്ചിറങ്ങിയിട്ടും വർഷങ്ങളോളം അത് ശ്രുതിയെ സ്കൂളിലേക്ക് ആകർഷിച്ചിരുന്നു. രാജ്യത്തുടനീളവും പുറത്തുനിന്നുമുള്ള പരമ്പരാഗതവും ആരോഗ്യകരവുമായ പാചകരീതിയുടെ ഒരാഘോഷമെന്ന നിലയിൽ വിദ്യാർത്ഥികളെയും രക്ഷിതാക്കളെയും ഒരുമിച്ച് കൊണ്ടുവന്ന ഒരു പാചകമാമാങ്കമായിരുന്നു അത്.

സ്കൂൾ കാലഘട്ടത്തിൽ, ശ്രുതി സാമൂഹിക പ്രവർത്തനങ്ങളിൽ അഗാധമായ സംതൃപ്തിയും സന്തോഷവും കണ്ടെത്തി. തന്റെ സ്കൂളിലും പരിസരത്തും സാമ്പത്തികമായി പിന്നാക്കം നിൽക്കുന്ന വിഭാഗങ്ങളിലെ (ഇഡബ്ല്യൂഎസ്) കുട്ടികളെ പഠിപ്പിക്കുന്നതിനൊപ്പം, ഭിന്നശേഷിക്കാരും മാനസിക വെല്ലുവിളി നേരിടുന്നവരുമായ കുട്ടികളെയും മുതിർന്നവരെയും പിന്തുണയ്ക്കുന്നതിനായി ലക്ഷ്യംവയ്ക്കുന്ന മുസ്കാൻ എന്ന എൻജിഒയ്ക്ക് വേണ്ടിയും ശ്രുതി പ്രവർത്തിക്കുകയുണ്ടായി. ദിവസേന പത്രങ്ങളിൽ പ്രത്യക്ഷപ്പെടുന്ന, പരിവർത്തനപരമായ ഓഫീസർമാരുടെ കഥകൾ ശ്രുതിയിൽ ആഴത്തിൽ പ്രതിധ്വനിക്കുകയും അവരുടെ അഭിനിവേശത്തെ ജ്വലിപ്പിക്കുകയും ചെയ്തു.

അക്കാദമിക് മികവ് പരിപോഷിപ്പിക്കുന്നതിനു പുറമേ, സീക്രട്ട് ബാലറ്റിലൂടെ തിരഞ്ഞെടുക്കപ്പെടുന്ന ഒരു സ്റ്റുഡന്റ് എക്സിക്യൂട്ടീവിലൂടെ സ്കൂൾ നേതൃത്വത്തിന്റെയും സൗഹൃദത്തിന്റെയും വിത്തുകളും പാകിയിരുന്നു. സാംസ്കാരികകാര്യ സെക്രട്ടറി എന്നതിന് പുറമെ, 12-ാം ക്ലാസിൽ, ജനറൽ സെക്രട്ടറി സ്ഥാനത്തേക്കും ശ്രുതി മത്സരിക്കുകയുണ്ടായി. 10-ാം ക്ലാസിൽ 98 ശതമാനവും 12-ാം ക്ലാസ് പരീക്ഷയിൽ 95 ശതമാനവും നേടിയ ശ്രുതി പഠനത്തിലും ഉന്നത വിജയം നേടിയിരുന്നു.

വീണ്ടും വഴിത്തിരിവിൽ

12-ാം ക്ലാസ് പരീക്ഷയിൽ 95 ശതമാനം വിജയം നേടിയതിന്റെ സന്തോഷം ശ്രുതിയെ സംബന്ധിച്ചിടത്തോളം ക്ഷണികമായ ഒരാഘോഷം മാത്രമായിരിക്കുന്നു. ശ്രുതിയുടെ ജീവിതത്തെക്കുറിച്ച് വളരെ പ്രധാനപ്പെട്ട ഒരു തീരുമാനം എടുക്കാനുള്ള തിരക്കിലായിരുന്നു ആ കുടുംബം – ബാച്ചിലേഴ്സ് ഡിഗ്രി പ്രോഗ്രാമിലേക്ക് ഏത് വിഷയങ്ങൾ തിരഞ്ഞെടുക്കണം എന്ന തീരുമാനം.

'അമ്മേ, അച്ഛാ, എനിക്ക് ചരിത്രം (ഹോണേഴ്സ്) പഠിക്കാ

നാണ് ആഗ്രഹം,' ഡൽഹി സർവ്വകലാശാലയുടെ ബിരുദ പ്രവേശനത്തിനായുള്ള ബ്രോഷറിന്റെ പേജുകൾ മറിച്ചുകൊണ്ട് ശ്രുതി തന്റെ ഹൃദയംഗമമായ ആഗ്രഹം പ്രകടിപ്പിച്ചു.

മുഖത്ത് പ്രകടമായ ആശങ്കയോടെ സുനിൽ രചനയെ നോക്കി. 'ശ്രുതി, എക്കണോമിക്സ് (ഓണേഴ്സ്) ആണ് മികച്ച തൊഴിൽ സാധ്യതകൾ വാഗ്ദാനം ചെയ്യുന്നത്. നിന്റെ ഭാവിയെക്കുറിച്ച് ചിന്തിക്കൂ, മോളേ,' അദ്ദേഹം അഭ്യർത്ഥിച്ചു.

രചന സമ്മതഭാവത്തിൽ തലകുലുക്കി. 'അതെ ശ്രുതി... എക്കണോമിക്സ് ആണ് നല്ലത്. അത് നിനക്ക് ധാരാളം അവസര ങ്ങളിലേക്കുള്ള വാതിൽ തുറന്നുതരും,' കണ്ണുകളിൽ ഒരു മാതാവിന്റെ ഉത്കണ്ഠ പ്രതിഫലിപ്പിച്ചുകൊണ്ട് രചന പറഞ്ഞു.

തന്റെ ആഗ്രഹത്തിനും പ്രായോഗികതയ്ക്കും ഇടയിൽ എന്തു ചെയ്യണമെന്നറിയാതെ ശ്രുതി മടിച്ചുനിന്നു. 'എനിക്ക് മനസ്സിലാകു ന്നുണ്ട്. പക്ഷേ എക്കണോമിക്സ് കൂടുതലും കണക്കുമായി ബന്ധപ്പെട്ട താണ്. ചരിത്രമാണ് എനിക്ക് ഏറ്റവും അനുയോജ്യമായി തോന്നുന്നത്,' ശ്രുതി തുറന്നുപറഞ്ഞു.

കനത്ത ഒരു നിശ്വാസത്തോടെ സുനിൽ മുന്നോട്ടാഞ്ഞിരുന്നു. അദ്ദേഹം ശ്രുതിയെത്തന്നെ നോക്കിയിരിക്കുകയായിരുന്നു. 'മോളേ, നിന്റെ വിമുഖത എനിക്ക് മനസ്സിലാക്കാനാകുന്നില്ല. ഗണിതത്തിൽ 97 ശതമാനം മാർക്കും എക്കണോമിക്സിൽ 98 ശത മാനവും നീ നേടിയിട്ടുണ്ട്. നിനക്ക് ഏറ്റവും മികച്ചത് നൽകാനാണ് ഞങ്ങൾ ആഗ്രഹിക്കുന്നത്.' അദ്ദേഹം പറഞ്ഞു.

മാതാപിതാക്കളുടെ തീരുമാനത്തെ മറികടക്കാനുള്ള ശ്രമമെ ന്നോണം, ശ്രുതി തന്റെ ഏറ്റവും ശക്തമായ ആയുധം പ്രയോഗിച്ചു. സിഎസ്ഇയിലെ വിജയത്തിന് ചരിത്രപഠനം അനിവാര്യ മാണെന്ന് അവൾ വാദിച്ചു. മകളുടെ വികാരാധീനമായ ആ അപേക്ഷ യിൽ പ്രേരിതരായ സുനിലും രചനയും അവളുടെ വാക്കുകളിൽ ഒരു ഐഎഎസ് ഓഫീസറാകാനുള്ള ദൃഢനിശ്ചയം കണ്ടു.

എന്നാൽ, ശ്രുതി ഒന്നും തീരുമാനിച്ചുറപ്പിച്ചിട്ടില്ലെന്നും ചരിത്ര ത്തോടുള്ള അഭിനിവേശം കാരണം അത് പിന്തുടരാനുള്ള ഒരു ഉപാധി മാത്രമായിരുന്ന ഈ പ്രഖ്യാപനമെന്നും അവരുടെ മാതാ പിതാക്കൾ അറിഞ്ഞിരുന്നില്ല.

കോളേജ് തിരഞ്ഞെടുപ്പിനെച്ചൊല്ലി മറ്റൊരു തർക്കവും നടന്നു. ഡൽഹി സർവ്വകലാശാലയുടെ നോർത്ത് കാമ്പസിലെ ചരിത്രപരമായ ആകർഷണങ്ങളും ഐതിഹാസിക സ്ഥാപന ങ്ങളും മനോഹരമായ ചുറ്റുപാടുകളും പാഠ്യേതര പ്രവർത്തനങ്ങളും

ഊർജ്ജസ്വലമായ കാമ്പസ് ജീവിതവുമാണ് ശ്രുതിയെ ആകർഷിച്ചിരുന്നത്. ദിവസേനയുള്ള രണ്ട് മണിക്കൂർ യാത്ര എന്ന ക്ലേശം വകവയ്ക്കാതെ പ്രശസ്തമായ സെന്റ് സ്റ്റീഫൻസ് കോളേജിൽ ചേരാൻ അവർ ആഗ്രഹിച്ചിരുന്നു. മറുവശത്ത്, രചനയും സുനിലും, അവരുടെ വീടിനോട് ചേർന്ന് സ്ഥിതി ചെയ്യുന്ന പ്രശസ്തമായ ലേഡി ശ്രീറാം കോളേജാണ് തിരഞ്ഞെടുക്കാൻ താല്പര്യപ്പെട്ടിരുന്നത്. എന്നിട്ടും, നിരന്തരമായ പ്രേരണയിലൂടെ, ഒരിക്കൽ കൂടി മാതാപിതാക്കളുടെ തീരുമാനത്തെ മറികടക്കാൻ ശ്രുതിക്ക് കഴിഞ്ഞു.

ഇടത്തരം കുടുംബങ്ങൾ, പ്രത്യേകിച്ച് നഗരപ്രദേശങ്ങളിലേക്ക് കുടിയേറിവന്ന ആദ്യ തലമുറ, പലപ്പോഴും യാഥാസ്ഥിതിക മൂല്യങ്ങൾ ഉയർത്തിപ്പിടിക്കുന്നത് സ്വാഭാവികമാണ്. ശ്രുതിയുടെ മാതാപിതാക്കളും അങ്ങനെതന്നെയായിരുന്നു. ആഴ്ചയിലൊരിക്കൽ മാത്രമാണ് അവർ ശ്രുതിയെ പുറത്തുപോകാൻ അനുവദിച്ചിരുന്നത്. മാത്രമല്ല സുഹൃത്തുക്കളുടെ വീടുകളിൽ അന്തിയുറങ്ങുന്നത് അവർ കർശനമായി നിരോധിച്ചിരുന്നു. കോളേജിൽ രാത്രി ഏറെ വൈകുവോളം നീണ്ടുനിന്നിരുന്ന പ്രവർത്തനങ്ങൾ ശ്രുതിക്ക് ഉപേക്ഷിക്കേണ്ടി വന്നു.

നീ കരിയർ ഓറിയന്റഡ് അല്ല

മാതാപിതാക്കളാണ് പലപ്പോഴും തങ്ങളുടെ കുട്ടികളുടെ ജീവിതയാത്രയിലെ നാഴികക്കല്ലുകൾ നിശ്ചയിക്കുന്നത് – പഠനം പൂർത്തിയാക്കാനുള്ള പ്രായം, ജോലിയെടുക്കാനുള്ള പ്രായം, വിവാഹം കഴിക്കാനുള്ള പ്രായം, അങ്ങനെ പലതും. ശ്രുതിയുടെ മാതാപിതാക്കളും അങ്ങനെതന്നെയായിരുന്നു. പ്രത്യേകിച്ച്, തന്റെ ജീവിതകാലം മുഴുവൻ മറ്റൊരാളെ സാമ്പത്തികമായി ആശ്രയിക്കേണ്ടി വന്ന രചന, ശ്രുതി എത്രയും വേഗം സാമ്പത്തികമായി സ്വാതന്ത്ര്യം നേടണമെന്ന് ആഗ്രഹിച്ചിരുന്നു.

ശ്രുതി ബിരുദാനന്തര ബിരുദത്തിന്റെ അവസാന വർഷത്തിലേക്ക് പ്രവേശിച്ചപ്പോൾ തന്നെ, രചനയും സുനിലും ശ്രുതിയോട് അവരുടെ കരിയർ പ്ലാനുകളെക്കുറിച്ച് ചോദിക്കുകയും എത്രയും പെട്ടെന്ന് സിഎസ്ഇ-യ്ക്കുള്ള തയ്യാറെടുപ്പ് ആരംഭിക്കാൻ പ്രേരിപ്പിക്കുകയും ചെയ്തു. അനാവശ്യമായി തീരുമാനങ്ങൾ വൈകിപ്പിക്കുന്നതിനും തൊഴിലധിഷ്ഠിതമല്ലാത്ത തീരുമാനങ്ങളെടുക്കുന്നതിനും മകളെ ഉപദേശിക്കുകയും തങ്ങൾക്ക് നൽകിയ വാഗ്ദാനത്തെക്കുറിച്ച് അവളെ ഓർമ്മിപ്പിക്കുകയും ചെയ്തു.

സിഎസ്ഇ-യ്ക്ക് തയ്യാറെടുക്കാനായി ഒരു കോച്ചിംഗ് ഇൻസ്റ്റിറ്റ്യൂട്ടിൽ ചേരാൻ ശ്രുതിയുടെ മാതാപിതാക്കൾ അവളെ ഉപദേശിച്ചു. ശ്രുതിയാകട്ടെ, മറ്റൊന്നിനാലും ശ്രദ്ധിക്കാതെ തന്റെ ബാച്ചിലേഴ്സ് പഠനം ഗൗരവമായി തുടരാനാണ് ആഗ്രഹിച്ചിരുന്നത്. എന്നിരുന്നാലും, കോച്ചിംഗ് ഇൻസ്റ്റിറ്റ്യൂട്ടിന് സമീപത്തൊരിടത്ത് പേയിംഗ് ഗസ്റ്റായി താമസം മാറാൻ അനുവദിക്കാമെന്ന വ്യവസ്ഥയിൽ അവർ അതിന് സമ്മതം മൂളി.

'ജീവിതത്തിലാദ്യമായി കോളേജിൽ വൈകുന്നേരം നടക്കുന്ന പരിപാടികളിൽ പങ്കെടുക്കാനും ഒരു നിയന്ത്രണവുമില്ലാതെ കൂട്ടുകാരോടൊപ്പം പുറത്തുപോകാനും എനിക്ക് സ്വാതന്ത്ര്യം ലഭിക്കാൻ പോകുന്നു. മാത്രമല്ല, സിഎസ്ഇയുടെ പാറ്റേൺ എനിക്ക് പരിചിതമാകുകയും ചെയ്യും.' ശ്രുതി ചിന്തിച്ചു. ഒറ്റയ്ക്ക് ജീവിക്കുന്നത് വെല്ലുവിളികൾ നിറഞ്ഞതായിരിക്കുമെന്നും വീടിന്റെയും കുടുംബത്തിന്റെയും പ്രാധാന്യം താൻ മനസ്സിലാക്കുമെന്നും ശ്രുതി അറിഞ്ഞിരുന്നില്ല.

താമസിയാതെ, ശ്രുതിയും അമ്മയും കൂടി കരോൾ ബാഗിൽ ഒരു മുറി അന്വേഷിച്ചിറങ്ങി. ഒരു ജനാലപോലുമില്ലാത്ത, തീരെ വലിപ്പം കുറഞ്ഞ മുറികൾ കണ്ട് അവർ ഞെട്ടി. ദിവസങ്ങൾ നീണ്ട തിരച്ചിലിനൊടുവിൽ, ഒരു ഫ്ലാറ്റിൽ സൂര്യപ്രകാശം ലഭിക്കുന്ന ഒരു മുറി അവർ കണ്ടെത്തി. രാവിലെ കോളേജിലും വൈകുന്നേരം കോച്ചിംഗ് ക്ലാസ്സിലും പോകുന്ന വിധത്തിൽ ശ്രുതി തന്റെ സമയം ക്രമീകരിച്ചു.

കരോൾബാഗിലെ ജീവിതത്തിന്റെ യഥാർത്ഥ രുചി അറിഞ്ഞതോടെ ഒറ്റയ്ക്ക് ജീവിക്കുന്നതിലുള്ള കൊതി ഇല്ലാതെയായി. ഫ്ലാറ്റ് മേറ്റ്സ് തമ്മിലുള്ള രാഷ്ട്രീയവും വഴക്കുകളും, എല്ലാവർക്കുമായുള്ള റഫ്രിജറേറ്ററിൽ സൂക്ഷിച്ചിരിക്കുന്ന ഭക്ഷണ സാധനങ്ങൾ മോഷണം പോകുന്ന സാഹചര്യവും, ഫ്ലാറ്റുടമയുടെ ഉപദ്രവവും, ടിഫിൻ സർവ്വീസിൽ നിന്ന് ലഭിക്കുന്ന മോശം ഭക്ഷണവും, മുറി വൃത്തിയാക്കലും വസ്ത്രങ്ങൾ അലക്കലുമെല്ലാം ശ്രുതിയെ വല്ലാതെ അലട്ടി. കൃത്യസമയത്ത് തന്നെ വിളിച്ചുണർത്താനും പഠന കാര്യങ്ങളിൽ ശ്രദ്ധിക്കാനും ഭക്ഷണം കഴിക്കാൻ ഓർമ്മപ്പെടുത്താനും ആളില്ലാത്തതിനാൽ സ്വയം അച്ചടക്കം വളർത്തിയെടുക്കേണ്ടതുണ്ട് എന്നതായിരുന്നു മറ്റൊരു വെല്ലുവിളി.

കരോൾ ബാഗിൽ താമസിക്കുന്ന അനേകമാളുകളും അവരുടെ സമയവും മാതാപിതാക്കളുടെ പണവും പാഴാക്കിക്കൊണ്ട് പഠനത്തിൽ ശ്രദ്ധിക്കാതെ വെറുതെ കറങ്ങിനടക്കുകയാണെന്ന കാര്യം അവൾ ശ്രദ്ധിച്ചു. തങ്ങൾ സിഎസ്ഇ-യ്ക്കായി ഗൗരവമായി തയ്യാറെ

ടുക്കുകയാണെന്ന് മാതാപിതാക്കളെ ബോധ്യപ്പെടുത്താൻ വേണ്ടി മാത്രമാണ് ചിലർ കരോൾബാഗിൽ താമസിച്ചിരുന്നത്.

കോച്ചിംഗ് തന്റെ പഠനത്തിൽ കാര്യമായ സ്വാധീനം ചെലുത്തുന്നില്ലെന്നും സ്വയം പഠിക്കുന്നതാണ് അനുയോജ്യമെന്നും ശ്രുതി വൈകാതെ മനസ്സിലാക്കി. ആയിരത്തോളം ആളുകൾ തിങ്ങി നിറഞ്ഞ കോച്ചിംഗ് ഇൻസ്റ്റിറ്റ്യൂട്ടിന്റെ വിശാലമായ ഹാളുകൾ അവ്യക്തമായ പഠനാന്തരീക്ഷമാണ് സൃഷ്ടിച്ചിരുന്നത്. രണ്ടര മണിക്കൂർ നീണ്ടുനിന്ന സെഷന്റെ ഭൂരിഭാഗം സമയവും പരസ്പരം കളിയാക്കിയും വെടിപറഞ്ഞും അധ്യാപകർ വിലപ്പെട്ട സമയം പാഴാക്കിക്കളഞ്ഞിരുന്നു.

കോച്ചിംഗ് ക്ലാസുകൾ മുന്നേ തയ്യാറാക്കിയ ഒരു തിരക്കഥ പ്രകാരമാണ് നടന്നുപോയിരുന്നത്. താൻ മുൻപ് കയറിയ അതേ ക്ലാസിൽ അബദ്ധത്തിൽ വീണ്ടും കയറിയപ്പോഴാണ് ശ്രുതി ഇക്കാര്യം തിരിച്ചറിഞ്ഞത്. അതിന്റെ കൃത്രിമമായ ആവർത്തനം ശ്രുതിക്ക് ശ്രദ്ധിക്കാതിരിക്കാൻ കഴിഞ്ഞില്ല – പാഠഭാഗങ്ങൾക്കിടെയുള്ള തമാശകൾ പോലും കേട്ടുപഴകിയതായിരുന്നു.

എന്നാൽ ചില നല്ല മാറ്റങ്ങളും അവരുടെ ജീവിതത്തിലുണ്ടായിരുന്നു. അനുവാദം വാങ്ങാതെ പുറത്തിറങ്ങാനുള്ള സ്വാതന്ത്ര്യം ശ്രുതി ആസ്വദിച്ചു. കോളേജ് ഫെസ്റ്റുകളിലും പരിപാടികളിലും പങ്കെടുക്കാനാകുമായിരുന്നു. കൂടുതൽ പക്വതയുള്ള, സ്വതന്ത്രമായി പുറത്തുപോകാനും സ്വന്തമായി സാഹചര്യങ്ങൾ കൈകാര്യം ചെയ്യാനും കഴിയുന്ന വ്യക്തിയെന്ന നിലയിൽ തന്നെ പരിഗണിക്കാൻ തുടങ്ങിയതോടെ മാതാപിതാക്കളുടെ പെരുമാറ്റത്തിലെ മാറ്റത്തിനും ശ്രുതി സാക്ഷ്യം വഹിച്ചു. മാത്രമല്ല, കോച്ചിംഗിലൂടെ പരീക്ഷാരീതിയെക്കുറിച്ചുള്ള വ്യക്തമായ ധാരണയും ശ്രുതിക്ക് ലഭിച്ചു.

എന്നിരുന്നാലും, യുപിഎസ്‌സി കീഴടക്കാനുള്ള യാത്ര എപ്പോഴും ലളിതമായിരിക്കുകയില്ല.

പഠനവുമായി പൊരുത്തപ്പെടൽ

ബിഎ (ഓണേഴ്സ്) അവസാന വർഷത്തിലേക്ക് അടുത്തതോടെ, ശ്രുതിയുടെ അഭിലാഷങ്ങൾ വ്യക്തമായി : യുപിഎസ്‌സി എന്ന കൊടുമുടി കീഴടക്കാൻ സമർപ്പിക്കപ്പെട്ട ഒരു വർഷം. പക്ഷേ, വിധി പലപ്പോഴും നമുക്ക് മുന്നിൽ അപ്രതീക്ഷിതമായ വഴികൾ തുറന്നുകാട്ടുന്നുവെന്ന് വൈകാതെ ശ്രുതി കണ്ടെത്തുന്നതാണ്.

തന്റെ പ്രീഡിഗ്രി യാത്രയുടെ അവസാനം അടുത്തെത്തിയപ്പോൾ, ജവഹർലാൽ നെഹ്റു യൂണിവേഴ്സിറ്റിയിലെ (ജെഎൻയു) പ്രശസ്തമായ എംഎ പ്രോഗ്രാമിലേക്കുള്ള പ്രവേശന പരീക്ഷയ്ക്ക് തന്റെ ക്ലാസിലെ മിക്കവാറും എല്ലാവരും ആവേശത്തോടെ തയ്യാറെടുക്കുകയാണെന്ന് ശ്രുതി മനസ്സിലാക്കി. കൂട്ടുകാരുടെ സമ്മർദ്ദത്തിനും ഏറെ ശ്രദ്ധിക്കപ്പെട്ട ആ പ്രോഗ്രാമിന്റെ ആകർഷണത്തിനും സ്വയം വിട്ടുകൊടുത്തുകൊണ്ട് ശ്രുതി പരീക്ഷയ്ക്കുള്ള ഫോം പൂരിപ്പിച്ചു.

പരീക്ഷാഫലം ഞെട്ടിപ്പിക്കുന്നതായിരുന്നു. ശ്രുതി ടോപ് സ്കോററായി. മാസങ്ങളോളം കഠിനമായ തയ്യാറെടുപ്പുകൾ നടത്തിയിട്ടും ശ്രുതിയുടെ സഹപാഠികളിൽ പലർക്കും പ്രവേശന പരീക്ഷയിൽ വിജയിക്കാനായില്ല. ശ്രുതിയുടെ ശ്രദ്ധേയമായ ഈ നേട്ടം അവരുടെ മാതാപിതാക്കളിൽ അഭിമാനം നിറച്ചു. അത്താഴത്തിന് ശേഷമുള്ള അവരുടെ സംഭാഷണത്തിനിടയിൽ ഇത് ഒരു പ്രധാന ചർച്ചാവിഷയമായി.

'ശ്രുതിയുടെ അസാധാരണമായ ഈ പ്രകടനം അവളുടെ അപാരമായ കഴിവുകളുടെ തെളിവാണ്.' സുനിൽ പറഞ്ഞു. 'ജെഎൻയു-വിൽ ചേരുന്നതിന് പകരം അവൾ യുപിഎസ്സി യിലേക്ക് ശ്രദ്ധ തിരിച്ചുവിടുന്നതാണ് നല്ലതെന്ന് ഞാൻ ഉറച്ചു വിശ്വസിക്കുന്നു.'

'പാപ്പാ, എനിക്ക് ചരിത്രം പഠിക്കാനാണ് താൽപ്പര്യം,' ശ്രുതിയുടെ ശബ്ദത്തിൽ ആത്മാർത്ഥത പ്രകടമായിരുന്നു. 'കൂടാതെ, എംഎ പഠിക്കുന്നത് എന്റെ സിഎസ്ഇ തയ്യാറെടുപ്പിന് ശക്തമായ അടിത്തറ പാകും. പ്രത്യേകിച്ച് ചരിത്രം ഐച്ഛിക വിഷയമായി തിരഞ്ഞെടുക്കുന്ന പക്ഷം.' ചരിത്രത്തോടുള്ള ശ്രുതിയുടെ ആവേശം ആഴത്തിൽ വ്യാപിച്ചിരിക്കുന്നതായി വ്യക്തമായിരുന്നു.

'ഹിസ്റ്ററി എംഎ പഠിക്കാൻ ശ്രുതി ആത്മാർത്ഥമായി ആഗ്രഹിക്കുന്നുവെങ്കിൽ അങ്ങനെയാകട്ടെ. ഐഎഎസ്-നായുള്ള തയ്യാറെടുപ്പും തുടരാമല്ലോ,' ശ്രുതിയെ പിന്തുണച്ചുകൊണ്ട് രചന പറഞ്ഞു.

യുക്തിസഹമായ പ്രേരണ ഉണ്ടായിരുന്നിട്ടും, ഒരിക്കലും അവർ തങ്ങളുടെ തീരുമാനങ്ങൾ മകൾക്കുമേൽ അടിച്ചേൽപ്പിച്ചിട്ടില്ലെന്ന് മനസ്സിലാക്കിയ ശ്രുതിക്ക് തന്റെ മാതാപിതാക്കളോട് കൃതജ്ഞത തോന്നി. ആത്യന്തികമായ തീരുമാനം എപ്പോഴും ശ്രുതിയുടേതു തന്നെയായിരുന്നു. ഈ തീരുമാനങ്ങളിൽ രചന പലപ്പോഴും സുനിലിന് പകരം ശ്രുതിയെയാണ് പിന്തുണച്ചിരുന്നത്.

ബൗദ്ധികമായ വ്യവഹാരങ്ങളുടെയും രാഷ്ട്രീയ ഇടപെടലു കളുടെയും ഊർജ്ജസ്വലമായ കേന്ദ്രമാണ് ജെഎൻയു എന്ന് ശ്രുതി തിരിച്ചറിഞ്ഞു. വൈവിധ്യമാർന്ന ആ സമൂഹത്തെയും പുതുതായി കണ്ടെത്തിയ സുഹൃത്തുക്കളെയും അവർ നിറഞ്ഞ മനസ്സോടെ സ്വീകരിച്ചു. 24×7 ധാബകൾ ഭക്ഷണം മാത്രമല്ല, സൗഹൃദത്തിനും സജീവമായ സംഭാഷണങ്ങൾക്കും ഇടം നൽകുന്നതായിരുന്നു. സർവ്വകലാശാലയിലെ ലൈബ്രറികൾ, പ്രത്യേകിച്ച് ഹിസ്റ്ററി ഡിപ്പാർട്ട്മെന്റിന്റെ സെന്റർ ഫോർ ഹിസ്റ്റോറിക്കൽ സ്റ്റഡീസ് (CHS) ലൈബ്രറിയുടെ ശാന്തമായ ചുറ്റുപാടുകളും അവിടെ സ്ഥിര താമസമാക്കിയ മയിലുകളും ശ്രുതിയുടെ ഹൃദയം കവർന്നു.

ശ്രുതി തന്റെ വിഷയത്തെ ആത്മാർത്ഥമായി ഇഷ്ടപ്പെട്ടി രുന്നു. പാഠ്യപദ്ധതിയുടെയും കോഴ്സിന്റെ രൂപകല്പനയുടെയും അസാധാരണമായ ഗുണനിലവാരം ശ്രുതി തിരിച്ചറിഞ്ഞു. അക്കാഡമിക് സർക്കിളുകളിൽ പ്രൊഫസർമാർ വളരെയധികം ബഹുമാനിക്കപ്പെട്ടിരുന്നു. വിദ്യാർത്ഥികൾക്ക് ഏത് ലെക്ചറും അറ്റൻഡ് ചെയ്യാൻ അനുവാദമുണ്ടായിരുന്നു. പേപ്പർ റൈറ്റിംഗി ലൂടെ ആ സ്ഥാപനം അക്കാദമിക് എഴുത്തും ചിന്തയും പ്രോത്സാഹി പ്പിച്ചിരുന്നു. പേപ്പറുകൾ സൂക്ഷ്മമായി പരിശോധിക്കപ്പെടുകയും തീവ്രമായി ചർച്ച ചെയ്യുകയും ചെയ്തു. അത് അക്കാദമിക് മികവിന്റെ സംസ്കാരം വളർത്തിയെടുക്കുന്നതായിരുന്നു.

എന്നിരുന്നാലും, ബൗദ്ധികമായി ഉത്തേജിപ്പിക്കുന്നതാണെ ങ്കിലും അത്തരമൊരു കരിയർ തനിക്ക് തൃപ്തികരമായിരിക്കുക യില്ലെന്ന് ശ്രുതി പെട്ടെന്നുതന്നെ മനസ്സിലാക്കി. ചെറിയ കാര്യങ്ങ ളെക്കുറിച്ചു പോലും ദൈർഘ്യമേറിയ, തീവ്രവുമായ ചർച്ചകളിൽ ഏർപ്പെടുന്ന, പേപ്പറുകൾ എഴുതാൻ പ്രചോദിപ്പിക്കുന്ന അക്കാദ മിക് ജീവിതത്തിന് ആളുകളുടെ ജീവിതത്തിൽ നേരിട്ട് സ്വാധീനം ചെലുത്താനുള്ള അവസരങ്ങളില്ലെന്ന കാര്യം ശ്രുതി മനസ്സിലാക്കി. തൽഫലമായി, സിഎസ്ഇ-യ്ക്കായി തയ്യാറെടുക്കുന്നതിൽ തന്റെ മുഴുവൻ ഊർജ്ജവും വിനിയോഗിക്കുന്നതിനായി എംഎ പ്രോഗ്രാം പാതിവഴിയിൽ ഉപേക്ഷിക്കാൻ ശ്രുതി തീരുമാനിച്ചു.

ശ്രുതിയുടെ തീരുമാനം അവരുടെ പ്രൊഫസർമാരെ അമ്പര പ്പിച്ചു. തന്റെ തീരുമാനത്തെക്കുറിച്ച് പുനർവിചിന്തനം ചെയ്യാൻ അവർ ശ്രുതിയോട് അഭ്യർത്ഥിച്ചു. എന്നാൽ, പിന്തിരിപ്പിക്കാനുള്ള അവരുടെ ശ്രമങ്ങൾ വിഫലമാക്കിക്കൊണ്ട് ശ്രുതി തന്റെ തീരുമാന ത്തിൽ ഉറച്ചുനിന്നു.

ബസ്തയിൽ വെച്ച് ഒരു ആകസ്മിക കണ്ടെത്തൽ

ഒരു വൈകുന്നേരം, പഠനത്തിൽ മുഴുകിയിരുന്ന ശ്രുതിയെ ബസ്ത സന്ദർശിക്കാനെത്തിയ തന്റെ പിതാവ് ഫോൺ ചെയ്തു.

'ശ്രുതി, ജാമിയ മില്ലിയ ഇസ്ലാമിയയിലെ റസിഡൻഷ്യൽ കോച്ചിംഗ് അക്കാദമിയെക്കുറിച്ച് (ആർസിഎ) നിനക്ക് അറിയാമോ?' സുനിലിന്റെ ശബ്ദത്തിൽ അമ്പരപ്പും ആവേശവും കലർന്നിരുന്നു. 'ചെറിയ ചിലവിൽ ലൈബ്രറി, ഹോസ്റ്റൽ, മെസ് സൗകര്യങ്ങൾ എന്നിവയ്ക്കൊപ്പം സിവിൽ സർവീസ് ഉദ്യോഗാർത്ഥികൾക്ക് സൗജന്യ കോച്ചിംഗും അവർ വാഗ്ദാനം ചെയ്യുന്നുണ്ട്.'

'അച്ഛൻ ഇതെങ്ങനെയാണ് കണ്ടെത്തിയത്?' തന്റെ പിതാവിന്റെ അപ്രതീക്ഷിതമായ ആ വെളിപ്പെടുത്തലിന്റെ ആവേശം ശ്രുതിയിലും പ്രതിധ്വനിച്ചു.

'അവരുടെ വരാനിരിക്കുന്ന പ്രവേശന പരീക്ഷയെക്കുറിച്ച് പത്രത്തിൽ വന്ന ഒരു പരസ്യം ഞാൻ കാണാനിടയായി,' സുനിൽ വിശദീകരിച്ചു, അദ്ദേഹത്തിന്റെ സ്വരത്തിൽ ആവേശം നിറഞ്ഞിരുന്നു. 'നീ അവരുടെ എൻട്രൻസ് ടെസ്റ്റ് എഴുതുന്ന കാര്യം പരിഗണിക്കണമെന്നാണ് എന്റെ ആഗ്രഹം. അത് നമ്മുടെ വീടിനടുത്തു തന്നെയാണ് സ്ഥിതി ചെയ്യുന്നത്,' അദ്ദേഹം വിശദീകരിച്ചു.

ജാമിയ മില്ലിയ ഇസ്ലാമിയയുടെ പരിധിക്കുള്ളിൽ സ്ഥിതി ചെയ്യുന്ന റസിഡൻഷ്യൽ കോച്ചിംഗ് അക്കാദമി (ആർസിഎ), സെന്റർ ഫോർ കോച്ചിംഗ് & കരിയർ പ്ലാനിംഗ്, യൂണിവേഴ്സിറ്റി ഗ്രാന്റ്സ് കമ്മീഷന്റെയും (യുജിസി) ന്യൂനപക്ഷ കാര്യ മന്ത്രാലയത്തിന്റെയും സംയുക്ത ധനസഹായത്തിന് കീഴിലാണ് പ്രവർത്തിച്ചിരുന്നത്. ന്യൂനപക്ഷസമുദായങ്ങൾ, പട്ടികവർഗ്ഗക്കാർ, പട്ടികജാതിക്കാർ, സ്ത്രീകൾ എന്നിവർക്ക് സിഎസ്ഇയിലും മറ്റ് തൊഴിലവസരങ്ങളിലേക്കുമായി മത്സരിക്കുന്നതിന് അവർ സൗജന്യ കോച്ചിംഗ് പ്രോഗ്രാമുകൾ വാഗ്ദാനം ചെയ്തു.

2019-ൽ നടന്ന ആർസിഎ-യുടെ മൂന്ന് ഘട്ടങ്ങളായുള്ള പ്രവേശന പരീക്ഷ ശ്രുതി അനായാസമായി പാസായി. എന്നിരുന്നാലും, തുടക്കത്തിൽ ലൈബ്രറി സൗകര്യം മാത്രം പ്രയോജനപ്പെടുത്താനും വീട്ടിൽ താമസിച്ചുകൊണ്ട് തിരഞ്ഞെടുത്ത ക്ലാസ്സുകളിൽ പങ്കെടുക്കാനുമായിരുന്നു അവരുടെ തീരുമാനം.

തയ്യാറെടുപ്പിന് അനുകൂലവും മത്സരപരവുമായ അന്തരീക്ഷമാണ് ആർസിഎ പ്രദാനം ചെയ്തത്. അവിടെ, കരോൾ ബാഗിനെ അപേക്ഷിച്ച് അർപ്പണബോധമുള്ള ഉദ്യോഗാർത്ഥികളുള്ളതായി

ശ്രുതി കണ്ടെത്തുകയുണ്ടായി. അവരിൽ പലരും സിഎസ്ഇയുടെ ഒന്നോ അതിലധികമോ ഘട്ടങ്ങൾ വിജയിച്ചവരായിരുന്നു.

ആർസിഎയിലെ വളരെ കുറച്ച് മാത്രമുള്ള സഹപഠിതാക്കളുമായി സൗഹൃദം സ്ഥാപിക്കാൻ ശ്രുതിക്ക് കുറച്ച് സമയം വേണ്ടി വന്നു. ആർസിഎയുടെ പുൽത്തകിടികൾക്കിടയിലെ ശാന്തമായ അന്തരീക്ഷത്തിലും *'ചാച്ചാ കി ചായ'*-യിലെ ആവി പറക്കുന്ന കപ്പുകൾക്കിടയിലുമൊക്കെ സുപ്രധാന വിഷയങ്ങളെ സംബന്ധിക്കുന്ന സജീവമായ ചർച്ചകളിൽ അവർ ഏർപ്പെട്ടിരുന്നു. ശ്രുതി സ്വന്തമായി ഒരു ചുവന്ന കോഫി മഗ്ഗ് കൊണ്ടുവന്ന് കടുപ്പമുള്ള രണ്ട് കാപ്പികൾ സ്ഥിരമായി കുടിച്ചിരുന്നതിനാൽ ദൂരെ നിന്നു തന്നെ ചാച്ച അവരെ തിരിച്ചറിഞ്ഞിരുന്നു.

പ്രയാസമുള്ള ഉത്തരങ്ങൾ എഴുതിപ്പഠിക്കുന്നതും അവരുടെ പതിവായിരുന്നു. അവർ തങ്ങളുടെ ഉത്തരക്കടലാസുകൾ കൈമാറുകയും പരസ്പരം ഫീഡ്ബാക്ക് നൽകുകയും ചെയ്തുകൊണ്ട് പഠനത്തെ സഹായിക്കുന്ന ഒരു മികച്ച സംസ്കാരം തന്നെ വികസിപ്പിച്ചെടുത്തു. താമസിയാതെ, ശ്രുതി ആർസിഎ ഹോസ്റ്റലിലേക്ക് മാറി. അവിടെ ഷംറ, മിനി, ക്രാന്തി എന്നിവർ ശ്രുതിയുടെ അടുത്ത സുഹൃത്തുക്കളായി മാറി.

ഒപ്പമുള്ളവരുടെ അർപ്പണബോധവും ഉത്സാഹവും ശ്രുതിക്ക് പ്രചോദനത്തിന്റെ വറ്റാത്ത ഉറവിടമായി വർത്തിച്ചു. ക്ഷീണം തോന്നുമ്പോഴോ പഠനത്തിലെ ഉത്സാഹക്കുറവ് തന്റെ ശ്രമങ്ങളിൽ പ്രതിഫലിക്കുകയോ ചെയ്യുമ്പോൾ നിശ്ചയദാർഢ്യത്തോടെ തന്റെ ചുറ്റുമുള്ളവർ അശ്രാന്തമായി അദ്ധ്വാനിക്കുന്ന കാഴ്ച ശ്രുതിയുടെ ദൃഢനിശ്ചയത്തെ പുനരുജ്ജീവിപ്പിച്ചു.

എന്നാൽ, കോവിഡ്-19 പൊട്ടിപ്പുറപ്പെട്ടതോടെ അപ്രതീക്ഷിതമായ ഒരു മാറ്റം അവരെ ബാധിക്കുകയുണ്ടായി. വിദ്യാർത്ഥികളോട് ഹോസ്റ്റലുകൾ ഒഴിയാൻ നിർദ്ദേശം നൽകി, മെസ് സൗകര്യവും നിർത്തലാക്കിക്കൊണ്ട് ആർസിഎയുടെ വാതിലുകൾ പെട്ടെന്ന് ഒരു ദിവസം അടക്കപ്പെട്ടു. വൈദ്യുതിയും കുടിവെള്ളവും വിച്ഛേദിക്കപ്പെട്ടു. സമീപത്ത് തന്നെ താമസിക്കാനുള്ള ഭാഗ്യമുണ്ടായിരുന്നതിനാൽ ഈ മാറ്റം ശ്രുതിയിൽ കാര്യമായ സ്വാധീനം ചെലുത്തിയില്ലെങ്കിലും, വിദൂര പ്രദേശങ്ങളിൽ നിന്നുള്ള നിരവധി വിദ്യാർത്ഥികൾക്ക് ഈ സാഹചര്യം കനത്ത തിരിച്ചടി നൽകി.

നിർദ്ധനമായ തന്റെ ജീവിത സാഹചര്യങ്ങളുടെ കഠിനമായ യാഥാർത്ഥ്യങ്ങളുമായി പൊരുത്തപ്പെടാൻ ശ്രമിക്കുകയാ

യിരുന്ന ആസാമിൽ നിന്നുള്ള ക്രാന്തിയും അക്കൂട്ടത്തിലുണ്ടായിരുന്നു. ചെറുപ്പത്തിൽ തന്നെ പിതാവിനെ നഷ്ടപ്പെട്ട ക്രാന്തിയെ സംബന്ധിച്ചിടത്തോളം ആസാമിലേക്ക് തിരിച്ചുപോകുക എന്നാൽ തന്റെ യുപിഎസ്സി യാത്രയ്ക്ക് അന്ത്യം കുറിയ്ക്കുക എന്നായിരുന്നു അർത്ഥം. ഈ പ്രതിസന്ധി ഘട്ടത്തിൽ, ശ്രുതി സന്തോഷത്തോടെ ക്രാന്തിയെ തന്റെ വീട്ടിൽ താമസിക്കാൻ ക്ഷണിച്ചു. ക്രാന്തി പിന്നീട് ആസാം സിഎസ്ഇയെ പാസായി സിവിൽ സർവീസ് ഓഫീസറായി നിയമിക്കപ്പെടുകയും ചെയ്തു.

സമാനമായ പ്രതിസന്ധി നേരിട്ടിരുന്ന മിനിയും കോവിഡ് 19-ന്റെ തുടർന്നുണ്ടായ തരംഗത്തിൽ ശ്രുതിയുടെ വീട്ടിൽ അഭയം കണ്ടെത്തി. ക്രാന്തിയുടെ പാത പിന്തുടർന്ന്, സ്ഥിരോത്സാഹത്തോടെ വിജയിച്ച മിനി, സിഎസ്ഇ-2021-ലൂടെ IPS-ൽ തന്റെ സ്ഥാനം ഉറപ്പിക്കുകയുണ്ടായി.

കോവിഡ്-19 പകർച്ചവ്യാധിയുടെ സമയത്ത്, ഗ്രൂപ്പ് ചർച്ചകളിലൂടെ പഠനം തുടരുന്നതിനായി ശ്രുതിയും അവരുടെ സുഹൃത്തുക്കളും മൊബൈൽ ആപ്പുകൾ ഉപയോഗപ്പെടുത്തി. ഓരോ വിഷയത്തിനും ഒരാൾ നേതൃത്വം നൽകുകയും ഗൂഗിൾ ഡോക്സിൽ സമഗ്രമായ കുറിപ്പുകൾ തയ്യാറാക്കുകയും ചെയ്യുമ്പോൾ മറ്റുള്ളവർ ആ വിഷയത്തെ സമ്പന്നമാക്കിക്കൊണ്ട് തങ്ങളുടെ നിർദ്ദേശങ്ങളും ചുവടെ ചേർത്തു. ഇത്തരത്തിൽ അവർ കുറിപ്പടികളുണ്ടാക്കുന്നതിന്റെ ചുമതലകൾ വിഭജിച്ചെടുത്തു. ഈ നോട്ടുകൾ പുതുക്കിയെഴുതുന്നതിനും പഠിച്ചെടുക്കുന്നതിനും പാൻഡെമിക് നൽകിയ സമയം വിലമതിക്കാനാവാത്തതാണെന്ന് തെളിഞ്ഞു.

പ്രിലിംസ് 2020-ന്റെ പുതിയ തീയതികൾ പ്രഖ്യാപിച്ചതോടെ, ശ്രുതിക്ക് തന്റെ തയ്യാറെടുപ്പുകളിൽ ആത്മവിശ്വാസം തോന്നി. എന്നാൽ വിധിയുടെ പദ്ധതി മറ്റൊന്നായിരുന്നു. ഒരു ചെറിയ അശ്രദ്ധ വലിയൊരു അബദ്ധത്തിലേക്ക് നയിക്കുമെന്നും താൻ ശ്രദ്ധാപൂർവ്വം തയ്യാറാക്കിയ പദ്ധതികൾ പാളം തെറ്റിക്കുമെന്നും ശ്രുതി പ്രതീക്ഷിച്ചിരുന്നില്ല.

ഭാഷാപരമായ വെല്ലുവിളികൾ ഏറ്റെടുക്കുന്നു

പ്രിലിംസ്-2020-ന് ശേഷം, ശ്രുതിയുടെ ഹൃദയത്തിൽ ആത്മവിശ്വാസം നിറഞ്ഞു. സമയം പാഴാക്കാതെ അവർ അടുത്ത വെല്ലുവിളിയായ മെയിൻസിനുള്ള തയ്യാറെടുപ്പുകളിൽ മുഴുകി. പ്രിലിമിനറി ഫലം പ്രഖ്യാപിക്കുകയും അവർ വിജയിക്കുകയും

ചെയ്തപ്പോഴേക്കും ശ്രുതി സിലബസിന്റെ ഒരു പ്രധാന ഭാഗം കവർ ചെയ്തിരുന്നു.എന്നാൽആ വിജയാഹ്ലാദംപെട്ടെന്നുതന്നെഅവിശ്വാസത്തിലേക്കും നിരാശയിലേക്കും വഴിമാറി.

യുപിഎസ്സി പോർട്ടലിൽ ഡീറ്റൈൽഡ് അപ്ലിക്കേഷൻ ഫോം-1 (ഡിഎഎഫ്-1) പൂരിപ്പിക്കാനിരിക്കുമ്പോൾ, ശ്രുതിക്ക് പെട്ടെന്ന് ഒരു തിരിച്ചറിവുണ്ടായി. തന്റെ ഓപ്ഷണൽ വിഷയം, ഇന്ത്യൻ ഭാഷാ പേപ്പർ, പരീക്ഷാ മാധ്യമം തുടങ്ങിയ ചില നിർണ്ണായക വിവരങ്ങൾ അവർ പ്രിലിംസ് അപേക്ഷാ ഫോമിൽ സമർപ്പിച്ച വിശദാംശങ്ങളുടെ അടിസ്ഥാനത്തിൽ DAF-1-ൽ മുൻകൂട്ടി പൂരിപ്പിച്ച് നൽകിയിരുന്നു. അത് പൂരിപ്പിക്കുന്നതിനിടയിൽ, ശ്രുതി തന്റെ ജിഎസ്-നും, എസ്സെ പേപ്പറുകൾക്കും ഹിന്ദി മീഡിയം തിരഞ്ഞെടുക്കുക എന്ന വലിയ പിഴവ് വരുത്തിയിരിക്കുന്നു.

തന്റെ DAF-1-ലെ മുൻകൂട്ടി പൂരിപ്പിച്ചതും എഡിറ്റ് ചെയ്യാനാകാത്തതുമായ വിവരങ്ങളിലേക്ക് നോക്കിയിരിക്കുമ്പോൾ ശ്രുതിക്ക് തല കറങ്ങുന്നതായി തോന്നി. തന്റെ മുന്നിലുള്ള വാക്കുകളിൽ കണ്ണുനട്ടിരുന്ന് അവർ ആ സാഹചര്യത്തിന്റെ ഗൗരവം മനസ്സിലാക്കാൻ ശ്രമിച്ചു.

നിരാശയോടെ, അവർ ഒരു പരിഹാരത്തിനായി തിരഞ്ഞുകൊണ്ടിരുന്നു. തന്റെ തെറ്റ് തിരുത്താനുള്ള വഴിക്കായി ഇന്റർനെറ്റിന്റെ എല്ലാ കോണിലും പരതിനോക്കി. മാർഗ്ഗനിർദ്ദേശമോ ആശ്വാസവാക്കുകളോ പ്രതീക്ഷിച്ച് തന്റെ സുഹൃത്തുക്കളെ സമീപിച്ചെങ്കിലും ശ്രുതിയെ പോലെ തന്നെ അവരും നിസ്സഹായരായിരുന്നു.

ദുർബ്ബലമായ ഒരു നിമിഷത്തിൽ, ശ്രുതി തന്റെ അമ്മയെ സമീപിച്ചു. സ്വന്തം തെറ്റ് ഏറ്റുപറയുമ്പോൾ അവരുടെ കവിളിലൂടെ കണ്ണുനീർ ഒഴുകി. തങ്ങളുടെ ദുരവസ്ഥയുടെ യാഥാർത്ഥ്യം തിരിച്ചറിഞ്ഞ അമ്മയും സ്തംഭിച്ചുപോയി.

തുടർന്നുള്ള ദിവസങ്ങളിൽ ശ്രുതി തന്റെ അമ്മയോടൊപ്പം യുപിഎസ്സി ആസ്ഥാനത്ത് കയറിയിറങ്ങി. ശ്രുതിയുടെ പരീക്ഷാ മാധ്യമം തിരുത്താൻ അവർ നിരവധി അപേക്ഷകൾ എഴുതുകയും നിരവധി ഉദ്യോഗസ്ഥരെ കാണുകയും ചെയ്തു. ഒരു വർഷം മുമ്പ് സമാനമായ ഒരു പ്രശ്നം നേരിട്ട ഒരാളെയും അവർ കണ്ടുമുട്ടി. എല്ലാവരും പറഞ്ഞത് ഒരേ കാര്യമായിരുന്നു : 'ഇനി ഒന്നും ചെയ്യാൻ കഴിയില്ല.'

ശ്രുതിക്ക് വേദനാജനകമായ ഒരു അവസാന തീരുമാനമെടു ക്കേണ്ടിവന്നു : ഹിന്ദി മീഡിയത്തിൽ തന്നെ പരീക്ഷ എഴുതുക, അല്ലെങ്കിൽ ഈ ശ്രമം ഉപേക്ഷിക്കുക. ഈ പരീക്ഷ വേണ്ടെന്നു വയ്ക്കാനും അടുത്ത വർഷത്തേക്കുള്ള തയ്യാറെടുപ്പുകളിൽ ശ്രദ്ധ കേന്ദ്രീകരിക്കാനും തന്റെ പിതാവ് നിർദ്ദേശിച്ചിട്ടും, ആ വെല്ലുവിളി നേരിടാനും ഹിന്ദി മീഡിയത്തിൽ മെയിൻ പരീക്ഷ എഴുതാനും ശ്രുതി തീരുമാനിച്ചു.

ശ്രുതി തന്റെ കുറിപ്പുകൾ ഇംഗ്ലീഷിൽ പഠിക്കുകയും ഗൂഗിൾ ട്രാൻസ്‌ലേറ്റർ ഉപയോഗിച്ച് ഹിന്ദിയിലേക്ക് വിവർത്തനം ചെയ്യു കയും തുടർന്ന് വിവർത്തനം ചെയ്ത പതിപ്പുകൾ പഠിക്കാൻ ശ്രമിക്കു കയും ചെയ്തു. ശ്രുതിയുടെ സുഹൃത്തുക്കളായ സ്റ്റാൻസിൻ വാങ്‌യാലും (പിന്നീട് ഐആർഎസിൽ സ്ഥാനം നേടി) വിശാഖയും വെല്ലുവിളി നിറഞ്ഞ ഈ സമയമത്രയും ശ്രുതിക്ക് വിലമതിക്കാനാകാത്ത പിന്തുണ വാഗ്ദാനം ചെയ്തു.

എന്നിരുന്നാലും, ശ്രുതി തന്റെ തയ്യാറെടുപ്പുകളിൽ പൂർണ്ണമായി ശ്രദ്ധ കേന്ദ്രീകരിച്ചതോടെ, പഠിച്ചെടുക്കാനുള്ള സാങ്കേതിക പദങ്ങ ളുടെ ഒരു വലിയ നിരയും ഹിന്ദിയിലുള്ള എഴുത്ത് പരിശീലന ത്തിന്റെ അഭാവവും ആ യാത്രയെ കഠിനമാക്കിമാറ്റി. അനുവദിച്ച സമയത്തിനുള്ളിൽ തന്റെ പേപ്പറുകളൊന്നും പൂർത്തിയാക്കാൻ അവർക്ക് കഴിഞ്ഞില്ല. പരീക്ഷാ ഹാളിൽ നിന്ന് ഓരോ വട്ടം പുറത്തിറങ്ങുമ്പോഴും ശ്രുതിയുടെ കണ്ണുകൾ നിറഞ്ഞിരുന്നു.

അപ്പോഴും, തന്റെ ഭാഷാപരമായ പരിമിതികളുടെ കരിനിഴലു കൾക്കിടയിൽ പ്രതീക്ഷയുടെ തിളക്കം ശ്രുതി കാത്തുസൂക്ഷി ച്ചിരുന്നു. എന്നാൽ ഫലം പ്രഖ്യാപിച്ചപ്പോൾ അവരുടെ ശുഭാപ്തി വിശ്വാസം തകർന്നുവീണു. പക്ഷെ യുപിഎസ്‌സി മെയിൻസ് പരീക്ഷയുടെ മാർക്ക് പുറത്തുവിട്ടത് പ്രതീക്ഷയുടെ ഒരു തിളക്കം അവശേഷിപ്പിച്ചു. ശ്രുതിക്ക് ഒരു മാർക്കിന്റെ കുറവാണുണ്ടായി രുന്നത്. ഈ തിരിച്ചറിവിന്റെ ആവേശത്തോടെ, ശ്രുതി അടുത്ത ശ്രമത്തിൽ തന്റെ വിജയം വിഭാവനം ചെയ്യുകയും ഉടൻ തന്നെ പൂർണ്ണഹൃദയത്തോടെ തയ്യാറെടുപ്പുകൾ തുടങ്ങിവയ്ക്കുകയും ചെയ്തു.

സിലബസ് സൂക്ഷ്മമായി പഠിക്കുകയും ഓരോ വിഷയത്തിനും ഒന്നോ രണ്ടോ വിശ്വസനീയമായ സ്രോതസ്സുകൾ തിരഞ്ഞെടുക്കു കയും ചെയ്തു. മുൻവർഷങ്ങളിലെ ചോദ്യങ്ങളും അവർ വിശകലനം ചെയ്തു. അതിനുശേഷം, കൂടുതൽ വിവരങ്ങളും ഉദാഹരണങ്ങളും പത്രങ്ങളിൽ നിന്നും മറ്റ് വായനാ സാമഗ്രികളിൽ നിന്നുമുള്ള ഉദ്ധര ണികളും ഉപയോഗിച്ച് അവർ തന്റെ കുറിപ്പുകൾ തുടർച്ചയായി

മെച്ചപ്പെടുത്തിക്കൊണ്ടിരുന്നു. ഒരു വിഷയത്തെക്കുറിച്ചുള്ള എല്ലാ വിവരങ്ങളും അവിടവിടെയായി ചിതറിക്കിടക്കുന്നതിനുപകരം ഒരിടത്ത് ഭംഗിയായി ക്രമീകരിച്ചിരിക്കുന്നതായി അവർ ഉറപ്പാക്കി.

സിലബസ് പൂർത്തിയാക്കിയ ശേഷം, ശ്രുതി ടെസ്റ്റ് പരമ്പരയിലേക്കും ഉത്തരമെഴുതി പരിശീലിക്കുന്നതിലേക്കും തന്റെ ശ്രദ്ധ തിരിച്ചു. ഓരോ വട്ടവും ഉത്തരമെഴുതിയതിനുശേഷം, അതിന്റെ ഘടന മെച്ചപ്പെടുത്തുകയും കൂടുതൽ പോയിന്റുകൾ ചേർക്കുകയും ചെയ്തുകൊണ്ട്, അതെങ്ങനെ മികച്ചതാക്കാമെന്ന് അവർ സ്വയം വിലയിരുത്തി. മുൻ വർഷങ്ങളിലെ ടോപ്പർമാരുടെ ഉത്തരക്കടലാസുകൾ പഠിക്കുന്നതിലൂടെ സ്വന്തം ഉത്തരങ്ങൾ മെച്ചപ്പെടുത്തുന്നതിനായി അറിവുകൾ ശേഖരിച്ചു.

നിശ്ചിത സ്രോതസ്സുകൾ തിരഞ്ഞെടുക്കുക, ഒന്നിലധികം തവണ പുനരവലോകനം ചെയ്യുക, സ്ഥിരമായി ഉത്തരമെഴുതി പരിശീലിക്കുക, എന്നിവയൊക്കെയായിരുന്നു ശ്രുതിയുടെ വിജയമന്ത്രങ്ങൾ. വേണ്ട കാര്യങ്ങൾക്ക് മുൻഗണന നൽകുക, സമയത്തെ വേണ്ടവിധത്തിൽ ഉപയോഗിക്കുക, സ്വന്തം ശക്തി മനസ്സിലാക്കുക, തുടങ്ങിയ കാര്യങ്ങളുടെ പ്രാധാന്യവും അവർ തിരിച്ചറിഞ്ഞിരുന്നു.

'ഞാൻ ഇനി ഈ പരീക്ഷ എഴുതുകയില്ല'

2021 ഒക്ടോബർ 10-ന് വൈകുന്നേരം, പ്രിലിംസ് പരീക്ഷയ്ക്ക് ശേഷം, തന്റെ ചിതറികിടക്കുന്ന നോട്ട് ബുക്കുകൾക്ക് മുന്നിലിരുന്ന് ശ്രുതി കണ്ണുനീരൊഴുക്കി. അമ്മയും അടുത്ത സുഹൃത്തും ശ്രുതിക്കരികിലിരുന്ന് വാക്കുകൾ കൊണ്ട് ആശ്വസിപ്പിക്കാൻ ശ്രമിച്ചു. മൂന്ന് പ്രമുഖ കോച്ചിംഗ് ഇൻസ്റ്റിറ്റ്യൂട്ടുകൾ അപ്‌ലോഡ് ചെയ്ത ഉത്തരസൂചികകൾ പരീക്ഷയുടെ അടുത്ത ഘട്ടത്തിലേക്ക് കടക്കാനുള്ള അവരുടെ അവസരത്തിനു മേൽ ചോദ്യചിഹ്നമായി നിലകൊണ്ടു.

ശ്രുതിയുടെ ആത്മവിശ്വാസം ഇടിഞ്ഞു. അതിനാൽ, മെയിൻസിനായുള്ള തയ്യാറെടുപ്പുകൾ ആരംഭിക്കുന്നതിനുപകരം, ഡൽഹി സ്കൂൾ ഓഫ് ഇക്കണോമിക്സിൽ എംഎ-യ്ക്ക് (സോഷ്യോളജി) ചേരാൻ അവർ തീരുമാനിച്ചു. എന്നാൽ വിധി ശ്രുതിക്കായി മറ്റൊന്നാണ് കരുതിവെച്ചിരുന്നത്. കോച്ചിംഗ് ഇൻസ്റ്റിറ്റ്യൂട്ടുകളുടെ ഭയാനകമായ പ്രവചനങ്ങൾക്ക് വിരുദ്ധമായി ഒടുവിൽ പ്രിലിംസ് പരീക്ഷാഫലം പുറത്തുവന്നപ്പോൾ, അവർ സുഖമായി പ്രിലിമിനറി പാസായി.

അപ്രതീക്ഷിതമായ ഈ വിജയത്തിന്റെ ആവേശത്തിൽ ശ്രുതി, പുത്തൻ വീര്യത്തോടെ വീണ്ടും ഒരുക്കങ്ങളിലേക്ക് കടന്നു. കഴിഞ്ഞ മെയിൻ പരീക്ഷയ്ക്ക് ശേഷം പഠനത്തിന്റെ അടിത്തറ പാകിയിരുന്നുവെങ്കിലും,ആ സിലബസ് ഒരിക്കലും അവസാനിക്കാത്തതായി തോന്നിയതിനാൽ തുടർന്നുള്ള മാസങ്ങൾ അതികഠിനമായിരുന്നു.

മെയിൻസിൽ, നിർബന്ധിതമായ ഭാഷാ പേപ്പറുകളിലും ഉപന്യാസത്തിലും ജിഎസ് പേപ്പറുകളിലും ശ്രുതി മികച്ച പ്രകടനം കാഴ്ചവച്ചു. തന്റെ ജിഎസ് പേപ്പറുകൾക്കും ഓപ്ഷണൽ പേപ്പറുകൾക്കും ഇടയിലുള്ള അഞ്ച് ദിവസത്തെ ഇടവേളയ്ക്കായി ശ്രുതി ആകാംക്ഷയോടെ കാത്തിരിക്കുകയായിരുന്നു. എന്നിരുന്നാലും, വിധി ശ്രുതിക്ക് മറ്റൊരു ക്രൂരമായ പ്രഹരം കൂടി കാത്തുവയ്ക്കുകയുണ്ടായി. അവസാനത്തെ ജിഎസ് പേപ്പറിനു മുൻപുള്ള വൈകുന്നേരം ശ്രുതിക്ക് തളർച്ചയും പനിയും അനുഭവപ്പെട്ടു തുടങ്ങി. അടുത്ത ദിവസം അവരുടെ അവസ്ഥ വഷളായതോടെ, അത് കോവിഡ്-19-ന്റെ ലക്ഷണങ്ങളാണെന്ന സൂചന ശക്തമായി നിലനിന്നു. എങ്കിലും അവർ പരിശോധിക്കാൻ കൂട്ടാക്കിയിരുന്നില്ല.

പരീക്ഷാ ഹാളിൽ ജിഎസും, എസ്സെ പേപ്പറും എഴുതുന്നതിനിടെ നിരവധി ഉദ്യോഗാർത്ഥികൾ ചുമയ്ക്കുകയും തുമ്മുകയും ചെയ്യുന്നത് ശ്രുതി ശ്രദ്ധിച്ചിരുന്നു. കോവിഡ്-19-ന്റെ വ്യാപനം കാരണം അവശേഷിക്കുന്ന പേപ്പറുകൾ മാറ്റിവയ്ക്കാൻ സാധ്യതയുണ്ടെന്ന കിംവദന്തികൾ പോലും പ്രചരിച്ചിരുന്നു. സ്വയം പരിശോധിച്ച് അസുഖം സ്ഥിരീകരിച്ചവരെ പരീക്ഷ എഴുതുന്നതിൽ നിന്ന് വിലക്കിയിട്ടുണ്ടായിരുന്നു.

ഓപ്ഷണൽ വിഷയം പഠിച്ചെടുക്കുന്നതിനുള്ള അഞ്ച് ദിവസത്തെ ഈ ഇടവേള നിർണ്ണായകമായിരുന്നു. എന്നാൽ, മൂന്ന് ദിവസത്തേക്ക് കിടക്കയിൽ നിന്ന് എഴുന്നേൽക്കാൻ പോലും കഴിയാത്ത വിധം അവശയായിരുന്നു ശ്രുതി അപ്പോൾ. ഓപ്ഷണൽ പേപ്പറുകൾ എഴുതാനാകുമെന്ന സാധ്യത പോലും വളരെ വിദൂരമായി തോന്നി. ആ ചിന്ത ശ്രുതിയെ തളർത്തിക്കളഞ്ഞു.

ഭാഗ്യവശാൽ, പരീക്ഷയുടെ തലേന്ന്, ശ്രുതിയുടെ അവസ്ഥ അല്പം മെച്ചപ്പെട്ടു. പിറ്റേന്ന് രാവിലെ, ഒരുപിടി ഗുളികകൾ വാരി വിഴുങ്ങിയിട്ട്, സർവ്വ ശക്തിയും സംഭരിച്ച് പരീക്ഷാ കേന്ദ്രത്തിലെത്തിയ ശ്രുതി ഒരുവിധം പരീക്ഷ പൂർത്തിയാക്കി. ആ കഠിന പരീക്ഷണത്തിൽ നിന്ന് പുറത്തുവന്നപ്പോൾ, അവർക്ക് അഗാധമായ ആശ്വാസം തോന്നി.

വീട്ടിൽ തിരിച്ചെത്തിയ അവർ പറഞ്ഞു, 'ഞാൻ ഇനി ഈ പരീക്ഷ എഴുതുകയില്ല. ശാരീരികമായും മാനസികമായും ഇതെന്നെ ഇല്ലാതാക്കുന്നു.'

അടുത്ത ദിവസം ഡൽഹി സ്കൂൾ ഓഫ് ഇക്കണോമിക്സിൽ ശ്രുതി സോഷ്യോളജി ക്ലാസിൽ ചേർന്നു.

കണ്ണീർ പ്രവാഹം

തയ്യാറെടുപ്പ് ഘട്ടത്തിൽ നിരവധി വെല്ലുവിളികൾ നേരിട്ടെങ്കിലും, മെയിൻസ് പരീക്ഷയിൽ താൻ വിജയിക്കുമെന്ന് ശ്രുതിക്ക് ഉറപ്പുണ്ടായിരുന്നു. 2022 മാർച്ച് 17-ന് യുപിഎസ്‌സി ഫലങ്ങൾ പ്രസിദ്ധീകരിച്ചപ്പോൾ ആ വിശ്വാസം സാധൂകരിക്കപ്പെട്ടു. പേഴ്സണാലിറ്റി ടെസ്റ്റിനോ ഇന്റർവ്യൂവിനോ വേണ്ടി ധോൽപൂർ ഹൗസിലേക്കുള്ള വാതിൽ അത് തുറന്നുകൊടുത്തു. ആദ്യ ആഴ്ചയിൽ തന്നെ തന്റെ അഭിമുഖം ഷെഡ്യൂൾ ചെയ്തിരിക്കുന്നതായി അറിഞ്ഞതോടെ ശ്രുതിയുടെ ഉള്ളിൽ സമ്മർദ്ദത്തിന്റെ ഒരു വേലിയേറ്റമുണ്ടായി.

ശ്രുതി തന്റെ DAF-ൽ നിന്ന് ഉരുത്തിരിഞ്ഞേക്കാവുന്ന ചോദ്യങ്ങൾ സൂക്ഷ്മമായി പട്ടികപ്പെടുത്തിക്കൊണ്ട് തിടുക്കത്തിലുള്ള ഒരുക്കങ്ങൾ തുടങ്ങി. സമകാലിക കാര്യങ്ങളിൽ നിന്ന് വഴുതിപ്പോകാതിരിക്കാനായി, *ഇന്ത്യൻ എക്സ്പ്രസ്*-ന്റെ '3 തിങ്ങ്സ്', *ദിപ്രിന്റ്*-ന്റെ 'കട്ട് ദ ക്ലട്ടർ' തുടങ്ങിയ പോഡ്കാസ്റ്റുകളെയാണ് അവർ ആശ്രയിച്ചത്. കൂടാതെ, ഒരുപിടി മോക്ക് ഇന്റർവ്യൂകളിലും അവർ പങ്കെടുക്കുകയുണ്ടായി. അവിടെ ശ്രുതിയുടെ പ്രകടനം വളരെയധികം പോസിറ്റീവ് ഫീഡ്ബാക്ക് നേടി. അതവരുടെ ആത്മവിശ്വാസം വർദ്ധിപ്പിച്ചു.

അഭിമുഖം നടക്കുന്ന ദിവസം രാവിലെ, മനോഹരമായ സാരി ധരിച്ച് പ്രതീക്ഷയോടെ ശ്രുതി അണിഞ്ഞൊരുങ്ങി. തന്റെ മാതാപിതാക്കൾക്കും ജാമിയയിൽ നിന്നുള്ള രണ്ട് അടുത്ത സുഹൃത്തുക്കൾക്കും ഒപ്പമാണ് ശ്രുതി യുപിഎസ്‌സി ആസ്ഥാനത്ത് എത്തിയത്. വിധി തനിക്കായി മറ്റൊന്നാണ് കരുതിവെച്ചിരുന്നതെന്ന് അവർ അറിഞ്ഞിരുന്നില്ല.

അവിടെയുണ്ടായിരുന്ന ആറംഗങ്ങളിൽ ആദ്യ വ്യക്തി എന്ന നിലയിൽ, ധോൽപൂർ ഹൗസിലെ വിശുദ്ധമായ ചുറ്റുപാടുകളുമായി സ്വയം ഇണങ്ങാൻ അവർക്ക് സമയം ലഭിച്ചിരുന്നില്ല. അവിടെയെത്തി നിമിഷങ്ങൾക്കുള്ളിൽ തന്നെ, ഗാംഭീര്യത്തോടെ നിൽക്കുന്ന ഇന്റർവ്യൂ റൂമിന് പുറത്തേക്ക് ശ്രുതി ആനയിക്കപ്പെട്ടു.

റൂമിൽ കയറിയ ഉടൻതന്നെ അതിന്റെ രൂപഭംഗി കണ്ട് ശ്രുതി ഞെട്ടി. മോക്ക് ഇന്റർവ്യൂ നടന്ന സമയത്ത് കണ്ട, വിശാലമായ മുറിയിൽ സജ്ജീകരിച്ച വലിയ മേശകളിൽ നിന്നും തികച്ചും വ്യത്യസ്തമായി, ഈ മുറി ചെറുതായിരുന്നു. ബോർഡ് അംഗങ്ങൾ അടുത്തടുത്തായാണ് ഇരുന്നത്. ചെയർമാനെ കൂടാതെ മറ്റ് നാല് വ്യക്തികൾ മുറിയിലുണ്ടായിരുന്നു.

രാജ്യത്തെ ജുവനൈൽ നീതിന്യായ വ്യവസ്ഥയുടെ ചട്ടക്കൂടിനെ സംബന്ധിക്കുന്ന ആദ്യ ചോദ്യം തന്നെ ശ്രുതിയെ ഉൽകണ്ഠാകുലയാക്കി. ഉത്തരം പറയാൻ ശ്രമിച്ചെങ്കിലും, കൂടുതൽ നിശ്ചിതമായ ഉത്തരത്തിനായുള്ള ചെയർമാന്റെ സൗമ്യമായ പ്രേരണ ശ്രുതിയെ അല്പം അസ്വസ്ഥയാക്കി.

തുടർന്നുള്ള സമയം, ശ്രുതി തന്റെ പ്രകടനത്തിൽ അതൃപ്തയായി കാണപ്പെട്ടു. തന്റെ വിശകലന വൈദഗ്ധ്യവും അഭിപ്രായങ്ങൾ രൂപപ്പെടുത്താനുള്ള കഴിവും പുറത്തുകാട്ടാൻ കഴിയുന്ന അവസരങ്ങൾ കുറവാണെന്ന കാര്യം അവർ തിരിച്ചറിഞ്ഞു. വസ്തുതാപരമായ ചോദ്യങ്ങൾ മുന്നിട്ടുനിന്നതിനാൽ, ഉത്തരങ്ങൾ നൽകാൻ കഴിയാതെ പലപ്പോഴും ശ്രുതിക്ക് ബോർഡിനോട് ക്ഷമ ചോദിക്കേണ്ടിവന്നു.

ചോദ്യങ്ങളുടെ കുത്തൊഴുക്ക് വസ്തുതകളിലേക്കും ചരിത്രത്തിലേക്കും ആഴ്ന്നിറങ്ങി, ശ്രുതിയുടെ അറിവിന്റെ ആഴം പരീക്ഷിച്ചു. ചരിത്രത്തിന്റെ ചാക്രിക സ്വഭാവത്തെക്കുറിച്ചുള്ള അന്വേഷണങ്ങൾ മുതൽ ചമ്പാരൻ സത്യാഗ്രഹം, മൗര്യ രാജവംശം, ലോകമഹായുദ്ധം, മായോ പ്രഭുവിന്റെ വധം തുടങ്ങിയ പ്രത്യേക സംഭവങ്ങൾ വരെ, ഓരോ ചോദ്യവും സൂക്ഷ്മമായ ധാരണ ആവശ്യപ്പെടുന്നതായിരുന്നു. കൂടാതെ, സുസ്ഥിര വികസന ലക്ഷ്യങ്ങൾ (എസ്ഡിജി) ഉൾപ്പെടെയുള്ള ഭരണകാര്യങ്ങളിലുള്ള ശ്രുതിയുടെ ഉൾക്കാഴ്ചയെയും പാനൽ പരീക്ഷിക്കുകയുണ്ടായി.

മോക്ക് ഇന്റർവ്യൂകളിൽ നിന്ന് ലഭിച്ച പ്രോത്സാഹനങ്ങളിൽ നിന്ന് ശ്രുതിയുടെ ഉള്ളിൽ വിരിഞ്ഞ ആത്മവിശ്വാസം, മൂടൽമഞ്ഞ് കണക്കെ അതിവേഗം അലിഞ്ഞുപോയി. ഓരോ നിമിഷം കഴിയുംതോറും, ശ്രുതിയുടുള്ളിലെ നിരാശയുടെ ഭാരം വർദ്ധിച്ചുവന്നു. ശാശ്വതമായ ഒരു മതിപ്പുണ്ടാക്കിയെടുക്കാനും ഉയർന്ന മാർക്ക് നേടാനുമുള്ള അവരുടെ അഭിലാഷങ്ങൾക്ക് മേൽ അതൊരു ഭീഷണിയായി നിന്നു.

ധോൽപൂർ ഹൗസിന്റെ ഗേറ്റ് കടന്ന് ശ്രുതി പുറത്തേക്ക് വരുമ്പോൾ, തന്റെ പ്രകടനത്തിൽ ആത്മവിശ്വാസമർപ്പിച്ച്

കാത്തിരിക്കുന്ന മാതാപിതാക്കളെ ശ്രുതി കണ്ടു. അവർക്കരികിലെത്തിയതോടെ, ശ്രുതിയുടെ കവിളിലൂടെ കണ്ണുനീർ ഒഴുകി. അത് അവരുടെയുള്ളിൽ ആശങ്ക നിറച്ചു. തന്റെ അമ്മയുടെ ഊഷ്മളമായ ആലിംഗനത്തിന്റെ സുരക്ഷിതത്വത്തിൽ ആ അഭിമുഖത്തിന്റെ പ്രക്ഷുബ്ധമായ അനുഭവം ശ്രുതി വിവരിക്കുകയുണ്ടായി. വിഷമിക്കേണ്ടെന്നും നല്ലതെന്തോ വരാനിരിക്കുന്നുവെന്നും പറഞ്ഞ് രചന മകളെ ആശ്വസിപ്പിച്ചു.

മകളെ ആശ്വസിപ്പിക്കാനുള്ള ശ്രമത്തിൽ, ശ്രുതിയുടെ മാതാപിതാക്കൾ അവളെ അടുത്തുള്ള കർണാടിക് കഫേയിലേക്ക് ബ്രഞ്ച് കഴിക്കാൻ കൊണ്ടുപോയി. ആരും പറയാതെതന്നെ ഒരു ഉടമ്പടി അവിടെ നിലനിന്നിരുന്നു: 'ഇന്റർവ്യൂവിനെക്കുറിച്ച് ആരും സംസാരിക്കരുത്.' എന്നിട്ടും, അതിനെക്കുറിച്ചുള്ള ചിന്തകൾ ശ്രുതിയുടെ മനസ്സിന്റെ കോണുകളിൽ തങ്ങിനിന്നു. ഉയർന്ന റാങ്കോടെ ഐഎഎസ്-ആകാൻ കഴിയുമെന്ന പ്രതീക്ഷ തന്റെ കൈപ്പിടിയിൽ നിന്ന് വഴുതിപ്പോയതായി ശ്രുതിക്ക് തോന്നി.

'എനിക്ക് എന്റെ കണ്ണുകളെ വിശ്വസിക്കാമോ?'

2022 മെയ് 30-ന്, ശ്രുതി അതിതീവ്രമായ ഉത്കണ്ഠ അനുഭവിക്കുകയായിരുന്നു. യുപിഎസ്‌സി സിഎസ്ഇ-2021 ഫലങ്ങൾ പ്രഖ്യാപിക്കാൻ പോകുന്നതായി അഭ്യൂഹങ്ങൾ പരന്നു. തന്റെ ഫോൺ നിലത്തുവയ്ക്കാൻ കൂട്ടാക്കാതെ ഓരോ മുപ്പത് സെക്കൻഡിലും ശ്രുതി ടെലിഗ്രാം ആപ്പ് റിഫ്രഷ് ചെയ്തുകൊണ്ടിരുന്നു.

ഉച്ചയ്ക്ക് 12 മണിയോടെ, ഗ്രൂപ്പിൽ തെളിഞ്ഞ ഒരു പിഡിഎഫ് അവിടെ ഒരു കോളിളക്കം സൃഷ്ടിച്ചു. വിറക്കുന്ന കൈകളോടെ, പ്രാർത്ഥിച്ചുകൊണ്ട് ശ്രുതി സധൈര്യം ആ ഡോക്യുമെന്റിൽ ക്ലിക്ക് ചെയ്തു. താഴെ നിന്ന് മുകളിലേക്ക് ആ ലിസ്റ്റ് സ്കാൻ ചെയ്യാൻ അവർ മാനസികമായി തയ്യാറെടുത്തു. എന്നാൽ ശ്രുതിയുടെ കണ്ണുടക്കിയത് ആദ്യ പേജിലാണ്. അവിടെ ഞെട്ടിപ്പിക്കുന്ന ഒരു കാഴ്ചയാണ് അവർ കണ്ടത്. അവിടെ, ഒന്നാം റാങ്കിന് നേരെ ശ്രുതി സ്വന്തം പേര് കണ്ടെത്തി. ഇടറിവീണ തന്റെ സ്വപ്നങ്ങളുടെ വരണ്ട മരുഭൂമിയിൽ തിളങ്ങുന്ന ഒരു മരുപ്പച്ചയായി അതവർക്ക് തോന്നി.

വിശ്വസിക്കാനാകാതെ ആ വിജയ നിമിഷങ്ങളിലും, ശ്രുതിയുടെ ആഹ്ലാദത്തിന്മേൽ അനിശ്ചിതത്വത്തിന്റെ മൂടുപടം വിരിച്ചുകൊണ്ട് സംശയം ഒരു നിഴൽ പോലെ കടന്നുവന്നു. ഇതൊരു

തട്ടിപ്പാണെങ്കിലോ? വേഗത്തിൽ മിടിച്ചുകൊണ്ടിരിക്കുന്ന ഹൃദയത്തെ അടക്കാൻ പാടുപെട്ടുകൊണ്ട് ശ്രുതി കണ്ണുകളടച്ച്, സ്ഥിരീകരണത്തിനായി കാത്തിരുന്നു. ഒരാശ്വാസത്തിനായി, വിറയ്ക്കുന്ന കൈകളോടെ ശ്രുതി തന്റെ റോൾ നമ്പറും പേരും ഒരിക്കൽ കൂടി പരിശോധിച്ചു. അന്തിമ പട്ടികയിൽ തന്റെ പേര് എവിടെയെങ്കിലും ഉണ്ടാകുമെന്ന് പ്രതീക്ഷിച്ചിരുന്നെങ്കിലും, അഖിലേന്ത്യാ തലത്തിൽ ഒന്നാം റാങ്ക് നേടുക എന്നത് അവരുടെ വന്യമായ സ്വപ്നങ്ങളെപ്പോലും മറികടക്കുന്നതായിരുന്നു.

തന്റെ മാതാവിനെ കൂടാതെ അമ്മ മാത്രമാണ് അപ്പോൾ വീട്ടിൽ ഉണ്ടായിരുന്നത്. ശ്രുതിയുടെ അച്ഛൻ തലേദിവസം വൈകുന്നേരം ബസ്തയിലേക്ക് പോയിരുന്നു. ആദിത്യ ക്രിക്കറ്റ് കളിക്കാൻ പോയതായിരുന്നു.

ശ്രുതി തന്റെ പേരും റോൾ നമ്പറും ഒന്നിലധികം തവണ പരിശോധിച്ചു. പിഡിഎഫ് വ്യാജമാണെന്ന് സ്ഥിരീകരിക്കുന്ന തൊന്നും ഗ്രൂപ്പ് ചാറ്റിലുണ്ടായിരുന്നില്ല. ഒടുവിൽ, ധൈര്യം സംഭരിച്ച് ശ്രുതി ആ സന്തോഷ വാർത്ത തന്റെ അമ്മയുമായി പങ്കിട്ടു. ആഹ്ലാദവും അവിശ്വസനീയതയും ഇടകലർന്നതായിരുന്നു അവരുടെ പ്രതികരണം. 'ഇത് സത്യമാണോ ശ്രുതി?' രചന ആവർത്തിച്ച് ചോദിച്ചു. അവരുടെ ശബ്ദം വിറയ്ക്കുന്നുണ്ടായിരുന്നു. ഒരുമിച്ച് അവർ ആ ഡോക്യുമെന്റ് ഒരിക്കൽ കൂടി പരിശോധിച്ചു.

ആ യാഥാർത്ഥ്യം വിശ്വാസ്യമായി തോന്നിയ ഉടൻതന്നെ, രചന അമ്മയെ കെട്ടിപ്പിടിച്ച് സന്തോഷ വാർത്ത പങ്കിട്ടു. ഏറെ നേരം നീണ്ടുനിന്ന ആ ആലിംഗനത്തിൽ ഇരുവരുടെയും കണ്ണു നിറഞ്ഞു. ആ വിജയാഹ്ലാദത്തിനിടയിലും, നേട്ടത്തിന്റെ വ്യാപ്തി അയഥാർത്ഥമായി തോന്നി. അതിന്റെ പ്രാധാന്യം പൂർണ്ണമായി മനസ്സിലാക്കാൻ അവർക്ക് പിന്നെയും സമയം വേണ്ടിവന്നു.

തന്റെ പിതാവിന്റെ നമ്പർ ഡയൽ ചെയ്ത് ജീവിതത്തെ മാറ്റിമറിക്കുന്ന ആ വാർത്ത പങ്കിടവേ ശ്രുതിയുടെ ഹൃദയം ആവേശത്താൽ മിടിക്കുന്നുണ്ടായിരിക്കുന്നു. ആ സത്യം ഉൾക്കൊള്ളാനായതോടെ അഭിമാനത്തിന്റെയും സന്തോഷത്തിന്റെയും തിരമാലകൾ സുനിലിനെ തളർത്തി; അത് അദ്ദേഹത്തെ തീർത്തും നിശബ്ദനാക്കി. മകളുടെ വിജയം ആഘോഷിക്കാനുള്ള ആകാംക്ഷയോടെ അദ്ദേഹം ഉടൻ തന്നെ ബസ്തയിൽ നിന്ന് ഡൽഹിയിലേക്ക് യാത്ര തിരിച്ചു.

അപ്പോഴും മുഷിഞ്ഞ വസ്ത്രം ധരിച്ച്, മുടിയിൽ എണ്ണ പുരട്ടി, ടെലിവിഷൻ സ്ക്രീനുകളിൽ തന്റെ പേര് തെളിയുന്നതും നോക്കി

ശ്രുതി അവിശ്വസനീയതയോടെ ഇരുന്നു. താമസിയാതെ, ഫോൺ കോളുകളുടെ പ്രളയം ശ്രുതിയെ വന്നു മൂടി. തന്റെ മാതാവിന്റെയും അമ്മയുടെയും മുഖത്തെ പ്രസന്നമായ പുഞ്ചിരിക്ക് സാക്ഷ്യം വഹിക്കാനായതാണ് ശ്രുതിയെ ഏറ്റവും കൂടുതൽ സന്തോഷിപ്പിച്ചത്.

പെട്ടെന്ന് ശ്രുതി അനുഭവിച്ചുകൊണ്ടിരുന്ന ശാന്തതയെ തകർത്തുകൊണ്ട് വാതിലിൽ ആരോ മുട്ടുന്ന ശബ്ദം കേട്ടു. രചന തിടുക്കത്തിൽ വാതിൽ തുറന്നതും, ജാമിയയുടെ വൈസ് ചാൻസലർ നജ്മ അക്തർ ഒരു പൂച്ചെണ്ടുമായി നിൽക്കുന്നതാണ് കണ്ടത്. അവർക്ക് പിന്നിലായി ഒരു കൂട്ടം മാധ്യമപ്രവർത്തകർ വെളിച്ചം വീശുന്ന ക്യാമറകളോടെ തിരക്കുകൂട്ടി. ആ ബഹളങ്ങൾക്കിടയിൽ, നജ്മ അക്തർ തന്റെ അഭിനന്ദനങ്ങൾ അറിയിച്ചുകൊണ്ട് ശ്രുതിയെ ഊഷ്മളമായ ആലിംഗനത്തിൽ പൊതിഞ്ഞു.

അഭിമുഖങ്ങൾക്കായുള്ള മാധ്യമങ്ങളുടെ തിക്കും തിരക്കും ആരംഭിച്ചിരിക്കുന്നു. ഓരോ മിനിറ്റിലും റിപ്പോർട്ടർമാരുടെ എണ്ണം പെരുകിക്കൊണ്ടിരുന്നു. താമസിയാതെ അവരുടെ വീട് തിരക്കേറിയ ഒരു ന്യൂസ് റൂമിനു സമമായി മാറി. പത്രപ്രവർത്തകർ കോണിപ്പടികളിലേക്കും മേൽക്കൂരയിലേക്കു പോലും പരന്നൊഴുകി. ജനക്കൂട്ടത്തെ നിയന്ത്രിക്കാനുള്ള ശ്രമത്തിൽ, ശ്രുതിക്ക് താഴേക്ക് ഇറങ്ങേണ്ടി വന്നു. രചന സഹായത്തിനായി ബന്ധുക്കളെയും സുഹൃത്തുക്കളെയും വിളിച്ചു.

മാധ്യമങ്ങളുടെ അഭിമുഖങ്ങൾ രാത്രി വരെ നീണ്ടുനിന്നു. മതിയാക്കാൻ ആവർത്തിച്ച് അഭ്യർത്ഥിച്ചെങ്കിലും അവരുടെ സാന്നിധ്യം അർദ്ധരാത്രി വരെ നീണ്ടുപോയി. നേരം പുലർന്നതോടെ അഭിമുഖങ്ങൾക്കായുള്ള അടങ്ങാത്ത വീര്യത്തോടെ അവർ പുതിയൊരിടത്തേക്ക് മടങ്ങിപ്പോയി. അടുത്ത ദിവസവും, ബന്ധുക്കൾ കൂട്ടത്തോടെ ഒഴുകിയെത്തുകയും ഫോൺ നിർത്താതെ ശബ്ദിക്കുകയും ചെയ്തുകൊണ്ടിരുന്നു.

ആ വിജയം തന്നെ പ്രശസ്തയാക്കിയിരിക്കുന്നതായി ശ്രുതി വൈകാതെ മനസ്സിലാക്കി. ഫലം പ്രഖ്യാപിച്ചതിന്റെ പിറ്റേന്ന്, സന്ദർശകർക്ക് കൊടുക്കാനുള്ള മധുരപലഹാരങ്ങൾ വാങ്ങാനായി അവർ അമ്മയോടൊപ്പം അടുത്തുള്ള ഹൽദിറാംസിലേക്ക് പോയി. എന്നാൽ അവിടെയെത്തിയ ഉടൻ തന്നെ ആളുകൾ തിരിച്ചറിയുന്നതായി ശ്രുതി മനസ്സിലാക്കി. അവരിൽ പലരും ശ്രുതിയോടൊപ്പം ഫോട്ടോ എടുക്കണമെന്നും ഓട്ടോഗ്രാഫുകൾ വേണമെന്നും മറ്റും ആവശ്യപ്പെട്ടു. അതുപോലെതന്നെ, കുറച്ച് ദിവസങ്ങൾക്ക്

ശേഷം, ഷിംലയിലേക്കുള്ള ഒരു ചെറിയ യാത്രയ്ക്കിടെ, തിരക്കേറിയ മാൾ റോഡിലും അവർ സമാനമായ ഒരു സാഹചര്യത്തെ നേരിടുകയുണ്ടായി.

സ്വതവേ അന്തർമുഖയായ ശ്രുതിയെ സംബന്ധിച്ചിടത്തോളം വർദ്ധിച്ചുവരുന്ന സമ്മർദ്ദം അസഹനീയമായിത്തീർന്നു. എന്നിരുന്നാലും, ഒരു ബ്യൂറോക്രാറ്റാകാൻ പോകുന്ന തന്നെ കൂടുതൽ സമ്മർദ്ദങ്ങൾ കാത്തിരിക്കുന്നുവെന്ന സത്യം ശ്രുതി ഓർത്തു.

സോഷ്യൽ മീഡിയയിലെ കോളിളക്കത്തിനായുള്ള തയ്യാറെടുപ്പ്

ശ്രുതിയുടെ വിജയം പൊട്ടിപ്പുറപ്പെട്ടിട്ട് രണ്ടു ദിവസമായിരിക്കുന്നു. ഇതിനകം തന്നെ പ്രശസ്തിയുടെയും പ്രതീക്ഷയുടെയും ഭാരം അവരെ ബാധിക്കാൻ തുടങ്ങിയിരുന്നു. കിടക്കയിൽ നിന്ന് എഴുന്നേൽക്കുമ്പോൾതന്നെ, സന്ദർശകരുടെ നിരന്തരമായ പ്രവാഹത്തിൽ നിന്നും ഫോൺ കോളുകളിൽ നിന്നും അഭിമുഖത്തിനുള്ള അഭ്യർത്ഥനകളിൽ നിന്നും രക്ഷയുണ്ടാകണമെന്ന നിശബ്ദമായ ഒരു പ്രാർത്ഥന ശ്രുതിയുടെ ഉള്ളിൽ രൂപപ്പെട്ടിരുന്നു. പ്രഭാതഭക്ഷണത്തിനായി ആവി പറക്കുന്ന ആലു പെറോട്ടകളുണ്ടാക്കുന്ന തിരക്കിലായിരുന്നു രചന. ശ്രുതിയുടെ അച്ഛൻ രാവിലെതന്നെ പത്രത്തിൽ മുഴുകിയിരുന്നു. പെട്ടെന്ന് സുനിലിന്റെ ഫോൺ ഉച്ചത്തിൽ ശബ്ദിച്ചുകൊണ്ട് ആ പ്രഭാതത്തിന്റെ ശാന്തത ഭേദിച്ചു.

'എന്തിനാണ് ശ്രുതി സർക്കാർ വിരുദ്ധ കാര്യങ്ങൾ സോഷ്യൽ മീഡിയയിൽ പോസ്റ്റ് ചെയ്യുന്നത്?' സുനിലിന്റെ സുഹൃത്ത് ആശങ്കയോടെ അന്വേഷിച്ചു.

'സോഷ്യൽ മീഡിയ പോസ്റ്റുകളോ?' സംശയത്തോടെയായിരുന്നു സുനിലിന്റെ പ്രതികരണം.

'ഇൻസ്റ്റാഗ്രാമിലും ട്വിറ്ററിലുമുള്ള ശ്രുതിയുടെ പോസ്റ്റുകൾ വൈറലാകുന്നത് നിങ്ങൾക്കറിയില്ലേ?' സുനിലിന്റെ അജ്ഞതയിൽ അമ്പരന്നുകൊണ്ട് വിളിച്ചയാൾ വിശദീകരിച്ചു.

'ഏത് പോസ്റ്റ്? ശ്രുതി ഒന്നും പോസ്റ്റ് ചെയ്തതായി എനിക്ക് തോന്നുന്നില്ല,' വർദ്ധിച്ചുവരുന്ന സംശയത്തോടെയായിരുന്നു സുനിലിന്റെ മറുപടി.

'ഓ! ഇത്രയും വലിയ വിവാദമുണ്ടായിട്ടും നിങ്ങൾ അറിഞ്ഞില്ലേ? ചില പോസ്റ്റുകളുടെ ലിങ്കുകൾ ഞാൻ ഇപ്പോൾ തന്നെ അയച്ചുതരാം. നിങ്ങൾ ഉടൻ തന്നെ എന്തെങ്കിലും ചെയ്യണം.'

വിളിച്ചയാൾ നിർബന്ധിച്ചു. അപ്രതീക്ഷിതമായ ഈ സംഭവ വികാസങ്ങൾ സുനിലിനെ ആശയക്കുഴപ്പത്തിലാക്കി.

അടുത്ത ഏതാനും നിമിഷങ്ങൾ, ശ്രുതിയെയും മാതാപിതാക്കളെയും ആശങ്കയിലാഴ്ത്തി. ശ്രുതിക്ക് ഇൻസ്റ്റാഗ്രാം, ട്വിറ്റർ അക്കൗണ്ടുകൾ ഉണ്ടായിരുന്നെങ്കിലും അവ പ്രൈവറ്റ് ആയിരുന്നു. മാത്രമല്ല, കഴിഞ്ഞ കുറേ ദിവസങ്ങളായി അവർ അത് ഉപയോഗിച്ചിരുന്നുമില്ല. തന്റെ അക്കൗണ്ടുകൾ ഹാക്കർമാരുടെ കൈപ്പിടിയിൽ അകപ്പെട്ടിരിക്കാം എന്ന അസ്വസ്ഥമായ ചിന്ത ശ്രുതിയുടെ മനസ്സിൽ ഭയം നിറച്ചു. തിടുക്കത്തിൽ, ശ്രുതി തന്റെ അക്കൗണ്ടുകൾ ലോഗിൻ ചെയ്തു. അവരുടെ ഹൃദയം അപ്പോൾ ഉച്ചത്തിൽ മിടിക്കുന്നുണ്ടായിരുന്നു.

എന്നാൽ, സമീപകാലത്ത് ഒന്നുംതന്നെ പോസ്റ്റ് ചെയ്തിട്ടില്ലെന്ന് തിരിച്ചറിഞ്ഞതോടെ അവരുടെ സംശയം കൂടുതൽ വഷളായി; ശ്രുതിയുടെ അക്കൗണ്ടുകൾ മാസങ്ങളായി പ്രവർത്തനരഹിതമായിരുന്നു. തന്റെ സോഷ്യൽ മീഡിയ ആക്ടിവിറ്റിയെക്കുറിച്ച് പിതാവിന്റെ സുഹൃത്ത് ഇത്രയധികം ഉത്കണ്ഠാകുലനാകുന്നത് എന്തുകൊണ്ടാണെന്ന് ആലോചിച്ചപ്പോൾ ശ്രുതിയുടെ മനസ്സിലെ അമ്പരപ്പിന് ആക്കംകൂടി.

മിനിറ്റുകൾക്കകം സുനിലിന്റെ സുഹൃത്ത് ചില ഇൻസ്റ്റാഗ്രാം, ട്വിറ്റർ പോസ്റ്റുകളുടെ ലിങ്കുകൾ അയച്ചു. അവ തുറന്നുനോക്കിയ ഉടൻ തന്നെ അഗാധമായ ഒരു നടുക്കം അവരെ കീഴടക്കുകയുണ്ടായി. ശ്രുതി ശർമ്മയുടെ ഫോട്ടോകൾ കൊണ്ട് സമ്പന്നമായ വ്യാജ അക്കൗണ്ടുകളാണ് അവർക്ക് മുന്നിൽ തെളിഞ്ഞുവന്നത്. അവരെ അത്ഭുതപ്പെടുത്തിയ മറ്റൊരു കാര്യം ഈ വ്യാജ അക്കൗണ്ടുകൾക്ക് ലക്ഷക്കണക്കിന് ഫോളോവേഴ്സ് ഉണ്ടായിരുന്നു എന്നതാണ്.

ആ അക്കൗണ്ടിലെ പോസ്റ്റുകൾ അരിച്ചുപെറുക്കവേ തങ്ങളുടെ കാൽക്കീഴിൽ നിന്ന് മണ്ണ് ഒലിച്ചുപോകുന്നതായി അവർക്ക് തോന്നി. അവർ ശ്രുതിയുടെ പുതിയ ദേശീയ പ്രാമുഖ്യം മുതലെടുക്കുകയും നിരവധി വിവാദ പോസ്റ്റുകൾ പ്രചരിപ്പിക്കാൻ വ്യാജ അക്കൗണ്ടുകൾ ഉപയോഗിക്കുകയും ചെയ്തിരിക്കുന്നു. പ്രതിരോധ സേനയിലെ റിക്രൂട്ട്മെന്റിനായുള്ള സർക്കാരിന്റെ അഗ്നിവീർ പദ്ധതിയെക്കുറിച്ചുള്ള വിമർശനങ്ങളും അവയിൽ ഉൾപ്പെട്ടിരുന്നു.

ആയിരക്കണക്കിന് പ്രതികരണങ്ങൾ ഒഴുകിയെത്തി. ചിലർ ആ വീക്ഷണങ്ങളെ പിന്തുണച്ചുകൊണ്ട് അണിനിരന്നു. മറ്റുള്ളവർ

ആ പോസ്റ്റുകളെച്ചൊല്ലി ശ്രുതിയെ ശക്തമായി അപലപിച്ചു. അപ്പോഴേക്കും ശ്രുതിയുടെ പേര് സോഷ്യൽ മീഡിയ പ്ലാറ്റ്ഫോമുകളിൽ ട്രെൻഡിംഗ് ഹാഷ് ടാഗായി മാറിയിരുന്നു.

അക്രമികൾക്കെതിരെ പോലീസിൽ പരാതി നൽകിക്കൊണ്ട് ശ്രുതി അതിവേഗം തന്നെ നടപടി സ്വീകരിച്ചു. കൂടാതെ, ഈ വ്യാജ അക്കൗണ്ടുകളെക്കുറിച്ച് അവബോധം സൃഷ്ടിക്കുന്നതിനും അതില്ലാതാക്കുന്നതിനുമായി അവർ സ്വന്തം ട്വിറ്റർ, ഇൻസ്റ്റാഗ്രാം ഹാൻഡിലുകൾ ഏറ്റെടുക്കുകയും ചെയ്തു. അതേ സമയം, ശ്രുതി സിഎസ്എയിൽ ഉയർന്ന റാങ്ക് നേടിയ മറ്റ് ഉദ്യോഗാർത്ഥികളെയും സമീപിക്കുകയുണ്ടായി. അവരുടെ സോഷ്യൽ മീഡിയ ചാനലുകളിലൂടെ തന്റെ വ്യാജ അക്കൗണ്ടുകളെക്കുറിച്ചുള്ള മുന്നറിയിപ്പുകൾ പ്രചരിപ്പിക്കുന്നതിനായി ശ്രുതി അവരുടെ പിന്തുണ അഭ്യർത്ഥിച്ചു.

ചില ചെറിയ വിവാദങ്ങൾ കാരണവും ശ്രുതി സോഷ്യൽ മീഡിയയിൽ നിറയാൻ തുടങ്ങി. ഒന്നാമതായി, ഒരു യൂട്യൂബ് ചാനലിലെ അഭിമുഖത്തിനിടെ, ആര്യൻ അധിനിവേശ സിദ്ധാന്തത്തെക്കുറിച്ച് സംസാരിക്കവെ അവർ അതിന്റെ വിവിധ വശങ്ങൾ വിശദീകരിക്കുകയുണ്ടായി. നിർഭാഗ്യവശാൽ, ആരോ ആ പ്രതികരണത്തിന്റെ ഒരു പ്രത്യേക ഭാഗം മാത്രം തിരഞ്ഞെടുത്ത് പ്രചരിപ്പിച്ചത് വിവാദത്തിന് കാരണമാകുകയായിരുന്നു.

കൂടാതെ, ശ്രുതിയുടെ വിജയത്തിന് ശേഷം വിവാദപരമായ ഒരു ട്വീറ്റ് പ്രത്യക്ഷപ്പെടുകയുണ്ടായി. ജെഎൻയു വിദ്യാർത്ഥികൾ പ്രതിഷേധങ്ങളിൽ മാത്രമല്ല, യുപിഎസ്‌സി പരീക്ഷകളിലും ഒന്നാമതെത്തിയെന്ന് സൂചിപ്പിക്കുന്നതായിരുന്നു അത്. ഈ പരാമർശം പെട്ടെന്ന് ഒരു വിവാദത്തിലേക്ക് നീങ്ങി. ചിലർ ജെഎൻയുവിനെതിരെ ട്വീറ്റ് ചെയ്തു. മറ്റുള്ളവർ അതിന്റെ പ്രതിരോധത്തിൽ അണിനിരന്നു.

യുപിഎസ്‌സി വിജയിച്ച ഉടൻ തന്നെ ശ്രുതി വിദേശത്തേക്ക് ഒറ്റയ്ക്ക് ഒരു യാത്ര പ്ലാൻ ചെയ്തിരുന്നു. തന്റെ മാതാപിതാക്കളെ പറഞ്ഞു ബോധ്യപ്പെടുത്തി അവർ അതിന് അംഗീകാരം നേടിയെടുത്തിരുന്നു. എന്നാൽ മാധ്യമ വിവാദങ്ങളും സന്ദർശകരുടെ നിരന്തരമായ പ്രവാഹവും ശ്രുതിയുടെ പദ്ധതികളെ തടസ്സപ്പെടുത്തി. തുടർന്ന്, ശ്രുതിയുടെ അമ്മ രചനയ്ക്ക് ക്യാൻസർ ബാധ കണ്ടെത്തിയതോടെ ശർമ്മ കുടുംബത്തിനു മേൽ ഒരു കരിനിഴൽ വന്നുമൂടി.

മിക്ക ആളുകളും യുപിഎസ്‌സി എന്ന കൊടുമുടി കീഴടക്കിയതിന് ശേഷം ആ വിജയത്തിന്റെ സന്തോഷം ആസ്വദിക്കുമ്പോൾ,

ശ്രുതിയെ സംബന്ധിച്ചിടത്തോളം, ഫലമറിഞ്ഞതിന് ശേഷമുള്ള കാലഘട്ടം അപ്രതീക്ഷിതമാം വിധം വൈകാരികമായിരുന്നു.

പ്രൗഢമായ നോർത്ത് ബ്ലോക്കിൽ

2022 ജൂൺ 7-ന് കേന്ദ്ര പേഴ്സണൽ, പബ്ലിക് ഗ്രീവിയൻസ് ആൻഡ് പെൻഷൻ വകുപ്പ് സഹമന്ത്രി ഡോ. ജിതേന്ദ്ര സിംഗ് തന്നെ അനുമോദിക്കും എന്നറിയിച്ചുകൊണ്ട് ശ്രുതിക്ക് ഒരു കത്ത് ലഭിച്ചതോടെ രചനയും സുനിലും അതീവ സന്തോഷത്തിലായിരുന്നു.

അന്ന് രാവിലെ നീലയും വെള്ളയും കലർന്ന കോട്ടൺ സാരിയുടുത്ത് ശ്രുതി ആ വലിയ അവസരത്തിനായി തയ്യാറെടുത്തു. മകളെ അനുഗമിക്കാൻ സുനിൽ നേരത്തെ തന്നെ തയ്യാറായിക്കഴിഞ്ഞിരുന്നു. എന്നിരുന്നാലും, തന്റെ അമ്മയ്ക്ക് അസുഖം കാരണം ആ പരിപാടിയിൽ പങ്കെടുക്കാൻ സാധിക്കാതിരുന്നതിലുള്ള സങ്കടം ശ്രുതിയെ ദുഃഖത്തിലാഴ്ത്തി.

താമസിയാതെ, അച്ഛനും മകളും സെൻട്രൽ സെക്രട്ടറിയേറ്റിന്റെ ഗംഭീരമായ നോർത്ത് ബ്ലോക്കിലെത്തി. ആ പരിപാടിയിലേക്ക് ക്ഷണിക്കപ്പെട്ട CSE-2021-ന്റെ ഇരുപത് റാങ്ക് ഹോൾഡർമാരും വളരെ ആവേശഭരിതരായിരുന്നു. അവരെ അനുഗമിച്ചിരുന്ന മാതാപിതാക്കളുടെ മുഖത്താണ് ഏറ്റവും ആവേശമുണ്ടായിരുന്നത്. ശ്രുതി തന്റെ ബാച്ച്മേറ്റുകളെ പരിചയപ്പെട്ടു. അവരിൽ ചിലരെ മുമ്പ് ടെലിവിഷനിലോ പത്രങ്ങളിലോ ഒക്കെ കണ്ട പരിചയമുണ്ടായിരുന്നു.

കോൺഫറൻസ് റൂമിലെ ഓവൽ ടേബിളിന്റെ ഒരു വശത്തായി തങ്ങൾക്ക് അനുവദിച്ച സീറ്റുകളിലേക്ക് അവരെല്ലാവരും ആനയിക്കപ്പെട്ടു. മന്ത്രിയും വകുപ്പിലെ മുതിർന്ന ഉദ്യോഗസ്ഥരും എതിർവശത്തായി ഇരുന്നു. ഓരോ ടോപ്പറെയും മന്ത്രി മെമന്റോ നൽകി അനുമോദിച്ചു. രക്ഷിതാക്കൾ തങ്ങളുടെ മക്കൾക്കൊപ്പം ചേർന്ന് അഭിമാനത്തോടെ ചിത്രങ്ങൾക്കായി പോസ് ചെയ്തു.

സ്വതന്ത്ര ഇന്ത്യ ശതാബ്ദിയോട് അടുക്കുമ്പോൾ രാജ്യത്തിന് ഒരു പുതിയ ഗതി നിർമ്മിക്കാൻ ഒരുങ്ങുന്ന 'സെഞ്ച്വറി ഇന്ത്യ'യുടെ ശില്പികളെന്ന് മന്ത്രി അവരുടെ ബാച്ചിനെ വാഴ്ത്തിയപ്പോൾ ഉദ്യോഗാർത്ഥികൾ അതിനെ കരഘോഷത്തോടെ സ്വീകരിച്ചു. ആദ്യമായി, സിഎസ്ഇയിലെ ആദ്യ മൂന്ന് റാങ്ക് ഹോൾഡർമാരും സ്ത്രീകളാണെന്ന ചരിത്ര നേട്ടത്തിൽ അദ്ദേഹം വളരെയധികം അഭിമാനം പ്രകടിപ്പിച്ചു.

വീട്ടിൽ തിരിച്ചെത്തിയ ശ്രുതി രചനയ്ക്ക് അനുമോദന ചടങ്ങിന്റെ ഓരോ നിമിഷവും വിശദീകരിച്ചുകൊടുത്തു. വേദനകളും രോഗങ്ങൾക്കുമപ്പുറം അമ്മയുടെ കണ്ണുകളിലെ അഭിമാനത്തിന്റെ തിളക്കം ശ്രുതി കണ്ടു.

മനംമയക്കുന്ന മരുപ്പച്ചയിൽ

മസൂറിയിലെ ലാൽ ബഹാദൂർ ശാസ്ത്രി നാഷണൽ അക്കാദമി ഓഫ് അഡ്മിനിസ്ട്രേഷനിൽ (LBSNAA) ചേർന്നത് ശ്രുതിക്ക് ഒരാശ്വാസമായിരുന്നു. അച്ഛന്റെയൊപ്പം യാത്ര ചെയ്യവേ, ഈ യാത്രയിൽ തങ്ങളോടൊപ്പം ചേരാൻ കഴിയാത്ത അമ്മയെ ഓർത്ത് അവർ വിഷമിച്ചു.

ക്ലാസുകൾ, ഔട്ട്ഡോർ സാഹസികതകൾ, ട്രെക്കുകൾ, പുതുച്ചേരിയിലെ അവിസ്മരണീയമായ ഗ്രാമങ്ങൾ സന്ദർശിക്കാനുള്ള അവസരം, എന്നിവയെല്ലാം അക്കാഡമിയിലെ തിരക്കുപിടിച്ച ദിവസങ്ങളുടെ സവിശേഷതയായിരുന്നു. ജാമിയയിലെ പഠന കാലം മുതൽ തന്റെ സുഹൃത്തായിരുന്ന മിനിയെ കൂടാതെ, അങ്കിത, നമൻ എന്നിവരുമായി ശ്രുതി അടുത്ത ബന്ധം സ്ഥാപിച്ചു.

രണ്ട് മാസം നീണ്ടു നിന്ന ഭാരത ദർശൻ പഠന പര്യടനം അവസാനിച്ചത് അവർ അറിഞ്ഞതേയില്ല. എന്നാൽ ശ്രുതിയുടെ ഹൃദയം തകർന്നു. ചികിത്സയ്ക്കായി ന്യൂഡൽഹി എയിംസിൽ പ്രവേശിപ്പിച്ച അമ്മയ്ക്ക് കൂട്ടിരിക്കാനുള്ള ആഗ്രഹത്തിൽ ശ്രുതിയുടെ ഹൃദയം വിങ്ങി. സ്വന്തം പോരാട്ടങ്ങൾക്കിടയിലും, രചന നിസ്വാർത്ഥമായി ശ്രുതിയെ ഭാരത ദർശനത്തിന് പങ്കെടുക്കാൻ പ്രേരിപ്പിക്കുകയായിരുന്നു.

മൂന്ന് സായുധ സേനകളുമായുള്ള സമ്പർക്കത്തിന് ശേഷം ആ സംഘം ലക്ഷദ്വീപിലേക്ക് പുറപ്പെട്ടു. ലക്ഷദ്വീപിന്റെ പ്രകൃതി ഭംഗിയിൽ അവർ മയങ്ങിപ്പോയി.

ഒരു മടിയും കൂടാതെ, സ്നോർക്കെല്ലിംഗ് ഗിയർ ധരിച്ച് ശ്രുതി കടലിന്റെ ആഴങ്ങളിലേക്ക് മുങ്ങി. അവരുടെ കൺമുന്നിൽ ആ ജലപ്പരപ്പിനടിയിലെ ആകർഷകമായ കാഴ്ചകൾ ഓരോന്നോരോന്നായി വിരിഞ്ഞുവന്നു – ഒരു ചിത്രകാരന്റെ പാലറ്റ് പോലെ നിറങ്ങളാൽ അലങ്കരിക്കപ്പെട്ട പവിഴപ്പുറ്റുകൾ, സങ്കീർണ്ണമായ പവിഴത്തോട്ടങ്ങൾക്കിടയിലൂടെ ഒഴുകുന്ന മത്സ്യക്കൂട്ടങ്ങൾ,സമുദ്രവിസ്തൃതിയിൽശാന്തമായിസഞ്ചരിക്കുന്നമനോഹരമായ കടലാമകൾ. രാത്രി ആയതോടെ ബയോലുമിനസെന്റ്

ആൽഗകൾ മണലിൽ പ്രകാശം വീശി കടൽത്തീരത്ത് മനോഹരമായ ഒരു തിളക്കം വിരിയിച്ചു.

മനോഹരമായ ബംഗാരം ദ്വീപിലാണ് സംഘം അന്ന് തങ്ങിയത്. ശ്രുതിക്കും സുഹൃത്തുക്കൾക്കും കാൽനടയായി ദ്വീപ് മുഴുവൻ നടന്നു കാണാൻ കഴിയുന്നത്ര ചെറുതായിരുന്നു ആ ദ്വീപ്. ദ്വീപിലെ തങ്ങളുടെ ജീവിതത്തിന്റെ ശാന്തമായ താളത്തിനിടയിലും, ലക്ഷദ്വീപിലെ സായാഹ്നങ്ങളിലൊന്ന് അവരുടെ ഓർമ്മകളിൽ മായാതെ നിന്നു.

ബംഗാരത്തിന്റെ ശാന്തമായ തീരത്ത്, ശ്രുതിയും അവളുടെ സുഹൃത്ത് ദിവ്യയും കയാക്കിംഗ് ചെയ്യാനൊരുങ്ങി. അവർ ഓരോരുത്തരും ഓരോ ബോട്ടുകളിലായി വിശാലമായ കടലിലേക്ക് പുറപ്പെട്ടു. കുറച്ച് സമയത്തിന് ശേഷം, കടലിന് നടുവിൽ തങ്ങളുടെ ബോട്ടുകളിൽ കിടന്ന്, തിരകളുടെ താളാത്മകമായ തരാട്ടിന്റെ അകമ്പടിയോടെ അവർ ശാന്തമായ ഉറക്കത്തിലേക്ക് വീണുപോയി.

ശ്രുതിയും ദിവ്യയും അവരുടെ കയാക്കുകളിൽ സമാധാനത്തോടെ കിടന്ന് ഉറങ്ങി. അവർ ഉന്മേഷത്തോടെ ഉറക്കമുണർന്നപ്പോൾ പുതിയൊരാശയം ശ്രുതിയുടെ മനസ്സിൽ മുളപൊട്ടി.

'നമുക്ക് നമ്മുടെ ബോട്ടുകളിൽ ദ്വീപ് ചുറ്റിക്കറങ്ങാം,' തങ്ങളെ കാത്തിരിക്കുന്ന വെല്ലുവിളികളെക്കുറിച്ച് അറിയാതെ ദിവ്യയുടെ നിർദ്ദേശത്തിന് ശ്രുതിയും സമ്മതം മൂളി.

അവർ കരയിൽ നിന്ന് തെന്നിനീങ്ങവെ, സൂര്യൻ അസ്തമിച്ചുതുടങ്ങി. അവിടെമാകെ ഇരുട്ട് പരന്നു. അതോടെ, തീരുമാനിച്ചുറപ്പിച്ച തങ്ങളുടെ ദൗത്യം പാതിവഴിയിലുപേക്ഷിച്ച് ഗസ്റ്റ് ഹൗസിലേക്ക് മടങ്ങാൻ അവർ നിർബന്ധിതരായി.

ഗസ്റ്റ് ഹൗസിൽ, ശ്രുതിയെയും ദിവ്യയെയും കാണാതെ അവരുടെ ബാച്ച്മേറ്റ്സ് അസ്വസ്ഥരായി കാത്തിരിക്കുകയായിരുന്നു. ദ്വീപിൽ വർദ്ധിച്ചുവന്ന ഇരുട്ട് അവരെ കൂടുതൽ ഭയപ്പെടുത്തി. കരയിൽ നിന്ന് കുറച്ച് അകലെയായി ഇരുവരും തങ്ങളുടെ കയാക്കിൽ കിടന്നുറങ്ങുന്നത് കണ്ടതായി ഓർത്തതോടെ, സംഘത്തിനുള്ളിൽ ആശങ്ക അലയടിച്ചു. മോശമായതെന്തെങ്കിലും സംഭവിച്ചിരിക്കാം എന്ന ഭയത്തിൽ അവരിലൊരാൾ ഭരണകൂടത്തെ വിവരമറിയിക്കാൻ തീരുമാനിച്ചു.

ശ്രുതിയും ദിവ്യയും തങ്ങളുടെ കയാക്കുകളിൽ ഗസ്റ്റ് ഹൗസിന് അടുത്ത് തുഴയവേ, കരയിൽ ഒരു ആൾക്കൂട്ടം തടിച്ചുകൂടിയിരിക്കുന്നതായി കണ്ടു. അവരെ കണ്ടപാടെ, ദേഷ്യവും ആശ്വാസവും കലർന്ന

മുഖഭാവത്തോടെ സുഹൃത്തുക്കൾ അടുത്തേക്ക് ഓടിയെത്തി. 'നിങ്ങൾ രണ്ടുപേരും എവിടെയായിരുന്നു? ഞങ്ങളെ പേടിപ്പിച്ചു കളഞ്ഞല്ലോ!'

ശ്രുതിയും ദിവ്യയും ചുറ്റും കണ്ണോടിച്ചു. പ്രാദേശിക ഭരണകൂടം ഒരു വലിയ റെസ്ക്യൂ ടീമുമായി തങ്ങളെ തേടി സമുദ്രത്തിലേക്ക് കടക്കാൻ ഒരുങ്ങുന്നത് കണ്ടതോടെ ശ്രുതിയുടെ ഹൃദയം തകർന്നു. നാണക്കേടും കുറ്റബോധവും തോന്നിയെങ്കിലും ഇരുവരും തങ്ങളുടെ പ്രവൃത്തികളുടെ ഗൗരവവും സുഹൃത്തുക്കളുടെയും സമൂഹത്തിന്റെയും ഇടയിൽ തങ്ങൾ ഉണ്ടാക്കിയ അനാവശ്യ പരിഭ്രാന്തിയും തിരിച്ചറിഞ്ഞു.

ഒരു വലിയ ക്ഷണം

തന്റെ ഫോൺ സ്ക്രീനിൽ തെളിഞ്ഞ ഇമെയിൽ വായിച്ച ശ്രുതിയുടെ ഹൃദയം ആവേശത്താൽ നൃത്തം ചെയ്തു. റിപ്പബ്ലിക് ദിന പരിപാടിയായ 'അറ്റ് ഹോം' ചടങ്ങിലേക്ക് ശ്രുതിയെ ക്ഷണിച്ചുകൊണ്ടുള്ള ഇന്ത്യൻ രാഷ്ട്രപതിയുടെ കത്തായിരുന്നു അത്. അഭിമാനം ശ്രുതിയുടെ മനസ്സിൽ അലതല്ലി. സിഎസ്ഇയിലെയും മറ്റ് രണ്ട് പ്രധാന പരീക്ഷകളിലെയും ടോപ്പർമാർക്കാണ് ഈ ബഹുമതി നൽകിയിരുന്നത്.

ഒട്ടും സമയം കളയാതെ 2023 ജനവരി 25-ന് ശ്രുതി ഡൽഹിയിലേക്ക് യാത്ര തിരിച്ചു. പിറ്റേന്ന് ഉച്ചതിരിഞ്ഞ്, മനോഹരമായ ഒരു പട്ടുസാരിയുടുത്ത്, ഏറെ പ്രതീക്ഷയോടെ കാത്തിരുന്ന പരിപാടിക്കായി അവർ രാഷ്ട്രപതി ഭവന മുന്നിലുള്ള പുൽത്തകിടിയിലെത്തി.

ഭംഗിയായി അലങ്കരിച്ച ആ പുൽത്തകിടിയിലേക്ക് കാലെടുത്തുവെക്കുമ്പോൾ, ശ്രുതിയുടെ ചുണ്ടുകളിൽ ഒരു പുഞ്ചിരി വിരിഞ്ഞു. പ്രഗത്ഭർ അണിനിരക്കുന്ന റിപ്പബ്ലിക് ദിന പരേഡിൽ, രാഷ്ട്രപതി, പ്രധാനമന്ത്രി, മുഖ്യാതിഥിയായ ഈജിപ്ത് പ്രസിഡന്റ് ഉൾപ്പെടെയുള്ള ബഹുമാനപ്പെട്ട അതിഥികളെ നേരിട്ട് കാണാനായ ശ്രുതി അമ്പരന്നു. കാബിനറ്റ് മന്ത്രിമാർ, ദേശീയ സുരക്ഷാ ഉപദേഷ്ടാവ്, അംബാസഡർമാർ, മറ്റ് പ്രമുഖ വ്യക്തികൾ എന്നിവർ ചടങ്ങിനെ മഹത്വപൂർണ്ണമാക്കി. തനിക്കൊപ്പമുണ്ടായിരുന്ന മറ്റ് ടോപ്പർമാർക്കൊപ്പം, ശ്രുതി ആകാംക്ഷയോടെ ആ ജനക്കൂട്ടത്തെ ഉറ്റു നോക്കി. ഓരോ നോട്ടത്തിലും തന്റെ ഉള്ളിൽ ആവേശം കുതിച്ചുയരുന്നതായി ശ്രുതി അറിഞ്ഞു.

ധനമന്ത്രി നിർമല സീതാരാമനുമായി ഇടപഴകാൻ അവസരം

ലഭിച്ചതോടെ അവരുടെ ആവേശം പുതിയ ഉയരങ്ങളിലെത്തി. വരാനിരിക്കുന്ന ബജറ്റിനെ സംബന്ധിച്ച് അവർ ശ്രുതിയുടെയും കൂട്ടരുടെയും അഭിപ്രായം തേടുകയുണ്ടായി. അവർ ആകാംക്ഷയോടെ തങ്ങളുടെ നിർദ്ദേശങ്ങൾ പങ്കുവെച്ചപ്പോൾ അവിടെ സജീവമായ ചർച്ചകളുടലെടുത്തു.

വിശിഷ്ടാതിഥികളുമായി സൗഹൃദ സംഭാഷണത്തിൽ ഏർപ്പെട്ടതിനുശേഷം അവർ ചായകുടിക്കാൻ ഒന്നിച്ചുകൂടി. അവിടെ നിരവധി മുതിർന്ന ഉദ്യോഗസ്ഥരോടൊപ്പം അവർ സജീവമായി സംവദിച്ചു.

വിടപറയുന്നതിന് മുമ്പ്, തലയെടുപ്പോടെ നിൽക്കുന്ന രാഷ്ട്രപതി ഭവന്റെ പശ്ചാത്തലത്തിലും അതിന്റെ വിശാലമായ ഇടനാഴികൾക്കുള്ളിലും നിന്ന് ശ്രുതിയും സുഹൃത്തുക്കളും നിരവധി ഫോട്ടോകൾ പകർത്തുകയുണ്ടായി.

കണ്ണുനീർ പ്രണാമം

തന്റെ അഭ്യർത്ഥന പ്രകാരം, ഡൽഹിക്കടുത്തുള്ള മീററ്റ് ജില്ലയിലാണ് ശ്രുതിക്ക് ജില്ലാ പരിശീലനത്തിനായി നിയമനം ലഭിച്ചത്. രോഗശയ്യയിലുള്ള തന്റെ അമ്മയ്ക്കരികിലായിരിക്കാനായിരുന്നു അത്. എയിംസിലെ ഡോക്ടർമാരുടെ അശ്രാന്ത പരിശ്രമങ്ങൾക്കിടയിലും രചനയുടെ ആരോഗ്യം ഓരോ ദിവസം കഴിയുംതോറും ക്ഷയിച്ചുകൊണ്ടിരുന്നു. ക്യാൻസറിനോട് ഒരു വർഷത്തോളം പൊരുതിയ രചന ഒടുവിൽ ശ്രുതിയ്ക്കായി ഒരു ആലിംഗനം മാത്രം ബാക്കിയാക്കി ഈ ലോകത്തോട് വിടപറഞ്ഞു.

ശ്രുതി ആകെ തകർന്നു പോയി. രചന അവരുടെ എല്ലാം ആയിരുന്നു; മകളുടെ വഴികാട്ടിയായ വെളിച്ചവും പിന്തുണയുമായിരുന്നു അവർ. മക്കളുടെ വിദ്യാഭ്യാസത്തിനും തൊഴിൽ പുരോഗതിക്കും വേണ്ടി അവൾ ഒരുപാട് ത്യാഗങ്ങൾ ചെയ്തിരുന്നു. സിഎസ്ഇയിലെ ശ്രുതിയുടെ വിജയത്തിൽ രചനയുടെ ഹൃദയം അഭിമാനവും സന്തോഷവും കൊണ്ട് നിറഞ്ഞിരുന്നു. ഒരു ഐഎഎസ് ഉദ്യോഗസ്ഥയെന്ന നിലയിൽ ശ്രുതിയുടെ യാത്രയ്ക്ക് സാക്ഷ്യം വഹിക്കാൻ അവർ കൊതിച്ചിരുന്നു.

രചനയിൽ നിന്ന്, പ്രതിരോധത്തിന്റെയും അതിരുകളില്ലാത്ത ശുഭാപ്തിവിശ്വാസത്തിന്റെയും അമൂല്യമായ പാഠങ്ങൾ ശ്രുതി പഠിച്ചു. രചനയുടെ സഹജമായ ദയയും മറ്റുള്ളവരെ പ്രചോദിപ്പിക്കാനുള്ള മനസ്സും ശ്രുതിയുടെ ആത്മാവിൽ മായാത്ത മുദ്ര

പതിപ്പിച്ചു. രചനയുടെ ശരീരം ഈ ലോകത്തുനിന്ന് വിടപറഞ്ഞെങ്കിലും, അവരുടെ ആത്മാവ് ശ്രുതിയുടെ ഉള്ളിൽ എന്നെന്നും കാവൽ മാലാഖയായി നിലകൊള്ളുന്നതാണ്. ആ അമ്മ മകളുടെ ജീവിതയാത്രയിൽ കെടാവിളക്കായി നിലനിൽക്കുകയും ഒരു ഐഎഎസ് ഓഫീസറായി സേവനമനുഷ്ഠിക്കുന്നതിലൂടെ മറ്റുള്ളവരുടെ ജീവിതത്തിൽ അർത്ഥവത്തായ മാറ്റം കൊണ്ടുവരാനുള്ള അവളുടെ അചഞ്ചലമായ ദൃഢനിശ്ചയത്തിന് തിരിതെളിക്കുകയും ചെയ്തു.

ദുർഘടമായ ഒരു പരീക്ഷണം

'സബ് ഡിവിഷണൽ മജിസ്ട്രേറ്റിന്റെ (എസ്ഡിഎം) കാറിൽ നിന്ന് ഇറങ്ങുന്ന ആ പെൺകുട്ടി ആരാണ്?' തനിക്ക് തൊട്ടുപിന്നാലെയായി നിർത്തിയ സർക്കാർ വാഹനത്തിന് നേരെ കൈചൂണ്ടിക്കൊണ്ട് ഒരു പ്രായമായ കർഷകൻ ചോദിച്ചു.

'ഒരുപക്ഷേ എസ്ഡിഎമ്മിന്റെ മകളായിരിക്കാം,' മുഷിഞ്ഞ പൈജാമ ധരിച്ച കട്ടിമീശക്കാരനായ അദ്ദേഹത്തിന്റെ സുഹൃത്ത് അനുമാനിച്ചു.

'അവർക്ക് എന്താണ് ഇവിടെ കാര്യം? നമ്മുടെ പ്രശ്നത്തിന് പരിഹാരം കണ്ടെത്താൻ ബാധ്യസ്ഥനായ എസ്ഡിഎം എവിടെയാണ്?' ആശങ്കാകുലനായ കർഷകൻ തന്റെ മനസ്സിൽ ആ ചോദ്യം ആവർത്തിച്ചുകൊണ്ടിരുന്നു.

ബഹളത്തിനിടയിൽ, കാറിൽ നിന്നിറങ്ങി പ്രതിഷേധിച്ചുകൊണ്ടിരിക്കുന്ന കർഷകരുടെ സംഘത്തിന് നേരെ നീങ്ങുന്ന പെൺകുട്ടിയുടെ അരികിലേക്ക് പ്രാദേശിക ഭരണകൂടവും പോലീസുകാരും ഓടിയെത്തി.

ആ യുവതി മറ്റാരുമല്ല; ശ്രുതി ശർമ്മയായിരുന്നു. വെറും ഒരാഴ്ച മുമ്പാണ് എസ്ഡിഎം ആയി അവർ ചുമതലയേറ്റത്. സ്ഥിരം എസ്ഡിഎം ആയിരുന്ന ഓജസ്വി രാജ് ഒരു മാസത്തെ അവധി എടുത്തതോടെയാണ് ഈ ഉത്തരവാദിത്തം ശ്രുതി കൈക്കൊണ്ടത്.

പ്രദേശത്തെ അനധികൃത ഖനനത്തെക്കുറിച്ചുള്ള പരാതികൾ പരിഹരിക്കുന്ന തിരക്കു കഴിഞ്ഞ് രാത്രി വൈകി ഉറങ്ങാൻ കിടന്ന ശ്രുതിയുടെ ഫോൺ നിർത്താതെ റിംഗ് ചെയ്തുകൊണ്ട് അവരുടെ ഉറക്കത്തിന് ഭംഗം വരുത്തിയിരുന്നു. നൂറുകണക്കിന് കർഷകർ ധർണ്ണ നടത്തുന്നതിനായി ഒത്തുകൂടിയിരിക്കുന്നതായി പ്രാദേശിക

തഹസിൽദാർ അവരെ അറിയിച്ചു. അവരുടെ ആവശ്യം : അവരുടെ ഗ്രാമത്തിൽ നിന്ന് ദേശീയ പാതയിലേക്ക് നേരിട്ടുള്ള പ്രവേശനം.

ശ്രുതി ഉത്കണ്ഠാകുലയായി. ജില്ലയിൽ പുതിയതായി നിയമിക്കപ്പെട്ട, തന്റെ നിലവിലെ നിയമനത്തിൽ അനുഭവപരിചയമില്ലാത്ത, ശ്രുതി അത്തരമൊരു ജനക്കൂട്ടത്തെ നേരിടുന്നത് ആദ്യമായിട്ടായിരുന്നു. ഉത്തരവാദിത്തത്തിന്റെ ഭാരം മനസ്സിൽ നിറഞ്ഞതോടെ, മാർഗ്ഗനിർദ്ദേശം തേടി എസ്ഡിഎമ്മും തന്റെ സീനിയറും ആയ ഓജസ്വിയെ ശ്രുതി ഡയൽ ചെയ്തു.

'ദേശീയപാതയിലേക്കുള്ള പ്രവേശനവും പുറത്തുകടക്കലും നാഷണൽ ഹൈവേ അതോറിറ്റി ഓഫ് ഇന്ത്യയുടെ (NHAI) അധികാരപരിധിയിലാണ്,' അദ്ദേഹം ശ്രുതിയെ അറിയിച്ചു. 'ഈ വിഷയത്തിൽ ഇടപെടാൻ നമുക്ക് അധികാരമില്ല.'

'പക്ഷേ സർ, ഞാൻ അവരോട് എന്താണ് പറയേണ്ടത്? അവരുടെ പ്രതിഷേധം അവസാനിപ്പിക്കാൻ ഞാനെങ്ങനെ അവരെ പ്രേരിപ്പിക്കും?' വർദ്ധിച്ചുവരുന്ന ആശങ്കയാൽ ശ്രുതിയുടെ ശബ്ദം വിറയ്ക്കുന്നുണ്ടായിരുന്നു.

'ശാന്തമായി, സംയമനത്തോടെ ഇരിക്കുക. അവരുടെ ആവലാതികൾ ശ്രദ്ധയോടെ കേൾക്കുകയും അവരുടെ ആശങ്കകൾ പരിഹരിക്കാൻ നമ്മുടെ കഴിവിന്റെ പരമാവധി ശ്രമിക്കുമെന്ന് അവർക്ക് ഉറപ്പ് നൽകുകയും ചെയ്യുക,' ശ്രുതിയെ ആശ്വസിപ്പിച്ചുകൊണ്ട് ഓജസ്വി പറഞ്ഞു.

ശ്രുതി കർഷകരുടെ ഇടയിലൂടെ നടന്ന് അവർക്കിടയിലിരുന്നു. വിരളമായി മാത്രം സ്ത്രീകളുള്ള, പുരുഷ കർഷകർ അണിനിരന്ന ആ ജനക്കൂട്ടം പെട്ടെന്ന് ഊർജ്ജസ്വലരായി. അവരുടെ പിന്നിൽ കർഷകരെ സമരസ്ഥലത്തേക്ക് കൂട്ടിക്കൊണ്ടുവന്ന ട്രാക്ടറുകളും ട്രോളികളും നിരന്നുകിടന്നു. ക്രമസമാധാനം നിലനിർത്താൻ പോലീസ് പാടുപെട്ടു. ജനക്കൂട്ടത്തെ മെരുക്കാനും മുദ്രാവാക്യം വിളിക്കുന്നതിൽ നിന്ന് അവരെ തടയാനും അവർ ശ്രമിച്ചുകൊണ്ടിരുന്നു.

തഹസിൽദാർ ശ്രുതിയെ അവർക്കുമുന്നിൽ പരിചയപ്പെടുത്തുകയും അവർ തങ്ങളുടെ പരാതികൾ കേട്ട്, പരിഹാരത്തിനായി ഉന്നത അധികാരികളുടെ പക്കൽ എത്തിക്കുമെന്ന് സൂചിപ്പിക്കുകയും ചെയ്തു. പ്രശ്നം എൻഎച്ച്എഐ-യുടെ അധികാര പരിധിക്കുള്ളിലാണെന്നും ജില്ലാ ഭരണകൂടത്തിന്റെ ഓപ്ഷനുകൾ പരിമി

തമാണെന്നും ഒരു ദുർബ്ബല നിമിഷത്തിൽ ശ്രുതി സമ്മതിച്ചതോടെ ജനക്കൂട്ടത്തിനിടയിൽ കോലാഹലം പൊട്ടിപ്പുറപ്പെട്ടു.

എന്നിരുന്നാലും, അവരുടെ യഥാർത്ഥ ആവശ്യങ്ങളുടെ പ്രാധാന്യം താൻ പൂർണ്ണമായി മനസ്സിലാക്കിയെന്ന് അവർക്ക് ഉറപ്പുനൽകിക്കൊണ്ട് ശ്രുതി സ്ഥിതിഗതികളുടെ നിയന്ത്രണം വേഗത്തിൽ വീണ്ടെടുത്തു. അടിയന്തര പരിഹാരത്തിനായി സംസ്ഥാന സർക്കാരിന്റെയും എൻഎച്ച്എഐ ഓഫീസർമാരുടെയും ഉന്നത തലത്തിലേക്ക് ആ വിഷയം ഉടൻ എത്തിക്കുമെന്ന് അവർ പ്രതിജ്ഞ ചെയ്തു.

'ഇതൊക്കെ എപ്പോൾ നടക്കുമെന്നാണ് ഞങ്ങൾ പ്രതീക്ഷിക്കേണ്ടത്?' കർഷക നേതാക്കളിൽ ഒരാൾ ചോദിച്ചു.

'ഞങ്ങൾ നടപടികൾ വേഗത്തിലാക്കുന്നതാണ്. പക്ഷേ അതിന് ലക്ക്നൗവിലെയും ഡൽഹിയിലെയും മുതിർന്ന ഉദ്യോഗസ്ഥരുമായുള്ള ഏകോപനം ആവശ്യമാണ്. ദയവായി ഞങ്ങൾക്ക് രണ്ട് മാസമെങ്കിലും അനുവദിക്കൂ,' ശ്രുതി ശാന്തമായി മറുപടി പറഞ്ഞു.

സമയക്രമത്തെക്കുറിച്ചുള്ള നീണ്ട സംഭാഷണങ്ങൾക്കും ചർച്ചകൾക്കുമൊടുവിൽ, കർഷകർ ധർണ്ണ അവസാനിപ്പിക്കാൻ സമ്മതിച്ചതോടെ ശ്രുതി ആശ്വാസത്തോടെ ദീർഘമായി നിശ്വസിച്ചു. ഈ സംഭവം ശ്രുതിക്ക് വിലമതിക്കാനാകാത്ത ഉൾക്കാഴ്ചകൾ നൽകുകയുണ്ടായി. ഐഎഎസ് ഉദ്യോഗസ്ഥർ തങ്ങളുടെ ചുമതലകൾ നിർവ്വഹിക്കുന്നതിൽ ദിനംപ്രതി നേരിടുന്ന കടുത്ത വെല്ലുവിളികളിലേക്ക് അത് അവരുടെ കണ്ണുതുറപ്പിച്ചു.

ശ്രുതിയുടെ കഥയിൽ നിന്നെടുക്കാവുന്ന പ്രധാന കാര്യങ്ങൾ

1. **ഒപ്പമുള്ളവരുമായി സഹകരിച്ചുള്ള പഠനത്തിന്റെയും ചർച്ചകളുടെയും ശക്തി പ്രയോജനപ്പെടുത്തുക :** സമാന ചിന്താഗതിക്കാരായ ഐഎഎസ് ഉദ്യോഗാർത്ഥികളുടെ ഒരു ചെറിയ ഗ്രൂപ്പ് രൂപീകരിക്കുന്നത് അവിശ്വസനീയമാംവിധം പ്രയോജനകരമാണ്. ഒരുമിച്ചിരുന്ന് കുറിപ്പുകളുണ്ടാക്കുക, സത്യസന്ധമായ അവലോകനങ്ങളിൽ പങ്കെടുക്കുക, ക്രിയാത്മകമായ നിർദ്ദേശങ്ങൾ നൽകുക. സങ്കീർണ്ണമായ വിഷയങ്ങൾ എപ്പോഴും ചർച്ച ചെയ്തുകൊണ്ടിരിക്കുക. പരസ്പരം നിരന്തരം പ്രചോദിപ്പിച്ചുകൊണ്ടിരിക്കുക. ഇത് നിങ്ങളുടെ ഗ്രഹണശക്തി വർദ്ധിപ്പിക്കുന്നു. ഒപ്പം, വിശാലമായ സിലബസ് കാര്യക്ഷമമായും ഫലപ്രദമായും മനസ്സിലാക്കി പഠിക്കാൻ സഹായിക്കുന്നു.

2. **അപേക്ഷാ ഫോമുകൾ പൂരിപ്പിക്കുമ്പോൾ അതീവ ജാഗ്രത പുലർത്തുക :** പരീക്ഷയ്ക്കുള്ള അപേക്ഷാ ഫോമുകൾ അതീവ ശ്രദ്ധയോടെ പൂരിപ്പിക്കുക. ഒരു തവണ സമർപ്പിച്ചുകഴിഞ്ഞ വിവരങ്ങൾ പിന്നീട് എഡിറ്റ് ചെയ്യാൻ കഴിയുന്നതല്ല. പിഴവുകൾക്ക് ഉദ്യോഗാർത്ഥികൾ വലിയ വില നൽകേണ്ടി വരും. എല്ലാ വിശദാംശങ്ങളും കൃത്യമാണെന്ന് ഉറപ്പാക്കുക; പ്രത്യേകിച്ച് നിങ്ങളുടെ വിഭാഗം, പരീക്ഷാ മാധ്യമം, ഹോം സ്റ്റേറ്റ്, സേവന മുൻഗണന എന്നിവയെക്കുറിച്ചുള്ള വിവരങ്ങളിൽ അനാവശ്യമായ സങ്കീർണ്ണതകൾ ഒഴിവാക്കുക.

3. **പ്രിലിംസിലെ പ്രകടനത്തെ കാലേക്കൂട്ടി സ്വയം വിലയിരുത്താതെയിരിക്കുക :** കോച്ചിംഗ് ഇൻസ്റ്റിറ്റ്യൂട്ടുകൾ പോസ്റ്റ് ചെയ്യുന്ന ആൻസർകീകൾ ഉപയോഗിച്ച് നിങ്ങളുടെ പ്രകടനം വിലയിരുത്താൻ തിരക്കുകൂട്ടരുത്. പ്രവചിച്ച മാർക്ക് പ്രതീക്ഷിച്ചതിലും കുറവാണെങ്കിൽ നിരാശപ്പെടരുത്; ഓരോ വർഷവും കട്ട്-ഓഫുകൾ വ്യത്യാസപ്പെടുന്നു. ആൻസർ കീകളെ അടിസ്ഥാനമാക്കിയുള്ള വിലയിരുത്തൽ കൃത്യമായിരിക്കില്ലെന്ന കാര്യം ഓർമ്മയിൽ വയ്ക്കുക. മെയിൻസിനായി ഉത്സാഹത്തോടെ തയ്യാറെടുക്കുക.

4. **ഇന്റർവ്യൂ അസ്സെസ്മെന്റുകളുടെ സബ്ജക്റ്റിവിറ്റി മനസ്സിലാക്കുക :** വ്യക്തിത്വ പരിശോധന അല്ലെങ്കിൽ ഇന്റർവ്യൂ

എന്നത് ആത്മനിഷ്ഠമാണെന്ന് മനസ്സിലാക്കുക. അറിയാത്ത ചോദ്യങ്ങൾക്ക് ഉത്തരം നൽകാൻ ശ്രമിക്കുന്നതിനേക്കാൾ 'അറിയില്ല' എന്ന സത്യസന്ധമായ മറുപടിയാണ് ബോർഡ് അഭിനന്ദിക്കുക. ചില ചോദ്യങ്ങൾക്ക് ഉത്തരം നൽകാൻ കഴിയാതെയിരിക്കുകയോ അല്ലെങ്കിൽ ഇന്റർവ്യൂ പ്രതീക്ഷിച്ചതുപോലെ നടക്കുന്നില്ലെങ്കിലോ നിരുത്സാഹപ്പെടരുത്.

5. **വിജയത്തിന് ശേഷം മാധ്യമങ്ങളെയും സോഷ്യൽ മീഡിയയെയും കരുതിയിരിക്കുക :** വിജയത്തിന് ശേഷം, മാധ്യമ അഭിമുഖങ്ങളിൽ വളരെ ശ്രദ്ധാലുവായിരിക്കുക. കാരണം വസ്തുതകൾ വളച്ചൊടിക്കാനും ചില പ്രത്യേക പ്രസ്താവനകൾ മാത്രം തിരഞ്ഞെടുത്ത് പെരിപ്പിച്ചു കാട്ടാനും സാദ്ധ്യതകൾ ഏറെയാണ്. നിങ്ങളെ സംബന്ധിക്കുന്ന സോഷ്യൽ മീഡിയ പോസ്റ്റുകൾ നിരീക്ഷിക്കുകയും നിങ്ങളുടെ പേരിൽ വ്യാജ അക്കൗണ്ടുകൾ സൃഷ്ടിക്കപ്പെടുന്നുണ്ടോ എന്ന് അറിഞ്ഞിരിക്കുകയും ചെയ്യുക.

അധ്യായം 7

അമേരിക്കൻ സ്വപ്നത്തിന്മേൽ ഐഎഎസിന്റെ വിജയം

കൊടുങ്കാറ്റ് സൃഷ്ടിച്ച മാനസിക വിക്ഷോഭം

ഹാർവി ചുഴലിക്കാറ്റ് താണ്ഡവമാടവേ, 2017 ഓഗസ്റ്റ് 28-ന് യുഎസിലെ ഹ്യൂസ്റ്റണിൽ നിർത്താതെ മഴ പെയ്യാൻ തുടങ്ങിയിരുന്നു. ടെക്സസ് സംസ്ഥാനത്തിന്റെ ഭാഗമായ ഹ്യൂസ്റ്റൺ മെട്രോപൊളിറ്റൻ ഏരിയയിൽ മണിക്കൂറിൽ 200 കിലോമീറ്റർ വേഗതയിൽ കാറ്റു വീശുകയും ആദ്യമായി 50 സെന്റീമീറ്റർ വരെ മഴ പെയ്യുകയും ചെയ്തു. ആ മഹാപ്രളയം നഗരത്തെ മുട്ടുകുത്തിച്ചു. വീടുകൾക്കും ബിസിനസ്സുകൾക്കും അടിസ്ഥാന സൗകര്യങ്ങൾക്കും പരിസ്ഥിതിക്കും വ്യാപകമായ നാശനഷ്ടങ്ങളുണ്ടായി. ഇരുപത് ദിവസത്തോളം ജനജീവിതം സ്തംഭിച്ചു. ആയിരക്കണക്കിന് ആളുകളെ മാറ്റിപ്പാർപ്പിക്കുകയും നിരവധി മരണങ്ങൾ റിപ്പോർട്ട് ചെയ്യുകയും ചെയ്തു.

ഈ കോലാഹലങ്ങൾക്കിടയിൽ, ഇരുപത്തിനാലുകാരനായ ഒരു ഇന്ത്യക്കാരൻ തന്റെ രണ്ട് കിടപ്പുമുറികളുള്ള അപ്പാർട്ട്മെന്റിന്റെ ജനാലയ്ക്കരികിൽ പുറത്തേക്കു നോക്കിയിരുന്നു. പുറത്തെ നാശനഷ്ടങ്ങളിലേക്ക് കണ്ണുനട്ടിരുന്നപ്പോഴും ആ മനസ്സിലൂടെ ചിന്തകൾ പാഞ്ഞു. കഴിഞ്ഞ നാല് ദിവസമായി മറ്റു പലരെയും പോലെ വീട്ടിൽ കഴിയേണ്ടി വന്ന അദ്ദേഹം, സ്റ്റോറുകളിൽ സ്റ്റോക്ക് തീർന്നു പോകുന്നതിന് മുമ്പ് തനിക്ക് സംഭരിക്കാൻ കഴിഞ്ഞ സാധനങ്ങൾ കൊണ്ടാണ് അതിജീവിച്ചിരുന്നത്. പ്രകൃതി പ്രേരിതമായ ഈ

തടവ് അദ്ദേഹത്തിന് തന്റെ ജീവിതത്തെയും ഭാവിയെയും കുറിച്ച് ചിന്തിക്കാൻ മതിയായ സമയവും അവസരവും നൽകി. കഴിഞ്ഞ ഏതാനും മാസങ്ങളായി തന്റെ മനസ്സിൽ രൂപംകൊണ്ടിരുന്ന കൊടുങ്കാറ്റ് പുറമെയുള്ള കൊടുങ്കാറ്റിനൊപ്പം ശക്തി പ്രാപിച്ചു.

ഇന്ത്യൻ ഇൻസ്റ്റിറ്റ്യൂട്ട് ഓഫ് ടെക്നോളജി (ഐഐടി) ബോംബെയിൽ നിന്ന് ബിരുദം നേടിയ ലവിഷ് എന്ന യുവാവായിരുന്നു ആ വ്യക്തി. രണ്ട് വർഷം മുമ്പ് കമ്പനിയുടെ ടെക്സാസ് ഓഫീസിൽ ജോലിയിൽ പ്രവേശിച്ചതുമുതൽ, തന്റെ തൊഴിൽ ദാതാവായ ഷെൽ നൽകിയ മുഴുവൻ സജ്ജീകരണങ്ങളുള്ള ആ അപ്പാർട്ട്മെന്റ് അദ്ദേഹം സ്വന്തം സങ്കേതമായാണ് കണ്ടിരുന്നത്. ആഗോളതലത്തിൽ അറിയപ്പെടുന്ന, ഫോർച്യൂൺ 500 പട്ടികയിൽ ഇടംപിടിച്ച ഓയിൽ ആൻഡ് ഗ്യാസ് ബിസിനസ്സ് രംഗത്തെ പ്രമുഖരായ ഷെൽ അദ്ദേഹത്തിന് ഒരു ആഡംബര സെഡാൻ ഉൾപ്പെടെ മികച്ച ശമ്പള പാക്കേജും വാഗ്ദാനം ചെയ്തിരുന്നു.

താൻ ഹ്യൂസ്റ്റണിൽ വന്നിറങ്ങിയ ദിവസം ലവിഷ് നന്ദിയോടെ അനുസ്മരിച്ചു. കമ്പനിയിൽ നിന്നുള്ള ട്രാൻസ്ഫർ അഡ്വൈസർ അദ്ദേഹത്തിന് ഊഷ്മളമായ സ്വീകരണമാണ് നൽകിയിരുന്നത്. ആ പുതിയ നഗരത്തെ ചുറ്റിക്കാണിക്കുകയും ശേഷം താമസ സൗകര്യം ഒരുക്കാൻ അവർ വിലമതിക്കാനാവാത്ത സഹായം നൽകുകയുമുണ്ടായി. ബാങ്ക് അക്കൗണ്ട് തുറക്കുന്നതിനും സോഷ്യൽ സെക്യൂരിറ്റി നമ്പർ നേടുന്നതിനും ഡ്രൈവിംഗ് ലൈസൻസ് ഉറപ്പാക്കുന്നതിനും അപ്പാർട്ട്മെന്റിലേക്ക് മാറുന്നതിനുമെല്ലാം അവർ അദ്ദേഹത്തെ സഹായിച്ചു. അവിടെയെത്തി പതിനഞ്ച് ദിവസങ്ങൾക്കുള്ളിൽ, ഒരു പുതിയ ആഡംബര സെഡാന്റെ താക്കോൽ കൈയ്യിൽ കിട്ടിയ ലവിഷ് അമ്പരന്നു.

ഓഫീസ് പരിസരം ഊഷ്മളവും സ്വാഗതാർഹവുമായിരുന്നു. ടെക്സൻ സ്വദേശിയായ ബ്രാഡ് റോഡ്ജേഴ്സിന്റെ നേതൃത്വത്തിലുള്ള ടീമിന്റെ ഭാഗമായിരുന്നു ലവിഷ്. കസാക്കിസ്ഥാൻ, നൈജീരിയ, സ്പെയിൻ, മലേഷ്യ എന്നിവിടങ്ങളിൽ നിന്നുള്ളവരായിരുന്നു ടീമിലെ മറ്റുള്ളവർ. ക്രിസ്തുമസ്-പുതുവത്സര വേളകളിൽ അവരുടെ വീടുകളിലേക്കുള്ള ലഭിച്ച ക്ഷണങ്ങൾ അവരുടെ പ്രൊഫഷണൽ ബന്ധങ്ങളെ കൂടുതൽ ഊട്ടിയുറപ്പിച്ചു. പിന്നീട് തന്റെ സുഹൃത്തും വഴികാട്ടിയുമായി മാറിയ ഐഐടി ഗുവാഹത്തിയിലെ പൂർവ്വ വിദ്യാർത്ഥിയായ മനീഷ് ശ്രീവാസ്തവയുമായും മലേഷ്യയിൽ തന്റെ സഹപ്രവർത്തകനായിരുന്ന ഡാനിയുമായും ലവിഷ് അടുത്ത ബന്ധം സ്ഥാപിച്ചിരുന്നു.

എന്നാൽ വിജയകരമായ ഔദ്യോഗിക ജീവിതവും സമാധാന പരമായ ജീവിതവുമുണ്ടായിരുന്നിട്ടും, ലവിഷ് സന്തോഷവാനാ യിരുന്നില്ല. എന്താണ് ഈ യുവാവിനെ വിഷമിപ്പിച്ചത്?

അമേരിക്കൻ സ്വപ്നം സാക്ഷാത്കരിക്കുന്നു

സാമ്പത്തികമായി ബുദ്ധിമുട്ടുകൾ നേരിട്ടിരുന്ന കുടുംബത്തിൽ ജനിച്ചുവളർന്ന, ഐഐടി ബോംബെയിലെ വിദ്യാർത്ഥിയെന്ന നിലയിൽ, തന്റെ വിദ്യാഭ്യാസ വായ്പ തിരിച്ചടയ്ക്കാനും കുടുംബ ത്തിന് പുതിയൊരു വീട് വാങ്ങാനുമായി പണം സമ്പാദിക്കുക എന്നതായിരുന്നു ലവിഷിന്റെ പ്രധാന ലക്ഷ്യം. അതിനാൽ, ബിടെക്ക് പഠനത്തിന്റെ നാലാം വർഷത്തിൽ, പ്ലേസ്മെന്റ് സീസൺ ആരംഭിച്ചപ്പോൾ, ഏതെങ്കിലും പ്രത്യേക മേഖലയോ ജോലിയോ തിരഞ്ഞെടുക്കുന്നതിനു പകരം ഏറ്റവും ഉയർന്ന ശമ്പള പാക്കേജ് വാഗ്ദാനം ചെയ്യുന്ന കമ്പനികളിലാണ് അദ്ദേഹം കണ്ണുവെച്ചത്. മത്സരം കഠിനമായിരുന്നു, എന്നാൽ കഴിഞ്ഞ രണ്ട് വർഷമായി അദ്ദേഹം തന്റെ അക്കാദമിക് പ്രകടനം മെച്ച പ്പെടുത്തുന്നതിനും ഗവേഷണത്തിൽ മികവ് പുലർത്തുന്നതിനു മായാണ് ചെലവഴിച്ചിരുന്നത്.

ലിബറൽ പാക്കേജുകൾക്കും ജീവനക്കാർക്ക് നൽകുന്ന ഉയർന്ന നിലവാരമുള്ള സൗകര്യങ്ങൾക്കും പേരുകേട്ട ഫോർച്യൂൺ 500 പട്ടികയിൽ ഇടം പിടിച്ച ഷെൽ എന്ന കമ്പനി, പ്ലെയ്സ്മെ ന്റിന്റെ ആദ്യ ദിവസം തന്നെ എത്തുന്നതായി അറിയിച്ചിരുന്നു. ആഗോളതലത്തിൽതന്നെ പ്രമുഖരായി നിലകൊള്ളുന്ന ഈ കമ്പനിയിൽ ഇടം പിടിക്കാൻ ലവിഷ് ആത്മാർത്ഥമായി പ്രാർത്ഥിച്ചു. ഷെല്ലിൽ ജോലിനോക്കിയിരുന്ന തന്റെ സീനിയേ ഴ്സിന്റെ മാർഗ്ഗനിർദ്ദേശത്തോടെ അദ്ദേഹം അതിനായി സശ്രദ്ധം തയ്യാറെടുത്തു.

അഭിരുചി പരീക്ഷ എന്ന ആദ്യ കടമ്പ വളരെ ലളിതമായി രുന്നു. തീരുമാനമെടുക്കാനുള്ള കഴിവുകൾ, സംഘർഷങ്ങൾ പരിഹരിക്കാനുള്ള കഴിവ്, സ്ഥിരതയുള്ള ചിന്താരീതികൾ എന്നിവ വിലയിരുത്തുന്നതിനായി രൂപകൽപ്പന ചെയ്ത ഒരു സൈക്കോ മെട്രിക് പരീക്ഷയായിരുന്നു അടുത്തത്. നിരവധി ഉദ്യോഗാർ ത്ഥികൾ പിന്മാറിയപ്പോഴും, ലവിഷ് ആ കടമ്പയും വിജയകരമായി മറികടന്നു.

ആത്യന്തിക വെല്ലുവിളി ഇ-ട്രേ ടെസ്റ്റ് ആയിരുന്നു. ഒരു

പ്രത്യേക ജോലിസ്ഥലത്തേക്ക് ആവശ്യമായ കഴിവുകൾ ഉദ്യോഗാർത്ഥികൾക്കുണ്ടോ എന്ന് വിലയിരുത്തുന്നതിനായി രൂപീകരിച്ച, ഒരു യഥാർത്ഥ തൊഴിലിടത്തിന്റെ അന്തരീക്ഷത്തെ അനുകരിക്കുന്ന ഒരു ഓൺലൈൻ പരീക്ഷണമായിരുന്നു അത്. ഈ ഘട്ടത്തിൽ, കമ്പനിയുടെ സെർവറുമായി ബന്ധിപ്പിച്ചിരിക്കുന്ന കമ്പനി നയങ്ങളും നിയമങ്ങളും നിയന്ത്രണങ്ങളും ഉൾക്കൊള്ളുന്ന ഒരു കമ്പ്യൂട്ടർ ഉദ്യോഗാർത്ഥികൾക്ക് നൽകുകയാണ് ചെയ്യുക. ഒരു സിമുലേറ്റഡ് ലൈവ് കമ്പനി പരിതസ്ഥിതിയിൽ യഥാർത്ഥ ജീവിത സാഹചര്യങ്ങളെ അഭിമുഖീകരിക്കുന്ന ഒരു പ്രോജക്റ്റ് മാനേജരുടെ റോളാണ് അവിടെ അവർക്ക് ഏറ്റെടുക്കേണ്ടിവന്നത്. ഇവിടെ ഉദ്യോഗാർത്ഥികൾക്ക് സാഹചര്യങ്ങൾ വിലയിരുത്തുകയും വെർച്വൽ ടീമുകളുമായി ആശയവിനിമയം നടത്തുകയും വിവിധ ബിസിനസ്സ് തീരുമാനങ്ങൾ എടുക്കേണ്ടതായും വന്നു. തീരുമാനങ്ങളുടെ വേഗതയും കൃത്യതയും, അവയെ ന്യായീകരിക്കാനുള്ള സ്ഥാനാർത്ഥിയുടെ കഴിവും സംബന്ധിക്കുന്നതായിരുന്നു തിരഞ്ഞെടുപ്പിനായുള്ള മാനദണ്ഡങ്ങൾ. കഠിനമായ ഈ ഘട്ടത്തിന് ശേഷം രണ്ട് റൗണ്ട് അഭിമുഖങ്ങളും നടന്നു.

അന്ന് വൈകുന്നേരം, മികച്ച പ്രതിഫലം വാഗ്ദാനം ചെയ്തുകൊണ്ട് ഷെൽ തന്നെ തിരഞ്ഞെടുത്തതായി അറിഞ്ഞ ലവിഷ് സന്തോഷത്താൽ മതിമറന്നു.

2015 ഓഗസ്റ്റിൽ, ലവിഷ് ബെംഗളൂരുവിലുള്ള ഷെല്ലിന്റെ ഓഫീസിൽ ചേർന്നു. അവിടുത്തെ അടിസ്ഥാന സൗകര്യങ്ങളും ഓഫീസ് അന്തരീക്ഷവും വളരെ മികച്ചതായിരുന്നു. ജീവനക്കാർക്ക് ബഹുമാന്യതയും സ്വാതന്ത്ര്യവും അവിടെയുണ്ടായിരുന്നു. പല രാജ്യങ്ങളിൽ നിന്നുള്ള ജീവനക്കാരുള്ള വൈവിധ്യമാർന്ന തൊഴിലിടമായിരുന്നു അത്. ബിസിനസ് ക്ലാസ് യാത്രയുടെ ആനുകൂല്യങ്ങളും ഫൈവ് സ്റ്റാർ അല്ലെങ്കിൽ സെവൻ സ്റ്റാർ ഹോട്ടലുകളിലെ ആഡംബര താമസവും ആസ്വദിച്ചുകൊണ്ട് നിരവധി രാജ്യങ്ങൾ സന്ദർശിക്കാനുള്ള അവസരവും അദ്ദേഹത്തിന് ലഭിച്ചു. ആ യാത്രകളിലുടനീളം ബിസിനസ് ആവശ്യങ്ങൾക്കായി പണം ചെലവഴിക്കാനുള്ള സ്വാതന്ത്ര്യവുമുണ്ടായിരുന്നു.

ലവിഷിന്റെ സമർപ്പണവും സാങ്കേതിക വൈദഗ്ധ്യവും പെട്ടെന്നുതന്നെ മേലുദ്യോഗസ്ഥരുടെ ശ്രദ്ധപിടിച്ചുപറ്റുകയുണ്ടായി. അവിടെ ചേർന്ന് പത്ത് മാസത്തിന് ശേഷം, തന്റെ ബോസായ മുത്തു സുബ്രഹ്മണ്യത്തിൽ നിന്ന് അദ്ദേഹത്തിന് സമൻസ് ലഭിക്കുകയുണ്ടായി.

'ഷെല്ലിന്റെ സാങ്കേതികവിദ്യകളൊന്നിൽ വൈദഗ്ധ്യം നേടാൻ നിങ്ങൾക്ക് താൽപ്പര്യമുണ്ടോ?' ലവിഷ് തന്റെ ചേംബറിൽ പ്രവേശിച്ചയുടനെ മുത്തു അന്വേഷിച്ചു. ജനറൽ മാനേജർ സാൻഡി ലുണ്ടി അദ്ദേഹത്തിന്റെ അരികിലിരിക്കുന്നുണ്ടായിരുന്നു.

'എമിഷൻ കുറയ്ക്കുന്നതിനുള്ള സാങ്കേതികവിദ്യ ഷെൽ പേറ്റന്റ് ചെയ്തിട്ടുണ്ട്. ഈ മേഖലയിൽ നമുക്ക് നിരവധി പ്രോജക്ടുകളുണ്ട്. പക്ഷേ ഏഷ്യ-പസഫിക്കിൽ അതിന്റെ അഭാവമുണ്ട്. നിങ്ങളുടെ ഗവേഷണ പശ്ചാത്തലവും സിമുലേഷൻ വൈദഗ്ധ്യവും കണക്കിലെടുത്ത്, അതിനെക്കുറിച്ച് കൂടുതൽ പഠിക്കാനും തുടർന്ന് ഇന്ത്യയിൽ ഒരു ടീം സ്ഥാപിക്കാനുമായി നിങ്ങളെ യുഎസ്എ-യിലെ ഹ്യൂസ്റ്റണിലേക്ക് അയയ്ക്കുന്നതിനെക്കുറിച്ച് ഞങ്ങൾ ആലോചിക്കുകയാണ്,' സാൻഡി വിശദീകരിച്ചു.

ഈ അവസരത്തിൽ സന്തോഷമറിയിച്ച ലവിഷ് യുഎസ്എ-യിലേക്ക് മാറാൻ ഉടൻ തന്നെ സമ്മതിച്ചു. 2016 ഒക്ടോബർ 30-ന് വൈകുന്നേരം, ബെംഗളൂരുവിലെ തന്റെ അപ്പാർട്ട്മെന്റിന് പുറത്ത് ലവിഷിനെ വിമാനത്താവളത്തിലേക്ക് കൊണ്ടുപോകാനായി ഒരു മെഴ്സിഡസുമായി ഡ്രൈവർ കാത്തുനിന്നു. ഹ്യൂസ്റ്റണിലേക്കുള്ള എമിറേറ്റ്സ് വിമാനത്തിന്റെ ബിസിനസ് ക്ലാസിലെ ഊഷ്മളമായ ആതിഥ്യം ആസ്വദിക്കാനായതോടെ തന്റെ നേട്ടങ്ങളിൽ ലവിഷിന് അഭിമാനം തോന്നി.

യുപിഎസ്‌സി എന്ന കൊടുമുടി അമേരിക്കയുടെ ആകർഷണത്തെ മറികടക്കുന്നു

ഹ്യൂസ്റ്റണിൽ താമസമാക്കി ഒരു വർഷം കഴിഞ്ഞതോടെ ലവിഷിന്റെ മനസ്സിൽ വിക്ഷോഭങ്ങൾ പൊട്ടിപ്പുറപ്പെടാൻ തുടങ്ങി. എല്ലാവരും കൊതിക്കുന്ന 'അമേരിക്കൻ സ്വപ്നം' കൈപ്പിടിയിലാക്കിയിട്ടും, ലവിഷിന് നാട്ടിലേക്ക് മടങ്ങാൻ തോന്നി. ആഴത്തിലുള്ള ശൂന്യതാബോധം അദ്ദേഹത്തെ വിഴുങ്ങി.

കഴിഞ്ഞ ഒരു വർഷത്തിനിടയിൽ, യുഎസ്എ-യിലുടനീളം സഞ്ചരിച്ച്, ഐഐടി ബോംബെയിലെ തന്റെ സീനിയർമാരായിരുന്ന നിരവധി ആളുകളെ അദ്ദേഹം കാണുകയും ഒപ്പം താമസിക്കുകയും ചെയ്തിരുന്നു. പ്രശസ്ത കമ്പനികളിൽ ജോലി ചെയ്യുന്നുണ്ടെങ്കിലും, അവർക്കെല്ലാം ചെറിയ അപ്പാർട്ട്മെന്റുകളാണ് ഉണ്ടായിരുന്നതെന്നും വീട്ടുജോലികൾ അവർക്ക് സ്വയം ചെയ്യേണ്ടി വന്നു എന്നും കണ്ടെത്തിയതോടെ അദ്ദേഹത്തിനുള്ളിൽ നിരാശ

മുളപൊന്തി. അവരുടെ ജോബ് പ്രൊഫൈലുകളും ശമ്പള പാക്കേജുകളും അദ്ദേഹത്തിന് സമാനമായിരുന്നു എന്നതാണ് കൂടുതൽ നിരാശാജനകമായ കാര്യം. ഔദ്യോഗികപരമായ വളർച്ചയ്ക്കും വരുമാന വർദ്ധനവിനുമുള്ള സാധ്യത വളരെ കുറവായിരുന്നു. അവരുടെ ജോലികളും ആവർത്തനവിരസമായിരുന്നു. അവരുടെ ജീവിതവും വിരസമായിത്തന്നെ തുടർന്നുപോയി.

മാത്രമല്ല, ജോലിസംബന്ധമായ സുരക്ഷയും അവർക്കുണ്ടായിരുന്നില്ല. ലവിഷ് യുഎസ്എ-യിലേക്ക് പോകാൻ തയ്യാറെടുക്കുമ്പോൾ, എണ്ണയുടെ വിലയിടിവ് കാരണം ഷെല്ലിൽ നിന്ന് ധാരാളമാളുകളെ പിരിച്ചുവിടുകയുണ്ടായി. അദ്ദേഹത്തിന്റെ പല സുഹൃത്തുക്കൾക്കും ജോലി നഷ്ടപ്പെട്ടു. ബാക്കിയുള്ളവർ ഇഷ്ടമില്ലാത്ത ജോലികൾ ഏറ്റെടുത്തു. ലവിഷ് രാജ്യം വിട്ടതിനുശേഷം വീണ്ടും അവിടെ പിരിച്ചുവിടലുണ്ടായി.

വാരാന്ത്യങ്ങളിൽ യുഎസ്എ-യിൽ തനിക്ക് ലഭിച്ചിരുന്ന ധാരാളമായ ഒഴിവുസമയങ്ങൾ ലവിഷിന്റെ മനസ്സിലെ അസ്വസ്ഥതകൾ വർദ്ധിപ്പിച്ചു. അദ്ദേഹത്തിന് തന്റെ ജീവിതത്തിൽ ഒരു ശൂന്യത അനുഭവപ്പെടാൻ തുടങ്ങി. ലവിഷ് ഇതിനകം തന്നെ തന്റെ വിദ്യാഭ്യാസ വായ്പ അടച്ചുതീർക്കുകയും മാതാപിതാക്കൾക്കും സഹോദരനും അവശ്യവസ്തുക്കൾ വാങ്ങുകയും ചെയ്തിരുന്നു. മാസശമ്പളം ബാങ്ക് അക്കൗണ്ടിൽ വെറുമൊരു സംഖ്യ മാത്രമായി കാണപ്പെടാൻ തുടങ്ങി; അത് ജീവിതത്തിൽ കാര്യമായ മാറ്റമൊന്നും വരുത്തിയില്ല. ക്രമേണ, അദ്ദേഹം ഐഎഎസ് എന്ന മഹത്തായ പദവിയിലേക്ക് ആകൃഷ്ടനായി.

ബാല്യകാലത്ത്, ലവിഷിന് സിവിൽ സർവീസിനെക്കുറിച്ച് യാതൊരറിവുമുണ്ടായിരുന്നില്ല. അദ്ദേഹത്തിന്റെ കുടുംബത്തിൽ ആരും സർക്കാർ ജോലി ചെയ്തിരുന്നില്ല. എന്നിരുന്നാലും, തന്റെ സുഹൃത്തുക്കളുടെ പരിഹാസത്തിൽ നിന്ന് അദ്ദേഹത്തിന് രക്ഷപ്പെടാൻ കഴിഞ്ഞില്ല : 'നീ ആരാ കളക്ടറോ?' ആരെങ്കിലും അധികാരം പ്രയോഗിക്കുകയോ മറ്റുള്ളവരെ ഉപദേശിക്കുകയോ ചെയ്യുമ്പോൾ പലപ്പോഴും ഉപയോഗിക്കപ്പെടാറുള്ള ഈ വാചകം ചെറുപ്രായത്തിൽ തന്നെ അദ്ദേഹത്തിന്റെ മനസ്സിൽ മായാത്ത മുദ്ര പതിപ്പിച്ചിരുന്നു. ഒരു കളക്ടർ, ഒരു ഐഎഎസ് ഉദ്യോഗസ്ഥൻ, കാര്യമായ അധികാരം പ്രയോഗിക്കാൻ കഴിവുള്ള ആളാണെന്ന ചിന്ത അത് അദ്ദേഹത്തിൽ ഊട്ടിയുറപ്പിച്ചു.

തുടർന്ന്, ഐഐടി ബോംബെയിൽ, ലവിഷ് തന്റെ സഹപാഠികളായ റിങ്കു മീന, ഹനുമാൻ പ്രസാദ് മീന എന്നിവരുമായി

സൗഹൃദം സ്ഥാപിക്കുകയുണ്ടായി. ഇരുവരും രാജസ്ഥാനിൽ നിന്നുള്ളവരാണ്. തുടക്കം മുതൽ തന്നെ, ഐഎഎസ് ഉദ്യോഗസ്ഥരാകുക എന്ന വ്യക്തമായ ലക്ഷ്യം ഇരുവർക്കും ഉണ്ടായിരുന്നു. ഐഎഎസ് ഉദ്യോഗസ്ഥർക്ക് ലഭിച്ചിരുന്ന ബഹുമാനത്തിന്റെയും അധികാരത്തിന്റെയും ആനുകൂല്യങ്ങളുടെയും വർണ്ണനകളിലൂടെ അവർ ലവിഷിനെ ആവേശഭരിതനാക്കി. ആർബിഐ ഗവർണർ, എയർ ഇന്ത്യയുടെ എംഡി, ഉദയ്പൂർ കളക്ടർ, തുടങ്ങി ഐഐടി ബോംബെയിലെ പല കെട്ടിടങ്ങളുടെയും ഉദ്ഘാടന ബോർഡുകളിലുണ്ടായിരുന്ന പേരുകൾ പോലെ സുശക്തമായ പദവികൾ അലങ്കരിക്കുന്ന പലരും ഐഎഎസ് ഉദ്യോഗസ്ഥരാണെന്ന കാര്യം ലവിഷ് ശ്രദ്ധിക്കാൻ തുടങ്ങി. ഔദ്യോഗികപരമായും സാമൂഹികപരമായും വിജയം നേടുന്നതിനുള്ള ഒരു ഉറപ്പായ മാർഗ്ഗമാണ് ഐഎഎസ് എന്ന് അദ്ദേഹം തിരിച്ചറിഞ്ഞു. അതിനാൽ, ബിടെക് പൂർത്തിയാക്കിയ ഉടൻ ക്യാമ്പസ് പ്ലേസ്മെന്റുകൾ നിരസിച്ച് സിഎസ്ഇ-യ്ക്ക് തയ്യാറെടുക്കാനായി റിങ്കു നേരെ ഡൽഹിയിലേക്ക് പോയപ്പോൾ ലവിഷ് അതിശയിച്ചില്ല.

ബെംഗളൂരുവിൽ താമസിക്കുമ്പോൾ പോലീസ്, സർക്കാർ ഓഫീസർമാർ, പ്രാദേശികമായി വിൽപ്പന നടത്തുന്നവർ, തന്റെ അപ്പാർട്ട്മെന്റ് കെട്ടിടത്തിന്റെ സുരക്ഷാ ഗാർഡ് എന്നിവരിൽ നിന്ന് പീഡനങ്ങൾ നേരിടേണ്ടിവന്നപ്പോൾ, ഐഎഎസ് ഉദ്യോഗസ്ഥർക്ക് ലഭിക്കുന്ന ബഹുമാനത്തെയും അവർക്ക് സമൂഹത്തിലുള്ള ശക്തിയെയും കുറിച്ച് റിങ്കുവും ഹനുമാനും പറഞ്ഞ കഥകൾ ലവിഷ് ഓർമ്മിച്ചു.

'ഞാൻ ഒരു ഉന്നത വിദ്യാഭ്യാസ സ്ഥാപനത്തിലാണ് പഠിച്ചത്, അന്താരാഷ്ട്ര തലത്തിൽ ഞാൻ ഗവേഷണ പ്രബന്ധങ്ങൾ പ്രസിദ്ധീകരിച്ചിട്ടുണ്ട്, മാന്യമായ വരുമാനം നേടുന്നുണ്ട്. എന്നിട്ടും, ഗാർഡുകളിൽ നിന്നും പോലീസ് കോൺസ്റ്റബിൾമാരിൽ നിന്നും എനിക്ക് പീഡനം നേരിടേണ്ടി വരുന്നു. ഞാൻ ഒരുപാട് സമ്പാദിച്ചാൽ പോലും, അത് സമൂഹത്തിൽ എനിക്ക് ബഹുമാനം ഉറപ്പാക്കി തരുമോ? അത്തരം പീഡനങ്ങളിൽ നിന്ന് എന്നെ സംരക്ഷിക്കുമോ?' നിസ്സഹായനായ ലവിഷ് ചിന്തിച്ചു.

കൂടാതെ, തന്റെ വിദേശ യാത്രകളിൽ ലവിഷ് വിമാനത്താവള ഇമിഗ്രേഷനിലെ ഡിപ്ലോമാറ്റിക് കൗണ്ടറുകളും നിരീക്ഷിക്കുകയുണ്ടായി. അവിടെ ബിസിനസ് ക്ലാസിനേക്കാൾ വേഗത്തിലായിരുന്നു പ്രക്രിയകൾ. നയതന്ത്രജ്ഞരുമായുള്ള ആശയവിനിമയം ലവിഷിനെ അത്ഭുതപ്പെടുത്തി; പ്രത്യേകിച്ചും ആഗോള

തലത്തിൽ അവർ രാജ്യത്തെ പ്രതിനിധീകരിക്കുന്നവരാണെന്ന് മനസ്സിലാക്കിയതോടെ.

ലവിഷ് യുഎസ്എ-യിലായിരുന്ന രണ്ട് വർഷത്തിനിടയിൽ, അദ്ദേഹത്തിന്റെ സീനിയേഴ്സിൽ പലരും ഐഎഎസിലും ഐപിഎസിലും തിരഞ്ഞെടുക്കപ്പെട്ടു. അദ്ദേഹത്തിന്റെ ചില അടുത്ത സുഹൃത്തുക്കളും സഹപാഠികളും പരീക്ഷയ്ക്ക് തയ്യാറെടുക്കുന്നുണ്ടായിരുന്നു. അവരുടെ നേട്ടങ്ങളിൽ നിന്ന് പ്രചോദനം ഉൾക്കൊണ്ട്, ലവിഷ് സിഎസ്ഇ-യെക്കുറിച്ചുള്ള വിവരങ്ങൾ ശേഖരിക്കാൻ തുടങ്ങി. അങ്ങനെ അദ്ദേഹം ബസ്വാൻ കമ്മിറ്റിയുടെ റിപ്പോർട്ട് കണ്ടെത്തി. സിവിൽ സർവീസിൽ ചേരുന്നവരുടെ പ്രായപരിധിയും വിജയിക്കാനുള്ള ശ്രമങ്ങളുടെ എണ്ണവും കുറയ്ക്കാൻ ശുപാർശ ചെയ്തുകൊണ്ടുള്ള റിപ്പോർട്ടായിരുന്നു അത്. 'എനിക്ക് ഇരുപത്തിനാല് വയസ്സായിരിക്കുന്നു. സിഎസ്ഇ എഴുതണമെങ്കിൽ ഇപ്പോഴാണ് ശരിയായ സമയം; അല്ലെങ്കിൽ, ജീവിതകാലം മുഴുവൻ എനിക്ക് അതോർത്ത് ഖേദിക്കേണ്ടിവരും' ഈ ചിന്ത ലവിഷിന്റെ ഉള്ളിൽ ഒരു അടിയന്തിരബോധം ഉണർത്തിയെടുത്തു.

ലവിഷ് തന്റെ കരിയർ ഓപ്ഷനുകളെക്കുറിച്ച് ചിന്തിച്ചുകൊണ്ടിരിക്കവേ, സിഎസ്ഇ തയ്യാറെടുപ്പുകളെക്കുറിച്ച് അദ്ദേഹം പതിവായി ചർച്ച ചെയ്തിരുന്ന ഐഐടിയിലെ അദ്ദേഹത്തിന്റെ അടുത്ത സുഹൃത്ത് ശ്രേയൻസ് കുമാത്, മുഴുവൻ സമയവും സിഎസ്ഇ തയ്യാറെടുപ്പുകൾക്കായി നീക്കിവയ്ക്കുന്നതിനായി തന്റെ ജോലി ഉപേക്ഷിക്കുകയുണ്ടായി. കൂടാതെ, ബെംഗളൂരുവിലെ ഷെല്ലിലെ ലവിഷിന്റെ സീനിയർമാരിൽ ഒരാളായ പിയൂഷ് പ്രസാദും ഐഎഎസ് സ്വപ്നം പിന്തുടരാൻ അദ്ദേഹത്തെ പ്രോത്സാഹിപ്പിച്ചു. യുപിഎസ്സി എന്ന മഹാ പർവ്വതത്തോടുള്ള ലവിഷിന്റെ താല്പര്യം കൂടുതൽ ശക്തമായി.

ഇടതടവില്ലാതെ പെയ്യുന്ന മഴ ജനാലകളുടെ അടഞ്ഞുകിടക്കുന്ന വാതിലുകളിൽ ശക്തമായി തറയ്ക്കുകയും, ഹാർവി ചുഴലിക്കാറ്റ് ഹ്യൂസ്റ്റണിൽ നാശം വിതയ്ക്കുകയും ചെയ്തുകൊണ്ടിരിക്കെ ലവിഷിന്റെ മനസ്സിനുള്ളിലെ കൊടുങ്കാറ്റ് സർവ്വശക്തിയുമെടുത്ത് വീശിയടിച്ചു; അത് അമേരിക്കൻ മായക്കാഴ്ചകളെ പൂർണ്ണമായും തുടച്ചുനീക്കി. യുഎസ്എ-യിലെ തന്റെ കരാർ നീട്ടുന്നതിനായി അപേക്ഷിക്കേണ്ടതില്ലെന്ന തീരുമാനത്തിൽ അദ്ദേഹം ഇന്ത്യയിലേക്ക് മടങ്ങാൻ തയ്യാറെടുത്തു.

വിട, ഷെൽ

2018 മെയ് 1-ന്, ഷെല്ലിന്റെ ബെംഗളൂരു ഓഫീസിൽ തന്റെ ജോലിയിൽ മുഴുകിയിരിക്കുകയായിരുന്നു ലവിഷ്. ഒരു മാസത്തെ നോട്ടീസ് പിരീഡിന്റെ ആരംഭം കുറിച്ചുകൊണ്ട് അദ്ദേഹം കഴിഞ്ഞ ദിവസം തന്റെ രാജി സമർപ്പിക്കുകയുണ്ടായി. വൈകുന്നേരം 6 മണിയോടെ, തന്റെ ബോസ് ബ്രാഡിൽ നിന്ന് അദ്ദേഹത്തിന് ഒരു കോൾ ലഭിച്ചു.

'രാജിയ്ക്കായി അപേക്ഷിച്ചുകൊണ്ടുള്ള നിങ്ങളുടെ ഇമെയിൽ എന്നെ അത്ഭുതപ്പെടുത്തിയിരിക്കുന്നു. ലവിഷ്, നിങ്ങൾ എന്തിനാണ് ഈ ജോലി ഉപേക്ഷിക്കുന്നത്? മികച്ച മറ്റെന്തെങ്കിലും ജോലി വാഗ്ദാനങ്ങൾ നിങ്ങൾക്ക് ലഭിച്ചുവോ?' നിരാശയും അവിശ്വാസവും അദ്ദേഹത്തിന്റെ ശബ്ദത്തിൽ പ്രകടമായിരുന്നു.

ലവിഷിന്റെ വെളിപ്പെടുത്തൽ ബ്രാഡിനെ സ്തബ്ധനാക്കി.

'ഞാൻ കേട്ടത് ശരിയാണോ? ഷെല്ലിലെ ഉയർന്ന ശമ്പളമുള്ള ജോലി ഉപേക്ഷിച്ച് വിജയിക്കാനുള്ള സാധ്യതയില്ലാത്ത ഒരു ജോലിക്കായി രണ്ട് വർഷം വീട്ടിലിരുന്ന് പഠിക്കാനാണോ നിങ്ങളുടെ തീരുമാനം?' ആ തീരുമാനത്തിന്റെ യുക്തി മനസ്സിലാക്കാനാകാതെ ബ്രാഡ് ചോദിച്ചു.

'അതെ, ബ്രാഡ്. അതിനുവേണ്ടിത്തന്നെയാണ് ഞാൻ ജോലി ഉപേക്ഷിക്കുന്നത് – പഠനത്തിനായി പൂർണ്ണമായി സമയമർപ്പിക്കുവാനും വിജയിക്കുവാനും,' സിവിൽ സർവീസ് മേഖലയെക്കുറിച്ചുള്ള ഉൾക്കാഴ്ചകൾ നൽകിക്കൊണ്ട് ലവിഷ് വിശദീകരിച്ചു. ഐഎഎസ് ഉദ്യോഗസ്ഥരുടെ ജോബ് പ്രൊഫൈൽ, അതുമായി ബന്ധപ്പെട്ട ആനുകൂല്യങ്ങൾ, ബഹുമാനം, അധികാരം, തങ്ങളുടെ ജോലിയിൽ അവർ അനുഭവിക്കുന്ന സംതൃപ്തി എന്നിവയെക്കുറിച്ചുള്ള വിശദാംശങ്ങളും അദ്ദേഹം പങ്കുവെച്ചു.

ബ്രാഡ് ശ്രദ്ധയോടെ കേട്ടെങ്കിലും അതൊന്നും അദ്ദേഹത്തെ ബോധ്യപ്പെടുത്താൻ ഉതകുന്നതായിരുന്നില്ല. തുടക്കത്തിൽ, ഷെല്ലിനുള്ളിൽ തന്നെ ജോലിഭാരം കുറഞ്ഞ ഒരു തസ്തിക പരിഗണിക്കാനും അതോടൊപ്പം പരീക്ഷയ്ക്ക് തയ്യാറെടുക്കാനും ബ്രാഡ് നിർദ്ദേശിച്ചു. എന്നാൽ വിജയത്തിനായി തന്റെ കഴിവിന്റെ പരമാവധി ശ്രമിക്കാൻ തന്നെയായിരുന്നു ലവിഷിന്റെ തീരുമാനം. ലവിഷിന്റെ ദൃഢനിശ്ചയം തിരിച്ചറിഞ്ഞ ബ്രാഡ്, ഒരു സബാറ്റിക്കൽ ലീവ് നിർദ്ദേശിക്കുകയുണ്ടായി. വിചാരിച്ചതുപോലെ രണ്ട് വർഷത്തിന് ശേഷം യുപിഎസ്‌സി എന്ന സ്വപ്നം സാക്ഷാത്കരിക്കാൻ സാധി

ച്ചില്ലെങ്കിൽ കമ്പനിയിലേക്ക് മടങ്ങാനുള്ള അനുവാദമായിരുന്നു അത്.

നെതർലൻഡ്സിൽ താമസിക്കുന്ന മറ്റൊരു ജനറൽ മാനേജരായ എമ്മയും സമാനമായ വികാരങ്ങൾ പ്രകടിപ്പിച്ചു. ഷെല്ലിലെ സോഷ്യൽ സെക്ടർ റോളുകൾ നോക്കിനടത്താനാണ് ലവിഷിനെ അവർ പ്രോത്സാഹിപ്പിച്ചത്. ലവിഷ് യുക്തിസഹമായിട്ടല്ല ചിന്തിക്കുന്നതെന്ന വിശ്വാസത്തിൽ, യുക്തിസഹമായ തീരുമാനമെടുക്കുന്നതിനെസംബന്ധിച്ച്അവർഅദ്ദേഹത്തിന്ഉപദേശംനൽകി. വൈകാരികമായി ചിന്തിക്കുന്നതിനുപകരം പതിയെ, യുക്തിസഹമായി ചിന്തിക്കാൻ പ്രേരിപ്പിക്കുന്ന *തിങ്കിംഗ് ഫാസ്റ്റ് ആൻഡ് സ്ലോ* എന്ന പുസ്തകവും അവർ അദ്ദേഹത്തിന് സമ്മാനിച്ചു.

എന്നാൽ, ലവിഷിന്റെ ഇമ്മീഡിയേറ്റ് ജനറൽ മാനേജർ സാൻഡി, സബാറ്റിക്കൽ ലീവ് എന്ന ആശയത്തോട് വിമുഖത പ്രകടിപ്പിച്ചു. 'മടങ്ങിവരുമ്പോൾ സ്വീകരിക്കാനുള്ള ഒരു ഒപ്ഷനല്ല ഷെൽ,' കമ്പനിയുമായി ആഴത്തിൽ ബന്ധമുള്ള സാൻഡിയുടെ നിലപാട് നിരാശാജനകമായിരുന്നു. യുപിഎസ്സി എന്ന കൊട്ടുമുടി കീഴടക്കാൻ പരാജയപ്പെടുന്ന പക്ഷം അതേ കമ്പനിയിലേക്ക് മടങ്ങുന്നത് ഒരു പടി താഴെയിറങ്ങുന്നതിന് തുല്യമാണെന്നു തന്നെ ലവിഷും കരുതി. തന്റെ രാജി സ്വീകരിക്കണമെന്ന് തന്നെ അദ്ദേഹം നിർബന്ധം പിടിച്ചു.

തന്റെ കുടുംബത്തെ ബോധ്യപ്പെടുത്തുക എന്നതായിരുന്നു മറ്റൊരു കടമ്പ. ജോലിയും പഠനവും ലവിഷിന് ഒരുമിച്ച് കൊണ്ടുപോകാൻ കഴിയുമെന്ന് വിശ്വസിച്ച തന്റെ കുടുംബത്തിൽ നിന്ന് തുടക്കത്തിൽ തന്നെ അദ്ദേഹത്തിന് എതിർപ്പ് നേരിടേണ്ടിവന്നു. തങ്ങളുടെ സാമ്പത്തിക സ്ഥിതി മുമ്പത്തേക്കാൾ സ്ഥിരത കൈവരിച്ചതിനാൽ, നല്ലൊരു സ്ഥലത്ത് ഒരു പുതിയ വീടും ലവിഷിന്റെവിവാഹവുമൊക്കെയായിരുന്നു അവരുടെ പദ്ധതികളിലുണ്ടായിരുന്നത്. എന്നിരുന്നാലും, യുപിഎസ്സി ശ്രമം വിജയിച്ചില്ലെങ്കിൽ മറ്റൊരു ജോലി നേടാൻ പ്രയാസമുണ്ടാകില്ലെന്ന് അദ്ദേഹം അവർക്ക് ഉറപ്പ് നൽകി.

യുപിഎസ്സി എന്ന കൊട്ടുമുടി കീഴടക്കാനുള്ള ലവിഷിന്റെ ശ്രമകരമായ യാത്രയ്ക്ക് അരങ്ങൊരുങ്ങി.

കോട്ട എന്ന യുദ്ധഭൂമിയിലെ വിജയം

ഷെല്ലിലെ വളരെ അഭിലഷണീയവും മികച്ച ശമ്പളവുമുള്ള ജോലി

ഉപേക്ഷിച്ചുകൊണ്ട്, ലവിഷ് അസാധാരണമാംവിധം ധീരമായ ഒരു തീരുമാനമാണെടുത്തത്. നിരവധി ഐഎഎസ് അഭിലാഷികൾ അത്തരം മഹത്തായ തിരഞ്ഞെടുപ്പുകൾ നടത്താൻ പാടുപെടാറുണ്ട്. രണ്ട് വള്ളങ്ങളിൽ കാലുചവിട്ടാൻ ശ്രമിച്ചുകൊണ്ട് അവർ പലപ്പോഴും തങ്ങളുടെ സ്വപ്നങ്ങൾ തകർത്തുകളയാറുണ്ട്.

എന്നാൽ ആ രാത്രി ലവിഷിന് ഉറങ്ങാനായില്ല. ബ്രാഡിന്റെയും എമ്മയുടെയും സാൻഡിയുടെയും വാക്കുകൾ അദ്ദേഹത്തെ വേട്ടയാടി. സിഎസ്ഇ-യിലെ വിജയത്തിന്റെ അനിശ്ചിതത്വവും അദ്ദേഹത്തെ വലയംചെയ്തു. പുതിയ വീട് വാങ്ങുക എന്ന മാതാപിതാക്കളുടെ സ്വപ്നം നീട്ടിവയ്ക്കേണ്ടിവന്നതിൽ അദ്ദേഹത്തിന് കുറ്റബോധം തോന്നി. പത്താം ക്ലാസ്സിന് ശേഷം മകന്റെ കോച്ചിംഗിന് ആവശ്യമായ പണം സമ്പാദിക്കാനായി ബാങ്കിലെ തന്റെ ജോലി കഴിഞ്ഞ് മണിക്കൂറുകളോളം വസ്ത്രങ്ങൾ തുന്നിയിരുന്ന തന്റെ അമ്മയുടെ അക്ഷീണ പ്രയത്നത്തെ അദ്ദേഹം കണ്ണീരോടെ ഓർത്തു.

എങ്കിലും കടുത്ത മത്സരത്തെ നേരിടുന്നതും ദീർഘകാലം നീണ്ടുനിൽക്കുന്ന കഠിനമായ പഠനക്രമങ്ങളിലൂടെ കടന്നുപോകുന്നതും ലവിഷിനെ സംബന്ധിച്ച് പുതിയ കാര്യമായിരുന്നില്ല. പത്ത് വർഷം മുമ്പ്, പത്താം ക്ലാസ് കഴിഞ്ഞ് രണ്ട് വർഷത്തെ ഐഐടി-ജെഇഇ കോച്ചിംഗിനായി കോട്ടയിലേക്ക് താമസം മാറിയപ്പോഴും, പിന്നീട് ഐഐടി ബോംബെയിൽ മൂന്ന് വർഷത്തെ ബിടെക് പഠനത്തിനിടയിലും സമാനമായ വെല്ലുവിളികളെ അദ്ദേഹം രണ്ടുതവണ അതിജീവിച്ചിരുന്നു.

2009 ഏപ്രിൽ 19-ന്, പത്താം ക്ലാസ് പരീക്ഷ കഴിഞ്ഞ് വെറും ഇരുപത് ദിവസത്തിന് ശേഷം, അമ്മയോടൊപ്പം ഉദയ്പൂരിൽ നിന്ന് കോട്ടയിലേക്ക് യാത്ര ചെയ്തത് ലവിഷ് ഇപ്പോഴും വ്യക്തമായി ഓർമ്മിക്കുന്നുണ്ട്. ലവിഷിന്റെ കുടുംബം കടുത്ത സാമ്പത്തിക ബുദ്ധിമുട്ടുകൾ നേരിടവേ, 1.3 ലക്ഷം രൂപ എന്ന വലിയ തുക കോച്ചിംഗ് ഫീസായി നൽകിയ തന്റെ നാനാജിയെ (മാതൃപിതാവ്) അദ്ദേഹം നന്ദിയോടെ ഓർത്തു.

പിന്നീടുള്ള രണ്ട് വർഷത്തേക്ക്, എയർ കണ്ടീഷണർ, കൂളർ, ഹീറ്റർ അല്ലെങ്കിൽ ഗീസർ പോലുള്ള അടിസ്ഥാന സൗകര്യങ്ങളൊന്നുമില്ലാത്ത ഒരു ചെറിയ പിജി മുറിയായിരുന്നു പതിനഞ്ചു വയസ്സുകാരനായ ലവിഷിന്റെ വാസസ്ഥലം. വേനൽക്കാലത്ത് നാൽപ്പത്തിയെട്ട് ഡിഗ്രി സെൽഷ്യസും ശൈത്യകാലത്ത് ഒരു ഡിഗ്രി സെൽഷ്യസും എന്ന നിലയിൽ താപനില വ്യത്യാസപ്പെട്ടിരുന്ന കോട്ടയിലെ ജീവിതത്തിന് ഇത് അനുയോജ്യമായി

രുന്നില്ല. പണം ലാഭിക്കാനായി, ദിവസത്തിൽ രണ്ടുതവണ ഹാഫ്-ടിഫിൻ സർവീസിനെയാണ് അദ്ദേഹം അവിടെ ആശ്രയിച്ചിരുന്നത്.

ഐഐടി വിജയിക്കുക എന്ന തിളക്കമാർന്ന സ്വപ്നവുമായി, തന്റെ കോച്ചിംഗ് ഇൻസ്റ്റിറ്റ്യൂട്ടിൽ പ്രവേശിച്ച ആദ്യ ദിവസം തന്നെ അവിശ്വസനീയമായ കാഴ്ചകളാണ് ലവിഷിനെ കാത്തിരുന്നത്. ഇൻസ്റ്റിറ്റ്യൂട്ടിന്റെ കവാടത്തിൽ നിന്ന് നാല് ഫുട്ബോൾ മൈതാനങ്ങൾക്ക് തുല്യമായ വിസ്തൃതിയിൽ സൈക്കിളുകളുടെ ഒരു വലിയ കടൽ നീണ്ടുനിവർന്നുകിടന്നു. സൈക്കിളുകളുടെ ഈ കടലിന് പിന്നിൽ ഒരു വലിയ ഏഴ് നില കെട്ടിടം തലയെടുപ്പോടെ നിന്നു. ഏകദേശം 10,000 വിദ്യാർത്ഥികളുണ്ടായിരുന്ന ആ ക്യാമ്പസ്, താൻ തുനിഞ്ഞിറങ്ങിയ പഠന യത്നത്തിന്റെ വ്യാപ്തി അദ്ദേഹത്തിന് വെളിപ്പെടുത്തിക്കൊടുത്തു.

തന്റെ സഹപാഠികളിൽ ചിലരുമായി സംസാരിക്കവെ, അവരിൽ മിക്കവാറും എല്ലാവരും അവരവരുടെ സ്കൂളുകളിലെ മികച്ച വിദ്യാർത്ഥികളാണെന്ന കണ്ടെത്തൽ ലവിഷിനെ കൂടുതൽ ഞെട്ടിച്ചു. പലരും മുഴുവൻ സിലബസും ഇതിനകം തന്നെ പഠിച്ചു കഴിഞ്ഞിരിക്കുന്നുവെന്ന ധാരണയാണ് നൽകിയത്. 'ഒരു സ്ഥാപനത്തിൽ മാത്രം ഇത്രയധികം മിടുക്കരായ വിദ്യാർത്ഥികളുള്ള സ്ഥിതിക്ക്, ഒരു ഐഐടിയിലെ പരിമിതമായ സീറ്റുകളിലൊന്ന് നേടാൻ എനിക്കാകുമോ?' തളരുന്ന ഹൃദയത്തോടെ അദ്ദേഹം ചിന്തിച്ചു.

എങ്കിലും വൈകാതെ, ധൈര്യം സംഭരിച്ച്, തന്റെ ദൃഢനിശ്ചയം ശക്തിപ്പെടുത്തിക്കൊണ്ട്, ഉറച്ച മനസ്സോടെ ലവിഷ് തയ്യാറെടുപ്പുകളിൽ മുഴുകി. ദിവസവും പതിനാല് മുതൽ പതിനാറ് മണിക്കൂർ വരെ അദ്ദേഹം പഠനത്തിനായി നീക്കിവച്ചു. ഒരു കടുത്ത ക്രിക്കറ്റ് ആരാധകനായിരുന്നിട്ടും, പഠനത്തിന് മുൻഗണന നൽകിക്കൊണ്ട് ആ വർഷത്തെ ക്രിക്കറ്റ് ലോകകപ്പിലെ ഒരു മത്സരം പോലും അദ്ദേഹം കാണുകയുണ്ടായില്ല.

2012 ഏപ്രിൽ 11-നായിരുന്നു ഐഐടി-ജെഇഇ പരീക്ഷയെന്ന ആ നിർണ്ണായക ദിവസം. തന്റെ വിധി നിർണ്ണയിക്കുന്നത് ആ ഒരൊറ്റ ദിവസമാണെന്ന ചിന്ത ലവിഷിനെ പരിഭ്രാന്തനാക്കി. എന്നിരുന്നാലും, പിറ്റേന്ന് പ്രസിദ്ധീകരിച്ച ഉത്തരസൂചികകൾ പ്രകാരം, അദ്ദേഹം മികച്ച പ്രകടനമാണ് കാഴ്ചവച്ചതെന്ന് വ്യക്തമായി.

2012 മെയ് 24-ന് രാത്രി, ഐഐടി-ജെഇഇയിൽ 254 എന്ന

ശ്രദ്ധേയമായ റാങ്ക് താൻ നേടിയെന്ന വാർത്ത ലവിഷിനെ അതിയായി സന്തോഷിപ്പിച്ചു. യന്ത്രങ്ങളുടെ സങ്കീർണ്ണമായ പ്രവർത്തനങ്ങളിൽ ആകൃഷ്ടനായ ലവിഷ്, ഏറെപ്പേർ ആഗ്രഹിച്ചിരുന്ന കമ്പ്യൂട്ടർ സയൻസിനും ഇലക്ട്രിക്കൽ എഞ്ചിനീയറിംഗിനും പകരം മെക്കാനിക്കൽ എഞ്ചിനീയറിംഗാണ് തിരഞ്ഞെടുത്തത്. തന്റെ ചാച്ചാജിയും മൗസിജിയും താമസിക്കുന്ന ബോംബെയിലെ ഐഐടി-യാണ് താൻ തിരഞ്ഞെടുക്കുകയെന്ന് ലവിഷിന് വ്യക്തമായിരുന്നു. ലവിഷിന്റെ കസിൻസ് ഇതിനകം തന്നെ അദ്ദേഹത്തിന് ആ നഗരത്തെക്കുറിച്ച് വിവരിച്ച് കൊടുത്തിരുന്നു – അവിടുത്തെ ഉയരമുള്ള കെട്ടിടങ്ങൾ, തിരക്കേറിയ ലോക്കൽ ട്രെയിനുകൾ, ശാന്തമായ ബീച്ചുകൾ, ബോളിവുഡ് അഭിനേതാക്കളുടെ പരിവേഷം.

2012 ജൂലൈ 20-ന്, തന്റെ ജീവിതത്തിലെ ഒരു പുതിയ ഒരധ്യായത്തിന് തുടക്കം കുറിക്കാനുള്ള തയ്യാറെടുപ്പുകളോടെ മാതാപിതാക്കൾക്കും സഹോദരനുമൊപ്പം ലവിഷ് ഉദയ്പൂരിൽ നിന്ന് മുംബൈയിലേക്ക് ട്രെയിൻ കയറി. ഐഐടി ബോംബെയുടെ ക്യാമ്പസ് അതിശയിപ്പിക്കുന്നതായിരുന്നു.

തകർന്നടിയുന്ന മിഥ്യാധാരണകൾ

അവിടുത്തെ പ്രകൃതി സൗന്ദര്യവും സവിശേഷമായിരുന്നു – ഒരു വശത്ത് പർവ്വതങ്ങളും സഞ്ജയ് ഗാന്ധി നാഷണൽ പാർക്കും മറുവശത്ത് തടാകങ്ങളും. ലവിഷ് ഇതുവരെ കണ്ടിട്ടില്ലാത്ത സൗകര്യങ്ങളാണ് ക്യാമ്പസിലുണ്ടായിരുന്നത് : നീന്തൽക്കുളം, ജിംനേഷ്യം, ബാഡ്മിന്റൺ, ടെന്നീസ് കോർട്ടുകൾ, സ്വാദിഷ്ടമായ ഭക്ഷണം വിളമ്പുന്ന ഒരു മെസ്, പച്ചപ്പ് നിറഞ്ഞ വിശാലമായ ഇടങ്ങൾ.

ആ ദൃശ്യഭംഗിയിൽ അമ്പരന്നുപോയ ലവിഷിന് അഗാധമായ ഒരാശ്വാസവും സ്വാതന്ത്ര്യവും അനുഭവപ്പെട്ടു. 'കഠിനാധ്വാനത്തിന്റെയും പോരാട്ടത്തിന്റെയും യുഗം അവസാനിച്ചിരിക്കുന്നു. ഇനി ഞാൻ എന്റെ ജീവിതം ആസ്വദിക്കാൻ പോകുന്നു. വലിയ ബഹുരാഷ്ട്ര കമ്പനികൾ ഉടൻ തന്നെ വമ്പൻ പ്രതിഫലമുള്ള ജോലി വാഗ്ദാനങ്ങളുമായി എന്നെ തേടിയെത്തും,' അദ്ദേഹം സ്വയം മന്ത്രിച്ചു. കോട്ടയിൽ പ്രതിധ്വനിച്ചിരുന്ന സംഭാഷണങ്ങളിൽ കേട്ടിരുന്ന ഒരു സ്ഥിരം വാചകമായിരുന്നു ഇത്. ഈ ആത്മസംതൃപ്തി സിനിമകളിലും ഗെയിമുകളിലും സോഷ്യൽ മീഡിയയിലും ധാരാളം

സമയം പാഴാക്കുന്നതിലേക്ക് നയിച്ചു. സ്വന്തം താൽപ്പര്യങ്ങളിൽ മുഴുകിയിരുന്നതിനാൽ, അദ്ദേഹത്തിന് നിരവധി ക്ലാസുകൾ നഷ്ടമായി.

എന്നാൽ അടുത്ത വർഷത്തെ തന്റെ സീനിയേഴ്സിന്റെ പ്ലേസ്മെന്റ് സീസൺ ലവിഷിന്റെ മിഥ്യാധാരണകളെ തകർത്തെറിഞ്ഞു. അദ്ദേഹത്തെ അത്ഭുതപ്പെടുത്തിക്കൊണ്ട്, 'ധീരന്മാരായി' സ്വയം പ്രദർശിപ്പിച്ചനടന്ന നിരവധിപേർ തൊഴിൽ നേടാൻ പാടുപെട്ടിരുന്നു. ഉത്കണ്ഠയും അസ്വസ്ഥതയും മനസ്സിനെ വേട്ടയാടാൻ തുടങ്ങിയതോടെ ലവിഷ്, അവസാന വർഷം തൊഴിൽ നേടിയെടുക്കുന്നതെങ്ങനെയെന്ന് മനസ്സിലാക്കുന്നതിൽ വിജയംവരിച്ച സീനിയേഴ്സിൽനിന്ന് ഉപദേശം തേടി. കോർപ്പറേറ്റുകൾ തേടിക്കൊണ്ടിരിക്കുന്ന ഉദ്യോഗാർത്ഥികളിൽ അവർ എന്തൊക്കെ സവിശേഷതകളാണ് കാണുന്നതെന്ന കഠിനമായ സത്യം തിരിച്ചറിഞ്ഞതോടെ ലവിഷിന് ഉറക്കം നഷ്ടമായി – അക്കാദമിക്സിൽ ഒമ്പതിന് മുകളിലുള്ള ഉയർന്ന ക്യുമുലേറ്റീവ് പെർഫോമൻസ് ഇൻഡെക്സ് (സിപിഐ), കരിക്കുലം വീറ്റയിലുള്ള (സിവി) 'സ്പൈക്ക്'.

സിവിയിലെ 'സ്പൈക്ക്' എന്ന അവ്യക്തമായ ആശയത്തെക്കുറിച്ച് ചിന്തിച്ച ലവിഷ്, അതെങ്ങനെ നേടിയെടുക്കാമെന്ന് ആലോചിച്ചുകൊണ്ടിരുന്നു. പാഠ്യേതര പ്രവർത്തനങ്ങളിലെ അസാധാരണമായ നേട്ടങ്ങൾ, ഗവേഷണ ശ്രമങ്ങൾ അല്ലെങ്കിൽ നേതൃസ്ഥാനങ്ങളുടെ നിർവ്വഹണം എന്നിവയിൽ നിന്നാണ് 'സ്പൈക്ക്' ഉണ്ടാകുന്നതെന്ന് സീനിയർ വിദ്യാർത്ഥികൾ അദ്ദേഹത്തിന് വിശദീകരിച്ചുകൊടുത്തു.

കഠിനമായി തന്നെ തയ്യാറെടുക്കാൻ ലവിഷ് തീരുമാനിച്ചു. ഗവേഷണത്തിനായുള്ള ഒരവസരത്തിനായും ലവിഷ് തിരച്ചിൽ ആരംഭിച്ചു. ഫ്ലൂയിഡ് മെക്കാനിക്സിൽ പ്രാവീണ്യമുള്ള പ്രൊഫസർ എസ്.വി.പ്രഭുവോർടെക്സ് ഷെഡിംഗിനെക്കുറിച്ചുള്ള ഒരുഗവേഷണ പ്രോജക്റ്റിനായി സഹായികളെ തേടുന്നതായി അറിഞ്ഞ ലവിഷ് ഉടൻതന്നെ അതേറ്റെടുത്തു.

ലവിഷ് പ്രൊഫ. പ്രഭുവിനൊപ്പം ഗവേഷണ പ്രോജക്റ്റിൽ പൂർണ്ണഹൃദയത്തോടെ മുഴുകി. ക്ലാസ് കഴിഞ്ഞ് മണിക്കൂറുകളോളവും വാരാന്ത്യങ്ങളിലും അവധി ദിവസങ്ങളിലും സെമസ്റ്ററുകൾക്കിടയിലുള്ള ഇടവേളകളിലും അദ്ദേഹം ആ ഗവേഷണത്തിനായി സമയം ചെലവഴിച്ചു. പരീക്ഷണാത്മകമായ ഒരു സജ്ജീകരണം സൃഷ്ടിച്ചെടുക്കുന്നതിലും ഗവേഷണം നടത്തുന്നതിലും കണ്ടെത്തലുകൾ രേഖപ്പെടുത്തുന്നതിലും അവ അവതരിപ്പിക്കുന്നതിലുമെല്ലാം

അദ്ദേഹംകഴിവുകൾവികസിപ്പിച്ചെടുത്തു.ഈപ്രക്രിയയിലുടനീളം സോഫ്റ്റ്വെയർ ഡെവലപ്മെന്റ്, ഡിസൈനിംഗ്, ഇമേജ് പ്രോസസ്സിംഗ് എന്നിവയിലും അദ്ദേഹം പ്രാവീണ്യം നേടി.

ലവിഷിന്റെ അക്ഷീണ പരിശ്രമത്തിന്റെ ഫലമെന്നോണം ഐഐടി ബോംബെ അദ്ദേഹത്തെ മികച്ച ബിരുദ ഗവേഷണത്തിനുള്ള അവാർഡ് നൽകി അംഗീകരിച്ചു. കൂടാതെ, പാരീസിൽ, ഫ്ലൂയിഡ് മെക്കാനിക്സിനെക്കുറിച്ചുള്ള ഒരു അന്താരാഷ്ട്ര സമ്മേളനത്തിൽ അവതരിപ്പിക്കപ്പെടാനുള്ള അവസരവും അദ്ദേഹത്തിന്റെ ഗവേഷണ പ്രബന്ധത്തിന് ലഭിച്ചു.

ഗവേഷണത്തിലുള്ള തന്റെ പരിചയത്തിന്റെ ശക്തിയിൽ, മൂന്നാം വർഷം പൂർത്തിയാക്കിയ ലവിഷ് ജർമ്മനിയിലെ പാഡർബോണിൽ ഇന്റേൺഷിപ്പ് കരസ്ഥമാക്കി. അതേസമയം, കഴിഞ്ഞ നാല് സെമസ്റ്ററുകളിൽ 9.67, 9.93, 9.7, 10 എന്നിങ്ങനെ ശ്രദ്ധേയമായ CPI സ്കോറുകൾ നേടിക്കൊണ്ട് ലവിഷ് പഠനത്തിലുള്ള തന്റെ പ്രതിജ്ഞാബദ്ധത തുടർന്നുകൊണ്ടിരുന്നു. ഇത് അക്കാദമിക് എക്സലൻസ് അവാർഡ് ലവിഷിന് നേടിക്കൊടുത്തു.

അദ്ദേഹത്തിന്റെ സൂക്ഷ്മമായ ആസൂത്രണപാടവവും വർഷങ്ങളുടെ കഠിനാധ്വാനവും 2014 ഡിസംബർ 1-ന് ഷെല്ലിൽ വളരെ അഭിലഷണീയവും ഉയർന്ന ശമ്പളവുമുള്ള ജോലി നേടിക്കൊടുക്കുകയായിരുന്നു.

പിന്നീട്, 2018 മെയ് 1-ന് ലവിഷ്, തന്റെ ജീവിതത്തിലെ മറ്റൊരു ശക്തമായ വെല്ലുവിളി നേരിടാനുള്ള തയ്യാറെടുപ്പുകൾ ആരംഭിക്കാനുള്ള ഒരുക്കത്തിലായിരുന്നു : യുപിഎസ്സി എന്ന കൊടുമുടി കീഴടക്കുക. എന്നിരുന്നാലും, കോട്ടയിലെയും മുംബൈയിലെയും തന്റെ മുൻകാല പോരാട്ടങ്ങളുടെയും വിജയങ്ങളുടെയും ഓർമ്മകൾ അദ്ദേഹത്തിന്റെ ദൃഢനിശ്ചയത്തെ ശക്തിപ്പെടുത്തി. ഈ കഠിനമായ വെല്ലുവിളിയെ നേരിടാനും തരണം ചെയ്യുവാനും ആവശ്യമായ ആത്മവിശ്വാസം അത് അദ്ദേഹത്തിന് പകർന്നു നൽകി.

ഈ കഷ്ടപ്പാടുകളൊക്കെ ഫലവത്താണോ?

2018 ജൂൺ 5-ന്, ഡൽഹിയിലെ ഐഎഎസ് അഭിലാഷികളുടെ തിരക്കേറിയ ലോകത്തേക്ക് ലവിഷും ചുവടുവെച്ചു. ആ നഗരത്തിലെത്തിയ പുതിയൊരാളെന്ന നിലയിൽ അദ്ദേഹം കരോൾ ബാഗിലെ ഒരു കമ്മ്യൂണിറ്റി ഹോസ്റ്റലിൽ അഭയം തേടി. 10,000

രൂപ പ്രതിമാസ വാടകയിൽ രണ്ട് നേരത്തെ ലളിതമായ ഭക്ഷണ മുൾപ്പെടെ മിതമായ, മറ്റുള്ളവരോടൊപ്പം പങ്കിടാനാകുന്ന മുറിക ളാണ് അവിടെയുണ്ടായിരുന്നത്. ദൃഢനിശ്ചയത്തോടെ, അസ്വാ സ്ഥ്യങ്ങളൊക്കെ മാറ്റിവെച്ച്, തന്റെ ലക്ഷ്യത്തിൽ മാത്രം ശ്രദ്ധ കേന്ദ്രീകരിക്കാൻ ലവിഷ് തീരുമാനിച്ചു.

മെയിൻസിനായി ഓപ്ഷണൽ വിഷയം തിരഞ്ഞെടുക്കുക എന്നത് പ്രയാസമുള്ള കാര്യമായിരുന്നു. ശ്രേയാൻഷ് ഉൾപ്പെടെ യുള്ള സുഹൃത്തുക്കളുടെ മുന്നറിയിപ്പുകൾ അവഗണിച്ച്, മെക്കാനി ക്കൽ എഞ്ചിനീയറിംഗിന്റെ സിലബസിലെ പരിചിതമായ പദങ്ങ ളിലേക്ക് ലവിഷ് ആകർഷിക്കപ്പെട്ടു. കൂടാതെ ഈ വിഷയത്തിലെ ഉയർന്ന സ്കോറുകളും അദ്ദേഹത്തെ അതിന് പ്രേരിപ്പിക്കുകയു ണ്ടായി. 'എന്തുകൊണ്ട് എനിക്ക് ഏറ്റവും ഉയർന്ന സ്കോർ നേടിക്കൂടാ?' തന്റെ ബിടെക് പഠനകാലത്ത് മെക്കാനിക്കൽ എഞ്ചിനീയറിംഗിൽ കാഴ്ചവെച്ച മികച്ച പ്രകടനത്തെക്കുറിച്ച് ചിന്തിച്ചുകൊണ്ട് ലവിഷ് തീരുമാനിച്ചുറപ്പിച്ചു. അടുത്ത ദിവസം, തന്റെ തയ്യാറെടുപ്പുകൾക്ക് ആവശ്യമായ സെക്കൻഡ് ഹാൻഡ് പുസ്തകങ്ങൾ വാങ്ങാനായി ലവിഷ് നേരെ ദര്യാഗഞ്ച് മാർക്കറ്റി ലേക്ക് പോയി. ജിഎസ്-നായുള്ള തയ്യാറെടുപ്പുകൾക്കായി ഒരു കോച്ചിംഗ് ഇൻസ്റ്റിറ്റ്യൂട്ടിലും അദ്ദേഹം ചേർന്നു.

കോർപ്പറേറ്റ് ജോലിയുടെ ശീലങ്ങളിൽ നിന്ന് തീവ്രമായ ശ്രദ്ധ ആവശ്യമുള്ള ഒരു അന്തരീക്ഷത്തിലേക്കുള്ള മാറ്റം വലിയൊരു വെല്ലു വിളിയായിരുന്നു. ഇടയ്ക്കിടെയുണ്ടാകുന്ന മീറ്റിംഗുകളും ചർച്ചകളും ലവിഷിന് ശീലമായിരുന്നു; അവയ്ക്കൊന്നും ദീർഘനേരം നീണ്ടുനിൽ ക്കുന്ന ശ്രദ്ധ നിർബ്ബന്ധമായിരുന്നില്ല. ഓരോ പതിനഞ്ച് മിനിറ്റിലും ഇമെയിലുകൾ പരിശോധിക്കുകയും ഓരോ മണിക്കൂറിലും ഇടവേള കളെടുക്കുകയും ചെയ്യുക എന്നതായിരുന്നു അദ്ദേഹത്തിന്റെ പതിവ്.

ജിഎസ്-ന്റെ സിലബസിലേക്ക് ആഴ്ന്നിറങ്ങവേ, പാഠ്യപദ്ധതി യുടെ വിശാലത അദ്ദേഹത്തെ കീഴടക്കുകയുണ്ടായി. 'പ്രിലിമിനറി പരീക്ഷയ്ക്ക് ഇനി ഒരു വർഷം പോലും തികച്ചില്ല. എനിക്ക് സിലബസ് പൂർത്തിയാക്കാൻ കഴിയുമോ? പ്രിലിമിനറി പരീക്ഷ പാസായാലും, മെയിൻസ് പരീക്ഷയ്ക്കുള്ള ഓപ്ഷണൽ വിഷയം, എസ്സേ, ജിഎസ് എന്നിവയ്ക്ക് തയ്യാറെടുക്കാൻ എനിക്ക് സമയമുണ്ടാ കില്ല. ഹൈസ്കൂൾ കാലത്തിന് ശേഷം ഞാൻ തിരിഞ്ഞുനോക്കി യിട്ടില്ലാത്ത ഹ്യൂമാനിറ്റീസ് എനിക്ക് പഠിച്ചെടുക്കാൻ കഴിയുമോ?' മുന്നിലുള്ള അനിശ്ചിതത്വങ്ങളുടെ സങ്കീർണ്ണതകളെ ഉൾക്കൊ ള്ളാൻ ശ്രമിച്ചുകൊണ്ട് ലവിഷ് ചിന്തിച്ചു.

മെക്കാനിക്കൽ എഞ്ചിനീയറിംഗിനെക്കുറിച്ച് കൂടുതൽ പഠിക്കവേ മറ്റൊരു കഠിനമായ സത്യം ലവിഷ് തിരിച്ചറിയുക യുണ്ടായി. ബിടെക് പഠനകാലത്ത് താൻ സിഎസ്ഇ സിലബ സിന്റെ 40 ശതമാനം പോലും പഠിച്ചിരുന്നില്ല. ബാക്കിയുള്ളവയിൽ ഭൂരിഭാഗവും അദ്ദേഹത്തിന്റെ ഓർമ്മയിൽ നിന്ന് മാഞ്ഞുപോയി രുന്നു. ഐഐടി പ്രൊഫസർമാർ വിദേശ എഴുത്തുകാരുടെ പുസ്തക ങ്ങളാണ് ശുപാർശ ചെയ്തിരുന്നത്. എന്നാൽ, സിഎസ്ഇ-യ്ക്ക് ഇന്ത്യൻ എഴുത്തുകാരുടെ പുസ്തകങ്ങളാണ് നിർദ്ദേശിക്കപ്പെട്ടി രുന്നത് എന്ന കാര്യം ഈ വിഷയത്തെ കൂടുതൽ സങ്കീർണ്ണമാക്കി.

ഈ വൈകാരിക പ്രക്ഷോഭത്തിനിടയിൽ, ലവിഷിന് മറ്റൊരു തിരിച്ചടി നേരിടേണ്ടിവന്നു. ആദ്യ ജിഎസ് മോക്ക് ടെസ്റ്റിൽ തനിക്ക് വെറും മുപ്പത് മാർക്ക് മാത്രമാണ് നേടാനായതെന്ന സത്യവും എക്സാമിനറിൽ നിന്നുള്ള കടുത്ത പ്രതികരണവും അദ്ദേഹത്തെ നിരാശയിലാഴ്ത്തി. ഒരു നിമിഷം സ്വന്തം കഴിവിൽ സംശയം തോന്നിയ ലവിഷ്, വിഷാദാവസ്ഥയിലേക്ക് വീണു പോയി. സിഎസ്ഇ-യിൽ വിജയിക്കാനാവശ്യമായ കഴിവ് തനിക്കില്ലെന്ന് അദ്ദേഹത്തിന് തോന്നി.

ഇന്ത്യൻ പ്രധാനമന്ത്രിയുടെ ഹ്യൂസ്റ്റൺ സന്ദർശന വാർത്ത യാണ് ലവിഷിന്റെ വിഷാദം വർദ്ധിപ്പിച്ചത്. 'ഹൗഡി മോദി' പരിപാടിയുടെ വീഡിയോകളും ഫോട്ടോകളും കാണാനിടയായ ലവിഷ് ഹ്യൂസ്റ്റണിലെ തന്റെ സുഖകരമായ ജീവിതത്തെക്കുറിച്ച് ഓർത്തു.

'സിഎസ്ഇ എഴുതാൻ തീരുമാനിച്ചിരുന്നില്ലെങ്കിൽ, ഞാനി പ്പോൾ ഹ്യൂസ്റ്റണിൽ ഈ പരിപാടിയിൽ പങ്കെടുക്കേണ്ടതാ യിരുന്നു. ഞാൻ നല്ലൊരു ജീവിതമാണ് അവിടെ നയിച്ചുകൊണ്ടി രുന്നത്. ഞാൻ ലോകം മുഴുവൻ സഞ്ചരിക്കുകയും ധാരാളം പണം സമ്പാദിക്കുകയും ചെയ്തു. ഇവിടെ ഞാൻ ഒരു പഴയ, വൃത്തികെട്ട, ഹോസ്റ്റൽ മുറിയിൽ മറ്റുള്ളവരോടൊപ്പം ദിവസവും പതിനെട്ട് മണിക്കൂർ കഷ്ടപ്പെട്ട് പഠിക്കുന്നു. എനിക്ക് പണവും സുഖസൗക ര്യങ്ങളും നഷ്ടപ്പെട്ടു. എന്റെ കരിയറിൽ ഞാൻ പിന്നിലായി. ഈ പോരാട്ടംകൊണ്ട് പ്രയോജനമുണ്ടോ? ഉയർന്ന റാങ്ക് ലഭിച്ചാലും, ഞാൻ ഒരു മോശം കേഡറിലാണ് എത്തിപ്പെടുന്നതെങ്കിലോ?' ഒരായിരം ചോദ്യങ്ങൾ ലവിഷിന്റെ മനസ്സിലൂടെ കടന്നുപോയി.

ഓരോ ഐഎഎസ് ഉദ്യോഗാർത്ഥിയും അവരുടെ തയ്യാറെ ടുപ്പുകൾക്കിടയിൽ വിഷാദാത്മകമായ ഘട്ടങ്ങൾ നേരിടാറുണ്ട്.

എത്രവേഗം അത് മറികടക്കുന്നുവോ അത്രയും വേഗം നിങ്ങൾക്ക് വിജയം ആസ്വദിക്കാൻ കഴിയുന്നതാണ്.

ഭാഗ്യവശാൽ, ലവിഷ് ഈ ഘട്ടം അധികനാൾ തുടരാൻ അനുവദിച്ചില്ല. അദ്ദേഹം സ്വയം തന്റെ മാനസികാവസ്ഥ മെച്ചപ്പെടുത്തി. 'ഒരു മത്സര പരീക്ഷയിലും ഞാൻ ഒരിക്കലും പരാജയപ്പെട്ടിട്ടില്ല. എനിക്ക് വേണ്ടി മാത്രമല്ല, എന്റെ കുടുംബത്തിനു വേണ്ടിയും ഞാൻ ഇത് നേടിയെടുക്കേണ്ടതുണ്ട്. മാത്രമല്ല, എന്റെ സഹപാഠികൾക്കും ഐഐടിയിലെ മറ്റ് പൂർവ്വ വിദ്യാർത്ഥികൾക്കും കഴിയുന്നുവെങ്കിൽ, എന്തുകൊണ്ട് എനിക്കീ പരീക്ഷയിൽ വിജയിക്കാൻ കഴിയില്ല?' അദ്ദേഹം സ്വയം പറഞ്ഞു.

കുറച്ച് ദിവസങ്ങൾക്ക് ശേഷം, കോട്ടയിലും ഐഐടി ബോംബെയിലും തന്റെ ഉറ്റ സുഹൃത്തായിരുന്ന ശ്രേയൻസ് കുമാത് മെയിൻസ് പാസായി എന്ന വാർത്ത ലവിഷിന് പുതിയൊരു ഊർജ്ജം പകർന്നുനൽകി. കോട്ടയിൽ താൻ ഐഐടി-ജെഇഇ-യ്ക്കായി തയ്യാറെടുത്തുകൊണ്ടിരുന്ന ദിവസങ്ങളിലും പിന്നീട് ഐഐടി ബോംബെയിലെ രണ്ടാം വർഷത്തിലെയും മൂന്നാം വർഷത്തിലെയും പരീക്ഷകളിലും തന്റെ മനസ്സിൽ ആളിക്കത്തിയ അഭിനിവേശത്തിന്റെ തീപ്പൊരിയെ ലവിഷ് വീണ്ടും ഊതിക്കത്തിച്ചു.

വിജയത്തിനായി ഒരു ഫോർമുല തയ്യാറാക്കുന്നു

ലവിഷ് മുൻവർഷങ്ങളിലെ പരീക്ഷാ ചോദ്യങ്ങൾ സൂക്ഷ്മമായി പരിശോധിച്ചു. കോച്ചിംഗ് ക്ലാസുകളിൽ പഠിപ്പിക്കുന്ന പാഠ്യപദ്ധതിയും യുപിഎസ്‌സി ചോദിക്കുന്ന ചോദ്യങ്ങളും തമ്മിലുള്ള ചേർച്ചയില്ലായ്മ അതിൽ വ്യക്തമായിരുന്നു. തൽഫലമായി, പൊളിറ്റിയെയും എക്കണോമിയെയും സംബന്ധിക്കുന്ന കോച്ചിംഗ് സെഷനുകളിൽ ചിലതിൽ മാത്രം തിരഞ്ഞെടുത്ത് പങ്കെടുക്കുന്നതിനിടയിൽ സ്വയം പഠനത്തിന് മുൻഗണന നൽകാൻ അദ്ദേഹം തീരുമാനിച്ചു. കൂടാതെ, ഓൺലൈനിൽ ലഭ്യമായ ഭൂമിശാസ്ത്രത്തെയും സാമ്പത്തിക ശാസ്ത്രത്തെയും കുറിച്ചുള്ള പ്രഭാഷണങ്ങളും അദ്ദേഹം കണ്ടെത്തി.

ലവിഷ് ക്രമേണ തന്റെ ശ്രദ്ധയുടെ തോത് വർദ്ധിപ്പിച്ചു. തന്റെ ദിനചര്യയിൽ സമൂലമായ മാറ്റം വരുത്തുകയും രാത്രികളുടെ ശാന്തതയിൽ പഠിക്കാൻ തുടങ്ങുകയും ചെയ്തു. ഡിസംബർ ആരംഭിച്ചതോടെ, ലവിഷ് തന്റെ പുരോഗതി, പ്രിലിമിനറിക്ക് തയ്യാറെടുക്കാൻ ബാക്കിയുള്ള സമയം, വ്യത്യസ്ത വിഷയങ്ങൾക്ക് തയ്യാറെ

ടുക്കാൻ ആവശ്യമായ ദൈർഘ്യം എന്നിവയെക്കുറിച്ച് സൂക്ഷ്മമായി വിലയിരുത്തുകയുണ്ടായി. ഈ വിശകലനങ്ങളുടെ അടിസ്ഥാനത്തിൽ, ടെസ്റ്റുകൾക്കും പുനരവലോകനങ്ങൾക്കുമുള്ള സമയം ഉൾപ്പെടുത്തിക്കൊണ്ട്, ദിവസേനയും ആഴ്ചകളിലേക്കും മാസങ്ങളിലേക്കുമുള്ള സമയക്രമങ്ങൾ അദ്ദേഹം തയ്യാറാക്കി. തന്റെ ദൈനംദിന ലക്ഷ്യങ്ങൾ കൈവരിക്കുന്നതിൽ പ്രതിജ്ഞാബദ്ധനായിരുന്ന ലവിഷ്, ഉറക്കം പോലും ത്യജിച്ചു. ദിവസവും മൂന്നോ നാലോ മണിക്കൂർ മാത്രമാണ് അദ്ദേഹം വിശ്രമത്തിനായി മാറ്റിവെച്ചിരുന്നത്.

2019 ജനവരിയിൽ, സമാന ചിന്താഗതിക്കാരായ മനീഷ് ധരിവാൾ, മുകുൾ, ദീക്ഷിത് ജെയിൻ എന്നിവരോടൊപ്പം ഒരു ഹോസ്റ്റലിൽ അദ്ദേഹം താമസമാക്കി. പരസ്പരം സഹായിക്കുന്നതിനൊപ്പം, തങ്ങൾക്കിടയിൽ ആരോഗ്യകരമായ ഒരു മത്സരവും അവർ വളർത്തിയെടുത്തു. ഒരു പ്രമുഖ കോച്ചിംഗ് ഇൻസ്റ്റിറ്റ്യൂട്ട് മുന്നോട്ടുവയ്ക്കുന്ന 'ദിവസേന അഞ്ച് ചോദ്യങ്ങൾ' എന്ന പദ്ധതിയെ അവർ തങ്ങളുടെ ഒരു പ്രധാന അഭ്യാസമാക്കി മാറ്റി. ഓരോ പ്രശ്നത്തിന്റെയും സൂക്ഷ്മതകൾ മനസ്സിലാക്കുന്നതിനും ചോദ്യങ്ങൾ ഫലപ്രദമായി കൈകാര്യം ചെയ്യുന്നതിനുള്ള തന്ത്രങ്ങൾ കണ്ടെത്തുന്നതിനുമായി അവർ സംയുക്ത ചർച്ചകളിലും ഏർപ്പെട്ടു.

പരീക്ഷാ സാഹചര്യങ്ങൾ അനുകരിച്ചുകൊണ്ട്, മൂവരും അവരുടെ ഹോസ്റ്റലിൽ മുൻകൂട്ടി നിശ്ചയിച്ച തീയതികളിലും സമയക്രമത്തിലും ഒരു ടെസ്റ്റ് പരമ്പരയിലടങ്ങുന്ന നാൽപ്പതോളം മുഴുനീള ചോദ്യപേപ്പറുകൾക്ക് ഉത്തരമെഴുതിപ്പഠിച്ചു. ഈ സഹകരണ ശ്രമം അച്ചടക്കം വളർത്തിയെടുക്കുക മാത്രമല്ല, മനോവീര്യം കുറഞ്ഞിരിക്കുന്ന സാഹചര്യങ്ങളിൽ പരസ്പരം പ്രചോദനം നൽകുകയും ചെയ്തു. ഐഐടി ബോംബെയിൽ സീനിയറായിരുന്ന തന്റെ 'ചായക്കടയിലെ സുഹൃത്ത്' ഗൗരവ് ശർമ്മയുമായി ലവിഷ് തന്റെ പരീക്ഷാ തന്ത്രത്തെക്കുറിച്ച് ചർച്ച ചെയ്തു. അദ്ദേഹത്തിന്റെ കൃത്യമായി എഴുതിയുണ്ടാക്കിയ കുറിപ്പുകൾ, മനഃപാഠമാക്കൽ രീതികൾ, ചോദ്യപേപ്പർ വിശകലനം ചെയ്യുന്ന രീതി, പരീക്ഷയുടെ ഉള്ളടക്കത്തിന്റെ ദൃശ്യവൽക്കരണം എന്നിവയിൽ നിന്ന് ലവിഷിന് പുത്തൻ ഉൾക്കാഴ്ചകൾ നേടിയെടുക്കാനായി.

2019 ഫെബ്രുവരി മുതൽ ലവിഷ് പ്രിലിമിനറി പരീക്ഷയ്ക്കായുള്ള തയ്യാറെടുപ്പിൽ പൂർണ്ണമായും മുഴുകി. ഓരോ പരീക്ഷയ്ക്കു ശേഷവും അദ്ദേഹം തന്റെ പ്രകടനം സൂക്ഷ്മമായി വിശകലനം ചെയ്തു. തയ്യാറെടുപ്പുകളുടെ അഭാവമാണോ അറിവില്ലായ്മയാണോ അതോ

ചോദ്യങ്ങൾ തിടുക്കത്തിൽ വായിച്ചതാണോ തന്റെ തെറ്റുകൾക്ക് കാരണം എന്നറിയാൻ അദ്ദേഹം സസൂക്ഷ്മം പരിശോധിച്ചു.

സിഎസ്ഇ അപേക്ഷാ ഫോം പൂരിപ്പിക്കുമ്പോൾ, ഇന്ത്യൻ ഫോറസ്റ്റ് സർവീസും (ഐഎഫ്എസ്) ലവിഷ് തിരഞ്ഞെടുക്കുക യുണ്ടായി. അതിന്റെ പ്രിലിമിനറി പരീക്ഷയും സിഎസ്ഇ-യുടേത് തന്നെയായിരുന്നു.

2019 ജൂൺ3-നാണ് പ്രിലിമിനറി പരീക്ഷ നടന്നത്. പരീക്ഷയ്ക്ക് ശേഷം ഉത്തരസൂചികകൾ വിശകലനം ചെയ്യവേ ലവിഷ് 140 മാർക്കിന് മുകളിൽ സ്കോർ ചെയ്യുമെന്ന് തെളിഞ്ഞു. ഫലം പ്രഖ്യാപിച്ചപ്പോൾ, പ്രതീക്ഷിച്ചതുപോലെതന്നെ സിഎസ്ഇ-യും ഐഎഫ്എസും ലവിഷ് പാസ്സായി. അദ്ദേഹത്തിന്റെ മനസ്സിൽ സന്തോഷം അലയടിച്ചു.

എന്നിരുന്നാലും, 2019 സെപ്റ്റംബർ 19-ന് ആരംഭിക്കാൻ നിശ്ചയിച്ചിരുന്ന മെയിൻ പരീക്ഷയ്ക്ക് 100 ദിവസം മാത്രമാണ് ബാക്കിയുള്ളതെന്ന സത്യം ലവിഷിനെ ആശങ്കാകുലനാക്കി. ആ സമയത്ത്, തന്റെ ആദ്യ ശ്രമത്തിൽ തന്നെ CSE 2018-ൽ ശ്രേയൻസ് നാലാം റാങ്ക് നേടിയെന്ന വാർത്ത ക്ഷയിച്ചുകൊണ്ടിരുന്ന ലവിഷിന്റെ ആവേശത്തെ ഉത്തേജിപ്പിച്ചു.

മെയിൻസ് പരീക്ഷയ്ക്കായുള്ള തയ്യാറെടുപ്പുകളുടെ തിരക്കിനി ടയിൽ, പല ഉദ്യോഗാർത്ഥികളും നേരിട്ടിരുന്ന ഒരു ആശയക്കുഴപ്പം ലവിഷിനുമുണ്ടായി – ഉത്തരമെഴുതി പരിശീലിക്കുകയും മോക്ക് ടെസ്റ്റുകളിൽ പങ്കെടുക്കുകയും ചെയ്യുന്നതിന് മുൻപ് സിലബസ് പൂർത്തിയാക്കണോ അതോ പഠിക്കുന്നതിനോടൊപ്പം തന്നെ പരീക്ഷകളും എഴുതണോ എന്നതായിരിക്കുന്നു ആ സംശയം. ലവിഷ് രണ്ടാമത്തേതാണ് തിരഞ്ഞെടുത്തത്. അത് അദ്ദേഹ ത്തിന് വളരെ ആവശ്യമായ എഴുത്ത് പരിശീലനവും തന്റെ ബലഹീ നതകളെക്കുറിച്ചുള്ള വിലപ്പെട്ട ഉൾക്കാഴ്ചകളും നൽകി. അദ്ദേഹം പതിവായി മുഴുവൻ ദൈർഘ്യമുള്ള പരീക്ഷാ പേപ്പറുകൾ എഴുതു കയും, ഉത്തരങ്ങൾ സ്വയം വിലയിരുത്തുകയും, മെച്ചപ്പെടുത്തേണ്ട മേഖലകൾ ശ്രദ്ധിക്കുകയും ചെയ്തു. കഴിഞ്ഞ വർഷങ്ങളിലെ ടോപ്പർമാരുടെ കോപ്പികൾ മറ്റൊരു ശക്തമായ പഠനോപകര ണമായിരുന്നു.

മെയിൻസ് പരീക്ഷയ്ക്ക് ഏതാനും ദിവസങ്ങൾക്ക് മുമ്പ്, ലവിഷും സുഹൃത്തുക്കളും ഒരു 'എക്സാം സിമുലേറ്ററിൽ' മോക്ക് പരീക്ഷയ്ക്ക് ചേർന്നു. പ്രമുഖ കോച്ചിംഗ് സെന്ററുകളാൽ സ്ഥാപിത മായ ഈ സിമുലേറ്ററുകൾ, യുപിഎസ്സി പരീക്ഷാ ഹാളുകൾക്ക്

സമാനമായ അന്തരീക്ഷമാണ് സൃഷ്ടിച്ചിരുന്നത്. യഥാർത്ഥ സിവിൽ സർവീസസ് മെയിൻസ് പരീക്ഷയുടെ അതേ ക്രമം, ദൈർഘ്യം, ഇടവേളകൾ, എന്നിവയുള്ള ഒരു മോക്ക് പരീക്ഷാ ക്രമം അവർ പ്രസിദ്ധീകരിക്കുന്നു. മെയിൻസ് പരീക്ഷയ്ക്ക് കുറച്ച് ദിവസങ്ങൾക്ക് മുമ്പ് നടക്കുന്ന ഈ മോക്ക് പരീക്ഷകൾ, ഉദ്യോഗാർത്ഥികൾക്ക് നിർണ്ണായക പരിശീലനം നൽകുകയും പരീക്ഷാ സാഹചര്യങ്ങളുമായി പൊരുത്തപ്പെടാൻ അവരെ സഹായിക്കുകയും ചെയ്യുന്നു.

2019 സെപ്റ്റംബർ 27-ന് സിഎസ്ഇ മെയിൻസ് പൂർത്തിയാക്കിയ ശേഷം, ലവിഷ് പൂർണ്ണമായും ക്ഷീണിതനായിരുന്നു. അദ്ദേഹം ഉടൻ തന്നെ ഉദയ്പൂരിലേക്ക് യാത്രതിരിച്ചു. ഇരുപത്തിയഞ്ച് ദിവസത്തെ ഇടവേളയ്ക്ക് ശേഷം, അദ്ദേഹം ഡൽഹിയിലേക്ക് മടങ്ങിയെത്തി, 2019 ഡിസംബർ 1 മുതൽ നടക്കാനിരിക്കുന്ന ഐഎഫ്എസ് മെയിൻസിനായുള്ള തയ്യാറെടുപ്പുകൾ പുനരാരംഭിച്ചു.

ഡിഎഎഫിലൂടെയുള്ള സമർത്ഥമായ യാത്ര

2020 ജനുവരി 15-ന് അർദ്ധരാത്രിയിലാണ് ആകാംക്ഷയോടെ കാത്തിരുന്ന ആ സന്തോഷവാർത്ത പുറത്തുവന്നത്. ലവിഷും മുകുളും സിഎസ്ഇ മെയിൻസ് പാസായിരിക്കുന്നു. ഐഎഫ്എസ് മെയിൻസ് പരീക്ഷയുടെ ഫലവും അടുത്ത ദിവസം പ്രഖ്യാപിച്ചു. ഇരുവരും ഇതിലും വിജയിച്ചിരുന്നു.

സ്വന്തം ലക്ഷ്യത്തിൽ നിന്ന് ഒരു ചുവട് മാത്രം അകലെയാണ് താനെന്ന തിരിച്ചറിവ് ലവിഷിന്റെ സിരകളിലൂടെ ഒരു പുത്തൻ ഊർജ്ജപ്രവാഹമുണ്ടാക്കി. എന്നിരുന്നാലും, അന്തിമ പട്ടികയിൽ തന്റെ പേര് ഉൾപ്പെട്ടില്ലെങ്കിൽ ഇന്റർവ്യൂവിലെ വിജയത്തിന് അർത്ഥമില്ലെന്ന വ്യക്തമായ യാഥാർത്ഥ്യത്തെക്കുറിച്ച് ചിന്തിച്ച ഉടൻതന്നെ ലവിഷിന്റെ മനസ്സിനെ ഉത്കണ്ഠ പിടികൂടി. സിഎസ്ഇ ഒരു ഏണിയും പാമ്പും കളി പോലെയാണെന്ന് പറഞ്ഞ് മനസ്സിലാക്കാൻ ശ്രമിച്ചുകൊണ്ട് അദ്ദേഹം തന്റെ കുടുംബത്തിന്റെ ആഹ്ലാദത്തിന് പരിധിവയ്ക്കാൻ ശ്രമിച്ചു. അവസാന ഘട്ടത്തിൽ ഒരു പാമ്പ് വിഴുങ്ങിയാൽ പൂജ്യത്തിലെത്തുകയും വീണ്ടും ആദ്യം മുതൽ ആ യാത്ര ആരംഭിക്കുകയും ചെയ്യേണ്ടിവരും.

IFS ഇന്റർവ്യൂ 2020 ഫെബ്രുവരി 11-നാണ് നിശ്ചയിച്ചിരുന്നത്.

CSE ഇന്റർവ്യൂ ആകട്ടെ 2020 മാർച്ച് 25-നും. ഡീറ്റൈൽഡ് ആപ്ലിക്കേഷൻ ഫോമിൽ (DAF) ഉദ്യോഗാർത്ഥികൾ നൽകുന്ന വിശദാംശങ്ങളെ അടിസ്ഥാനമാക്കിയാണ് പല ചോദ്യങ്ങളും വരുന്നതെന്നതിനാൽ, ലവിഷ് തന്റെ ഫോം വളരെ ശ്രദ്ധാപൂർവ്വമാണ് പൂരിപ്പിച്ചിരുന്നത്. അനാവശ്യമായ വിശദാംശങ്ങൾ അദ്ദേഹം ഒഴിവാക്കി. അപ്പോഴും തന്റെ സ്കോളർഷിപ്പുകൾ, അവാർഡുകൾ, ഗവേഷണ പ്രബന്ധങ്ങൾ എന്നിവയെക്കുറിച്ചുള്ള വിവരങ്ങൾ അതിൽ ഉൾപ്പെട്ടിട്ടുണ്ടെന്ന് അദ്ദേഹം ഉറപ്പാക്കി. തന്റെ പ്രവൃത്തിപരിചയം മറ്റ് ഉദ്യോഗാർത്ഥികളിൽ നിന്ന് തന്നെ വ്യത്യസ്തനാക്കുന്നുവെന്ന് തിരിച്ചറിഞ്ഞ ലവിഷ്, അതിനെ സംബന്ധിക്കുന്ന ചോദ്യങ്ങൾ അഭിമുഖത്തിനിടെ ക്ഷണിച്ചു വരുത്താനാകുംവിധമാണ് അവതരിപ്പിച്ചത്. DAF സമർപ്പിക്കുന്നതിന് മുമ്പ്, മുൻകാലങ്ങളിൽ പരീക്ഷ പാസായ തന്റെ സീനിയേഴ്സിൽ നിന്ന് അദ്ദേഹം നിർദ്ദേശങ്ങൾ തേടിയിരുന്നു.

സർവീസുകൾക്കുള്ള മുൻഗണന നിശ്ചയിക്കുക എന്നത് ശ്രമകരമായ ഒരു ജോലിയായിരുന്നു. വിദേശ രാജ്യങ്ങളിൽ താമസിക്കാനുള്ള അവസരങ്ങളിൽ ആകർഷിക്കപ്പെട്ട ലവിഷ്, തന്റെ ആദ്യ ചോയ്സായി ഇന്ത്യൻ വിദേശകാര്യ സർവീസ് തിരഞ്ഞെടുക്കാൻ ആദ്യം പ്രലോഭിക്കപ്പെട്ടിരുന്നു. എന്നാൽ ആ ജോലിയിലെ ആവർത്തനവിരസതയെക്കുറിച്ചുള്ള ധാരണയും വിശാലമായ വെല്ലുവിളികൾ ഏറ്റെടുക്കാനുള്ള ആഗ്രഹവും അദ്ദേഹത്തെ ഐഎഎസ് തിരഞ്ഞെടുക്കാൻ പ്രേരിപ്പിക്കുകയായിരുന്നു. യൂണിഫോം ധരിക്കേണ്ടിവരുന്ന സേവനങ്ങളോട് താൽപ്പര്യമില്ലാത്തതിനാൽ, ആ പട്ടികയുടെ അവസാനഭാഗത്താണ് ഇന്ത്യൻ പോലീസ് സർവീസിനെ അദ്ദേഹം സ്ഥാപിച്ചത്.

ഡിഎഎഫ് പൂർത്തിയാക്കുന്നതിലെ മറ്റൊരു വെല്ലുവിളി കേഡറുകൾക്ക് മുൻഗണ നൽകുക എന്നതായിരുന്നു. സ്വാഭാവികമായും, രാജസ്ഥാനും മധ്യപ്രദേശുമായിരുന്നു അദ്ദേഹത്തിന്റെ ആദ്യത്തെയും രണ്ടാമത്തെയും ചോയ്സുകൾ. ഉദയ്പൂരിനടുത്തായതിനാൽ മധ്യപ്രദേശിനോട് വൈകാരിക മൂല്യം കൂടുതലായിരുന്നു. എന്നാൽ, മൂന്നാമത്തെ തിരഞ്ഞെടുപ്പ് കഠിനമായിരുന്നു. ഉത്തർപ്രദേശിനും കർണാടകയ്ക്കും ഇടയിൽ ഏതു തിരഞ്ഞെടുക്കണമെന്ന ആശയക്കുഴപ്പത്തിലായിരുന്നു ലവിഷ്. തന്റെ സുഹൃത്തായ ശ്രേയാൻസിൽ നിന്ന് മാർഗ്ഗനിർദ്ദേശം തേടിയപ്പോൾ അദ്ദേഹത്തിന് വിലപ്പെട്ട ഉപദേശമാണ് ലഭിച്ചത്.

'ലവിഷ്, നിങ്ങൾ നിങ്ങളുടെ ജീവിതമത്രയും ഒരു കേഡറിൽ ചെലവഴിക്കേണ്ടി വരും. അതിനാൽ സമഗ്രമായി, ദീർഘകാലാടി സ്ഥാനത്തിൽ ചിന്തിക്കേണ്ടത് അത്യാവശ്യമാണ്. നിങ്ങളുടെ മാതാപിതാക്കളുടെയും ഭാര്യയുടെയും കുട്ടികളുടെയും ആവശ്യങ്ങൾ പരിഗണിക്കുക. ബെംഗളൂരു ഉൾപ്പെടെ നല്ല കണക്റ്റിവിറ്റിയുള്ള വലിയ നഗരങ്ങൾ കർണാടകയിലുണ്ട്. നല്ല ആരോഗ്യ-വിദ്യാഭ്യാസ സൗകര്യങ്ങളും ധാരാളം തൊഴിലവസരങ്ങളുമുണ്ട്. ഭാഷ തുടക്കത്തിൽ ഒരു വെല്ലുവിളിയായേക്കാം, പക്ഷേ അത് മറികടക്കാൻ പ്രയാസമില്ല.' ശ്രേയാൻസിന്റെ ഉപദേശത്തിന് ലവിഷ് സമ്മതം മൂളി.

ഇന്റർനെറ്റിൽ ഉദ്യോഗാർത്ഥികൾ പോസ്റ്റ് ചെയ്ത ഇന്റർവ്യൂ ചോദ്യങ്ങളുടെ ട്രാൻസ്ക്രിപ്റ്റുകൾ നോക്കിയപ്പോൾ, ഇന്റർവ്യൂ ബോർഡുകളിൽ ഉദ്യോഗാർത്ഥികളുടെ പേരിന്റെ അർത്ഥത്തെക്കുറിച്ചുള്ള ചോദ്യങ്ങൾ സ്ഥിരമാണെന്ന അഭിപ്രായം കണ്ടു. വിചിത്രമെന്നു പറയട്ടെ, തന്റെ സ്വന്തം പേരിന്റെ അർത്ഥത്തെക്കുറിച്ച് അദ്ദേഹം അജ്ഞനായിരുന്നു. സ്കൂളിലും കോളേജിലും, സഹപാഠികളിൽ നിന്ന്, തന്റെ പേരിന്റെ അർത്ഥം കാമാസക്തിയുടെയും ആസക്തിയുടെയും ആനന്ദത്തിന്റെയും ഹിന്ദു ദൈവമായ 'കാം ദേവ്' എന്നാണെന്ന് ആരോപിച്ചുകൊണ്ടുള്ള കളിയാക്കലുകൾ ലവിഷ് സഹിച്ചിരുന്നു – അത് അദ്ദേഹത്തിന് ഇഷ്ടമായിരുന്നില്ല. അങ്ങനെ, ലവിഷ് സ്വന്തമായി ഒരു വ്യാഖ്യാനമുണ്ടാക്കിയെടുക്കാൻ തീരുമാനിച്ചു. ഇംഗ്ലീഷ് പദമായ 'ലവ്' ഹിന്ദിയിൽ ദൈവം എന്നർത്ഥം വരുന്ന 'ഇഷ്' എന്ന പദവുമായി സംയോജിപ്പിച്ച്, ദൈവം സ്നേഹിക്കുന്ന വ്യക്തിയെന്ന് ലവിഷിനെ അദ്ദേഹം നിർവ്വചിച്ചു.

തന്റെ ഡിഎഎഫിലടങ്ങിയിരിക്കുന്ന മറ്റ് കാര്യങ്ങൾ സൂക്ഷ്മമായി നിരീക്ഷിക്കവേ ലവിഷ്, തന്റെ അവസാന നാമമായ ഓർഡിയയുടെ ഉത്ഭവവും അന്വേഷിച്ചു. മാത്രമല്ല, ഉദയ്പൂരിൽ ജനിച്ചു വളർന്ന ലവിഷ്, തന്റെ നഗരത്തെയും അവിടുത്തെ വിനോദ സഞ്ചാര കേന്ദ്രങ്ങളെയും ടൂറിസം വ്യവസായത്തെയും കുറിച്ച് ഗവേഷണം നടത്തി. കൂടാതെ, പേരുകളിലെ സമാനത കാരണം മൗണ്ട് അബുവിലെ ദിൽവാര ജൈന ക്ഷേത്രങ്ങളുമായി ബന്ധം സ്ഥാപിച്ചുകൊണ്ട്, തന്റെ അമ്മയുടെ ഗ്രാമമായ ഡെൽവാരയെക്കുറിച്ചും അദ്ദേഹം ഗവേഷണം നടത്തി.

ഇന്റർവ്യൂവിന്റെ സ്വഭാവം മനസ്സിലാക്കാനായി, വിവിധ പ്ലാറ്റ്ഫോമുകളിൽ നിന്ന് കഴിഞ്ഞ ആറ് വർഷങ്ങളിൽ നടന്ന

ഇന്റർവ്യൂ ട്രാൻസ്ക്രിപ്റ്റുകൾ ലവിഷ് ഡൗൺലോഡ് ചെയ്തു. 'ടൂറിസം', 'ഉദയ്പൂർ', 'രാജസ്ഥാൻ', 'മെക്കാനിക്കൽ എഞ്ചിനീയറിംഗ്', 'ഓയിൽ ആൻഡ് ഗ്യാസ്' തുടങ്ങിയ കീവേഡുകൾ ഉപയോഗിച്ച്, ഈ വിഷയങ്ങളുമായി ബന്ധപ്പെട്ട ചോദ്യങ്ങൾക്കായി അദ്ദേഹം ട്രാൻസ്ക്രിപ്റ്റുകൾ പരതി. ഇന്റർവ്യൂ റൂമുകളിൽ നടക്കുന്ന നിലവിലെ ചർച്ചകളെക്കുറിച്ച് അറിഞ്ഞിരിക്കാനായി അദ്ദേഹം ആ സമയം നടന്നുകൊണ്ടിരിക്കുന്ന ഇന്റർവ്യൂ ട്രാൻസ്ക്രിപ്റ്റുകളും വിശകലനം ചെയ്തു.

നിരവധി മോക്ക് ഇന്റർവ്യൂകളിലും ലവിഷ് പങ്കെടുത്തു. ചില ഫീഡ്ബാക്കുകൾ ക്രിയാത്മകമായിരുന്നെങ്കിലും, ചിലർ അദ്ദേഹത്തെ പരിഹസിക്കുക പോലും ചെയ്തുകൊണ്ട് കടുത്ത വിമർശനങ്ങൾ നടത്തുകയുണ്ടായി. ഇത് ലവിഷിന്റെ ആത്മവിശ്വാസത്തെ ബാധിച്ചു.

വനങ്ങളുടെ ലോകത്തേക്ക് ഒരു ക്ഷണം

2020 ഫെബ്രുവരി 11-ന് രാവിലെ ധോൽപൂർ ഹൗസിലെ യുപിഎസ്സി ഓഫീസിൽ ഐഎഫ്എസ് ഇന്റർവ്യൂവിൽ പങ്കെടുക്കാനായി ലവിഷ് ആകാംക്ഷയോടെ തയ്യാറായി കാത്തിരുന്നു. ആദ്യത്തെ ചോദ്യംതന്നെ തന്നെ ഞെട്ടിക്കുമെന്ന് അദ്ദേഹം അറിഞ്ഞിരുന്നില്ല.

'കഴിഞ്ഞ അഞ്ച് വർഷത്തോളം എന്തുകൊണ്ടാണ് നിങ്ങൾ വെറുതെ വീട്ടിലിരുന്നത്?' ബോർഡ് ചെയർമാന്റെ ഈ ചോദ്യം ലവിഷിനെ സംശയത്തിലാഴ്ത്തി.

നിരാശയോടെ, ഷെല്ലിലെ തന്റെ പ്രവൃത്തിപരിചയം വിശദീകരിക്കാൻ തുടങ്ങിയപ്പോൾ, ബോർഡിന് തന്റെ ഹോബികളുടെ വിവരണമായ DAF-1 ആണ് നൽകിയിരിക്കുന്നതെന്ന് അദ്ദേഹം കണ്ടെത്തി. തന്റെ ഔദ്യോഗിക ജീവിതത്തെക്കുറിച്ചുള്ള നിർണ്ണായക വിവരങ്ങൾ അടങ്ങിയ DAF-2 അവരുടെ ഫോൾഡറുകളിൽ ഉൾപ്പെടുത്തിയിട്ടില്ല. യാദൃച്ഛികമായ ഈ പിഴവ് ആ അഭിമുഖത്തെ അപ്രതീക്ഷിതമായ ഒരു പാതയിലൂടെയാണ് നയിച്ചത്.

ലവിഷ് തന്റെ അനുഭവങ്ങൾ പറഞ്ഞറിയിക്കാൻ ശ്രമിച്ചിട്ടും, ബോർഡ് DAF-1-ൽ അവതരിപ്പിച്ച പരിമിതമായ വിവരങ്ങളിൽ മാത്രമാണ് ശ്രദ്ധകേന്ദ്രീകരിച്ചത്. ചുവരിൽതൂക്കിയിരുന്ന കലണ്ടറിലുണ്ടായിരുന്ന ഒരു ഉദ്ധരണി വ്യാഖ്യാനിക്കുവാനും യുദ്ധവും ലഹളയും തമ്മിൽ വേർതിരിക്കുന്നതെന്തെന്നും, സംഘർഷവും

തർക്കവും തമ്മിലുള്ള വ്യത്യാസമെന്തെന്നും ഒക്കെയായിരുന്ന ചോദ്യങ്ങൾ. നിരാശയോടെ ആ മുറിവിട്ടിറങ്ങുമ്പോൾ, തന്റെ പ്രകടനം പ്രതീക്ഷകൾക്കനുസരിച്ചായിരുന്നില്ലഎന്നതോന്നലിൽ നിന്ന് ലവിഷിന് രക്ഷപ്പെടാൻ കഴിഞ്ഞില്ല.

2020 മാർച്ച് 4-ന് വൈകുന്നേരം 5 മണിയോടെ, ലവിഷ് ഒരു പ്രമുഖ കോച്ചിംഗ് ഇൻസ്റ്റിറ്റ്യൂട്ടിൽ CSE-യ്ക്കായി ഒരു മോക്ക് ഇന്റർവ്യൂവിന് തയ്യാറെടുക്കുകയായിരുന്നു. പെട്ടെന്ന്, അതേ ഹോസ്റ്റലിൽ താമസിക്കുന്ന തന്റെ സുഹൃത്തുക്കളിൽ ഒരാളായ IIT കാൺപൂരിൽ നിന്നുള്ള ഒരു ജൂനിയർ തനിക്കരികിലേക്ക് ഓടിയെത്തിയവേ ചുറ്റും ആവേശാരവങ്ങൾ പൊട്ടിപ്പുറപ്പെട്ടു.

'അഭിനന്ദനങ്ങൾ, ലവിഷ്! നിങ്ങൾ ഐഎഫ്എസ് പരീക്ഷ വിജയിച്ചിരിക്കുന്നു!' സുഹൃത്ത് ലവിഷിനെ കെട്ടിപ്പിടിച്ച് ആവേശത്തോടെ ആ സന്തോഷവാർത്ത അറിയിച്ചു.

'ഇത് ശരിക്കും ഒരു നല്ല വാർത്തയാണ്. പക്ഷേ എന്റെ റാങ്ക് എത്രയാണ്?' ലവിഷ് ആഹ്ലാദത്തോടെയും ജിജ്ഞാസയോടെയും ആരാഞ്ഞു.

ഐഎഫ്എസ് പരീക്ഷയിൽ താൻ രണ്ടാം റാങ്ക് നേടിയിരിക്കുന്നുവെന്ന് ആഹ്ലാദത്തോടെ ലവിഷ് തിരിച്ചറിഞ്ഞു. അഭിനന്ദന സന്ദേശങ്ങളുടെ ഒരു പ്രവാഹം തന്നെ അവിടെ അരങ്ങേറി. സിഎസ്ഇ-യ്ക്ക് വേണ്ടിയുള്ളത്ര പരിശ്രമം ഐഎഫ്എസ് മെയിൻസിനായുള്ള തയ്യാറെടുപ്പിൽ ഉണ്ടായിരുന്നില്ല എന്നതിനാൽഈവിജയംഅദ്ദേഹത്തെഅത്ഭുതപ്പെടുത്തി.മാത്രമല്ല,തന്റെ അഭിമുഖ അനുഭവം അത്ര മികവുറ്റതായിരുന്നില്ല. ഐഎഫ്എസിന്റെയും സിഎസ്ഇ-യുടെയും പരീക്ഷാ രീതികൾ സമാനമായതിനാൽ, സിഎസ്ഇ-യിൽ മികച്ച ഫലം ലഭിക്കുമെന്ന ലവിഷിന്റെ പ്രതീക്ഷകൾക്ക് ഉറപ്പുകൂടി.

പെട്ടെന്ന്, താൻ മോക്ക് ഇന്റർവ്യൂവിന് പങ്കെടുക്കാൻ പദ്ധതിയിട്ടിരുന്ന കോച്ചിംഗ് ഇൻസ്റ്റിറ്റ്യൂട്ടിൽ നിന്ന് അദ്ദേഹത്തിന് നിരവധി ഫോൺ കോളുകൾ ലഭിച്ചു. അത് ഒഴിവാക്കരുതെന്ന് അവർ ആവശ്യപ്പെട്ടു. ആഘോഷിക്കാനുള്ള പ്രലോഭനത്തെ ചെറുത്തുകൊണ്ട് അദ്ദേഹം മോക്ക് ഇന്റർവ്യൂവിന് പോകാൻ തീരുമാനിച്ചു.

മോക്ക് ഇന്റർവ്യൂവിൽ പങ്കെടുക്കാനെത്തിയപ്പോൾ, രാജകീയതയ്ക്ക് തുല്യമായ ഒരു സ്വീകരണമാണ് അദ്ദേഹത്തിന് അവിടെ നിന്ന് ലഭിച്ചത്. ഇൻസ്റ്റിറ്റ്യൂട്ടിലെ ജീവനക്കാർ ലവിഷിന് ഊഷ്മള

മായ സ്വീകരണം നൽകി. പതിവുപോലെ പരിഹസിക്കുന്നതിനു പകരം, മോക്ക് ഇന്റർവ്യൂ ബോർഡ് അംഗങ്ങൾ അദ്ദേഹത്തെ അഭിനന്ദിക്കാനായി മത്സരിച്ചുകൊണ്ടിരുന്നു.

ഇന്റർവ്യൂ റൂമിൽ നിന്ന് പുറത്തിറങ്ങിയപ്പോൾ, ഇൻസ്റ്റിറ്റ്യൂട്ടിന്റെ ഉടമ ലവിഷിനെ കാലു സരായ് ഓഫീസിൽ ഒരു പ്രത്യേക അഭിമുഖത്തിനായി കാത്തിരിക്കുന്നുവെന്ന് അവിടുത്തെ ഒരു ജീവനക്കാരൻ അറിയിക്കുകയുണ്ടായി. ആദ്യം എതിർത്തെങ്കിലും ഒടുവിൽ ലവിഷ് അതിന് വഴങ്ങി. കരോൾ ബാഗിൽ നിന്ന് കാലു സരായിലേക്ക് എത്തിയ ലവിഷ്, ഇൻസ്റ്റിറ്റ്യൂട്ട് ജീവനക്കാർ വിളിച്ചുവരുത്തിയ ഐഎഫ്എസ് പരീക്ഷയിൽ വിജയിച്ച ഉദ്യോഗാർത്ഥികളുടെ ഒരു സമ്മേളനമാണതെന്ന് തിരിച്ചറിഞ്ഞു.

നിരവധി ക്യാമറകൾ നിറഞ്ഞ ഒരു വിശാലമായ സ്റ്റുഡിയോയിൽ, ഇൻസ്റ്റിറ്റ്യൂട്ടിന്റെ ഉടമ ലവിഷിനെ അഭിമുഖം നടത്തി. അദ്ദേഹത്തിന്റെ പശ്ചാത്തലം, തയ്യാറെടുപ്പിനായി ഉപയോഗിച്ച തന്ത്രങ്ങൾ, ഭാവി ഉദ്യോഗാർത്ഥികൾക്കായുള്ള ഉപദേശം എന്നിവയാണവർ ചോദിച്ചറിഞ്ഞത്. അഭിമുഖത്തിന് പിന്നിലെ വ്യക്തമായ ഉദ്ദേശ്യം ഇൻസ്റ്റിറ്റ്യൂട്ടിന്റെ മാർക്കറ്റിംഗ് ആയിരുന്നു. അഭിമുഖത്തിന് ശേഷം തന്റെ ഹോസ്റ്റലിലേക്കുള്ള യാത്രാസൗകര്യം നൽകുമെന്ന് ഉറപ്പ് നൽകിയിട്ടും, അവർക്കാ വാഗ്ദാനം പാലിക്കാനായില്ല.

പിറ്റേന്ന്, പത്രങ്ങളിൽ തന്റെ ചിത്രം ഉൾപ്പെടുത്തിയ ആ കോച്ചിംഗ് ഇൻസ്റ്റിറ്റ്യൂട്ടിന്റെ ഒരു പരസ്യം കണ്ട് ലവിഷ് അത്ഭുതപ്പെട്ടു. ലവിഷ് അവിടെ ഒരു മോക്ക് ഇന്റർവ്യൂവിൽ പങ്കെടുക്കുക മാത്രമാണ് ചെയ്തിരുന്നത്. എന്നാൽ അദ്ദേഹം അവിടുത്തെ വിദ്യാർത്ഥിയായിരുന്നു എന്ന് അവർ ഒരു ലജ്ജയും കൂടാതെ വാദിച്ചു. എല്ലാ പ്രമുഖ കോച്ചിംഗ് ഇൻസ്റ്റിറ്റ്യൂട്ടുകളുടെയും പരസ്യങ്ങളിൽ പലപ്പോഴും ഉയർന്ന വിജയം നേടിയവരുടെ ചിത്രങ്ങൾ കാണുന്നത് എന്തുകൊണ്ടാണെന്ന് അദ്ദേഹത്തിനപ്പോൾ മനസ്സിലായി.

എന്നിരുന്നാലും, പുതുതായി ലഭിച്ച ഊർജ്ജത്തോടെ, 2020 മാർച്ച് 25-ന് നടക്കാനിരിക്കുന്ന സിഎസ്ഇ അഭിമുഖത്തിലേക്ക് ലവിഷ് തന്റെ ശ്രദ്ധ തിരിച്ചു.

മിസൈലുകളെ തോല്പിച്ചുകൊണ്ട് മുന്നേറുന്നു

സിഎസ്ഇ അഭിമുഖത്തിന് തയ്യാറെടുക്കുന്നതിനായി, മുകുൾ, പ്രഖർ, പ്രതീക് എന്നിവരടങ്ങുന്ന ഒരു ചെറിയ ഗ്രൂപ്പ് ലവിഷ് രൂപീകരിച്ചു. ഹോസ്റ്റലിലെ തന്റെ സുഹൃത്തുക്കളായിരുന്ന ഇവർക്ക്

ആദ്യമായിട്ടായിരുന്നു യുപിഎസ്‌സിയിൽ നിന്ന് ഇന്റർവ്യൂ കോളുകൾ ലഭിക്കുന്നത്. അവർ സമകാലിക കാര്യങ്ങളെക്കുറിച്ച് സജീവമായ ചർച്ചകളിൽ ഏർപ്പെട്ടു. ഡിഎഎഫിൽ നിന്നുള്ള ചോദ്യങ്ങളും സമകാലിക പ്രശ്നങ്ങളിൽ നിന്നും മുൻകാല ഇന്റർവ്യൂ ട്രാൻസ്ക്രിപ്റ്റുകളിൽ നിന്നുമുള്ള ചോദ്യങ്ങളും ഉപയോഗിച്ച് പരസ്പരം ചോദ്യങ്ങൾ ചോദിച്ചുകൊണ്ട് അവർ ഔപചാരിക അഭിമുഖങ്ങളെ അനുകരിച്ചു.

കൊടുമുടിയിലെത്തിയ അവരുടെ തയ്യാറെടുപ്പുകൾ കോവിഡ്-19 എന്ന പകർച്ചവ്യാധിയുടെ ആക്രമണം കാരണം തടസ്സപ്പെട്ടു. വരാനിരിക്കുന്ന ലോക്ക്ഡൗൺ മനസ്സിൽ കണ്ട ലവിഷ്, പ്രധാനമന്ത്രിയുടെ രാജ്യവ്യാപകമായ ലോക്ക്ഡൗൺ പ്രഖ്യാപനത്തിന് മണിക്കൂറുകൾക്ക് മുമ്പ്, തനിക്ക് അവശ്യമായ പുസ്തകങ്ങളുമായി ഉദയ്പൂരിലേക്ക് ട്രെയിൻ കയറി.

അടുത്ത മൂന്ന് മാസങ്ങൾ അനിശ്ചിതത്വവും നിരാശയും അസ്വസ്ഥതകളും നിറഞ്ഞതായിരുന്നു. ഏകദേശം രണ്ട് വർഷമായി ലവിഷിന് തൊഴിലുണ്ടായിരുന്നില്ല. സിഎസ്ഇ-യ്ക്ക് തയ്യാറെടുക്കാൻ താൻ നിക്ഷേപിക്കുന്ന സമയം കാരണം നഷ്ടപ്പെടുന്ന മറ്റ് അവസരങ്ങളെക്കുറിച്ചായിരുന്നു അദ്ദേഹത്തിന്റെ ചിന്ത മുഴുവൻ.

മൂന്ന് മാസങ്ങൾക്ക് ശേഷം യുപിഎസ്‌സി പുതിയ അഭിമുഖ തീയതികൾ പ്രഖ്യാപിച്ചതോടെ ആ നീണ്ട ഇടവേള അവസാനിച്ചു. കിഴക്കിന്റെ വെനീസ് എന്നും അറിയപ്പെടുന്ന ഉദയ്പൂരിലെ മനോഹരമായ ആ നഗരത്തിൽ നിന്ന്, ലവിഷ് തന്റെ തയ്യാറെടുപ്പുകൾ വീണ്ടും ഊർജ്ജസ്വലമാക്കി. അദ്ദേഹം വാട്ട്സ്ആപ്പിൽ തന്റെ സുഹൃത്തുക്കൾക്കൊപ്പം ഓൺലൈൻ മോക്ക് ഇന്റർവ്യൂകളിലും സജീവമായ ചർച്ചകളിലും ഏർപ്പെട്ടു.

എന്നിരുന്നാലും, ശ്രദ്ധ കേന്ദ്രീകരിക്കാനുള്ള തന്റെ പരിശ്രമത്തിനിടയിൽ, ലവിഷിന് തന്റെ കുടുംബാംഗങ്ങളിൽ നിന്ന് മനഃപൂർവ്വമല്ലാത്ത തടസ്സങ്ങൾ നേരിടേണ്ടിവന്നു. പലപ്പോഴും മോക്ക് ഇന്റർവ്യൂകളിൽ പങ്കെടുത്തുകൊണ്ടിരിക്കവേ അദ്ദേഹത്തിന്റെ മുത്തശ്ശി ചായയോ പലഹാരമോ ആയി അവിടേയ്ക്ക് കടന്നു വരുമായിരുന്നു.

ഇന്റർവ്യൂവിൽ ഫെയ്സ് ഷീൽഡുകളും മാസ്കുകളും നിർബന്ധമാക്കിയ പകർച്ചവ്യാധിയുടെ സവിശേഷ സാഹചര്യങ്ങൾ തിരിച്ചറിഞ്ഞ ലവിഷ്, യഥാർത്ഥ അഭിമുഖ സാഹചര്യത്തിന്റെ വെല്ലുവിളികളുമായി പൊരുത്തപ്പെടാനായി സ്യൂട്ടും ഫെയ്സ് ഷീൽഡും മാസ്കുമൊക്കെ ധരിച്ചുകൊണ്ടുതന്നെയാണ് പരിശീലന

ത്തിൽ ഏർപ്പെട്ടത്. അഭിമുഖത്തിന്റെ സമാപനത്തോടെ അദ്ദേഹത്തിന്റെ കണ്ണടച്ചില്ലുകൾ മങ്ങുകയും വിയർപ്പ് തുള്ളികൾ മുഖത്താകെ വ്യാപിക്കുകയും ചെയ്തു.

ആ നിർണ്ണായക ദിവസത്തിന് കുറച്ചുനാൾ മുമ്പ്, ലവിഷ് ഡൽഹിയിലേക്ക് തിരികെയെത്തി. 2020 ജൂലൈ 28-ന് അദ്ദേഹം തന്റെ ഹോസ്റ്റലിൽ നിന്ന് ധോൽപൂർ ഹൗസിലേക്ക് ഒരു ഉബർ വിളിച്ചു. സമഗ്രമായ തയ്യാറെടുപ്പുകൾ നടത്തിയിട്ടും, തന്റെ ഊഴത്തിനായി ഹാളിൽ കാത്തിരിക്കുമ്പോൾ പരിഭ്രാന്തി അദ്ദേഹത്തെ പിടികൂടി. ബോർഡിന് മുന്നിൽ തന്റെ ശബ്ദം പതറില്ലെന്ന് ഉറപ്പുവരുത്താനായി ലവിഷ് വാഷ്റൂമിൽ പോയി കണ്ണാടിയുടെ മുന്നിൽ തന്റെ മറുപടികൾ പറഞ്ഞു പരിശീലിച്ചു.

തന്റെ സമയമായപ്പോൾ, ലവിഷ് ഇന്റർവ്യൂ ചേംബറിലേക്ക് ആനയിക്കപ്പെട്ടു. ടൂറിസം മേഖലയെ കേന്ദ്രീകരിച്ചുള്ള ചോദ്യങ്ങളോടെയാണ് ഇന്റർവ്യൂ ആരംഭിച്ചത്. ഒരു പ്രമുഖ വിനോദ സഞ്ചാര കേന്ദ്രമായ ഉദയ്പൂരിൽ ജനിച്ചുവളർന്ന ലവിഷിനെ സംബന്ധിച്ചിടത്തോളം തനിക്ക് ഉചിതമായ ചോദ്യങ്ങളായിരുന്നു ഇവ.

'കോവിഡ്-19 എന്ന മഹാമാരിക്കിടയിൽ ടൂറിസം വ്യവസായം അടച്ചുപൂട്ടണോ, അതോ ആരോഗ്യപരമായ പ്രതികൂല പ്രത്യാഘാതങ്ങളില്ലാതെ അത് പ്രവർത്തിപ്പിക്കാനുള്ള വഴികൾ നിങ്ങൾക്ക് നിർദ്ദേശിക്കാമോ?' ചെയർപേഴ്സണിന്റെ ചോദ്യം ഏവരെയും ആ ഇന്റർവ്യൂവിന്റെ ഗൗരവസ്വഭാവത്തിലേക്ക് നയിക്കുന്നതായിരുന്നു. തുടർന്ന് പള്ളികൾ വീണ്ടും നമസ്കാരത്തിനായി തുറക്കണമെന്ന ആവശ്യത്തിലേക്കാണ് ചോദ്യം തെന്നിമാറിയത്. 'അതിനോട് നമ്മൾ യോജിക്കേണ്ടതുണ്ടോ? അതോ അതൊരു വിവേകശൂന്യമായ ആവശ്യമായി നിങ്ങൾ കണക്കാക്കുന്നുണ്ടോ?' അംഗങ്ങളിൽ ഒരാൾ ചോദിച്ചു.

പിന്നീട് ചോദ്യങ്ങളുടെ ഗതി ലവിഷിന്റെ ഷെല്ലിലെ ഔദ്യോഗിക ജീവിതത്തെ സംബന്ധിക്കുന്നതായി മാറി. ഒരു ബോർഡ് അംഗം അദ്ദേഹത്തിന്റെ മെക്കാനിക്കൽ എഞ്ചിനീയറിംഗ് പശ്ചാത്തലത്തിലേക്കും ഊർജ്ജ മേഖലയിലേക്കും ആഴ്ന്നിറങ്ങി. ലവിഷിനെ സ്തംഭിപ്പിക്കാൻ കെൽപ്പുള്ള വെല്ലുവിളികളാണത് മുന്നോട്ടുവച്ചത്. ഒപ്പം ചെയർപേഴ്സൺ തന്ത്രപരമായ മറ്റൊരു ചോദ്യവും കൂടി ഉന്നയിക്കുകയുണ്ടായി, 'ഐഎഎസിൽ വിജയിക്കാൻ കഴിയാതെ വരികയും ഇന്ത്യൻ ഓഡിറ്റ് ആൻഡ് അക്കൗണ്ട്സ് സർവീസ് പോലുള്ള മറ്റൊരു സേവനത്തിൽ

ഇടം പിടിക്കേണ്ട സാഹചര്യം ഉണ്ടാകുകയും ചെയ്താൽ, ഷെൽ വിട്ടുപോയതിൽ നിങ്ങൾ ഖേദിക്കുമോ?'

കോർപ്പറേറ്റ് ക്യൂബിക്കിളിൽ നിന്ന് കളക്ടറുടെ കസേരയിലേക്ക്

2020 ഓഗസ്റ്റ് 4-ന് രാവിലെ, ലവിഷ് പതിവുപോലെ ഏകദേശം 10 മണിയോടെ ഉറക്കമെഴുന്നേറ്റു. താമസിയാതെ, മുത്തശ്ശി ആവി പറക്കുന്ന ഒരു കപ്പ് ഇഞ്ചി ചായ അദ്ദേഹത്തിന് സമ്മാനിച്ചു. തന്റെ ചിന്തകളിൽ മുഴുകിയിരുന്നുകൊണ്ട് ലവിഷ് സുഗന്ധമുള്ള ആ ചായ ആസ്വദിച്ചു. എന്നാൽ, ഡൽഹി ഹോസ്റ്റലിലെ തന്റെ തയ്യാറെടുപ്പുകളിൽ കൂട്ടാളിയായിരുന്ന പ്രഖാറിന്റെ അപ്രതീക്ഷിതമായ ഒരു കോളിൽ ലവിഷിന്റെ ഫോൺ ശബ്ദിച്ചതോടെ ആ ശാന്തത തകർക്കപ്പെട്ടു.

'അഭിനന്ദനങ്ങൾ, ലവിഷ്! നിങ്ങൾ സിഎസ്ഇ-യിൽ വിജയിച്ചിരിക്കുന്നു,' ആവേശത്താൽ വിറയ്ക്കുന്ന ശബ്ദത്തിൽ അദ്ദേഹത്തിന്റെ സുഹൃത്ത് ഉദ്ഘോഷിച്ചു.

'നന്ദി, സുഹൃത്തേ, പക്ഷേ എന്റെ റാങ്ക് എത്രയാണ്?' ലവിഷിന്റെ ആഹ്ലാദം യഥാർത്ഥമായിരുന്നെങ്കിലും മഹത്കരമായ ആ പരീക്ഷയിലെ തന്റെ സ്ഥാനം എവിടെയാണെന്നറിയാനുള്ള ജിജ്ഞാസ അദ്ദേഹത്തിന്റെ ശബ്ദത്തിൽ വ്യക്തമായിരുന്നു.

'വളരെ മികച്ചതാണ്. ആദ്യ ഇരുപതിൽ തന്നെ നിങ്ങൾ ഇടം നേടിയിട്ടുണ്ട്,' സുഹൃത്ത് പ്രഖ്യാപിച്ചു. ലവിഷിനത് വിശ്വസിക്കാനായില്ല.

തിടുക്കത്തിൽ തന്റെ ഫോൺ അൺലോക്ക് ചെയ്ത ലവിഷിനെ അഭിനന്ദന സന്ദേശങ്ങൾ വന്നുപൊതിഞ്ഞു. സ്ഥിരീകരണത്തിനായി, ടെലിഗ്രാം ആപ്പിലെ റിസൾട്ട് അടങ്ങിയ PDF ഫയൽ അദ്ദേഹം കണ്ടുപിടിക്കുകയും തന്റെ പേര് കണ്ടെത്താനായി ശ്രദ്ധാപൂർവ്വം സ്ക്രോൾ ചെയ്യുകയും ചെയ്തു. പതിനെട്ടാം സ്ഥാനത്താണ് ലവിഷിന്റെ പേരുണ്ടായിരുന്നത്. അപ്പോഴും ആ വാർത്ത വിശ്വസിക്കാൻ കഴിയാതെ അമ്പരന്നുനിന്ന ലവിഷ്, UPSC വെബ്സൈറ്റിൽ തന്നെ ഫലം പരിശോധിക്കാൻ തീരുമാനിച്ചു.

അവിടെനിന്നു ലഭിച്ച സ്ഥിരീകരണം ലവിഷിനെ ആവേശത്തിന്റെ കൊടുമുടിയിലെത്തിച്ചു. തന്റെ ഉള്ളിൽ കുതിച്ചുയരുന്ന വികാരങ്ങളെ പുറത്തുകൊണ്ടുവരാനായി ലവിഷ് ഓടി തന്റെ വീടിന്റെ മേൽക്കൂരയിൽ കയറി. ചുരുട്ടിയ കൈ ആകാശത്തേക്ക്

ഉയർത്തിപ്പിടിച്ചുകൊണ്ട്, നിശബ്ദമായ ആ വിസ്തൃതിയിലേക്ക് ലവിഷ് വിളിച്ചുകൂവി. ശാന്തമായ വായുവിലൂടെ ആ ശബ്ദം പ്രതിധ്വനിച്ചു. അത് വെറുമൊരു ആഘോഷം മാത്രമായിരുന്നില്ല; മോചനത്തിന്റെ ഉന്മേഷകരമായ ഒരു നിമിഷമായിരുന്നു അത്. സിഎസ്ഇ എന്ന ചക്രത്തിന്റെ നിരന്തരമായ പിടിയിൽ നിന്നുള്ള 'മോക്ഷം'.

മേൽക്കൂരയിൽ നിന്നിറങ്ങിയ ലവിഷ്, ആ സന്തോഷവാർത്ത പങ്കിടാൻ ആകാംക്ഷയോടെ തന്റെ മുത്തശ്ശന്റെയും മുത്തശ്ശിയുടെയും മുറിയിലേക്കോടി. ജീവിതത്തെ മാറ്റിമറിക്കുന്ന ആ വാർത്ത വെളിപ്പെടുത്തവേ, അവരുടെ കണ്ണുകളിൽ നിന്ന് ആനന്ദാശ്രുക്കൾ ഒഴുകി. സന്തോഷകരമായ ആ വാർത്ത അറിയിക്കാനുള്ള ആകാംക്ഷയോടെ, തിടുക്കത്തിൽ, അവർ ലവിഷിന്റെ മാതാപിതാക്കളായ ഹേമയെയും മുകേഷിനെയും വിളിച്ചു. താമസിയാതെ, ആ വീട്ടിൽ സന്ദർശകർ തിങ്ങിനിറഞ്ഞു. കുടുംബാംഗങ്ങളും ബന്ധുക്കളും സന്തോഷം പങ്കുവയ്ക്കാനായി ഒത്തുകൂടി.

നിർത്താതെയുള്ള ടെലിഫോൺ കോളുകൾക്കും ആഘോഷത്തിനായി തുറന്ന പെട്ടികളിൽ നിന്ന് പുറപ്പെടുന്ന മധുരഗന്ധത്തിനും ഇടയിൽ, ലവിഷിന് താൻ സ്വപ്നതുല്യമായ ഒരനുഭവത്തിൽ അകപ്പെട്ടതായി തോന്നി. ആഘോഷങ്ങൾ സജീവമായിരുന്നു. എന്നിട്ടും ലവിഷിന് അത് വിശ്വസിക്കാനായില്ല.

കുറച്ച് ദിവസങ്ങൾക്ക് ശേഷം, ലവിഷ് സന്തോഷത്തോടെ, തന്റെ നാനാജിയുടെ ഗ്രാമമായ ഡെൽവാരയിലെത്തി. കോവിഡ് -19 പകർച്ചവ്യാധിയെ വകവയ്ക്കാതെ അവിടെ ആഘോഷങ്ങൾ പൊടിപൊടിയ്ക്കുകയായിരുന്നു. വെല്ലുവിളികൾക്കിടയിലും, ഗ്രാമവാസികൾ തിലകവും മാലകളും ചാർത്തി ലവിഷിനെ സ്വീകരിച്ചു. ഗ്രാമത്തിലെ എല്ലാ വീടുകളും കയറിയിറങ്ങി സന്ദർശിക്കാൻ ഒരു ഘോഷയാത്രയായി അവർ അദ്ദേഹത്തെ ആനയിച്ചു. ഗ്രാമവാസികൾ ലവിഷിന്റെ മുത്തച്ഛനെ '*കളക്ടർ സാഹബ് കെ നാന* [കളക്ടറുടെ മുത്തച്ഛൻ]' എന്ന് സ്നേഹപൂർവ്വം വിളിച്ചു.

2020 ഒക്ടോബർ 10-ന്, മനോഹരമായ ഹിമാലയത്തിൽ സ്ഥിതിചെയ്യുന്ന ലാൽ ബഹാദൂർ ശാസ്ത്രി നാഷണൽ അക്കാദമി ഓഫ് അഡ്മിനിസ്ട്രേഷനിലേക്ക് (LBSNAA) ലവിഷ് തന്റെ യാത്ര ആരംഭിച്ചു.

കോവിഡ്-19 എന്ന കടന്നാക്രമണം

മുസൂറിയിലെ ഏഴ് മാസത്തെ കഠിന പരിശീലനത്തിന് ശേഷം,

ആവേശത്തോടെ മൈസൂരിലെ കർണാടക സ്റ്റേറ്റ് അഡ്മിനിസ്ട്രേറ്റീവ് ട്രെയിനിംഗ് ഇൻസ്റ്റിറ്റ്യൂട്ടിൽ (ATI) കൂടുതൽ പരിശീലനത്തിനായി ലവിഷ് റിപ്പോർട്ട് ചെയ്യുകയുണ്ടായി. തന്റെ മുന്നോട്ടുള്ള പാത അപ്രതീക്ഷിത വെല്ലുവിളികളാൽ നിറഞ്ഞതായിരിക്കുമെന്ന് അദ്ദേഹമപ്പോൾ അറിഞ്ഞിരുന്നില്ല.

രാജ്യം കോവിഡ്-19 ന്റെ മാരകമായ രണ്ടാം തരംഗത്തിൽ ആടിയുലയുകയായിരുന്നു. അതുകൊണ്ടുതന്നെ ലവിഷിനെയും കർണാടക കേഡറിലെ മറ്റ് ഐഎഎസ് ട്രെയിനികളെയും വൈറസ് ബാധ ഇല്ലെന്ന് ഉറപ്പുവരുത്താനായി പരിശോധിക്കുകയുണ്ടായി. വിധിയുടെ വിളയാട്ടമെന്നോണം, ലവിഷിന്റെ പരിശോധനാ ഫലങ്ങൾ പോസിറ്റീവായി. രോഗലക്ഷണങ്ങളൊന്നും ഉണ്ടായിരുന്നില്ല എന്നതിനാൽ ആ വാർത്ത അദ്ദേഹത്തെ അമ്പരപ്പിച്ചു. എടിഐയുടെ പരിധിക്കുള്ളിൽ ക്വാറന്റൈനിൽ പോകാൻ തന്നെ അനുവദിക്കണമെന്ന് അപേക്ഷിച്ചിട്ടും, ജില്ലാ ആശുപത്രിയിലെ ഒരു വാർഡിൽ ലവിഷിനെ പ്രവേശിപ്പിക്കുകയുണ്ടായി.

അപരിചിതമായ ഒരു സ്ഥലത്ത് കുടുങ്ങിയ ലവിഷിന് കന്നഡ ഭാഷ തനിക്ക് പൂർണ്ണമായും വഴങ്ങുകയില്ലെങ്കിലും എന്തോ അസ്വാഭാവികത തോന്നി. പിറ്റേന്ന് രാവിലെ, ഒരു കാറ്ററിംഗ് അറ്റൻഡന്റ് പുഴുങ്ങിയ റാഗി ഉണ്ടകളും സാമ്പാറും അടങ്ങിയ ഒരു ചെറിയ പോളിത്തീൻ പാക്കറ്റ് ലവിഷിന്റെ കിടക്കയിലേക്ക് എറിഞ്ഞു. തന്റെ കൈവശം പാത്രങ്ങളൊന്നുമില്ലാത്തതിനാൽ ആ ഭക്ഷണം എങ്ങനെ കഴിക്കണമെന്ന് അറിയാതെ ലവിഷ് സംശയിച്ചുനിന്നു. മറ്റ് മാർഗ്ഗങ്ങളൊന്നുമില്ലാതെ, സാമ്പാർ അടങ്ങിയ പോളിത്തീൻ കവറിൽ ഒരു ചെറിയ ദ്വാരമുണ്ടാക്കി, എങ്ങനെയോ അദ്ദേഹം ആ റാഗി ഉണ്ടകൾ വിഴുങ്ങി. തന്റെ നിസ്സഹായത ഓർത്ത് ലവിഷിന്റെ കണ്ണുകൾ നനഞ്ഞു.

നിർബന്ധിതമായ തന്റെ നിഷ്ക്രിയത്വത്തെക്കുറിച്ച് ബോധ്യമുള്ള ലവിഷ്, ഫോണിലൂടെ ഒരു സുഹൃത്തുമായി സംസാരിച്ചുകൊണ്ട് വാർഡിൽ നിന്ന് പുറത്തേക്ക് നടന്നു. എന്നാൽ ഡോക്ടറുടെ കർശനമായ ശാസന ഉടൻ തന്നെ അദ്ദേഹത്തെ തിരികെ തന്റെ കിടക്കയിലെത്തിച്ചു. ആ ശാസന സ്വീകരിച്ചുകൊണ്ടുതന്നെ അദ്ദേഹം തന്റെ കിടക്കയിലേക്ക് മടങ്ങി.

ഓക്സിജൻ സപ്പോർട്ടിനെ ആശ്രയിക്കുന്ന രോഗികളാൽ നിറഞ്ഞ ആശുപത്രി വാർഡിലെ ആ നാല് ദിവസങ്ങൾ അങ്ങനെ

കടന്നുപോയി. ടോയ്‌ലറ്റുകളിൽനിന്ന് അസഹനീയമായ ദുർഗന്ധം വമിച്ചു. അന്തരീക്ഷത്തിൽ നിസ്സഹായതയുടെ രൂക്ഷഗന്ധമുണ്ടായിരുന്നു. ഡോക്ടറോട് വിടുതലിനായി അപേക്ഷിച്ചെങ്കിലും നിരാശയായിരുന്നു ഫലം.

ലവിഷിന്റെ കണ്ണീരിൽ കുതിർന്ന യാചനകളിൽ വികാരഭരിതനായ ഡോക്ടർ, ലവിഷ് പൂർണ്ണ ആരോഗ്യവാനാണെന്ന് സ്കാനിലൂടെ സ്ഥിരീകരിച്ച ശേഷം പോകാൻ അനുമതി നൽകി. എടിഐയിലേക്ക് മടങ്ങിയെത്തിയ ലവിഷിന് ക്രൂരമായ മറ്റൊരു വിധി കൂടി നേരിടേണ്ടി വന്നു – അദ്ദേഹത്തിന്റെ ദാദാജി കോവിഡ്-19 പോസിറ്റീവ് ആയി ആശുപത്രിയിലായിരുന്നു. അദ്ദേഹത്തിന്റെ നില ഗുരുതരമാണെന്ന് റിപ്പോർട്ട് ചെയ്യപ്പെട്ടു. മുത്തച്ഛന്റെ അരികിലായിരിക്കാനുള്ള ആഗ്രഹത്തോടെ ലവിഷ് ലീവിന് അപേക്ഷിച്ചു. എന്നാൽ എടിഐ അവധി നിഷേധിക്കുകയുണ്ടായി. വിധി അതിന്റെ കൊടും ക്രൂരത പുറത്തു കാട്ടിയ 2021 മെയ് 30-ന് തന്റെ ദാദാജിയുടെ മരണവാർത്തയാണ് ലവിഷിനെ കാത്തിരുന്നത്.

കഠിനമായ വഴിയിലൂടെ പഠനം

എടിഐയിലെ പരിശീലനം പൂർത്തിയാക്കിയ ശേഷം, ലവിഷ് തുടർ പരിശീലനത്തിനായി മാണ്ഡ്യ ജില്ലയിലേക്ക് യാത്ര തിരിച്ചു. എന്നാൽ, അവിടെയും അദ്ദേഹത്തെ കാത്തിരുന്നത് ഒരു ദുഷ്കരമായ കാലഘട്ടമായിരുന്നു. പിഡബ്ല്യുഡി ഗസ്റ്റ് ഹൗസ് നവീകരണത്തിലായിരുന്നതിനാൽ മാന്യമായ താമസസൗകര്യം കണ്ടെത്തുക എന്നതായിരുന്നു ആദ്യത്തെ കഠിനമായ ദൗത്യം. തനിക്ക് പരിചിതമല്ലാത്ത പ്രാദേശിക ഭക്ഷണവുമായി പൊരുത്തപ്പെടുക എന്നതായിരുന്നു അടുത്ത വെല്ലുവിളി. പഴങ്ങളും തൈരുസാദവും മാത്രം കഴിച്ച് അതിജീവിച്ച ലവിഷിന് രണ്ട് മാസത്തിനുള്ളിൽ 8 കിലോ ഭാരം കുറഞ്ഞു.

പൂർണ്ണമായും കന്നഡയിൽ നടത്തിയ മീറ്റിംഗുകളിൽ പങ്കെടുക്കവെ, ലവിഷിന് വിരസതയും നിരാശയും അനുഭവപ്പെട്ടു. ശരിയായ ഭക്ഷണത്തിന്റെയും അനുയോജ്യമായ താമസസൗകര്യത്തിന്റെയും സൗഹൃദത്തിന്റെയും അഭാവങ്ങളോടൊപ്പം ഭാഷാ തടസ്സം കൂടിയായതോടെ അദ്ദേഹത്തിന്റെ ആന്തരിക സംഘർഷത്തിന് ആക്കം കൂടി. എൽബിഎസ്എൻഎഎയിലെ തന്റെ കൗൺസിലർക്ക് അയച്ച നിർബന്ധിതമായ പ്രതിമാസ ഡെമി-ഒഫിഷ്യൽ കത്തുകളിൽ അദ്ദേഹം തന്റെ വേദനാജനകമായ പോരാട്ടത്തെ

ക്കുറിച്ച് വിവരിച്ചു. ഒരു തുറന്നുപറച്ചിലിനിടയിൽ അദ്ദേഹം ഇങ്ങനെ എഴുതി, 'കല്ലുകൾ നിറച്ച ഒരു കലം കുലുക്കുന്നത് പോലെയാണ് എനിക്ക് കന്നഡ കേൾക്കുമ്പോൾ തോന്നുന്നത്.'

മാണ്ഡ്യയിൽ തന്റെ സേവനം ആരംഭിച്ച് മാസങ്ങൾക്കുള്ളിൽ, ഭാഗ്യവശാൽ ലവിഷിന്റെ ജീവിതത്തിലേക്ക് മനോജ് എന്നയാളും മറ്റു ചില മാർവാഡി പരിചയക്കാരും കടന്നുവന്നു. അവർ പെട്ടെന്നു തന്നെ അദ്ദേഹത്തിന്റെ വിലപ്പെട്ട സുഹൃത്തുക്കളായി മാറി. പുതുതായി ലഭിച്ച ഈ സൗഹൃദം അദ്ദേഹത്തിന്റെ ഏകാന്തതയെ ലഘൂകരിക്കുക മാത്രമല്ല, ഭക്ഷണത്തിന്റെ കാര്യത്തിലും ആശ്വാസം നൽകുകയുണ്ടായി.

ഒരു മാസത്തോളം ഒന്നിലും ശ്രദ്ധിക്കാൻ കഴിയാതെയിരുന്നിടത്തുനിന്ന്, ലവിഷ് തന്റെ പരിശീലനത്തിന്റെ നിയന്ത്രണം ഏറ്റെടുക്കാൻ തീരുമാനിച്ചു. വിവിധ സർക്കാർ ഓഫീസുകളുമായി അദ്ദേഹം ബന്ധം സ്ഥാപിച്ചു. അവയുടെ പ്രവർത്തനങ്ങളുടെ സങ്കീർണ്ണതകൾ ആഴത്തിൽ പഠിച്ചു. തന്റെ ഔദ്യോഗിക പ്രവർത്തനങ്ങൾക്കപ്പുറം, മാണ്ഡ്യയുടെ ചരിത്രത്തിന്റെയും സംസ്കാരത്തിന്റെയും സമ്പന്നതയിലേക്ക് അദ്ദേഹം ആഴ്ന്നിറങ്ങുകയുണ്ടായി. 1902-ൽ നിർമ്മിച്ച ഏഷ്യയിലെ ആദ്യത്തെ ജലവൈദ്യുതനിലയമായ കെആർഎസ് അണക്കെട്ട് പോലുള്ള അമൂല്യ നിർമ്മിതികൾ അദ്ദേഹം അവിടെ കണ്ടെത്തി.

പട്ടുനൂൽപ്പുഴു വളർത്തൽ മുതൽ നെയ്ത്ത് വരെയുള്ള പട്ടുനൂൽ ഉല്പാദിപ്പിക്കുന്നതിൽ അടങ്ങിയിട്ടുള്ള സമ്പൂർണ്ണ പ്രക്രിയയ്ക്കും സാക്ഷ്യം വഹിച്ചതോടെ, ആ ജില്ലയെക്കുറിച്ചുള്ള ലവിഷിന്റെ ധാരണ കൂടുതൽ സമ്പന്നമാകുകയുണ്ടായി. വളരെ പതിയെ, മാണ്ഡ്യയിലെ ജീവിതം കൂടുതൽ മനോഹരമായ ഒരു അനുഭവമായി രൂപാന്തരപ്പെട്ടു.

ജില്ലാ പരിശീലനത്തിനിടയിൽ, ലവിഷിനെയും സഹ ഐഎഎസ് ഉദ്യോഗസ്ഥരെയും രണ്ട് മാസം നീണ്ടുനിൽക്കുന്ന ഭാരത ദർശനത്തിനായി വിളിച്ചുവരുത്തുകയുണ്ടായി. തുടർന്നുള്ള കർണാടക ദർശനം അതിന്റെ അന്തർലീനമായ സൗന്ദര്യം വെളിപ്പെടുത്തുന്നതിലൂടെ ആ സംസ്ഥാനവുമായുള്ള അദ്ദേഹത്തിന്റെ ബന്ധം കൂടുതൽ ആഴത്തിലാക്കി. കർണാടക കേഡർ ബാച്ച്മേറ്റുകളുമായി ഇടപഴകിയപ്പോൾ, മാണ്ഡ്യയിലെ തന്റെ തുടക്കത്തിലുള്ള പ്രയാസങ്ങൾ നിർബന്ധിതമായിരുന്നില്ലെന്ന് ലവിഷ് തിരിച്ചറിഞ്ഞു.

അസിസ്റ്റന്റ് സെക്രട്ടറിയുടെ വിപ്ലവകരമായ ഉദ്യമങ്ങൾ

ജില്ലാ നിയമനങ്ങളിൽ നിന്ന് മടങ്ങിയെത്തിയ ലവിഷിന്റെ ബാച്ച് എട്ട് ആഴ്ച നീണ്ടുനിൽക്കുന്ന രണ്ടാം ഘട്ട പരിശീലനത്തിനായി എൽബിഎസ്എൻഎഎയിൽ തിരിച്ചെത്തി. ഇന്ത്യാ ഗവൺമെന്റിന്റെ വിവിധ മന്ത്രാലയങ്ങളിലെ അസിസ്റ്റന്റ് സെക്രട്ടറിമാരായി മൂന്ന് മാസത്തെ സേവനത്തിന് മുമ്പുള്ള ഒരു ക്ഷണികമായ ഇടവേളയായിരുന്നു അത്. സെൻട്രൽ സെക്രട്ടറിയേറ്റിന്റെ പ്രൗഢിയിൽ സ്ഥിതി ചെയ്യുന്ന അധികാരം തുളുമ്പുന്ന ഇടനാഴികളിലൂടെ സഞ്ചരിക്കുക എന്ന ചിന്തതന്നെ ലവിഷിൽ സ്പഷ്ടമായ ആവേശമുണർത്തി.

എന്നാൽ, കൃഷി ഭവനിലെ ഉപഭോക്തൃ കാര്യ മന്ത്രാലയത്തിലേക്ക് താൻ നിയമിക്കപ്പെട്ടതോടെ തുടക്കത്തിലുള്ള അദ്ദേഹത്തിന്റെ ആവേശത്തിന് മങ്ങലേറ്റു. നോർത്ത് ബ്ലോക്കിലോ സൗത്ത് ബ്ലോക്കിലോ ഒരു അസിസ്റ്റന്റ് സെക്രട്ടറിഷിപ്പ് ലഭിക്കുമെന്ന അദ്ദേഹത്തിന്റെ പ്രതീക്ഷകൾ അസ്തമിച്ചു. മാത്രമല്ല, ഉപഭോക്തൃ കാര്യങ്ങളിൽ പ്രവർത്തനങ്ങൾ കുറവാണെന്നുള്ള പ്രബലമായ ധാരണ അദ്ദേഹത്തിന്റെ ആവേശത്തിന് കൂടുതൽ മങ്ങലേൽപ്പിച്ചു.

എന്നാൽ താമസിയാതെ ലവിഷിന്റെ ചിന്തകൾ തെറ്റാണെന്ന് തെളിഞ്ഞു. ക്രിപ്റ്റോകറൻസികൾ, സറോഗേറ്റ് പരസ്യങ്ങൾ, ഓൺലൈൻ വാണിജ്യം എന്നിവയുൾപ്പെടെയുള്ള നൂതനമായ മേഖലകളുമായാണ് ആ വകുപ്പ് ബന്ധപ്പെട്ടിരുന്നത്. ഡിപ്പാർട്ട്മെന്റ് പ്രവർത്തനങ്ങളിലെല്ലാം ലവിഷിന്റെ പങ്കാളിത്തം ഉറപ്പാക്കാനായി അതിന്റെ സെക്രട്ടറി എല്ലാ ശ്രമങ്ങളും നടത്തി. പലപ്പോഴും അദ്ദേഹത്തിന്റെ ജോലി സമയം രാത്രി 8 മണി വരെ നീണ്ടുപോയിരുന്നു.

വകുപ്പിലെ മുതിർന്ന ഉദ്യോഗസ്ഥരുമായുള്ള പ്രവർത്തനം ലവിഷിന് ഇഷ്ടപ്പെട്ടു. ഉപഭോക്തൃ ഹെൽപ്പ്ലൈൻ, ചാറ്റ്ബോട്ട്, വെബ്സൈറ്റ്, ഇമെയിലുകൾ, സോഷ്യൽ മീഡിയ ടാഗുകൾ എന്നിവയുൾപ്പെടെ വിവിധ സ്രോതസ്സുകളിൽ നിന്നുള്ള ഉപഭോക്താക്കളിൽ നിന്ന് ലഭിക്കുന്ന പരാതികൾ രജിസ്റ്റർ ചെയ്യുന്നതിനായി ഒരു ഓമ്നി-ചാനൽ അദ്ദേഹം നിർദ്ദേശിക്കുകയുണ്ടായി. ഈ ഡിജിറ്റൽ ആവാസവ്യവസ്ഥയിലേക്ക് മറ്റൊരു തലം കൂടി ചേർത്തുകൊണ്ട്, ഉപഭോക്തൃ-കേന്ദ്രീകൃത ചാറ്റ്ബോട്ടായ 'ജാഗ്രിതി'യും ലവിഷ് മുന്നോട്ടുവെച്ചു. സ്വാഭാവിക ഭാഷാ

പ്രോസസ്സിംഗിലൂടെ ശാക്തീകരിക്കപ്പെടുന്ന ജാഗ്രി, ഉപഭോക്താക്കളുടെ ചോദ്യങ്ങൾ പരിഹരിക്കുകയും കോൾ സെന്ററിനെ മനുഷ്യരുടെ ഇടപെടലില്ലാതെ 24×7 പ്രവർത്തിക്കുന്ന ശാശ്വത സേവനമാക്കി മാറ്റുകയും ചെയ്യും.

എന്നിരുന്നാലും, അസിസ്റ്റഡ് ജഡ്ജ്മെന്റ് റൈറ്റിംഗ് സിസ്റ്റമാണ് തന്റെ ഏറ്റവും മികവുറ്റ സംഭാവനയെന്നതായിരുന്നു ലവിഷിന്റെ പക്ഷം. അതവിടെ വലിയൊരു വിപ്ലവംതന്നെ സൃഷ്ടിക്കുമെന്ന് അദ്ദേഹം വിശ്വസിച്ചു. അഞ്ച് ലക്ഷത്തിലധികം വരുന്ന ഉപഭോക്തൃ കേസുകൾ കെട്ടിക്കിടക്കുന്നു എന്ന അമ്പരപ്പിക്കുന്ന വാസ്തവത്തെ അഭിമുഖീകരിച്ചുകൊണ്ട്, സമഗ്രമായ ഒരു ഡാറ്റാബേസ് സൃഷ്ടിക്കുക, കേസുകൾ മേഖലാടിസ്ഥാനത്തിൽ, ഉൽപ്പന്നം തിരിച്ച്, വിഭാഗം തിരിച്ച് സൂക്ഷ്മമായി തരംതിരിക്കുക എന്നതായിരുന്നു ഈ സംവിധാനത്തിന്റെ ലക്ഷ്യം. മെഷീൻ ലേണിംഗിന്റെ ശക്തി പ്രയോജനപ്പെടുത്തി, മുൻകാല വിധിന്യായങ്ങളിൽ നിന്നുള്ള ഉൾക്കാഴ്ചകളുടെ പിന്തുണയോടെ എഡിറ്റ് ചെയ്യാവുന്ന കരട് വിധിന്യായങ്ങൾ സൃഷ്ടിക്കുന്നതിനുള്ള പദ്ധതിയാണ് ഈ സംവിധാനം വിഭാവനം ചെയ്തത്. തന്റെ ആശയം പരീക്ഷിച്ചുറപ്പിച്ച ലവിഷ്, ഉപഭോക്തൃ കാര്യ സെക്രട്ടറിക്ക് അതിന്റെ ചുമതല കൈമാറി.

ബിദറിൽ ഒരു പുതിയ തുടക്കം

പരിശീലനത്തിന്റെ പരിസമാപ്തിയെത്തുടർന്ന്, കർണാടക, മഹാരാഷ്ട്ര, തെലങ്കാന എന്നിവ ഒത്തുചേരുന്നിടത്ത് സ്ഥിതി ചെയ്യുന്ന ബിദറിൽ സബ്-ഡിവിഷണൽ മജിസ്ട്രേറ്റ് (എസ്ഡിഎം) ആയി ലവിഷ് ചുമതലയേറ്റു. മാണ്ഡ്യയിലെ മുൻകാല അനുഭവങ്ങൾ കണക്കിലെടുത്ത്, ലവിഷ് തന്റെ പുതിയ നിയമനത്തെ മിതമായ പ്രതീക്ഷകളോടെയാണ് സമീപിച്ചത്.

അദ്ഭുതകരമെന്നു പറയട്ടെ, ബിദർ അദ്ദേഹത്തെ തുറന്ന കൈകളോടെ സ്വീകരിച്ചു. ജീവനക്കാരും നാട്ടുകാരും ഊഷ്മളതയും ആതിഥ്യമര്യാദയും പ്രകടിപ്പിച്ചു. ഹിന്ദിയും ഉറുദുവുമാണ് മിക്കവാറും ആളുകൾ ആശയവിനിമയത്തിനായി ഉപയോഗിച്ചിരുന്നതെന്നതിനാൽ ഭാഷ ഒരു തടസ്സമായിരുന്നില്ല. രുചികരവും വൈവിധ്യപൂർണ്ണവുമായ അവിടുത്തെ ഭക്ഷണരീതി ലവിഷിന് ഒരാശ്വാസമായിരുന്നു. സുഖകരമായ കാലാവസ്ഥയും ശുദ്ധമായ വായുവും വെള്ളവുമെല്ലാം ബിദറിന്റെ മനോഹാരിത വർദ്ധിപ്പിക്കുന്നതാ

യിരുന്നു. ഹൈദരാബാദിലേക്ക് റോഡ് മാർഗ്ഗം വെറും രണ്ടര മണിക്കൂർ മാത്രമായിരുന്നു ദൂരം. അവിടെ നിന്ന് ഉദയ്പൂരിലേക്ക് നേരിട്ട് വിമാനയാത്ര പ്രായോഗികമായിരുന്നതിനാൽ തന്റെ വീട്ടിലേക്കുള്ള യാത്രയും അദ്ദേഹത്തിന് സൗകര്യപ്രദമായിത്തോന്നി.

അവിടെ ലവിഷിന് സ്വീകാര്യത ലഭിക്കുക മാത്രമല്ല, ആത്മാർത്ഥമായ സന്തോഷവും തോന്നി. ബിദറിന്റെ നിഴൽവീണ, പുരാതനമായ വീഥികളിൽ ഒരു പുതിയ അധ്യായത്തിന്റെ വിത്തുകൾ മുളയ്ക്കാൻ തുടങ്ങി.

ലവിഷിന്റെ കഥയിൽ നിന്നെടുക്കാവുന്ന പ്രധാന കാര്യങ്ങൾ

1. **ത്യാഗവും ധീരമായ തീരുമാനങ്ങളും ഉൾക്കൊള്ളുക :** യുപിഎസ്‌സി എന്ന കൊടുമുടി കീഴടക്കാൻ സ്വപ്നങ്ങൾ മാത്രമല്ല, ത്യാഗങ്ങളും ധീരമായ തീരുമാനങ്ങളെടുക്കാനുള്ള കഴിവും ആവശ്യമാണ്. ഒന്നിലധികം കാര്യങ്ങൾ കൈകാര്യം ചെയ്യുന്നത് നിങ്ങളുടെ ശ്രദ്ധയെ ദുർബ്ബലപ്പെടുത്തുന്നു. നിങ്ങൾ അചഞ്ചലമായ ദൃഢനിശ്ചയത്തോടെയും പൂർണ്ണ ഹൃദയത്തോടെയുമുള്ള പ്രതിജ്ഞാബദ്ധമായ തയ്യാറെടുപ്പുകൾ നടത്തുമ്പോൾ മാത്രമേ വിജയം വരിക്കാനാകുകയുള്ളൂ.
2. **തന്ത്രപരമായ കൃത്യതയോടെ നിങ്ങളുടെ ഓപ്ഷണൽ വിഷയം തിരഞ്ഞെടുക്കുക :** നിങ്ങളുടെ തയ്യാറെടുപ്പുകളുടെ വിജയം നിങ്ങൾ തിരഞ്ഞെടുക്കുന്ന ഓപ്ഷണൽ വിഷയങ്ങളെ ആശ്രയിച്ചിരിക്കുന്നു. എല്ലാ ഓപ്ഷനുകളെക്കുറിച്ചും ശ്രദ്ധാപൂർവ്വം ആലോചിക്കുക; തിടുക്കത്തിലുള്ള തീരുമാനങ്ങൾ ഒഴിവാക്കുക. നിങ്ങളുടെ ശക്തികളോടും താൽപ്പര്യങ്ങളോടും യോജിക്കുന്ന, നിങ്ങളുടെ മത്സരത്തിന് സഹായകമാകുന്ന, തന്ത്രപരമായ ഒരു തിരഞ്ഞെടുപ്പ് നടത്തുക.
3. **മാനസിക വെല്ലുവിളികളെ തരണം ചെയ്യുക :** ഓരോ ഐഎഎസ് അഭിലാഷിയും ആശയക്കുഴപ്പങ്ങളിലൂടെയും വിഷാദത്തിലൂടെയും കടന്നുപോകാറുണ്ട്. മാനസികമായ ഈ തടസ്സങ്ങളെ നിങ്ങൾ എത്ര വേഗത്തിൽ മറികടക്കുന്നുവോ അത്രയും വേഗത്തിൽ നിങ്ങൾക്ക് വിജയം വരിക്കാനാകുന്നതാണ്. നിങ്ങളുടെ ശക്തികളിൽ നിന്നും വിജയങ്ങളിൽ നിന്നും പ്രചോദനമുൾക്കൊള്ളുക. സമാന സ്വപ്നങ്ങളും പശ്ചാത്തലങ്ങളുമുള്ളവരുടെ നേട്ടങ്ങളെ പ്രചോദനമാക്കി മാറ്റുക. മികവുറ്റ മനോഭാവവും മാനസികാരോഗ്യവും സിഎസ്ഇയിലെ വിജയത്തിന് അത്യന്താപേക്ഷിതമാണ്.
4. **മോക്ക് ടെസ്റ്റുകളും സിമുലേഷനുകളും പ്രയോജനപ്പെടുത്തുക :** സിഎസ്ഇയിൽ മികവ് പുലർത്തുന്നതിന് മോക്ക് ടെസ്റ്റുകളും ഉത്തരമെഴുതിപ്പഠിക്കുന്ന ശീലവും പരീക്ഷാ സിമുലേഷനുകളും നിർണ്ണായകമാണ്. പ്രിലിമിനറിക്കായി മുപ്പതോളം മോക്ക് ടെസ്റ്റുകൾ പൂർത്തിയാക്കുക. മെയിൻ

സിന് ധാരാളം ഉത്തരങ്ങൾ എഴുതി പഠിക്കുക. സാധ്യമെങ്കിൽ പരീക്ഷാ സിമുലേറ്ററിൽ ചേരുക.

5. **DAF നിങ്ങളുടെ നേട്ടത്തിനായി ഉപയോഗിക്കുക :** നിങ്ങളുടെ DAF സസൂക്ഷ്മം പൂരിപ്പിക്കേണ്ടത് വളരെ പ്രധാനമാണ്. നിങ്ങൾ നൽകുന്ന വിവരങ്ങളെ അടിസ്ഥാനമാക്കിയാണ് ബോർഡ് പലപ്പോഴും ചോദ്യങ്ങൾ ചോദിക്കുക. നിങ്ങളുടെ ശക്തികളും അതുല്യ നേട്ടങ്ങളും എടുത്തുകാണിക്കുക. അഭിമുഖത്തിനിടെ നിങ്ങൾക്ക് ആത്മവിശ്വാസത്തോടെ ചർച്ച ചെയ്യാൻ കഴിയാത്ത വിശദാംശങ്ങൾ ഉൾപ്പെടുത്താതെയിരിക്കുക.

6. **ഗ്രൂപ്പ്ചർച്ചകളുടെയുംമോക്ക്ഇന്റർവ്യൂകളുടെയുംശക്തിപ്രയോജനപ്പെടുത്തുക :** സുഹൃത്തുക്കളുമായുള്ള ഗ്രൂപ്പ് ചർച്ചകളും മോക്ക്ഇന്റർവ്യൂകളും അഭിമുഖത്തിനായുള്ള തയ്യാറെടുപ്പിൽ വിലമതിക്കാനാവാത്തതാണ്. യഥാർത്ഥ ഇന്റർവ്യൂ ദിവസത്തിന്റേതുപോലതന്നെയുള്ള ഒരു അനുഭവം ലഭിക്കുന്നതിനായി അതേ അന്തരീക്ഷം തന്നെ അനുകരിക്കുക.

അധ്യായം 8

ഐഎഎസ് ഓഫീസർ ആകാൻ വേണ്ട വിജയമന്ത്രങ്ങൾ

ആദ്യത്തെ ഏഴ് അധ്യായങ്ങളിൽ, സമീപ വർഷങ്ങളിൽ യുപിഎസ്സി എന്ന കൊടുമുടി വിജയകരമായി കീഴടക്കിയ ഏഴ് യുവജനങ്ങളുടെ പ്രചോദനാത്മകമായ ജീവിതകഥകൾ ആഴത്തിൽ വിശകലനം ചെയ്യുകയുണ്ടായി. ഈ പുസ്തകം വായിക്കുന്ന ലക്ഷക്കണക്കിന് സിവിൽ സർവീസ് ഉദ്യോഗാർത്ഥികൾ ആ റോൾ മോഡലുകളിൽ നിന്ന് വിജയ തന്ത്രങ്ങൾ ഉൾക്കൊള്ളാനും വിജയ മന്ത്രങ്ങൾ പഠിക്കാനും തീർച്ചയായും ആഗ്രഹിക്കുന്നതാണ്. ഈ അധ്യായത്തിൽ, നമ്മുടെ നായകരും മറ്റ് ഐഎഎസ് ടോപ്പർമാരും സിഎസ്ഇയിൽ വിജയിക്കാൻ ഉപയോഗിക്കുന്ന ഫലപ്രദമായ തന്ത്രങ്ങളാണ് നാം വിശകലനം ചെയ്യുന്നത്. അവ ഇനിപ്പറയുന്ന വിഭാഗങ്ങളായി തിരിച്ചിരിക്കുന്നു :

1. വിജയ തന്ത്രങ്ങൾ
2. പ്രധാന വിജയ മന്ത്രങ്ങൾ
3. പ്രിലിമിനറിയിലെ വിജയം
4. മെയിൻസിലെ വിജയം
5. ഇന്റർവ്യൂ ബോർഡിൽ മതിപ്പുളവാക്കുക

ഈ ഘടകങ്ങൾ ഓരോന്നും നമുക്ക് വിശദമായി ചർച്ച ചെയ്യാം.

വിജയ തന്ത്രങ്ങൾ

യുപിഎസ്‌സി എന്ന കൊടുമുടി കീഴടക്കുന്നതിനുതകുന്ന മികച്ച തന്ത്രങ്ങൾ മാപ്പ് ചെയ്തുകൊണ്ട് നമുക്ക് ആരംഭിക്കാം :

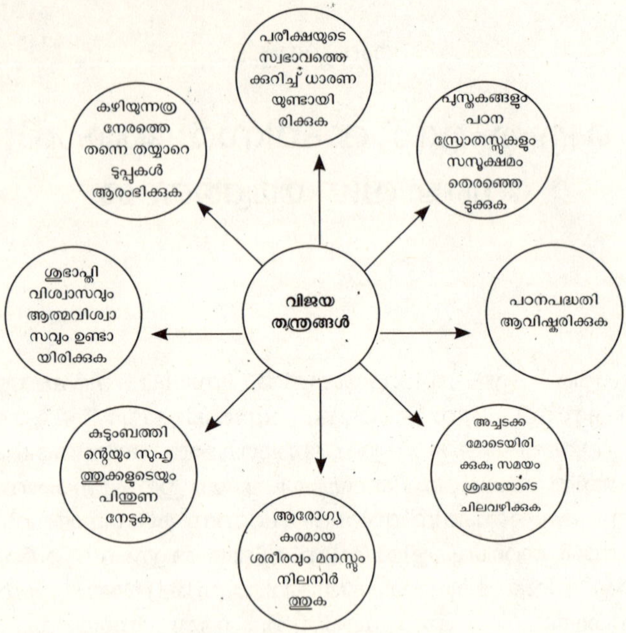

കഴിയുന്നത്ര നേരത്തെ തുടങ്ങൂ, പരീക്ഷയുടെ നിയമങ്ങൾ മനസ്സിലാക്കൂ

ഒരു ഐഎഎസ് ഉദ്യോഗസ്ഥനാകാനുള്ള യാത്ര ആരംഭിക്കുന്നതിന് തന്ത്രപരമായ ആസൂത്രണവും പരീക്ഷയുടെ പ്രക്രിയയെക്കുറിച്ചുള്ള സമഗ്രമായ ധാരണയും ആവശ്യമാണ്. ബിരുദപഠനത്തിനൊപ്പമോ പഠനം കഴിഞ്ഞ ഉടനേയോ തയ്യാറെടുപ്പ് ആരംഭിക്കുന്നത് ഒരു പ്രത്യേക നേട്ടം നൽകുന്നു. അക്കാദമിക് വിദഗ്ധരുമായുള്ള നിങ്ങളുടെ ബന്ധം നിങ്ങൾക്ക് മുൻകാലങ്ങളിലുണ്ടായിരുന്ന ഉദ്യോഗാർത്ഥികളെക്കാൾ മുന്നേറാനുള്ള അവസരം നൽകുന്നു. ഒരു ശക്തമായ അടിത്തറ കെട്ടിപ്പടുക്കാനും പഠിച്ച പാഠങ്ങൾ പുനരവലോകനം ചെയ്യുന്നതിനും മോക്ക് ടെസ്റ്റുകൾ

അറ്റൻഡ് ചെയ്യുന്നതിനും ഇത് ധാരാളം സമയം നൽകുന്നു. മാത്രമല്ല, നിങ്ങൾ ഇപ്പോഴും കോളേജിലോ മറ്റോ പഠിക്കുകയാണെങ്കിൽ തന്നെ, ലൈബ്രറികൾ, ഹോസ്റ്റലുകൾ, അക്കാദമിക് സപ്പോർട്ട് തുടങ്ങിയ വിലപ്പെട്ട സ്രോതസ്സുകൾ നിങ്ങൾക്ക് പ്രാപ്യമായി മാറുന്നതാണ്. നിങ്ങൾക്ക് പ്രായം കുറവാണെങ്കിൽ വേഗത്തിൽ ജോലിനേടാനുള്ള സമ്മർദ്ദവും കുറവായിരിക്കും. എങ്കിലും, നേരത്തെ തുടങ്ങുമ്പോൾ കോളേജ് അനുഭവങ്ങളിൽ ചിലത് നിങ്ങൾക്ക് ത്യജിക്കേണ്ടിവന്നേക്കാം.

നമ്മുടെ ഏഴ് നായകരുടെ കഥകളെക്കുറിച്ച് ചിന്തിക്കുക. ബിരുദപഠനത്തിന്റെ അവസാന വർഷത്തിലേക്ക് കടന്നയുടൻ തന്നെ സത്യം തന്റെ തയ്യാറെടുപ്പുകൾ ആരംഭിച്ചു. അഞ്ജലിയും വസീമും ബിരുദപഠനം കഴിഞ്ഞ ഉടനെയാണ് തങ്ങളുടെ തയ്യാറെടുപ്പുകൾ ആരംഭിച്ചത്. ശ്രുതിയാകട്ടെ തന്റെ തയ്യാറെടുപ്പുകൾ ആരംഭിക്കുന്നതിന് കുറച്ചുനാൾ മുൻപ് ബിരുദാനന്തര പഠനത്തിന് ചേർന്നിരുന്നു. കോളേജ് പഠനവും യുപിഎസ് സി തയ്യാറെടുപ്പും ഒരുമിച്ച് കൊണ്ടുപോകുന്നത് വെല്ലുവിളി നിറഞ്ഞതാണെന്ന് ശ്രുതിക്ക് തോന്നി. യുപിഎസ്സി കീഴടക്കാനുള്ള യാത്ര ആരംഭിക്കുന്നതിന് മുമ്പ് ബിരുദം പൂർത്തിയാക്കുന്നതാണ് നല്ലതെന്നായിരുന്നു അവരുടെ പക്ഷം.

സമുദ്രത്തിൽനിന്ന് മുത്തുകൾ കണ്ടെത്തുന്നു

പരീക്ഷയ്ക്കായി ശുപാർശ ചെയ്തിട്ടുള്ള പഠനസ്രോതസ്സുകളിൽ ഏറ്റവും ഉപയോഗപ്രദമായവ കണ്ടെത്തുക പ്രയാസമാണ്. ഈ പുസ്തകത്തിൽ പറഞ്ഞിരുന്ന ഏഴ് നായകരും ലളിതമായ തയ്യാറെടുപ്പുകൾക്കാണ് പ്രാധാന്യം നൽകിയിരുന്നത്. അവർ അളവിനേക്കാൾ ഗുണനിലവാരത്തിന് പ്രാധാന്യം നൽകുകയും തിരഞ്ഞെടുത്ത വായനയുടെ പ്രാധാന്യത്തെ ഊട്ടിയുറപ്പിക്കുകയും ചെയ്തു.

ഓർക്കുക, ഏതെങ്കിലുമൊരു വിഷയത്തിൽ പ്രാവീണ്യമുള്ളവരെയല്ല, മറിച്ച് വിവിധ മേഖലകളിൽ വിശാലമായ ധാരണയുള്ള, സമർത്ഥരായ വ്യക്തികളെയാണ് യുപിഎസ്സി-ക്ക് ആവശ്യം. ഒരുപാട് സ്രോതസ്സുകൾക്കൊണ്ട് വീർപ്പുമുട്ടുന്നത് ആശയക്കുഴപ്പം സൃഷ്ടിക്കുകയും ഭയം വളർത്തിയെടുക്കുകയും ആത്മവിശ്വാസം ഇല്ലാതാക്കുകയും ചെയ്യും. വേണ്ട കാര്യങ്ങൾ ചിട്ടയോടെ പട്ടികപ്പെടുത്തുന്നത് ശ്രദ്ധ കേന്ദ്രീകരിക്കാൻ സഹായകമാണ്. അത് മനോവീര്യം വർദ്ധിപ്പിക്കുന്നു. നിങ്ങളുടെ തയ്യാറെടുപ്പുകൾ കാര്യ

ക്ഷമമാക്കുന്നു. അത് നിങ്ങളുടെ ബൗദ്ധിക ചാതുര്യത്തിന് മൂർച്ച കൂട്ടുന്നു.

എൻസിഇആർടി പുസ്തകങ്ങൾ തലമുറകളായി സിവിൽ സർവീസ് തയ്യാറെടുപ്പുകളുടെ അടിസ്ഥാനമായി നിലകൊള്ളുന്നു. അവ അടിസ്ഥാന ആശയങ്ങളും സിദ്ധാന്തങ്ങളും വ്യക്തമാക്കുകയും ശക്തമായ ഒരു അടിത്തറ കെട്ടിപ്പടുക്കുകയും വിവിധ വിഷയങ്ങളിൽ സമഗ്രമായ ഗ്രാഹ്യം നൽകുകയും ചെയ്യുന്നു. 1993-ൽ, യുപിഎസ്സി-യിലൂടെയുള്ള എന്റെ കഠിനമായ യാത്ര ആരംഭിക്കവേ, 9 മുതൽ 12 വരെ ക്ലാസുകളിലെ എൻസിഇആർടി പുസ്തകങ്ങളിൽ നിന്ന് പഠിച്ചു തുടങ്ങുക എന്നതാണ് എനിക്ക് ലഭിച്ച ഉപദേശം. ഇന്നും, ഈ പുസ്തകങ്ങൾ അവയുടെ വിശ്വാസ്യതയ്ക്കും കൃത്യതയ്ക്കും ഏവർക്കും പ്രാപ്യമായ ഭാഷാമികവിനും പേരുകേട്ടതാണ്. നിങ്ങളുടെ പരിജ്ഞാനത്തിനനുസരിച്ച്, 9, 10 അല്ലെങ്കിൽ 11, 12 ക്ലാസ് മുതലുള്ള എൻസിഇആർടി പുസ്തകങ്ങളിൽ നിന്ന് പഠനമാരംഭിക്കാവുന്നതാണ്.

എൻസിഇആർടി പുസ്തകങ്ങൾ ഉപയോഗിച്ച് നിങ്ങളുടെ പഠനത്തിന് അടിത്തറ സ്ഥാപിച്ചുകഴിഞ്ഞാൽ, നിങ്ങളുടെ ധാരണ വർദ്ധിപ്പിക്കുന്നതിനായി സ്റ്റാൻഡേർഡ് പുസ്തകങ്ങളും റഫറൻസ് മെറ്റീരിയലുകളും ശ്രദ്ധാപൂർവ്വം തിരഞ്ഞെടുക്കുക. പുസ്തകങ്ങൾ വാരിക്കൂട്ടാനുള്ള പ്രേരണയെ ചെറുക്കുക; പകരം, ഓരോ വിഷയത്തിനുമായി ഒന്നോ രണ്ടോ ആധികാരിക സ്രോതസ്സുകൾ മാത്രം തിരഞ്ഞെടുക്കുക. നിങ്ങളുടെ വായനാ പട്ടിക തയ്യാറാക്കാൻ ഉപദേഷ്ടാക്കളിൽ നിന്നോ വിജയംവരിച്ചവരിൽ നിന്നോ മാർഗ്ഗനിർദ്ദേശം തേടുക. മാത്രമല്ല, സിലബസിലെ വിഷയങ്ങളിൽ മാത്രം ശ്രദ്ധ കേന്ദ്രീകരിക്കുകയും പുസ്തകങ്ങളുടെ എണ്ണത്തേക്കാൾ സമഗ്രമായ ധാരണയ്ക്കും ഒന്നിലധികം തവണ വീണ്ടും വായിച്ചുപഠിക്കുന്നതിനും മുൻഗണന നൽകുകയും ചെയ്യുക.

വിശ്വസനീയമായ ഓൺലൈൻ സ്രോതസ്സുകൾ ഉപയോഗിച്ച് നിങ്ങളുടെ പഠനത്തെ പരിപോഷിപ്പിക്കുക. സർക്കാർ സ്ഥാപനങ്ങളുടെയും പ്രശസ്ത ഗവേഷണ സ്ഥാപനങ്ങളുടെയും വെബ്സൈറ്റുകൾ നിലവിലുള്ള വിവരങ്ങളാലും ഡാറ്റകളാലും സമ്പന്നമാണ്. യോജന, കുരുക്ഷേത്ര പോലുള്ള മാസികകൾ, ഭരണം, കൃഷി, സാമ്പത്തിക ശാസ്ത്രം തുടങ്ങിയ നിർണ്ണായക മേഖലകളെക്കുറിച്ചുള്ള വിലപ്പെട്ട ഉൾക്കാഴ്ചകൾ നൽകുന്നു.

ആശയങ്ങളെ ആഴത്തിൽ മനസ്സിലാക്കുകയും, മനഃപാഠമാക്കുന്നതിനു പകരം വിമർശനാത്മക ചിന്തയും വിശകലന വൈദ

ഗ്ധ്യവും വളർത്തിയെടുക്കുകയും ചെയ്യുക. വസ്തുതകൾ മനഃപാഠമാക്കാനുള്ള നിങ്ങളുടെ കഴിവിനേക്കാൾ, യുക്തിസഹമായി ചിന്തിക്കാനും പ്രശ്നങ്ങൾ പരിഹരിക്കാനുമുള്ള നിങ്ങളുടെ കഴിവിനെയുമാണ് യുപിഎസ്സി വിലമതിക്കുന്നത്. നിങ്ങളുടെ അറിവിന് മൂർച്ചകൂട്ടുന്നതിനും പുതിയ കാഴ്ചപ്പാടുകൾ നേടുന്നതിനും സഹഉദ്യോഗാർത്ഥികളുമായി ചർച്ചകളിൽ ഏർപ്പെടുക.

വിശ്വസനീയമായ സ്രോതസ്സുകളിൽ അധിഷ്ഠിതമായ, കേന്ദ്രീകൃതവും സംഘടിതവുമായ സമീപനത്തിലൂടെ, അറിവിന്റെ വിശാലമായ കടലിലൂടെ നിങ്ങൾക്ക് ആത്മവിശ്വാസത്തോടെ സഞ്ചരിക്കാൻ കഴിയും. ഓർമ്മിക്കുക, ലഭ്യമായ എല്ലാ മുത്തുകളും ശേഖരിക്കുന്നതിലല്ല, മറിച്ച് ഏറ്റവും വിലയേറിയവ മാത്രം ഒരുമിച്ച് ചേർത്ത് അറിവിന്റെ ഒരു മാസ്റ്റർപീസ് സൃഷ്ടിക്കുന്നതിലാണ് കാര്യം.

ഫലപ്രദമായ ഒരു പഠന പദ്ധതി തയ്യാറാക്കൽ

പ്രശസ്ത ഫ്രഞ്ച് കവിയും എഴുത്തുകാരനുമായ അന്റോയിൻ ഡി സെന്റ്-എക്സുപെറി ഒരിക്കൽ പറഞ്ഞു, 'വ്യക്തമായ പദ്ധതിയില്ലാത്ത ലക്ഷ്യങ്ങൾ വെറും ആഗ്രഹങ്ങൾ മാത്രമാണ്.' ഒരു ഐഎഎസ് അഭിലാഷകനെ സംബന്ധിച്ചിടത്തോളം, സൂക്ഷ്മമായി തയ്യാറാക്കിയ ഒരു പദ്ധതിയാണ് അയാളുടെ സ്വപ്നങ്ങളെ യാഥാർത്ഥ്യമാക്കി മാറ്റുന്നതിനാവശ്യമായ ഏറ്റവും പ്രധാനപ്പെട്ട കാര്യം. ഫലപ്രദമായ ഒരു പദ്ധതിയിലൂടെ സിലബസ് മുഴുവനായി പഠിച്ചെടുക്കാനാകുമെന്ന് ഉറപ്പാക്കുന്നു. മോക്ക് ടെസ്റ്റുകൾ, പുനരവലോകനങ്ങൾ, ഉത്തരമെഴുതിപ്പഠിച്ചുകൊണ്ടുള്ള പരിശീലനം എന്നിവയ്ക്ക് അത് സമയം നൽകുന്നു. ആത്യന്തികമായി, അതു നിങ്ങളെ വിജയത്തിനായി സജ്ജമാക്കുന്നു.

സിഎസ്ഇയുടെ വിശാലമായ സിലബസ് കണക്കിലെടുക്കുമ്പോൾ, അതിനെ കൊക്കിലൊതുങ്ങുന്ന ഭാഗങ്ങളായി വിഭജിക്കേണ്ടത് അത്യാവശ്യമാണ്. മാസങ്ങൾ, ആഴ്ചകൾ, ദിവസങ്ങൾ, എന്നിങ്ങനെ ഘട്ടംഘട്ടമായി ലക്ഷ്യങ്ങൾ നിശ്ചയിക്കുന്നത്, ഓരോ വിഷയത്തിനും മതിയായ സമയം നീക്കിവയ്ക്കുന്നതിലൂടെ സിലബസ് മുഴുവൻ ക്രമാനുഗതമായി പൂർത്തിയാക്കാൻ സഹായിക്കുന്നു. പഠിക്കാൻ എളുപ്പമുള്ള വിഷയങ്ങളെക്കാൾ പ്രയാസമുള്ള വിഷയങ്ങൾക്ക് മുൻഗണന നൽകുക. അത് പുനരവലോകനം ചെയ്യുവാനും, മോക്ക് ടെസ്റ്റുകൾ, ഉത്തരമെഴുതിയുള്ള പരിശീലനം

എന്നിവയ്ക്ക് മതിയായ സമയം ഉറപ്പാക്കുകയും ചെയ്യുക. നിങ്ങളുടെ ലക്ഷ്യങ്ങൾ നിങ്ങളെ മുന്നോട്ടു നയിക്കുന്നവയല്ലെങ്കിലും, ക്ഷീണവും ഉത്സാഹക്കുറവും തടയാനായി അവ പാലിച്ചുകൊണ്ടുപോകാൻ കഴിയുന്നതാണെന്ന് ഉറപ്പുവരുത്തുക.

ലോക ചരിത്രം അല്ലെങ്കിൽ സ്വാതന്ത്ര്യാനന്തര ചരിത്രം പോലുള്ള, വളരെ കുറച്ചു ചോദ്യങ്ങൾ മാത്രം ചോദിക്കാനിടയുള്ള വിഷയങ്ങളിൽ അമിതമായി സമയം ചെലവഴിക്കുന്നത് പോലുള്ള സാധാരണ പിഴവുകൾ ഒഴിവാക്കുക. നമ്മുടെ ഏഴ് നായകരിൽ ഒരാളായ ഭരത്, ഈ വിഷയങ്ങൾക്കായി ഇരുപത്തിയഞ്ച് ദിവസം നീക്കിവച്ചതിൽ ഖേദിക്കുന്നു. മുൻവർഷങ്ങളിലെ ചോദ്യങ്ങൾ വിശകലനം ചെയ്യുന്നതിലൂടെ ഏറ്റവും പ്രാധാന്യമർഹിക്കുന്ന വിഷയങ്ങൾ സൂക്ഷ്മമായി വിശകലനം ചെയ്യുമ്പോൾ, നിങ്ങൾ പഠനത്തിനായി നിക്ഷേപിക്കുന്ന സമയവും പരിശ്രമവും വേണ്ട വിധത്തിൽ ഫലംകാണുന്നു.

സമയാധിഷ്ഠിതമായ ലക്ഷ്യങ്ങൾക്കപ്പുറം ഉള്ളടക്കത്തിൽ അധിഷ്ഠിതമായ ലക്ഷ്യങ്ങൾ നിശ്ചയിക്കാനും പ്രാധാന്യമുള്ള വിഷയങ്ങൾക്ക് മുൻഗണന നൽകാനുമാണ് ശ്രുതിയുടെ നിർദ്ദേശം. പഠിക്കാൻ ആവശ്യമായ ആകെ പേജുകളും ആവശ്യമായ പുനരവലോകനങ്ങളുടെ എണ്ണവും വിശകലനം ചെയ്തുകൊണ്ട്, അതനുസരിച്ച് ദൈനംദിന ലക്ഷ്യങ്ങൾ നിശ്ചയിക്കുക എന്നതായിരുന്നു സത്യത്തിന്റെ രീതി. മൂന്നാം മാസത്തിലെയും ആറാം മാസത്തിലെയും തന്റെ പുരോഗതി അദ്ദേഹം ദൃശ്യവൽക്കരിക്കുകയുണ്ടായി. ശേഷം, അത് നേടിയെടുക്കുന്നതിനായി വ്യവസ്ഥാപിതമായി പ്രവർത്തിച്ചു.

ഒരു ഏകീകൃത സമീപനം ഇവിടെ പ്രവർത്തികമാകുകയില്ലെന്ന കാര്യം തിരിച്ചറിയുക. എല്ലാവർക്കും തനതായ പഠന ശൈലിയും ഇഷ്ടപ്പെട്ട പഠന സമയങ്ങളുമാണുള്ളത്. മറ്റൊരാളുടെ തന്ത്രമോ ഓൺലൈൻ ഹാക്കുകളോ അന്ധമായി പിന്തുടരുന്നത് നിങ്ങളെ വഴിതെറ്റിച്ചേക്കാം. പരമാവധി കാര്യക്ഷമതയ്ക്കായി നിങ്ങളുടെ പഠനശൈലി, പഠിച്ചെടുക്കാനുള്ള കഴിവുകൾ, സമയക്രമങ്ങൾ, മുൻഗണനകൾ, ശക്തികൾ, ബലഹീനതകൾ എന്നിവയ്ക്ക് അനുയോജ്യമായ രീതിയിൽ സ്വന്തമായി ഒരു തന്ത്രം രൂപപ്പെടുത്തിയെടുക്കുക.

നിങ്ങളുടെ പുരോഗതിയുടെ ആനുകാലികമായ വിശകലനം നിർണ്ണായകമാണ്. നിങ്ങളുടെ പുരോഗതിയെ സംബന്ധിച്ച് സ്വയം സത്യസന്ധത പുലർത്തുക. ആവശ്യാനുസരണം നിങ്ങളുടെ

തന്ത്രങ്ങൾ ക്രമീകരിക്കാൻ മടികാണിക്കരുത്. വഴക്കം ഒരു ശക്തിയാണ്, ബലഹീനതയല്ല. പ്രിലിമിനറി, മെയിൻസ് തയ്യാറെടുപ്പുകൾക്കായി സംയോജിതമായ ഒരു സമീപനം ഉണ്ടാക്കിയെടുക്കുന്നത് വളരെയധികം പ്രയോജനകരമാണ്. ഒരേ സിലബസ് പങ്കിടുന്ന ഒരൊറ്റ പരീക്ഷയുടെ ഭാഗങ്ങളായി രണ്ട് ഘട്ടങ്ങളെയും കാണുന്നത് കൂടുതൽ യോജിച്ചതും കാര്യക്ഷമവുമായ പഠനതന്ത്രം ഉറപ്പാക്കുന്നു. പ്രിലിമിനറിയ്ക്കായുള്ള തയ്യാറെടുപ്പുകളുടെ സമയത്ത് നേടിയ അറിവ് മെയിൻസ് പരീക്ഷയുടെ ജിഎസ് പേപ്പറുകൾക്ക് വളരെയധികം ഉപയോഗപ്പെടുന്നു. പ്രിലിമിനറിക്ക് മുൻപുതന്നെ മെയിൻസ് പരീക്ഷയുടെ സമഗ്രമായ തയ്യാറെടുപ്പുകൾ പൂർത്തിയാക്കുക എന്നത് മികവുറ്റ ഒരു പഠനതന്ത്രമാണ്. ഇത് പ്രിലിമിനറിക്ക് ശേഷം പുനരവലോകനത്തിന് മതിയായ സമയം നൽകുകയും മെയിൻസിന് നിർണ്ണായകമായി ഉത്തരമെഴുതാനുള്ള കഴിവുകൾ വികസിപ്പിക്കുകയും ചെയ്യുന്നു.

സാങ്കേതികവിദ്യകൾ പ്രയോജനപ്പെടുത്തിക്കൊണ്ട് നിങ്ങളുടെ തയ്യാറെടുപ്പുകൾ വിപുലീകരിക്കാൻ കഴിയുന്നതാണ്. നിങ്ങളുടെ പഠനമികവ് വർദ്ധിപ്പിക്കുന്നതിനും മറ്റുള്ളവരുടെ സഹകരണത്തോടെ കുറിപ്പുകൾ തയ്യാറാക്കുന്നതിനും ഗ്രൂപ്പ് ചർച്ചകൾക്കുമായി സംവേദനാത്മക പ്ലാറ്റ്ഫോമുകളും ആപ്പുകളും ഉപയോഗിക്കുക. പോഡ്കാസ്റ്റുകളും യൂട്യൂബ് ചാനലുകളും സമകാലിക കാര്യങ്ങളിൽ അറിവുള്ളവരായിരിക്കാൻ നിങ്ങളെ സഹായിക്കുന്നതാണ്.

അച്ചടക്കവും സമയം കാര്യക്ഷമമായി ചെലവഴിക്കാനുള്ള കഴിവും : വിജയത്തിന്റെ നെടുംതൂണുകൾ

ഐഎഎസ് നേടാനാഗ്രഹിക്കുന്നവർ, സംഘടിതവും അച്ചടക്കമുള്ളതുമായ ഒരു ദിനചര്യ നിലനിർത്തേണ്ടത് അത്യന്താപേക്ഷിതമാണ്. ഓരോ തവണയും നിശ്ചയിച്ച സമയപരിധിക്കുള്ളിൽ കാര്യങ്ങൾ പൂർത്തീകരിക്കാൻ കഴിയാതെവരുമ്പോൾ സമ്മർദ്ദവും ജോലിഭാരവും വർദ്ധിപ്പിക്കുന്നതിനാൽ, ആഴ്ചതോറും, അല്ലെങ്കിൽ മാസം തോറും നിങ്ങൾ സ്വയം നിശ്ചയിച്ചിരിക്കുന്ന ലക്ഷ്യങ്ങൾ സ്ഥിരതയോടെ കൈവരിക്കേണ്ടത് നിർണ്ണായകമാണ്. ഇതിനായി, നിങ്ങൾ നിങ്ങളുടെ കംഫർട്ട് സോണിൽ നിന്ന് പുറത്തുകടന്ന്, പതിവായി സ്വയം മെച്ചപ്പെടുത്താൻ ശ്രമിച്ചുകൊണ്ടിരിക്കേണ്ടതുണ്ട്.

വിവേകപൂർണ്ണമായ സമയക്രമീകരണമാണ് വിജയത്തി

ലേക്ക് നയിക്കുന്ന മറ്റൊരു ഘടകം. പഠിക്കാൻ കൃത്യമായ മണിക്കൂറുകളൊന്നും നിശ്ചയിച്ചിട്ടില്ല; പഠനത്തിന്റെ ഗുണനിലവാരമാണ് പ്രധാനം, അളവല്ല. എന്നിരുന്നാലും, സമ്പൂർണ്ണമായ ഏകാഗ്രതയോടെ പഠിക്കേണ്ടത് ആവശ്യമാണ്. കൂടാതെ, നിങ്ങളുടെ മനസ്സിനെ പുതുമയുള്ളതും സജീവവുമായി നിലനിർത്താൻ സഹായിക്കുന്നതിനായി നിങ്ങളുടെ മാനസികാവസ്ഥയെയും മുൻഗണനയെയും അടിസ്ഥാനമാക്കി പഠന വിഷയങ്ങളിൽ ഇടയ്ക്കിടെ മാറ്റം വരുത്തിക്കൊണ്ട് നിങ്ങളുടെ സമയക്രമങ്ങൾ വഴക്കമുള്ളതാക്കേണ്ടതുണ്ട്.

ദിവസേന, അന്നന്ന് പിന്തുടരാനുള്ള സമയക്രമങ്ങൾ തയ്യാറാക്കുകയും വിവിധ പ്രവർത്തനങ്ങളിൽ ചെലവഴിക്കുന്ന സമയം രേഖപ്പെടുത്തുകയും ചെയ്യുന്നത് സമയം ഫലപ്രദമായി കൈകാര്യം ചെയ്യാനും പാഴാക്കൽ കുറയ്ക്കാനും സഹായിക്കുന്നു. ഉദാഹരണത്തിന്, രാത്രി ഉറങ്ങുന്നതിന് മുമ്പ് സത്യം താൻ ദിവസേന ചിലവഴിച്ച സമയത്തെ വിശകലനം ചെയ്തുകൊണ്ട് ഒരു പേപ്പറിൽ കുറിച്ചുവയ്ക്കുമായിരുന്നു. വിചിന്തനം ചെയ്തുകൊണ്ടുള്ള ഈ പരിശീലനം സമയനഷ്ടം തിരിച്ചറിയാനും ഇല്ലാതാക്കാനും അച്ചടക്കം വളർത്തിയെടുക്കാനും അദ്ദേഹത്തെ സഹായിച്ചു.

യുപിഎസ്സി എന്ന കൊടുമുടി കീഴടക്കാനുള്ള യാത്ര സ്പ്രിന്റ് അല്ല, മാരത്തണാണെന്ന കാര്യം ഓർമ്മയിൽ വയ്ക്കുക. തയ്യാറെടുപ്പുകൾ കാലക്രമേണ ക്ഷീണിപ്പിക്കുന്നതും ബുദ്ധിമുട്ടുള്ളതുമായി മാറാം. അതിനാൽ, നിങ്ങളുടെ സമയക്രമത്തിൽ ഇടവേളകളും വിനോദത്തിനായി പ്രത്യേക സമയവും ഉൾപ്പെടുത്തുക.

ആരോഗ്യമുള്ള ശരീരത്തിലാണ് ആരോഗ്യമുള്ള മനസ്സുള്ളത്

യുപിഎസ്സി എന്ന കൊടുമുടിക്ക് മുകളിലേക്കുള്ള യാത്ര ദീർഘവും ദുഷ്കരവും ശാരീരികമായും മാനസികമായും ക്ഷീണിപ്പിക്കുന്നതുമാണ്. ഈ കഠിനമായ യാത്രയിൽ, നിങ്ങളുടെ ബുദ്ധിക്ക് പുറമേ, നിങ്ങളുടെ ആരോഗ്യവും പ്രധാനമാണ്. ഉദ്യോഗാർത്ഥികൾ പലപ്പോഴും മാസങ്ങളോളം പഠനത്തിനായി ദിവസത്തിന്റെ പന്ത്രണ്ട് മണിക്കൂറിലധികം ചെലവഴിക്കാറുണ്ട്. ഹോസ്റ്റലുകളും ടിഫിൻ സേവനങ്ങളും നൽകുന്ന നിലവാരം കുറഞ്ഞ ഭക്ഷണം കഴിച്ച് പലരും മോശം ജീവിത സാഹചര്യങ്ങളിലൂടെയാണ് ഈ സമയം ചിലവഴിക്കുന്നത്.

ഉദാസീനമായ ജീവിതശൈലി, തീവ്രമായ പഠനക്രമങ്ങൾ, നിരന്തരമായ മത്സരം, കർശനമായ സമയപരിധികൾ, നിരന്തരം വികസിച്ചുകൊണ്ടിരിക്കുന്ന സിലബസ് എന്നിവയെല്ലാം സമന്വയിക്കുമ്പോൾ ശരീരത്തിനും മനസ്സിനും ഒരുപോലെ വലിയ ആഘാതമാണുണ്ടാകുന്നത്. മോക്ക് ടെസ്റ്റുകളിൽ നേരിടുന്ന തിരിച്ചടികൾ, ഉത്തരമെഴുതി പരിശീലിക്കുന്നതിലെ സമ്മർദ്ദം, പരാജയഭീതി എന്നിവയും മറ്റ് ഘടകങ്ങളാണ്. വെല്ലുവിളിനിറഞ്ഞ ഈ ഘട്ടത്തിൽ ആരോഗ്യത്തിന്റെ പ്രാധാന്യം പ്രബലമായിത്തീരുന്നു.

പതിവായുള്ള ശാരീരിക പ്രവർത്തനങ്ങൾ–അത് ഹ്രസ്വമായ നടത്തമോ ലളിതമായ സ്ട്രെച്ചുകളോ ഒക്കെയാകാം – അത് നിങ്ങളുടെ തലച്ചോറിനെ പുനരുജ്ജീവിപ്പിക്കുന്നു. അത് വൈജ്ഞാനിക പ്രവർത്തനവും ഓർമ്മശക്തിയും വർദ്ധിപ്പിക്കുന്നതിൽ പ്രധാന പങ്കുവഹിക്കുന്നു. ധ്യാനം, യോഗ, ആഴത്തിലുള്ള ശ്വസന വ്യായാമങ്ങൾ തുടങ്ങിയ പരിശീലനങ്ങൾ ഏകാഗ്രത വർദ്ധിപ്പിക്കുകയും സമ്മർദ്ദനില കുറയ്ക്കുകയും ചെയ്യുന്നു. കൂടാതെ, നല്ല ഉറക്കം ഉറപ്പാക്കേണ്ടത് വളരെ പ്രധാനമാണ്. ഇത് സുപ്രധാന അവയവങ്ങൾക്ക് വിശ്രമം നൽകാനും അവയെ പുനരുജ്ജീവിപ്പിക്കാനും കാരണമാകുന്നു. അങ്ങനെ പരമാവധി കാര്യക്ഷമത ഉറപ്പാക്കാനാകുന്നു.

ശുഭാപ്തിവിശ്വാസവും ആത്മവിശ്വാസവും വളർത്തുക

ഐഎഎസ് പദവിയിലേക്കുള്ള പാത വെല്ലുവിളികൾ നിറഞ്ഞതാണ്. ഉദ്യോഗാർത്ഥികൾ കഠിനമായ മാനസിക പരീക്ഷണങ്ങളും വൈകാരികമായ തിരിച്ചടികളും നേരിടുന്നു. മൂന്നാമത്തെ ശ്രമത്തിൽ ഇന്റർവ്യൂ ഘട്ടത്തിലെത്തിയിട്ടും, നാലാമത്തെയും അഞ്ചാമത്തെയും ശ്രമങ്ങളിൽ പ്രിലിമിനറി പോലും പാസാകാൻ കഴിയാതെ വിഷാദത്തിന്റെ പടുകുഴിയിൽ അകപ്പെട്ട മിന്നുവിന്റെ കാര്യം തന്നെ നോക്കുക. മെയിൻസിന് ഏതാനും ദിവസങ്ങൾക്ക് മുമ്പ് തന്റെ തയ്യാറെടുപ്പുകൾ പൂർണ്ണമായിട്ടില്ലെന്ന ചിന്തയിൽ മാനസികമായി തളർന്നുപോയ സത്യത്തെ ഓർക്കുക. തന്റെ രണ്ടാം ശ്രമത്തിൽ പ്രിലിമിനറി പരീക്ഷയ്ക്ക് ശേഷവും ഇന്റർവ്യൂ അറ്റൻഡ് ചെയ്തതിന് ശേഷവും ശ്രുതി കണ്ണീരൊഴുക്കുകയായിരുന്നു. ആദ്യ ശ്രമത്തിൽ 225-ാം റാങ്ക് നേടിയെങ്കിലും രണ്ടാം ശ്രമത്തിൽ പ്രിലിമിനറി പരീക്ഷ പാസാകാൻ കഴി

യാതെ വന്നപ്പോൾ വസീം മാനസികമായി തകർച്ച നേരിടുകയുണ്ടായി.

ബാഹ്യമായ സമ്മർദ്ദങ്ങൾ പലപ്പോഴും ആന്തരിക സംഘർഷങ്ങളെ കൂടുതൽ സങ്കീർണ്ണമാക്കുന്നു. അധ്യാപകരിൽ നിന്നും ബന്ധുക്കളിൽ നിന്നുമുള്ള പരിഹാസം, സമൂഹത്തിന്റെ സംശയത്തോടെയുള്ള നോട്ടം, തുടങ്ങിയ കാര്യങ്ങൾ നിങ്ങളുടെ ആത്മവിശ്വാസത്തെ ബാധിച്ചേക്കാം. എന്നാൽ, ഭാവി വിജയത്തിന്റെ വിത്തുകൾ വിതയ്ക്കപ്പെടുന്നത് ഈ നിമിഷങ്ങളിലാണ്. 'നോക്കൂ, കളക്ടർ സാഹബ് ഇന്ന് ക്ലാസ്സിൽ വന്നിരിക്കുന്നു', 'അടിസ്ഥാനപരമായ ആശയങ്ങൾ പോലും അറിയാത്ത നീ എങ്ങനെയാണ് ഒരു ഐഎഎസ് ഉദ്യോഗസ്ഥനാകുക?' എന്നിങ്ങനെയുള്ള അധിക്ഷേപങ്ങളാണ് സത്യം തന്റെ അധ്യാപകരിൽ നിന്ന് നേരിട്ടിരുന്നത്. സ്വന്തം ശ്രമങ്ങൾ പരാജയപ്പെട്ടപ്പോൾ മിന്നു തന്റെ സഹപ്രവർത്തകരിൽ നിന്ന് അധിക്ഷേപങ്ങളും നേരിട്ടിരുന്നു. ഭരതിന്റെ ഒരു കസിൻ അദ്ദേഹത്തിന്റെ അമ്മയോട് പറഞ്ഞതിങ്ങനെയാണ്,'അവൻ എന്തിനാണ് ഇങ്ങനെ വെറുതെ വീട്ടിലിരിക്കുന്നത്? എന്റെ കുട്ടികൾക്ക് ട്യൂഷൻ എടുത്തെങ്കിലും കുറച്ച് പണം സമ്പാദിക്കാൻ അവനോട് പറയൂ.'

നിങ്ങളുടെ ഉത്സാഹം നിലനിർത്താനായി പുസ്തകങ്ങളിൽ നിന്നും വീഡിയോകളിൽ നിന്നും വിജയഗാഥകളിൽ നിന്നും ലഭിക്കുന്ന പ്രചോദനത്താൽ സ്വയം വലയം ചെയ്യുക. ഉദാഹരണത്തിന്, മിന്നു, തനിക്ക് നിരാശ തോന്നുമ്പോഴെല്ലാം തന്റെ പരിശ്രമത്തിൽ സ്വയം അർപ്പിച്ച, കഠിനാധ്വാനിയായ ജില്ലാ കളക്ടറെക്കുറിച്ചുള്ള ഒരു സിനിമയിൽ നിന്ന് പ്രചോദനം കണ്ടെത്തിയിരുന്നു. ശ്രദ്ധയും ശുഭാപ്തിവിശ്വാസവും നിലനിർത്താനായി എല്ലാ ദിവസവും വിളക്ക് കൊളുത്തി പ്രാർത്ഥിക്കാനായിരുന്നു ഭരതിന്റെ അമ്മയുടെ നിർദ്ദേശം.

സ്ഥിരത, ആത്മവിശ്വാസം, ശാന്തത എന്നീ മൂന്ന് ഘടകങ്ങളെ മനസ്സിൽ കോറിയിടുക. നിങ്ങളുടെ ശ്രമങ്ങളിൽ സ്ഥിരതയുണ്ടായിരിക്കുക, കഴിവുകളിൽ ആത്മവിശ്വാസമുണ്ടായിരിക്കുക, വെല്ലുവിളികളെ നേരിടുമ്പോൾ ശാന്തതയുണ്ടായിരിക്കുക. കാര്യങ്ങൾ നിങ്ങളുടെ ഇഷ്ടത്തിന് നടക്കാതെ വരുമ്പോൾ ശാന്തത പാലിക്കുക. നിങ്ങളുടെ കഴിവിന്റെ പരമാവധി പരിശ്രമിച്ചുകൊണ്ടിരിക്കുക. പലപ്പോഴും, പഠനത്തിന് ഒരു താളം കണ്ടെത്താൻ സമയമെടുത്തേക്കാം. നിങ്ങളുടെ അറിവുകൾ ഓരോന്നായി

വളർത്തിയെടുക്കുക. ദിവസേനയുള്ള പഠനക്രമങ്ങളിൽ സ്ഥിരത പുലർത്തുക. തിരിച്ചടികളോ തടസ്സങ്ങളോ നേരിട്ടാലും സംയമനം കൈവിടാതെയിരിക്കുക. നിങ്ങളുടെ തയ്യാറെടുപ്പിൽ പൂർണ്ണമായി വിശ്വാസമർപ്പിച്ചുകൊണ്ട് ലക്ഷ്യങ്ങളിൽ പ്രതിജ്ഞാബദ്ധരായിരിക്കുക.

സ്വയം പൂർണ്ണമായി സമർപ്പിച്ചുകൊണ്ട് പഠനത്തിനായി ചിലവഴിക്കുന്ന ഓരോ ദിവസവും, മറികടക്കുന്ന ഓരോ തടസ്സവും നിങ്ങളെ വിജയത്തിലേക്ക് നയിക്കുന്നു.

കുടുംബത്തിന്റെയും കൂട്ടുകാരുടെയും സുപ്രധാനമായ പങ്ക്

യുപിഎസ്‌സിയുടെ ഉയരങ്ങളിലേക്കുള്ള യാത്ര വളരെ ബുദ്ധിമുട്ടാണ്. അതിന് നിരന്തരമായ സമർപ്പണവും സ്ഥിരോത്സാഹവും ആവശ്യമാണ്. കഠിനമായ ഈ പ്രക്രിയയ്ക്കിടയിൽ, കുടുംബത്തിന്റെയും അടുത്ത സുഹൃത്തുക്കളുടെയും സഹപ്രവർത്തകരുടെയും പിന്തുണ ആ യാത്രയെ സുഗമമാക്കുകയും വിജയം കൂടുതൽ മധുരമുള്ളതാക്കി മാറ്റുകയും ചെയ്യുന്നു.

കുടുംബാംഗങ്ങളിൽ നിന്നും അടുത്ത സുഹൃത്തുക്കളിൽ നിന്നുമുള്ള വൈകാരികവും സാമ്പത്തികവുമായ പിന്തുണ തയ്യാറെടുപ്പിന്റെ സമ്മർദ്ദങ്ങൾ ലഘൂകരിക്കുന്നു. ഇത് ഉദ്യോഗാർത്ഥികളെ അവരുടെ പഠനത്തിൽ പൂർണ്ണമായും ശ്രദ്ധ കേന്ദ്രീകരിക്കാൻ അനുവദിക്കുന്നു. പ്രിയപ്പെട്ടവരുടെ പ്രോത്സാഹനം ശക്തമായ ഒരു വൈകാരിക അടിത്തറ നൽകുന്നു. യാത്രയിലുള്ള ഉയർച്ചതാഴ്ചകളിൽ ശുഭാപ്തിവിശ്വാസത്തോടെയും സ്ഥിരതയോടെയും നിലനിൽക്കാൻ ഇത് ഉദ്യോഗാർത്ഥികളെ സഹായിക്കുന്നു.

ഈ പുസ്തകത്തിലെ ഏഴ് നായകരുടെയും കഥകളിൽ, ഉദ്യോഗാർത്ഥിക്ക് ശ്രദ്ധ വ്യതിചലിക്കാതെ പഠിക്കാൻ കഴിയുമെന്ന് ഉറപ്പാക്കാൻ കുടുംബാംഗങ്ങൾ ഗണ്യമായ ത്യാഗങ്ങൾ ചെയ്യുന്നതായി നാം കാണുകയുണ്ടായി. ഈ വൈകാരിക പിന്തുണ നിർണ്ണായകമാണ്; പ്രത്യേകിച്ച് സ്വന്തം കഴിവുകളിൽ സംശയവും മാനസികമായി തളർച്ചയും അനുഭവപ്പെടുന്ന സമയങ്ങളിൽ. സ്വന്തം കുടുംബം നിങ്ങളുടെ കഴിവുകളിൽ വിശ്വസിക്കുന്നുവെന്ന തിരിച്ചറിവ് നിങ്ങളെ മുന്നോട്ട് നയിക്കുന്നതിനുള്ള ശക്തമായ ഒരു പ്രേരകമായി വർത്തിക്കുന്നു.

പിന്തുണയ്ക്കുന്ന കൂട്ടുകാരുള്ളതും നിർണ്ണായകമാണ്. അത് ഒരു സൗഹൃദബോധം വളർത്തിയെടുക്കും. തയ്യാറെടുപ്പിന്റെ

ഘട്ടത്തിലെ ഏകാന്തതയെ കുടഞ്ഞെറിഞ്ഞ്, അത് കൂടുതൽ ആകർഷകമാക്കി മാറ്റും. സമാന ചിന്താഗതിയുള്ളവരുമായുള്ള ചർച്ചകൾ സങ്കീർണ്ണമായ പ്രശ്നങ്ങളെക്കുറിച്ചുള്ള ധാരണ വർദ്ധിപ്പിക്കാനും സംശയങ്ങൾ ദൂരീകരിക്കാനും അറിവ് ശക്തിപ്പെടുത്താനും നിങ്ങളുടെമനസ്സിലെഉൾക്കാഴ്ചകൾഊട്ടിയുറപ്പിക്കുവാനുംസഹായകമാകുന്നു. സഹപാഠികളുമായുള്ള ഇടപെടലുകൾ നിങ്ങൾ കാണാതെപോയ പുത്തൻ കാഴ്ചപ്പാടുകളും ഉൾക്കാഴ്ചകളും പരിചയപ്പെടുത്തിത്തരുന്നു.

ജാമിയയിലെ ഒരു കൂട്ടം അഭിലാഷികളോടൊപ്പം ചേർന്ന ശ്രുതി, അവരോടൊപ്പം ഉത്തരമെഴുതി പരിശീലിക്കുകയും പരസ്പരം ഉത്തരങ്ങൾ വിലയിരുത്തുകയും ചെയ്തു. ഈ സഹകരണ സമീപനം, മറ്റുള്ളവരിൽ നിന്ന് പുതിയ കാര്യങ്ങൾ പഠിക്കാനും അവരുടെ കഴിവുകൾ മെച്ചപ്പെടുത്താനും അവരെ അനുവദിച്ചു. കുറിപ്പുകൾ സമാഹരിക്കാനും പങ്കിടാനും അവർ ഗൂഗിൾ ഡോക്സും ഉപയോഗിച്ചു. 'മികവുറ്റ ഒരുകൂട്ടം ആളുകൾ ഒപ്പമുണ്ടായിരിക്കുന്നത് വളരെയധികം സഹായിക്കുന്നു; ഞങ്ങൾ ഞങ്ങളുടെ അറിവുകൾ പരസ്പരം ചേർത്തുവെച്ചു,' ശ്രുതി വിശദീകരിച്ചു.

അതുപോലെ, ചർച്ചകൾ ആവിഷ്കരിക്കുന്നതിനായി ലവിഷ് ഒരു ചെറിയ ഗ്രൂപ്പും രൂപീകരിച്ചിരുന്നു. മോക്ക് ടെസ്റ്റുകൾക്കായി അവർനിർദ്ദിഷ്ടതീയതികളുംസമയങ്ങളുംനിശ്ചയിക്കും,പരീക്ഷയ്ക്ക് സമാനമായ സാഹചര്യങ്ങൾ അനുകരിക്കും, അവരുടെ തയ്യാറെടുപ്പുകൾ മെച്ചപ്പെടുത്തും. 'ചിലപ്പോൾ, നിങ്ങൾക്ക് നിരാശനായി തോന്നുകയും ശ്രമം പാതിവഴിയിൽ ഉപേക്ഷിക്കുന്നതിനെക്കുറിച്ച് ചിന്തിക്കാൻ തുടങ്ങുകയും ചെയ്യുമ്പോൾ, അത്തരമൊരു ഗ്രൂപ്പ് നിങ്ങളെ പ്രചോദിപ്പിക്കും. നിങ്ങൾ പരസ്പരം പാഠങ്ങൾ പഠിക്കുകയും ഒരുമിച്ച് മുന്നോട്ട് പോകുകയും ചെയ്യും.' ലവിഷ് കൂട്ടിച്ചേർത്തു.

കോച്ചിംഗും സ്വന്തമായുള്ള പഠനവും

കോച്ചിംഗ് ഇൻസ്റ്റിറ്റ്യൂട്ടിൽ ചേരണോ വേണ്ടയോ എന്നത് പല ഐഎഎസ് ഉദ്യോഗാർത്ഥികളെയും അലട്ടുന്ന ഒരു നിർണ്ണായക ചോദ്യമാണ്. സത്യം തുടക്കത്തിൽ ഒരു കോച്ചിംഗ് ഇൻസ്റ്റിറ്റ്യൂട്ടിൽ ചേർന്നിരുന്നു, പക്ഷേ അതിലൂടെ തന്റെ സമയത്തിന്റെ ഭൂരിഭാഗവും പാഴായിപ്പോകുകയാണുണ്ടായതെന്ന് അദ്ദേഹം പെട്ടെന്നുതന്നെ മനസ്സിലാക്കി. കോച്ചിംഗ് സെന്ററുകളിലെ പാഠ്യപദ്ധതിയിൽ നിന്ന് മുന്നിട്ടുനിൽക്കാൻ അദ്ദേഹം തീരുമാനിച്ചു. സ്വന്തമായുള്ള

പഠനത്തിനിടയിൽ വെല്ലുവിളി നിറഞ്ഞതായി തോന്നിയ വിഷയങ്ങൾക്കായുള്ള ക്ലാസുകളിൽ മാത്രമേ അദ്ദേഹം പങ്കെടുത്തിരുന്നുള്ളൂ. പല കോച്ചിംഗ് സെന്ററിലെ അധ്യാപകരും കഥകളും തമാശകളും പറഞ്ഞ് ഗണ്യമായ സമയം പാഴാക്കിയിരുന്നതായും അത് ഫലപ്രദമല്ലെന്നും സത്യം നിരീക്ഷിക്കുകയുണ്ടായി.

അതുപോലെ,കുറച്ച് ക്ലാസുകളിൽ പങ്കെടുത്ത ശേഷം കഴിഞ്ഞ വർഷത്തെ ചോദ്യങ്ങൾ വിശകലനം ചെയ്തതോടെ, യുപിഎസ്‌സി ചോദിക്കുന്ന ചോദ്യങ്ങളും കോച്ചിംഗ് സെന്ററുകളിലെ പാഠ്യപദ്ധതിയും തമ്മിലുള്ള അന്തരം ലവിഷിന്റെ ശ്രദ്ധയിൽപ്പെട്ടു. അദ്ദേഹം കോച്ചിംഗ് ക്ലാസുകളിൽ പോകുന്നത് കുറയ്ക്കുകയും പ്രസക്തമായ ഓൺലൈൻ പ്രഭാഷണങ്ങളെ കൂടുതൽ ആശ്രയിക്കുകയും ചെയ്തു.

പൂർണ്ണമായും സ്വന്തമായുള്ള പഠനത്തിലൂടെയാണ് അഞ്ജലി വിജയിച്ചത്. മത്സരാർത്ഥികൾ ഇടതിങ്ങിയിരിക്കുന്ന സാഹചര്യവും അവിടെ നടക്കുന്ന അപ്രസക്തമായ ചർച്ചകളും കാരണം കോച്ചിംഗ് ക്ലാസുകൾ സഹായകരമല്ലെന്ന് ശ്രുതിയും കണ്ടെത്തിയിരുന്നു. 'സിഎസ്ഇ എഴുതണമെങ്കിൽ, നിങ്ങൾ ഒരു കോച്ചിംഗ് ഇൻസ്റ്റിറ്റ്യൂട്ടിൽ ചേരേണ്ടത് നിർബന്ധമാണെന്ന് പൊതുവായ ഒരു ധാരണയുണ്ട്. എന്നാൽ ഇത് ശരിയല്ല. മറ്റ് സ്രോതസ്സുകളിൽ നിന്നും നിങ്ങൾക്ക് മാർഗ്ഗനിർദ്ദേശം ലഭിക്കും,' അവർ പറഞ്ഞു.

മറുവശത്ത്, കോച്ചിംഗ് ക്ലാസുകളിൽ നിന്നും അദ്ദേഹത്തിന്റെ കോച്ചിംഗ് ഇൻസ്റ്റിറ്റ്യൂട്ട് വാഗ്ദാനം ചെയ്യുന്ന മെന്റർഷിപ്പ് പ്രോഗ്രാമിൽ നിന്നും ഗണ്യമായ പ്രയോജനം കൈക്കൊണ്ട ആളാണ് വസീം. ഭരതും മിനുവും അവരുടെ ഓപ്ഷണൽ വിഷയങ്ങൾക്കായി പ്രത്യേകമായി കോച്ചിംഗ് ക്ലാസുകളിൽ പങ്കെടുത്തിരുന്നു.

വിജയം വരിച്ച ഉദ്യോഗാർത്ഥികളുമായുള്ള ചർച്ചകളും വിപുലമായ ഗവേഷണങ്ങളും വെളിപ്പെടുത്തുന്നത് സിഎസ്ഇ-യിൽ വിജയിക്കാൻ കോച്ചിംഗ് സെന്ററിൽ ചേരുന്നതിന്റെ ആവശ്യമില്ല എന്നാണ്.കോച്ചിംഗ് ക്ലാസുകളിൽ ചേരാതെതന്നെ യുപിഎസ്‌സി എന്ന കൊടുമുടി കീഴടക്കാൻ കഴിയും. വിജയം വരിച്ച ഉദ്യോഗാർത്ഥികളുടെ ബ്ലോഗുകളിൽ നിന്നും, ഓൺലൈൻ വീഡിയോകളിൽ നിന്നും, പരീക്ഷയുടെ വിവിധ ഘട്ടങ്ങളിൽ വിജയിച്ചവരുമായുള്ള ചർച്ചകളിൽ നിന്നും ഉദ്യോഗാർത്ഥികൾക്ക് മാർഗ്ഗനിർദ്ദേശം തേടാം. മാത്രമല്ല, കോച്ചിംഗ് സെന്ററുകളിൽ ചേരാൻ ആഗ്രഹിക്കുന്നെങ്കിലും അതിനുള്ള സാമ്പത്തികമില്ലാത്തവർക്ക് സർക്കാർ സ്പോൺസർ ചെയ്യുന്ന കോച്ചിംഗ് ക്ലാസുകളുടെ സഹായം തേടാവുന്നതാണ്. ചില സംസ്ഥാന സർക്കാരുകൾ മിടുക്കരായ വിദ്യാർ

ത്ഥികൾക്ക് സ്വകാര്യ അക്കാദമികളിലെ കോച്ചിംഗ് ചെലവുകൾ വഹിക്കുന്നതിനായി സ്കോളർഷിപ്പുകളും നൽകുന്നു.

എന്നിരുന്നാലും, ഓൺലൈനിൽ വീഡിയോകളും മെറ്റീരിയലുകളും പോസ്റ്റ് ചെയ്യുന്ന ടോപ്പർമാരെയോ വ്യക്തികളെയോ അന്ധമായി പിന്തുടരുകയുമരുത്. കോച്ചിംഗ് ഹബ്ബുകളിലെ ചായക്കടകളിലും, യൂട്യൂബിലും, ലൈബ്രറികളിലും മറ്റ് സ്ഥലങ്ങളിലും പലപ്പോഴും കാണപ്പെടുന്ന സ്വയം പ്രഖ്യാപിത യുപിഎസ്സി 'വിദഗ്ധർ', മികച്ച തന്ത്രങ്ങൾ എന്ന പേരിൽ പ്രചരിപ്പിക്കുന്ന രീതികളിലൂടെ ഉദ്യോഗാർത്ഥികളെ തെറ്റിദ്ധരിപ്പിക്കുന്നു. സ്വന്തമായുള്ള വിശകലനങ്ങൾ, താൽപ്പര്യങ്ങൾ, ശക്തികൾ, ബലഹീനതകൾ എന്നിവയെ അടിസ്ഥാനമാക്കി മാത്രം വ്യക്തിഗതമായി പഠന തന്ത്രങ്ങൾ തയ്യാറാക്കിയെടുക്കേണ്ടത് നിർണ്ണായകമാണ്.

ആ സുപ്രധാന ദിനത്തിനുവേണ്ടി

എത്ര ശ്രദ്ധയോടെ തയ്യാറെടുത്താലും, നിങ്ങളുടെ ആത്യന്തിക വിജയം പരീക്ഷാ ദിവസത്തെ നിങ്ങളുടെ പ്രകടനത്തെ ആശ്രയിച്ചിരിക്കുന്നു. സമ്മർദ്ദം വർദ്ധിക്കുന്നത് സ്വാഭാവികമാണ്. കൂടാതെ നിരവധി ഉദ്യോഗാർത്ഥികൾ തലേദിവസം രാത്രി ഉറക്കമില്ലാതെ, മാസങ്ങളോളം നീണ്ടുനിൽക്കുന്ന ഉത്സാഹത്തോടെയുള്ള പഠനത്തെ ദുർബ്ബലപ്പെടുത്തുന്ന ഉത്കണ്ഠയാൽ വലയുക സാധാരണമാണ്. ഈ സമ്മർദ്ദം കൈകാര്യം ചെയ്യേണ്ടതും ഉത്കണ്ഠ നിയന്ത്രിക്കേണ്ടതും നിർണ്ണായകമാണ്. ഈ പോരാട്ടത്തിൽ നിങ്ങൾ ഒറ്റയ്ക്കല്ലെന്ന് സ്വയം ഓർമ്മിപ്പിക്കുക – എല്ലാ ഉദ്യോഗാർത്ഥികളും പരീക്ഷയ്ക്ക് മുമ്പുള്ള ആശങ്കകൾ നേരിടാറുണ്ട്. നിങ്ങൾ കഠിനാധ്വാനം ചെയ്തിട്ടുണ്ടെന്നും വിജയിക്കാൻ അർഹരാണെന്നും സ്വയം ഓർമ്മിപ്പിക്കുക. നന്നായി വിശ്രമിക്കുകയും ജാഗ്രതയുള്ളവരായിരിക്കുകയും ചെയ്യുന്നുവെന്ന് ഉറപ്പാക്കാനായി പരീക്ഷയ്ക്ക് മുമ്പ് നന്നായി ഉറങ്ങുക.

പരീക്ഷയ്ക്ക് മുമ്പുള്ള ദിവസങ്ങളിൽ, നിങ്ങളുടെ ദിനചര്യ ക്രമീകരിക്കേണ്ടത് അത്യാവശ്യമാണ്. സത്യത്തിനെയും ലവിഷിനെയും പോലെ ചില ഉദ്യോഗാർത്ഥികൾ പുലർച്ചെ വരെ പഠിക്കുകയും രാവിലെ ഉറങ്ങുകയും ചെയ്യാറുണ്ട്. രാത്രികാലങ്ങളിൽ പഠിക്കുന്നവരാണ് നിങ്ങളെങ്കിൽ, പരീക്ഷയ്ക്കിടെ നിങ്ങൾ പൂർണ്ണമായും ഉണർന്നിരിക്കുകയും നിങ്ങൾ ഊർജ്ജസ്വലരാണെന്നും ഉറപ്പാക്കാനായി പരീക്ഷയ്ക്ക് കുറച്ച് ദിവസങ്ങൾക്ക് മുമ്പ് നിങ്ങളുടെ ശരീരത്തിന്റെ സമയക്രമങ്ങൾ പുനഃക്രമീകരിക്കേണ്ടതുണ്ട്.

പരീക്ഷയ്ക്ക് ഒരു ദിവസം മുമ്പ്, അവസാന നിമിഷത്തെ പരിഭ്രാന്തി ഒഴിവാക്കാൻ നിങ്ങളുടെ അഡ്മിറ്റ് കാർഡും തിരിച്ചറിയൽ രേഖയും തയ്യാറാക്കി വച്ചിട്ടുണ്ടെന്ന് ഉറപ്പാക്കുക. ആദ്യ മെയിൻസ് പരീക്ഷയുടെ അന്ന് രാവിലെ സത്യം തന്റെ അഡ്മിറ്റ് കാർഡും ആധാർ കാർഡും കണ്ടെത്താൻ കഴിയാതെ സമ്മർദ്ദകരമായ ഒരു സാഹചര്യത്തെ തരണം ചെയ്യുകയുണ്ടായി. ഇത് ഗണ്യമായ സമയനഷ്ടത്തിന് കാരണമായി. തന്റെ ഏകാഗ്രതയെ ബാധിക്കുന്ന തരത്തിൽ അദ്ദേഹത്തിന്റെ രക്തസമ്മർദ്ദം കുതിച്ചുയർന്നു. പരിഭ്രാന്തമായ ആ സാഹചര്യത്തിൽ, ആ ദിവസത്തെ പരീക്ഷയ്ക്കായി താൻ മനഃപാഠമാക്കിയ ഉദ്ധരണികളും ഉദാഹരണങ്ങളും അറിവുകളുമെല്ലാം അദ്ദേഹം മറക്കുകയുണ്ടായി.

സിവിൽ സർവീസ് ഉദ്യോഗാർത്ഥികളെക്കൊണ്ട് തിങ്ങി നിറഞ്ഞ ഒരിടത്താണ് നിങ്ങൾ താമസിക്കുന്നതെങ്കിൽ, പരീക്ഷാ കേന്ദ്രത്തിലേക്ക് പോകാൻ കാലേക്കൂട്ടി വാഹനം സജ്ജമാക്കുന്നതാണ് ബുദ്ധി. മറ്റ് ഉദ്യോഗാർത്ഥികൾ ലഭ്യമായ എല്ലാ ഓട്ടോകളും ടാക്സികളും മുൻകൂട്ടി ബുക്ക് ചെയ്തേക്കാം. ഇത് അവസാന നിമിഷത്തെ യാത്രയെ വെല്ലുവിളി നിറഞ്ഞതാക്കുന്നു. വസീം ഈ വെല്ലുവിളി നേരിടുകയുണ്ടായി. ഗതാഗത സൗകര്യം ഇല്ലാത്തതിനാൽ പ്രിലിമിനറി പരീക്ഷയ്ക്ക് എത്തിപ്പെടാൻ കഴിയില്ലെന്ന സാധ്യത പോലും നിലനിന്നിരുന്നു.

പരീക്ഷാ ദിവസം, ധാരാളം വെള്ളം കുടിക്കുക, ദീർഘമായി ശ്വാസമെടുക്കുക, സഹായകമാകുന്ന പക്ഷം ധ്യാനമോ പ്രാർത്ഥനയോ കൈക്കൊള്ളുക. എഴുതാനിരിക്കുമ്പോൾ പൂർണ്ണമായ ഏകാഗ്രത നിലനിർത്തുക. സമ്മർദ്ദപൂരിതമായ സാഹചര്യങ്ങളിൽ മികച്ച പ്രകടനം കാഴ്ചവയ്ക്കുന്നതിന് ശാന്തതയും ഏകാഗ്രതയും നിലനിർത്തേണ്ടത് പ്രധാനമാണ്.

ഓർക്കുക, നിങ്ങളുടെ കഠിനാധ്വാനം നിങ്ങളെ ഈ നിമിഷത്തിനായി സജ്ജമാക്കിയിട്ടുണ്ട്. ആത്മവിശ്വാസത്തോടെയിരിക്കുക, നിങ്ങളുടെ തയ്യാറെടുപ്പിൽ വിശ്വാസമർപ്പിക്കുക. ശുഭാപ്തി വിശ്വാസത്തോടെ പരീക്ഷയെ സമീപിക്കുക. നിങ്ങളുടെ സമർപ്പണവും സ്ഥിരോത്സാഹവും ഫലവത്താകുകതന്നെ ചെയ്യും.

പ്രധാന വിജയ മന്ത്രങ്ങൾ

തയ്യാറെടുപ്പിന് സഹായകമായ നിർണ്ണായക തന്ത്രങ്ങൾ ചർച്ച ചെയ്തു കഴിഞ്ഞ സ്ഥിതിയ്ക്ക്, അടുത്തതായി പ്രധാനപ്പെട്ട ചില

വിജയ മന്ത്രങ്ങളിലേക്ക് നമുക്ക് കടക്കാം. ചുവടെയുള്ള ചിത്രം കാണുക :

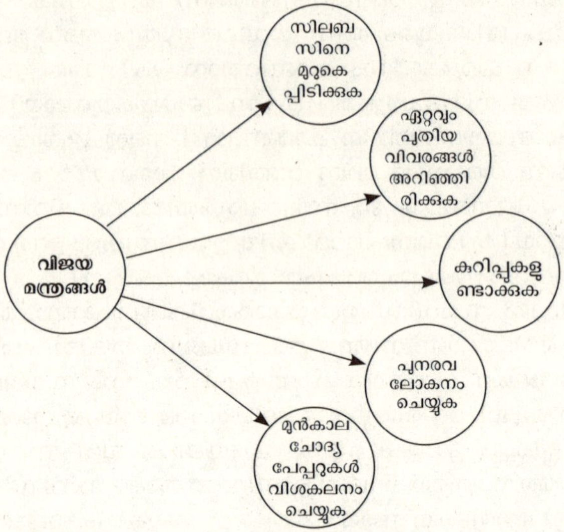

സിലബസിനെ മുറുകെപ്പിടിക്കുക

സിഎസ്ഇയിൽ പ്രാവീണ്യം നേടുന്നതിന് അതിന്റെ വിപുലമായ സിലബസിൽ സമഗ്രമായ ഗ്രാഹ്യം ആവശ്യമാണ്. പ്രിലിമിനറി പരീക്ഷയ്ക്ക്, യുപിഎസ്‌സി വിഷയങ്ങളുടെ വിശാലമായ ഒരു പട്ടിക തന്നെ നൽകുമ്പോൾ, മെയിൻസിന്, വിവിധ വിഷയങ്ങൾ ഉൾക്കൊള്ളുന്ന വിശദമായ സിലബസാണ് രൂപപ്പെടുത്തിയിരിക്കുന്നത്. ഓരോ വിഷയവും ഉപവിഷയവും ശ്രദ്ധയോടെ വായിച്ച് സിലബസ് വീണ്ടും പരിശോധിക്കുക എന്നതാണ് നിങ്ങളുടെ ആദ്യത്തെ നിർണ്ണായകമായ ഘട്ടം. ഫലപ്രദമായ ലക്ഷ്യബോധത്തോടെയുള്ള പഠനത്തിന് ഈ സമഗ്രമായ സുപരിചയം അടിസ്ഥാനമാണ്.

പരീക്ഷയിലെ എല്ലാ ചോദ്യങ്ങളും സിലബസിനെ അടിസ്ഥാനമാക്കിയുള്ളതായ സ്ഥിതിയ്ക്ക്, തന്ത്രപരമായ വായന പരീക്ഷയിൽ വിജയിക്കുന്നതിന് പ്രധാനമാണ്. എണ്ണമറ്റ സ്രോതസ്സുകൾ ലക്ഷ്യമില്ലാതെ വായിച്ചുപഠിക്കുന്നത് വിനാശകരാണ്. ഐഎഎസ് ടോപ്പർമാർ സിലബസ് പഠിക്കുകയെന്ന് മാത്രമല്ല

അതിൽ ജീവിക്കുകയും ചെയ്യുന്നു. ഈ നിരന്തരമായ ഓർമ്മപ്പെടുത്തൽ പ്രചോദനവും വഴികാട്ടിയുമായി വർത്തിക്കുന്നു.

ആദ്യമായി സിലബസ് കാണുമ്പോൾ അതിന്റെ വ്യാപ്തി ഭയപ്പെടുത്തിയേക്കാം. എന്നാൽ അതിന്റെ വലുപ്പം നിങ്ങളെ തളർത്താൻ അനുവദിക്കരുത്. എവറസ്റ്റ് കൊടുമുടി കയറുന്നതുപോലെ, വിജയം ഘട്ടം ഘട്ടമായി കൈവരിക്കുന്നതാണ്. ഓരോ പുനരവലോകനവും വെല്ലുവിളിയെ ലഘൂകരിക്കുന്നു. സിലബസിനെ അറിവിന്റെ ഒരു നിധികുംഭമായി കണക്കാക്കുക. അതിന്റെ ഓരോ ഘട്ടങ്ങളായി അനാവരണം ചെയ്യപ്പെടേണ്ടതാണ്. അപ്പോൾ പുതിയ കാഴ്ചപ്പാടുകളും സൂക്ഷ്മമായ ഉൾക്കാഴ്ചകളും വെളിപ്പെടുന്നു.

ഓരോ പേപ്പറിലെയും സിലബസ് വായിക്കുന്നതും വിശകലനം ചെയ്യുന്നതും ഉൾക്കൊള്ളുന്നതും നന്നായി മനഃപാഠമാക്കുന്നതും, തയ്യാറെടുപ്പുകൾക്ക് വ്യക്തമായ ഒരു റോഡ്മാപ്പ് സൃഷ്ടിക്കാനും നിങ്ങളുടെ സമയത്തിന്റെ കാര്യക്ഷമമായ ഉപയോഗം ഉറപ്പാക്കാനും സഹായിക്കും. പഠിക്കേണ്ടതും ഒഴിവാക്കേണ്ടതും എന്തൊക്കെയാണെന്ന് ഇത് നിങ്ങൾക്ക് കാട്ടിത്തരുന്നു. സിലബസിനെക്കുറിച്ചുള്ള ശക്തമായ ഗ്രാഹ്യം, അപ്രസക്തമായ കാര്യങ്ങളിൽ നിന്ന് പ്രസക്തമായ വിവരങ്ങൾ വേർതിരിച്ചെടുക്കാനും, വായിക്കുന്ന പത്രങ്ങളും മാസികകളും ലേഖനങ്ങളും പുസ്തകങ്ങളുമൊക്കെ സിലബസിന്റെ പ്രസക്തമായ ഭാഗങ്ങളുമായി ബന്ധിപ്പിക്കാനും നിങ്ങളെ പ്രാപ്തരാക്കുന്നു. ഫലപ്രദമായി കുറിപ്പുകളെഴുതുന്നതിലും പുനരവലോകനം നടത്തുന്നതിനും ഈ ധാരണ അത്യന്താപേക്ഷിതമാണ്.

നിങ്ങളുടെ പഠനമേശയ്ക്കരികിൽ എപ്പോഴും കാണാൻ കഴിയുന്നിടത്തുതന്നെ സിലബസ് പ്രദർശിപ്പിക്കുക. എല്ലാ ദിവസവും രാവിലെ നിങ്ങൾ ആദ്യം കാണുന്നത് അതായിരിക്കട്ടെ. ഈ നിരന്തരമായ ദൃശ്യസൂചന ശ്രദ്ധയോടെയിരിക്കാൻ നിങ്ങളെ പ്രാപ്തമാക്കുന്നു. ഓരോ വിഷയങ്ങളും ഓർമ്മിക്കുകയും അവയെ നിലവിലുള്ള സംഭവങ്ങളുമായി ബന്ധിപ്പിക്കുകയും ചെയ്യുന്നു. വെല്ലുവിളി നിറഞ്ഞ വിഷയങ്ങൾ നേരത്തെ തിരിച്ചറിയുകയും അവ കൈകാര്യം ചെയ്യുന്നതിനുള്ള ഒരു തന്ത്രം രൂപപ്പെടുത്തുകയും ചെയ്യാൻ ഇത് സഹായിക്കുന്നു.

ഏറ്റവും പുതിയ വിവരങ്ങൾ അറിഞ്ഞിരിക്കുക

സിലബസിന്റെ സുപ്രധാനമായ ഒരു ഭാഗമാണ് കറന്റ്

അഫയേഴ്സ്. സിഎസ്ഇയുടെ എല്ലാ പേപ്പറുകളിലുമുള്ള അതിന്റെ വ്യാപകമായ സാന്നിധ്യം കാരണം ഇതിന് ഗണ്യമായ ശ്രദ്ധയും സമയവും ആവശ്യമാണ്. സമകാലിക സംഭവങ്ങളിൽ നിന്ന് ശേഖരിച്ച ഉൾക്കാഴ്ചകൾ നിങ്ങളുടെ ഉത്തരങ്ങളിലും ഉപന്യാസങ്ങളിലും സംയോജിപ്പിക്കുന്നത് അവയുടെ ആഴവും സന്ദർഭോചിതമായ പ്രസക്തിയും വർദ്ധിപ്പിക്കുന്നു, സമഗ്രമായ ഒരു വീക്ഷണം വളർത്തിയെടുക്കുന്നു, ഓരോ സംഭവങ്ങളുടെയും യഥാർത്ഥ പ്രത്യാഘാതങ്ങളെക്കുറിച്ചുള്ള ആഴത്തിലുള്ള ഗ്രാഹ്യം പ്രകടമാക്കുന്നു, നിങ്ങളുടെ പദാവലിയും എഴുത്തിലുള്ള ആവിഷ്കാര ശൈലിയും മെച്ചപ്പെടുത്തുന്നു. അതുകൊണ്ടുതന്നെ, ഏറ്റവും പുതിയ, ദേശീയ, അന്തർദേശീയ സംഭവവികാസങ്ങളുമായി പൊരുത്തപ്പെടേണ്ടതിന്റെ പ്രാധാന്യം ഓരോ ഐഎഎസ് ടോപ്പറും അടിവരയിടുന്നു.

പല കോച്ചിംഗ് ഇൻസ്റ്റിറ്റ്യൂട്ടുകളും ആനുകാലിക സംഭവങ്ങളുടെ സമാഹാരങ്ങൾ പ്രസിദ്ധീകരിക്കാറുണ്ട്. അവ ലഭ്യമാണെന്നിരിക്കെത്തന്നെ, ഈ പുസ്തകത്തിലെ ഏഴ് നായകരും പ്രിലിമിനറി, മെയിൻ പരീക്ഷകൾക്ക് തയ്യാറെടുക്കുമ്പോൾ ദിവസവും ഒരു പത്രമെങ്കിലും വായിക്കണമെന്നും അഭിമുഖത്തിന് തയ്യാറെടുക്കവേ രണ്ട് പത്രങ്ങൾ വായിക്കണമെന്നും നിർദ്ദേശിക്കുന്നു. പത്രങ്ങൾ വായിക്കുന്നതിന് പകരംവയ്ക്കാൻ മറ്റൊന്നില്ലെന്ന് അവർ ഊന്നിപ്പറയുന്നു.

ഒരു കറന്റ് അഫയേഴ്സ് മാസിക വായിക്കുന്നതും ഗുണം ചെയ്യും. ചില ഉദ്യോഗാർത്ഥികൾ വാർത്തകളെ വിശകലനം ചെയ്യുന്നപോഡ്കാസ്റ്റുകൾഉപയോഗിച്ചോദൈനംദിനഅപ്ഡേറ്റുകൾക്കായി പ്രശസ്തമായ ഓൺലൈൻ പ്ലാറ്റ്ഫോമുകൾ ബ്രൗസ് ചെയ്തോ ആനുകാലിക സംഭവങ്ങളിലുള്ള തങ്ങളുടെ അറിവ് വർദ്ധിപ്പിക്കുന്നു.എന്നിരുന്നാലും,പ്രിലിമിനറി,മെയിൻസ്‌പരീക്ഷകൾക്ക് തയ്യാറെടുക്കുമ്പോൾ ഉദ്യോഗാർത്ഥികൾ ഒരു മണിക്കൂറിൽ കൂടുതൽ ദിനപത്രങ്ങൾ വായിക്കാതെയിരിക്കുക. വാർത്തകളിൽ മാത്രമല്ല, അതിൽ പ്രതിപാദിച്ചിരിക്കുന്ന വിഷയങ്ങളിലും ശ്രദ്ധ കേന്ദ്രീകരിക്കേണ്ടതുണ്ട്. ഒരു വിഷയം വാർത്തകളിൽ വരുന്നത് എന്തുകൊണ്ടെന്ന് മനസ്സിലാക്കുക, അതിന്റെ പിന്നിലുള്ള അറിവ് ശേഖരിക്കുക, അതിന്റെ നിലവിലെ അവസ്ഥ, ആ പ്രശ്നത്തിന്റെ വ്യത്യസ്ത വശങ്ങൾ, അനുബന്ധ അവസരങ്ങളും വെല്ലുവിളികളും മനസ്സിലാക്കുക, അതിനെച്ചൊല്ലിയുള്ള നിർദ്ദേശങ്ങളോ അഭിപ്രാ

യങ്ങളോ ഉണ്ടായിരിക്കുക. കൂടാതെ, പ്രസക്തമായ സ്ഥിതിവിവര ക്കണക്കുകൾ രേഖപ്പെടുത്തിവയ്ക്കുക.

കുറിപ്പുകളെഴുതിക്കൊണ്ട് വിജയത്തിലേക്ക്

ഫലപ്രദമായ കുറിപ്പെഴുത്ത് പല ഐഎഎസ് ഉദ്യോഗാർത്ഥി കളുടെയും വിജയത്തിൽ ഒരു നാഴികക്കല്ലായി നിലകൊള്ളുന്നു. കുറിപ്പുകൾ വിവരങ്ങളുടെ ശേഖരണമായി മാത്രമല്ല, ചിന്തകൾ രൂപ പ്പെടുത്തുന്നതിനും, ധാരണ ശക്തിപ്പെടുത്തുന്നതിനും, കാര്യക്ഷമത നിലനിർത്തുന്നതിലും പുനരവലോകനം ഉറപ്പാക്കുന്നതിനുമുള്ള ശക്തമായ ഉപകരണങ്ങളായും പ്രവർത്തിക്കുന്നു. ടൈപ്പിംഗിനെ അപേക്ഷിച്ച് കൈകൊണ്ട് എഴുതുന്നത്, എഴുതിയ കാര്യങ്ങൾ ഓർമ്മയിൽ നിലനിർത്തുന്നതിൽ ഗണ്യമായി സഹായിക്കുന്നു വെന്ന് ഗവേഷണങ്ങൾ തെളിയിച്ചിട്ടുണ്ട്.

വിവിധ സ്രോതസ്സുകളിൽ നിന്ന് ശേഖരിച്ച പ്രധാന പോയി ന്റുകൾ, ആശയങ്ങൾ, വസ്തുതകൾ, സൂത്രവാക്യങ്ങൾ, ഉദാഹ രണങ്ങൾ എന്നിവ ഏകീകരിച്ച് സംക്ഷിപ്തമായ കുറിപ്പുകൾ തയ്യാ റാക്കുക. വിവിധ സ്രോതസ്സുകളിൽ നിന്നുള്ള വിവരങ്ങൾ ഏകീകരിച്ച്, യുപിഎസ്സി സിലബസിൽ നിന്നുള്ള മുഖ്യവാക്കു കളുമായി ബന്ധിപ്പിച്ചുകൊണ്ട് കുറിപ്പുകളെഴുതാൻ ഐഎഎസ് ടോപ്പർമാർ ഉപദേശിക്കുന്നു. ഒന്നിലധികമിടങ്ങളിലായി ചിതറി ക്കിടക്കുന്നതിനുപകരം, പ്രസക്തമായ എല്ലാ വിവരങ്ങളും ഒരിടത്ത് ഏകീകരിക്കപ്പെടുന്നതായി ഈ സമീപനം ഉറപ്പാക്കുന്നു.

സങ്കീർണ്ണമായ വിഷയങ്ങൾ ലളിതമാക്കുന്നതിനും, നിങ്ങ ളുടെ ഉത്തരങ്ങൾ മനഃപാഠമാക്കുന്നതിനും അവയുടെ ഗുണനില വാരം വർദ്ധിപ്പിക്കുന്നതിനും ബുള്ളറ്റ് പോയിന്റുകൾ, ഡയഗ്രമുകൾ, മാപ്പുകൾ, ഫ്ലോ ചാർട്ടുകൾ, മൈൻഡ് മാപ്പുകൾ എന്നിവ ഉപയോഗി ക്കുക. പ്രധാന പോയിന്റുകൾ, പ്രധാനപ്പെട്ട വസ്തുതകൾ, സൂത്രവാക്യ ങ്ങൾ, പ്രസക്തമായ ഉദാഹരണങ്ങൾ എന്നിവയും നിങ്ങളുടെ കുറിപ്പുകളിലുണ്ടായിരിക്കേണ്ടതാണ്. തയ്യാറെടുപ്പുകൾ പുരോഗമി ച്ചുകൊണ്ടിരിക്കെ ഒരു വിഷയത്തെക്കുറിച്ചുള്ള കൂടുതൽ വിവരങ്ങൾ കൂട്ടിച്ചേർക്കുന്നത് എളുപ്പമാക്കുന്നതിനാൽ, നോട്ട്ബുക്കുകളേ ക്കാളുപരി ഫയലുകളോ ഫോൾഡറുകളോ ആണ് പല ഉദ്യോഗാർ ത്ഥികളും ഇഷ്ടപ്പെടുന്നത്.

നമ്മുടെ ഏഴ് ഹീറോകളിൽ, മിന്നു ഓരോ പേപ്പറിനും സമഗ്രമായ കുറിപ്പുകൾ തയ്യാറാക്കിയിരുന്നു. സത്യം രണ്ടോ

അതിലധികമോ സ്രോതസ്സുകളിൽ നിന്ന് ഒരു വിഷയം ഒരേ സമയം വായിച്ച് സമ്പുഷ്ടവും വിശദവുമായ കുറിപ്പുകൾ തയ്യാറാക്കിയിരുന്നു. രജിസ്റ്ററിന് പകരം ഒറ്റയൊറ്റയായ പേപ്പറുകൾ ഉപയോഗിക്കാനാണ് അദ്ദേഹം ഇഷ്ടപ്പെട്ടിരുന്നത്. കോച്ചിംഗ് ക്ലാസുകളിലിരുന്നുകൊണ്ടുതന്നെ വസീം ശ്രദ്ധാപൂർവ്വം കുറിപ്പുകൾ തയ്യാറാക്കിയിരുന്നു. പിന്നീട് വീട്ടിൽ വന്ന ശേഷം അദ്ദേഹം അവ വിപുലീകരിക്കാൻ സമയം ചിലവഴിച്ചു.

എന്നാൽ എല്ലാ പുസ്തകങ്ങളിൽ നിന്നും കുറിപ്പുകൾ എഴുതിയുണ്ടാക്കുന്നത് ഫലം ചെയ്യില്ലെന്നായിരുന്നു ശ്രുതിയുടെ ഉപദേശം. *ലക്ഷ്മികാന്ത്, സ്പെക്ട്രം* തുടങ്ങിയ ചില പുസ്തകങ്ങൾ സംക്ഷിപ്തവും കുറിപ്പുകളോട് സാമ്യമുള്ളതുമാണ് എന്നതിനാൽ അധികത്തിൽ കുറിപ്പുകൾ എഴുതുന്നത് അനാവശ്യമായിരുന്നു. പകരം, ഈ പുസ്തകങ്ങളിൽ നിന്ന് നേരിട്ട് വായിച്ചു പഠിക്കുകയാണ് അവർ ചെയ്തത്. ഓരോ പേപ്പറിനും ആദ്യ പേജിൽ സിലബസ് ഉള്ള ഓരോ നോട്ട്ബുക്കുകളെന്ന നിലയിൽ അവർ കരുതിയിരുന്നു. പ്രസക്തമായ ലേഖനങ്ങളോ അറിവുകളോ വിവരങ്ങളോ കണ്ടെത്തുമ്പോഴെല്ലാം, അവ അനുബന്ധ സിലബസുകൾക്ക് കീഴെ കൂട്ടിച്ചേർത്തു. ഇത് ഓരോ വിഷയത്തെയും കുറിച്ചുള്ള വിവരങ്ങളും അറിവുകളും സമാഹരിക്കാൻ അവരെ സഹായിച്ചു.

നിർവ്വചനങ്ങൾ, സ്വാതന്ത്ര്യ സമര സേനാനികൾ, തത്ത്വചിന്തകർ, ഭരണാധികാരികൾ എന്നിവയുടെ ഉദാഹരണങ്ങളും ഉദ്ധരണികളും അടങ്ങിയ ഒരു പട്ടിക വസീം തയ്യാറാക്കിയിരുന്നു. പരീക്ഷയ്ക്കിടെ ഉദ്ധരണികളും ഉദാഹരണങ്ങളും തൽക്ഷണം ഓർമ്മിച്ചെടുക്കാൻ ഇത് സഹായകമായി.

പുനരവലോകനത്തിന്റെ ശക്തി

വിശാലവും വൈവിധ്യപൂർണ്ണവുമായ സിലബസിൽ നിരവധി വിഷയങ്ങൾ ഉൾക്കൊള്ളുന്നതിനാൽ, കാലക്രമേണ പഠിച്ച കാര്യങ്ങൾ വിദ്യാർത്ഥികൾ മറക്കുന്നത് സ്വാഭാവികമാണ്. സുസ്ഥിരവും സമഗ്രവുമായ പുനരവലോകനം നിങ്ങളുടെ അറിവുകളെ ഊട്ടിയുറപ്പിക്കുക മാത്രമല്ല, വിജയിക്കാൻ ആവശ്യമായ ആത്മവിശ്വാസം വളർത്തിയെടുക്കുകയും ചെയ്യുന്നു. പുനരവലോകനം ഓർത്തിരിക്കാൻ സഹായിക്കുന്നു, ആഴത്തിൽ മനസ്സിലാക്കാൻ സഹായിക്കുന്നു, ആശയങ്ങളെ ശക്തിപ്പെടുത്തുന്നു, ദുർബ്ബലമായ മേഖലകൾ തിരിച്ചറിയാൻ സഹായിക്കുന്നു. ഉത്സാഹത്തോടെയുള്ള പുനരവ

ലോകനമില്ലെങ്കിൽ അറിവ് മങ്ങുകയും മാസങ്ങൾ നീണ്ട തയ്യാറെടുപ്പിനെ ദുർബ്ബലപ്പെടുത്തുകയും ചെയ്യുന്നു. അതിനാൽ, ഒന്നിലധികം തവണ പുനരവലോകനം ചെയ്യുന്നത് ഉദ്യോഗാർത്ഥികളുടെ വിജയത്തിൽ നിർണ്ണായകമായ പങ്കുവഹിക്കുന്നു.

പുനരവലോകനങ്ങൾ ഐഎഎസ് ടോപ്പർമാരുടെ തയ്യാറെടുപ്പ് തന്ത്രത്തിൽ ഒരു കേന്ദ്ര സ്ഥാനമാണ് നേടിയിരിക്കുന്നത്. 'പരീക്ഷയുടെ നിർണ്ണായക ഘട്ടത്തിൽ, മനസ്സിൽ ആഴത്തിൽ വേരൂന്നിയ പോയിന്റുകൾ മാത്രമേ നിങ്ങൾക്ക് ഓർമ്മ വരികയുള്ളൂ. അതുകൊണ്ടാണ് ഒന്നിലധികം തവണ പുനരവലോകനം നടത്തേണ്ടത് അനിവാര്യമായിരിക്കുന്നത്.' എത്ര തവണ പുനരവലോകനം ചെയ്യണം എന്നത് ഒരു വ്യക്തിയുടെ ഓർമ്മശക്തിയെയും അവർക്ക് ലഭ്യമായ സമയത്തെയും ആശ്രയിച്ചിരിക്കുന്നു.

പല വിദ്യാർത്ഥികളും പഠിച്ച കാര്യങ്ങൾ ദിവസവും പുനഃപരിശോധിക്കുന്ന രീതി സ്വീകരിക്കാറുണ്ട്. ഇത് പഠനത്തെ ശക്തിപ്പെടുത്തുകയും സുപ്രധാന ആശയങ്ങൾ പുതുമയുള്ളതാക്കി സൂക്ഷിക്കാൻ സഹായിക്കുകയും ചെയ്യുന്നു. ഒരു വിഷയത്തെക്കുറിച്ചുള്ള വിപുലമായ പഠനത്തിന് ശേഷം അടിസ്ഥാന ആശയങ്ങൾ ശക്തിപ്പെടുത്തുന്നതിന് NCERT പുസ്തകങ്ങൾ വീണ്ടും വായിക്കുന്നത് മികച്ച ഒരു പഠനതന്ത്രമാണ്. ആത്മവിശ്വാസം കുറവാണെന്ന് തോന്നുന്ന വിഷയങ്ങളോ ഭാഗങ്ങളോ പുനരവലോകനം ചെയ്യുന്നതിന് മുൻഗണ നൽകുന്നതും മൂല്യവത്താണ്.

പ്രധാനപ്പെട്ട പദങ്ങൾ, നിർവ്വചനങ്ങൾ, ഉദാഹരണങ്ങൾ, ഫോർമുലകൾ എന്നിവ കടലാസുകളിൽ എഴുതി ഇടയ്ക്കിടെ അവലോകനം ചെയ്യുന്നതിനും മനഃപാഠമാക്കുന്നതിനും വേണ്ടി പഠനമേശയ്ക്കരികിൽ സൂക്ഷിക്കുന്നത് വിദ്യാർത്ഥികൾക്കിടയിൽ നിലനിൽക്കുന്ന ഒരു സാധാരണ രീതിയാണ്. ചില വിദ്യാർത്ഥികൾ വിവിധ വിഷയങ്ങളിലെ നിർണ്ണായകമായ പോയിന്റുകളിലും ഡാറ്റയിലും ശ്രദ്ധ കേന്ദ്രീകരിക്കുന്ന ഒരു പ്രത്യേക സംഗ്രഹമായ മൈക്രോ നോട്ടുകൾ തയ്യാറാക്കുന്നു. അവ വേഗത്തിൽ, ആവർത്തിച്ചുള്ള പുനരവലോകനങ്ങൾക്കും മെച്ചപ്പെട്ട ഓർമ്മപ്പെടുത്തലിനും സഹായകമാണ്.

പുനഃപരിശോധിക്കുമ്പോൾ ഏറ്റവും പുതിയ അറിവുകളും ഉൾപ്പെടുത്തുന്നത് മത്സര പരീക്ഷാ മേഖലയിൽ പ്രാധാന്യമർഹിക്കുന്ന കാര്യമാണ്. ഇത് നിങ്ങളുടെ ഉത്തരങ്ങൾ മെച്ചപ്പെട്ട

ത്തുകയും, നിങ്ങളുടെ തയ്യാറെടുപ്പുകൾ കൂടുതൽ ശക്തവും സമഗ്രവു മാക്കുകയും ചെയ്യും.

മുൻവർഷങ്ങളിലെ ചോദ്യങ്ങളിലൂടെ യുപിഎസ്‌സിയുടെ മനസ്സ് വായിക്കുക

മുൻവർഷങ്ങളിലെ ചോദ്യങ്ങൾ ഐഎഎസ് ഉദ്യോഗാർത്ഥികളെ സംബന്ധിച്ചിടത്തോളം ഒരു നിധികുംഭം തന്നെയാണ്. ഈ ചോദ്യങ്ങളുടെ സൂക്ഷ്മമായ വിശകലനം പരീക്ഷയുടെ പാറ്റേൺ, ഫോർമാറ്റ്, ആവർത്തിച്ചുള്ള തീമുകൾ എന്നിവയെക്കുറിച്ചുള്ള നിർണ്ണായക ഉൾക്കാഴ്ചകൾ വെളിപ്പെടുത്തുന്നു. ഇത് ഉദ്യോഗാർ ത്ഥികൾക്ക് അതിന്റെ കാഠിന്യം മനസ്സിലാക്കാനും ഏറ്റവും ഉപയോഗപ്രദമായ പഠന സാമഗ്രികൾ തിരിച്ചറിയാനും വരാൻ പോകുന്ന ചോദ്യങ്ങളുമായി തങ്ങളുടെ തയ്യാറെടുപ്പുകളെ വിന്യസി ക്കാൻ സഹായിക്കുകയും ചെയ്യുന്നു. കൂടാതെ, സമീപകാല ട്രെൻഡുകൾ മനസ്സിലാക്കാനും മുൻഗണന നൽകേണ്ട, ഉയർന്ന പ്രാധാന്യമുള്ള വിഷയങ്ങൾ കൃത്യമായി ചൂണ്ടിക്കാണിക്കാനും ഇത് സഹായിക്കുന്നു. മുൻവർഷങ്ങളിലെ ആവർത്തിച്ചുള്ള ചോദ്യങ്ങൾ നേരിടാനുള്ള സാധ്യത ഈ പരിശീലനത്തിന് മറ്റൊരു പ്രാധാന്യം നൽകുന്നു.

മുൻവർഷങ്ങളിലെ ചോദ്യങ്ങൾ അച്ചടിപ്പതിപ്പുകളായും ഓൺലൈനായും എളുപ്പത്തിൽ ലഭ്യമാകുന്നതാണ്. അത് പല പ്പോഴും സൗകര്യാർത്ഥം വിഷയം അനുസരിച്ച് തരംതിരിച്ചിരി ക്കുന്നു. ഐഎഎസ് നേടാൻ ആഗ്രഹിക്കുന്ന ഉദ്യോഗാർത്ഥികൾ കഴിഞ്ഞ ഇരുപത്തിയഞ്ച് വർഷത്തെ ചോദ്യപേപ്പറുകൾ പരിശോധിക്കേണ്ടതുണ്ടെന്നാണ് നിർദ്ദേശം. ഒരു വിഷയം പൂർത്തിയാക്കിയ ഉടൻ തന്നെ ഈ ചോദ്യങ്ങൾക്ക് ഉത്തരം നൽകുക എന്നതാണ് ഒരു മികച്ച തന്ത്രം. ഈ സമീപനം പഠനത്തെ ശക്തിപ്പെടുത്തുക മാത്രമല്ല, ഉദ്യോഗാർത്ഥികൾക്ക് തങ്ങളുടെ തയ്യാറെടുപ്പിന്റെ യാഥാർത്ഥ്യബോധം വെളിവാക്കി ക്കൊടുക്കുന്നതിലൂടെ അവരുടെ ആത്മവിശ്വാസം ഗണ്യമായി വർദ്ധിപ്പിക്കുകയും ചെയ്യുന്നു.

പ്രമുഖ കോച്ചിംഗ് സ്ഥാപനങ്ങളുടെ വെബ്സൈറ്റുകളിൽ ദിവസവും പോസ്റ്റ് ചെയ്യുന്ന ചോദ്യങ്ങൾക്ക് ഉത്തരമെഴുതി പരിശീലിക്കുന്നതിലൂടെയും നിരവധി ഉദ്യോഗാർത്ഥികൾക്ക് സമാനമായ പ്രയോജനം ലഭിക്കുന്നു.

പ്രിലിമിനറിയെ മറികടക്കുന്നു

മോക്ക് ടെസ്റ്റുകൾ : പ്രിലിംസിൽ വിജയിക്കുന്നതിനുള്ള മാർഗ്ഗം

യുപിഎസ്‌സി പ്രിലിമിനറിയിലെ വിജയം ഒരു പ്രധാന പരിശീലനത്തെ ആശ്രയിച്ചിരിക്കുന്നു : മോക്ക് ടെസ്റ്റുകളിലുള്ള പങ്കാളിത്തം. തയ്യാറെടുപ്പിന്റെ ഒരു നിർണ്ണായക ഘടകമെന്ന നിലയിൽ, ഓരോ ഉദ്യോഗാർത്ഥിക്കും മോക്ക് ടെസ്റ്റുകൾ അനിവാര്യമാണ്. അതിനാൽ, ഉദ്യോഗാർത്ഥികൾ അവരുടെ സമയക്രമങ്ങളിൽ ഗണ്യമായ മോക്ക് ടെസ്റ്റുകൾക്കായി മതിയായ സമയം നീക്കിവയ്ക്കേണ്ടതുണ്ട്. നിരവധി ഉദ്യോഗാർത്ഥികൾ കോച്ചിംഗ് ഇൻസ്റ്റിറ്റ്യൂട്ടുകൾ വാഗ്ദാനം ചെയ്യുന്ന മോക്ക് ടെസ്റ്റ് പരമ്പരകളിൽ ചേർന്ന്, പതിവായി പരീക്ഷകൾ എഴുതുകയും അവരുടെ പ്രകടനം വിലയിരുത്തുകയും, ദുർബ്ബലമായ മേഖലകൾ പരിഷ്കരിക്കുകയും, അതനുസരിച്ച് അവരുടെ പഠന പദ്ധതികൾ ക്രമീകരിക്കുകയും ചെയ്യുന്നു. ടെസ്റ്റ് പരമ്പരകളിൽ പങ്കെടുക്കുന്നതിലൂടെ തങ്ങൾക്കൊപ്പം തയ്യാറെടുക്കുന്നവരുമായി സ്വയം താരതമ്യം ചെയ്യാൻ ഉദ്യോഗാർത്ഥികൾക്ക് സാധിക്കുന്നു.

മോക്ക് ടെസ്റ്റിന്റെ ഉത്തരങ്ങൾ സ്വയം വിലയിരുത്തുമ്പോൾ, തെറ്റായ ഉത്തരങ്ങൾ, വെല്ലുവിളി നിറഞ്ഞ വിഷയങ്ങൾ, അപര്യാപ്തമായ വിശദാംശങ്ങൾ, കാരണം നഷ്ടപ്പെട്ട തന്ത്രപരമായ ചോദ്യങ്ങൾ എന്നിവ സൂക്ഷ്മമായി വിശകലനം ചെയ്യേണ്ടത് അത്യാവശ്യമാണ്. ഉദാഹരണത്തിന്, ലവിഷ് നിരവധി മോക്ക് ടെസ്റ്റുകളിൽ പങ്കെടുക്കുകയും തന്റെ തെറ്റുകൾ സൂക്ഷ്മമായി വിശകലനം ചെയ്യുകയും ചെയ്തു. അറിവില്ലായ്മ മൂലമാണോ, ചോദ്യങ്ങൾ തെറ്റായി വായിച്ചതുകൊണ്ടാണോ, അതോ മറ്റ് കാരണങ്ങളാലാണോ പിശകുകൾ ഉണ്ടായതെന്ന് അദ്ദേഹം തിരിച്ചറിഞ്ഞു. അതുപോലെ, വസീം തുടക്കത്തിൽ ഓരോ വിഷയവും പൂർത്തിയാക്കിയ ശേഷം അവയോരോന്നിനെയും അടിസ്ഥാനമാക്കിയുള്ള മോക്ക് ടെസ്റ്റുകളിൽ പങ്കെടുത്തു. അതിലൂടെ തന്റെ തെറ്റുകൾ വിശകലനം ചെയ്യുകയും തന്റെ ഗ്രാഹ്യം ശക്തിപ്പെടുത്തുന്നതിനായി വീണ്ടും പഠനം തുടരുകയും ചെയ്തു. ചില ഉദ്യോഗാർത്ഥികൾ തെറ്റുകൾ രേഖപ്പെടുത്താനായി മാത്രം ഒരു പുസ്തകം സൂക്ഷിക്കാറുണ്ട്. ടെസ്റ്റ് പരമ്പരയിൽ വരുത്തിയ പിശകുകൾ ആവർത്തിക്കാതിരിക്കാനായി അവയോരോന്നും അതിൽ സൂക്ഷ്മമായി രേഖപ്പെടുത്തുന്നു.

മോക്ക് ടെസ്റ്റുകൾ നിർണ്ണായകമായ പല ലക്ഷ്യങ്ങളും കൈവരിക്കാൻ സഹായിക്കുന്നു. അത് പരീക്ഷാ ഫോർമാറ്റുമായി ഉദ്യോഗാർത്ഥികളെ പരിചിതരാക്കുന്നു, പരീക്ഷയുടെ സ്വഭാവം വികസിപ്പിച്ചെടുക്കുന്നു, വേഗതയും കൃത്യതയും മെച്ചപ്പെടുത്തുന്നു, സമയം ചെലവഴിക്കുന്നതിൽ കൃത്യത വരുത്തുന്നു, ഒപ്പം മെച്ച പ്പെടുത്തേണ്ട മേഖലകൾ എടുത്തുകാണിക്കുകയും ചെയ്യുന്നു. വസീം ഉൾപ്പെടെയുള്ള നിരവധി ഐഎഎസ് ടോപ്പർമാർ പ്രിലിമി നറിക്ക് മുമ്പ് നാൽപ്പത് മുതൽ നാല്പത്തിയഞ്ച് വരെ ദൈർഘ്യമുള്ള പരീക്ഷകൾ എഴുതുകയുണ്ടായി. പരീക്ഷയ്ക്ക് സമാനമായ, സമയ ബന്ധിതമായ അന്തരീക്ഷത്തിൽ ഈ പരീക്ഷകൾ നടത്തുന്നത് സമയത്തെ ക്രമാനുഗതമായി ഉപയോഗിക്കാനുള്ള കഴിവുകളെ കൂടുതൽ മെച്ചപ്പെടുത്തുകയും പരീക്ഷയുടെ സമ്മർദ്ദത്തെ നേരിടാൻ ഉദ്യോഗാർത്ഥികളെ സഹായിക്കുകയും ചെയ്യുന്നു.

ഭരതും മോക്ക് ടെസ്റ്റുകളുടെ പ്രാധാന്യം ഏറ്റുപറയുന്നു: 'മോക്ക് ടെസ്റ്റുകളിൽ പങ്കെടുക്കുന്നതിലൂടെ, നിങ്ങളുടെ തയ്യാറെടുപ്പിന്റെ അവസ്ഥയെക്കുറിച്ച് നിങ്ങൾക്ക് ഒരു ധാരണ ലഭിക്കുന്നതാണ്.' എന്നിരുന്നാലും, കുറഞ്ഞ സ്കോറുകൾ ആത്മവിശ്വാസത്തെയും പ്രചോദനത്തെയും ബാധിക്കുമെന്നതിനാൽ, ഉദ്യോഗാർത്ഥികൾ അവരുടെ തയ്യാറെടുപ്പിൽ ആദ്യ ഘട്ടങ്ങളിൽ മോക്ക് ടെസ്റ്റുക ളിൽ പങ്കെടുക്കുന്നത് ഒഴിവാക്കേണ്ടതുണ്ട്. സത്യത്തിന്റെ അഭിപ്രാ യത്തിൽ, 'ആദ്യം കഠിനമായി പഠിച്ച് പുനരവലോകനം നടത്തുക, പിന്നീടുമാത്രം മോക്ക് ടെസ്റ്റുകളിൽ പങ്കെടുക്കുക. കുറഞ്ഞ സ്കോർ നേടിയ വിഷയങ്ങളിൽ ശ്രദ്ധ കേന്ദ്രീകരിക്കുകയും അവ മെച്ച പ്പെടുത്തുകയും ചെയ്യുക.'

CSAT അവഗണിക്കുന്നത് നിങ്ങളെ അപകടത്തിലാക്കും

UPSC പ്രിലിമിനറിയിൽ വിജയിക്കാനുള്ള നെട്ടോട്ടത്തിൽ, പല ഉദ്യോഗാർത്ഥികളും ഒരു നിർണ്ണായക ഘടകത്തെ അവഗണി ക്കുന്നു : CSAT എന്നറിയപ്പെടുന്ന GS പേപ്പർ-2. ഈ പേപ്പറിന്റെ യോഗ്യതാ സ്വഭാവം പലപ്പോഴും ഉദ്യോഗാർത്ഥികളെ അതിനായി തയ്യാറെടുക്കുന്നതിൽ നിന്ന് വിട്ടുനിൽക്കാൻ പ്രേരിപ്പിക്കുന്നു. മറികടക്കാനാകുന്ന ഒരു ചെറിയ തടസ്സം മാത്രമാണിതെന്ന് അവർ തെറ്റിദ്ധരിക്കുന്നു. എന്നാൽ ഫലം വിനാശകരമായിരിക്കും. വിജയി ക്കാൻ 200-ൽ അറുപത്തിയാറ് മാർക്ക് മാത്രമേ ആവശ്യമുള്ളൂ വെങ്കിലും, CSAT-നെ കുറച്ചുകാണുന്നതിലൂടെ പല ഉദ്യോഗാർ

ത്ഥികളുടെയും സ്വപ്നങ്ങൾ പാളം തെറ്റിയിട്ടുണ്ട്. പരീക്ഷയുടെ മൂന്ന് ഘട്ടങ്ങളും പാസായ ചില ഉദ്യോഗാർത്ഥികൾ പോലും റാങ്ക് മെച്ചപ്പെടുത്താൻ ലക്ഷ്യമിട്ടുള്ള തുടർന്നുള്ള ശ്രമങ്ങളിൽ CSAT-ൽ പരാജയപ്പെടുകയുണ്ടായി. ഉദാഹരണത്തിന്, മിന്നു, CSAT-ൽ യോഗ്യതാ മാർക്ക് നേടാത്തതിനാൽ GS പേപ്പർ-1 ൽ മികച്ച പ്രകടനം കാഴ്ചവച്ചിട്ടും രണ്ടുതവണ പ്രിലിമിനറി പാസാകുന്നതിൽ പരാജയപ്പെട്ടിരുന്നു.

തയ്യാറെടുപ്പിനിടയിൽ CSAT അവഗണിക്കുന്നതിനു പുറമേ, പ്രിലിമിനറി പരീക്ഷ നടക്കുന്ന ദിവസം അതിൽ ശ്രദ്ധ കുറഞ്ഞു പോകുന്നതും CSAT-ൽ പരാജയപ്പെടാൻ കാരണമാകും. ആ ദിവസം, GS പേപ്പർ-1-നും CSAT-നും ഇടയിലുള്ള മൂന്ന് മണിക്കൂർ നീണ്ട ഇടവേളയിൽ, നിരവധി ഉദ്യോഗാർത്ഥികൾ GS-1-ലെ പ്രകടനം വിശകലനം ചെയ്യാനായി സമയം ചെലവഴിക്കുന്നു. ഇത് അവരുടെ ആവേശത്തെ ശമിപ്പിക്കുകയും പിന്നീടത് തങ്ങളുടെ CSAT പ്രകടനത്തെ ബാധിക്കുകയും ചെയ്യുന്നു.

മിന്നുവിനും ഈ അനുഭവം ഉണ്ടായിരുന്നു; ഇടവേളയിൽ GS-1 ഉത്തരങ്ങൾ വിലയിരുത്തുന്നതിലും ഇന്റർനെറ്റ് ബ്രൗസ് ചെയ്യുന്നതിലും ശ്രദ്ധ കേന്ദ്രീകരിച്ചത് അവരെ മാനസികമായി തളർത്തിക്കളഞ്ഞു. കൂടാതെ CSAT-ൽ രണ്ടുതവണ മോശം പ്രകടനം കാഴ്ചവയ്ക്കുന്നതിനും ഇത് കാരണമായി. GS-1 പരീക്ഷയ്ക്ക് ശേഷം നിരവധി ഉദ്യോഗാർത്ഥികൾ CSAT-ൽ ശ്രദ്ധ കേന്ദ്രീകരിക്കുന്നതിനുപകരം അവരുടെ പ്രകടനം വിശകലനം ചെയ്യുന്നതിനായി വിലപ്പെട്ട സമയം പാഴാക്കുന്നുവെന്നും വസീമും നിരീക്ഷിക്കുകയുണ്ടായി. ചില കോച്ചിംഗ് സ്ഥാപനങ്ങൾ ഇടവേളയിൽ GS-1 ഉത്തരങ്ങൾ ചർച്ച ചെയ്യുന്ന വീഡിയോകൾ പോസ്റ്റ് ചെയ്തുകൊണ്ട് സാഹചര്യത്തെ കൂടുതൽ വഷളാക്കുന്നു.

സിഎസ്എടിയുടെ ബുദ്ധിമുട്ട് വർദ്ധിച്ചുവരികയായതിനാൽ ഉദ്യോഗാർത്ഥികൾ ഈ പേപ്പറിന് അർഹമായ ശ്രദ്ധ നൽകേണ്ടത് നിർണ്ണായകമാണ്. സത്യം മുന്നറിയിപ്പ് നൽകുന്നതിങ്ങനെയാണ് : 'ധാരാളം വിശകലന വൈദഗ്ധ്യവും ഗണിതശാസ്ത്രവും അടങ്ങിയിരിക്കുന്നതിനാൽ, സിഎസ്എടി ഇപ്പോൾ ഐഐഎമ്മുകൾ നടത്തുന്ന കോമൺ അഡ്മിഷൻ ടെസ്റ്റ് (സിഎടി) പോലെയായി മാറിയിരിക്കുകയാണ്.' അദ്ദേഹത്തിന്റെ ഉപദേശം വ്യക്തമാണ്: 'പ്രിലിമിനറി പരീക്ഷയ്ക്ക് മൂന്ന് മാസം മുമ്പ്, പരീക്ഷയ്ക്ക് സമാനമായ സാഹചര്യത്തിലിരുന്നുകൊണ്ട് തന്നെ കഴിഞ്ഞ വർഷത്തെ സിഎസ്എടി പേപ്പറുകൾക്ക് ഉത്തരമെഴുതി

പരിശീലിക്കുക. 100 മാർക്കിൽ കുറവാണ് നിങ്ങൾക്ക് ലഭിക്കുന്നതെങ്കിൽ, സിഎസ്എടിക്കായുള്ള തയ്യാറെടുപ്പിനായി നിങ്ങൾ കുറച്ച് സമയം മാറ്റിവയ്ക്കേണ്ടതുണ്ട്.'

അതിന്റെ ഫോർമാറ്റ് പരിചിതമാക്കുന്നതിനായി മുൻവർഷങ്ങളിലെ പേപ്പറുകൾക്ക് ഉത്തരമെഴുതി പരിശീലിക്കുന്നത് സിഎസ്എടിയുടെ തയ്യാറെടുപ്പുകളിൽ ഉൾപ്പെടുന്നു. ബുദ്ധിമുട്ടുകൾ നിലനിൽക്കുന്നപക്ഷം, തന്ത്രങ്ങളും കുറുക്കുവഴികളും പഠിക്കാൻ സഹായം തേടുന്നത് നല്ലതാണ്. ബുദ്ധിമുട്ടുള്ള ചോദ്യങ്ങളിൽ സമയം പാഴാക്കുന്നതിനുപകരം, ഉദ്യോഗാർത്ഥികൾ കാര്യക്ഷമമായി പരിഹരിക്കാൻ കഴിയുന്ന ചോദ്യങ്ങളെങ്ങനെയുള്ളവയാണെന്ന് മുൻകൂട്ടി തിരിച്ചറിഞ്ഞ് ആ വിഭാഗങ്ങളിൽ ശ്രദ്ധ കേന്ദ്രീകരിക്കണമെന്നാണ് വസീം നിർദ്ദേശിക്കുന്നത്. മിനു തന്റെ ശക്തിയും ബലഹീനതയും വിശകലനം ചെയ്ത ശേഷം, ഗ്രഹണ ശേഷി, യുക്തി, ലളിതമായ ഗണിതം എന്നിവയിലാണ് ശ്രദ്ധ കേന്ദ്രീകരിച്ചത്. ഈ വിഷയങ്ങളിൽ അവർ മികവ് പുലർത്തുകയുണ്ടായി.

അതുകൊണ്ടുതന്നെ, സിഎസ്എടിയെ നിങ്ങളുടെ ഐഎഎസ് സ്വപ്നങ്ങൾ തകർക്കാൻ അനുവദിക്കാതിരിക്കാനായി അതിന് മതിയായ തയ്യാറെടുപ്പും തന്ത്രപരമായ ശ്രദ്ധയും നൽകേണ്ടത് അത്യാവശ്യമാണ്.

മെയിൻസിലെ വിജയം

ശരിയായ ഓപ്ഷണൽ വിഷയം തിരഞ്ഞെടുക്കുക

ഒരു ഐഎഎസ് ഓഫീസറാകാനുള്ള നിങ്ങളുടെ യാത്രയിലെ നിർണ്ണായക ഘട്ടങ്ങളിലൊന്നാണ് ശരിയായ ഓപ്ഷണൽ വിഷയം തിരഞ്ഞെടുക്കുക എന്നത്. അതിന് ശ്രദ്ധയും തന്ത്രപരമായ ആസൂത്രണവും ആവശ്യമാണ്. 500 മാർക്കുള്ളതിനാൽ, ഓപ്ഷണൽ വിഷയം ഒരു ഉദ്യോഗാർത്ഥിയുടെ മൊത്തത്തിലുള്ള സ്കോറിനെയും ഒരു ഐഎഎസ് ഓഫീസറാകാനുള്ള സാധ്യതയെയും സാരമായി സ്വാധീനിക്കും. നേരേമറിച്ച്, ഒരു തെറ്റായ തിരഞ്ഞെടുപ്പ് അനാവശ്യ സമ്മർദ്ദത്തിലേക്ക് നയിച്ചേക്കാം. ഒന്നോ അതിലധികമോ ശ്രമങ്ങൾക്ക് ശേഷം ഉദ്യോഗാർത്ഥികൾ വിഷയം മാറ്റാൻ നിർബന്ധിതരായേക്കാം.

ഗൂഗിളിൽ നടത്തിയ ഉപരിപ്ലവമായ ഗവേഷണത്തിന്റെ അടിസ്ഥാനത്തിൽ തന്റെ ഓപ്ഷണൽ വിഷയമായി ആദ്യം

ജോഗ്രഫി തിരഞ്ഞെടുത്ത ഭരതിന്റെ കാര്യം തന്നെ നോക്കാം. പിന്നീട് അദ്ദേഹം ഈ തീരുമാനത്തിൽ ഖേദിക്കുകയും അവസാന ശ്രമത്തിൽ തന്റെ ഓപ്ഷണൽ വിഷയം മാറ്റുകയും ചെയ്തു. സിലബസും അത് ബിരുദ പഠനവുമായി എങ്ങനെ പൊരുത്തപ്പെടുന്നു എന്നതും നന്നായി പരിശോധിക്കാതെ മെക്കാനിക്കൽ എഞ്ചിനീയറിംഗ് തിരഞ്ഞെടുത്തതിന് ശേഷം ലവിഷ് സമാനമായ പ്രതിസന്ധികൾ നേരിടുകയുണ്ടായി.

മറുവശത്ത്, പത്താം ക്ലാസിന് ശേഷം ജോഗ്രഫി പഠിച്ചിട്ടില്ലെങ്കിലും, ആ വിഷയത്തോടുള്ള യഥാർത്ഥ സ്നേഹത്തിന്റെ പേരിൽ മിന്നു ജോഗ്രഫി തിരഞ്ഞെടുക്കുകയുണ്ടായി. കോളേജിൽ മൈനറായി പഠിച്ച, തന്റെ ഇഷ്ട വിഷയമായ പൊളിറ്റിക്കൽ സയൻസും ഇന്റർനാഷണൽ റിലേഷൻസുമാണ് അഞ്ജലി തിരഞ്ഞെടുത്തത്. ശ്രുതിയെ സംബന്ധിച്ചിടത്തോളം, ചരിത്രം സ്വാഭാവികമായ ഒരു തിരഞ്ഞെടുപ്പായിരുന്നു. അതവരുടെ പ്രിയപ്പെട്ട വിഷയവും കോളേജിലെ മേജറുമായിരുന്നു. ആ വിഷയത്തിലുള്ള തന്റെ ശക്തിയും താൽപ്പര്യവും ശ്രദ്ധാപൂർവ്വം വിലയിരുത്തിയ ശേഷമാണ് വസീം ആന്ത്രോപോളജി തിരഞ്ഞെടുത്തത്.

ഓപ്ഷണൽ വിഷയം തിരഞ്ഞെടുക്കുന്നതിന് നിരവധി ഘടകങ്ങൾ ശ്രദ്ധാപൂർവ്വം പരിഗണിക്കേണ്ടതുണ്ട്. ഓരോ വിഷയത്തിന്റെയും ഗുണദോഷങ്ങൾ ഉദ്യോഗാർത്ഥികൾ സമഗ്രമായി വിശകലനം ചെയ്യണം, സിലബസിലേക്ക് ആഴ്ന്നിറങ്ങണം, മുൻവർഷങ്ങളിലെ ചോദ്യപേപ്പറുകൾ അവലോകനം ചെയ്യണം, പഠന സാമഗ്രികളുടെ ലഭ്യത വിലയിരുത്തണം. വിഷയത്തിലുള്ള താൽപ്പര്യം, അക്കാദമിക് പശ്ചാത്തലം, ജിഎസ് പേപ്പറുകളുമായുള്ള അതിന്റെ ബന്ധം, ശക്തി, പഠനസുഖം എന്നിവയാണ് പരിഗണിക്കേണ്ട പ്രധാന ഘടകങ്ങൾ.

നിങ്ങളുടെ ഓപ്ഷണൽ വിഷയം നിങ്ങൾ പഠിക്കാൻ ഇഷ്ടപ്പെടുന്ന ഒന്നായിരിക്കണം, പ്രത്യേകിച്ച് ജിഎസ് പേപ്പറുകളിൽ നിന്ന് ഒരു ഇടവേള ആവശ്യമായിവരുമ്പോൾ. ആ വിഷയത്തോടുള്ള താല്പര്യം, പ്രചോദനം നിലനിർത്തുകയും പഠന പ്രക്രിയയെ കൂടുതൽ ആസ്വാദ്യകരമാക്കുകയും ചെയ്യും. വിഷയത്തിലുള്ള മുന്നറിവോ അക്കാദമിക് അനുഭവമോ സമയം ലാഭിക്കുകയും മികച്ച സ്കോർ നേടാൻ സഹായിക്കുകയും ചെയ്യും. ജിഎസ് പേപ്പറുകളുമായി ഓപ്ഷണൽ വിഷയത്തിന് കാര്യമായ ബന്ധമുള്ള പക്ഷം, അത് ഗുണം ചെയ്യും. ആത്മവിശ്വാസം വളർത്തുന്നതിനും

പരീക്ഷയിൽ മികച്ച പ്രകടനം കാഴ്ചവയ്ക്കുന്നതിനും വിഷയത്തിലുള്ള നിങ്ങളുടെ ശക്തിയും പഠനസുഖവും വിലയിരുത്തേണ്ടത് നിർണ്ണായകമാണ്.

പ്രിലിമിനറിക്ക് മുമ്പ് ഒരു തവണയെങ്കിലും ഓപ്ഷണൽ വിഷയത്തിന്റെ സിലബസ് പൂർത്തിയാക്കാൻ ഐഎഎസ് ടോപ്പർമാർ ഉപദേശിക്കുന്നു. പ്രിലിമിനറിയും മെയിൻസും തമ്മിലുള്ള ഇടവേള ഹ്രസ്വമായതിനാൽ ഈ തന്ത്രം നിർണ്ണായകമാണ്. കൂടാതെ, പ്രാരംഭ പഠനത്തേക്കാൾ ഈ കാലയളവ് പുനരവലോകനത്തിനും ആഴത്തിലുള്ള പഠനത്തിനും ഉപയോഗിക്കേണ്ടതുണ്ട്.

എഴുതാനുള്ള നിങ്ങളുടെ കഴിവുകൾ മെച്ചപ്പെടുത്തുക

മെയിൻസിൽ, നിങ്ങൾക്ക് അറിയാവുന്ന കാര്യങ്ങളെ മാത്രമല്ല, പരിമിതമായ സമയത്തിനുള്ളിൽ ആ അറിവ് എത്രത്തോളം ഫലപ്രദമായി പ്രകടിപ്പിക്കാൻ കഴിയും എന്നതിനെയും ആശ്രയിച്ചിരിക്കുന്നു നിങ്ങളുടെ വിജയം. ഓരോ പേപ്പറും കൃത്യസമയത്ത് പൂർത്തിയാക്കുക എന്നത് ഒരു വലിയ വെല്ലുവിളിയാണ്. അതിന് വേഗത മാത്രമല്ല, ചിന്തകളെ സമന്വയിപ്പിച്ച് പ്രകടിപ്പിക്കാനുള്ള കഴിവും ആവശ്യമാണ്. അതിനാൽ, മെയിൻസ് പരീക്ഷയിൽ വിജയിക്കാൻ എഴുതാനുള്ള കഴിവുകൾ നിർണ്ണായകമാണ്.

'അടിസ്ഥാനപരമായ അറിവ് നേടിക്കഴിഞ്ഞാൽ ഉത്തരമെഴുതിപ്പഠിക്കുക എന്നതാണ് തയ്യാറെടുക്കാനുള്ള ഒരേയൊരു മാർഗ്ഗം,' ശ്രുതി പറയുന്നു. 'എത്ര അറിവുണ്ടെങ്കിലും, ചിട്ടപ്പെടുത്തിയ ഉത്തരങ്ങൾ എഴുതാൻ കഴിയുന്നില്ലെങ്കിൽ, അത് ഉപയോഗശൂന്യമാണ്.'

എഴുതാനുള്ള കഴിവുകൾ വികസിപ്പിച്ചെടുക്കുക എന്നത് ഒറ്റരാത്രികൊണ്ട് പ്രാവർത്തികമാകുന്നതല്ല, മറിച്ച് കാലക്രമേണ, സ്ഥിരതയുള്ള പരിശീലനം ആവശ്യമുള്ള ഒന്നാണത്. പതിവായി ഉത്തരമെഴുതി പഠിക്കുന്നത് ഉദ്യോഗാർത്ഥികളെ അവരുടെ വിശകലന ചിന്തയെ വികസിപ്പിക്കാനും, ചിന്തകളെ വ്യക്തമായി ആവിഷ്കരിക്കാനും, യുക്തിസഹമായി വാദങ്ങൾ അവതരിപ്പിക്കാനും, വിഷയങ്ങളിലുടനീളം അറിവ് സംയോജിപ്പിക്കാനും സഹായിക്കുന്നു. ഓരോ ചോദ്യത്തിന്റെയും കാതലായ വശങ്ങൾ അഭിസംബോധന ചെയ്യാനും, നിശ്ചിത സമയത്തിനുള്ളിൽ നിങ്ങളുടെ ഉത്തരങ്ങൾ ഫലപ്രദമായി രൂപകൽപ്പന ചെയ്യാനും ഇത് നിങ്ങളെ സഹായിക്കുന്നു.

ഉത്തരമെഴുതിയും ഓരോ ഉത്തരങ്ങളും സ്വയം വിലയിരുത്തിയും പരിശീലിക്കുന്നത് അത് ഓർമ്മയിൽ നിലനിർത്താൻ പ്രോത്സാഹിപ്പിക്കുകയും വിഷയത്തെക്കുറിച്ചുള്ള ഗ്രാഹ്യം മെച്ചപ്പെടുത്തുകയും സമയം വേണ്ട വിധത്തിൽ ചെലവഴിക്കാനുള്ള കഴിവുകൾ വർദ്ധിപ്പിക്കുകയും വാക്കുകളെ പരിധിക്കുള്ളിൽ നിർത്താൻസഹായിക്കുകയുംചെയ്യുന്നു.ഇതിനെല്ലാമൊപ്പംആത്മവിശ്വാസം വർദ്ധിപ്പിക്കുകയും ചെയ്യുന്നു. ശ്രുതിയുടെ പുനരവലോകന തന്ത്രം ഉത്തരമെഴുതി പഠിക്കുന്നതിനെ സംബന്ധിക്കുന്നതായിരുന്നു. 'ഉത്തരങ്ങൾ എഴുതിയതിനുശേഷം, സ്വയം വിലയിരുത്താനും കൂടുതലായി എന്തൊക്കെ കൂട്ടിച്ചേർക്കാൻ കഴിയുമെന്ന് കണ്ടെത്താനും ഉത്തരങ്ങൾ എങ്ങനെ മെച്ചപ്പെടുത്താമെന്ന് മനസ്സിലാക്കാനുമായി ഞാൻ എന്റെ കുറിപ്പുകളെ ആഴത്തിൽ വിശകലനം ചെയ്തിരുന്നു.' മുൻവർഷങ്ങളിൽ ഉന്നത വിജയം നേടിയവരുടെ ഉത്തരക്കടലാസുകളും അവർ പഠിച്ചിരുന്നു. ആ ഉത്തരങ്ങളിലെ മികവുറ്റ ശൈലികളിലാണ് അവർ ശ്രദ്ധ കേന്ദ്രീകരിച്ചത്.

തയ്യാറെടുപ്പിന്റെ തുടക്കത്തിൽ തന്നെ ഉത്തരമെഴുതി പരിശീലിക്കാൻ തുടങ്ങുന്നതാണ് ഉചിതം. എൻസിആർടി പുസ്തകങ്ങളിലെ ചോദ്യങ്ങൾക്ക് ഉത്തരങ്ങൾ എഴുതിക്കൊണ്ട് തുടങ്ങുക. നിങ്ങളുടെ തയ്യാറെടുപ്പുകൾ പുരോഗമിക്കെ, മുൻ വർഷങ്ങളിലെ ചോദ്യങ്ങൾക്ക് ഉത്തരമെഴുതി പരിശീലിക്കുക. ചില ഉദ്യോഗാർത്ഥികൾ ദിവസവും പത്ത് ചോദ്യങ്ങൾക്ക് ഉത്തരങ്ങൾ എഴുതുന്നത് ഒരു ശീലമാക്കിയിരിക്കുന്നു. കോച്ചിംഗ് സെന്ററുകൾ നൽകുന്ന മാതൃകാ ഉത്തരങ്ങളിൽ നിന്ന് പഠിക്കുകയും അതിലൂടെ തങ്ങളുടെ വിശകലനപരവും വിമർശനാത്മകവുമായ ചിന്താശേഷി വർദ്ധിപ്പിക്കുന്നതിൽ ശ്രദ്ധ കേന്ദ്രീകരിക്കുകയും ചെയ്യേണ്ടതുണ്ട്.

കഴിയുമെങ്കിൽ, ഒരു പ്രശസ്ത കോച്ചിംഗ് ഇൻസ്റ്റിറ്റ്യൂട്ടിന്റെ മെയിൻസ് ടെസ്റ്റ് പരമ്പരയിൽ ചേരുക. യഥാർത്ഥ പരീക്ഷയുടെ അതേ സമയ പരിധിക്കുള്ളിൽ മുഴുനീള പേപ്പറുകൾക്ക് ഉത്തരമെഴുതി പരിശീലിക്കുന്നത് നിങ്ങളുടെ പ്രകടനം ഗണ്യമായി മെച്ചപ്പെടുത്തും. ഒരു ടെസ്റ്റ് പൂർത്തിയാക്കിയ ശേഷം, നിങ്ങളുടെ ഉത്തരങ്ങൾ മോഡൽ ഉത്തരങ്ങളുമായി താരതമ്യം ചെയ്യുക, വിടവുകൾ തിരിച്ചറിയുക, അതനുസരിച്ച് നിങ്ങളുടെ കുറിപ്പുകൾ പുതുക്കിയെഴുതുക.

പൂർണ്ണമായും തയ്യാറെടുക്കുന്നതിനായി, യഥാർത്ഥ പരീക്ഷയ്ക്ക് മുമ്പ് തുടർച്ചയായി രണ്ട് ദിവസം നാല് ജിഎസ് പേപ്പറുകൾ

എഴുതാൻ ചില ഐഎഎസ് ടോപ്പർമാർ നിർദ്ദേശിക്കുന്നു. ലവിഷും സുഹൃത്തുക്കളും മെയിൻസ് പരീക്ഷയ്ക്ക് ഒരാഴ്ച മുമ്പ് ഒരു കോച്ചിംഗ് സെന്റർ സജ്ജീകരിച്ച സിമുലേറ്ററിൽ പങ്കെടുക്കുകയുണ്ടായി. ഈ സിമുലേറ്ററുകൾ പരീക്ഷാ പരിതസ്ഥിതിയും ഷെഡ്യൂളും അതേപടി പകർത്തുകയാണ് ചെയ്യുന്നത്. അങ്ങനെ യഥാർത്ഥ പരീക്ഷയെ അനുകരിക്കുന്നതിലൂടെ അവർ വിലമതിക്കാനാവാത്ത പരിശീലനം വാഗ്ദാനം ചെയ്യുന്നു.

ഘടനയുടെയും അവതരണത്തിന്റെയും ശക്തി

എഴുത്തിന്റെ വേഗതയ്ക്കപ്പുറം, നിങ്ങളുടെ ഉത്തരങ്ങളുടെ ഉള്ളടക്കം, ഘടന, അവതരണം എന്നിവയാണ് നിങ്ങളെ വിജയത്തിലേക്ക് നയിക്കുന്ന പ്രധാന ഘടകങ്ങൾ. ഒരു ചോദ്യത്തിന്റെ ഓരോ ഭാഗവും എന്താണ് ആവശ്യപ്പെടുന്നതെന്ന് മനസ്സിലാക്കേണ്ടത് നിർണ്ണായകമാണ്. നിങ്ങളുടെ ഉത്തരങ്ങൾ പത്രങ്ങളുടെ എഡിറ്റോറിയൽ മാനദണ്ഡങ്ങൾ പാലിക്കേണ്ടതില്ലെങ്കിലും, അവ ലളിതവും, ഘടനാപരവും, സുസ്ഥിരവും, വ്യക്തവും സംക്ഷിപ്തവുമായിരിക്കണം. അവർ ആശയപരമായ വ്യക്തത പ്രദർശിപ്പിക്കുകയും വേണം. വ്യക്തമായ വാക്യങ്ങൾ ബുള്ളറ്റ് പോയിന്റുകളായി എഴുതുന്നതാണ് നല്ലത്. കുറഞ്ഞ വ്യക്തതയോടെ കൂടുതൽ പോയിന്റുകൾ ഉൾപ്പെടുത്തുന്നതിനേക്കാൾ കുറച്ച് പോയിന്റുകൾ വ്യക്തമായും ഫലപ്രദമായും അവതരിപ്പിക്കുന്നതാണ് നല്ലത്.

നല്ല ഘടനയുള്ള ഒരുത്തരം വ്യക്തമായ ആമുഖത്തോടെയാണ് ആരംഭിക്കുന്നത്. ഇത് ആ വിഷയത്തിനെക്കുറിച്ചുള്ള ഹ്രസ്വമായ ഒരവതരണമോ, പ്രസക്തമായ ഒരു ഉദ്ധരണിയോ അല്ലെങ്കിൽ ഒരു പ്രധാന പദത്തിന്റെ നിർവ്വചനമോ ഒക്കെ ആകാം. ആ ആമുഖമാണ് നിങ്ങളുടെ ഉത്തരത്തിന്റെ ബാക്കി ഭാഗത്തിന് വേദിയൊരുക്കുന്നത്. ഒപ്പം അതിൽ ചോദ്യത്തിന്റെ സാരാംശം അതിൽ അടങ്ങിയിരിക്കേണ്ടതുമുണ്ട്.

പ്രധാനഭാഗത്ത്, നിർദ്ദിഷ്ട ചോദ്യത്തെ നേരിട്ട് അഭിസംബോധന ചെയ്യുകയും ചോദ്യത്തിന്റെ എല്ലാ വശങ്ങളും ഉൾക്കൊള്ളുന്ന ഒരു സമഗ്രമായ പ്രതികരണം എഴുതിച്ചേർക്കുകയും ചെയ്യുക. ചോദ്യത്തിൽ നിന്നുള്ള കീവേഡുകൾ ഉൾപ്പെടുന്ന നൂതനമായ ഉപ-തലക്കെട്ടുകൾ ഉപയോഗിച്ച് പ്രധാനഭാഗത്തെ വിഭജിക്കുക എന്നതാണ് അതിനുള്ള വഴി. സാമൂഹികം, രാഷ്ട്രീയം, സാമ്പത്തികം, പാരിസ്ഥിതികം തുടങ്ങിയ വിവിധ കോണുകളിൽ

നിന്നുള്ള പ്രശ്നങ്ങൾ വിശകലനം ചെയ്തുകൊണ്ട് ഒരു ബഹുമുഖ വീക്ഷണം വികസിപ്പിക്കുക. നിങ്ങളുടെ ഉത്തരങ്ങളിൽ കേസ് സ്റ്റഡീസും ഉദാഹരണങ്ങളും ഉൾപ്പെടുത്തുക. വസീമിനെപ്പോലുള്ള ചില ഉദ്യോഗാർത്ഥികൾ അവരുടെ ഉത്തരങ്ങൾക്കൊപ്പം കേസ് സ്റ്റഡികൾ ബോക്സുകളിലാക്കി, മികവുറ്റ, പ്രതീക്ഷ നൽകുന്ന ഒരു പ്രസ്താവനയോടെ അത് എഴുതി അവസാനിപ്പിക്കാറുണ്ട്.

ഉത്തരങ്ങളുടെ ശരിയായ അവതരണം നിർണ്ണായകമാണ്. കാരണം ഇത് പരിശോധകരുടെ ജോലി എളുപ്പമാക്കുന്നു. ആകർഷകവും എളുപ്പത്തിൽ വായിക്കാൻ കഴിയുന്നതും മനസ്സിലാക്കാവുന്നതുമായ ഉത്തരങ്ങൾ പ്രതികരണങ്ങളുടെ കൂട്ടത്തിൽ വേറിട്ടു നിൽക്കുന്നതാണ്. വ്യക്തമായ തലക്കെട്ടുകൾ, ബുള്ളറ്റ് പോയിന്റുകൾ, ആവശ്യമായ അകലം എന്നിവ ഉപയോഗിച്ച് നിങ്ങളുടെ ഉത്തരങ്ങൾ ദൃശ്യപരമായി ആകർഷകമാണെന്ന് ഉറപ്പാക്കുക. പ്രസക്തമായ പദാവലികളുൾപ്പെടുത്തി അടിവരയിടുക. ഉദാഹരണത്തിന്, നേതൃത്വത്തെക്കുറിച്ചുള്ള ഒരു കേസ് സ്റ്റഡിയിൽ, 'പ്രചോദനം', 'സഹാനുഭൂതി' തുടങ്ങിയ പദങ്ങൾ ഉപയോഗിക്കുകയും അവ എളുപ്പത്തിൽ തിരിച്ചറിയുന്നതിനായി ഹൈലൈറ്റ് ചെയ്യുകയും ചെയ്യുക. പ്രധാനപ്പെട്ട പോയിന്റുകൾ അടിവരയിടുന്നതും ഗുണം ചെയ്യും.

നിങ്ങളുടെ ഉത്തരങ്ങളെ സമകാലിക സംഭവങ്ങളുമായി ബന്ധിപ്പിക്കുന്നതിലൂടെ ആ ഉത്തരങ്ങൾ വിശാലമായി അവതരിപ്പിക്കാൻ കഴിയുന്നു. റിപ്പോർട്ടുകൾ, സൂചികകൾ, ഡാറ്റാ എന്നിവയിൽ നിന്നുള്ള ഉദ്ധരണികൾ നിങ്ങളുടെ ഉത്തരങ്ങളെ സ്ഥിരീകരിക്കുകയും വിഷയത്തെക്കുറിച്ചുള്ള നല്ല ധാരണ പ്രകടമാക്കുകയും ചെയ്യും. ഗ്രാഫുകൾ, ഡയഗ്രമുകൾ, ഫ്ലോചാർട്ടുകൾ, മാപ്പുകൾ, പട്ടികകൾ എന്നിവ ഉദാരമായി ഉപയോഗിക്കുക. ഈ ഉപകരണങ്ങൾ സമയം ലാഭിക്കുക മാത്രമല്ല, വസ്തുതകളെ വ്യക്തമായും സംക്ഷിപ്തമായും അവതരിപ്പിക്കുകയും ചെയ്യുന്നു. വിവരങ്ങളെ ഫലപ്രദമായി ക്രമീകരിക്കാൻ പട്ടികകൾ സഹായകമാകുന്നു. ഇത് പരീക്ഷകന് വിവരങ്ങൾ കണ്ടെത്തുന്നത് എളുപ്പമാക്കിക്കൊടുക്കുന്നു. മാപ്പ് അടിസ്ഥാനമാക്കിയുള്ള ചോദ്യങ്ങൾക്ക് ഉത്തരം നൽകുന്നതിനും ഡാറ്റായും വസ്തുതകളും നിലനിർത്തുന്നതിനും മാപ്പുകൾ ഉപയോഗപ്രദമാണ്. ഡയഗ്രമുകളിലും ഫ്ലോചാർട്ടുകളിലും ആവർത്തനം ഒഴിവാക്കുക; അനുബന്ധ വിവരങ്ങൾ നൽകാൻ വാചകങ്ങൾ ഉപയോഗിക്കുക.

എത്തിക്സ് എന്ന വെല്ലുവിളി തരണംചെയ്യാം

ജിഎസ് പേപ്പർ-4, അല്ലെങ്കിൽ എത്തിക്സ് പേപ്പർ, മെയിൻസ് പരീക്ഷയുടെ ഒരു സവിശേഷ ഭാഗമാണ്. മാനുഷിക മൂല്യങ്ങൾ, പൊതുഭരണത്തിലെ നൈതികത, ഉത്തരവാദിത്തം, ഭരണകാര്യങ്ങളിലെ സത്യസന്ധത എന്നിവയുൾപ്പെടെ വിശാലമായ വിഷയങ്ങളാണ് ഇതിൽ ഉൾക്കൊള്ളുന്നത്. ഈ പേപ്പറിലെ വിജയത്തിന് ധാർമ്മിക ആശയങ്ങളെക്കുറിച്ചുള്ള സൂക്ഷ്മമായ ധാരണ, യഥാർത്ഥ ജീവിത സാഹചര്യങ്ങളിൽ ഈ ആശയങ്ങൾ പ്രയോഗിക്കാനുള്ള കഴിവ്, വ്യക്തതയോടും ആഴത്തോടും കൂടി ഉത്തരങ്ങൾ അവതരിപ്പിക്കാനുള്ള കഴിവ് എന്നിവ ആവശ്യമാണ്.

എത്തിക്സ് പേപ്പറിന്റെ ഒരു പ്രധാന ഭാഗമാണ് കേസ് സ്റ്റഡികൾ. പ്രശ്നപരിഹാരത്തിനായി ധാർമ്മിക തത്വങ്ങൾ പ്രയോഗിക്കേണ്ടുന്ന സാഹചര്യങ്ങൾ ഉദ്യോഗാർത്ഥികളുടെ മുന്നിൽ അവതരിപ്പിക്കപ്പെടുന്നു. വിഷയത്തെക്കുറിച്ചുള്ള അവരുടെ പ്രായോഗിക ധാരണ അവിടെ പ്രകടമാകുന്നു. മികവ് പുലർത്താനായി, ഉദ്യോഗാർത്ഥികൾ കേസ് സ്റ്റഡികൾ വിശകലനം ചെയ്ത് പരിശീലിക്കുകയും അതിലുൾപ്പെട്ടിരിക്കുന്ന ധാർമ്മിക പ്രതിസന്ധികൾ തിരിച്ചറിയുകയും വിവിധ പങ്കാളികളുടെ കാഴ്ചപ്പാടുകൾ പരിഗണിക്കുകയും സന്തുലിതവും ന്യായീകരിക്കാവുന്നതുമായ പരിഹാരങ്ങൾ നിർദ്ദേശിക്കുകയും വേണം. വ്യക്തിഗതമായ ആത്മപരിശോധനയിലൂടെ അതുല്യമായ ഉൾക്കാഴ്ചകൾ നേടാനും ഉത്തരങ്ങളുടെ ആഴം കൂട്ടാനുമാകുന്നു.

ഭരണം, പൊതുഭരണം, സാമൂഹിക നീതി എന്നിവയുമായി ബന്ധപ്പെട്ട വിഷയങ്ങളിൽ, സമകാലിക കാര്യങ്ങളിൽ അറിവുണ്ടായിരിക്കേണ്ടത് നിർണ്ണായകമാണ്. യഥാർത്ഥ ജീവിതത്തിൽ നിന്നും, സമകാലിക സംഭവങ്ങളിൽ നിന്നും, ചരിത്ര സംഭവങ്ങളിൽ നിന്നുമുള്ള ഉദാഹരണങ്ങൾ ഉൾപ്പെടുത്തുന്നത് നിങ്ങളുടെ ഉത്തരങ്ങളെ സമ്പന്നമാക്കുകയും, പരിശോധകനെ ആകർഷിക്കുകയും ചെയ്യും.

പ്രായോഗിക തന്ത്രങ്ങൾ എത്തിക്സ് പേപ്പറിനായുള്ള നിങ്ങളുടെ തയ്യാറെടുപ്പിനെ ഗണ്യമായി മെച്ചപ്പെടുത്തും. എല്ലാ പ്രസക്തമായ കീവേഡുകൾക്കും പ്രധാന വാക്യങ്ങൾക്കും നിർവ്വചനങ്ങളുണ്ടായിരിക്കുന്നതിലൂടെ, യഥാർത്ഥ ജീവിത ഉദാഹരണങ്ങൾ, ആത്മാർത്ഥ വ്യക്തിത്വങ്ങളെക്കുറിച്ചുള്ള പരാമർശങ്ങൾ എന്നിവയോടൊപ്പം തന്നെ സഹായകമായി നിലനിൽക്കും.

ഉദാഹരണത്തിന്, മിന്നു, ദിവസേനയുള്ള വാർത്തകളിൽ എത്തിക്സു മായി ബന്ധപ്പെട്ട കാര്യങ്ങൾ തിരിച്ചറിയാനും ഒരു സിവിൽ സർവീസ് ഉദ്യോഗസ്ഥയെന്ന നിലയിൽ ഈ വിഷയങ്ങളെ എങ്ങനെ അഭിസംബോധന ചെയ്യുമെന്ന് പരിഗണിക്കാനും തുടങ്ങി. രാമായണം, മഹാഭാരതം തുടങ്ങിയ ഇതിഹാസ കാവ്യങ്ങളിൽ നിന്നും ബൈബിൾ, ബുദ്ധന്റെ ജീവിതം തുടങ്ങിയ മതഗ്രന്ഥങ്ങളിൽ നിന്നും ഉദാഹരണങ്ങളും കഥകളും അവർ ഉപയോഗപ്പെടുത്തി.

സത്യവും ഭരതും അവരുടെ വ്യക്തിപരമായ ജീവിതത്തിൽ നിന്ന് ഉദാഹരണങ്ങൾ ശേഖരിക്കുകയും വിവിധ മൂല്യങ്ങൾക്കുള്ള മാതൃകകളെ തിരിച്ചറിയുകയും ചെയ്തു. മറുവശത്ത്, ശ്രുതി അതിനായി ഒരു പ്രത്യേക നോട്ട്ബുക്ക് തന്നെ സൂക്ഷിച്ചിരുന്നു. അതിൽ അവർ പുസ്തകങ്ങളിൽ നിന്നും മാസികകളിൽ നിന്നും പത്രങ്ങളിൽ നിന്നും ശ്രദ്ധേയമായ ഉദ്ധരണികൾ ശേഖരിക്കുകയും തയ്യാറെടുപ്പുകൾക്കിടയിൽ എളുപ്പത്തിൽ കണ്ടെത്താനായി പ്രസക്തമായ തലക്കെട്ടുകൾക്ക് കീഴിൽ അവ കുറിച്ചുവയ്ക്കുകയും ചെയ്തു.

ശ്രദ്ധേയമായ ഉപന്യാസങ്ങൾ തയ്യാറാക്കൽ

1993-ൽ സിഎസ്ഇയിലെ എന്റെ ആദ്യ ശ്രമത്തെക്കുറിച്ച് ചിന്തിക്കുമ്പോൾ, എന്റെ എസ്സേയുടെ ആമുഖം ഞാൻ വ്യക്തമായി ഓർക്കുന്നു. അതിലൂടെ സൃഷ്ടിപരമായി എഴുതാനുള്ള നിങ്ങളുടെ കഴിവുകൾ മാത്രമല്ല പരീക്ഷിക്കപ്പെടുന്നത്. വിമർശനാത്മകമായി ചിന്തിക്കാനും, ആശയങ്ങൾ വ്യക്തമായി പ്രകടിപ്പിക്കാനും, വിവിധ വിഷയങ്ങളിൽ സന്തുലിതമായ വീക്ഷണങ്ങൾ അവതരിപ്പിക്കാനുമുള്ള ഒരു ഉദ്യോഗാർത്ഥിയുടെ കഴിവിനെയാണ് ഇത് വിലയിരുത്തുന്നത്. ശ്രദ്ധേയമായ ഉപന്യാസങ്ങൾ തയ്യാറാക്കുന്നതിന് ഒരു തന്ത്രപരമായ സമീപനം ആവശ്യമാണ്. ഉള്ളടക്കത്തിന്റെ ആഴവും ആവിഷ്കാരത്തിന്റെ വ്യക്തതയും സന്തുലിതമാക്കേണ്ടത് സുപ്രധാനമാണ്.

ഉദ്യോഗാർത്ഥികൾ രണ്ട് എസ്സേകൾ എഴുതേണ്ടതുണ്ട്. ഉയർന്ന മാർക്ക് നേടുന്നതിന്, ഈ ഉപന്യാസങ്ങൾ ഘടനാപരമായ ചിന്താരീതി, സുസ്ഥിരമായ അവതരണം, തിരഞ്ഞെടുത്ത വിഷയങ്ങളെക്കുറിച്ചുള്ള ആഴത്തിലുള്ള ധാരണ എന്നിവയുടെ മികവുറ്റ സംയോജനമായിരിക്കണമത്. തത്ത്വചിന്തകൾ മുതൽ

സമകാലിക കാര്യങ്ങൾ വരെയുള്ള വിവിധ വിഷയങ്ങളിൽ പതിവായുള്ള പരിശീലനം, ചിന്തകളെ വേഗത്തിൽ ക്രമീകരിക്കുന്നതിനും സമയപരിമിതികൾക്കുള്ളിൽ ഫലപ്രദമായി എഴുതുന്നതിനും ആവശ്യമായ കഴിവുകൾ വികസിപ്പിക്കുന്നതിനും അത്യാവശ്യമാണ്.

പ്രസക്തമായ എസ്സേകൾ എഴുതുന്നതിന് ആഗോള, ദേശീയ കാര്യങ്ങളിൽ അറിവുണ്ടായിരിക്കേണ്ടത് നിർണ്ണായകമാണ്. കാലാവസ്ഥാ വ്യതിയാനം, ഭീകരവാദം, സ്ത്രീ ശാക്തീകരണം തുടങ്ങി എപ്പോഴും പ്രാധാന്യമർഹിക്കുന്ന വിഷയങ്ങളെ സംബന്ധിച്ച് കുറിപ്പുകൾ തയ്യാറാക്കി സൂക്ഷിക്കുന്നത് ഗുണംചെയ്യും. സഹപ്രവർത്തകരുടെ അവലോകനങ്ങളിൽ ഏർപ്പെടുന്നതും മെന്റർമാരിൽനിന്നോകോച്ചിംഗ്സ്ഥാപനങ്ങളിൽനിന്നോഫീഡ്ബാക്ക് തേടുന്നതും വിലമതിക്കാനാവാത്തതാണ്. മുൻകാലങ്ങളിൽ വിജയിച്ചവരുടെ എസ്സേയുടെ ഘടന, ഉള്ളടക്കം, അവതരണം എന്നിവ വിശകലനം ചെയ്യുന്നത് ഉൾക്കാഴ്ചകൾ നൽകുകയും നിങ്ങളുടെ സ്വന്തം രചനയ്ക്ക് ഒരു മാനദണ്ഡമായി വർത്തിക്കുകയും ചെയ്യും.

പരീക്ഷാ ദിവസം, നിങ്ങൾക്ക് നന്നായി അറിയാവുന്ന ഒരു വിഷയം തിരഞ്ഞെടുക്കുക. അത് സമഗ്രമായി ചർച്ച ചെയ്യാനും ബഹുമുഖമായ ധാരണ പ്രകടിപ്പിക്കാനും നിങ്ങളെ അനുവദിക്കുന്നു. ഭരതിന്റെ ഉപദേശം ഇങ്ങനെയാണ്, ‘എഴുതാൻ തുടങ്ങുന്നതിനുമുമ്പ്, നിങ്ങൾക്ക് ലഭിക്കുന്ന റഫ് ഷീറ്റുകളിൽ അതിന്റെ ചട്ടക്കൂട് കോറിയിടേണ്ടതുണ്ട്.’ ഇത് മികച്ച ഘടനയുള്ള ഒരു എസ്സേയിലേക്കുള്ള വഴിതെളിക്കുന്നു.

നിങ്ങളുടെ പ്രബന്ധമോ പ്രധാന വാദമോ വ്യക്തമായി പറഞ്ഞുവയ്ക്കുന്ന ആകർഷകമായ ഒരാമുഖത്തോടെ ആരംഭിക്കുക. മൂല്യനിർണ്ണയകന്റെ ശ്രദ്ധ പിടിച്ചുപറ്റാൻ പ്രസക്തമായ ഒരു ഉദ്ധരണിയോ ഞെട്ടിപ്പിക്കുന്ന ഒരു വസ്തുതയോ ഒരു ചോദ്യമോ ചെറുകഥയോ ഒക്കെ എഴുതിക്കൊണ്ട് ആരംഭിക്കാവുന്നതാണ്. ഉപന്യാസത്തിന്റെ പ്രധാന ഭാഗത്തെ ഖണ്ഡികകളായി വിഭജിക്കേണ്ടതുണ്ട്. ഓരോന്നിനും ഉദാഹരണങ്ങളാൽ പിന്തുണയ്ക്കുന്ന ഒരു വ്യതിരിക്തമായ പോയിന്റ് അല്ലെങ്കിൽ വാദം അവതരിപ്പിക്കാനായാൽ നന്ന്. ഓരോ ഖണ്ഡികയും സുഗമമായി അടുത്തതിലേക്ക് നയിക്കുന്ന ഒരു ഒഴുക്ക് നിലനിർത്തേണ്ടത് നിർണ്ണായകമാണ്. സങ്കീർണ്ണമായ വാദങ്ങളെ വിഭജിക്കാൻ ഉപ-തലക്കെട്ടുകൾ ഉപയോഗിക്കാം.

എസ്സേയിൽ ചർച്ച ചെയ്ത പ്രധാന പോയിന്റുകൾ സംഗ്രഹിച്ചു കൊണ്ട്, വിശാലമായ പ്രത്യാഘാതങ്ങൾ, അല്ലെങ്കിൽ ഭാവി കാഴ്ചപ്പാടുകൾക്ക് ഊന്നൽ നൽകി, പുതിയ വെളിച്ചത്തിൽ നിങ്ങളുടെ പ്രബന്ധം പുനഃസ്ഥാപിച്ചുകൊണ്ട് ഉപസംഹരിക്കുക. ഉപസംഹാരം ശാശ്വതമായ മുദ്ര പതിപ്പിക്കേണ്ടത് അത്യാവശ്യമാണ്. അത് പ്രധാന വാദങ്ങളെ സമന്വയിപ്പിക്കേണ്ടതുണ്ട്.

ഒരു നല്ല ഉപന്യാസത്തെ ശരാശരിയിൽ നിന്ന് വ്യത്യസ്തമാക്കുന്നത് അതിന്റെ ഉള്ളടക്കത്തിന്റെ ആഴവും വിശകലനത്തിന്റെ ഗുണനിലവാരവുമാണ്. ഒരു വിഷയത്തിൽ ഒന്നിലധികം വീക്ഷണങ്ങൾ അവതരിപ്പിക്കുന്നത് മികച്ച ധാരണയും വിമർശനാത്മക ചിന്തയും പ്രകടമാക്കുന്നു. പ്രസക്തമായ ഉദാഹരണങ്ങൾ, കേസ് സ്റ്റഡികൾ, ചരിത്രപരമായ പരാമർശങ്ങൾ അല്ലെങ്കിൽ സമകാലിക സംഭവങ്ങൾ എന്നിവ ഉപയോഗിച്ച് നിങ്ങളുടെ വാദങ്ങൾ മെച്ചപ്പെടുത്തുക. ഭരണം, വിദേശനയം, നിയമം, രാഷ്ട്രീയം, സമ്പദ്വ്യവസ്ഥ, സാമൂഹിക സമത്വം തുടങ്ങിയ യുപിഎസ്സിയുമായി ബന്ധപ്പെട്ട മേഖലകളുമായി ഈ തീമുകളെ ബന്ധിപ്പിക്കുന്നത് അതിന്റെ ആഴവും പ്രസക്തിയും വർദ്ധിപ്പിക്കുന്നു.

നിങ്ങളുടെ അഭിപ്രായങ്ങൾ നന്നായി ഗവേഷണം ചെയ്തതും വസ്തുതകളിൽ അധിഷ്ഠിതവുമാണെന്ന് കാണിക്കാനായി, വിശ്വസനീയമായ സ്രോതസ്സുകളിൽ നിന്നുള്ള വിവരങ്ങൾ, സ്ഥിതിവിവരക്കണക്കുകൾ, ഉദ്ധരണികൾ, റിപ്പോർട്ടുകൾ എന്നിവ ഉപയോഗിക്കുക. ഉദാഹരണത്തിന്, സത്യം, വിദ്യാഭ്യാസം, ലിംഗശാക്തീകരണം, കാലാവസ്ഥാ വ്യതിയാനം തുടങ്ങിയ വിവിധ വിഷയങ്ങളിൽ പൊതുവായ ഉദ്ധരണികൾ ശേഖരിച്ച് തന്റെ ഉപന്യാസങ്ങളിൽ ഉചിതമായി ഉപയോഗിക്കുകയുണ്ടായി.

ഫലപ്രദമായ ആശയവിനിമയമാണ് മറ്റൊരു നിർണ്ണായകമായ വശം. കഠിനമായ പദപ്രയോഗങ്ങളും സങ്കീർണ്ണമായ വാക്യങ്ങളും ഒഴിവാക്കി വ്യക്തവും സംക്ഷിപ്തവുമായ ഭാഷയിൽ എഴുതുക. ഉപന്യാസത്തിലുടനീളം സ്ഥിരമായ ഒരു ടോൺ നിലനിർത്തുകയും ഔപചാരികതയും അനൗപചാരികതയും കൂട്ടിക്കുഴയ്ക്കാതിരിക്കാൻ ശ്രദ്ധിക്കുകയും ചെയ്യുക. വ്യക്തമായി എഴുതുക, അമിതമായി അടിവരയിടുന്നതും വലിയ അക്ഷരങ്ങൾ ഒരുപാടുപയോഗിക്കുന്നതും ഒഴിവാക്കുക. ബുള്ളറ്റ് പോയിന്റുകൾ മിതമായി, ആവശ്യത്തിന് മാത്രം ഉപയോഗിക്കുക.

ഭാഷാ പേപ്പറുകൾക്കും ശ്രദ്ധ ആവശ്യമാണ്

മെയിൻസ് പരീക്ഷയിൽ ഭാഷാ പേപ്പറുകളുടെ പ്രാധാന്യം പലപ്പോഴും കുറച്ചുകാണാറുണ്ട്. ഇംഗ്ലീഷും തിരഞ്ഞെടുത്ത ഭാഷാ പേപ്പറുകളും യോഗ്യത നിർണ്ണയിക്കുന്നവയാണ്. ഇത് പല ഉദ്യോഗാർത്ഥികളും എളുപ്പത്തിൽ വിജയിക്കുമെന്ന് കരുതി തയ്യാറെടുപ്പുകൾ അവഗണിക്കുന്നവയാണ്. എന്നിരുന്നാലും, സ്ഥിതിവിവരക്കണക്കുകൾ കാണിക്കുന്നത് ഏകദേശം പത്ത് ശതമാനം ഉദ്യോഗാർത്ഥികളും ഈ ഭാഷാ പേപ്പറുകളിൽ വിജയിക്കുന്നതിൽ പരാജയപ്പെടുന്നു എന്നാണ്. ഇത് പ്രിലിമിനറിക്കും മറ്റ് മെയിൻസ് വിഷയങ്ങൾക്കുമായുള്ള അവരുടെ എല്ലാ കഠിനാധ്വാനവും വ്യർത്ഥമാക്കുന്നു. ഈ പേപ്പറുകളിൽ നിങ്ങൾ പരാജയപ്പെട്ടു കഴിഞ്ഞാൽ, നിങ്ങളുടെ മറ്റ് വിഷയങ്ങളൊന്നും വിലയിരുത്തപ്പെടുകയില്ല. ഇത് നിങ്ങളുടെ പരിശ്രമമത്രയും വിഫലമാക്കുന്നു.

അതിനാൽ, ഉദ്യോഗാർത്ഥികൾ ഈ ഭാഷാ പേപ്പറുകളെ ഗൗരവമായി കാണേണ്ടതുണ്ട്; പ്രത്യേകിച്ച് പത്താം ക്ലാസിനു ശേഷം ആ ഭാഷ പഠിച്ചിട്ടില്ലെങ്കിൽ. അല്ലെങ്കിൽ തങ്ങളുടെ പ്രാവീണ്യത്തിൽ ആത്മവിശ്വാസം ഇല്ലെങ്കിൽ. നമ്മുടെ ഏഴ് നായകരിൽ, മിന്നു തന്റെ സെക്കൻഡ് ലാംഗ്വേജായി മലയാളമാണ് തിരഞ്ഞെടുത്തത്. തന്റെ ഭാഷാ വൈദഗ്ധ്യത്തിലെ പോരായ്മകൾ തിരിച്ചറിഞ്ഞ അവർ, അമ്മയിൽ നിന്നും സുഹൃത്തായ ഐശ്വര്യയിൽ നിന്നും സഹായം തേടുകയുണ്ടായി. ഭാഷാ പ്രയോഗത്തിലെ ഒഴുക്ക് വീണ്ടെടുക്കാനായി മുൻവർഷങ്ങളിലെ ചോദ്യങ്ങൾക്ക് ഉത്തരമെഴുതിക്കൊണ്ട് ശ്രദ്ധാപൂർവ്വം പരിശീലിച്ചു. അതുപോലെ, പത്താം ക്ലാസ് വരെ മാത്രം ഉറുദു പഠിച്ച വസീം, തന്റെ ഭാഷാപരമായ കഴിവുകൾ മെച്ചപ്പെടുത്തുന്നതിനായി, പ്രത്യേകിച്ച് വ്യാകരണ പാഠങ്ങളിൽ സഹായത്തിനായി സഹോദരി അർസുവിനെയാണ് ഒപ്പം കൂട്ടിയത്.

ഇന്റർവ്യൂ ബോർഡിൽ മതിപ്പുളവാക്കുക

മെയിൻസ് പരീക്ഷയിൽ വിജയിക്കുകയെന്നത് സുപ്രധാനമായ ഒരു നാഴികക്കല്ലാണ്. പക്ഷേ അവസാനത്തെ സുപ്രധാനമായ പ്രതിബന്ധം ഇനിയും കഴിഞ്ഞിട്ടില്ല : ഇന്റർവ്യൂ എന്നറിയപ്പെടുന്ന പേഴ്സണാലിറ്റി ടെസ്റ്റ്. ഇരുപത് മുതൽ മുപ്പത് മിനിറ്റ് വരെ നീണ്ടുനിൽക്കുന്നതും 275 മാർക്ക് മൂല്യവുമുള്ള ഈ അഭിമുഖം, ഐഎഎസിലെ നിങ്ങളുടെ റാങ്ക്, സർവീസ് അലോക്കേഷൻ,

കേഡർ എന്നിവ നിർണ്ണയിക്കുന്നതിൽ നിർണ്ണായക പങ്ക് വഹിക്കുന്നു.

പ്രിലിമിനറി, മെയിൻ പരീക്ഷകളിൽ നിന്ന് വ്യത്യസ്തമായി, ഇന്റർവ്യൂ എന്നത് നിങ്ങളുടെ അറിവിനെയല്ല, മറിച്ച് നിങ്ങളുടെ വ്യക്തിത്വത്തെയാണ് സമഗ്രമായി വിലയിരുത്തുന്നത്. വ്യക്തവും വിമർശനാത്മകവുമായ ചിന്ത, വിശകലന ശേഷി, യുക്തിസഹമായ വിശദീകരണം, സമതുലിതമായ വിധിന്യായം, മനസ്സിന്റെ സാന്നിധ്യം, നയതന്ത്ര കഴിവുകൾ, നേതൃത്വം, ബൗദ്ധികവും ധാർമ്മികവുമായ സമഗ്രത, ആത്മവിശ്വാസം, സിവിൽ സർവീസ് കരിയറിനുള്ള മൊത്തത്തിലുള്ള അനുയോജ്യത തുടങ്ങിയ ഗുണങ്ങളെ ഇന്റർവ്യൂ ബോർഡ് വിലയിരുത്തുന്നു.

സ്വന്തം താൽപ്പര്യങ്ങൾ, ഹോബികൾ, വിദ്യാഭ്യാസം, ജോലി പരിചയം, ഓപ്ഷണൽ വിഷയം, പഠന മേഖല എന്നിവയുമായി ബന്ധപ്പെട്ട ചോദ്യങ്ങൾക്ക് ഉത്തരം നൽകാൻ നിങ്ങൾ തയ്യാറായിരിക്കണം. കൂടാതെ, നിങ്ങളുടെ സംസ്ഥാനത്തെയും നിങ്ങൾ താമസിക്കുന്ന നഗരത്തെയും കുറിച്ചുള്ള ചോദ്യങ്ങളും പ്രതീക്ഷിക്കാവുന്നതാണ്. നിങ്ങളുടെ വ്യക്തിത്വത്തിന്റെ ആഴവും പരപ്പും അളക്കാനും വിജയകരമായ ഒരു ഭരണപരമായ ജീവിതത്തിന് ആവശ്യമായ ഗുണങ്ങൾ നിങ്ങൾക്കുണ്ടെന്ന് ഉറപ്പാക്കാനുമാണ് ബോർഡ് ലക്ഷ്യമിടുന്നത്.

അഭിമുഖത്തെ സ്വാധീനിക്കുന്ന നിരവധി ഘടകങ്ങൾ നിങ്ങളുടെ നിയന്ത്രണത്തിന് അതീതമാണ്. ഉദാഹരണത്തിന് നിങ്ങളുടെ അഭിമുഖത്തിന്റെ സമയം, പാനലിന്റെ ഘടന, ചെയർമാന്റെ മാനസികാവസ്ഥ, ആ ദിവസത്തെ അഭിമുഖങ്ങളുടെ സമയക്രമത്തിൽ നിങ്ങളുടെ സ്ഥാനം തുടങ്ങിയവ. എന്നിരുന്നാലും, ഇവ എല്ലാ സ്ഥാനാർത്ഥികൾക്കും ഒരുപോലെയാണ്. അതിനാൽ അവയിൽ ശ്രദ്ധ കേന്ദ്രീകരിക്കാതിരിക്കുന്നതാണ് നല്ലത്. പകരം, നിങ്ങളുടെ നിയന്ത്രണത്തിലുള്ള വശങ്ങളിൽ ശ്രദ്ധ കേന്ദ്രീകരിച്ച് മനസ്സാന്നിധ്യത്തോടെ തയ്യാറെടുക്കുക.

ഈ കഠിനമായ വെല്ലുവിളിക്ക് എങ്ങനെ തയ്യാറെടുക്കാമെന്ന് നമുക്ക് ചുരുക്കത്തിൽ ചർച്ച ചെയ്യാം.

DAF എന്ന് പേരിട്ടുവിളിക്കുന്ന ഒരു സ്വർണ്ണഖനി

പ്രിലിംസിൽ വിജയിക്കുന്ന ഉദ്യോഗാർത്ഥികൾ ഡീറ്റൈൽഡ് ആപ്ലിക്കേഷൻ ഫോം-1 (DAF-1) സമർപ്പിക്കേണ്ടതുണ്ട്.

മെയിൻസിൽ വിജയിക്കുകയും അഭിമുഖത്തിന് വിളിക്കപ്പെട്ടുകയും ചെയ്യുന്നവർ DAF-2 എന്ന മറ്റൊരു ഫോമിലൂടെ കൂടുതൽ വിശദാംശങ്ങൾ നൽകേണ്ടതുണ്ട്. വിദ്യാഭ്യാസ പശ്ചാത്തലം, താമസസ്ഥലം, ഹോബികൾ, ജോലി പരിചയം, താൽപ്പര്യമുള്ള മേഖലകൾ, നേട്ടങ്ങൾ, സേവന മുൻഗണനകൾ, കേഡർ ചോയ്സുകൾ, മറ്റ് വ്യക്തിഗത വിശദാംശങ്ങൾ എന്നിവയുൾപ്പെടെ ഒരു ഉദ്യോഗാർത്ഥിയെക്കുറിച്ചുള്ള സമഗ്രമായ വിവരങ്ങൾ ഈ ഫോമുകൾ ഇന്റർവ്യൂ ബോർഡിന് മുന്നിൽ കാഴ്ചവയ്ക്കപ്പെടുന്നു. DAF-1, DAF-2 എന്നിവയിൽ നൽകിയിരിക്കുന്ന വിവരങ്ങളെ അടിസ്ഥാനമാക്കിയാണ് അഭിമുഖ ബോർഡ് പലപ്പോഴും ചോദ്യങ്ങൾ രൂപീകരിക്കുന്നത്. അതിനാൽ, ഈ ഫോമുകൾ സത്യസന്ധമായും അതീവ ശ്രദ്ധയോടെയും പൂരിപ്പിക്കേണ്ടത് അത്യാവശ്യമാണ്.

ഇന്റർവ്യൂ കോൾ ലഭിച്ചുകഴിഞ്ഞാൽ, ഉദ്യോഗാർത്ഥികൾ അവരുടെ DAF സൂക്ഷ്മമായി അവലോകനം ചെയ്യുകയും അതിൽ കൊടുത്തിരിക്കുന്ന വിവരങ്ങളിൽ നിന്ന് വരാൻ സാധ്യമായ ചോദ്യങ്ങൾ രൂപപ്പെടുത്തുകയും വേണം. അതിനുശേഷം, നിങ്ങളുടെ പ്രതികരണങ്ങളിൽ നിന്ന് ഉരുത്തിരിഞ്ഞേക്കാൻ സാധ്യതയുള്ള തുടർ ചോദ്യങ്ങളും പരിഗണിക്കുക. ഈ ചോദ്യങ്ങൾക്ക് നന്നായി ചിന്തിച്ച് തയ്യാറാക്കിയ ഉത്തരങ്ങൾ നൽകേണ്ടത് നിർണ്ണായകമാണ്. വിദ്യാഭ്യാസത്തിലോ തൊഴിൽ മേഖലയിലോ വിടവുകളുണ്ടെങ്കിൽ അതിനെ സംബന്ധിച്ച് വിശ്വസനീയമായ ഒരു വിശദീകരണം തയ്യാറാക്കേണ്ടതും പ്രധാനമാണ്.

ഉദാഹരണത്തിന്, ഡിഫെൻസ് പശ്ചാത്തലമുള്ള ഒരു ഉദ്യോഗാർത്ഥി പ്രതിരോധ മേഖലയിലെ ആവശ്യമായ പരിഷ്കാരങ്ങൾ, നിലവിലെ പ്രശ്നങ്ങൾ, മറ്റ് പ്രസക്തമായ വിവരങ്ങൾ തുടങ്ങിയ വിഷയങ്ങൾ ചർച്ച ചെയ്യാൻ തയ്യാറായിരിക്കണം. അതുപോലെ, ക്രിക്കറ്റിനെ ഒരു ഹോബിയായി പട്ടികപ്പെടുത്തിയിരിക്കുന്ന ഒരു ഉദ്യോഗാർത്ഥിക്ക്, കളിയുടെ നിയമങ്ങൾ, ഇന്ത്യൻ ടീമിന്റെ സമീപകാല പ്രകടനങ്ങൾ, കായികരംഗത്തെ വിവാദങ്ങൾ, ബോർഡ് ഓഫ് കണ്ട്രോൾ ഫോർ ക്രിക്കറ്റ് ഇൻ ഇന്ത്യയുടെ (ബിസിസിഐ) പ്രവർത്തനങ്ങൾ എന്നിവയെക്കുറിച്ച് സമഗ്രമായ ധാരണ ഉണ്ടായിരിക്കണം.

ആനുകാലിക സംഭവങ്ങളിൽ വൈദഗ്ധ്യം നേടുക

ആനുകാലിക സംഭവങ്ങളിൽ ശ്രദ്ധ കേന്ദ്രീകരിക്കുക എന്നത്

അഭിമുഖത്തിന് തയ്യാറെടുക്കുന്നതിന്റെ ഒരു പ്രധാന ഘടകമാണ്. ദേശീയ, അന്തർദേശീയ സംഭവങ്ങളെക്കുറിച്ചുള്ള സമഗ്രമായ ധാരണ നിങ്ങളുടെ അവബോധത്തെ വെളിവാക്കുക മാത്രമല്ല, സമകാലിക വിഷയങ്ങളിൽ വിമർശനാത്മകമായി ഇടപെടാനുള്ള നിങ്ങളുടെ കഴിവിനെ പ്രകടമാക്കുകയും ചെയ്യുന്നു. സിവിൽ സർവീസ് മേഖലയിലെ വിവിധങ്ങളായ വെല്ലുവിളികൾ നേരിടാനുള്ള നിങ്ങളുടെ സന്നദ്ധതയും ഇത് പ്രകടമാക്കുന്നു.

സമകാലിക വിവരങ്ങൾ അറിഞ്ഞിരിക്കാൻ ഉദ്യോഗാർത്ഥികൾ ദിനപത്രങ്ങളും കറന്റ് അഫയേഴ്സ് മാസികകളും വായിക്കുന്നത് ഒരു ശീലമാക്കണം. നിലവിലെ വാർത്തകളെ വിശകലനം ചെയ്തുകൊണ്ടുള്ള പോഡ്കാസ്റ്റുകൾ, ടെലിവിഷൻ ചാനലുകളിലെ സംവാദങ്ങൾ, വാർത്തകൾ എന്നിവ കാണുന്നതിലൂടെ നിങ്ങളുടെ കാഴ്ചപ്പാടുകൾ സമ്പന്നമാക്കുന്നു. ദേശീയ, അന്തർദേശീയ വിഷയങ്ങൾക്കപ്പുറം, നിങ്ങൾ വസിക്കുന്ന സംസ്ഥാനം, നിങ്ങളുടെ ഐച്ഛിക വിഷയം, ബിരുദ വിഷയങ്ങൾ എന്നിവയുമായി ബന്ധപ്പെട്ട വാർത്തകളിലും അഗാധമായ അറിവ് ഉണ്ടായിരിക്കേണ്ടത് വളരെ പ്രധാനമാണ്.

വിവിധവിഷയങ്ങളിൽ,പ്രത്യേകിച്ച്വിവാദപരമായവിഷയങ്ങളിൽ, മുൻകൂട്ടി അഭിപ്രായങ്ങൾ വികസിപ്പിച്ചെടുക്കുന്നത് വളരെയധികം സഹായകമാകും. അഭിമുഖത്തിനിടെ ക്രോസ്-ക്വസ്റ്റിംഗ് കൈകാര്യം ചെയ്യുന്നതിനായി, ഒരു പ്രത്യേക വിഷയവും മറ്റ് അനുബന്ധ വിഷയങ്ങളും തമ്മിലുള്ള ബന്ധം സ്ഥാപിക്കാനുള്ള കഴിവുകൾ ഉദ്യോഗാർത്ഥികൾ ഉണ്ടായിരിക്കേണ്ടതുണ്ട്. ഉദാഹരണത്തിന്, ഒരു വാർത്താ ലേഖനം, പബ്ലിക് അക്കൗണ്ട്സ് കമ്മിറ്റിയെക്കുറിച്ചാണ് ചർച്ച ചെയ്യുന്നതെങ്കിൽ, ഉദ്യോഗാർത്ഥികൾ തങ്ങളുടെ പാഠപുസ്തകങ്ങളിൽ ഉൾപ്പെടുത്തിയിരിക്കുന്ന കമ്മിറ്റിയുടെ പങ്കും പ്രവർത്തനങ്ങളും എടുത്തുപറയണം. ആനുകാലിക സംഭവങ്ങളും മറ്റ് അറിവുകളും തമ്മിലുള്ള അത്തരം ബന്ധങ്ങൾ അഭിമുഖ സമയത്ത് ഓർമ്മയും ഗ്രാഹ്യവും വർദ്ധിപ്പിക്കുന്നു.

ആശയവിനിമയമെന്ന കല

ഫലപ്രദമായി ആശയവിനിമയം നടത്താനുള്ള കഴിവുകൾ ഇന്റർവ്യൂവിൽ പരമപ്രധാനമാണ്. വിപുലമായ പദാവലിയോ അലങ്കാര ഭാഷയോ ആവശ്യമില്ലെങ്കിലും, വ്യക്തതയോടും ലാളി

ത്യത്തോടും കൂടി നിങ്ങളുടെ ചിന്തകൾ പ്രകടിപ്പിക്കേണ്ടത് അത്യാവശ്യമാണ്. ആശയങ്ങൾ വ്യക്തമായി അവതരിപ്പിക്കാനുള്ള നിങ്ങളുടെ കഴിവ്, സിവിൽ സർവീസ് കരിയറിനുള്ള നിങ്ങളുടെ അനുയോജ്യതയ്ക്കുള്ള വലിയൊരു ഗുണമായിട്ടാണ് ഇന്റർവ്യൂ ബോർഡ് കണക്കാക്കുന്നത്.

ആശയവിനിമയത്തിലുള്ള നിങ്ങളുടെ കഴിവുകൾ മെച്ചപ്പെടുത്തുന്നതിന്, വ്യക്തമായും ആത്മവിശ്വാസത്തോടെയും സംസാരിക്കാൻ പരിശീലിക്കുക. നിങ്ങളുടെ പ്രതികരണങ്ങൾ സ്ഥിരതയുള്ളതും യുക്തിസഹവുമാണെന്ന് ഉറപ്പാക്കിക്കൊണ്ട്, ഘടനാപരമായ രീതിയിൽ ചോദ്യങ്ങൾക്ക് ഉത്തരം നൽകുക. സാധാരണവും സാധ്യതയുള്ളതുമായ ചോദ്യങ്ങൾക്കുള്ള ഉത്തരങ്ങൾ മുന്നേ പരിശീലിക്കേണ്ടത് പ്രധാനമാണ്. അഭിമുഖത്തിന്റെ അന്തരീക്ഷം അനുകരിക്കാനായി കുടുംബാംഗങ്ങളുടെയും സുഹൃത്തുക്കളുടെയും മുന്നിൽ പതിവായി പരിശീലിക്കുക. ഒരു യഥാർത്ഥ അഭിമുഖ സാഹചര്യം സൃഷ്ടിക്കുന്നതിന് ഈ മോക്ക് സെഷനുകളിൽ ഔപചാരികമായി വസ്ത്രം ധരിക്കുക. വീട്ടിൽ അഭിമുഖ അന്തരീക്ഷം അനുകരിക്കുന്നത് ആത്മവിശ്വാസം വളർത്താൻ സഹായിക്കുക മാത്രമല്ല, നിങ്ങളുടെ അവതരണം മെച്ചപ്പെടുത്തുകയും മെച്ചപ്പെടുത്തേണ്ട മേഖലകൾ തിരിച്ചറിയാൻ സഹായിക്കുകയും ചെയ്യുന്നു.

അഭിമുഖത്തിനിടെ പലപ്പോഴും ചോദിക്കാറുള്ള ചില ചോദ്യങ്ങളുണ്ട്, 'നിങ്ങളെക്കുറിച്ച് പറയൂ', 'എന്തുകൊണ്ടാണ് നിങ്ങൾ സിവിൽ സർവീസിൽ ചേരാൻ ആഗ്രഹിക്കുന്നത്?', 'നിങ്ങളുടെ ശക്തിയും ബലഹീനതയും എന്തൊക്കെയാണ്?', 'നിങ്ങളുടെ പേരിന്റെ അർത്ഥമെന്താണ്?', 'നിങ്ങളുടെ നേട്ടങ്ങളും പരാജയങ്ങളും എന്തൊക്കെയാണ്?'. ഈ ചോദ്യങ്ങൾക്ക് മുൻകൂട്ടി തയ്യാറെടുക്കുന്നതിലൂടെ, ചിന്താപൂർവ്വം, സംയമനത്തോടെ പ്രതികരിക്കാൻ നിങ്ങളെ സഹായിക്കുന്നു.

നിങ്ങളുടെ ഓപ്ഷണൽ വിഷയം, ബിരുദാനന്തര ബിരുദം, വാർത്തകളിൽ റിപ്പോർട്ട് ചെയ്ത ഈ മേഖലകളിലെ സമീപകാല സംഭവവികാസങ്ങൾ എന്നിവയുമായി ബന്ധപ്പെട്ട നിങ്ങളുടെ അറിവ് പുനഃപരിശോധിക്കേണ്ടതും നിർണ്ണായകമാണ്. ഇന്റർവ്യൂ ബോർഡ് വിവിധ ഫോറങ്ങളിലും പഠന ഗ്രൂപ്പുകളിലും ചോദിച്ച ചോദ്യങ്ങൾ പല ഉദ്യോഗാർത്ഥികളും പങ്കിടുകയുണ്ടായി. അവയടങ്ങിയ പിഡിഎഫുകൾ ഓൺലൈനിലും ലഭ്യമാണ്. നിങ്ങൾ അഭിമുഖീകരിച്ചേക്കാവുന്ന ചോദ്യങ്ങളെക്കുറിച്ച് അതൊരു ധാരണ

നൽകുന്നതാണ്. നിലവിലുള്ളതും പഴയതുമായ ട്രാൻസ്ക്രിപ്റ്റുകളിൽ നിന്നുള്ള വ്യക്തിഗതമായ ചോദ്യങ്ങൾക്ക് ഉത്തരം നൽകാൻ പരിശീലിക്കുക. കൂടാതെ, കൂടുതൽ പരിശീലിക്കുവാനായി കോച്ചിംഗ് ഇൻസ്റ്റിറ്റ്യൂട്ടുകൾ ഓൺലൈനിൽ പോസ്റ്റ് ചെയ്യുന്ന ചോദ്യങ്ങൾ ഉപയോഗിക്കുക.

മോക്ക് ഇന്റർവ്യൂകളുടെ പ്രാധാന്യം

പ്രിലിമിനറി, മെയിൻസ് പരീക്ഷകൾക്ക് തയ്യാറെടുക്കുന്നതിന് ടെസ്റ്റ് പരമ്പര നിർണ്ണായകമായതുപോലെ, അഭിമുഖത്തിനും മോക്ക് ഇന്റർവ്യൂകൾ അത്യന്താപേക്ഷിതമാണ്. അവ യഥാർത്ഥ അഭിമുഖ അന്തരീക്ഷത്തിന്റെ സിമുലേഷൻ നൽകുന്നതോടെ ഉദ്യോഗാർത്ഥികളെ ആ സാഹചര്യവുമായി പൊരുത്തപ്പെടാൻ അനുവദിക്കുന്നു. ഏറ്റവും പ്രധാനമായി, മോക്ക് ഇന്റർവ്യൂകൾ നിങ്ങളുടെ പ്രകടനത്തെക്കുറിച്ച് വിലമതിക്കാനാവാത്ത ഫീഡ്ബാക്ക് നൽകുന്നു. ഉദ്യോഗാർത്ഥികളുടെ ശരീരഭാഷ, ആശയ വിനിമയത്തിനുള്ള കഴിവുകൾ, മൊത്തത്തിലുള്ള ആത്മവിശ്വാസം എന്നിവ മെച്ചപ്പെടുത്താൻ ഇത് സഹായിക്കുന്നു.

ഒരുപാട് മോക്ക് ഇന്റർവ്യൂകളിൽ പങ്കെടുക്കുന്നത് വിപരീത ഫലം ചെയ്യും. അതിനാൽ, പ്രശസ്തമായ കോച്ചിംഗ് സ്ഥാപനങ്ങളിൽ നന്നായി ആലോചിച്ച് തിരഞ്ഞെടുത്ത മൂന്നോ നാലോ മോക്ക് ഇന്റർവ്യൂകളിൽ മാത്രം പങ്കെടുക്കുന്നത് നല്ലതാണ്. നിങ്ങൾക്ക് ലഭിച്ച ഫീഡ്ബാക്കുകളെക്കുറിച്ച് ചിന്തിക്കുകയും മെച്ചപ്പെടുത്തേണ്ട മേഖലകളിൽ ഉത്സാഹത്തോടെ പ്രവർത്തിക്കുകയും ചെയ്യുക. വിമർശനം വ്യക്തിപരമായി എടുക്കരുത്; പകരം, നിങ്ങളുടെ പ്രകടനം മെച്ചപ്പെടുത്തുന്നതിന് അത് ക്രിയാത്മകമായി ഉപയോഗിക്കുക.

മറ്റുള്ളവരിൽ നിന്ന് പഠിക്കേണ്ടതിന്റെ പ്രാധാന്യത്തെക്കുറിച്ച് സത്യം ഊന്നിപ്പറയുകയുണ്ടായി. 200-ൽ കൂടുതൽ മാർക്ക് നേടിയ മുൻ വർഷങ്ങളിലെ ഉദ്യോഗാർത്ഥികളുടെ മോക്ക് ഇന്റർവ്യൂകൾ അദ്ദേഹം കണ്ടു. 'ഒരു മോക്ക് ഇന്റർവ്യൂവിൽ പ്രതികൂലമായ ഫീഡ്ബാക്ക് ലഭിച്ചാൽ നിരാശപ്പെടരുത്,' അദ്ദേഹം ഉപദേശിച്ചു.

അഭിമുഖ പ്രക്രിയയിൽ പലപ്പോഴും ഉദ്യോഗാർത്ഥികൾ ചെയ്യുന്ന സാധാരണ തെറ്റുകളിവയാണ് : വളരെ വേഗത്തിൽ സംസാരിക്കുക, അമിത ആത്മവിശ്വാസമോ അഹങ്കാരമോ പ്രകടി

പ്പിക്കുക, അവ്യക്തമോ അടിസ്ഥാനരഹിതമോ ആയ ഉത്തരങ്ങൾ നൽകുക, പക്ഷപാതപരമായ വീക്ഷണങ്ങൾ പ്രകടിപ്പിക്കുക, കണ്ണിൽ നോക്കാതെയിരിക്കുക, സ്വന്തം DAF-നെക്കുറിച്ചുള്ള സമഗ്രമായ അറിവില്ലാതെയിരിക്കുക എന്നിവയെല്ലാം ഇതിൽ ഉൾപ്പെടുന്നു. തീവ്രമായ പഠനവും പരിശീലനവും ഈ അപകടങ്ങൾ ഒഴിവാക്കാൻ സഹായിക്കും.

സമ്മർദ്ദം നിയന്ത്രിക്കുന്നതും ശാന്തത പാലിക്കുന്നതും പ്രധാനമാണ്. ആഴത്തിലുള്ള ശ്വസന വ്യായാമങ്ങളോ ധ്യാനമോ പോലുള്ള സാങ്കേതിക വിദ്യകൾ സംയമനം പാലിക്കാൻ സഹായിക്കും, ഇത് നിങ്ങളുടെ ചിന്തകൾ വ്യക്തമായും ആത്മവിശ്വാസത്തോടെയുമുള്ളതായിരിക്കാൻ നിങ്ങളെ പ്രാപ്തരാക്കും. അഭിമുഖത്തിന് തലേദിവസം, എല്ലാ വിശദാംശങ്ങളിലൂടെയും കണ്ണോടിച്ചുകൊണ്ട് നിങ്ങളുടെ DAF അവസാനമായി ഒരിക്കൽ കൂടി അവലോകനം ചെയ്യുക. അഭിമുഖത്തിന് തലേദിവസം രാത്രി വിശ്രമത്തിൽ ശ്രദ്ധ കേന്ദ്രീകരിക്കുക. കാരണം നിങ്ങൾ നന്നായി വിശ്രമിക്കുന്നുവെന്നും ഉണർവ്വോടെയിരിക്കുന്നുവെന്നും ഉറപ്പാക്കാൻ നല്ല ഉറക്കം അത്യാവശ്യമാണ്.

ഗ്രാൻഡ് ഫിനാലെ നേടാൻ സഹായിക്കുന്ന തന്ത്രം

ഇന്റർവ്യൂ നടക്കുന്ന ദിവസം സൂക്ഷ്മമായ തയ്യാറെടുപ്പും സംയമനവും ആവശ്യമാണ്. നിങ്ങളുടെ എല്ലാ കഠിനാധ്വാനവും അവസാനിക്കുന്ന നിമിഷമാണിത്. നിങ്ങളുടെ പ്രകടനം നിങ്ങളുടെ ഭാവിയെ നിർണ്ണയിക്കും. ആദ്യമുളവാകുന്ന മതിപ്പ് വളരെ പ്രധാനമായതിനാൽ, ഔപചാരികമായ, നിങ്ങൾക്ക് സ്വാസ്ഥ്യം നൽകുന്ന വസ്ത്രം ധരിക്കുക. നിങ്ങളുടെ രൂപം വൃത്തിയും വെടിപ്പുമുള്ളതാണെന്ന് ഉറപ്പാക്കുക. അവസാന നിമിഷത്തെ തിരക്ക് ഒഴിവാക്കാനായി വളരെ നേരത്തെ തന്നെ വേദിയിൽ എത്തുക. കോൾ ലെറ്ററിൽ വ്യക്തമാക്കിയിരിക്കുന്നതുപോലെ ആവശ്യമായ എല്ലാ രേഖകളും കൈയിൽ കരുതുക. പരിഭ്രാന്തി തോന്നുന്നത് സ്വാഭാവികമാണെങ്കിലും, ശാന്തമായും സംയമനത്തോടെയും ഇരിക്കാൻ ശ്രമിക്കുക.

അഭിമുഖത്തിന്റെ സമയക്രമം നിങ്ങളുടെ നിയന്ത്രണത്തിന് അതീതമാണ്, അത് നിങ്ങളുടെ പ്രകടനത്തെ ബാധിച്ചേക്കാം. ഉദാഹരണത്തിന്, തന്റെ ആദ്യ ശ്രമത്തിൽ ഉച്ചഭക്ഷണത്തിന് മുമ്പായിരുന്നു മിന്നുവിന്റെ അഭിമുഖം. ഉച്ചഭക്ഷണ സമയം

അടുക്കുന്നുവെന്ന ചെയർമാന്റെ പരാമർശം അവരെ അസ്വസ്ഥയാക്കിയിരുന്നു. നേരെമറിച്ച്, ശ്രുതിയുടേത് രാവിലെതന്നെയായിരുന്നു, ഇത് അവരുടെ ഏകാഗ്രതയെ കാര്യമായി ബാധിച്ചു. അത്തരം സാഹചര്യങ്ങൾ നിങ്ങളുടെ താളത്തിനെതിരല്ലെന്ന് ഉറപ്പാക്കാനായി മാനസികമായി തയ്യാറെടുക്കേണ്ടത് നിർണ്ണായകമാണ്.

യഥാർത്ഥ ഇന്റർവ്യൂ നടക്കുന്ന മുറികളുടെ ക്രമീകരണം മോക്ക് ഇന്റർവ്യൂ നടക്കുന്ന മുറികളിൽ നിന്ന് വളരെ വ്യത്യസ്തമായിരിക്കും. UPSC-യുടെ മുറികൾ ചെറുതാണ്. അവിടെ ബോർഡ് അംഗങ്ങൾ വളരെ അടുത്തടുത്തായാണിരിക്കുന്നത്. ഈ വ്യത്യാസം കണ്ട് അമ്പരക്കേണ്ടതില്ല.

ഇന്റർവ്യൂ മുറിയിൽ പ്രവേശിക്കുമ്പോൾ, പാനലിനെ മാന്യമായി ഉപചാരപൂർവ്വം അഭിവാദനം ചെയ്യുകയും ഇരിക്കാനുള്ള ക്ഷണത്തിനായി കാത്തിരിക്കുകയും ചെയ്യുക. ആത്മവിശ്വാസവും ശാന്തതയും സംയമനവും ഹൃദ്യമായ മനോഭാവവും പ്രകടിപ്പിക്കുക. നിങ്ങളുടെ ശരീരഭാഷയിൽ ആത്മവിശ്വാസവും ശ്രദ്ധയും ബഹുമാന്യതയും പ്രകടമായിരിക്കേണ്ടതുണ്ട്. നിവർന്നിരിക്കുക; സംസാരത്തിനിടെ അമിതമായ ആംഗ്യങ്ങൾ ഒഴിവാക്കുക. പാനലിന്റെ ചോദ്യങ്ങൾ ശ്രദ്ധയോടെ കേൾക്കുക.

ഇന്റർവ്യൂ ബോർഡിനോട് ആദരവോടെ സംസാരിക്കുകയും സംഭാഷണത്തിലുടനീളം മര്യാദയുള്ള, മാന്യമായ പെരുമാറ്റം നിലനിർത്തുകയും ചെയ്യുക. തുറിച്ചു നോക്കാതെ കണ്ണിൽതന്നെ നോക്കി, ഭയവും പരിഭ്രമവും ഒഴിവാക്കുക. മാനസിക പിരിമുറുക്കമുണ്ടാകുമ്പോൾ ദീർഘമായി നിശ്വസിക്കുക. ഈ തൊഴിൽ നേടാൻ ഏറ്റവും അനുയോജ്യനായ വ്യക്തി നിങ്ങളാണെന്ന് തെളിയിക്കുന്ന രീതിയിൽ സ്വയം അവതരിപ്പിക്കുക.

അപ്രതീക്ഷിതമായ ചോദ്യങ്ങൾ പലപ്പോഴും ഉദ്യോഗാർത്ഥികളിൽ സംഭ്രമം ഉണ്ടാക്കിയേക്കാം. ഉദാഹരണത്തിന്, മിന്നുവിനോട്, 'നിങ്ങളുടെ ഡിഎഎഫിൽ പരാമർശിച്ചിട്ടില്ലാത്ത എന്തെങ്കിലുമൊരു കാര്യം പറയൂ?' എന്നാണവർ ചോദിച്ചത്.

ബാഹ്യമായ എന്തെങ്കിലും ശബ്ദങ്ങൾ നിങ്ങളെ ശല്യപ്പെടുത്തുന്നുണ്ടെങ്കിൽ അത് ബോർഡിനെ അറിയിക്കുക എന്നതാണ് ബുദ്ധിപരമായ തീരുമാനം. ഉദാഹരണത്തിന്, അഭിമുഖത്തിനിടെയുണ്ടായ കനത്ത മഴയുടെ ശബ്ദം വസീമിന്റെ ശ്രദ്ധ തിരിച്ചിരുന്നു. അത് ചെയർപേഴ്സണെ അറിയിക്കാനുള്ള ധൈര്യം അദ്ദേഹ

ത്തിനുണ്ടായിരുന്നു, പക്ഷേ പല ഉദ്യോഗാർത്ഥികൾക്കും അതിനു കഴിയാറില്ല. ഇത് ചോദ്യങ്ങൾ പൂർണ്ണമായി മനസ്സിലാക്കാനാകാതെ തെറ്റായ ഉത്തരങ്ങൾ നൽകാൻ കാരണമാകുന്നു.

ഓർക്കുക, അഭിമുഖം ഒരു സംഭാഷണമാണ്; ക്രോസ് വിസ്താരമല്ല. ഒരു വ്യക്തിയെന്ന നിലയിൽ നിങ്ങളെ മനസ്സിലാക്കുകയും സിവിൽ സർവീസ് മേഖലയിലേക്ക് നിങ്ങളുടെ അനുയോജ്യമാണോ എന്ന് വിലയിരുത്തുകയും ചെയ്യുക എന്നതാണ് ബോർഡിന്റെ ലക്ഷ്യം. നിങ്ങൾ നിങ്ങളായിത്തന്നെയിരിക്കുക. സത്യസന്ധത പുലർത്തുക. നിങ്ങളുടെ വ്യക്തിത്വത്തെ ജ്വലിപ്പിക്കുക. ഏതെങ്കിലുമൊരു ചോദ്യത്തിനുള്ള ഉത്തരം നിങ്ങൾക്കറിയില്ലെങ്കിൽ, നിങ്ങളുടെ അറിവില്ലായ്മയെ മാന്യമായി അംഗീകരിക്കുകയും ആ വിഷയത്തെക്കുറിച്ച് കൂടുതലറിയാനുള്ള സന്നദ്ധത പ്രകടിപ്പിക്കുകയും ചെയ്യുക. ഈ സത്യസന്ധത നിങ്ങളുടെ സ്വഭാവഗുണത്തെയാണ് പ്രതിഫലിപ്പിക്കുന്നത്. അഭിനന്ദനാർഹമായ സവിശേഷതയാണത്.

ഉപസംഹാരം

ഈ പുസ്തകത്തിലെ ഏഴ് നായകരുടെ ജീവിതകഥകൾ വ്യക്തമാക്കുന്നതുപോലെ, ഐഎഎസ് എന്ന പദവിയിലേക്കുള്ള യാത്ര തീർച്ചയായും കഠിനമാണ്. ബുദ്ധിശക്തി, സമർപ്പണം, തന്ത്രപരമായ ആസൂത്രണം, ഭാഗ്യം എന്നിവയുടെയെല്ലാം ശക്തമായ സംയമനം ഇതിന് ആവശ്യമാണ്. യുപിഎസ്‌സിയുടെ സിഎസ്ഇയിൽ വിജയിക്കുകയെന്നത് വളരെ ബുദ്ധിമുട്ടാണ്. പക്ഷേ ശരിയായ സമീപനം, അചഞ്ചലമായ സമർപ്പണം, ഘടനാപരമായ പഠന പദ്ധതി എന്നിവയിലൂടെ, ഏകദേശം 180 സ്ഥാനാർത്ഥികൾ എല്ലാ വർഷവും ഐഎഎസിൽ ചേരുക എന്ന സ്വപ്നം സാക്ഷാത്കരിക്കുന്നു. ചിലർ ആദ്യ ശ്രമത്തിൽ തന്നെ അത് നേടിയെടുക്കുന്നു.

ആ യാത്രയുടെ ദൈർഘ്യമോ യാത്രയ്ക്കിടെയുണ്ടാകുന്ന തിരിച്ചടികളോ കണ്ട് നിരാശപ്പെടരുത്. ഈ വെല്ലുവിളികൾ നിങ്ങളുടെ കഴിവുകൾ കണ്ടെത്തുകയും, നിങ്ങളിൽ പ്രതിരോധശേഷി വളർത്തുകയും, അച്ചടക്കം സൃഷ്ടിക്കുകയും ചെയ്യുന്നു. സ്വന്തം കഴിവുകളിൽ വിശ്വസിക്കുക, ഉറച്ചുനിൽക്കുക. കഠിനാധ്വാനത്തിന് പകരം വയ്ക്കാൻ മറ്റൊന്നുമില്ലെന്ന സത്യത്തെ അംഗീകരിക്കുക. ആയിരം മൈലുകൾ നീളുന്ന യാത്ര ആരംഭിക്കുന്നത് ഒരൊറ്റ ചുവടുവെപ്പിലൂടെയാണെന്ന് ഓർമ്മിക്കുക. ഓരോ ദിവസവും, നിങ്ങൾ നിങ്ങളുടെ പഠന പദ്ധതിയിൽ തന്നെ ഉറച്ചുനിൽക്കുകയും നിങ്ങളുടെ സമയം കാര്യക്ഷമമായി ഉപയോഗിക്കുകയും ചെയ്യുമ്പോൾ, നിങ്ങൾ നിങ്ങളുടെ ലക്ഷ്യത്തിലേക്ക് അടുക്കുകയാണ് ചെയ്യുന്നത്. മറികടക്കുന്ന ഓരോ വെല്ലുവിളികളും നിമിഷവും നിങ്ങളെ ഒരു ഭാവിവാഗ്ദാനമാക്കി മാറ്റുന്നു.

ഒരു ഐഎഎസ് ഉദ്യോഗസ്ഥനെന്ന നിലയിൽ രാജ്യത്തെ

സേവിച്ച എന്റെ മുപ്പത് വർഷത്തെ അനുഭവത്തിൽ നിന്ന്, ഐഎഎസ് നൽകുന്ന വൈവിധ്യം, സംതൃപ്തി, വെല്ലുവിളികൾ, ജനങ്ങളെ സേവിക്കാനുള്ള അവസരം എന്നിവ യുപിഎസ്സി എന്ന കൊടുമുടി കീഴടക്കാനുള്ള കഠിനമായ യാത്രയെ ശരിക്കും മൂല്യവത്താക്കുന്നുവെന്ന് എനിക്ക് ഉറപ്പിച്ചു പറയാൻ കഴിയും. അതിനാൽ, യുപിഎസ്സി സിഎസ്ഇ പരീക്ഷയിൽ വിജയിക്കാനുള്ള നിങ്ങളുടെ യാത്ര ഇന്ന് തന്നെ ആരംഭിക്കൂ! ഈ പരീക്ഷ മറികടക്കാനാവാത്തതല്ല; നിങ്ങളെപ്പോലുള്ള ധൈര്യശാലികൾക്ക് വിജയിക്കാൻ കഴിയുന്ന തരത്തിലാണ് ഇത് രൂപകൽപ്പന ചെയ്തിരിക്കുന്നത്.

കൃതജ്ഞത

ആദ്യം തന്നെ, പരിപോഷിപ്പിക്കുന്നതും പ്രചോദിപ്പിക്കുന്നതും സമ്മർദ്ദരഹിതവുമായ ഒരു അന്തരീക്ഷം വളർത്തിയെടുത്തതിനും അചഞ്ചലമായ പിന്തുണയും പ്രോത്സാഹനവും നൽകിയതിനും കേന്ദ്ര ധനമന്ത്രി ശ്രീമതി നിർമ്മല സീതാരാമന് എന്റെ അഗാധമായ നന്ദി ഞാൻ അറിയിക്കുന്നു.

എന്റെ മാർഗ്ഗദർശിയും, മഹാനായ വ്യക്തിയുമായ ഇന്ത്യാ ഗവൺമെന്റിന്റെ കാബിനറ്റ് സെക്രട്ടറി ഡോ. ടി.വി. സോമനാഥന് എന്റെ അഗാധമായ നന്ദി ഞാൻ അറിയിക്കുന്നു. അദ്ദേഹത്തിന്റെ തുടർച്ചയായ പ്രോത്സാഹനവും മാർഗ്ഗദർശനവും വിലമതിക്കാനാവാത്തതാണ്. അദ്ദേഹത്തിന്റെ പിന്തുണയില്ലാതെ ഈ പുസ്തകം വെളിച്ചം കാണുമായിരുന്നില്ല.

ഈ പുസ്തകത്തിലുള്ള ഏഴ് നായകരോടും ഞാൻ കടപ്പെട്ടിരിക്കുന്നു. മണിക്കൂറുകളോളം, വളരെ ക്ഷമയോടെ, അവർ തങ്ങളുടെ ജീവിത യാത്രകൾ വിവരിക്കുകയും യുപിഎസ് സിയിൽ എത്താനുള്ള തന്ത്രങ്ങൾ പങ്കുവെക്കുകയും ചെയ്തു. ശ്രുതി ശർമ്മ, വസീം അഹമ്മദ് ഭട്ട്, അഞ്ജലി ശർമ്മ, ലവിഷ് ഓർഡിയ, ഭരത് സിംഗ്, സത്യം ഗാന്ധി, മിന്നു പി.എം.; നിങ്ങളുടെ കഥകളാണ് ഈ കൃതിയുടെ കാതൽ.

ഈ പുസ്തകം എഴുതുന്നതിനിടെയുണ്ടായ ഉയർച്ചതാഴ്ചകളിൽ നെടുംതൂണുകളായി എനിക്കൊപ്പം നിലകൊണ്ട എന്റെ എല്ലാ പ്രിയ സുഹൃത്തുക്കൾക്കും എന്റെ ഹൃദയം നിറഞ്ഞ നന്ദി. നിങ്ങളുടെ അഭിപ്രായങ്ങളും പിന്തുണയും എന്നെ വളരെയധികം സഹായിച്ചു. എന്നിലുള്ള നിങ്ങളുടെ അടിയുറച്ച വിശ്വാസത്തിന് ഞാൻ അങ്ങേയറ്റം കടപ്പെട്ടിരിക്കുന്നു.

പെൻഗ്വിൻ റാൻഡം ഹൗസ് ഇന്ത്യയിലെ ബിസിനസ്,

നോൺ-ഫിക്ഷൻ എഡിറ്ററായ മനീഷ് ഖുറാനയോട് ഞാൻ അങ്ങേയറ്റം കടപ്പെട്ടിരിക്കുന്നു. ഈ പുസ്തകത്തിന്റെ ആശയം ആവിഷ്കരിച്ചതിനും തുടക്കം മുതൽ അവസാനം വരെ അദ്ദേഹം നൽകിയ നിരന്തരമായ മാർഗ്ഗനിർദ്ദേശത്തിനും എന്റെ നന്ദി ഞാൻ അറിയിക്കുന്നു. ഈ പുസ്തകത്തിന്റെ രൂപീകരണത്തിൽ അദ്ദേഹത്തിന്റെ ദർശനവും ഉൾക്കാഴ്ചകളും നിർണ്ണായകമാണ്.

എക്സ്പെൻഡിച്ചർ സെക്രട്ടറി ഡോ. മനോജ് ഗോവിലിനും, എക്സ്പെൻഡിച്ചർ വകുപ്പിലെ എന്റെ സഹപ്രവർത്തകരായ സഞ്ജയ് പ്രസാദ്, പരമാ സെൻ, അമിത് നേഗി, മനോജ് സഹായ്, ആശിഷ് വച്ചാനി, സഞ്ജയ് അഗർവാൾ എന്നിവർക്കും പ്രത്യേക നന്ദി. ഈ യാത്രയിലെ നിങ്ങളുടെ പിന്തുണയും സൗഹൃദവും വിലമതിക്കാനാവാത്തതാണ്.

ഒടുവിൽ, ഈ പുസ്തകം ഞാൻ സമർപ്പിച്ചിരിക്കുന്ന എന്റെ ഭാര്യ സുനിത, മകൾ സിയാ, മകൻ കരൺ എന്നിവർക്ക് ഞാൻ അഗാധമായി നന്ദി പറയുന്നു. ഈ പുസ്തകത്തിനായി ഞാൻ മാറ്റിവെച്ച നീണ്ട മണിക്കൂറുകളും പരിശ്രമങ്ങളും പരാതിയില്ലാതെ അവർ സഹിച്ചു. എന്റെ ശക്തിയുടെ യഥാർത്ഥ നെടുംതൂണുകളാണവർ. നിങ്ങളുടെ സ്നേഹവും പിന്തുണയുമാണ് ഈ യാത്ര സാധ്യമാക്കിയത്. നിങ്ങളോട് ഞാൻ എന്നെന്നും കടപ്പെട്ടിരിക്കുന്നു.

അനുബന്ധം

നമ്മുടെ ഏഴ് നായകർ ഉപയോഗപ്പെടുത്തിയ പഠന സാമഗ്രികളും, തന്ത്രങ്ങളും

മിന്നു പി.എം.	
ഐഎഎസ്-ലേക്ക് തെരെഞ്ഞെടുക്കപ്പെട്ട വർഷം	2021
ഓപ്ഷണൽ വിഷയം	ഭൂമിശാസ്ത്രം
പ്രിലിംസിനു വേണ്ടിയുള്ള മുഖ്യ തന്ത്രം	ഉചിതമായ പദ്ധതി രൂപീകരിക്കുക, സമയക്രമ പട്ടിക ഉണ്ടാക്കി അതിനെ പൂർണ്ണമായി അനുസരിക്കുക, ക്രമമായി ന്യൂസ് പേപ്പറുകൾ വായിക്കുക, കൂടാതെ മുൻ വർഷങ്ങളിലെ ചോദ്യങ്ങളും, പരീക്ഷാ ശൈലികളും അഭ്യസിക്കുക.
മെയിൻസിനു വേണ്ടിയുള്ള മുഖ്യ തന്ത്രം	പഠിത്തത്തിൽ തീവ്രമായി തിരക്കിലാകുക, പരീക്ഷപേപ്പറുകൾ പരിഹരിക്കുക, എല്ലാ ദിവസവും ഉത്തരമെഴുത്ത് അഭ്യസിക്കുക, മുൻ വർഷങ്ങളിലെ ചോദ്യങ്ങളെ പരിഹരിക്കുക, കൂടാതെ ഓപ്ഷണൽ വിഷയത്തെ കൂടുതൽ പ്രാധാന്യം കൊടുത്ത് പഠിക്കുക
ഓരോ മെയിൻസ് പേപ്പറിനും ശുപാർശ ചെയ്യുന്ന പുസ്തകങ്ങൾ/ വായനാസാമഗ്രികൾ	
പൊതു പഠനം-1	**ഇന്ത്യൻ പൈതൃകവും സംസ്കാരവും :** നിതിൻ സിംഘാനിയ എഴുതിയ *ഇന്ത്യൻ ആർട്ട് ആൻഡ് കൾചർ*

	ചരിത്രം : 6 മുതൽ 12 വരെയുള്ള ക്ലാസ്സുകളിലെ എൻസിഇഔആർടി പുസ്തകങ്ങൾ (പഴയതും പുതിയതും) എ.എൽ. ബാഷം എഴുതിയ *ദി വണ്ടർ ദാറ്റ് വാസ് ഇന്ത്യ* ബിപിൻ ചന്ദ്ര എഴുതിയ *ഇൻഡ്യാസ് സ്ട്രഗ്ൾ ഫോർ ഇൻഡിപെൻഡെൻസ് : 1857-1947* രാജീവ് അഹിർ എഴുതിയ *എ ബ്രീഫ് ഹിസ്റ്ററി ഓഫ് മോഡേൺ ഇന്ത്യ* (സ്പെക്ട്രം) എൻസിഇഔആർടി പുസ്തകങ്ങൾ
	ഭൂമിശാസ്ത്രം : 6 മുതൽ 12 വരെയുള്ള ക്ലാസ്സുകളിലെ എൻസിഇഔആർടി പുസ്തകങ്ങൾ (പഴയതും പുതിയതും); മാജിദ് ഹുസൈൻ എഴുതിയ *ജിയോഗ്രഫി ഓഫ് ഇന്ത്യ*; ഓക്സ്ഫോർഡ് അറ്റ്ലസ് **സാമൂഹ്യശാസ്ത്രം :** എൻസിഇഔആർടി പുസ്തകങ്ങൾ
പൊതു പഠനം–2	**ഭരണം, ഭരണഘടന, രാഷ്ട്രീയം :** 6 മുതൽ 12 വരെയുള്ള ക്ലാസ്സുകളിലെ എൻസിഇഔആർടി പുസ്തകങ്ങൾ (പുതിയത്); എം. ലക്ഷ്മീകാന്ത് എഴുതിയ *ഇന്ത്യൻ പോളിറ്റി* **സാമൂഹിക നീതി :** *യോജ്നാ, കുരുക്ഷേത്ര* എന്നീ മാസികകൾ **അന്താരാഷ്ട്ര ബന്ധങ്ങൾ :** ദിനപ്പത്രങ്ങളിലെയും മാഗസിനുകളിലെയും ലേഖനങ്ങൾ
പൊതു പഠനം–3	**സാമ്പത്തിക വികസനം :** 6 മുതൽ 12 വരെയുള്ള ക്ലാസ്സുകളിലെ എൻസിഇഔആർടി പുസ്തകങ്ങൾ (പുതിയത്); ശങ്കർഗണേഷ് കറുപ്പയ്യ എഴുതിയ *ഇന്ത്യൻ ഇക്കോണമി : കീ കമെന്റ്സ്*; രമേഷ് സിംഹ്-ന്റെ *ഇന്ത്യൻ ഇക്കോണമി* **പരിസ്ഥിതി :** കോച്ചിംഗ് അക്കാദമികളുടെ പുസ്തകങ്ങൾ

	സാങ്കേതികവിദ്യ : എൻസിഇഇആർടി പുസ്തകങ്ങൾ, ദിനപ്പത്രങ്ങൾ, സമകാലിക സംഭവങ്ങളുടെ പത്രികകൾ **ദുരന്തനിവാരണം :** പത്രങ്ങളും മാസികകളും
പൊതു പഠനം-4	ഡി.കെ. ബാലാജി എഴുതിയ *എ പ്രാക്ടിക്കൽ അപ്രോച്ച് ടു എത്തിക്സ്, ഇൻഡിഗ്രിറ്റി ആൻഡ് ആപ്റ്റിറ്റ്യൂഡ്;* കോച്ചിംഗ് അക്കാദമികളുടെ കേസ് സ്റ്റഡീസ്
പ്രബന്ധം	അനുദീപ് ദുരിഷെട്ടി എഴുതിയ *ഫണ്ടമെന്റൽസ് ഓഫ് എസ്സെ ആൻഡ് ആൻസർ റൈറ്റിംഗ്*
ഓപ്ഷണൽ വിഷയങ്ങൾ (പേപ്പർ-1)	സവീന്ദ്ര സിംഗ് എഴുതിയ *ഫിസിക്കൽ ജിയോഗ്രഫി* മാജിദ് ഹുസൈൻ എഴുതിയ *ഹ്യൂമൺ ജിയോഗ്രഫി* ഐലൺ IAS-ലെ നിഖിൽ-ന്റെ ക്ലാസ്സ് നോട്സ് ഹിമാൻഷു ശർമ്മയുടെ 500+ ക്വസ്റ്റ്യൻസ് 6 മുതൽ 12 വരെയുള്ള ക്ലാസ്സുകളിലെ എൻസിഇഇആർടി ഭൂമിശാസ്ത്രത്തിന്റെ പുസ്തകങ്ങൾ (പഴയതും പുതിയതും)
ഓപ്ഷണൽ വിഷയങ്ങൾ (പേപ്പർ-2)	ഡി.ആർ. ഖുല്ലർ എഴുതിയ *ഇന്ത്യ : എ കോംപ്രിഹെൻസിവ് ജിയോഗ്രഫി* മാജിദ് ഹുസൈൻ എഴുതിയ *ജിയോഗ്രഫി ഓഫ് ഇന്ത്യ* ഓക്സ്ഫോർഡ് വേൾഡ് അറ്റ്ലസ് ഹിമാൻഷു ശർമ്മയുടെ 500+ ക്വസ്റ്റ്യൻസ് 6 മുതൽ 12 വരെയുള്ള ക്ലാസ്സുകളിലെ എൻസിഇഇആർടി ഭൂമിശാസ്ത്രത്തിന്റെ പുസ്തകങ്ങൾ (പഴയതും പുതിയതും) *ഡൗൺ ടു എർത്ത്, ടെൽ മി വൈ, യോജ്ന, കുരുക്ഷേത്ര* എന്നീ പത്രികകൾ. യൂട്യൂബ് ചാനൽ (വിഷയാധിഷ്ഠിതം)

അഭിമുഖത്തിനുള്ള പ്രധാന തന്ത്രങ്ങൾ	മുമ്പുള്ള അഭിമുഖങ്ങളുടെ പകർപ്പുകൾ വായിക്കുക, പത്രങ്ങൾ വായിച്ച് പുതിയ അറിവുകൾ കൈവരിക്കുക, നമ്മുടെ ഡിഎഎഫ് നല്ല രീതിയിൽ മനസ്സിലാക്കുക, തിരഞ്ഞെടുത്ത മോക്ക് അഭിമുഖങ്ങൾ നൽകുക, കൂട്ടമായ ചർച്ചകൾ നടത്തുക കൂടാതെ കൂട്ടുകാരും, കുടുംബത്തിലുള്ളവരുമായി അഭിമുഖങ്ങൾ നടത്തി പരിചയിക്കുക
ഐഎഎസ് പരീക്ഷാർത്ഥികൾക്കുള്ള സന്ദേശം	വസ്തുതകൾ മനഃപാഠമാക്കുന്നതിനേക്കാൾ വെല്ലുവിളി നിറഞ്ഞതാണ് ഈ പരീക്ഷകൾ. ഓരോ ഘട്ടങ്ങളിലും നിങ്ങളുടെ വ്യക്തിത്വത്തെ പരീക്ഷിച്ചുകൊണ്ടിരിക്കും. സാഹസത്തോടും, അപകടവും നേരിടാനുള്ള മനസ്സോടും, വിഘ്നങ്ങളില്ലാത്ത പ്രതിബദ്ധതയോടും കൂടെ ഇതിനെ നേരിടണം. സത്യസന്ധരായിരുന്ന് നിങ്ങളുടെ ഏറ്റവും ശ്രേഷ്ഠമായ കഴിവ് പ്രദർശിപ്പിക്കാൻ ശ്രമിക്കുക.
സത്യം ഗാന്ധി	
ഐഎഎസ്-ലേക്ക് തെരഞ്ഞെടുക്കപ്പെട്ട വർഷം	**2021**
ഓപ്ഷണൽ വിഷയം	**പൊളിറ്റിക്കൽ സയൻസ്, അന്താരാഷ്ട്ര ബന്ധങ്ങൾ**
പ്രിലിംസിനു വേണ്ടിയുള്ള മുഖ്യ തന്ത്രം	എൻസിഇആർടി പുസ്തകങ്ങളും സാധാരണ പുസ്തകങ്ങളും വായിക്കുക, പഠനക്രമങ്ങൾ പൂർത്തീകരിക്കുക, അടിസ്ഥാന ആശയങ്ങൾ വ്യക്തമായി മനസ്സിലാക്കുക, പലവട്ടം ആവർത്തിക്കുക, സമകാലീന സംഭവങ്ങളെ മനസ്സിലാക്കുക, മോക്ക് ടെസ്റ്റുകൾ കൊടുക്കുകയും മുൻകാല ചോദ്യാവലികളെ അഭ്യസിക്കുകയും ചെയ്യുക, വിശകലന കഴിവുകൾ മൂർച്ചകൂട്ടുക, സമയത്തെ ബുദ്ധിപൂർവ്വം കൈകാര്യം ചെയ്യുക, നെഗറ്റീവ് മാർക്കിനെക്കുറിച്ച് ബോധമുള്ളവരായിരിക്കുക, ആരോഗ്യം സംരക്ഷിക്കുക.

മെയിൻസിനു വേണ്ടിയുള്ള മുഖ്യ തന്ത്രം	വിശാലമായ കുറിപ്പുകളുണ്ടാക്കുക, ഉത്തര മെഴുത്തിനെ പരിശീലിക്കുക, വ്യവസ്ഥാപിത മായ രീതിയിൽ ആവർത്തനങ്ങൾ നടത്തുക.
ഓരോ മെയിൻസ് പേപ്പറിനും ശുപാർശ ചെയ്യുന്ന പുസ്തകങ്ങൾ/വായനാസാമഗ്രികൾ	
പൊതു പഠനം-1	*ആൻ ഇൻട്രോഡക്ഷൻ ടു ഇൻഡ്യൻ ആർട്ട്* പാർട്ട് 1-ഉം 2-ഉം (എൻസിഇആർടി); കോച്ചിംഗ് ക്ലാസ്സ് നോട്ടുകൾ **ചരിത്രം :** രാജീവ് അഹിർ എഴുതിയ *എ ബ്രീഫ് ഹിസ്റ്ററി ഓഫ് മോഡേൺ ഇന്ത്യ* (സ്പെക്ട്രം); കോച്ചിംഗ് ക്ലാസ്സ് നോട്ടുകൾ; *ലോകചരിത്രവും, സ്വാതന്ത്ര്യത്തിനു ശേഷ മുള്ള ചരിത്രവും* എന്നിവയിൽ നിതിൻ സാംഗ വാന്റെ കുറിപ്പുകൾ **ഭൂമിശാസ്ത്രം :** എൻസിഇആർടി പുസ്തക ങ്ങൾ; കോച്ചിംഗ് ക്ലാസ്സുകളിലെ കുറിപ്പുകൾ; ജി.സി. ലിയോംഗ് എഴുതിയ *സർട്ടിഫി ക്കേറ്റ് ഫിസിക്കൽ ആൻഡ് ഹ്യൂമൺ ജിയോഗ്രഫി*യുടെ തെരഞ്ഞെടുത്ത പഠനം. സാമൂഹ്യം : കോച്ചിംഗ് ക്ലാസ്സ് കുറിപ്പുകൾ
പൊതു പഠനം-2	**ഭരണം, ഭരണഘടന, രാഷ്ട്രീയം :** എം. ലക്ഷ്മീ കാന്ത് എഴുതിയ *ഇന്ത്യൻ പോളിറ്റി;* വിഷൻ IAS സമകാലീന കാര്യങ്ങൾ; ദിനപത്രങ്ങൾ; കോച്ചിംഗ് ക്ലാസ്സ് നോട്ട്സ്, നീതി ആയോഗിന്റെ 3 വർഷത്തെ പ്രവർത്തന അജണ്ട; നീതി ആയോഗ് ഭാരത് @ 75 ആക്ഷൻ പ്ലാൻ *അന്താരാഷ്ട്ര ബന്ധങ്ങൾ :* ദിനപത്രങ്ങ ളിലെയും മാഗസിനുകളിലെയും ലേഖനങ്ങൾ
പൊതു പഠനം-3	**സാമ്പത്തിക വികസനം :** കോച്ചിംഗ് അക്കാദമിയിലെ മൂല്യവർദ്ധിത സാമഗ്രികൾ; നീതി ആയോഗിന്റെ 3-വർഷ പ്രവർത്തന അജണ്ട; നീതി ആയോഗ് ഭാരത് @ 75 ആക്ഷൻ പ്ലാൻ; സമകാലീന കാര്യങ്ങളുടെ പത്രികകൾ; കോച്ചിംഗ് ക്ലാസ്സ് നോട്ട്സ്

പൊതു പഠനം-4	**ടെക്നോളജി** : ഇന്റർനെറ്റ്; പത്രികകൾ; കോച്ചിംഗ് ക്ലാസ്സ് നോട്ടുകൾ **പരിസ്ഥിതി** : കോച്ചിംഗ് അക്കാദമികളുടെ പുസ്തകങ്ങൾ **സുരക്ഷ** : കോച്ചിംഗ് അക്കാദമിയിലെ കോച്ചിംഗ് ക്ലാസ്സ് നോട്ട്സ്, മൂല്യവർദ്ധിത സാമഗ്രികൾ, ദിനപ്പത്രങ്ങൾ കോച്ചിംഗ് അക്കാദമിയിലെ മൂല്യവർദ്ധിത സാമഗ്രികൾ, ടെസ്റ്റ് സീരീസ്
പ്രബന്ധം	അനുദീപ് ദുരിഷെട്ടി എഴുതിയ *ഫണ്ടമെന്റൽസ് ഓഫ് എസ്സെ ആൻഡ് ആൻസർ റൈറ്റിംഗ്;* ദിനപ്പത്രങ്ങൾ, സമകാലീന സംഭവ പത്രികകൾ
ഓപ്ഷണൽ വിഷയം (പേപ്പർ-1)	ഓ.പി. ഗൌബാ എഴുതിയ *ആൻ ഇൻട്രോഡക്ഷൻ ടു പൊളിറ്റിക്കൽ തിയറി* മുഖർജിയും രാമസ്വാമിയും എഴുതിയ *എ ഹിസ്റ്ററി ഓഫ് പൊളിറ്റിക്കൽ തോട്ട് : പ്ലേറ്റോ ടു മാർക്സ്* ബിദ്യുത് ചക്രവർത്തി എഴുതിയ *മോഡേൺ ഇൻഡ്യൻ പൊളിറ്റിക്കൽ തോട്ട്* വി.ആർ. മേത്ത എഴുതിയ *ഫൌണ്ടേഷൻ ഓഫ് ഇൻഡ്യൻ പൊളിറ്റിക്കൽ തോട്ട്* ശുഭ്രാ രഞ്ജന്റെ IAS ക്രാഷ് കോഴ്സ് നോട്ടുകളും മോഡൽ പേപ്പറുകളും തുഷാർ ഗുപ്തയുടെ നോട്സ് എം. ലക്ഷ്മീകാന്ത് എഴുതിയ *ഇന്ത്യൻ പോളിറ്റി* മൂല്യവർദ്ധനവിനായി ദിനപ്പത്രങ്ങൾ

ഓപ്ഷണൽ വിഷയം (പേപ്പർ-2)	ആൻഡ്രൂ ഹേവുഡും ബേൻ വിഥവും എഴുതിയ *ഗ്ലോബൽ പൊളിറ്റിക്സ്* ശുഭ്രാ രഞ്ജന്റെ നോട്ടുകളും മോഡൽ പേപ്പറുകളും ബേലിസ്, സ്മിത്ത്, ഓവെൻസ് എന്നിവർ എഴുതിയ *ഗ്ലോബലൈസേഷൻ ഓഫ് വേൾഡ് പൊളിറ്റിക്സ്* തുഷാർ ഗുപ്തയുടെ നോട്ട്സ് ഫോറിൻ പോളിസി പത്രിക *ഇന്ത്യൻ എക്സ്പ്രസ്സ്, ദി ഹിന്ദു* ദിനപത്രങ്ങൾ ഒബ്സെർവെർ റിസർച്ച് ഫൌണ്ടേഷൻ (ഓആർഎഫ്) വെബ്സൈറ്റ്-ൽ ലേഖനം പിഎസ്ഐആർ-ൽ കോച്ചിംഗ് അക്കാദമിയുടെ സാമഗ്രികൾ മേലോൺ, രാജാ മോഹൻ, ശ്രീനാഥ് രാഘവൻ എന്നിവരെഴുതിയ *ദ ഓക്സ്ഫോർഡ് ഹാൻഡ്ബുക്ക് ഓഫ് ഇന്ത്യൻ ഫോറിൻ പോളിസി*
അഭിമുഖത്തിനുള്ള പ്രധാന തന്ത്രങ്ങൾ	വിസ്തൃതമായ അപേക്ഷാ ഫാറം (ഡിഎഎഫ്) പൂർണ്ണമായും തയ്യാറാക്കുക, അക്കാദമികവും ഐച്ഛികവുമായ വിഷയങ്ങളെ അവലോകനം ചെയ്യുക, മോക്ക് ഇൻർവ്യൂകൾ നടത്തുക, സമകാലീന സംഭവങ്ങളുടെ ഏറ്റവും പുതിയ വിവരങ്ങൾ അറിയുക.
ഐഎഎസ് പരീക്ഷാർത്ഥികൾക്കുള്ള സന്ദേശം	ആരംഭിക്കുന്നതിനു മുമ്പായി ഉചിതമായ പഠനവിഷയങ്ങളെ ക്രമീകരിക്കുക, സത്യസന്ധമായിരുന്ന് നിങ്ങളെന്തിന് ഈ പരീക്ഷ നേരിടുവാൻ തയ്യാറാകുന്നുവെന്ന് ഉറപ്പുവരുത്തുക. ദിവസേന 10-12 മണിക്കൂർ പഠനം നടത്തുക. സോഷ്യൽ മീഡിയ, ബന്ധുക്കൾ, കൂട്ടുകാർ, മറ്റ് ആളുകൾ എന്നിവരിൽ നിന്നുമുള്ള അനാവശ്യ ഇടപെടലുകളെ അകറ്റിനിർത്തുക.

ഭരത് സിംഗ്	
ഐഎഎസ്–ലേക്ക് തെരെഞ്ഞെടുക്കപ്പെട്ട വർഷം	**2021**
ഓപ്ഷണൽ വിഷയം	**പൊളിറ്റിക്കൽ സയൻസ്, അന്താരാഷ്ട്ര ബന്ധങ്ങൾ**
പ്രിലിംസിനു വേണ്ടിയുള്ള മുഖ്യ തന്ത്രം	കഴിഞ്ഞ വർഷങ്ങളിലെ ചോദ്യപേപ്പറുകൾ പരിശോധിക്കുക, 30-35 മോക്ക് ടെസ്റ്റുകൾക്ക് ശ്രമിക്കുക, മുഖ്യമായ 5 വിഷയങ്ങളിൽ ശ്രദ്ധ ചെലുത്തുക : പൊളിറ്റിക്കൽ സയൻസ്, സാമ്പത്തിക ശാസ്ത്രം, ചരിത്രം, ഭൂമിശാസ്ത്രം, പരിസ്ഥിതി.
മെയിൻസിനു വേണ്ടിയുള്ള മുഖ്യ തന്ത്രം	ഉത്തരമെഴുത്തിനെ പരിശീലിക്കുക, നിലവിലെ കാര്യങ്ങൾക്കൊപ്പം സ്റ്റാറ്റിക് ഭാഗം അപ്ഡേറ്റ് ചെയ്യുക, ടെസ്റ്റ് സീരിസുകളിലും കഴിഞ്ഞകാല ചോദ്യപേപ്പറുകളിലും ശ്രദ്ധ ചെലുത്തുക, പ്രബന്ധം, ജിഎസ്-4, നിങ്ങളുടെ ഓപ്ഷണൽ വിഷയം പോലെ കൂടുതൽ സ്കോർ ചെയ്യുവാൻ സാധിക്കുന്നവയിൽ ശ്രദ്ധ ചെലുത്തുക.
ഓരോ മെയിൻസ് പേപ്പറിനും ശുപാർശ ചെയ്യുന്ന പുസ്തകങ്ങൾ/വായനാസാമഗ്രികൾ	
പൊതു പഠനം-1	**ഇന്ത്യൻ പൈതൃകവും സംസ്കാരവും :** നിതിൻ സിംഘാനിയായുടെ *ഇന്ത്യൻ ആർട്ട് ആൻഡ് കൾചർ* **ചരിത്രം :** രാജീവ് അഹിർ എഴുതിയ *എ ബ്രീഫ് ഹിസ്റ്ററി ഓഫ് മോഡേൺ ഇന്ത്യ* (സ്പെക്ട്രം); **ഭൂമിശാസ്ത്രം :** എൻസിഇആർടി (ക്ലാസ്സ് 11-12) പുസ്തകങ്ങൾ; ജീ.സി. ലിയോംഗ് എഴുതിയ *സർട്ടിഫിക്കേറ്റ് ഫിസിക്കൽ ആൻഡ് ഹ്യൂമൺ ജിയോഗ്രഫി* **സാമൂഹ്യം :** സ്വന്തമായുണ്ടാക്കിയ കുറിപ്പുകൾ (നിലവിലെ സംഭവങ്ങളെ അപ്ഡേറ്റ് ചെയ്യുക.)

പൊതു പഠനം–2	**ഭരണം, ഭരണഘടന, രാഷ്ട്രീയം :** എം. ലക്ഷ്മീകാന്ത് എഴുതിയ *ഇന്ത്യൻ പോളിറ്റി;* സ്വന്തമായുണ്ടാക്കിയ കുറിപ്പുകൾ(നിലവിലെ സംഭവങ്ങളെ അപ്ഡേറ്റ് ചെയ്യുക.) **അന്താരാഷ്ട്ര ബന്ധങ്ങൾ :** സ്വന്തമായുണ്ടാക്കിയ കുറിപ്പുകൾ (നിലവിലെ സംഭവങ്ങളെ അപ്ഡേറ്റ് ചെയ്യുക.) **സാമൂഹ്യ നീതി :** സ്വന്തമായുണ്ടാക്കിയ കുറിപ്പുകൾ (നിലവിലെ സംഭവങ്ങളെ അപ്ഡേറ്റ് ചെയ്യുക.)
പൊതു പഠനം–3	**സാമ്പത്തിക വികസനം :** കോച്ചിംഗ് അക്കാദമിയിലെ സമ്പദ് വ്യവസ്ഥ സംബന്ധമായ കുറിപ്പുകൾ; സാമ്പത്തിക സർവേ, കേന്ദ്ര ബഡ്ജറ്റ് (നിലവിലെ സംഭവങ്ങളെ അപ്ഡേറ്റ് ചെയ്യുക.) **പരിസ്ഥിതി :** കോച്ചിംഗ് അക്കാദമികളുടെ പുസ്തകങ്ങൾ (നിലവിലെ സംഭവങ്ങളെ അപ്ഡേറ്റ് ചെയ്യുക.) **ടെക്നോളജി :** സ്വന്തമായുണ്ടാക്കിയ കുറിപ്പുകൾ **സുരക്ഷ :** കോച്ചിംഗ് അക്കാദമിയിലെ നോട്ട്സ് (നിലവിലെ സംഭവങ്ങളെ അപ്ഡേറ്റ് ചെയ്യുക.) **ദുരന്തനിവാരണം :** സ്വന്തമായുണ്ടാക്കിയ കുറിപ്പുകൾ.
പൊതു പഠനം–4	നീരജ് കുമാർ എഴുതിയ *ദ ലെക്സിക്കൺ ഫോർ എത്തിക്സ്, ഇന്റഗ്രിറ്റി ആൻഡ് ആപ്റ്റിറ്റ്യൂഡ് 2024*, സ്വന്തമായുണ്ടാക്കിയ കുറിപ്പുകൾ (നിലവിലെ സംഭവങ്ങളെ അപ്ഡേറ്റ് ചെയ്യുക), കേസ് സ്റ്റഡീസ്, ടെസ്റ്റ് സീരീസ്, മുൻവർഷങ്ങളിലെ ചോദ്യ പേപ്പറുകൾ.

പ്രബന്ധം	അനുദീപ് ദുരീഷെട്ടിയുടെ നോട്സ്, സ്വന്ത മായുണ്ടാക്കിയ കുറിപ്പുകൾ (നിലവിലെ സംഭവങ്ങളെ അപ്ഡേറ്റ് ചെയ്യുക), ടെസ്റ്റ് സീരീസ്, മുൻവർഷങ്ങളിലെ ചോദ്യ പേപ്പറുകൾ.
ഓപ്ഷണൽ വിഷയം	ശുഭ്രാ രഞ്ജന്റെ ക്ലാസ്സ് നോട്സ്, കോംപ്ലിമെന്ററി പഠന സാമഗ്രികൾ, ടെസ്റ്റ് സീരീസ്, നിലവിലെ കാര്യങ്ങൾക്കൊപ്പം സ്റ്റാറ്റിക് ഭാഗം അപ്ഡേറ്റ് ചെയ്യുക.
അഭിമുഖത്തിനുള്ള പ്രധാന തന്ത്രങ്ങൾ	ഡിഎഎഫ്, സമകാലീന സംഭവങ്ങൾ എന്നിവയിൽ ശ്രദ്ധ വയ്ക്കുക. ഓപ്ഷണൽ, ഗ്രാജ്വേറ്റ് വിഷയങ്ങളിൽ ശ്രദ്ധ കൊടുക്കുക, ആധികാരികമായിരിക്കുക, വാസ്തവമായ വ്യക്തിത്വം പ്രദർശിപ്പിക്കുക, മൂന്നോ, നാലോ മോക്ക് ഇന്റർവ്യൂ കൊടുക്കുക.
ഐഎഎസ് പരീക്ഷാർത്ഥികൾക്കുള്ള സന്ദേശം	ഉചിതമായ ആദരവും ശ്രദ്ധയും നൽകി അഭിമുഖീകരിക്കണമെന്ന്ഓർമ്മപ്പെടുത്തുന്ന രാജ്യത്തെ ഏറ്റവും കഠിനമായ പരീക്ഷക ളിൽ ഒന്നാണ് ഇത്. പൂർണ്ണ മനസ്സോടെയും അർപ്പണബോധത്തോടെയും ചെയ്യുന്ന അധ്വാനങ്ങൾ ഫലം നൽകുന്നു.

അഞ്ജലി ശർമ്മ	
ഐഎഎസ്-ലേക്ക് തെരെഞ്ഞെടുക്കപ്പെട്ട വർഷം	**2023**
ഓപ്ഷണൽ വിഷയം	**സാമൂഹ്യ ശാസ്ത്രം**
പ്രിലിംസിനു വേണ്ടിയുള്ള മുഖ്യ തന്ത്രം	കഴിഞ്ഞ വർഷങ്ങളിലെ ചോദ്യപേപ്പറുകൾ പരിശോധിക്കുക, സാധാരണ പുസ്തകങ്ങളുടെ ഒരേ രീതിയിൽ ആവർത്തിച്ചുള്ള വായന, എൻസിഇആർടി പുസ്തകങ്ങൾ

മെയിൻസിനു വേണ്ടിയുള്ള മുഖ്യ തന്ത്രം	കഴിഞ്ഞ വർഷങ്ങളിലെ ചോദ്യപേപ്പറുകൾ പരിശോധിക്കുക, ലേഖനങ്ങൾ അഭ്യസിക്കുക, മൂല്യവർദ്ധന സാമഗ്രികളും ദിനപ്പത്രങ്ങളിലെ ഡാറ്റാകളും ശേഖരിക്കുക, വസ്തുതകളും കണക്കുകളും സമാഹരിക്കുക.
ഓരോ മെയിൻസ് പേപ്പറിനും ശുപാർശ ചെയ്യുന്ന പുസ്തകങ്ങൾ/വായനാസാമഗ്രികൾ	
പൊതു പഠനം-1	സ്റ്റാറ്റിക് പോർഷനുള്ള സ്റ്റാൻഡേർഡ് ബുക്കുകൾ, എൻസിഇആർടി പുസ്തകങ്ങൾ, നിലവിലെ കാര്യങ്ങളുടെ ബുള്ളറ്റിൻ, കഴിഞ്ഞ വർഷങ്ങളിലെ ചോദ്യപേപ്പറുകൾ, കോച്ചിംഗ് അക്കാദമിയിലെ മൂല്യവർദ്ധിത സാമഗ്രികൾ
പൊതു പഠനം-2	എം. ലക്ഷ്മീകാന്ത് എഴുതിയ *ഇന്ത്യൻ പോളിറ്റി;* ദിനപ്പത്രങ്ങൾ
പൊതു പഠനം-3	ദിനപ്പത്രങ്ങൾ, സാമ്പത്തിക സർവേ, കോച്ചിംഗ് അക്കാദമികളുടെ വെബ്സൈറ്റിൽ നിന്നുമുള്ള മൂല്യവർദ്ധിത സാമഗ്രികൾ
പൊതു പഠനം-4	ആശയങ്ങൾക്കായി നിഘണ്ടുക്കൾ, മൂല്യവർദ്ധിത സാമഗ്രികൾ
പ്രബന്ധം	ദിനപ്പത്രം, പ്രബന്ധങ്ങൾ എഴുതി അഭ്യസിക്കുക, മൂല്യവർദ്ധിത സാമഗ്രികൾ
ഓപ്ഷണൽ വിഷയം	അടിസ്ഥാനപരമായ കാര്യങ്ങൾക്ക് IGNOU-വിന്റെ സാമഗ്രികൾ, നിതിൻ സാംഗ്വാൻ, സീമാ,ശ്രുതിധാക്കർഎന്നിവരുടെ*എസ്സെൻഷ്യൽ സോഷ്യോളോജി,* ദിനപ്പത്രങ്ങൾ, മുൻവർഷങ്ങളിലെ ചോദ്യപേപ്പറുകൾ
അഭിമുഖത്തിനുള്ള പ്രധാന തന്ത്രങ്ങൾ	ആത്മവിശ്വാസം വർദ്ധിപ്പിക്കുക, നമ്മുടെ ഡിഎഎഫ് വിവരങ്ങളെല്ലാം ഭംഗിയായി തയ്യാറാക്കുക, മോക്ക് ഇന്റർവ്യൂ കൊടുക്കുക, കൂടാതെ കൂട്ടത്തിലുള്ളവരുമായി ചേർന്ന് അഭ്യസിക്കുക.

ഐഎഎസ് പരിക്ഷാർത്ഥികൾക്കുള്ള സന്ദേശം	മനോധൈര്യവും വിശ്വാസദൃഢതയും ഏറ്റവും പ്രധാനപ്പെട്ടവയാണ്, ഒരു പ്ലാൻ ബി തയ്യാറാക്കുന്നതും പിരിമുറുക്കത്തെ കുറയ്ക്കുന്നു.

വസീം അഹമ്മദ് ഭട്ട്	
ഐഎഎസ്-ലേക്ക് തെരെഞ്ഞെടുക്കപ്പെട്ട വർഷം	2023
ഓപ്ഷണൽ വിഷയം	നരവംശശാസ്ത്രം (അന്ത്രോപോളോജി)
പ്രിലിംസിനു വേണ്ടിയുള്ള മുഖ്യ തന്ത്രം	കോച്ചിംഗ് ക്ലാസ്സുകളിൽ സ്വന്തമായി നോട്ടുകളുണ്ടാക്കുകയും അതിനെ മറ്റ് സ്റ്റാൻഡേർഡ് പുസ്തകങ്ങളിലെ വിവരങ്ങളുമായി താരതമ്യപ്പെടുത്തി പൂർണ്ണമാക്കുക. മോക്ക് ടെസ്റ്റുകളിൽ ശ്രദ്ധ ചെലുത്തുക, തുടരെയുള്ള അഭ്യാസങ്ങൾക്കു ശേഷം കഴിഞ്ഞ 15 വർഷങ്ങളിലെ ചോദ്യങ്ങളെ പരിഹരിക്കുക.
മെയിൻസിനു വേണ്ടിയുള്ള മുഖ്യ തന്ത്രം	കോച്ചിംഗ് അക്കാദമികളിലെ കഴിഞ്ഞ 3 വർഷങ്ങളിലെ മോഡൽ പേപ്പറിന്റെ ഉത്തരങ്ങൾ പഠിക്കുക, വർത്തമാനസംഭവങ്ങളുടെ ഏറ്റവും പുതിയ സ്ഥിതിവിശേഷങ്ങൾ അറിയുക, കഴിഞ്ഞകാലങ്ങളിലെ ചോദ്യങ്ങൾ ആവർത്തിക്കാൻ സാധ്യതയുള്ളതിനാൽ അവയെ ആവർത്തിച്ച് പരിശീലിക്കുക, സ്വയം വിലയിരുത്തൽ നടത്തി പഠിക്കുക, ടെസ്റ്റ് സീരീസുകൾ കൊടുക്കുക, നന്നാക്കാനുള്ള നല്ല അഭിപ്രായങ്ങളെ ശോധന ചെയ്യുക.
ഓരോ മെയിൻസ് പേപ്പറിനും ശുപാർശ ചെയ്യുന്ന പുസ്തകങ്ങൾ/വായനാസാമഗ്രികൾ	
പൊതു പഠനം-1	**ഇന്ത്യൻ പൈതൃകവും സംസ്കാരവും :** എൻസിഇആർടി പുസ്തകങ്ങൾ, ബിപിൻ ചന്ദ്രയുടെ *ഇൻഡ്യാസ് സ്ട്രഗ്ൾ ഫോർ ഇൻഡിപെൻഡെൻസ്, ഇന്ത്യ സിൻസ് ഇൻഡിപെൻഡെൻസ്*, കോച്ചിംഗ് അക്കാദമികളുടെ മോഡൽ ഉത്തരങ്ങൾ, സ്വന്തമായുണ്ടാക്കിയ കുറിപ്പുകൾ

	ഭൂമിശാസ്ത്രം : എൻസിഇആർടി പുസ്തകങ്ങൾ, കോച്ചിംഗ് അക്കാദമികളിലെ കഴിഞ്ഞ 3 വർഷങ്ങളിലെ മോഡൽ ഉത്തരങ്ങൾ, സ്വന്തമായുണ്ടാക്കിയ കുറിപ്പുകൾ **സാമൂഹ്യം :** കോച്ചിംഗ് അക്കാദമികളിലെ കഴിഞ്ഞ 3 വർഷങ്ങളിലെ മോഡൽ ഉത്തരങ്ങൾ, സ്വന്തമായുണ്ടാക്കിയ കുറിപ്പുകൾ
പൊതു പഠനം-2	**ഭരണം, ഭരണഘടന, രാഷ്ട്രീയം :** കോച്ചിംഗ് അക്കാദമികളിലെ കഴിഞ്ഞ 3 വർഷങ്ങളിലെ മോഡൽ ഉത്തരങ്ങൾ, സ്വന്തമായുണ്ടാക്കിയ കുറിപ്പുകൾ **സാമൂഹ്യ നീതി:** കോച്ചിംഗ് അക്കാദമികളിലെ കഴിഞ്ഞ 3 വർഷങ്ങളിലെ മോഡൽ ഉത്തരങ്ങൾ, സ്വന്തമായുണ്ടാക്കിയ കുറിപ്പുകൾ **അന്താരാഷ്ട്ര ബന്ധങ്ങൾ :** കോച്ചിംഗ് അക്കാദമികളിലെ മെയിൻസ് 365 പുസ്തകങ്ങൾ, സ്വന്തമായുണ്ടാക്കിയ കുറിപ്പുകൾ
പൊതു പഠനം-3	**സാമ്പത്തിക വികസനം :** കോച്ചിംഗ് അക്കാദമികളിലെ കഴിഞ്ഞ 3 വർഷങ്ങളിലെ മോഡൽ ഉത്തരങ്ങൾ, സ്വന്തമായുണ്ടാക്കിയ കുറിപ്പുകൾ **പരിസ്ഥിതി :** കോച്ചിംഗ് അക്കാദമികളിലെ കഴിഞ്ഞ 3 വർഷങ്ങളിലെ മോഡൽ ഉത്തരങ്ങൾ, കോച്ചിംഗ് അക്കാദമികളിലെ മെയിൻസ് 365 പുസ്തകങ്ങൾ, സ്വന്തമായുണ്ടാക്കിയ കുറിപ്പുകൾ **ടെക്നോളജി :** കോച്ചിംഗ് അക്കാദമികളിലെ മെയിൻസ് 365 പുസ്തകങ്ങൾ, സ്വന്തമായുണ്ടാക്കിയ കുറിപ്പുകൾ **സുരക്ഷ :** കോച്ചിംഗ് അക്കാദമികളിലെ കഴിഞ്ഞ 3 വർഷങ്ങളിലെ മോഡൽ ഉത്തരങ്ങൾ, കോച്ചിംഗ് അക്കാദമികളിലെ മെയിൻസ് 365 പുസ്തകങ്ങൾ,

	ദുരന്തനിവാരണം : കോച്ചിംഗ് അക്കാദമികളിലെ കഴിഞ്ഞ 3 വർഷങ്ങളിലെ മോഡൽ ഉത്തരങ്ങൾ, സ്വന്തമായുണ്ടാക്കിയ കുറിപ്പുകൾ
പൊതു പഠനം-4	കോച്ചിംഗ് അക്കാദമികളിലെ കഴിഞ്ഞ 3 വർഷങ്ങളിലെ മോഡൽ ഉത്തരങ്ങൾ, സ്വന്തമായുണ്ടാക്കിയ കുറിപ്പുകൾ, പട്ടികാരൂപത്തിൽ ഹ്രസ്വമായ കുറിപ്പുകൾ, ഉദ്ധരണികളും ഉദാഹരണങ്ങളും ഉൾപ്പെടെ.
പ്രബന്ധം	നോൺ-ഫിക്ഷൻ/ഫിക്ഷൻ പുസ്തകങ്ങൾ, കഴിഞ്ഞ വർഷങ്ങളിൽ ഉന്നതവിജയം നേടിയവരുടെ പ്രബന്ധങ്ങൾ.
ഓപ്ഷണൽ വിഷയം	എംബർ ആൻഡ് എംബർ എഴുതിയ *ആന്ത്രോപോളോജി* സൂസൻ സി. ആന്റോൺ എഴുതിയ *ബയോളജിക്കൽ ആന്ത്രോപോളോജി* പി. നാഥ് എഴുതിയ *ഫിസിക്കൽ ആന്ത്രോപോളോജി* നദീം ഹസ്സൻ എഴുതിയ *ബുക്ക്സ് ഓൺ ആന്ത്രോപോളോജി* സമയമുണ്ടെങ്കിൽ അറിവ് വർദ്ധിപ്പിക്കാൻ ഈ പുസ്തകങ്ങളും വായിക്കാം : ബയോളജിക്കൽ ആന്ത്രോപോളോജിയ്ക്കായി — ജെറെഡ് ഡയമണ്ട്, ക്രിസ് സ്റ്റിംഗർ കൂടാതെ മറ്റ് എഴുത്തുകാരുടെ പുസ്തകങ്ങൾ സോഷ്യൽ ആന്ത്രോപോളോജിയ്ക്കായി — നെപ്പോളിയൻ ചൈഗ്നൻ, റിച്ചാർഡ് ലീ, ഡേവിഡ് ഗ്രേബർ കൂടാതെ മറ്റ് എഴുത്തുകാരുടെ പുസ്തകങ്ങൾ സാമാന്യ അറിവിനും ബുദ്ധിക്കുമായി യുവാൽ നോവാ ഹരാരി, ഗയ്യാ വിൻസ് കൂടാതെ മറ്റ് എഴുത്തുകാരുടെ പുസ്തകങ്ങൾ

	ഇന്ത്യൻ ആന്ത്രോപോളോജിയ്ക്കായി ഡോ. ബി.ആർ. അംബേദ്ക്കർ, എം.എൻ. ശ്രീനിവാസ്, ജീൻ ഡ്രേജ് കൂടാതെ മറ്റ് എഴുത്തുകാരുടെ പുസ്തകങ്ങൾ
അഭിമുഖത്തിനുള്ള പ്രധാന തന്ത്രങ്ങൾ	നമ്മുടെ ഡിഎഎഫ്-ൽ പൂർണ്ണ ശ്രദ്ധ കൊടുക്കുക. സമകാലീന സംഭവങ്ങൾ മനസ്സിലാക്കുമ്പോൾ സന്ദർഭങ്ങൾ കൂടി മനസ്സിലാക്കുക. ഒഴിവുള്ള സമയങ്ങളിൽ നോൺ-ഫിക്ഷനുകൾ വായിക്കുക. ആത്മ ചിന്തനത്തിലൂടെയും, SWOT വിശകലനങ്ങളിലൂടെയും വ്യക്തിത്വത്തെ തെളിയിക്കുക. ആദരണീയരായ വക്താക്കളുടെ ഓൺലൈൻ ചർച്ചകളും സംവാദങ്ങളും ശ്രദ്ധിക്കുക. മോക്ക് ഇന്റർവ്യൂവിൽ പങ്കെടുക്കുക, എന്നാൽ അഭിപ്രായങ്ങളിൽ ശ്രദ്ധാലുക്കളായിരിക്കുക.
ഐഎഎസ് പരീക്ഷാർത്ഥികൾക്കുള്ള സന്ദേശം	ഭയത്തെ നേരിടുക. നിങ്ങളുടെ ഭയത്തെയും ആയാസത്തെയും നിങ്ങൾ എങ്ങനെ നേരിടുന്നുവെന്നതിനെ ആശ്രയിച്ചായിരിക്കും പരീക്ഷാഫലവും. സഹായത്തിനായി നിങ്ങളുടെ കുടുംബത്തിലുള്ളവരുടെയോ കൂട്ടുകാരുടെയോ ആവശ്യം തോന്നിയാൽ മടിക്കരുത്. നിങ്ങൾ വായിക്കുന്നതിനെ ഓർത്തിരിക്കുക എന്നതിനൊപ്പംതന്നെ അതിനെ സ്വാംശീകരിക്കാനും ശ്രദ്ധിക്കുക. നിങ്ങളുടെ അധ്വാനത്തിൽ അഭിമാനിക്കുക, കൂടാതെ പ്രതീക്ഷ കൈവിടാതെയിരിക്കുക.

ശ്രുതി ശർമ്മ	
ഐഎഎസ്-ലേക്ക് തെരഞ്ഞെടുക്കപ്പെട്ട വർഷം	2022
ഓപ്ഷണൽ വിഷയം	ചരിത്രം
പ്രിലിംസിനു വേണ്ടിയുള്ള മുഖ്യ തന്ത്രം	യാതൊരു ബുദ്ധിമുട്ടും കൂടാതെ സമകാലീന കാര്യങ്ങളെ മാനേജ് ചെയ്യുക, മുൻവർഷങ്ങളിലെ ചോദ്യങ്ങളെ പരിഹരിക്കുക. ഉന്മൂലനം ചെയ്യാനുള്ള സാങ്കേതിക വിദ്യകൾ പരിശീലിക്കുക, ചെറുതും അർത്ഥവത്തായതുമായ കുറിപ്പുകൾ ഉണ്ടാക്കുക, മോക്ക് ടെസ്റ്റ് കൊടുക്കുക, സിഎസ്എടി-യ്ക്കു വേണ്ടി മതിയായ തയ്യാറെടുപ്പുകൾ ചെയ്യുക, പരീക്ഷയുടെ സമയത്ത് ശാന്തമായും ആശ്വാസമായുമിരിക്കുകകൂടാതെനെഗറ്റീവ്മാർക്കിംഗിനെക്കുറിച്ച് ബോധമുള്ളവരായിരിക്കുക.
മെയിൻസിനു വേണ്ടിയുള്ള മുഖ്യ തന്ത്രം	മെയിൻസിനു മുമ്പായി പാഠ്യക്രമങ്ങളെല്ലാം പൂർത്തീകരിക്കുക, ഉത്തരങ്ങൾ നൽകുന്നതിനായിഡാറ്റാ,ഉദാഹരണങ്ങൾ,ഗ്രാഫുകൾ, ഡയഗ്രങ്ങൾ, മാപ്പുകളും പ്രധാന പോയിന്റുകളും സ്വരൂപിക്കുക. ഓർത്തിരിക്കാനായി സ്വന്തമായി കുറിപ്പുകളുണ്ടാക്കി അതിനെ സമയബന്ധിതമായി അപ്ഡേറ്റ് ചെയ്യുക. പരീക്ഷാ സമയത്തെ ത്വരിത പഠനത്തിനായി ലഘുവായ കുറിപ്പുകൾ കരുതുക. പര്യാപ്തമായ ഉത്തരങ്ങൾ എഴുതുവാൻ പരിശീലിക്കുക. നിങ്ങളുടെ ഉത്തരങ്ങൾ കൂടുതൽ നല്ലതാക്കാൻ മുൻകാല പ്രതിഭകളുടെ ഉത്തരങ്ങൾ വായിച്ചുപഠിക്കുക.
ഓരോ മെയിൻസ് പേപ്പറിനും ശുപാർശ ചെയ്യുന്ന പുസ്തകങ്ങൾ/വായനാസാമഗ്രികൾ	
പൊതു പഠനം-1	ഇന്ത്യൻ പൈതൃകവും സംസ്കാരവും : *ആൻ ഇൻട്രോഡക്ഷൻ ടു ഇൻഡ്യൻ ആർട്ട്* പാർട്ട് 1-ഉം 2-ഉം (എൻസിഇആർടി)

	ചരിത്രം : രാജീവ് അഹീർ എഴുതിയ *എ ബ്രീഫ് ഹിസ്റ്ററി ഓഫ് മോഡേൺ ഇന്ത്യ* (സ്പെക്ട്രം), സ്വന്തമായുണ്ടാക്കിയ കുറിപ്പുകൾ **ഭൂമിശാസ്ത്രം :** എൻസിഇആർടി (ക്ലാസ്സുകൾ 11, 12) പുസ്തകങ്ങൾ **സാമൂഹ്യം :** സ്വന്തമായുണ്ടാക്കിയ കുറിപ്പുകൾ
പൊതു പഠനം-2	**ഭരണം, ഭരണഘടന, രാഷ്ട്രീയം :** എം. ലക്ഷ്മീ കാന്ത് എഴുതിയ *ഇന്ത്യൻ പോളിറ്റി;* ദിന പ്പത്രങ്ങൾ, സ്വന്തമായുണ്ടാക്കിയ കുറിപ്പുകൾ, കോച്ചിംഗ് അക്കാദമികളിലെ യെല്ലോ ബുക്കുകൾ, കോച്ചിംഗ് അക്കാദമിയിലെ IAS പി.ടി. ആൻഡ് മെയിൻസ് 365, സമകാലീന കാര്യങ്ങൾക്കായി കോച്ചിംഗ് അക്കാദമിയിലെ "ഏറ്റവും അവസരമുള്ള വിഷയം", പ്രസ്സ് ഇൻഫർമേഷൻ ബ്യൂറോ, ന്യൂ ഇന്ത്യ വാർത്തകൾ മുതലായവയിലൂടെ തെരഞ്ഞെടുത്ത പഠനവിഷയങ്ങൾ.
പൊതു പഠനം-3	**സാമ്പത്തിക വികസനം :** ദിനപ്പത്രങ്ങളിലൂടെ സമകാലിക പ്രശ്നങ്ങൾ, ജുൽഫിക്കറിന്റെ നോട്ട്സ് **സാങ്കേതികം :** അയാസ് ഖാൻ നോട്ട്സ്, വിഷൻ IAS മെയിൻസ് 365, അടിസ്ഥാന പരമായ അറിവിനായി ക്ലാസ്സ് 9, 10 എൻസിഇആർടി പുസ്തകങ്ങൾ, പ്രത്യേ കിച്ച് ശാസ്ത്രേതര പശ്ചാത്തലമുള്ള സ്ഥാനാർ ത്ഥികൾക്കായി **ദുരന്ത നിവാരണം :** സ്വന്തമായുണ്ടാക്കിയ കുറിപ്പുകൾ **പരിസ്ഥിതി :** കോച്ചിംഗ് അക്കാദമി പുസ്തകങ്ങൾ **സുരക്ഷ :** കോച്ചിംഗ് അക്കാദമിയിലെ യെല്ലോ ബുക്കുകൾ

പൊതു പഠനം-4	കോച്ചിംഗ് അക്കാദമികളിലെ ക്ലാസ്സ് റൂം നോട്സ്, ദിനപത്രങ്ങളിൽനിന്നുള്ള ഉദാഹരണങ്ങളും ഉദ്ധരണികളും കേസ് സ്റ്റഡീസും, ഇതെല്ലാം പ്രബന്ധത്തിനുവേണ്ടിയും ഉപയോഗിച്ചു.
ഓപ്ഷണൽ വിഷയം	സ്വന്തമായുണ്ടാക്കിയ കുറിപ്പുകൾ, സെൽഫ് സ്റ്റഡി ഹിസ്റ്ററിയിലൂടെ മാപ്പുകളും മുൻകാല വർഷങ്ങളിലെ പരിഹരിച്ച ചോദ്യപേപ്പറുകളുടെയും ഒന്നിച്ചുള്ള സമാഹാരം, അടിസ്ഥാന പുസ്തകങ്ങൾക്ക് പുറമേ, ഉദാഹരണങ്ങളും, വാദങ്ങളും, വീക്ഷണങ്ങളും ഒന്നിപ്പിക്കുന്നതിനായി ടെസ്റ്റ് സീരീസുകളും, ദിനപത്രങ്ങളും
അഭിമുഖത്തിനുള്ള പ്രധാന തന്ത്രങ്ങൾ	മെയിൻസ്-ന് ശേഷം എല്ലാ ദിവസവും ഏറ്റവും കുറഞ്ഞത് ഒരു ദിനപത്രം വായിക്കുക. 'ത്രീ തിംഗ്സ്', 'കട്ട് ദ ക്ലട്ടർ' പോലെയുള്ള പോഡ്കാസ്റ്റുകൾ കേൾക്കുക. നമ്മുടെ ഡിഎഎഫ്-ൽ പൂർണ്ണ ശ്രദ്ധയോടെ വിശകലനം ചെയ്ത് ചോദ്യങ്ങൾ തയ്യാറാക്കുക. നിങ്ങളുടെ ഡിഎഎഫ്-കളോട് ബന്ധപ്പെട്ട കോച്ചിംഗ് അക്കാദമികൾ തയ്യാറാക്കിയ മോഡൽ ചോദ്യപേപ്പറുകളെ അവലോകനം ചെയ്യുക. ഈ ചോദ്യങ്ങൾക്ക് മറുപടി കൊടുത്തുകൊണ്ടുള്ള വീഡിയോ റെക്കോർഡ് ചെയ്ത് അതിനെ വിശകലനം ചെയ്യുക. കണ്ണാടിക്കുമുമ്പിൽ നിന്നുകൊണ്ട് ഉത്തരങ്ങൾ കൊടുത്ത് പരിശീലിക്കുക.
ഐഎഎസ് പരീക്ഷാർത്ഥികൾക്കുള്ള സന്ദേശം	നിങ്ങളുടെ പഠന സ്രോതസ്സുകൾ പരിമിതപ്പെടുത്തുക, പ്രത്യയശാസ്ത്രപരമായ ധാരണയ്ക്ക് മുൻഗണന നൽകുക.

ലെവിഷ് ഓർഡിയ	
ഐഎഎസ്-ലേക്ക് തെരഞ്ഞെടുക്കപ്പെട്ട വർഷം	2020
ഓപ്ഷണൽ വിഷയം	മെക്കാനിക്കൽ എഞ്ചിനീയറിംഗ്
പ്രിലിംസിനു വേണ്ടിയുള്ള മുഖ്യ തന്ത്രം	സമഗ്ര പാഠ്യപദ്ധതി പൂർത്തിയാക്കാനുള്ള തന്ത്രപരമായ മാർഗങ്ങൾ എന്ന രീതിയിൽ കഴിഞ്ഞകാല ചോദ്യപേപ്പറുകളുടെ വിശകലനം ഉപയോഗപ്പെടുത്തുക. സമയബന്ധിതമായ സാഹചര്യങ്ങളിൽ സിമുലേറ്റഡ് പ്രാക്ടീസ് ടെസ്റ്റുകൾ ചെയ്യുക, ഇതിനുശേഷം ഏതൊരു മേഖലയിലാണോ പിന്നോക്കം നിൽക്കുന്നത് കൂടാതെ സാധാരണമായ തെറ്റുകളെയും ശ്രദ്ധയോടെ വിശകലനം ചെയ്യുക. പഠനപദ്ധതികളെ ശരിയായി ക്രമീകരിച്ച് പഠിക്കാനെളുപ്പമുള്ള രീതിയിൽ അതിനെ വിഭജിച്ച് ക്രമപ്പെടുത്തുക.
മെയിൻസിനു വേണ്ടിയുള്ള മുഖ്യ തന്ത്രം	ആഴത്തിലുള്ള പഠനത്തിനു പകരം വിസ്തരിച്ചുള്ള പഠനത്തിൽ ശ്രദ്ധിക്കുക. വിഷയ വിദഗ്ധതയുടെ ഒരാവശ്യവുമില്ല, ചുരുക്കിയ 200 വാക്കുകളിൽ ഉത്തരമെഴുതാനാവശ്യമായ അറിവ് കൈവരിക്കാൻ ലക്ഷ്യമിടുക. പ്രധാന മേഖലകളെ അറിയുവാൻ കഴിഞ്ഞ കാലങ്ങളിലെ ചോദ്യപേപ്പറുകൾ വിശകലനം ചെയ്ത് അതിനനുസരിച്ച് പ്രയത്നിക്കുക. പരീക്ഷപേപ്പർ സമയബന്ധിതമായി പൂർത്തീകരിക്കാൻ ഉത്തരമെഴുത്ത് തുടരെ പരിശീലിക്കുക. വ്യക്തമായ അവതരണത്തിനും വായനാക്ഷമതയ്ക്കും പ്രാധാന്യം നൽകി പരീക്ഷ ലളിതമാക്കുക.
ഓരോ മെയിൻസ് പേപ്പറിനും ശുപാർശ ചെയ്യുന്ന പുസ്തകങ്ങൾ/വായനാസാമഗ്രികൾ	
പൊതു പഠനം-1	**ഇന്ത്യൻ പൈതൃകവും സംസ്കാരവും :** നിതിൻ സിംഘാനിയ എഴുതിയ *ഇൻഡ്യൻ ആർട്ട് ആൻഡ് കൾചർ*

	ചരിത്രം : തമിഴ്നാട് വിദ്യാഭ്യാസ വകുപ്പിന്റെ 11-ാം ക്ലാസ്സ് പാഠപുസ്തകം രാജീവ് അഹീർ എഴുതിയ *എ ബ്രീഫ് ഹിസ്റ്ററി ഓഫ് മോഡേൺ ഇന്ത്യ* (സ്പെക്ട്രം), സ്വന്തമായുണ്ടാക്കിയ കുറിപ്പുകൾ **ഭൂമിശാസ്ത്രം :** എൻസിഇആർടി (ക്ലാസ്സുകൾ 11, 12) പുസ്തകങ്ങൾ, യൂട്യൂബിൽ ലഭ്യമായ മൃണാൽ-ന്റെ ഭൂമിശാസ്ത്ര വീഡിയോ
പൊതു പഠനം-2	**ഭരണം, ഭരണഘടന, രാഷ്ട്രീയം :** എം. ലക്ഷ്മീകാന്ത് എഴുതിയ *ഇന്ത്യൻ പോളിറ്റി;* കോച്ചിംഗ് അക്കാദമിയിലെ കുറിപ്പുകൾ **സാമൂഹ്യ നീതി :** കോച്ചിംഗ് അക്കാദമിയിലെ കുറിപ്പുകൾ, മെയിൻസ് 365 പുസ്തകങ്ങൾ **അന്താരാഷ്ട്ര ബന്ധങ്ങൾ :** കോച്ചിംഗ് അക്കാദമിയിലെ മെയിൻസ് 365 പുസ്തകങ്ങൾ
പൊതു പഠനം-3	**സാമ്പത്തിക വികസനം :** ശ്രീറാം ശ്രീരംഗത്തിന്റെ *ഇൻഡ്യൻ ഇക്കോണമി,* യൂട്യൂബിൽ ലഭ്യമായ മൃണാൽ-ന്റെ വീഡിയോ **പരിസ്ഥിതി :** കോച്ചിംഗ് അക്കാദമി പുസ്തകങ്ങൾ **സാങ്കേതികം :** കോച്ചിംഗ് അക്കാദമിയിലെ കുറിപ്പുകൾ, മെയിൻസ് 365 പുസ്തകങ്ങൾ
പൊതു പഠനം-4	മുദ്രിത് ജെയ്ൻ, അമൃതാ ജെയ്ൻ എന്നിവരുടെ *ഡീകോഡ് എത്തിക്സ്*
പ്രബന്ധം	മറ്റുള്ള ജിഎസ് വിഷയങ്ങളെയും നിലവിലെ സംഭവങ്ങളെയും കുറിച്ചുള്ള വായനകൾ പ്രബന്ധം എഴുതുവാൻ അങ്ങേയറ്റം സഹായകമാണ്, എന്നാൽ ഇതിലെ സകലതിനെയും ഏകീകരിച്ച് വിസ്തൃതമായ രീതിയിൽ അവതരിപ്പിക്കുവാനുള്ള രീതി അഭ്യസിക്കേണ്ടതാണ്.

ഓപ്ഷണൽ വിഷയം	മുൻകാല വർഷങ്ങളിലെ പരിഹരിച്ച ചോദ്യപേപ്പറുകളും ടെസ്റ്റ് പേപ്പറുകളും, കോച്ചിംഗ് അക്കാദമികളിലെ പുസ്തകങ്ങൾ, നാഷണൽ പ്രോഗ്രാം ഓൺ ടെക്നോളജി എൻഹാൻസ്ഡ് ലേണിംഗ് (NPTEL) ലെക്ചർ, സാധാരണ പാഠപുസ്തകങ്ങൾ
അഭിമുഖത്തിനുള്ള പ്രധാന തന്ത്രങ്ങൾ	ഡിഎഎഫ്-മായി ബന്ധപ്പെട്ട ചോദ്യങ്ങളെ മനസ്സിലാക്കുന്നതിനായി 4-5 വർഷം മുമ്പുള്ള പരീക്ഷാർത്ഥികളുടെ അഭിമുഖ ട്രാൻസ്ക്രിപ്ഷൻ വിശകലനം ചെയ്യുക. കൂട്ടുകാരോട് ചേർന്ന് മോക്ക് ഇന്റർവ്യൂ (4-5 ചോദ്യങ്ങൾ) കൂടാതെ കോച്ചിംഗ് അക്കാദമികളിൽ തിരഞ്ഞെടുത്ത മോക്ക് അഭിമുഖങ്ങളിലൂടെ തുടർച്ചയായി മെച്ചപ്പെടുത്തുക.
ഐഎഎസ് പരീക്ഷാർത്ഥികൾക്കുള്ള സന്ദേശം	തയ്യാറെടുപ്പ് സമയങ്ങളിൽ അതികഠിന പ്രയത്നം നടത്തുക.

ലക്ഷ്മി മോഹൻ

പത്തനംതിട്ട ജില്ലയിൽ ജനനം. 2020-ൽ ആർകിടെക്ച്ചറിൽ ബിരുദം നേടി. *Unposted Letter, The Devotion of Suspect X, The Girl with The Dragon Tattoo, The Courage to be Disliked, Midwinter Murder,* എന്നിവയാണ് ഇംഗ്ലീഷിൽ നിന്ന് മലയാളത്തിലേക്ക് വിവർത്തനം ചെയ്ത പുസ്തകങ്ങൾ. *309, Chicken Dinner,* തുടങ്ങിയവ ചെറുകഥകൾ. അക്ഷരങ്ങളുടെയും ആശയങ്ങളുടെയും ശക്തിയിലും, മാറ്റത്തിന്റെ സുനിശ്ചിതത്വത്തിലും വിശ്വസിക്കുന്നു.

Email: lekshmimohan96@gmail.com